சிலுவையில் தொங்கும் சாத்தான்

சிலுவையில் தொங்கும் சாத்தான்

கூகி வா தியாங்கோ

தமிழில்: அமரந்த்தா - சிங்கராயர்

எதிர் வெளியீடு

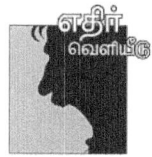

சிலுவையில் தொங்கும் சாத்தான்
கூகி வா தியாங்கோ
தமிழில்: அமரந்த்தா – சிங்கராயர்

முதல் பதிப்பு: டிசம்பர் 2016
இரண்டாம் பதிப்பு: ஜூலை 2021

எதிர் வெளியீடு,
96, நியூ ஸ்கீம் ரோடு, பொள்ளாச்சி – 642 002
தொலைபேசி : 04259 – 226012, 99425 11302

விலை: ₹ 550

Devil on the Cross
Ngugi wa Thiong' O

Copyright © Ngugi wa Thiong' O
Tamil Translation Rights with Amarantha

First Edition : December 2016
Second Edition: July 2021

Published by
Ethir Veliyeedu, 96, New Scheme Road, Pollachi - 642 002
email : ethirveliyedu@gmail.com
www.ethirveliyeedu.com

ISBN: 978-93-84646-90-5
Cover Design: Vijayan
Printed at Jothy Enterprises, Chennai.

All rights reserved. No part of this book may be reprinted or reproduced or utilised in any form or by any electronic, mechanical or other means, now known or hereafter invented, including Photocopying and recording, or in any information storage or retrieval system, without permission in writing from the Publisher.

நன்றி

இதுவரையான எனது மொழிபெயர்ப்புகள் அனைத்திலும் மாறுபட்ட சிறப்பு இந்த நாவலுக்கு உண்டு. முதலாவது, கென்ய நாட்டினர் இருவரை சென்னையிலேயே சந்தித்து உரையாடும் வாய்ப்பு எனக்குக் கிடைத்தது. மோஸஸ் ஓடாங்கோ – ஸ்வாஹிலி மொழி பேசுபவர். இவருடைய உதவியால் அறிமுகமான பால் கிமரி – நாவலின் மூல மொழியான கிக்கூயூ மொழி பேசுபவர். மொழிபெயர்ப்பினிடையே ஏற்பட்ட சந்தேகங்களை நீக்க உதவிய இவ்விருவருக்கும் நன்றி தெரிவிக்கக் கடமைப்பட்டிருக்கிறேன். இரண்டாவது, நாவலை திரு.சிங்கராயருடன் சேர்ந்து மொழிபெயர்ப்பை மெருகூட்டும் அரிய வாய்ப்பு எனக்குக் கிடைத்தது.

எப்போதும் போலவே இம்முறையும் எனது முயற்சிக்கு ஊக்கமளித்து, 'மாவ் மாவ் இயக்க வரலாறு' புத்தகத்தை தந்துதவிய காரல் மார்க்ஸ் நூலகம் திரு.எஸ். எஸ்.கண்ணன் அவர்களுக்கும்,

நாவலை மொழிபெயர்க்கும் பணியைத் தொடங்கி, பின்னர் தொடரமுடியாமல் போன காரணத்தால் நாவல் குறித்த தனது எண்ணங்களைப் பகிர்ந்துகொண்டு ஆலோசனைகள் வழங்கிய திரு.மா.அரங்கநாதன் அவர்களுக்கும்,

மொழிபெயர்க்கும்போது கவனம் கொள்ள வேண்டிய ஒரு சில விஷயங்கள் குறித்த எண்ணங்களைப் பகிர்ந்து கொண்ட திரு.திலீப் குமாருக்கும்,

கைப்பிரதி முழுவதையும் படித்து, முதல்கட்ட திருத்தங்களைச் செய்து உதவிய நண்பர் நடராஜனுக்கும்,

இன்னும் சோர்ந்துபோன நேரங்களில் எல்லாம் ஊக்குவித்த நண்பர்கள் திருநாவுக்கரசு, கான், மஹாதேவன் ஆகியோருக்கும் எனது நன்றியைத் தெரிவித்துக் கொள்வதில் மகிழ்ச்சியடைகிறேன்.

அமரந்த்தா

நூல் அறிமுகம்

இயற்கை வளங்கள் நிறைந்த ஒரு கிழக்கு ஆப்பிரிக்க நாடு கென்யா, 1895 முதல் 1903 வரை பிரிட்டிஷ் காலனியாக இருந்து சுயாட்சி பெற்ற நாடு. ஆக்கிரமிப்புக்கு உள்ளானது முதல் விடுதலை பெறும் நாள்வரை இந்நாட்டின் தேசப்பற்று மிக்க பெண்களும் ஆண்களும் பல்வேறு காலகட்டங்களில் நாட்டின் பல பகுதிகளிலும் பிரிட்டிஷ் ஆட்சியை எதிர்த்து ஆயுதப் போராட்டங்களை நிகழ்த்தி பல்லாயிரக்கணக்கில் இறந்திருக்கின்றனர். 1952 முதல் ஆட்சிமாற்றம் வரையான பத்து ஆண்டுக் காலத்தில் கென்ய விடுதலைப் போராட்டம் நவீன கெரில்லா யுத்தமாக வடிவெடுத்தது. 'கென்ய மண் மீட்புப் படை' அல்லது 'மாவ் மாவ் இயக்கம்' என்று பிரிட்டிஷரால் அழைக்கப்பட்ட இந்த இயக்கத்தின் வீர சகாப்தம் முத்தூஊ நடனங்களாகவும் பாடல்களாகவும் கிக்கூயூ மொழியில் பதிவு பெற்றிருக்கிறது.

மாபெரும் சுதந்திரப் போராளியாகவும் தன்னிகரில்லாத் தலைவராகவும் நாட்டு மக்களின் பேராதரவுக்கும் நம்பிக்கைக்கும் பாத்திரமாகி ஆட்சியைக் கைப்பற்றிய ஜொமோ கென்யாட்டா, எந்த ஏகாதிபத்திய சக்தியை விரட்டியடிப்பதற்காக எண்ணற்ற மக்கள் தம் உயிரைத் தியாகம் செய்தார்களோ, அந்த ஏகாதிபத்தியம் உள்நாட்டுத் தரகர்களைக் கொண்டு நாட்டைச் சுரண்ட அனுமதியளித்து விட்டார். எனவேதான் விடுதலை அடைந்தது முதல் 1978 இல் இறக்கும்வரை ஜனாதிபதி பதவியில் நீடித்த கென்யாட்டா இறந்தபோது,

"ஒரு மாசேதுங் போல, ஒரு ஹோ சி மின் போல வரலாற்றில் இடம் பெற்றிருக்க வேண்டிய கென்யாட்டா, நம்பிக்கைத் துரோகத்துக்கும் கொடுங்கோன்மைக்கும் சர்வாதிகாரத்துக்கும் உதாரணமாக ஹிட்லரைப் பின்பற்றியவராக அறியப்படுகிறார்," என்கிறார் நாவலாசிரியர் கூகி.

நாவலுக்கான பின்னணியையும் இப்படைப்பின் நியாயத்தையும், தமிழில் இதனை அறிமுகப்படுத்த வேண்டிய தேவையையும் சரிவரப் புரிந்து கொள்வதற்காக, பிரிட்டிஷ் காலனியாக இருந்த கென்யாவின் சுதந்திரப் போராட்ட வரலாற்றையும் நூலாசிரியரைப் பற்றிய விரிவான

அறிமுகத்தையும் தனியாக எழுதியிருக்கிறேன். ஏகாதிபத்தியத்தின் எந்தஒரு காலனியும் உண்மையில் விடுதலையடைவதே இல்லை. வெறும் ஆட்சி மாற்றமே நடைபெறுகிறது: உள்நாட்டு முதலாளிகளால் சுரண்டப்படுவது தொடர்கிறது என்பதைத்தான் இந்த நாவல் மண்டையிலடித்துச் சொல்கிறது. (இந்தியாவும் இருநூறு ஆண்டுக் காலம் பிரிட்டிஷ் ஏகாதிபத்தியத்தின் காலனியாக இருந்திருக்கிறது என்பதை இந்த இடத்தில் குறிப்பிடுவது சாலப் பொருந்தும்.) இந்த நாவல் இரண்டு வகைகளில் முக்கியத்துவம் வாய்ந்தது. ஒன்று கிக்கூயூ மொழியில் வெளியான குறிப்பிடத்தகுந்த முதல் முழுநீள நாவல் இதுதான். இரண்டு: நாவல் முழுவதும் ஆசிரியர் கூகி ஓராண்டுக் காலம் தடுப்புக் காவலில் தனிமைச் சிறையில் வைக்கப்பட்டிருந்த காலத்தில் மலம் துடைக்கும் தாளில் எழுதப்பட்டது. 1979இல் வெளிவந்த இந்த நாவலைத் தொடர்ந்து கூகி தனது படைப்புக்களை கிக்கூயூ மொழியில்தான் எழுதுகிறார். விற்பனை சாத்தியம் குறித்த பயங்களுடன் நாவலின் முதல் பதிப்பு 5000 படிகளே அச்சிடப்பட்டன. முதல் மாதமே முழுவதும் விற்றுத் தீர்ந்துபோய், இரண்டாம் பதிப்பும் மூன்றாம் பதிப்புமாக மொத்தம் 15,000 படிகள் முதலாண்டில் விற்பனையாகி இருக்கின்றன. இது கிக்கூயூ மொழியில் மட்டுமல்ல. ஆப்பிரிக்க மொழிகளிலேயே ஒரு சாதனை என்கிறார் ஆசிரியர். (1981இல் இதன் ஆங்கிலப் பதிப்பு, ஆசிரியராலேயே மொழிபெயர்க்கப்பட்டு வெளியிடப்பட்டது.)

மாணவராக இருந்த காலம் முதல் தொடர்ச்சியாக பதினேழு ஆண்டுகளாக ஆங்கிலத்தில் எழுதி வந்தபோதும், ஆப்பிரிக்க இலக்கியத்தின் மொழியாக ஆங்கிலத்தை ஒப்புக் கொள்வதில் இவருக்கு உடன்பாடு இல்லை. ஆப்பிரிக்காவுக்கென்று இலக்கியப் படைப்புக்கு உகந்த மொழியே இல்லை என்றும், ஆப்பிரிக்க மொழிகளில் இலக்கியமே இல்லை என்றும் நிறுவுவதற்கே ஆங்கிலத்தில் எழுதுவது என்பது துணைபோகிறது. காலனிய ஆட்சியின் நோக்கமே மக்களை தமது மண்ணில் இருந்தும் சுய பண்பாட்டுக் கூறுகளிலிருந்தும் வாழ்வில் இருந்தும் அன்னியமாக்கி தனிமைப்படுத்தி செயலிழக்கச் செய்து அடிமைப்படுத்துவதுதான்; எனவே தமது அடையாளங்களை மீட்கவும், வாழ்வையும் நாட்டையும் மீட்கவுமாக தாய்மொழியில் தேர்ச்சி பெறுவதே மக்களின் முதல் தேவை என்பதை கூகி வலியுறுத்தினார். இவருக்கு இணையாக மொழியின் / இலக்கியத்தின் அரசியலை விளங்கச் செய்தவர்கள் வெகுசிலரே.

புதிய காலனியாக மாற்றப்பட்டு விட்ட கென்யாவில், ஓயாமல் உழைத்தாலும் கடுமையான ஒடுக்குமுறைக்கும் சுரண்டலுக்கும் ஆளாகும் ஒரு பெண்ணின் வாழ்க்கை, பயன்படுத்தப்பட்டபின் அப்படியே தூக்கி எறியப்படும் நுகர்பொருளாக

மாறிவிட்டதையும், அந்நிலையை மாற்ற அவள் கல்வியிலும் தொழிலிலும் தேர்ச்சி பெறுவதோடு, தற்காப்புக்கான பயிற்சிகளையும் மேற்கொள்ள வேண்டிய அவசியத்தையும், அந்த தேர்ச்சியில் விளைந்த மனஉறுதியைக் கொண்டு அவள் தனது துன்பங்களுக்கு முடிவு தேடுவதையும் சொல்கிறது “சிலுவையில் தொங்கும் சாத்தான்”. வரீய்ங்காவையும் வங்காரியையும் போன்ற லட்சக்கணக்கான பெண்கள் நம்மிடையே உள்ளனர். கூகியின் செய்தியை தமிழறிந்த அனைவருக்கும் எடுத்துச் சொல்லும் வாய்ப்பைப் பெற்றதற்காக மகிழ்ச்சியடைகிறேன்.

அமரந்த்தா

கூகி வா தியாங்கோ
எழுத்தாளர் - களப்பணியாளர் - பேராசிரியர்

கென்யாவின் கிக்கூயூ மொழிபேசும் பகுதியில், லிமுருவுக்கு அருகிலுள்ள காமிரீத்து என்னும் இடத்தில், 1938ஆம் ஆண்டு ஜனவரி 5 ஆம் நாள் பிறந்தார் கூகி (ஜேம்ஸ்) வா தியாங்கோ.

அவருடைய குடும்பத்தார் வசித்துவந்த ஹைலாண்டு என்ற பகுதி, வெள்ளையர் பெருமளவில் குடியேறி ஆக்கிரமித்ததனால் சர்ச்சைக்குரிய பகுதியாக ஆகி இருந்தது. கூகியின் அப்பா ஒரு விவசாயி. அவருக்குப் பல மனைவிகள். கூகியின் உடன் பிறந்தவர்கள் மொத்தம் 28 பேர். கூகியின் பெற்றோரின் வீடு ஒரு கூட்டுக் குடும்பமாக - ஒரு குட்டி ஊராகவே இருந்துவந்தது எனலாம்!

இந்தப் பின்னணியும் சூழலும் தனக்கு மிகுந்த மகிழ்ச்சியாகவும் பயனுள்ளதாகவும் இருந்தது; இதுவே பிற்காலத்தில் தன்னிடம் சோசலிச சமத்துவ கருத்துகள் உருவாவதையும் அடித்தட்டு மக்களுடன் தான் எளிதாக கூடிப்பழகுவதையும் சேர்ந்து வாழ்வதையும் சாத்தியப் படுத்தியது என்று அவர் சொல்கிறார்.

மாவ் மாவ் கிளர்ச்சி நடந்த காலத்தில் (1952-62) கூகி பள்ளி மாணவனாக இருந்தார். நெருக்கடி நிலை அமுலில் இருந்த காலத்தில் கூடுதல் பிரச்சனைகளை எதிர்கொண்ட கென்யாவின் பகுதிகளில் லிமுருவும் ஒன்று. எனவே லிமுருவில் பள்ளிக்கு சென்று வந்துகொண்டிருந்த பதினாறு வயதான கூகி எந்நேரமும் மரணம், சிறைச்சாலை, யந்திரத்துப்பாக்கிகளின் வெடிச்சத்தம் இவை பற்றிய பயத்துடனேயே இருக்க வேண்டியிருந்தது.

1954இல் கூகியின் அண்ணன் காட்டுக்குள் சென்று தலைமறைவாகி விட்டார். அவருடைய தாயார் உட்பட குடும்பத்தினர் பலரும்

சிறைக்காவலில் வைக்கப்பட்டார்கள். இந்த வேளையில்தான் உயர்நிலைப்பள்ளியை முடித்துவிட்டு அலயனஸ் மேனிலைப் பள்ளியில் சேர்ந்தார் கூகி. இந்தப் பள்ளியின் தீவிர கிறிஸ்தவப் பின்னணிதான் கூகி பைபிளைக் கரைத்துக் குடிக்கவும், அவரது தொடக்ககால எழுத்துக்களில் அதன் தாக்கம் அதிகமாக இருக்கவும் காரணமாக அமைந்தது. இந்தப் பள்ளியின் நூலகம்தான் அவரது வாசிப்புப் பழக்கத்துக்கும் எழுத்து ஆர்வத்துக்கும் தூண்டுதலாக இருந்தது.

1959-64 காலகட்டத்தில் உகாண்டாவின் கம்பாலாவிலுள்ள மக்கரேரே பல்கலைக்கழகத்தில் இலக்கியத்தில் பட்டப்படிப்பு படித்தார் கூகி. (அப்போது அது 'மக்கரேரே கல்லூரி' என்று அழைக்கப்பட்டது.) இந்தக் கல்லூரியின் புகழ்பெற்ற இலக்கியத் துறையில் படிக்கும் காலத்தில்தான் அவரது எழுத்தார்வம் செயல்வடிவம் பெற்றது. 'த பிளாக்ஹெர்மிட்' என்ற பெயரில் அவர் எழுதிய நாடகம் 1962இல் உகாண்டாவின் விடுதலைக் கொண்டாட்டத்தின் ஒரு பகுதியாக மேடையேற்றப்பட்டது. 'பென் பாயிண்ட்' என்னும் மாணவர் ஏட்டிலும், 'ட்ரான்சிசன்' என்ற புதிய இதழிலும் அவர் சிறுகதைகள் எழுதினார். 'தி ரிவர் பிட்வீன்' என்ற நாவல் அவருக்கு கிழக்காப்பிரிக்க இலக்கியத் துறையின் முதல் பரிசை பெற்றுத் தந்தது. 1962இல் அவர் எழுதிய 'வீப் நாட் ச்சைல்டு' என்ற நாவல் 1966 இல் 'நீக்ரோ ஆர்ட் பெஸ்டிவல் ஆஃப் டாக்கர்' என்ற அமைப்பின் முதல் பரிசைப் பெற்றது. பின்னாளில் கூகி 'பென்பாயிண்ட்' இதழின் பதிப்பாசிரியராகி, பல்கலைக்கழகத்தின் நாடகக் குழுவிலும் நாடக வாசிப்பு வட்டத்திலும் உறுப்பினரானார்.

1962 ஜூன் மாதத்தில் உகாண்டாவின் மக்கரேரேவில் ஆப்பிரிக்க எழுத்தாளர்களின் முதல் மாநாடு நடைபெற்றது. இந்த மாநாட்டில் கலந்துகொள்ள, ஒரு சாதாரண பல்கலைக்கழக மாணவரான கூகி அழைக்கப்பட்டார். 'பென் பாயிண்ட்' இதழில் 'த ஃபிக் ட்ரீ' (அத்திமரம்), ட்ரான்சிசன் இதழில் 'த ரிட்டர்ன்' (திரும்புதல்) - என ஆங்கிலத்தில் கூகி எழுதிய இந்த இரண்டே இரண்டு சிறுகதைகள்தான் மாநாட்டில் கலந்து கொள்ளும் வாய்ப்பை அவருக்குப் பெற்றுத் தந்தன. ஆனால், கிஸ்வாஹிலி மொழியில் பல உரைநடை நூல்களும் கவிதை நூல்களும் எழுதிய மாபெரும் கிழக்காப்பிரிக்காவின் கவிஞராக அறியப்பட்ட ஷாபான் ராபர்ட் என்ற கென்ய எழுத்தாளர்,

யொருபா மொழியில் பல நூல்களை எழுதிய மாபெரும் நைஜீரிய எழுத்தாளரான ச்சீஃப் ஃபகுன்வா ஆகியோர் இந்த மாநாட்டில் கலந்துகொள்ள அழைக்கப்படவில்லை.

இந்த மாநாட்டில்தான் சினுவா ஆச்சிபி, ஓகாட் பி பைத்தெக், ஓலே சோயிங்கா, இம்ஃபலேலே, ஜே.பி.க்ளார்க், கிரேஸ் ஓகோத், கிறிஸ்தஃபர் ஓக்கிக்போ, எல்ங்கோசி போன்ற எழுத்தாளர்களை கூகி சந்திக்கிறார். அப்போது சினுவா ஆச்சிபி 1959இல் அவர் எழுதி வெளியிட்ட 'த்திங்ஸ் ஃபால் அபார்ட்' என்ற நாவலின் மூலமாக (தமிழில் இது 'சிதைவுகள்' என்ற பெயரில் வெளிவந்திருக்கிறது) ஆப்பிரிக்கா முழுவதிலும் பரவலாக அறியப்பட்டிருந்தார். அவரிடம் தான் எழுதிய 'வீப் நாட் ச்சைல்டு' நாவலின் கையெழுத்துப் படியை படிக்கக் கொடுத்து ஆலோசனை வேண்டினார் கூகி. ஆச்சிபியும் அதைப் படித்துப் பார்த்து தேவையான திருத்தங்களைப் பற்றியும் நூலை வெளியிடுவது பற்றியும் ஆலோசனைகளை வழங்கினார்.

இந்த மாநாட்டின் தலைப்பு 'ஆங்கிலத்தில் எழுதும் ஆப்பிரிக்க எழுத்தாளார்களின் முதல் மாநாடு' என்றிருந்தது. இந்த தலைப்பே ஆப்பிரிக்க மொழிகளில் எழுதுபவர்களை விலக்கி வைத்துவிட்டது. மாநாட்டில் நடந்த விவாதம் கூகியின் மனதில் பல கேள்விகளை எழுப்பியது. 'இந்த மாநாடு ஆப்பிரிக்காவைப் பற்றிய இலக்கியம் குறித்ததா, அல்லது ஆப்பிரிக்காவில் தன் அனுபவம் பற்றி அந்நியர் எழுதும் இலக்கியம்தானா? ஆம் என்றால், அப்போது ஷாபான் ராபர்ட்டும், ஃபகுன்வாவும் எழுதுவது ஆப்பிரிக்க இலக்கியம் இல்லையா?' அப்போதுதான் அவருக்கு ஒரு விசயம் தெளிவானது. இந்த விவாதத்தின் அடிப்படை இலக்கியமே அல்ல. எழுதப்படும் 'பொருள்' பற்றியதுதான். எழுதுபவரின் இனம், அவர் வாழும் புவியியல் ரீதியான இடம் ஆகியவை பற்றியதுதான் என்பதை தெளிவாகப் புரிந்துக் கொண்டார்.

1964இல் விடைதெரியாத பல கேள்விகளுடனும் விரக்தியுடனும் பல்கலைக்கழகத்தை விட்டு வெளிவந்தார் கூகி. மார்ச் 1964இல் நைரோபியில் 'சண்டே நேஷன்' பத்திரிகையில் பணியில் சேர்ந்தார். பின்பு செப்டம்பரில் லீட்ஸ் பல்கலைக்கழகத்தில் பட்டமேற்படிப்பு படிக்கச் சென்றார். இங்கு பேராசிரியர் ஆர்னால்டு கெட்டில், கிழக்காபிரிக்க இலக்கிய விமர்சகர்களான க்ராண்ட் கமென்ஜு, பீட்டர் நாசரெத் ஆகியோரின் சோசலிசக் குழுவில் இணைந்தார். இங்குதான், 'ஆப்பிரிக்கப் பெரும்பான்மையினரின் புரட்சிகரத் திறமை' பற்றிய

அவரது அபார நம்பிக்கையின் விளைவாக 'ஏ க்ரெய்ன் ஆஃப் வீட்' உருவானது. அதன்பிறகு 'த ப்ளாக் ஹெர்மிட்' நாவலும் 'திஸ் டைம் டுமாரோ' என்ற தலைப்பில் மூன்று குறுநாடகங்களும் வெளியாகின. 'ஹோம்கமிங்' என்ற தலைப்பில் வெளியான இவரது கட்டுரைத் தொகுதி, அதன் அருமையான நடைக்காகவும் தைரியமான அணுகுமுறைக்காகவும், சர்ச்சைக்குரிய விஷயங்களுக்காகவும் பாராட்டப்பட்டது. அரசியல் அமைப்புகள் மக்களைச் சுரண்டுவதை கூகி தனது எழுத்துக்களில் துணிந்து எதிர்த்தார். தனது புரட்சிகர இடதுசாரி எண்ணங்களை வெளியிடவும் எழுத்தைப் பயன்படுத்தத் தொடங்கினார். பல்கலைக்கழகத்தின் அறிவுச் சுதந்திரத்தில் அரசாங்கம் குறுக்கிட்டதற்காக 1969 மே மாதத்தில் நைரோபி பல்கலைக்கழகத்தில் வகித்து வந்த விரிவுரையாளர் பதவியை விட்டு விலகினார். பிறகு வட அமெரிக்காவில் இல்லினாய் வடகிழக்கு பல்கலைக்கழகத்தில் தற்காலிகமாகப் பணிபுரிந்தார். 1971 ஆகஸ்டில் மீண்டும் நைரோபி பல்கலைக்கழகத்தின் இலக்கியத்துறையில் விரிவுரையாளராகச் சேர்ந்தார். பின்பு இலக்கியத்துறையின் தலைவராகவும் ஆனார்.

கூகியின் முதல் நாவலான 'வீப் நாட் ச்சைலட்' (1962) பழமையான மதச்சடங்குகளை அவர் உயர்த்திப் பிடிப்பதான ஒரு பிரமையை ஏற்படுத்துகிறது. ஆனால் அவரது நம்பிக்கை மதத்தின் மீது அல்ல; நம்பிக்கையிலிருந்து ஒரு மனிதன் கற்றுக்கொள்ளும் ஒழுக்கம், கூட்டுச் செயல்பாடு, அபாயகரமான வேகத்தில் மாறிவரும் காலத்தினை எதிர்கொண்டு தாக்குப்பிடிக்கத் தேவையான ஆன்மபலம் ஆகியவையே அவர் கவனத்தில் கொள்பவை; அவர் வலியுறுத்துவது தனிமனித பற்றுறுதியும் கடப்பாடுமே. 1967இல் வெளிவந்த நாவலான 'எ க்ரெய்ன் ஆஃப் வீட்' கூகியின் மாறிய அரசியல் கண்ணோட்டத்தை வெளிப்படுத்துகிறது. கல்லூரியை விட்டு வெளிவந்தபின் அவர் தன்னைச் சுற்றிலும் கவனம் செலுத்தியபோது அதுவரை புரியாத பலவும் அவருக்குப் புரிபடலாயின. 'எக்ரெய்ன் ஆஃப் வீட்' நாவலைத் தொடர்ந்து 1970இல் அவர் எழுதிய கட்டுரைகளின் தொகுப்பான 'ஹோம்கமிங்' ஆப்பிரிக்க மற்றும் கரீபிய இலக்கியம், பண்பாடு, அரசியல் ஆகியவற்றைப் பற்றிப் பேசுகிறது. இதனைத் தொடர்ந்த கூகியின் படைப்புகள் யாவும் அவரது இடதுசாரி, தீவிர இடதுசாரி நிலைப்பாட்டை பிரதிபலிப்பதாகவே அமைந்தன. இதன் அடிப்படையில் எழுந்த இலக்கியம் குறித்த கூகியின் கண்ணோட்டம் முக்கியத்துவம் வாய்ந்தது, தெளிவானது. இலக்கியத்தில் அது புதியதொரு பரிமாணத்தை ஏற்படுத்தியது.

"இலக்கியம் தானாகத் தோன்றுவதில்லை; குறிப்பிட்ட சமூகத்திலுள்ள அரசியல் - சமூக - பொருளாதார சக்திகளினால் உந்தப்பட்டு, வடிவமும் திசைவழியும் கவனம் கொள்ளத்தக்க களமும் அமைத்துத் தரப்பட்ட பின்பே அது உருவாகிறது. குறிப்பாக ஆப்பிரிக்காவைப் பொறுத்தமட்டில் இது மிகுந்த முக்கியத்துவம் வாய்ந்தது... நவீன இலக்கியமாகட்டும், கடந்த நூறு வருடகால பண்பாடாகட்டும், இவை கோரமான ஐரோப்பிய ஏகாதிபத்தியத்தின் கொடையான அடிமைச்சமூகம், காலனி ஆட்சி, புதிய காலனியாக மாற்றப்பட்ட நிலை ஆகியவற்றில் விளைந்த மொண்ணைத்தனத்தையும் குறை வளர்ச்சியையும் எதிர்த்துத் தோன்றியவையே... இன்றைய காலகட்டத்தில் ஒரு எழுத்தாளன் பண்டைய நாட்களின் ஞானியின் பணியை மேற்கொள்ள வேண்டும்; அதாவது தான் சார்ந்துள்ள சமூகத்தின் மனசாட்சியாக இருந்து, வரப்போகும் அபாயத்தை முன்கூட்டி தெரிவித்து அறிவுரை வழங்கி எச்சரிக்கை செய்து நெறிப்படுத்துவது எழுத்தாளனின் பணி. அறிவுப்பூர்வமாகவும் ஊக்கத்துடனும் சமூகத்தின் மறு உருவாக்கத்தில் தனது பங்கைச் செலுத்துமாறு அனைவருக்கும் அழைப்பு விடுப்பதுதான் அவனது எழுத்தின் அவசரமான / அத்தியாவசியமான செய்தியாக இருக்க வேண்டும்... இன்றைய ஆப்பிரிக்காவின் நல்ல எழுத்தாளனின் குரல் வலிமையாக, உறுதியாக, ஊடுறுவுவதாக இருக்கிறது. தொந்தரவு செய்யும் ஒரு செய்தி அதில் பொதிந்திருக்கிறது."

அரசியலில் தெளிவான நிலைபாடு உருவான பிறகு கூகியின் எழுத்தும், பணிகளும் குறிப்பிட்ட திசையிலேயே சென்றன. எழுத்தும் பிற கலை வடிவங்களும் மக்களைச் சென்றடையவே பயன்பட வேண்டும் என்ற அவரது முடிவைச் செயல்படுத்த, 1976 இல் அவருக்கொரு சந்தர்ப்பம் உருவானது.

காமிரீத்து சமூகக் கல்வி மற்றும் பண்பாட்டு மையம் 1976இல் உருவாக்கப்பட்டது. எவ்வித பண்பாட்டுச் செயல்பாடும் அற்ற இந்த இடத்தில் கிராமத்து விவசாயிகளையும் தொழிலாளர்களையும் கொண்டு புதியதொரு கலைக்குழு உருவாக்கப்பட்டது. கூகியின் வரவுக்கு முன்பு இங்கு நடைபெற்ற குறிப்பிடத்தக்க நிகழ்ச்சி ஒன்றே ஒன்றுதான். கூகியும் மிசரே முகோ என்ற பல்கலைக்கழக பேராசிரியரும் இணைந்து எழுதிய 'தி ட்ரயல் ஆஃப் டெடான் கிமாத்தி', என்ற நாடகத்தை நைரோபி பல்கலைக்கழகத்தின் 'ஃப்ரீ ட்ராவலிங் தியெட்டர்' குழுவினர் அரங்கேற்றினர். (கிமாத்தி என்ற

மாவ் மாவ் படைத்தலைவர் அரசால் கொலை செய்யப்பட்டு காமித்தி சிறையிலேயே புதைக்கப்பட்ட கதையை இந்நாடகம் சொல்கிறது.) சமூக வளர்ச்சி அலுவலர் சீரி வா ஆமோனி, அடால்ஃப் கமாவ் என்ற விவசாயி, கூகி முவாரா, கரான்ஜா என்ற ஆரம்பப்பள்ளி ஆசிரியர் ஆகியோரது கடும் முயற்சியால் 'காமிரீத்து சமூகக் கல்வி மற்றும் பண்பாட்டு மையம்' உருவாக்கப்பட்டது. கல்வி, பண்பாடு, உடல்நலம் ஆகியவை இந்த மையத்தின் அக்கறைகளாயின. மையத்தின் நடவடிக்கைகளினால் பயன்பெற விரும்பும் எவரும் குடிக்கக்கூடாது என்பது விதி ஆக்கப்பட்டது. இதன் விளைவாக அந்தப் பகுதி முழுவதிலும் குடிப்பழக்கம் கைவிடப்பட்டது. மக்கள் அனைவரும் இரவு நேரப் பள்ளிகளுக்குத் தவறாமல் வந்து கிக்கூயூ மொழியை எழுதவும் படிக்கவும் கற்றுக் கொண்டனர். வேலை செய்யுமிடத்தில் தமது உரிமைகளைக் கோர இந்தக் கல்வி அவர்களுக்குப் பயன்பட்டது. இடையில் 1977 ஜூலை மாதம் கூகியின் நான்காவது நாவல் 'பெடல்ஸ் ஆஃப் பிளட்' வெளிவந்தது. புதியகாலனியாக மாறிவிட்ட கென்யாவைப் படம்பிடித்துக் காட்டும் இந்த நூல் ஒரு 'வெடிகுண்டு' என்று கென்யா வீக்லி ரெவ்யூ எழுதியது.

காமிரீத்து மையத்தின் பண்பாட்டுத் துறைத் தலைவரான கூகியிடம் நாடகப்பிரதி ஒன்றை உருவாக்கும் பணி தரப்பட்டது. அவரும் கூகி வா மிரீஇ என்பவரும் சேர்ந்து உருவாக்கியதுதான் கஹீகா தீனா* என்ற கிக்கூயூ மொழி நாடகப்பிரதி. கென்யாவில் அவசரநிலை பிரகடனம் செய்யப்பட்டதன் இருபத்தைந்தாவது ஆண்டு தினத்தையும், மாவ் மாவ் இயக்கப் போராட்டம் தொடங்கிய தினத்தையும் குறிக்கும் அக்டோபர் 2 ஆம் நாள் இந்த நாடகம் அரங்கேறியது.

அரங்கேறிய நாடகத்துக்கும் முதலில் கூகி & கூகி எழுதிய பிரதிக்கும் ஒரு சம்பந்தமுமில்லை! காரணம் மேடையை அமைத்து, ஒலி - ஒளி அமைத்து, பாடல்கள் காட்சியமைப்பு முதலியவற்றை தங்களது கற்பனைக்கேற்றபடி அமைத்தவர்களும், நாடகத்தின் நடிகர்களே! இவர்கள் எல்லோருமே முன்பின் நடித்திராத கிக்கூயூ மொழி பேசும் கிராமத்து விவசாயிகளும் தொழிலாளர்களுமே! பல்லாயிரக்கணக்கான மக்களை ஈர்த்த இந்நாடகம், 'மக்களிடையே

★ கஹுகா தீனா (Ngaahika Ndeena) : விரும்பியபோது நான் மணமுடிப்பேன்.

அரசு எதிர்ப்பை உண்டாக்கி வருகிறது' என்ற குற்றச்சாட்டின் அடிப்படையில் (இரண்டே மாதங்களில்) டிசம்பர் 16 ஆம் தேதி தடை செய்யப்பட்டது.

1977 டிசம்பர் 31 ஆம் தேதி நள்ளிரவில் கூகி எந்த முன்னறிவிப்புமின்றி அவரது வீட்டிலிருந்து கடத்தப்பட்டு காமித்தி சிறையில் அடைக்கப்பட்டார். ஒரு வருடகாலத் தனிமைச் சிறைவாசமும், முறையற்று கேவலமாக நடத்தப்படுவதும், எந்நேரமும் தலைக்குமேல் தொங்கும் நூறு வாட் பல்பின் வெளிச்சமும் தமது மன அமைதியை / உறுதியைக் குலைத்து விடாதிருக்க கூகி மேற்கொண்ட அசுர முயற்சியின் விளைவாக இரண்டு அரிய புத்தகங்கள் நமக்குக் கிடைத்திருக்கின்றன: (1) 'டிடெயிண்ட்: எ ரைட்டர்ஸ் ப்ரிஸன் டைரி'. இது கூகி கைது செய்யப்பட்ட முறை, காமித்தி சிறையில் அவர் எப்படி நடத்தப்பட்டார் என்ற உண்மை, தடுப்புக்காவலில் இருந்தபோது எப்படி நடத்தப்பட்டார் என்ற உண்மை, தடுப்புக்காவலில் இருந்தபோது அவர் எழுதிய / அவருக்கு எழுதப்பட்டு - கிடைத்த கடிதங்கள் ஆகியவற்றைப் பற்றிப் பேசுகிறது. அது மட்டுமின்றி, கென்யாவின் ஒரு நூறாண்டு கால வரலாற்றையும் நம் கண்முன் கொண்டுவந்து நிறுத்துகிறது. (2) 'டெவில் ஆன் தி க்ராஸ்'. சிறையதிகாரிகளின் கண்களில் மண்ணைத்தூவி மலம் துடைக்கும் தாளில் இவர் எழுதியது இந்நாவல்! மிகத் தெளிவாகத் திட்டமிட்டு, மனதுக்குள் வடிவத்தை இறுதி செய்துகொண்ட பின்பே இந்த நாவலை எழுத்தில் வடித்திருக்கிறார் ஆசிரியர். ஒரு சமயம் சிறை அதிகாரியால் இந்த நாவல் முழுவதும் பறிமுதல் செய்யப்பட்டது. மற்றொரு முறை திட்டமிட்ட வடிவத்தில் நாவலை எழுத வேண்டிய சிரமத்தை நினைத்து கூகி வருந்திக் கொண்டிருந்தபோது, 'எந்த ஆபத்துமில்லை' என்ற விமர்சனத்துடன் பிரதி இவரிடம் திருப்பிக் கொடுக்கப்பட்டதாம்.

ஆம்னெஸ்டி இண்டர்நேஷனல் அமைப்பு மூலம் பன்னாட்டு மனித உரிமைப் போராளிகள் மேற்கொண்ட முயற்சியின் விளைவாக 1978 டிசம்பரில் கூகி 'மனசாட்சியின் கைதி' என்று அடையாளப்படுத்தப்பட்டு விடுதலை செய்யப்பட்டார். ஆனால் சர்வாதிகாரி அராப்மோய் கென்யாவில் கூகி ஆசிரியப் பணியில் அமர முடியாமல் செய்துவிட்டார். சிறையிலிருந்தபோது இவர்

கிக்கூயு மொழியில் எழுதிய 'கெய்த்தானி முத்தராபாஇனி (டெவில் ஆன் த கிராஸ்)' நாவல் 1979அம் ஆண்டு வெளிவந்தது.

தொடர்ந்து வெளியான இவரது எழுத்துக்களும் செயல்பாடுகளும் கென்யாவில் இவர் வாழ முடியாத சூழலை ஏற்படுத்தின. முடிவற்ற தடுப்புக்காவல் தண்டனை பற்றிய அச்சுறுத்தல் தொடர்ந்தது. 1980இல் லண்டன் சென்ற இவர், பின்னர் அங்கேயே 1989 வரை இருந்தார். பின்பு அமெரிக்காவில் வாழத் தொடங்கினார். 1977க்குப் பிறகு படைப்பிலக்கிய மொழியாக கிக்கூயூ மொழியை மட்டுமே பயன்படுத்தப் போவதாக அறிவிக்கிறார். 1986இல் 'டீகாலனைசிங் த மைண்ட்' என்ற கட்டுரைத் தொகுதிக்குப்பின், ஆங்கிலத்தில் எழுதுவதை முற்றிலுமாக நிறுத்திவிட்டதையும், இனி தாய்மொழியான கிக்கூயூ அல்லது கென்ய தேசிய மொழியான கிஸ்வாஹிலியில் மட்டுமே எழுதப்போவதாகஎன்பதையும் இப்புத்தகத்தின் முன்னுரையிலேயே பிரகடனமாக முன்வைக்கிறார்.

இதே ஆண்டில் (1986) கிக்கூயூ மொழியில் இவர் எழுதிய இரண்டாவது நாவல் 'மத்திகாரி' வெளிவந்தது. நாவலின் முக்கிய கதாபாத்திரம் உயிருடன் இருக்கும் மனிதர் என்று கருதி அவரைக் கைது செய்ய வாரண்ட் பிறப்பித்தது மோய் அரசு. ஆனால் அது வெறும் கற்பனைப் பாத்திரம் என்று அறிந்ததும், நாவலைக் கைது செய்துவிட்டது! ஆம் புத்தகம் கென்யாவில் தடை செய்யப்பட்டது. அது மட்டுமன்றி அதுவரை கல்வி நிறுவனங்களில் இடம்பெற்றிருந்த கூகியின் நூல்கள் யாவும் நீக்கப்பட்டன.

நாடு கடத்தப்பட்ட நிலையிலும் கூகியின் சமூகப் பணிகள் தொடர்ந்தன. லண்டனைத் தலைமையகமாகக் கொண்ட 'கென்ய அரசியல் கைதிகளின் விடுதலைக்கான கமிட்டி'யில் இணைந்து, கென்யாவில் மனித உரிமைகளைக் காக்க பல முயற்சிகளில் கூகி இறங்கினார். பல பல்கலைக்கழகங்களில் தற்காலிக கௌரவ பேராசிரியர் பதவிகளை வகித்தார். இடையே ஸ்வீடனில் ஸ்டாக்ஹோம் 'டிராமாடிஸ்கா இன்ஸ்டிட்யூட்'டில் திரைப்படக் கல்வி கற்றார். 1989ஆம் ஆண்டு யேல் பல்கலைக்கழகத்தின் ஆங்கிலம் மற்றும் ஒப்பிலக்கியத் துறையின் வருகைதரு பேராசிரியராகப் பதவி வகித்தார். ஆங்கிலம் மற்றும் ஆப்பிரிக்க இலக்கியத் துறையின் சிறப்பு வருகைதரு பேராசிரியரானார். 1992ஆம் ஆண்டு நியூயார்க் பல்கலைக்கழகத்தில் ஒப்பிலக்கியம் மற்றும் நிகழ்த்துக் கலைத்துறை பேராசிரியராக பணியமர்ந்தார். அப்போது

பன்மொழிப் பேராசிரியராகவும் பொறுப்பு வகித்தார். இறுதியாக 2002ஆம் ஆண்டு கலிஃபோர்னியா இர்வின் பல்கலைக்கழக பேராசிரியராகவும், இலக்கியம் & மொழிபெயர்ப்புக்கான சர்வதேச மையத்தின் இயக்குனராகவும் இன்றளவும் பணியாற்றி வருகிறார்.

இடையில் 2004ஆம் ஆண்டு 22 ஆண்டு காலத்துக்குப் பின்பு கென்யா திரும்பியபோது, கூகியும் அவர் மனைவி ஞ்சீரியும் கூலிப் படையினரால் தாக்கப்பட்டனர். ஞ்சீரி பாலியல் வன்கொடுமைக்கு ஆளாக்கப்பட்டார். பொருட்கள் கொள்ளையடிக்கப்பட்டன. இந்நிகழ்வுக்கு உலகெங்கிலுமிருந்து கண்டனக் குரல்கள் எழுந்தன.

மீண்டும் வட அமெரிக்கா திரும்பிய கூகி எழுதுவதைத் தொடர்ந்தார். 2006இல் ஆண்டு வெளிவந்த அவரது ‘விசார்ட் ஆஃப் த க்ரோ’ நாவல் (கிக்கூயுவில் ‘முரோகி வா ககோகோ’) கூகியின் தலைசிறந்த படைப்பு என்று அறியப்படுகிறது.

பேராசிரியர் கூகியின் நூல்கள் முப்பதுக்கும் மேற்பட்ட மொழிகளில் மொழிபெயர்க்கப்பட்டுள்ளன. பல நூல்களின் பேசு பொருளாகவும் ஆய்வுப் பொருளாகவும் விமர்சனப் பொருளாகவும் கூகியின் நூல்கள் விளங்குகின்றன. கூகி பத்திரிகைத் துறையிலும் தடம் பதித்துள்ளார். ‘பென் பாயின்ட்’ (1963 & 64) ‘சூக்கா’ (1965 & 1970) ‘காலா’ (1964இல் ஒரு இதழுக்கு மட்டும்) ஆகிய இதழ்களில் ஆசிரியராகப் பணியாற்றியுள்ளார். உலகம் முழுவதும் பல பல்கலைக்கழகங்களில் அவர் சிறப்புரை ஆற்றியுள்ளார். 1996ஆம் ஆண்டு பிப்ரவரி மாதம் தில்லியில் தேசிய இனங்கள் குறித்த மாநாடு நடைபெற்றபோது இந்த நாவலைத் தமிழில் மொழிபெயர்க்க அவரிடம் நேரில் அனுமதி பெறப்பட்டது.

2011ஆம் ஆண்டில் பெங்களூரில் மொழிபெயர்ப்பு & ஒப்பிலக்கிய அமர்வின் தலைமைப் பொறுப்பேற்க வேண்டிய அவருக்கு நுழைவு அனுமதி (விசா) மறுக்கப்பட்டதால் அவரைச் சந்திக்கும் வாய்ப்பை இழந்தோம். பற்பல சர்வதேச விருதுகளையும் ஏழு கௌரவ முனைவர் பட்டங்களையும் கூகி பெற்றுள்ளார்.

வட அமெரிக்க இலக்கிய கழகத்தின் கௌரவ உறுப்பினரான கூகி வா தியாங்கோ நாவலாசிரியராக, கட்டுரையாசிரியராக, நாடக ஆசிரியராக, பத்திரிகை ஆசிரியராக, பேராசிரியராக, சமூகப் போராளியாக பன்முக ஆளுமை கொண்ட அறிஞராகத் திகழ்கிறார்.

கென்யா:
விடுதலைப் போராட்ட வரலாறு

கென்யா உள்ளிட்ட ஆப்பிரிக்கக் கண்டத்து நாடுகளின் வருங்காலம் 1884ஆம் ஆண்டிலேயே நிர்ணயிக்கப்பட்டுவிட்டது. பலவகையான மக்களையும் பண்பாடுகளையும் மொழிகளையும் கொண்ட ஆப்பிரிக்கக் கண்டம், 1884ஆம் ஆண்டு பெர்லினில் நடைபெற்ற வரலாற்று முக்கியத்துவம் கொண்ட மாநாட்டில், ஐரோப்பிய பெருமுதலாளிய நாடுகளின் காலனிகளாக கூறுபோடப்பட்டது. அன்று பெர்லினில் ஏற்படுத்தப்பட்டு இன்றளவும் தொடரும் பிரிவினைகள், அரசியல் பொருளாதார அடிப்படைகளை மட்டுமன்றி பண்பாட்டு அடிப்படைகளையும் கொண்டுள்ளன. ஐரோப்பிய மொழிகளான பிரெஞ்சு, ஆங்கிலம், போர்த்துக்கீசியம் ஆகியவற்றைப் பேசும் காலனிகளாக ஆப்பிரிக்கக் கண்டம் பிரிக்கப்பட்டது. "ஆப்பிரிக்காவின் வருங்காலம் மேற்கத்திய உலகின் பெருநகரங்களில் நடைபெறும் மாநாடுகளில் வைத்து முடிவு செய்யப்படுவதுதான் அதன் விதி போலும்! சுய - ஆட்சிச் சமுகங்களைக் கொண்ட ஆப்பிரிக்க நாடுகள் 1884 பெர்லின் மாநாட்டில் வைத்துதான் காலனிகளாக மாற்றப்பட்டன. சமீப காலங்களில் இவை புதிய காலனிகளாக மாற்றப்பட்டதும், லண்டன், பாரிஸ், பிரஸ்ஸல்ஸ், லிஸ்பன் போன்ற மாநகரங்களில் நடத்தப்பட்ட அதே போன்ற மாநாடுகளில் எடுக்கப்பட்ட முடிவுகளின் அடிப்படையில் தான். இன்றும் ஆப்பிரிக்க நாடுகள் ஆங்கிலம் பேசும், பிரெஞ்சு பேசும், போர்த்துக்கீசியம் பேசும் புதிய காலனிகளாகவே அடையாளம் காணப்படுகின்றன" என்கிறார் கூகி.[1]

---

1. கூகி வா தியாங்கோ: "ஆப்பிரிக்க இலக்கியத்தின்மொழி" என்ற கட்டுரையிலிருந்து ("டீகாலனைசிங் த மைண்ட்" என்னும் கட்டுரைத் தொகுப்பிலிருந்து).

1895ஆம் ஆண்டில் பிரிட்டன் கென்யாவை ஆக்கிரமித்தது. அதன் ஏகாதிபத்திய நோக்கங்களுக்கு உறுதுணையான திறமை மிக்க அனுபவசாலிகளான அதிகாரிகள், கென்யாவின் நிலைமைகளை மதிப்பீடு செய்து, செயல்படுத்த வேண்டிய திட்டங்களை உருவாக்கினார்கள். அவர்களின் அறிவுரையின்படி, பிரிட்டிஷ் அரசு பல்வேறு நடவடிக்கைகளை தொடர்ச்சியாக மேற்கொண்டது. வன்முறையின் மூலம் மக்களிடையே அச்சத்தையும், செயல்பட முடியாத நிலையையும் ஏற்படுத்தி, கென்ய மக்களின் நிலங்களையும், சொத்துக்களையும் அபகரித்தது. மக்களை கடுமையான கட்டாய உடல் உழைப்பில் ஈடுபடுத்தியது. கூட்டம் கூட்டமாக மக்களை இடம் பெயர்த்து, வாழ்வதற்கான எவ்வித அடிப்படை வசதிகளும் இல்லாத வேறு பகுதிகளில் அவர்களை வலுக்கட்டாயமாக குடியேற்றி, அவர்களின் வேர்களை இழக்கச் செய்தது. கட்டாயக் குடியிருப்புகளிலிருந்து வெளியேறுவதை தண்டனைக்குரிய குற்றமாக்கியது. சுருக்கமாகச் சொன்னால், கென்ய மக்கள் அனைவரும் பிரிட்டிஷ் அரசின் அடிமைகளாக்கப்பட்டார்கள்.

1897 ஆம் ஆண்டில் கென்யாவின் கவர்னராக இருந்த ஏ.ஆர். ஹார்டின்ஜ் பிரிட்டிஷ் மேலிடத்திற்கு அனுப்பிய செய்தி இது: “அதிகாரமும் வன்முறையும் கொண்டுதான் கென்ய மக்களை வழிக்குக் கொண்டு வரவேண்டும். அடித்து நொறுக்கி நிராயுதபாணியாக ஆக்கிவிட்டால், கென்ய மண்ணின் மைந்தன் நமக்கு அடிபணிவான். துப்பாக்கியைக் காட்டித்தான் அவனைக் கீழ்ப்படுத்தி வைக்க முடியும். ஒரே ஒரு வழிமுறைதான் இங்கு செல்லுபடியாகும். கென்யாவில் அமைதி நிலவ வேண்டுமானால், முதலில் கற்றுத் தரவேண்டிய பாடம் கீழ்ப்படிதல்தான். அதனை சரியானபடி உணர்த்தும் ஆயுதம் கொலைவாள்தான்.” வன்முறையைக் கொண்டு அச்சத்தையும், செயலற்ற தன்மையையும் விதைப்பதுதான் காலனிய வந்தேறிகளின் பண்பாடாக இருந்தது.

1906 ஆம் ஆண்டு கென்யாவைப் பற்றி எழுதுகையில் க்ரான்வொர்த் பிரபு சொல்கிறார்:[2] “ஒரு புதிய நாட்டினுள் நுழையும் எவரும், இதைவிட அதிக உற்சாகமான வரவேற்பை எதிர்பார்க்க முடியாது. நாங்கள் சிறிய படகொன்றில் கரைக்கு அழைத்து வரப்பட்டோம்.

2. க்ரான்வொர்த் பிரபு எழுதிய ‘கென்யா கிரானிக்கில்ஸ்’ என்ற புத்தகம் 1939 ஆம் ஆண்டு வெளியிடப்பட்ட அவரது நாட்குறிப்புகளிலிருந்து தொகுக்கப்பட்டது.

ஸ்வாஹிலி மொழி பேசும் பலசாலிகளான உள்ளூர் மக்களின் தோள்களில்தான் பெரும்பாலும் நாங்கள் சவாரி செய்தோம் என்றால் மிகையாகாது.” ஜெரால்டு ஹென்லி[3] இதை இன்னமும் விரிவாகச் சொல்கிறார்: “கென்ய மண்ணில் - மொம்பாசாவில் வந்து இறங்கிவிட்டால் ஒவ்வொரு ஐரோப்பியனும் கொடூரமான ஆட்சியாளனாகி விடுகிறான். ‘அரேபிய இரவுகள்’ கதையில் மட்டுமே படித்திருக்கக் கூடிய முடிவற்ற ஓய்வையும் இன்பத்தையும் வழங்கும் உல்லாசத் தோட்டமே, கென்யா என்கிற பரந்து விரிந்த பள்ளத்தாக்கு. ஏனென்றால், இங்கு வேலையில்லை, குளிர்காலமில்லை, உடல் - மனச்சோர்வில்லை. இங்கே வந்துவிட்டால் அவரவர் தன்னுடைய சொந்த ராஜ்யத்தை அமைத்துக் கொள்ளலாம். விபச்சாரம், வேட்டை - இதைத் தவிர வேறென்ன கவலை? விவசாய வேலைகளை பார்த்துக் கொள்ள கூட்டம் கூட்டமாக ஆப்பிரிக்கப் ‘பையன்கள்’ இருக்கிறார்கள்”. (இக்கால கட்டத்தில் பொதுவாக ஐரோப்பியர்கள் சந்தித்துக் கொள்ளும்போது கேட்டுக் கொள்ளும் கேள்வி ஒன்றுண்டு. அது “உங்களுக்குக் கல்யாணம் ஆகிவிட்டதா, இல்லை, கென்யாவில் வசிக்கிறீர்களா?”)

★★★

உரமான உடலும், அயராத உழைப்பும் உறுதியான நாட்டுப் பற்றும் கொண்ட கென்ய மக்கள் ஐரோப்பிய ஆக்கிரமிப்பை எதிர்த்து ஓயாமல் போராட்டங்கள் நடத்தினர். தொடர்ச்சியாக நடைபெற்ற மக்கள் போராட்டங்கள் இராணுவ பலத்தினால் ஒடுக்கப்பட்டதை விட, சூழ்ச்சியினாலும் கயமையினாலும் ஒடுக்கப்பட்டதைத்தான் வரலாறு தெரிவிக்கிறது. பிரிட்டிஷாரின் கயமைக்கும், தொடைநடுங்கித் தனத்துக்கும் முதன் முதலாக பலியானவர் - நந்தி கெரில்லாப் படையின் இராணுவத் தலைவரும், அரசியல் தலைவருமாக இருந்த கோய்த்தலேல் என்ற வெல்லற்கரிய மாவீரர். அவரது தலைமையில் தொடர்ந்து பத்து வருட காலமாக ‘நந்தி’ படை பிரிட்டிஷ் இராணுவப் படைகளைத் தோற்கடித்து அவற்றின் தலைவர்களை மண்ணைக்கவ்வச் செய்திருந்தார்கள். அச்சமயத்தில் புதிதாக கென்யா வந்து சேர்ந்த மீனட்ழேகன் என்ற இராணுவத் தலைவர்,

---

3. ஜெரால்டு ஹென்லி ‘கான்சல் அட் சன் செட்’, ‘டிரிங்கர்ஸ் ஆஃப் டார்க்னஸ்’ ஆகிய இரண்டு நாவல்களிலும் இத்தகைய வாழ்க்கையை விவரிக்கிறார். மர்கரி பெர்ஹாம் தனது 1929–30 நாட்குறிப்புகளில் விவரித்ததும் இத்தகைய வாழ்க்கையைத்தான். இவை “ஈஸ்ட் ஆப்பிரிக்கன் ஜர்னி” என்ற பெயரில் வெளிவந்தன.

நந்தி மக்கள் படையை நேர்வழியில் வெல்ல முடியாது என்பது திட்டவட்டமாகத் தெரிந்த நிலையில், வேறு சூழ்ச்சி செய்தார். இருதரப்பினருக்கும் உடன்பாடான விஷயங்களில் 'அமைதிப் பேச்சுவார்த்தை' நடத்த கோய்த்தலேலை அழைத்தார். சந்திப்பிற்கு ஒரே ஒரு நிபந்தனை மட்டுமே. இரண்டு பேரும் ஆயுதமின்றி வரவேண்டும். நந்தி பகுதியிலிருந்து பிரிட்டிஷ் படைகள் பாதுகாப்பாக பின்வாங்குவதற்காக போர் நிறுத்த ஒப்பந்தப் பேச்சுக்காகவே தாம் அழைக்கப்பட்டுள்ளோம் எனும் நம்பிக்கையில் கோய்த்தலேல் ஒப்புக் கொண்டார், கை குலுக்குவதற்காக கோய்ட்டலேல் கையை நீட்டினார். மீனட்ழேகன் தன் கையில் மறைத்து வைத்திருந்த துப்பாக்கியால் கோய்த்தலேலை சுட்டுக் கொன்றார். இச்சம்பவம் மீனட்ழேகன் எழுதிய 'கென்யா நாட்குறிப்பு' களில் பிரிட்டிஷ் வீரத்தின் சாதனையாக குறிக்கப்பட்டுள்ளது!

மீனட்ழேகனின் கென்யா நாட்குறிப்பு மட்டுமில்லாமல் இன்னும் பலபேருடைய எழுத்துக்களும் இத்தகைய 'வீரசாகஸங்களை' பதிவு செய்திருக்கின்றன. பல்வேறு கால கட்டங்களில் நடந்த அக்கிரமங்களை கவர்னர் ஏ.ஆர்.ஹார்டின்ஜ், டெலமேர் பிரபு, க்ரோகன் பிரபு, மீனட்ழேகன், பிரான்ஸிஸ் ஹால், பீட்டர் ஹெரால்டு பூலே ஆகியோர் பதிவு செய்துள்ளனர். கென்யாவில் நடந்த அனைத்துப் படுகொலை நடவடிக்கைகளைப் பற்றியும், மக்கிரெகார் ராஸ் "சைலன்ஸ் வில் ஸ்பீக்" என்ற பெயரில் எழுதிய பிரிட்டிஷாரின் சித்திரவதை மற்றும் கொடுரங்களைப் பற்றிய அறிக்கையும் உண்டு. இவை தவிர 1952க்கும், 1962க்கும் இடைப்பட்ட 10 ஆண்டுகளில் 'மாவ் மாவ் கிளர்ச்சி'யை ஒடுக்குவது என்னும் பெயரில் கென்யாவில் நடந்த அதிகொடூரமான படுகொலை நடவடிக்கைகளை காரென் ப்ளிக்ஸன் சீமாட்டி., எலிசபெத் ஹக்ஸ்லி, ராபர்ட் ரூவார்க் போன்றோர் பதிவு செய்துள்ளனர். இந்த பத்து ஆண்டுக்காலம்தான் கென்ய வரலாற்றில் பிரிட்டிஷ் ஆட்சியாளர்களின் அதி கொடூரமான ஆட்சிக் காலமாக அறியப்படுகிறது. கோய்த்தலேலுக்கு அடுத்தபடியாக சூழ்ச்சியாக படுகொலை செய்யப்பட்டவர் வையகி வா ஹீங்கா. இவர், இப்போது கியாம்பு என்று அழைக்கப்படும் தெற்கு கிக்கூயூ பகுதியான கபேதேவில் 1892 ஆம் ஆண்டில் பிரிட்டிஷ் ஆக்கிரமிப்பை எதிர்த்துப் போராடிய மக்களின் தலைவராவார். சண்டை தீவிரமடைந்து, இவரது படை ஸ்மித் கோட்டையை முற்றுகையிட்டுவிட்ட நிலை. முற்றுகையை முறியடிக்க இயலாத நிலையில் பேச்சு வார்த்தைக்காக பிரிட்டிஷ் அதிகாரிகளால் கோட்டையினுள் அழைக்கப்பட்டார் வையகி. எதிரியின் சூழ்ச்சியை

அறியாத வையகி கோட்டையினுள் வந்தவுடன், பிரிட்டிஷ் அதிகாரி பர்கிஸ் அவரைக் கைது செய்து அங்கேயே சிறை வைத்தான். கோட்டையைத் தாக்குவதற்குத் தயாராக நின்றிருந்த வையகியின் படை, உள்ளே சென்ற தலைவருக்கு ஆபத்து நேர்ந்து விடக் கூடாதென்ற நினைவில், தாக்குதலைக் கைவிட்டது. அவரை விடுவிக்கும் எண்ணத்தில், கோட்டை முற்றுகையைத் தளர்த்தியது. வையகியைப் பிடித்து வைப்பதிலுள்ள லாபத்தை அறிந்த சூழ்ச்சியாளன் தொடர்ந்து அவரைக் கொண்டே பல காரியங்களை சாதித்துக் கொள்ளும் எண்ணத்தில், கடற்கரையோரத்தில் அமைந்திருந்த தடுப்புக் காவல் சிறைக்கு வையகியை அனுப்பி வைத்தான். ஆனால் அங்கு வையகி சுடப்பட்டு உயிர் போகுமுன்பே குற்றுயிராக கிப்வேஸி என்ற இடத்தில் புதைக்கப்பட்டு விட்டார். இந்தத் தகவலை அவருடன் கூடவே இருந்த சக போராளிகள் சிலர் அனுப்பிய ரகசிய அறிக்கைகள் தெரிவிக்கின்றன.

நியேரி கோட்டையைக் கைப்பற்றுவதற்கான போராட்டத்தில் மக்கள் படையின் தலைவராக இருந்தவர் கூனு வா கக்கரே. இவரும் இவருடைய மகனும் 1902 ஆம் ஆண்டு தந்திரமாக சுற்றி வளைக்கப்பட்டு கைது செய்யப்பட்டனர். கடல் கடந்து, கிஸ்மாயு என்ற இடத்தில் 1902 முதல் 1905 வரை காவலில் வைக்கப்பட்டனர். பின்பு, மிரங்காவிலுள்ள 'பிரி'க்கு மாற்றப்பட்டு, அங்கு காவலில் இருக்கும்போது 1907 இல் கூனு இறந்து போனார்.

கென்யா மக்களின் சுதந்திரப் போராட்ட வரலாற்றில் பல வீராங்கனைகள் இருந்தனர். அவர்களுள், மீ கித்திலீலி என்னும் மூதாட்டி முக்கியமானவர். இவரது தலைமையில் கிரியாமா மக்கள் படை 3 வருட காலமாக பிரிட்டிஷ் படையினரை ஆட்டிப் படைத்தது. கெரில்லாப் போர்முறையின் அவசியத்தை மீ கித்திலீலி நன்கு உணர்ந்திருந்தார். அதனை மக்களிடையே எடுத்துரைத்து அவர்களை போராட்டத்துக்குத் தயார் செய்தார். தன் நாட்டையும், தன் நாட்டு மக்களின் உழைப்பையும் அந்நியர் அபகரித்துக் கொண்டதையும், அதனால் விளைந்த பிற தீமைகளையும் மக்களிடம் விளக்கினார். ஒருங்கிணைந்த மக்களின் ஆயுதப் போராட்டம் ஒன்றே எதிரிகளை விரட்டியடிக்கக் கூடிய ஒரே வழி என்பதைப் புரிய வைத்தார். காலனிய அரசுக்கு மாற்று அரசொன்றை நிறுவி, தனது உதவியாளர் வாஞ்சி வா மண்டோராவை அதன் நிர்வாகத் தலைவராக்கினார். மீ கித்திலீலியின் கெரில்லாப் படையின் தாக்குதலால் திக்குமுக்காடிப்

போன பிரிட்டிஷ் அதிகாரிகள், மீ கித்திலீலியை ‘சூனியக்காரி’ என்றும், மண்டோராவை அவளது ‘சூனியக்கார சிஷ்யன்’ என்றும் அழைத்தனர்! மீ கித்திலீலியை வெல்ல முடியாத நிலையில், அப்போது பிரிட்டிஷ் கமாண்டராக இருந்த ஆர்தர் எம்.சாம்பியன், கித்திலீலியை சூழ்ச்சியின் மூலம் சிறைப்பிடித்து தனிமையான தீவுக்கு கடத்திவிட வேண்டுமென்று பரிந்துரை செய்தார். மீ கித்திலீலியும் மண்டோராவும் அவர்கள் இயங்கி வந்த கடற்கரைப் பகுதியிலிருந்து பல நூறு மைல் தூரத்திலுள்ள கூஸிலாந்துக்கு அனுப்பப்பட்டனர். அங்கு போதுமான உணவும் உடையுமின்றி சித்திரவதைக்கு உள்ளான இருவரையும் கண்டு மனமிரங்கிய சி.இ.ஸ்பென்ஸர் என்ற மாவட்ட கமிஷனர், மாகாணக் கமிஷனருக்கு கடிதம் எழுதி. இருவருக்கும் கௌரவமான உடையும் உணவும் கொடுத்துப் பராமரிக்கும்படி கேட்டுக் கொண்டார். 1914 ஆம் ஆண்டு ஜனவரியில் சில தேசப் பற்றாளர்களின் உதவியோடு இந்த வீராங்கனை தன் சகாவுடன் சிறையை விட்டு சாகசமாகத் தப்பிச் சென்றுவிட்டார். இது பிரிட்டிஷ் அதிகாரிகளை கடுமையான அதிர்ச்சிக்கு உள்ளாக்கியது. பலநூறு மைல் தூரத்தை நடந்தே கடந்து இருவரும் மீண்டும் தமது இடத்துக்கே வந்து சேர்ந்தும் விட்டனர். ஆனால் மீ கித்திலீலியின் தலைக்கு விலை வைக்கப்பட்டது. காட்டிக் கொடுப்போருக்கு பரிசுகள் அறிவிக்கப்பட்டன. இறுதியில் 1914 ஆம் ஆண்டு மீண்டும் கைதானபோது, மீ கித்திலீலி சற்றும் தலை வணங்காது அஞ்சா நெஞ்சுடன் சிறை சென்றார்.

அடுத்தபடியாக, கென்ய சுதந்திரப் போராட்ட வரலாற்றில், அராப் மான்யி ஒரு சகாப்தம் எனலாம். இவர், அரசு விரோத நடவடிக்கைகளுக்காகவும், மக்களைத் தூண்டிவிட்ட குற்றத்திற்காகவும், இன்னபிற குற்றங்களுக்காகவும் தடுப்புக் காவலில் கழித்த காலம் 1922 முதல் 1962 வரையான 40 ஆண்டுகள்! முதலில் இவர் கோயித்தலேலின் மகன் என்பதைக் குறிப்பிட்டாக வேண்டும். இவரைக் கைது செய்வதற்காக முதன் முதலில் கூறப்பட்ட காரணம் இவர் ‘கென்யாவை விட்டு பிரிட்டிஷாரை விரட்டுவதற்கான புதிய போர் ஒன்றைத் துவக்குவதற்காக மற்ற தேசிய இனங்களுடன் இணைவதாக’ நந்தி மக்களை உறுதிமொழி ஏற்கச் சொன்னார் என்பதாகும். தன் தந்தையின் வழியில் நந்தி மக்களை கெரில்லாப் போருக்குத் தயார் செய்ததோடு, நாட்டின் பிற பகுதிகளில் செயல்பட்டு வந்த கெரில்லா அமைப்புகளை ஒருங்கிணைப்பதற்கான அழைப்பையும் விடுத்தார் அராப் மான்யி.

கென்யாவின் பல பகுதிகளிலிருந்து போராட்டம் நடத்திக் கொண்டிருந்த பலரின் வரலாறுகளும், அராப் மான்யி எழுதியவற்றிலிருந்து தெரிய வருகின்றன: 1920 களில்: கிழக்கு ஆப்பிரிக்கக் கூட்டமைப்பின் 'ஹாரி துக்கு வைகன்ஜோ, முகேனென்யீ, மும்போயிஸ்' தலைவர்களான முரா வா கீதீ, ஓடென்யா, ஓங்கேரே ஆகியோர். 1930 களில்: தெய்தா மலைப்பகுதி கூட்டமைப்பில் மூயிந்தி ம்பிங்கு, கிக்கூயு மத்திய கூட்டமைப்பின் (கே.சீ.ஏ) தலைவர்கள் ஆகியோர். 1940 களில் சிஜிவா கிபாசியா, மர்காம் சிங், எலிஜா மஸின்தே ஆகியோர். (இவர்களில் எலிஜா மஸின்தேதான் முதல் முதலாக பிரிட்டிஷாரை கென்யாவை விட்டு வெளியேறச் சொன்னவர்). 1950 களில்: காவ் மற்றும் மாவ் மாவ் இயக்கத் தலைவர்கள் மற்றும் போராளிகள்.

இறுதியாக கிமாத்தி. முன்பு கோய்த்தலேல் செய்த அதே சாதனையை மறுபடி 1950 களில் நிகழ்த்திக் காட்டியவர் கிமாத்தி. லுவோ, பலுஹ்யா பகுதி மக்களிடையே ஒரு கூட்டிணைவை ஏற்படுத்த கோய்த்தலேல் முயன்றார். கடற்கரை ஓரத்து தேசிய இனங்களையும் பிற தேசிய இனங்களையும் இணைக்க முயன்றார் மீ கித்திலீலி. கிமாத்தியோ, ஏகாதிபத்திய எதிரியை நாட்டை விட்டு வெளியேற்றுவதற்காக ஒட்டுமொத்த கென்ய மக்களின் மாபெரும் அரசியல் கூட்டிணைவை சாதிக்க முயன்றார்.

மனிதர்களை மனிதர்களே சித்திரவதை செய்து படுகொலை செய்து பயத்தினால் அடிமைப்படுத்திச் சுரண்டும் பழக்கம் குறித்து பிரிட்டிஷ் ஏகாதிபத்தியவாதிகளின் பார்வை எப்படியிருந்தது? இதனை கென்யாவில் வந்தேறி வாழ்ந்த பிரிட்டிஷ் அதிகாரிகளும், இராணுவத் தலைவர்களும், அரசியல்வாதிகளும், புத்திஜீவிகளும் எழுதியவற்றிலிருந்தே பார்க்கலாம்.

தொழிற்கட்சியைச் சேர்ந்த பார்பரா காஸில் என்ற பிரிட்டிஷ் பாராளுமன்ற உறுப்பினர், 'தி ட்ரிப்யூன்' இதழின் செப்டம்பர் 30, 1955 பதிப்பில் பின்வருமாறு எழுதினார்:

"பிரிட்டிஷ் பேரரசின் மிக முக்கியமான போலீஸ் ராஜ்ஜியத்தில் (கென்யாவில்) சட்டத்தின் ஆட்சி நிலைகுலைந்துவிட்டது; ஐரோப்பியர்கள் ஆப்பிரிக்கர்களை கொலை செய்வதும், சித்திரவதை செய்வதும் தண்டிக்கப்படாமல் போகும் அதே நேரத்தில், நீதியை நிலைநாட்ட வேண்டிய அதிகாரிகள் எப்போதும் அதனை மீறுவதற்கே காரணமாக இருக்கிறார்கள்". மீண்டும் அவரே, தூக்கிலிடப்பட்ட

கென்ய மக்களின் அதிகாரபூர்வ எண்ணிக்கையை வெளியிடும்போது, 'தி சண்டே பிக்டோரியலில்' (மார்ச் 31, 1957) பின்வருமாறு எழுதினார்: "... இந்த ரத்தவெறி நடவடிக்கையுடன், ஒடுக்குமுறையும், மிருகத்தனமும் எண்ணற்ற மக்களை சிறைப்படுத்துவதும் ரத்தம் சிந்துவதுமாக கென்யா ரத்தக் களரியான நான்காவது ஆண்டில் காலடி எடுத்து வைக்கிறது. தனது அரசின் தரகர்களையும் பிரிட்டிஷ் அரசின் தரகர்களையும் கொண்டு நெறியற்ற முறையில் அநீதியை நிலைநாட்டுகிறது."

சட்டத்தின் ஆட்சி நிலைகுலைந்து விட்டதாக பார்பரா காஸில் குறிப்பிட்டது தவறு; காலனிய சட்டத்தின் ஆட்சிமுறையே அதுதான். 1895 முதல் கென்யாவில் அத்தகையதொரு ஆட்சி முறையே வெவ்வேறு பரிமாணங்களில் நிலவி வந்தது. பிரிட்டிஷ் அரசாங்கத்தினால் கென்யாவில் மறுவாழ்வு அதிகாரியாக நியமிக்கப்பட்ட நண்பர்கள் கழக உறுப்பினரான ஈலின் ஃப்ளெட்சர், பாதியிலேயே பதவி விலகி இங்கிலாந்து திரும்பினார். 'தி ட்ரிப்யூன்' (25.5.1956) இதழில் அவர் எழுதினார்.

"இப்போதுதான் கென்யாவிலிருந்து திரும்பினேன். நெருக்கடி காலத்து நீதிமுறையே அங்கு நிலவுகிறது. 'ஆயுதமேந்திய நபர்களுக்கு துணை போனது', 'சட்டத்துக்குப் புறம்பாக வெடிப்பொருள்களை வைத்திருந்தது' போன்ற குற்றங்களுக்காக ஆப்பிரிக்கக் குழந்தைகள், ஆயுள் தண்டனை பெற்று பிரிட்டிஷ் சிறைகளில் அடைக்கப்பட்டுக் கிடப்பதைப் பார்த்தேன். சென்ற ஆண்டு பெண்களுக்கான ஒரு சிறையில் பதினோரு- பன்னிரண்டு வயது நிரம்பிய இருபத்தியோரு குழந்தைகள் இத்தகைய கொடுமையான தண்டனையை அனுபவித்துக் கொண்டிருப்பதைப் பார்த்தேன். காரணம், மாவ் மாவ் அமைப்புக்கு உதவிய குற்றங்களுக்காக அவர்கள் தண்டிக்கப்பட்டிருக்கிறார்கள். இவர்கள் எல்லோருமே பிரிட்டிஷ் நீதிபதிகளால் தண்டிக்கப்பட்டிருக்கிறார்கள்."

1907 மார்ச் மாதத்தில், கர்னல் க்ரோகனும் அவரது நான்கு கூட்டாளிகளும் சேர்ந்து ரிக்ஷா இழுக்கும் மூன்று பையன்களை நைரோபி நீதிமன்றத்தின் முன்னால் வைத்து சவுக்கால் அடித்துத் துன்புறுத்தி இருக்கிறார்கள். ரிக்ஷாவை நிறுத்தும்போது கைப்பிடிப்பகுதியை வழக்கத்தை விட ஒரு அங்குல உயரம் அதிகமாகத் தூக்கி, ரிக்ஷாவின் உள்ளே இருந்த இரண்டு வெள்ளைப் பெண்களை பயமுறுத்தியதுதான் அவர்கள் செய்த "தவறு".

இதற்கு முன்பு 1902 ஜூன் மாதத்தில் நடந்த மற்றொரு நிகழ்ச்சி. நண்பருக்கு இரவல் கொடுத்த குதிரையை வாங்கி வரும்படி எஜமானர் கட்டளையிட, கிடோஷ் என்ற அடிமை அதனைப் போய் வாங்கிவந்தான். குதிரையை ஓட்டிக் கொண்டுதான் வரவேண்டும் - சவாரி செய்யக் கூடாது என்பது கட்டளை. மறுநாள், வேறொருவன் வந்து குதிரைமேல் அவன் சவாரி செய்து வந்ததாக எஜமானரிடம் சொல்ல, அவனை சவுக்கால் விளாசி, குற்றுயிராக்கி இரவில் குதிரை லாயத்தில் கட்டி வைத்தார். நள்ளிரவில் அவன் இறந்து போனது விசாரணையில் தெரிய வருகிறது. இரவு ஒரு மணிக்கு தன்னைக் கட்டவிழ்த்து விடும்படி கிடோஷ் கெஞ்சியதாகவும், அப்படியே அவிழ்த்து விடப்பட்டான் என்றும் சொல்லப்பட்டது. அவிழ்த்து விடப்பட்ட பின் அவன் தன் பாவச் செயலுக்காக மனம் வருந்தி அழுது அரற்றியதாகவும், செய்த குற்றத்திற்கு தண்டனையாக இறக்க விரும்பி, இப்படியும் அப்படியும் ஆடி ஆடி அழுது அரற்றியபடியே உயிரை விட்டதாகவும் சொல்லப்பட்டது.

கால்ப்ரெய்த் கோல் என்பவன் மஸாய் இனத்தைச் சேர்ந்த ஒரு மனிதரை சுட்டுக்கொன்றான். இந்தக் குற்றம் எப்படியோ தப்பித் தவறி பதிவாகிவிட்டது. தவிர்க்க இயலாமல் அதற்கான விசாரணை என்ற நாடகம் ஒத்திகை பார்க்கப்பட்டு முழுமையாக நடிக்கப்பட்டது. ஆனால் தனது கொலைகார நோக்கத்தை மறைக்க கால்ப்ரெய்த் தயாராக இல்லை. நீதிபதி, “திருடனைத் தடுக்கத்தானே சுட்டீர்கள்?” என்று கேட்க, “இல்லை இல்லை! கடவுள் மேல் ஆணையாக, கொல்லத்தான் சுட்டேன்” என்று சொல்கிறான் கால்ப்ரெய்த். அவன் விடுவிக்கப்பட்டான். காரணம், குற்றத்தை ஒப்புக் கொண்டது அவனது ‘அளவற்ற பெருந்தன்மையை’க் காட்டுவதாக இருந்ததாம்!

முதல் உலகப் போரின்போது கட்டாயமாக போருக்கு அனுப்பப்பட்ட கிக்கூயு மக்களில் 1,20,000 பேர் இறந்தனர். (மொத்த கிக்கூயூ மக்களின் எண்ணிக்கை பத்து இலட்சம்.) இதனால் உழைக்கும் நபர்களின் எண்ணிக்கை குறைந்து, பிரிட்டிஷ் நிர்வாகத்திற்கு பெரும் நஷ்டம் ஏற்பட்டுவிட்டது. இதைச் சரிக்கட்டவும், பொருளாதார இழப்பை ஈடு செய்யவும் கென்யா 1920இல் பிரிட்டிஷ் காலனியாக அறிவிக்கப்பட்டதுடன், நியாயமற்ற விகிதத்தில் வரிகள் மக்கள் மீது சுமத்தப்பட்டன.

தொடர்ச்சியான இத்தகைய கொடுமைகளுக்கு எதிராக ஐம்பதுகளில் தோன்றிய மாவ் மாவ் கிளர்ச்சியின்போதுதான் பார்பரா காஸில், ஈலின் ஃப்ளெட்சர் ஆகியோரின் அறிக்கைகள் பெரும் பரபரப்பை

ஏற்படுத்தின. இத்தகைய கிளர்ச்சி ஏற்படக்கூடும் என்பதை 1908 ஆம் ஆண்டிலேயே ஏ.சி.ஹாலிஸ் என்ற அதிகாரி அறிந்திருந்தார். பிரிட்டிஷ் அரசுக்கு அவர் அனுப்பிய ரகசிய அறிக்கையில் காலனிய தொழிலாளர் குடியிருப்புகளின் அவல நிலையைச் சுட்டிக் காட்டியதோடு, இந்நிலை தொடருமானால் எதிர்காலத்தில் எத்தகைய விளைவுகளை உருவாக்கும் என்பதையும் குறிப்பிட்டுள்ளார். 1922ல் நடந்த கென்ய தொழிலாளர் படுகொலையினைக் கண்டித்து மார்குஸ் கார்வே எழுதினார். இத்தகைய சம்பவங்கள் வெறும் சட்ட ஒழுங்கு பிரச்சனை அல்ல என்றும், தோட்டாவும் கத்தியும் கொண்டு மக்களை அடிமைப்படுத்தும் காலனீய ஆக்கிரமிப்பு முறையே இது என்றும் அவர் தெளிவாக அறிந்திருந்தார். பிரிட்டிஷ் பிரதமருக்கு 20.3.22 அன்று அவர் அனுப்பிய தந்தியில், "கிழக்கு ஆப்பிரிக்க நாடான கென்யாவைச் சேர்ந்த மக்களை உங்களது அரசு படுகொலை செய்திருப்பதற்கு உலக நீக்ரோ முன்னேற்றக் கூட்டமைப்பைச் சேர்ந்த 400 மில்லியன் நீக்ரோக்கள் தங்களது கண்டனத்தை தெரிவிக்கிறார்கள். தங்கள் சொந்த மண்ணில் மனிதர்களாக நடமாடும் உரிமையைக் கேட்டதற்காக இம் மக்களை நீங்கள் கொன்று குவித்திருக்கிறீர்கள். இத்தகைய நடவடிக்கைகள் வரலாறு நெடுகவும் இந்த இனத்துக்கு இழைக்கப்பட்ட கொடுமைகளை மேலும் தீவிரப்படுத்திவிடும். என்றேனும் ஒருநாள் மக்கள் தங்களைக் காத்துக்கொள்ள வெறும் குச்சியும் கம்பும் கல்லும் மட்டுமில்லாமல், நவீன விஞ்ஞான ஆயுதங்களையும் ஏந்துவார்கள்" என்று குறிப்பிட்டார்.

கூட்டங்கூட்டமாக மக்கள் அடைத்து வைக்கப்பட்டிருந்த தடுப்புக்காவல் முகாம்களில் புகுத்தப்படும் கட்டாயக் கல்வியைப் பற்றி ஜே.எம்.கரூய்க்கி[4] எழுதியிருக்கிறார்: "இக்கல்வியில் முக்கிய அம்சம் கென்யாவின் வரலாறு. இது, வெள்ளையர் வருகைக்கு முன்பிருந்த பழங்குடியினரின் சண்டைகள் மலிந்த நிலைமையையும், வெள்ளையரின் வருகையால் காட்டு மிராண்டித் தனத்திலிருந்து அவர்கள் விடுவிக்கப்பட்டதையும், இறுதியில் சமீபத்தில் வெள்ளையரால் நாட்டில் ஏற்பட்டிருக்கும் முன்னேற்றங்களைப் பற்றியும் விவரிக்கிறது."

4. ஜே.எம்.கரூய்க்கி: மாவ் மாவ் கிளர்ச்சியில் பங்கேற்றவர். பல ஆண்டுகளை தடுப்புக் காவல் சிறையில் கழித்த அனுபவங்களை "மாவ் மாவ் தடுப்புக் காவல் கைதி" ("மாவ் மாவ் டீடெய்னி") என்ற பெயரில் புத்தகமாக எழுதியவர். 1975 ஆம் ஆண்டு கென்யாட்டாவின் உத்தரவின் பேரில் காங்கு மலைகளில் வைத்து படுகொலை செய்யப்பட்டார்.

இந்த அறிக்கையைப் பற்றி குறிப்பிடுகையில் நாவலாசிரியர் கூகி வா தியாங்கோ எழுதுகிறார்: "என்ன முன்னேற்றம்? கத்தியும் தோட்டாவும்; ரத்தமும் ஒடுக்குமுறையும்; மிருகத்தனமும் பட்டினியும் - நாட்டின் செல்வத்தை பிரிட்டனுக்கு மூட்டை கட்டிச் செல்லும் முன்னேற்றம்! நல்லவேளையாக கோய்த்தலேல் முதல் கிமாத்தி வரை மக்களில் ஒரு சாரார் இத்தகைய "வெள்ளைக்கார விவேக"த்தை விட, "மண்ணின் மைந்தர்களின் மூடத் தனத்தை"யே விரும்பினார்கள். ஏகாதிபத்திய காலனீய பண்பாட்டில் பொதிந்திருக்கும் அடிமை மனப்பான்மையை ஒழிப்பதுதான் முதல் தேவை என்று உணர்ந்திருந்தார்கள். நாட்டுப்பற்று மிக்க கென்ய மக்கள் அடிமை மனப்பான்மையை புறக்கணித்த காரணத்தினால்தான் அவர்களை விசாரணையின்றி தடுப்புக் காவலில் வைக்கும் முறை முதல் முதலாக கென்யாவில் புகுத்தப்பட்டது."

கென்ய மக்களின் மீதான பிரிட்டிஷாரின் ஒடுக்குமுறை சட்டப்பூர்வமாக்கப்பட்டது எப்படி? காலனிய அரசின் பல்வேறு சட்டங்களின் வாயிலாகத்தான்.

(1) 1897: சுதேசிகள் வழக்குமன்ற ஒழுங்கு முறைச் சட்டம்: இச்சட்டத்தின்படி கென்ய மக்களின் குற்றங்கள் பிரிட்டிஷ் நிர்வாகத்தின் நீதி அதிகாரத்தின் கீழ் கொண்டு வரப்பட்டு கொடுந் தண்டனைகள் விதிக்கப்பட்டன.

(2) 1898: நாடோடிகளாக திரிவதை தடுக்கும் சட்டம்: வேலை வெட்டியின்றி, வாழ்க்கை நடத்த தேவையான வருமானமும் இன்றி அலைபவர்களை கைது செய்து தடுப்புக் காவலில் வைப்பதற்கு இச்சட்டம் வழிவகை செய்தது.

(3) 1899: சிறப்பு மாவட்டங்கள் சட்டம்; குறிப்பிட்ட மாவட்டங்களில், அவற்றுக்கு வெளியிலிருக்கும் கென்ய மக்கள் நுழைவதைத் தடை செய்தது இந்தச் சட்டம்.

(4) 1900: சுதேசிகள் நடமாட்டத்தை முறைப்படுத்தும் சட்டம்: வெளிநாடுகளில் இருக்கும் கென்ய மக்கள் கென்யாவுக்குள் வருவதையும், கென்யாவிலிருந்து மக்கள் வெளிநாடுகளுக்குச் செல்வதையும் தடை செய்யும் சட்டம் இது.

(5) 1901: இரவு நேர நடமாட்டத்தை முறைப்படுத்துவதன் மூலம் சட்டம் ஒழுங்கைப் பராமரிக்கும் சட்டம்: எந்த நேரத்திலும் எப்பகுதியிலும் தடை உத்தரவு போடுவதற்கு வழி செய்த சட்டம் இது.

(6) *1915:* சுதேசிகள் பதிவுச் சட்டம்: இச்சட்டம் ஆப்பிரிக்க இனங்களைச் சேர்ந்த மக்களை அவரவர் உழைக்குமிடங்களின் அருகே உள்ள குடியிருப்புகளில் மட்டுமே நடமாட வேண்டுமென்றும், அந்த எல்லைக்கு வெளியே வருவது குற்றமென்றும் வரையறுத்தது.

(7) *1920:* கென்யாவை பிரிட்டிஷ் காலனியாக முறைப்படி அறிவிக்கும் ஆணை பிறப்பிக்கப்பட்டது.

(8) *1921:* கென்யாவின் நீதித்துறை பிரிட்டிஷ் அதிகாரியின் கீழ் வந்தது.

இவற்றைத் தொடர்ந்து பிறக்கப்பட்ட வரிவிதிப்புச் சட்டங்கள், உள்நாட்டு மக்களைத் தண்டிக்கும் விதத்தில் இயற்றப்பட்டன. மூன்றடுக்கு கொண்டதாக சமூகம் பிரிக்கப்பட்டது. முதலில் வெள்ளையர். இரண்டாவதாக ஆசிய இனங்கள். மூன்றாவதாக கறுப்பர்கள். வரிகளின் விகிதம் கறுப்பர்களுக்கு அதிகபட்சமாகவும் ஆசிய இனங்களுக்கு நடுத்தரமாகவும், வெள்ளையருக்கு குறைந்த பட்சமாகவும் நிர்ணயம் செய்யப்பட்டது.

(9) *1939:* நெருக்கடி நிலை அதிகாரங்கள் (காலனிய பாதுகாப்பு) சட்டம், இது *1897* ஆம் ஆண்டின் சுதேசிகள் வழக்குமன்ற ஒழுங்குமுறைச் சட்டத்துக்கு மாற்றாக உருவான சட்டம். இதன் மூலம் தடுப்புக் காவலில் வைப்பது, நாடு கடத்துவது, நீதி விசாரணையின்றி நாட்டை விட்டு வெளியேற்றுவது போன்ற அதிகாரங்களை கவர்னர் எடுத்துக் கொண்டார்.

1952 அக்டோபர் *2* அன்று நெருக்கடி நிலை பிரகடனம் செய்யப் பட்டதுடன் காலனீய பாதுகாப்பு (நெருக்கடி நிலை) அதிகாரங்கள் சட்டம் வரைமுறையின்றி மக்களை வேட்டையாடியது.

கவர்னர் பேரிங்கின் அதிகாரத்தின் கீழ் கென்யா இருந்தபோது, இச்சட்டம் நடைமுறைக்கு வந்தது. தீவிரமடைந்திருந்த மாவ் மாவ் இயக்கத்தின் கெரில்லாக்கள் கடும் இன்னல்களுக்கு ஆளாக்கப் பட்டார்கள். பெரும் எண்ணிக்கையில் விவசாயிகளும் தொழிலாளர்களும் கைது செய்யப்பட்டு, மங்கின்னான் ரோடு, லங்காட்டா, மன்யானி, மகேதா, ஹோலா முதலிய பகுதிகளிலிருந்த சித்திரவதை முகாம்களில் அடைக்கப்பட்டார்கள். வெளியில் இருந்தவர்கள் கோட்டைக்குள் சிறை வைக்கப்பட்டார்கள். தடுப்புக் காவலில் இருந்த அராப் மான்யி, *1922*இல், தான் கைது செய்யப்பட்டது

முதலே கென்ய மக்களின் ஒருங்கிணைந்த போராட்டத்துக்கான அடிப்படை முயற்சிகளை மேற்கொண்டார். நாட்டின் பல்வேறு பகுதிகளில் தொடர்ச்சியாக நடைபெற்று வந்த போராட்ட வரலாற்றையும் எழுதி வந்திருக்கிறார். 1950 களில் அவர் மாவ் மாவ் கெரில்லாக்களுடன் தொடர்பை ஏற்படுத்திக் கொண்டு, தனித்தனியாக இருந்த படைகளையெல்லாம் ஒன்றுபட்டுப் போராடுவதற்கான உறுதிமொழியை ஏற்கச் செய்தார். அத்துடன் அவர்களை கெரில்லாப் பயிற்சிக்கும் அனுப்பி வைத்தார். 1957 முதல் 1962 வரை அராப் மான்யி லேக் விக்தோரியாவிலுள்ள மஃபாங்கன் தீவில் தனிமைச் சிறையில் வைக்கப்பட்டிருந்தார். கென்ய விடுதலைக்கு ஓராண்டு முன்புதான் அவர் விடுவிக்கப்பட்டார்.

(10) 1959: (அ) பொதுமக்கள் பாதுகாப்புச் சட்டம்.

(ஆ) தடுப்புக்காவல் கைதிகள் மற்றும் கண்காணிக்கப்பட வேண்டிய நபர்கள் (சிறப்பு அதிகாரங்கள்) சட்டம்.

1959-இல் நிறைவேற்றப்பட்ட இவ்விரண்டு சட்டங்களும் ஆப்பிரிக்கர்களை விசாரணையின்றி எட்டு வருடங்கள் வரை கொடூரமான நிலைமைகளில் தடுப்புக் காவலில் வைக்கும் உரிமையை கவர்னருக்கு வழங்கின. லோத்வார், லோகிதாங், மர்சபித், ஹோலி, மன்யானி போன்ற, கொசுத்தொல்லையும் வெப்பமும் மிகுந்த பகுதிகளில் அரசியல் தலைவர்கள் காவலில் வைக்கப்பட்டனர். உலக வரலாற்றிலேயே, எண்ணற்ற மக்களை மிருகத்தனமாகப் பிடித்து அடைத்து வைத்து, வேற்றிடங்களுக்கு அனுப்பி வைத்து லட்சோப லட்சம் மக்களின் மனதில் பயத்தையும், கொடுமைக்குத் தம்மை முற்றிலுமாக ஒப்புக் கொடுக்கும் அடிமை மனப்பான்மையையும் விதைத்த மிகச் சில நிகழ்வுகளுள் இதுவும் ஒன்றாகும். இட்லரின் காலனீய, 'இனச்சோதனை' களிலிருந்து பிரிட்டிஷ் ஆளும் வர்க்கம் கற்றுக் கொண்டது அதிகம், 18,19 ஆம் நூற்றாண்டுகளில் வெற்றிகரமாகவும் திறமையாகவும் அடிமைகளை நிர்வகித்து வந்த பிரிட்டிஷாரிடமிருந்து இட்லரும் நிறையவே கற்றிருந்தார். ஒடுக்கு முறையும் சித்திரவதை முகாம்களும் கூட்டங் கூட்டமான இனப் படுகொலைகளும் கொண்ட ஒரு நிர்வாக முறையின் லாபங்களை எல்லா ஏகாதிபத்தியவாதிகளும் நன்றாகவே அறிந்திருந்தார்கள்.

இக்கால கட்டத்தில் வரம்பற்ற அதிகாரங்களை குவித்துக் கொண்ட கவர்னர், சட்டமன்றத்துக்கு பதில் சொல்லத் தேவையில்லாத நிலை

உருவானது. குற்றம் நிரூபிக்கப்படாத நிலையிலும் ஜனநாயக உரிமைகளை மறுப்பது, எண்ணம், யோசனை இவற்றையெல்லாம் கூட குற்றங்கள் என தீர்ப்பளித்து தண்டிப்பது - இப்படி சட்டமன்றத்தினால் ஒப்புக்கொள்ளப்படாத - அரசியலமைப்புச் சட்டத்தை மதிக்காத - அனைத்தும் கவர்னர் ஆட்சியின் சிறப்பம்சங்களாகி விட்டன. இந்நிலையில்தான் கே.ஏ.என்.யூ (கானூ) அதாவது 'கென்யா ஆப்பிரிக்க நேஷனல் யூனியன்' என்ற தேசியவாதக் கட்சி, 1961 ஆம் ஆண்டில் தன் கொள்கை அறிக்கையை வெளியிட்டு மக்கள் ஆதரவை நாடியது. மக்களிடையே கடும் வெறுப்பை ஏற்படுத்திய காலனிய தடுப்புக் காவல் சட்டங்களும், ஒடுக்குமுறைச் சட்டங்களும், நடப்பிலுள்ள எல்லா விதமான விதிமுறைகளும் முற்றிலுமாக ஒழிக்கப்படும் என்பதை தன் அறிக்கையின் முதன்மை பிரகடனமாக வைத்து கானூ பிரச்சாரம் செய்தது.

கே.ஏ.என்.யூ. வின் குரல் தேசப் பற்றாளர்களின் குரலாக நாடு முழுவதும் எதிரொலித்தது. அறுபதாண்டு கால காலனீய பண்பாட்டுக்கும் ஒடுக்குமுறைக்கும், பெரும்பான்மை மக்களை சித்திரவதைக்கு உட்படுத்திய கொடூரமான வன்முறைக்கும் முடிவு கட்டுவதாக கானூ அறிவித்தது.

1963 டிசம்பரில் கென்யாட்டா தலைமையில் கானூ நடத்திய போராட்டம் வெற்றி பெற்று கென்யா விடுதலை அடைந்தது. ஆனால் ஓராண்டுக்குப் பின், 1964-இலேயே கானூவின் 1961 ஆம் வருடத்திய கொள்கை அறிக்கையை 'கம்யூனிஸ்டு அச்சுறுத்தல்' என விமர்சித்தது, ஆட்சியில் இருந்த கானூ தலைமை. விடுதலைக்குப் பிறகு கானூ அரசாங்கம் 1939 ஆம் ஆண்டின் 'நெருக்கடி நிலை அதிகாரங்கள் (காலனிய பாதுகாப்பு) சட்டத்தை, 'பொது மக்கள் பாதுகாப்பை உறுதி செய்யும் சட்டம்' என்று பெயர் மாற்றம் செய்தது. 'காலனீய ஆட்சி தொடர்பான கசப்பான ஞாபகங்களை மாற்றுவதற்கே 'நெருக்கடி நிலை' என்ற சொல் நீக்கப்பட்டதாக சொல்லப்பட்டது. ஆனால் உண்மை என்னவென்றால், கென்ய அரசியலமைப்புச் சட்டம் மக்களுக்கு வழங்கும் அனைத்து ஜனநாயக / மனித உரிமைகளையும் இச்சட்டம் இல்லாமல் செய்துவிட்டது. விடுதலை பெற்ற கென்யாவின் அரசியல் அமைப்புச் சட்டத்துக்கும் அசலான கானூவின் உறுதிமொழிகளுக்கும் முற்றிலும் எதிரான சட்டம் இது. காலனீய கொடுமைகளை நீக்குவதாக உறுதிசொன்ன கானூ,

கொடூரமான காலனீய தீமைகளை மீண்டும் கொண்டு வருவதற்கான வழியாக இச்சட்டம் அமைந்தது.

சுருக்கமாகச் சொல்லப்போனால், 1966ஆம் ஆண்டு வாக்கில் காலனீய சட்டங்கள் அனைத்தும் மறுபடியும் கென்யாவில் நடைமுறைக்கு வந்துவிட்டன. "இப்போது காலனீய காலத்திய "கிறிஸ்தவ விசுவாசம்" பத்து மடங்குக்கும் அதிகமாக எதிர்பார்க்கப்பட்டது. விசுவாசித்து அடிபணிவது ஒன்றே 'கர்னல் ஏசுவில் மகிழ்ச்சியாக இருப்பதற்கான ஒரே வழி!'"[5] என்று சொல்லப்பட்டது.

அப்படியானால் 1961 க்கும் 1966 க்கும் இடையில் நடந்தது என்ன? கென்யா ஆப்பிரிக்க ஜனநாயக யூனியன் (கே.ஏ.ஜ.யூ./காடு), கென்யா ஆப்பிரிக்க தேசிய யூனியன் (கே.ஏ.என்.யூ./கானூ) ஆகிய இரண்டும்தான் சுதந்திரத்துக்கு முன்பிருந்த இரண்டு பிரதான கட்சிகள், இதில் காடு (KADU) வெளிநாட்டவரின் நலத்தைப் பேணுவதாகவும், ஏகாதிபத்தியத்தை அனுசரித்து ஊக்குவித்துச் செல்லும் பிரிவாகவும் இருந்தது. ஜிம்பாப்வே - ரோடீஷியாவிலுள்ள (போலி) ஆப்பிரிக்க தேசிய கவுன்சில் போல, உள்ளிருந்து வெள்ளை வந்தேறிகளாலும், வெளியிலிருந்து பிரிட்டிஷ் ஏகாதிபத்தியத்தின் பூர்ஷ்வாக்களாலும் காடு ஊட்டி வளர்க்கப்பட்டு வந்தது.

அப்போது ஏகாதிபத்தியத்தை எதிர்க்கும், கென்ய தேசியவாத நம்பிக்கைகளை பிரதிநிதித்துவப்படுத்தும் கட்சியாக கானூ (KANU) இருந்தது. அனைத்து காலனீய எதிர்ப்பு அமைப்புகளினுடைய நியாயமான எதிர்பார்ப்புகளுக்கும் பாத்திரமான கானூ, லட்சோபலட்சம் மக்களுடைய ஆதரவையும் பெற்றிருந்தது. சுதந்திரத்துக்கு முன்பு நடந்த தேர்தல்களில் காடுவைத் தோற்கடித்து கானு பெற்ற அமோக வெற்றிகளே இதற்கு சான்று. ஆனால் 1961-1966 காலகட்டத்தில் தரகு பூர்ஷ்வா பிரிவுக்கும் தேசியவாத பிரிவுக்கும் இடையே கொள்கை மேலாதிக்கத்துக்காகவும் தலைமையைக் கைப்பற்றுவதற்காகவும் நடந்த உட்கட்சிப் பூசல், காடு ஓசையில்லாமல் கொல்லைப்புற வழியாக கானூவில் இணைவதற்கு வழிசெய்தது. 1965க்கு முன்புவரை பிரிட்டிஷ் காலனிய குடியேறிகளும், அவர்களது கென்ய ஆதரவாளார்களும் காடூவில் ஒன்றிணைந்து கென்ய தேசியவாதத்தின் எதிரிகளாக இருந்தனர். ஆனால் பிற்பாடு கென்யாட்டாவின் தலைமையின் கீழ் கானூ வந்தபின்பு, அவரது ஒப்புதலோடும் ஆசியோடும் காடூவினர் கானூவில் இணைந்துகொள்ள வழி செய்யப்பட்டது.

ஆனால் கானு பெரும்பான்மையான மக்கள் பிரதிநிதித்துவம் கொண்ட, வெவ்வேறு வகையான சார்புகளைக் கொண்ட விவசாயிகள், பாட்டாளிகள், குட்டி பூர்ஷ்வாக்கள் என்ற மூன்று பிரிவுகளை உள்ளடக்கிய பேரியக்கமாக இருந்தது. ஆரம்பத்தில் கட்சித் தலைமை குட்டி பூர்ஷ்வாக்களின் கையிலிருந்தது. ஆனால் காடூ கானுவில் இணைந்தபின் நிலைமை மாறிவிட்டது. கென்யாட்டா, கிச்சுரு, ம்போயா மூவரும் சேர்ந்த குழு, காலனீய காலத்தில் இருந்த அரசைப் போன்ற அடக்குமுறை அரசமைப்புக்குத் தலைமையேற்று நடத்திச் சென்றது. தேசப்பற்றாளர்களைக் கொண்ட பிரிவு பெரும்பான்மை மக்களின் ஆதரவைப் பெற்றிருந்தாலும், கட்சியிலோ அரசாங்கத்திலோ அதற்குச் செல்வாக்கில்லை. காடூவின் வரவால் இப்பிரிவின் பலம் மேலும் குன்றி, உட்பூசல் தீவிரமாக வலுத்தது. அதிகாரத்தைக் கைப்பற்றிய கட்சித்தலைமை, கானுவைத் தோற்றுவித்த கென்ய தேசியவாதிகளையும் சுதந்திரப் போராளிகளையும் கொன்று குவித்து, தடுப்புக் காவலில் வைத்து சித்திரவதை செய்து கானுவின் போர்க்குணத்தை நசுக்கியது. கென்யா பின்பற்றப்போகும் பொருளாதாரக் கொள்கை எத்தகையது என்று தீர்மானிப்பதில்தான் கட்சியினுள் அடிப்படைக் கருத்து வேறுபாடு ஏற்பட்டது. காலனி அரசின் கருவில் உதித்த தரகு முதலாளிய சார்பு கொண்ட பிரிவு, அந்நிய முதலீட்டாளர்களை ஆதரித்து, அவர்களுடனான சுயலாபம் தரக்கூடிய வசதியான உறவை பலப்படுத்திக் கொள்ள முயன்றது. சுதந்திரத்துக்கு சற்று முந்திய மற்றும் உடனடியாகப் பிந்திய காலகட்டத்தில் பல்வேறு தொழில் நிறுவனங்களுடனும் அந்நிய நிறுவனங்களின் உள்நாட்டுக் கிளைகளுடனும் அந்நிய முதலீட்டாளர்கள் ஏற்படுத்திக் கொண்ட ரகசிய உடன்படிக்கைகள் பல. மேற்சொன்ன உடன்படிக்கைகளை பயன்படுத்தி புதிதாகப் பதவி ஏற்ற அரசியல்வாதிகள், நிர்வாக அதிகாரிகள், பல்கலைக்கழக பட்டதாரிகள், முன்னுக்கு வந்து கொண்டிருக்கும் ஆப்பிரிக்க குட்டி முதலாளி வர்க்கம் ஆகியோரை அந்நிய முதலீட்டாளார்கள் சரிகட்டினர். தொடர்ச்சியாக அவரவர் ஒத்துழைப்புக்குத் தகுந்தபடி பங்குகள் முதல் நிறுவன இயக்குனர் பதவி வரை வழங்குவதன் மூலமே இது நடத்தப்பட்டது. இது கென்ய வரலாற்றில் முக்கியத்துவம் வாய்ந்ததொரு தொடர் நடவடிக்கையாகியது. காலங்காலமாக நடைபெற்று வந்ததைப் போலவே, கென்ய விவசாயிகளையும் தொழிலாளர்களையும் சுரண்டுவதும் சற்றும் பாதிக்கப்படாமல் தொடர்வதை இந்த உள்நாட்டு

“நண்பர்கள்” உறுதி செய்தனர். அதிகாரத்தைக் கைப்பற்றிய உள்நாட்டு தரகு முதலாளிகளுக்கும் மேற்கத்திய ஏகாதிபத்தியவாதிகளுக்கும் குறிக்கோள் மட்டும் ஒன்றுதான் - மக்களைச் சுரண்டுவதுதான் - என்பது வெட்ட வெளிச்சமாகியது.

சுதந்திர கென்யாவின் பொருளாதாரக் கொள்கை எத்தன்மையுடையதாக, எத்தகைய கட்டமைப்புடையதாக இருக்க வேண்டுமென்ற தெளிவே தனக்கு இல்லாத நிலையிலும், தேசிய முதலாளிய பிரிவு தேசிய பொருளாதாரத்தின் தேவையை வலியுறுத்தி வந்தது. வாய்ப்புள்ள இடங்களில், வாய்ப்புக்கேற்ற விதத்தில் அந்நிய பொருளாதார தலையீட்டைத் தடுக்க முயன்றது. நாட்டு மக்களின் தேவைக்கேற்றபடி விவசாய நிலம், குடியிருப்புகள், கல்வி, தொழில் முதலியவற்றுக்கு ஏற்பாடு செய்து தருவது, அந்நிய முதலீட்டாளர்களிடமிருந்து கடனுதவியும் தொழில் ஒப்பந்தங்களும் பெற்றுத் தருவது போன்றவற்றைச் செய்ய விரும்பியது. அரசியல் ரீதியில் பார்க்கும்போது இப்பிரிவினர், சர்வதேச விவகாரங்களில் அணி சேராத நிலைப்பாடும், அனைத்து ஆப்பிரிக்க விவகாரங்களில் ஆப்பிரிக்கர்களுக்கு சாதகமான நிலைப்பாடும், உள்நாட்டு விவகாரங்களில் ஏகாதிபத்திய எதிர்ப்பு நிலைப்பாடும் கொண்டிருந்தனர். இந்த அடிப்படையில் ‘கென்யாவில் ஏற்கனவே இருந்துவரும் கல்வித் திட்டத்தை எதிர்க்க வேண்டும். சுதந்திரத்துக்கான போராட்டத்தில் குதித்து தங்கள் சகோதரர்களை மீட்க வேண்டும். உள்ளூரில் வசிக்கும் ஐரோப்பியரின் மேலோட்டமான வசதிகளைக் கண்டு மயங்கிவிடக்கூடாது என்றும் கானூ அறைகூவியது. ஆனால் 1966இல் கென்யாட்டா, ம்போயா போன்றவர்களின் தலைமையிலான தரகு முதலாளிய பிரிவு வெற்றி பெற்றுவிட்டது. தேசப்பற்றாளர்கள் கொலை செய்யப்பட்டார்கள். அல்லது ஓட ஓட விரட்டியடிக்கப்பட்டார்கள். அமைதியாக இருந்து கொள்ளாமல் பிரச்சனையை உண்டாக்குபவர்கள் தடுப்புக் காவல் சிறைகளில் அடைக்கப்பட்டார்கள். கென்யாட்டா சர்வ வல்லமை பொருந்திய சர்வாதிகாரியாக உருவெடுத்தார்.

யார் இந்த கென்யாட்டா? காலனி அரசுக்கும் ஏகாதிபத்தியத்துக்கும் சிம்ம சொப்பனமாக 1930 களில் குரல் கொடுத்த கென்யாட்டாவும் - சுதந்திரக் கென்யாவின் ஒடுக்குமுறை அரசியல் தலைவரும் - வெவ்வேறு நபர்களா? இல்லை. ஒருவரேதான். 1895 தொடங்கி தூசி மண்டிய கற்சுவர்களைக் கொண்ட கொடூரமான கென்ய தடுப்புக் காவல் சிறைகளிலும் முகாம்களிலும் அரக்கர்களோடு

போராடிய அரசியல் கைதிகள், இருவிதமான நிலைப்பாடுகளைக் கொண்டிருந்தார்கள் - ஒடுக்கு முறைக்குப் பணிந்து இறுதியில் தம்மை ஒப்புக் கொடுத்தவர்கள்; இறுதிவரை 'ஒருபோதும் பணிவதில்லை' என்று நிமிர்ந்து நின்றவர்கள். எல்லாக் கைதிகளையும் இந்த அரக்கர்கள் ஒரே விதமான உண்மையைத்தான் பார்க்கச் செய்தார்கள். 'என்னதான் முயன்றாலும் காலனி ஆட்சியின் ஒடுக்குமுறையிலிருந்து தப்ப முடியாது. எனவே காலனீய அரசின் நடவடிக்கைகளை ஆதரித்து சுயமுன்னேற்றத்திற்கு வழிதேடிக் கொள்ளலாம்! தடுப்புக் காவல் சிறையின் கொடுமைகளை அனுபவித்த ஒருவர் இந்த சுலபமான வழியைத் தேர்ந்தெடுக்க விரும்புவது இயற்கையே. தனது முந்தைய செயல்களையும் சொற்களையும் மறுத்து அதற்கு எதிராக செயல்படுவதும் இயற்கையே! எஃகைப் போன்ற உறுதியுடன் கொள்கையைக் காத்து உயிர் துறந்த கோய்த்தலேல் முதல் கிமாத்தி வரையான தலைவர்களின் துயரமான முடிவுகளை வரலாறு பறைசாற்றுகிறது. கொள்கையைக் காற்றில் பறக்கவிட்டு சுயலாபம் தேடுவதற்காக கென்ய மக்களுக்கு துரோகமிழைத்த இரண்டு பெரிய மனிதர்களைப் பற்றிய விபரங்களைப் பார்க்கலாம்:

முதலாமவர் ஹாரி துக்கு. 1920களில் கிழக்கு ஆப்பிரிக்க கூட்டமைப்பின் தலைவராகச் செயல்பட்டு காலனீய அரசுக்கு குலைநடுக்கத்தை உண்டாக்கியவர். இவர், மக்களை கட்டாய உழைப்பில் ஈடுபடுத்துவது, பெண்களையும் குழந்தைகளையும் அடிமைப்படுத்துவது, பிரதிநிதித்துவம் தராமல் வரியை மட்டும் விதிப்பது, குறைவான கூலி வழங்குவது, தொழிலாளர்களின் கழுத்தில் இரும்புச் சங்கிலியால் பிணைக்கப்பட்ட வளையத்தை அணிய வேண்டுமென்று அநியாயமாக நிபந்தனை விதிப்பது போன்றவற்றை எதிர்த்து மக்களைப் போராட்டத்துக்குத் தயார் செய்தார். தொழிலாளர்களை ஏமாற்றுவதற்காக "தொழிற்சங்கம் அரசியலிலிருந்து விடுபட்டதாக இருக்க வேண்டும்" என்று பிற்காலத்தில் ம்போயா புளுகியது போலப் புளுகாமல், ஹாரி துக்கு தொழிலாளரின் பிரச்சனைகளுக்கு அரசியலில் தீர்வு இருப்பதை உணர்ந்திருந்தார். தொழிலாளியின் பொருளாதார விடுதலை, அரசியலற்ற தொழிற்சங்க நடவடிக்கையில் அல்லாமல் அரசியல் போராட்டத்தின் மூலம்தான் சாத்தியப்படும் என்பதில் தெளிவாக இருந்தார். கென்யா காலனியாக இருக்கக் கூடாது; சட்டமன்றத் தேர்தல்களில் அனைத்து மக்களும் பிரதிநிதித்துவம் பெற வேண்டும்; அபகரிக்கப்பட்ட நிலங்கள் அனைத்தும் மீண்டும்

மக்களிடமே ஒப்படைக்கப்பட வேண்டும்; ஆசிய ஆப்பிரிக்க உழைப்பாளிகளிடையே எந்தப் பிரிவினையும் இருக்கக் கூடாது; வெவ்வேறு தேசிய இனங்களுக்கும், மத நம்பிக்கையுள்ளவர்களுக்கும் இடையில் எந்தவொரு வித்தியாசமும் இருக்கக் கூடாது என்றெல்லாம் இவர் பேசியும் எழுதியும் போராடியும் வந்தார்.

நீண்டகாலமாகவே கிக்கூயூ இன மக்களுக்கும் லுவோ இன மக்களுக்கும் இடையே பகைமை இருந்து வந்திருப்பதாக சொல்லப்படுவது பிற்காலத்திய காலனிய அரசின் 'கண்டுபிடிப்பு' என்பதை ஹாரி துக்கு புரிய வைத்தார். ஆரம்பத்திலிருந்தே இவ்விரண்டு தேசிய இனங்களும் பெரும்பான்மை உழைக்கும் வர்க்கத்தினராக இருந்ததும், பெரும் எண்ணிக்கையிலான மூகிக்கூயூ இனத் தொழிலாளர்களும் ஜலூவோ இனத் தொழிலாளர்களும் ஒற்றுமையாக இருந்ததும் கென்யாவைச் சுரண்டிக் கொழுத்து வந்த ஏகாதிபத்தியத்திற்கு தொடர்ச்சியான அச்சுறுத்தலாகவே இருந்தது. இதை ஹாரி துக்கு புரிந்துகொண்டார். அந்நிய ஆட்சியாளர்களும் அவர்களுக்குத் துணைபோன உள்நாட்டு கூட்டாளிகளும்கூட இதைப் புரிந்து கொண்டிருந்தனர். எனவேதான் பல்வேறு தேசிய இனங்களுக்கடையில் எவ்வகையிலாவது மோதல்கள் வந்தால் போதுமென்று செயற்கையாக பகையை ஏற்படுத்தி வந்தனர்; இன்றுவரை அதைத் தொடரவும் செய்கின்றனர்.

ஹாரி துக்கு பிரச்சனைக்குரியவர் என்று தெரிய வந்ததும், அரசாங்க கருவூலத்தில் அவர் பார்த்து வரும் வேலை நிலைக்க வேண்டுமானால், பிற நடவடிக்கைகளைக் கைவிட வேண்டும் என்று அவருக்கு அறிவுறுத்தப்பட்டது. ஹாரி துக்கு அரசியலையே தேர்ந்தெடுத்தார். காலனீய தலைவர்களான கின்யான் ஜுய் போன்றவர்களை 'நாய்கள்' என்றும், 'காவல் நாய்களின் குரைப்பைக் கேட்டு குரைக்கும் ஏவல் நாய்கள்' என்றும் விவரித்தார். 1921 மார்ச் மாதத்தில் ஹாரி துக்கு 'கிக்கூயூ இளைஞர் சங்க'த்தைத் தோற்றுவித்தார். சரியாக ஒரு வருடம் கழித்து 'பயங்கரவாத' நடவடிக்கைகளுக்காக அவர் கைது செய்யப்பட்டு கடல் கடந்து கிஸ்மாயூ தடுப்புக் காவல் சிறைக்கு அனுப்பப்பட்டார். 1922 மார்ச் 4 அன்று இவர் கைது செய்யப்பட்டபோது நைரோபி தெருக்களில் மாபெரும் தொழிலாளர் ஆர்ப்பாட்டங்களும் எதிர்ப்புக் கூட்டங்களும் நடைபெற்றன. மேரி முத்தோனி நியாஞ்சிரூ தலைமையில் போராட்டம் நடத்திய தொழிலாளர்களில் நூற்றி ஐம்பது பேர் நடுத்தெருவில் வைத்து

படுகொலை செய்யப்பட்டனர். தேசப்பற்று மிக்க மக்களின் வீரத் தலைவராக ஆகிவிட்டார் ஹாரி துக்கு. கூகி வா தியாங்கோவின் நாவல் "எ க்ரெய்ன் ஆஃப் வீட்" ஹாரி துக்குவை இத்தகைய மக்கள் தலைவராகவே சித்தரிக்கிறது.

ஆனால் 1931 ஆம் ஆண்டில் கிஸ்மாயூ, மர்ஸபித் முதலிய இடங்களில் ஒன்பதாண்டு காலம் தனிமைச் சிறையில் இருந்து மீண்ட ஹாரி துக்கு, பழைய தேசப்பற்று மிக்க வீரத் தலைவராக இல்லை. தீவிரவாத அமைப்பாக மாறியிருந்த கே.சீ.ஏ.[6] வில் சேர்ந்தார். ஒடுக்குமுறைக்குப் பணிந்து போய்விட்ட இவர், உடனடியாக அவ்வமைப்பை காலனிய அரசின் ஆயுதமாக மாற்றுவதில் முனைந்தார்.

நல்லவேளையாக கரூய்க்கியும் மற்ற கே.சி.ஏ. தலைவர்களும் அவரைப் புரிந்துகொண்டு விட்டார்கள். "முன்னேனே வா நியசிய்ங்கா" என்று பெயரிட்டுப் பெண் தொழிலாளர்கள் புகழ்ந்து பாடிய பாடலின் நாயகனாக விளங்கிய ஹாரி துக்கு, கே.சீ.ஏ. இயக்கத்துக்கே எமனாக மாறிவிடக்கூடிய அபாயத்தை உணர்ந்து கொண்டார்கள். அதிலிருந்து அவரை வெளியேற்றினார்கள். சற்றும் தாமதிக்காமல், கிக்கூயூ ப்ரொவின்ஷியல் அசோசியேஷனை (கே.பி.ஏ) உருவாக்கி கென்ய தேசியவாதிகளுக்கு எதிராக சண்டையிடத் தொடங்கினார் துக்கு. முன்பு 'நாய்கள்' என்று தான் குறிப்பிட்ட அதே நபர்களின் சேவையில் இப்போது காலனீய நடைப்பிணமாகி விட்டார் முன்னாள் வீரத் தலைவர் ஹாரி துக்கு. 'விசுவாசம், கீழ்ப்படிதல் என்ற காலனீய அழகியலுக்கு கிடைத்த வெற்றி!' என்று இதைத்தான் கூகி குறிப்பிடுகிறார்.

இதே காலனீய வந்தேறிகளும் ஏகாதிபத்தியமும் பயந்து நடுங்கக் காரணமாக இருந்த இரண்டாமவர் ஜொமோ கென்யாட்டா. இவர் ஹாரி துக்குவின் செயலாளராக இருந்தவர். 1930களிலும் 50களிலும் முறையே கே.சி.ஏ.உறுப்பினராகவும், பின்பு கானுவின் தலைவராகவும் கென்யாட்டா ஏற்படுத்திய தாக்கம் கொஞ்ச நஞ்சமில்லை. கே.சீ.ஏ. பிரதிநிதியாக லண்டன் சென்ற கென்யாட்டா "சண்டே ஒர்க்கர்" (27.10.1929) இதழில், பின்வருமாறு எழுதினார்: "இன்றைய

6. கிக்கூயு சென்ட்ரல் அசோசியேஷன் (கே.சி.ஏ.) இது தடைசெய்யப்பட்ட கிழக்கு ஆப்பிரிக்க கூட்டமைப்பிற்கு மாற்றாக ஏற்படுத்தப்பட்ட அமைப்பு. 1929 இல் உருவாக்கப்பட்டது. இரண்டாம் உலகப் போரில் ஆப்பரிக்க மக்கள் பிரிட்டிஷ் தரப்பில் போரிட கட்டாயமாக அனுப்பப்பட்ட போது, கே.சி.ஏ. அதனை எதிர்த்துக் குரல் கொடுத்தது. 1941 ஆம் ஆண்டு அரசுக்கு எதிரான நடவடிக்கைகளுக்காக கே.சி.ஏ. தடை செய்யப்பட்டது.

நிலையில் எமது நாட்டின் மக்கள், தங்கள் நிலத்தை பிரிட்டிஷ் திருடர்கள் அபகரித்த நாள்முதல், தமக்கு வாடிக்கையாகிவிட்ட வெறித்தனமான கொடுங்கோன்மைக்குப் பணிவதில்லை' என்ற உறுதியுடன் இருக்கிறார்கள். அபரிமிதமான இயற்கை வளம் நிறைந்த தம் நிலங்களில் ஏகாதிபத்திய முதலாளிக்காக கட்டாயமாக - கடுமையாக உழைத்து பலனை மட்டும் முதலாளிகள் கொண்டுபோக விடுவது என்பது அவர்களது மனங்களைத் துயரத்தில் ஆழ்த்துகிறது. கென்ய மக்கள் தங்களைத் தாங்களே நிர்வகித்துக் கொள்ளும் காலம் வரும்வரை இப்போது அவர்களிடையே நிலவும் திருப்தியின்மை நீடிக்கும். ... இங்கு போராட்டம் நடப்பது உண்மைதான். வஞ்சிக்கப்பட்ட, கேவலமாக நடத்தப்பட்ட ஆப்பிரிக்க மக்கள் அதிகாரத்தை தாங்களே கைப்பற்றும் வரை ஓயமாட்டார்கள்."[7] 1922இல் நடந்த தொழிலாளர் படுகொலையைக் கண்டித்து 'தி டெய்லி ஒர்க்கர்' பத்திரிகையின் ஜனவரி 30 இதழில், 'கூட்டத்தில் நானும் இருந்தேன். ஆண்களும், பெண்களும், குழந்தைகளும் இறந்து கிடப்பதையும் குற்றுயிராய்க் கிடப்பதையும் பார்த்தேன். எவ்வித ஆயுதமும் இல்லாத பாதுகாப்பற்ற மக்களைக் கொன்று குவித்ததை கென்யா ஒருபோதும் மறக்காது' என்று எழுதினார்.

ஆக, 1930களில் 'எரியும் ஈட்டி' என்றும் 'மீட்க வந்த ரட்சகர்' என்றும் கென்ய மக்களால் புகழப்பட்ட கென்யாட்டா, 'அடிமைப்பட்ட தொழிலாளர்களும் விவசாயிகளும் வெகுண்டெழுந்து நடத்திய புரட்சித் தீயில் பிரிட்டிஷ் பேரரசு வெந்து முடிவதையும், கென்ய மக்களும் தேசிய இனங்களும் ஏகாதிபத்திய பொருளாதாரச் சுரண்டலிலிருந்தும் அரசியல் கலாச்சார ஒடுக்குமுறையிலிருந்தும் விடுபடுவதையும்' பற்றிப் பேசியவர்தான். 1933இல் "சுதந்திர ஆப்பிரிக்கா" என்று பேசியவரும் இவரேதான். இந்தக் கென்யாட்டாவைத்தான் கூகி வா தியாங்கோவின் "வீப் நாட் ச்சைல்ட்" நாவலில் சந்திக்கிறோம். 1947ஆம் ஆண்டு கென்யா ஆப்பிரிக்கன் யூனியனுக்கு (கே.ஏ.யூ - காவு) கென்யாட்டா தலைமையேற்றார். இவ்வியக்கத்தின் ரகசியப் பிரிவுதான் மாவ் மாவ் என்று அழைக்கப்பட்ட கென்யா மண் மீட்புப்படை. (கென்யா லாண்ட் அண்ட் ஃப்ரீடம் ஆர்மி). அக்டோபர் 1952ல் நெருக்கடி நிலை பிரகடனம் செய்யப்பட்டபோது, அனைத்துத் தலைவர்களும்

---

7. இதுவும், இனி வரப்போகும் கென்யாட்டாவின் மற்ற மேற்கோள்களும் மார்ரே ப்ரௌன் எழுதிய "கென்யாட்டா" என்ற புத்தகத்திலிருந்து தேர்ந்தெடுக்கப்பட்டவை.

சிறைப்படுத்தப்பட்ட நிலையில், கிக்கூயூ மக்கள் காடுகளில் மறைந்து வாழத் தொடங்கினர். இவர்கள் மறைந்திருந்த இடங்களே பின்னர் கெரில்லா தளங்களாக மாறின. கல்வியறிவற்ற விவசாயிகளும் தொழிலாளர்களும் கூட்டம் கூட்டமாக கெரில்லா இயக்கத்தில் சேர்ந்தனர். கடைசிக் கடைசியாக, மாவ் மாவ் இயக்கத்தின் நடவடிக்கைகளில் பங்கேற்றதற்காக 1952இல் காபெங்கூரியாவில் நடத்தப்பட்ட விசாரணையில் கூட பழைய கென்யாட்டாவைப் பார்க்க முடிகிறது. எவ்வித கருணையையும் எதிர்பார்க்காமல், ‘செய்வதைச் செய்துகொள்ளுங்கள்’ என்று சொன்ன கென்யாட்டா உள்ளிட்ட ஆறுபேரையும் சிறையிலடைத்தது காலனீய அரசு. ஜனவரி 12, 1960 அன்று நெருக்கடி நிலைதளர்த்தப்பட்டது. 1961 ஆம் ஆண்டு ஆகஸ்ட் மாதம் கென்யாட்டா விடுதலை செய்யப்பட்டார். ஜூன் 1963 இல் பெரும்பான்மை ஆப்பிரிக்க பிரதிநிதிகளைக் கொண்ட அரசாங்கம் பதவி ஏற்றது. 1963 டிசம்பர் 12 அன்று, கென்யா விடுதலை அடைந்தது. கென்யாட்டா சுதந்திர கென்யாவின் பிரதமரானார்.

பத்து வருட கால தனிமைச் சிறைவாசம் கென்யாட்டாவை மாற்றிவிட்டதா? சுலபமாக கிடைக்கப்போகும் உல்லாச வாழ்க்கை அவரது உறுதியைக் குலைத்துவிட்டதா? சிறையிலிருந்தபோது பிரிட்டிஷாருடன் ரகசிய உடன்படிக்கை எதுவும் செய்து கொண்டு விட்டாரா? அல்லது வந்தேறிகளின் தலைவரும், மாவ் மாவையும் ஆப்பிரிக்க தேசியவாதத்தையும் ஒடுக்குவதற்கான வழிவகைகளை உருவாக்குவதில் வல்லவருமான மைக்கேல் ப்ளண்டல்[8] போன்றவர்களின் அறிவுரைப்படி நடக்கத் தொடங்கிவிட்டாரா? 1961 இல் கென்யாட்டா சிறையிலிருந்து வெளிவந்தபோது அவர் பேசிய விதமே முற்றிலும் மாறாக இருந்தது. ப்ளண்டல் கேட்டுக் கொண்டபடியே, 1963இல் கானூ வெற்றி பெற்ற பின்பு, அதுவரையிலும் அரசாண்ட ஏகாதிபத்தியவாதிகளிடம், தான் செய்த தவறுகளுக்காக தன்னை மன்னித்து விடும்படி வேண்டிக் கொண்டார் கென்யாட்டா.

இப்படி ‘மறப்பதும் மன்னிப்பதும்’ தேவையென்று பிரச்சாரம் செய்த இந்தப் புதிய கென்யாட்டா, கென்ய மக்களுக்கும் மாவ் மாவின்

8. மைக்கேல் ப்ளண்டல் தனது கென்ய வாழ்க்கை பற்றிய நினைவுகளை, “ஸோ ரஃப் எ விண்ட்” என்ற பெயரில் புத்தகமாக வெளியிட்டிருக்கிறார். இவர் கென்யாட்டாவை ரகசியமாக சிறையில் சென்று சந்தித்ததைப் பற்றிய விவரங்களும், மற்றவர்கள் கென்யாட்டாவை சந்தித்த விவரங்களும் இந்தப் புத்தகத்தில் உள்ளன.

மாவீரர்களுக்கும் எதிரியாகி விட்டார். ஏகாதிபத்திய நோக்கம் கொண்ட அந்நியருக்கு கென்யாட்டா பாதுகாப்பும் உறுதிமொழியும் அளித்தது, கென்ய பொருளாதாரத்தை ஏகாதிபத்தியத்திடமிருந்து விடுவிக்கும் ஒரே நோக்கத்தோடு போராட்டத்தில் ஈடுபட்ட தேசப்பற்று மிக்க கென்யர்களின் முகத்தில் கரி பூசியது போலாயிற்று. முன்பு பிஷப் முஜோரேவா செய்தது போலவே, கென்யாட்டாவும் காலனீய அரசிடமிருந்து கைமாறிய ராணுவத்தைக் கொண்டு மிச்சமிருந்த மாவ் மாவ் கெரில்லாக்களைக் கொன்று குவித்தார். தலைமை அமைச்சராகவும் குடியரசுத் தலைவராகவும் சுதந்திர கென்யாவில் தான் இருந்த காலம் முழுவதும், எந்தவொரு முன்னாள் காவ் அல்லது மாவ் மாவ் தோழரையும் (சிறை செல்வதற்கு முந்தைய காலத்து தோழர்) தன் அருகில் நெருங்கவிட்டதில்லை அவர். கௌரவமாக அடக்கம் செய்ய கிமாத்தியின் உடலை காமித்தி சிறையிலிருந்து வெளியே எடுத்துச் செல்லக்கூட அனுமதி தரவில்லை.

ஒவ்வொரு வருடமும் அக்டோபர் மாதத்தில் இயக்கம் தோற்றுவிக்கப்பட்ட நாள் கொண்டாடப்படும் நேரத்தில் மீதமிருக்கும் மாவ் மாவ் மற்றும் பிற தேசப்பற்றுமிக்கவர்களை ஒழித்துக் கட்டும் நடவடிக்கை தீவிரமாக மேற்கொள்ளப்பட்டது. கக்கியா, ஓனெகோ போன்ற தலைவர்களும் விடுதலைக்காக ரத்தம் சிந்திய கோடானுகோடி மக்களும், நாடறிந்த - ஏடறிந்த வரலாற்றிலிருந்தே துடைத்து அழிக்கப்பட்டு விட்டார்கள். புதிய நிர்வாகத்தில் மாவ் மாவ் எதிர்ப்பாளர்களும், முந்தைய ஆட்சியின் தலைவர்களும், தலைவர்களின் மகன்களும்தான் அரசியல் ஆலோசனை வழங்குபவர்களாக இருந்தார்கள். முந்தைய மாவ் மாவ் வீரத்தின் எஞ்சிய சின்னமாக, தேசிய முக்கியத்துவம் வாய்ந்த ஒரே நபராக சுதந்திரத்துக்குப் பின்பும் நீடித்தவர் ஜே.எம். கரூய்க்கி மட்டுமே. கடைசியாக 1975 இல் அவரும் கொலை செய்யப்பட்டார். சிறைவாசத்துக்கு முன்பிருந்த கென்யாட்டாவும், சுதந்திரக் கென்யாவில் ஆட்சியைப் பிடித்த கென்யாட்டாவும் ஒருவரேயென்று நம்பிய அப்பாவி மக்கள், அதிகரித்து வரும் அந்நிய தேசத்தவரின் எண்ணிக்கையால் சற்றே வருத்தமும் குழப்பமும் அடைந்த போதிலும், என்றேனும் ஒருநாள் கென்யாவை அந்நிய மற்றும் உள்நாட்டினரின் சுரண்டலிலிருந்து அவர் முற்றிலுமாக விடுவித்து விடுவார் என்றே நம்பினார்கள். ஜே.எம்.கரூய்க்கியின் கோரப் படுகொலை இந்த நம்பிக்கைகளுக்கு முடிவு கட்டியது. கிறிஸ்தவ

திருச்சபை போதித்த கல்வியும் சிறுமுதலாளிய வர்க்க நிலைப்பாடும், ஹாரி துக்குவையும் கென்யாட்டாவையும் நேரெதிராக மாற்றிவிட்டன!

கென்யாட்டாவினால் வேட்டையாடி துரத்திப் பிடிக்கப்பட்டு சிறைப்படுத்தப்பட்டு கொல்லப்பட்ட மற்றொருவரைப் பற்றியும் இங்கு குறிப்பிட வேண்டியது அவசியமாகிறது. காரணம் ஒடுக்குமுறைக்குப் பணிய முடியாது என்று சொன்ன அந்த 'மற்றவகை' கைதிகளின் வரிசை இன்னும் முற்றுப் பெறவில்லை. மாவ் மாவ் இயக்கத்தைச் சார்ந்தவர்களும் ஏகாதிபத்தியத்தின் தீவிர எதிர்பாளர்களுமான வையகி வா ஹீங்கா, கூஞ் சூவா கெக்கெரே, மீ கித்திலீலி... அராப் மான்யி முதலியவர்களுடன் மக்கான் சிங்கையும், ஜே.எம்.கருக்கியையும் நாம் சேர்க்க வேண்டியது அவசியம். இந்திய தொழிற்சங்கம், கென்ய தொழிற்சங்கம், கிழக்கு ஆப்பிரிக்க தொழிற்சங்க காங்கிரஸ் ஆகியவற்றின் பொதுச் செயலாளராக செயல்பட்ட மக்கான் சிங், 'அரசியல் நடவடிக்கைகளின் மூலமே தொழிலாளர்கள் தம் பொருளாதார விடுதலையை சாதிக்க முடியும்' என்று நம்பினார். (1920 களில் ஹாரி துக்குவும் அவ்வாறே நம்பியிருந்தார்.) உழைப்பை வழங்காமல் நிறுத்தி வைத்துக் கொள்ளும் 'வேலை நிறுத்தம்' என்னும் உரிமை ஒவ்வொரு தொழிலாளியின் அடிப்படை உரிமை என்றும், இவ்வுரிமையைக் கொண்டு தனது நியாயமான தேவைகளை நிறைவேற்றிக் கொள்ள ஒவ்வொரு தொழிலாளிக்கும் இயல வேண்டும் என்றும் இவர் கருதினார். இதற்கு ஒரே வழி, கிழக்கு ஆப்பிரிக்க நாடுகள் அனைத்தும் பூரண விடுதலையும் தன்னுரிமையும் பெறுவதுதான் என்றும், அதற்காக அனைத்து தொழிலாளர்களும் மக்களும் ஒன்றுபட்டுப் போராட வேண்டும் என்றும் பேசினார், எழுதினார். சில நாட்களுக்குள் கைது செய்யப்பட்டு 5.6.1950 முதல் 22.10.1961 வரையான பதினொன்றரை ஆண்டுகள் சிறையில் வைக்கப்பட்டார். விடுதலைக்குப் பிறகு தொழிலாளர் இயக்கத்தில் தமது தேசப்பற்று மிக்க தொண்டுகளை அவர் தொடர்ந்தார். "1951 வரையான கென்ய தொழிற்சங்க வரலாறு" என்ற நூலை எழுதினார். நவீன கென்யாவின் உருவாக்கம் பற்றி தேசியப் பார்வையில் எழுதப்பட்ட ஒரே ஒரு நூல் உண்டு என்றால் அது மக்கான் சிங் எழுதிய நூல்தான்.

எதிரிகளை - அதாவது தனது நோக்கங்களுக்கு எதிரான நோக்கங்களுடன் விடுதலைப் போராட்டத்தில் பங்கேற்றவர்களை இப்படி ஒருவர் கூட விடாமல் ஒழித்துக் கட்டுவதற்கான ஏற்பாடுகளைச்

செய்துவிட்டு, அரசியல் தலைவராக கென்யாட்டா மேற்கொண்ட நடவடிக்கைகள்தான் என்ன?

அந்நிய கம்பெனிகளின் பங்குகள் மேலும் மேலும் வாங்கிக் குவிக்கப்பட்டன. தேசவுடைமையாக்கம் என்பது பெயரளவில் கூட இல்லை. முன்பே தேசவுடைமை ஆக்கப்பட்ட கொஞ்ச நஞ்சமும் மக்களின் வரிப்பணத்தின் உதவியுடன் தனியார் சொத்துக்களாக மாற்றப்பட்டன.

மொத்தத்தில் சர்வதேச அமைப்புகளில் ஆங்கிலோ - அமெரிக்க நலன்களைப் பேணுவதாக மாறியது கானூ. ஏகாதிபத்திய எதிர்ப்பு நாடுகளுடனும் அவற்றின் சுதந்திரப் போராட்ட இயக்கங்களுடனுமான உறவை நிராகரிப்பதாகவும் அது மாறியது. சீனப் புத்தகங்கள், பதிப்புகள் யாவும் தடை செய்யப்பட்டன. இந்தத் தடையை நடைமுறைப்படுத்த முக்கிய காரணமாக இருந்தவர் அமெரிக்கத் தூதரான வில்லியம் அட்வுட். கென்யா இன்றைக்கு இப்படி இருப்பதற்கு என்ன காரணம் என்பதைப் புரிந்துகொள்ள, 'தி நெட்ஸ் அண்ட் தி ப்ளாக்ஸ்' என்ற இவரது புத்தகம் நல்லதொரு ஆவணமாக இருக்கும். ஆனால் இந்தப் புத்தகம் கென்யாவில் தடை செய்யப்பட்டுள்ளது.

அனைத்து - ஆப்பிரிக்க உறவுகளைப் பொறுத்தமட்டில், கானூ அரசாங்கம் ஆப்பிரிக்க தற்சார்பு நிலையை சிறிது சிறிதாக கைவிட்டு வந்தது. உகாண்டாவிற்கு எதிராக தாக்குதல் நடத்திய இஸ்ரேலின் யூத தேசியவாத அதிரடிப் படையினருக்கும், ஜிம்பாப்வேயில் தாக்குதல் நடத்திய முஜோரேவா ஸ்மித் ஆட்சியினருக்கும் ரகசியமாக ஆதரவு தெரிவிக்கும் வகையில் கென்ய நிலபரப்பை அவர்கள் உபயோகித்துக் கொள்வதற்கான அனுமதியை வழங்கும் கேடுகெட்ட நிலைமைக்கு வந்தது கானூ அரசாங்கம்.

உள்நாட்டு விவகாரங்களைப் பொறுத்தமட்டில், ஜனநாயகத்துக்கோ, கென்ய விடுதலைப் போராட்டத்துக்கோ உதட்டளவில் கூட ஒரு துளி மரியாதையும் தரப்படவில்லை. மாறாக முன்பு ஊர்க்காவல் படையினராக இருந்த அனைவருக்கும் உளவியல் ரீதியாக மறுவாழ்வளிக்கும் முகமாக 1969இல் பொது உறுதியேற்பு சடங்குகள் அதிகாரப்பூர்வமாக நடத்தப்பட்டன. ஆகிக்கூயூ, எம்பு, மெரு இன்னும் பல தேசிய இனங்களை சேர்ந்தவர்களிடையிலும் இத்தகைய சடங்குகள் நடத்தப்பட்டன. 'நடுநிலை' யாளர்களாக இருந்தவர்களும், ஏகாதிபத்திய எதிர்ப்புப் போராட்டத்தின்போது இடையில்

'விலைபோய்' விட்டவர்களும் சுதந்திரத்தை மெனக்கெட்டு எதிர்த்தவர்களும், தேசியவாதிகளுக்கு எதிராக எத்தகைய மறைமுகமான கொடூரமான வழிகளைக் கையாண்டிருந்தாலும் அவர்கள் 'தேசியவாதி'களாக புது அவதாரம் எடுத்தார்கள். எதிரியுடன் கைகோர்த்து மக்களை வஞ்சித்த கிஞ்யாஞ்சுய் வா கத்திரிமூ, மூமியா, கரூரி வா கக்குரே, லெனானா, வான்கோம்பே வா ந்தேரி, வம்புகு வா மத்தகமியா, வங்கூ வா மக்கேரி போன்ற இனத் துரோகிகள், கென்ய காலனீய வரலாற்றுப் பாடத்தில் 'பெரும் வீரர்கள்' ஆனார்கள். உதாரணத்துக்கு ஒன்றே ஒன்று: கென்யாவின் தலைசிறந்த அரசாங்கப் பள்ளியான லெனானா உயர்நிலைப் பள்ளிக்கும், பள்ளியின் மாணவர் பிரிவுகளுக்கும், மூமியா, கிஞ்யாஞ்சுய் போன்ற இனத் துரோகிகளின் பெயர்களை சூட்டி இருக்கிறார்கள்.

கொள்கை ரீதியில் பார்க்கப்போனால், இந்தத் தரகு முதலாளியத்தின் முன்னேற்றம் ஏற்படுத்திய மாற்றத்தினால் 1961இல் இருந்த கானுவுக்கு நேரெதிரான கானு உருவாகிவிட்டது தெரிகிறது. பொருளாதார திட்ட அமைச்சகத்தில் ம்போயாவின் அதிகாரத்தின்கீழ் ஊழியம் செய்துவந்த அமெரிக்கப் பேராசிரியர் ஒருவரின் படைப்பாக பரவலாக அறியப்படும் "ஆப்பிரிக்க சோஷலிசம்" என்ற ஆவணம் (கானு செஷனல் பேப்பர் எண் - 10) கானுவின் மாறிய நிலைபாட்டின் உச்சம் என்றால் அது மிகையாகாது.

இப்படியாக பெரும்பான்மை மக்களின் ஆதரவைப் பெற்ற தேசிய கட்சியாக இருந்த கானு, அந்நிய முதலீட்டாளர்களின் சேவைக்குப் பயன்படும் - அதிகாரிகளால் நிர்வகிக்கப்படும் - உயிரற்ற இயந்திரமாக மாறிவிட்டது. தாய்நாட்டுப் பற்று, தன்மானத்துடன் வாழ்வதற்கான விருப்பம், ஐரோப்பிய - அமெரிக்க பகட்டு வாழ்க்கையைப் புறக்கணிக்கக் கூடிய மனநிலை ஆகியவற்றை வளர்க்கக் கூடிய கல்விமுறைக்கான தேவை மறைந்து, இவையெல்லாம் வெறும் நகைப்புக்கிடமான விஷயங்களாக ஆக்கப்பட்டு விட்டன. இறுதியாக, ஊர்க்காவல் படையினருடையவும், தரகு முதலாளிகளுடையவும் ஏவல் நாயாக மாறிப்போய் விட்டது கானு. ஒரு காலத்தில் மக்களின் பேராதரவுக்கும் மலைபோன்ற நம்பிக்கைகளுக்கும் பாத்திரமாக இருந்த கானு, 1977 வாக்கில் தனது தேசப்பற்றில் ஊன்றிய மூலவேர்களை முற்றிலுமாக இழந்து வெறும் காலிப் பெருங்காய டப்பாவாகிவிட்டது.

நெருக்கடி நிலை காலத்து கட்டாயக் குடியேற்ற முகாம்கள் நிரந்தரமாக்கப்பட்டு மக்கள் கூலி உழைப்பாளிகளாக மாற்றப்பட்டு விட்டார்கள். அந்நிய முதலீட்டாளர்களும், அவர்களது கைக்கூலிகளான உள்நாட்டு சிறுமுதலாளிகளும் மக்களைச் சுரண்டும் அட்டைகளானார்கள். கென்யா சிறிது சிறிதாக அந்நிய முதலாளிகளுக்குச் சொந்தமாகியது. முதலாளிகள் கொழுக்க கொழுக்க கென்ய மக்கள் மென்மேலும் வறியவர்களாக மாறிவந்தனர். கென்யாட்டாவின் தயவால் பிரிட்டிஷ் காலனியான கென்யாவுக்கும் சுதந்திர ஜனநாயக நாடான கென்யாவுக்கும் எந்தவொரு வித்தியாசமும் இல்லாமல் போகுமளவுக்குத் திறமையாக 'மாற்றங்கள்' செய்யப்பட்டன. "டெவில் ஆன் தி கிராஸ்" நாவல் 1977 ஆம் ஆண்டின் கென்யாவைப் படம் பிடிக்கிறது. கென்யாட்டாவின் "சாதனைகளை"ப் பார்த்தோம். பிரிட்டிஷ் ஏகாதிபத்தியத்தின் சாதனை என்ன? "வீப் நாட் ச்சைல்ட்" நாவலில் கூகி சொல்கிறார், "வெள்ளைக்காரன் கென்யாவில் நிலத்தை மட்டும் திருடவில்லை; வாழ்க்கை வட்டத்தின் மரபுசார்ந்த லயங்கள் எல்லாவற்றையும் ஸ்தம்பிக்கச் செய்யும் வண்ணம் பூமியையும் அதன் வளமையையும், பருவம் சார்ந்த கொண்டாட்டங்களையும், இல்லங்களின் அமைதியையும், தனிமனிதர்களுக்கிடையிலான இணைவையும் குலைத்து விட்டான்."

அப்படியானால், பிரிட்டிஷ் காலனியாக இருந்த கென்யாவின் லாசரை கல்லறையிலிருந்து உயிர்ப்பித்தவர் யார்? "ஏகாதிபத்தியத்தின் புனிதத் தலங்களில் புண்ணிய வழிபாடு செய்ய காலனீய லாசரை உயிருடன் எழுப்ப அவர்கள் இப்படிப் பாடியிருப்பார்களோ?"

ஐரோப்பாவிலும் அமெரிக்காவிலும் இருக்கும் எங்கள்பிதாவே!
உங்கள் திவ்விய நாமம் போற்றப்படுவதாக!
உங்கள் ராஜ்ஜியம் வருவதாக.
எங்கள் செல்வமிக்க ஆப்பிரிக்காவில்
விரும்பி அழைக்கும் ஆப்பிரிக்காவில்
காலனீய ஆட்சிக் காலத்தில் நடந்ததைப் போலவே
இப்போதும் உங்கள் விருப்பங்கள் நிறைவேற்றப்படுவதாக.
இன்றைய நாளில் எங்கள் தினக்கூலிக்குரிய டாலரைத் தாருங்கள்.
எங்களது தவறுகளை மன்னித்தருளுங்கள்.
உங்களுக்கும் எங்களுக்கும் சவாலாக உள்ள சூழலை வெற்றி கொள்ள உதவி தாருங்கள்.

கருணையை வழங்கி உறுதுணையாக இருந்து நாங்கள் உமக்கு
என்றும் பணிவுடனும்
நன்றியுடனும் இருக்க ஆத்மபலத்தை அளியுங்கள்.
என்றென்றும், எப்போதும், ஆமென்![9]

கூகி காவலில் இருந்தபோதே 1978 இல் ஆகஸ்ட் மாதத்தில் கென்யாட்டா இறந்துபோனார். உள்துறை அமைச்சரும் துணைப் பிரதமருமான அராப் மோய் பிரதமராகப் பதவியேற்றார். கென்யாட்டாவின் மறைவுக்குப் பிறகு கென்யாவின் சீரழிந்த நிலையில் மாற்றம் ஏற்பட்டு விட்டதான பிரமையைத் தோற்றுவிக்க பல முயற்சிகள் மேற்கொள்ளப்பட்டதாக கூகி உணர்ந்திருக்கிறார். ஆனால் கென்யாவின் சீரழிவுக்கு கென்யாட்டா என்ற தனி மனிதர் மட்டுமே காரணம் என்று எப்படிச் சொல்ல முடியாதோ, அப்படியே கென்யாட்டாவின் மறைவினால் நிலைமையில் முன்னேற்றம் வந்துவிட்டதாகவும் சொல்ல முடியாது என்பதில் அவர் தெளிவாக இருக்கிறார்.

எந்தவொரு புதுக்காலனியிலும் உள்ளூர் தரகு முதலாளிகளால் ஊக்குவிக்கப்படும் அந்நிய முதலீடானது, தட்டுத்தடுமாறி உருவாக்கப்படும் தேசிய மூலதனத்தின் குரல்வளையை நெறித்தே வந்திருக்கிறது. "உங்கள் நாட்டு தொழிலாளர்களின் வியர்வையை நான் மட்டுமே உறிஞ்சுவேன்" என்று கொக்கரிக்கும் அளவுக்கு அராஜகமான பலத்தைப் பெற்றுவிடுகிறது. அந்நியர்களால் உருவாக்கப்படும் தொழில்களால்தான் நாட்டில் வேலை வாய்ப்பு உருவாக்கப்படுவதாக பொய்யான நம்பிக்கை நிலவுகிறது. பொருளாதார மேலாதிக்கமே பின்பு பண்பாட்டு மேலாதிக்கமாகவும் உருவெடுக்கிறது. இதற்கான முதல் தாக்குதல் இலக்காக மொழி இனங்காணப்பட்டு, மக்களின் மொழி அவர்களிடமிருந்து பறிக்கப்படுகிறது. கல்வியிலும் கலைகளிலும் ஏகாதிபத்தியத்தின் மொழி புகுத்தப்பட்டு கட்டாயமாக்கப்படுவதன் மூலம், மக்களின் மொழி மெல்ல அவர்களது உணர்வு நிலையிலிருந்து

---

9. கூகி சிறைக் குறிப்புகள் புத்தகத்திலிருந்து அத்தியாயம் மூன்று.

இக்கட்டுரையில் உள்ள மேற்கோள்கள் "கூகி டீடெயின்ட்" என்ற தலைப்பில் வெளியான சிறைக் குறிப்புகளிலிருந்து தேர்ந்தெடுக்கப்பட்டு தமிழாக்கம் செய்யப்பட்டுள்ளன. 31.12.1977 முதல் 12.12.1978 வரை விசாரணையின்றி தடுப்புக் காவலில் தனிமைச் சிறையில் வைக்கப்பட்டிருந்தபோது பேராசிரியர் கூகி எழுதிய சிறைக் குறிப்புக்கள், கடிதங்கள் யாவும் மேற்சொன்ன நூலில் தொகுக்கப்பட்டிருக்கின்றன. சிறையில் இருந்தபோது அவர் எழுதிய நாவல் தான் "டெவில் ஆன் தி கிராஸ்".

அகற்றப்படுகிறது. மொழியை இழப்பது என்பது அடையாளத்தை இழப்பதன் முற்றிய நிலை. மொழியை இழந்த இனம் தன் பண்பாட்டு வேர்களை இழந்து தன்னம்பிக்கையிழந்து அந்நிய பண்பாட்டு மேலாதிக்கத்திற்கு ஆட்படுகிறது. அந்நிய மேலாதிக்கத்திலிருந்து தனது பொருளாதாரத்தையும் பண்பாட்டையும் விடுவிக்காதவரை எந்த நாடும் இனமும் உண்மையான (அரசியல்) விடுதலை அடைந்துவிட்டதாக சொல்வதற்கில்லை.

அமரந்த்தா

அத்தியாயம் ஒன்று

1

இல்மொராக் இருக்கிறதே, எங்கள் இல்மொராக், அங்கே சிலபேர் என்னிடம், இந்தக் கதை ரொம்பவும் வெட்கக்கேடானதாகவும் அவமானகரமாகவும் இருக்கிறது, அதனால் இதை நிரந்தரமான இருளின் ஆழத்துக்குள் போட்டுப் புதைத்துவிட வேண்டும் என்றார்கள்.

வேறு சிலரோ, இது அழுகையும் துக்கமும் ஆன விசயம் என்பதால், இதை அப்படியே அமுக்கி மறைத்துவிட வேண்டும்; அப்போதுதான் இதற்காக மறுபடியும் நாம் கண்ணீர் சிந்த வேண்டி வராது என்றார்கள்.

நான் அவர்களைக் கேட்டேன்: நம் வீட்டு முற்றத்தில் உள்ள குண்டு குழிகளை இலைதழைகளால் மூடி மறைத்துவிட்டு, இப்போதுதான் அவை நம் கண்களுக்குத் தெரியவில்லையே என்று நம் குழந்தைகளை அங்கே விருப்பம்போல் துள்ளி விளையாட விட்டுவிட முடியுமா?

தன் பாதையில் உள்ள இடர்ப்பாடுகளை அடையாளம் கண்டு கொள்பவன் எவனோ அவனே பாக்கியவான். ஏனெனில் அவன்தான் அவற்றை அகற்றிவிட்டோ (அல்லது) சுற்றி நடந்தோ தடுமாறாமல் செல்ல முடியும்.

இதயத்தின் குருட்டுத்தனத்துக்கும் சித்தத்தின் செவிட்டுத் தனத்துக்கும் நம்மை இட்டுச் செல்லும் சாத்தானை நாம் சிலுவையில் அறைந்தாக வேண்டும். பூமியில் வாழும் மக்களுக்கு நரகத்தை உருவாக்கி வரும் வேலையை தொடர்ந்து செய்வதற்காக அவனை அவனுடைய சீடர்கள் சிலுவையில் இருந்து கீழே இறக்கி விடாதபடி எச்சரிக்கையாக பார்த்துக்கொள்ள வேண்டும்.

2

எனக்கே - நீதியின் தீர்க்கத்தரிசியாகிய எனக்கே கூட இந்த சோகப் பெருஞ்சுமை முதலில் தாள முடியாததாகத்தான் இருந்தது. ஆனால், இதயமாகிய காட்டின் எல்லா மரங்களையும் முற்றிலுமாக அழித்துவிட முடியாது என்று நான் சொல்லிக் கொண்டேன். சொந்த ஊரின் இரகசியங்கள் அந்நியர்களின் காதுகள் கேட்பதற்கல்ல. இல்மொராக்கே எங்கள் சொந்த ஊர்.

அப்புறம் பொழுது விடியும் நேரத்தில் வரீய்ங்காவின் அம்மா என்னிடம் வந்து கண்ணீருடன் மன்றாடினாள்: என் அருமைக் குழந்தையின் கதையைச் சொல்லுங்கள். நடந்தவற்றை எல்லாம் வெட்டவெளிச்சம் ஆக்குங்கள். ஏனெனில் உண்மையை முழுவதுமாக தெரிந்துகொண்ட பிறகே எவரும் தீர்ப்பு வழங்க முடியும். கிஷாண்டி வாத்தியக்காரரே, மறைவாக இருப்பதை எல்லாம் வெளிச்சத்துக்கு கொண்டு வாருங்கள்.

முதலில் நான் தயங்கினேன். பிறகு என்னையே இப்படிக் கேட்டுக் கொண்டேன். நான் யார் இதையெல்லாம் என் வாயால் சொல்ல? மான்கூட தன்னைப் பார்ப்பவர் மீது வெறுப்புக் கொள்வதில்லை; சத்தம் போட்டுத் தன்னைக் காட்டிக் கொடுப்பவரைத்தான் அதிகமாக வெறுக்கிறது என்று சொல்லிக் கேட்டதில்லையா?

உடனே பலகுரல்கள் ஒன்று சேர்ந்து கெஞ்சுவது என் காதில் விழுந்தது; கிஷாண்டி வாத்தியக்காரரே, நீதியின் தீர்க்கத்தரிசியே, இதுவரை இருட்டில் மறைந்து கிடந்ததை வெளிச்சத்துக்குக் கொண்டு வாருங்கள்.

அந்தப் பரிதாபக் குரல்கள் என் இதயத்தை வேதனையில் ஆழ்த்தின. அடுத்த ஏழு நாட்கள் உணவின்றி நீரின்றி நான் விரதமிருந்தேன். பின்னும் எனக்குள் நான் இப்படிக் கேட்டுக் கொண்டேன்: ஒருவேளை நான் காண்பதெல்லாம் அர்த்தமற்ற மாயத் தோற்றங்களோ? நான் கேட்பதெல்லாம் மௌனத்தின் எதிரொலிகளோ? நான் யார் இதையெல்லாம் என் வாயால் சொல்ல? மான் கூட தன்னைப் பார்ப்பவர் மீது வெறுப்புக் கொள்வதில்லை; சத்தம் போட்டு தன்னைக் காட்டிக் கொடுப்பவரைத்தான் அதிகமாக வெறுக்கிறது என்று சொல்லிக் கேட்டதில்லையா?

இப்படியாக ஏழு நாட்கள் கழிந்தபின் பூமி அதிர்ந்து குலுங்கியது. வானத்தைக் கிழித்துக் கொண்டு மின்னல்கள் வெட்டின. அப்போது

நான் உயரே தூக்கப்பட்டேன் - வீட்டின் கூரைமேல் விடப்பட்டேன். அங்கிருந்து பார்க்கும்போது பல விசயங்கள் எனக்குப் புலப்பட்டன. பெரும் இடி முழக்கத்தை ஒத்த ஒரு குரல் என்னை எச்சரிப்பதைக் கேட்டேன்: தீர்க்க தரிசனம் என்பது உனக்கானது மட்டுமே என்று உனக்குச் சொன்னது யார்? ஏன் உனக்கு நீயே போலியான சாக்குப் போக்குகளை அடுக்கிக் கொண்டு போகிறாய்? அப்படிச் செய்தால் கண்ணீரிலிருந்தும் கம்பலையிலிருந்தும் ஒருபோதும் நீ விடுபட மாட்டாய்.

அந்தக் குரல் பேசி ஓய்ந்த மறுகணமே நான் தூக்கப்பட்டு கணப்புச் சாம்பலின் மேல் வீசப்பட்டேன். அந்தச் சாம்பலை அள்ளி முகத்திலும் கால்களிலும் பூசிக்கொண்டு கூக்குரலிட்டேன்:

ஒத்துக் கொள்கிறேன்!
ஒத்துக் கொள்கிறேன்!
இதயத்தின் கதறல்களை சாந்தப்படுத்தும்.
இதயத்தின் கண்ணீரைத் துடைத்துவிடும்...

நீதியின் தீர்க்கதரிசியான நான், வீட்டுக் கூரைக்கு தூக்கப்பட்ட போது இந்தக் கண்களால் பார்த்ததும், இந்தக் காதுகளால் கேட்டதும்தான் இந்தக் கதை.

நான் ஒத்துக்கொண்டு விட்டேன்.
நான் ஒத்துக்கொண்டு விட்டேன்.
மக்களின் குரலே கடவுளின் குரல்.
அதனால்தான் நான் ஒத்துக் கொண்டேன்.
அதனால்தான் நான் ஒத்துக் கொண்டேன்.
இன்னும் நான் ஏன் ஆற்றங்கரையில் தயங்கித் தயங்கி நிற்கிறேன்?
குளிப்பது என்றால் உடைகளை எல்லாம்
களைந்துவிடு.
நீந்துவது என்றால் நீருக்குள் பாய்ந்துவிடு.
அதுதான் சரி, எனவே...
வா,
வா, என் நண்பனே,
ஒன்றாய்க் கூடி சிந்திப்போம் வா.
இப்போதே கூடி சிந்திப்போம் வா.
நம் குழந்தைகள் மீது நீ தீர்ப்பிடும் முன்பு
ஜசிந்தா வரீய்ங்காவைப் பற்றி
ஒன்றாய்க் கூடி சிந்திப்போம் வா.

அத்தியாயம் இரண்டு

1

ஒரு ஞாயிற்றுக்கிழமையன்று இசிசிரி மாவட்டம் இல்மொராக் நகரின் கோல்ஃப் மைதானத்தில் ஜசிந்தா வரீய்ங்காவின் முன் சாத்தான் தோன்றியது. அது அவளிடம் சொன்னது - பொறுங்கள்! நான் கதையை மிகவும் வேகமாகக் கொண்டு செல்கிறேன் போலும். வரீய்ங்காவின் துன்பங்கள் இல்மொராகில் தொடங்கவில்லை. கொஞ்சம் பின்னோக்கிப் பார்ப்போம்...

நைரோபியை விட்டுக் கிளம்புவதற்கு ரொம்ப காலத்துக்கு முன்பு, அவள் சாம்பியன் கட்டடக் கம்பெனியில் செயலாளராக (சுருக்கெழுத்தும் - தட்டச்சும்) வேலை பார்த்து வந்த காலத்திலேயே, துரதிருஷ்டமும் பிரச்சனைகளும் வரீய்ங்காவை வாட்ட ஆரம்பித்து விட்டன. அந்த அலுவலகம் டாம் போயா தெருவில் தேசிய ஆவணக் காப்பக கட்டடத்தின் அருகில் இருந்தது.

மிகவும் சுறுசுறுப்பான பூதத்தை விடவும் விரைவாக வந்து சேர்கிறது கெட்ட நேரம். ஒரு பிரச்சனை இன்னொன்றைக் கூட்டிக் கொண்டு வருகிறது. முதலாளியும் நிர்வாக இயக்குநருமான கிஹாராவின் அத்துமீறல்களுக்கு இடம் கொடுக்க மறுத்ததால், வெள்ளிக்கிழமை அன்று வரீய்ங்கா வேலையிலிருந்து நீக்கப்பட்டாள். அன்று மாலையே வரீய்ங்காவின் காதலன் ஜான் கிம்வானா, "உன் முதலாளி கிஹாராவுக்கு வைப்பாட்டியாக இருந்தவள்தானே நீ" என்று குற்றம் சாட்டி அவளைக் கைவிட்டு விட்டான்.

சனிக்கிழமையன்று காலையில் வரீய்ங்கா குடியிருந்த வீட்டின் சொந்தக்காரன் அவளைச் சந்தித்தான். நைரோபியின் ஓஃபாஃபா ஜெரிகோ பகுதியில் ஒரு வீட்டில் அவள் அறையெடுத்துத்

தங்கியிருந்தாள். வீடா இல்லை புறாக்கூடா? குண்டும் குழியுமான தரை, விரிசல் விழுந்த சுவர்கள், ஒழுகும் கூரை. அந்த அறையின் வாடகையை உயர்த்துவதாக வீட்டுக்காரன் சொல்ல, வரீய்ங்கா அதற்கு ஒப்புக்கொள்ளவில்லை. அந்த நிமிடமே வீட்டைக் காலி செய்யும்படி வீட்டுக்காரன் ஆணையிட்டான். வரீய்ங்கா இதற்கு மறுப்புத் தெரிவித்ததோடு, பிரச்சனையை வாடகை தீர்ப்பாயத்தின் உதவியுடன் தீர்த்துக்கொள்ள வேண்டும் என்றாள். வீட்டுக்காரர் தன்னுடைய மெர்சிடஸ் பென்ஸ் காரில் ஏறிப்போய் விட்டார். கண்மூடித் திறப்பதற்குள் கறுப்புக் கண்ணாடி அணிந்த மூன்று குண்டர்களுடன் திரும்பி வந்தார். கைகளை இடுப்பில் ஊன்றிக் கொண்டு சற்று தள்ளி நின்றபடி, ‘இதோ உன் வாடகை தீர்ப்பாயத்தை இங்கேயே கொண்டு வந்துவிட்டேன் பார்’ என்றார் குத்தலாக. வரீய்ங்காவின் பொருள்கள் வெளியே தூக்கி எறியப்பட்டன. கதவு வேறு ஒரு புது பூட்டினால் பூட்டப்பட்டது. வந்திருந்த அடியாட்களில் ஒருவன் அவளிடம் ஒரு துண்டுக் காகிதத்தை வீசிவிட்டுச் சென்றான். அதில் இப்படி எழுதப்பட்டிருந்தது:

நாங்கள் சாத்தானின் சீடர்கள்:
ரகசியத் தொழில்களின் அதிபர்கள்.

இந்த விஷயத்தை அதிகாரிகளுக்கு தெரிவிக்க சிறிதளவு முயற்சி செய்தாலும் கடவுளின் ராஜ்ஜியத்திற்கோ சாத்தானின் ராஜ்ஜியத்திற்கோ செல்ல உனக்கு பயணச் சீட்டு வழங்கி விடுவோம். சொர்க்கம் அல்லது நரகத்திற்கான ஒரு வழிப் பயணச் சீட்டு.

அவர்கள் எல்லோரும் மெர்சிடஸ் பென்ஸ் காரில் ஏறிப் போய்விட்டார்கள்.

துண்டுப் பிரசுரத்தை சற்று நேரம் வெறித்துப் பார்த்து விட்டு, அதைக் கைப்பையில் போட்டுக் கொண்டாள் வரீய்ங்கா. ஒரு பெட்டி மேல் உட்கார்ந்து தலையைக் கைகளால் பிடித்துக் கொண்டாள். “ஏன் எப்போதும் எனக்கு மட்டும் இப்படி நேர்கிறது? எந்தக் கடவுளை நான் நிந்தித்தேன்?” என்று யோசிக்க ஆரம்பித்தாள். பல்வேறு பிரச்சனைகள் பற்றியும் யோசித்தபடியே கைப்பையிலிருந்து சிறிய கண்ணாடியை வெளியில் எடுத்து அசிரத்தையாக அதில் தன் முகத்தை பார்த்துக் கொண்டாள். தான் பிறந்த நேரத்தையும், நாளையும் சபித்தாள். ஐயோ வரீய்ங்கா, இப்போது நீ எங்கே போவாய்? என்று தனக்குள் கேட்டுக் கொண்டாள்.

அப்போதுதான் தன் பெற்றோரிடமே திரும்பி விடுவதென்று அவள் தீர்மானித்தாள். பொருட்களையெல்லாம் வாரியெடுத்து பக்கத்து அறையில் குடியிருந்த கம்பா இனப் பெண்ணிடம் ஒப்படைத்துவிட்டு, மண்டையைக் குடையும் கவலைகளுடன் பிரயாணத்துக்கான ஏற்பாடுகளைச் செய்ய ஆரம்பித்துவிட்டாள்.

எல்லாப் பிரச்சனைகளுக்கும் மூல காரணமே தன் தோற்றம்தான் என்று வரீய்ங்கா நிச்சயமாக நம்பினாள்.

கண்ணாடியில் பார்த்துக் கொண்டபோதெல்லாம் தான் அழகற்று இருப்பதாக நினைத்துக் கொள்வாள். எல்லாவற்றையும் விட அதிகமாக தன் கறுப்பு நிறத்தை அவள் வெறுத்தாள். கறுப்பாகப் பிறந்தது ஒருபோதும் வெளுப்பாக ஆகிவிட முடியாது என்பதை மறந்து, சருமத்தை வெண்மையாக்கும் ஆம்பி, ஸ்நோ ஃபயர் போன்ற களிம்புகளையெல்லாம் பூசி தன்னை அலங்கோலப்படுத்திக் கொண்டாள். இப்போது அவளுடைய உடம்பு முழுவதும் கினிக் கோழிபோல கறுப்பும் வெளுப்புமாக புள்ளிகள். பழுக்கக் காய்ச்சிய இரும்புச் சீப்புகளால் படிய வைக்கப்பட்ட தலைமுடி, நுனி வெடித்து எலித்தோலைப் போல பழுப்பாகி விட்டிருந்தது. தன் பற்களையும் வரீய்ங்கா வெறுத்தாள். அவை அவள் விரும்பியபடி வெண்மையாக இல்லாமல் லேசாகக் கறை படிந்திருந்தன. அதை மறைக்க வேண்டுமென்ற நினைவில் அவள் வாய்விட்டுச் சிரிப்பதே இல்லை. தவறி சிரித்துவிட்டாலோ, உடனே பற்களின் நினைவு வர, சட்டென்று வாயை மூடிக் கொள்வாள். அல்லது உதடுகளைக் கையால் பொத்திக் கொள்வாள். எப்போதும் உதடுகளை அழுந்த மூடிக் கொண்டிருக்கும் அவளைப் பார்த்து சில சமயம் ஆண்கள் 'முசுடு வரீய்ங்கா' என்று பரிகசிப்பார்கள்.

ஆனால் சந்தோஷமாக இருக்கும்போது, நிறம் மங்கி வரும் தன் பற்கள் பற்றியும் சருமத்தின் கருமை பற்றியும் கவலைப் படாமல் வரீய்ங்கா சிரிக்கும்போது, அந்தச் சிரிப்பு எவரையும் நிலைகுலையச் செய்துவிடும். அவள் குரல் வாசனைத் தைலம் போல மென்மையாக இருக்கும். இரவில் அவள் கண்கள் நட்சத்திரங்களைப் போல மினுங்கும், பார்ப்பவர் கண்களுக்கு அவள் உடல் விருந்தளிக்கும். உடலைப் பற்றிய பிரக்ஞை இல்லாமல் இயல்பாக அவள் நடந்து செல்லும்போது, காற்றில் அசைந்தாடும் இரு பழுத்த பழங்கள் போல அவளது மார்புகள் குலுங்கும். எதிர்ப்படும் ஆண்களை அப்படியே தடுத்து நிறுத்திவிடும் அழகு.

ஆனால் வரீய்ங்கா ஒருபோதும் தன் அற்புதமான உடலழகை உணர்ந்து கொண்டதேயில்லை. மற்றவர்களின் அழகில் மாய்ந்துபோய் அதற்கேற்ப பொருத்தமற்ற முறையில் தன்னை மாற்றிக் கொள்ளவே ஏங்கினாள். தன் உடலமைப்புக்கு ஏற்ற ஆடைகளை அணிவதில் கூட எப்போதும் அவளுக்கு தோல்விதான். மற்ற பெண்களின் உடையலங்காரத்தைப் பின்பற்றுவதிலேயே குறியாக இருந்தாள். தன்னுடைய நிறத்துக்கோ உடல் வாகுக்கோ பொருத்தமாக இல்லாத நவீனபாணி உடைகளையே அவள் தேர்ந்தெடுத்தாள். ‘மற்றவ பிராணிகளைப் போல நடக்கப்போய் தவளைக்கு பிட்டம் தேய்ந்து போனது’ என்ற கதையாக மற்றொருத்தியின் நடையை பின்பற்றப்போய் சில சமயம் வரீய்ங்கா தன் இயல்பான தோரணையையே இழந்துவிடுவாள்.

அந்த சனிக்கிழமையன்று அவநம்பிக்கையுடனும், கழிவிரக்கத்துடனும் நைரோபி தெருக்களில் வரீய்ங்கா நடந்து கொண்டிருந்தாள். இல்மொராகிலுள்ள பெற்றோர் வீட்டுக்குச் செல்ல மட்டாட்டு வண்டியைப்* பிடிக்க பேருந்து நிறுத்தத்தை நோக்கிச் சென்று கொண்டிருந்தாள்.

கனவில்கூட நினைத்திராதபடி வாழ்க்கை மாறிவிட்ட நிலை. அன்றைக்கு ரிவர் சாலையில் நடந்து, ரொனால்டு காலா தெருவைக் கடந்து, ரேஸ்கோர்ஸ் சாலையின் முனையில், செயின்ட் பீட்டர்ஸ் க்ளாவர்ஸ் தேவாலயத்துக்கும் தையல்யந்திரக் கடைக்கும் இடையிலிருக்கும் காக்கா ஓட்டல் பேருந்து நிறுத்தத்துக்கு வந்தது எவ்விதம்? எத்தனையோ காலம் கடந்துவிட்ட பின்பும், இன்னும்கூட அது ஒரு புரியாத புதிர்தான் அவளுக்கு.

நகரப் பேருந்து ஒன்று வேகமாக அவளை நோக்கி வந்தது. வரீய்ங்கா கண்களை மூடிக்கொண்டாள். அவள் உடம்பு நடுங்கியது. தொண்டை அடைத்தது. ஏதோ ஒரு பிரார்த்தனைப் பாடலின் தாளகதிக்கு ஏற்ப அவள் இதயம் துடித்தது. “துன்பம் வரும் வேளையில், தந்தையே, பாராமுகம் வேண்டாம். கண்ணீர் சிந்தும் வேளையில் உமது முகத்தை என்னிடமிருந்து மறைத்துக் கொள்ளாதீர். இப்போதே என்னை ஏற்றுக்கொள்வீர்.”

திடீரென்று வரீய்ங்கா தனக்குள்ளிருந்து வரும் குரலைக் கேட்டாள்: “எதற்காக மறுபடியும் உயிரை மாய்த்துக்கொள்ள முயற்சிக்கிறாய்?

★ நம் ஊர் டாக்ஸி போன்ற வாடகை வேன் இது.

இந்தப் பூமியில் உன் பணி முடிந்துவிட்டதாக உனக்கு யார் சொன்னது? உன் காலம் முடிந்து விட்டதாக உன்னிடம் யார் சொன்னது?''

வரீய்ங்கா சட்டென்று கண்களைத் திறந்தாள். இரண்டு பக்கமும் மாறிமாறிப் பார்த்தாள். குரலுக்கு உரியவரைப் பார்க்க முடியவில்லை. செய்யவிருந்த காரியத்தை நினைத்தபோது அவளுக்கு உச்சி முதல் பாதம்வரை நடுங்கியது.

மறுகணம் தலை சுற்றியது. கண் முன்னால் நைரோபி, அதன் மக்கள், கட்டடங்கள், மரங்கள், மோட்டார்வண்டிகள், தெருக்கள் எல்லாமே சுற்றத் தொடங்கின. காதுகள் அடைத்துக் கொண்டன. நகரமே பெரும் மௌனத்தில் ஆழ்ந்துவிட, அனைத்து ஓசைகளும் அடங்கின. கால் முட்டிகள் வலுவிழந்து தொய்ந்து போயின. மூட்டுகளிலிருந்து சக்தி முழுவதும் வடிந்துவிட்டாற் போல் இருந்தது. தான் நினைவு தடுமாறுகிறோம் என்பது வரீய்ங்காவிற்குப் புரிந்தது. அதே சமயம் கீழே விழும் தருணத்தில் யாரோ தன் வலது கையைப் பற்றி விழாமல் தடுத்ததையும் உணர்ந்தாள்.

'இந்நேரம் கீழே விழுந்திருப்பாய். வந்து கட்டட நிழலில் உட்கார். வெயிலில் நிற்காதே.'

அதை மறுக்கவோ, சொன்னவர் யாரென்று பார்க்கவோ கூடிய நிலையில் வரீய்ங்கா இல்லை. மூடப்பட்டிருந்த காக்கா ஹெவன்லி மசாஜ் அண்ட் ஹேர் டிரஸ்ஸிங் சலூனின் படிக்கட்டை நோக்கி அவளை அழைத்துச் சென்றான் அவன். இரண்டாவது படியில் வரீய்ங்கா உட்கார்ந்து கொண்டாள். கைகளைக் குவித்து அதில் அவள் முகத்தைத் தாங்கிக் கொண்டபோது, விரல்கள் காதுகளைத் தொட்டன. சுவரில் சாய்ந்து கொண்டாள். அந்த நிலையில் கடைசித் துளி சக்தியும் அவளிடமிருந்து விடைபெற, இருண்மையின் ஆழத்தில் புதைந்தாள். அமைதி. பிறகு ஊதல் சத்தம் கேட்டது. பிறகு வேறு சத்தம் கேட்டது; தொலைவில் யாரோ பாடும் ஓசையாக, காற்றின் அலைகளில் மிதந்து வரும் ஓசையாகக் கேட்டது:

எல்லாம் வல்ல இறைவன் கொடுத்த என்
உடலுக்காக துக்கம் கொண்டாடுகிறேன்.
கல்லறையில் நான் புதைக்கப்படுகையில்
யாருடன் அதனைப் பகிர்ந்து கொள்வது
என்றும் எனக்குள் கேட்டுக் கொள்கிறேன்.

பிறகு ஓசை பாடலாக இல்லை. அடையாளங்காண முடியாத குரல்கள். நுங்கும் நுரையுமாகக் கொப்பளிக்கிற, பொருள் விளங்காத ஓசையாக, பெருங்கூச்சலாகித் தேய்ந்து மறைந்தன.

நாகுரு டே செகண்டரி பள்ளி மாணவியாக வரீய்ங்கா ஹோலி ரோசரி தேவாலயத்துக்குச் சென்று கொண்டிருந்த காலத்தில் வழக்கமாக வந்து துன்புறுத்தும் கோரக் கனவு இப்போது மீண்டும் வந்தது.

முதலில் இருட்டு. ஒரு பக்கம் அந்தரத்தில் தொங்கும் சிலுவை. கந்தல்களை உடுத்திய கூட்டமொன்று, சாத்தானை சிலுவையை நோக்கித் தள்ளிக்கொண்டு போவது வெளிச்சத்தில் தெரிந்தது. பட்டுத் துணியாலான அங்கி அணிந்த சாத்தான், குடைபோல மடக்கிய கைத்தடியை கையில் வைத்துக் கொண்டிருந்தது. அதன் தலையில் ஏழு கொம்புகள். சாத்தானின் பெருமையைப் போற்றி பறைசாற்ற ஏழு எக்காளங்கள். நெற்றியில் ஒன்றும் பிடரியில் ஒன்றுமாக சாத்தானுக்கு இரண்டு வாய்கள். உலகின் அனைத்துத் தீமைகளையும் இக்கணமே பிரசவிக்கப் போகும் நிலையில் சரிந்து தொங்கிய வயிறு. பன்றியினுடையதைப் போன்ற சிவந்த தோல். சிலுவையை நெருங்கியவுடன் வெளிச்சத்தில் கண்கள் கூச, இருட்டை நோக்கி கண்களைத் திருப்பிக் கொண்டது சாத்தான். இனி நானும் என் சீடர்களும் பூமியின் மீதுள்ள மனிதர்களுக்கு நரகத்தை உண்டாக்க மாட்டோம் என்று சத்தியம் செய்தது; என்னை சிலுவையில் அறைய வேண்டாமென்று கெஞ்சியது.

ஆனால் மக்கள் ஒன்றுசேர்ந்து குரல் கொடுத்தார்கள்: 'உனது மாய்மாலத்தை மூடிமறைக்கும் எல்லாவித ஆடைகளைப் பற்றிய ரகசியங்களும் எங்களுக்குத் தெரியும். கொலையைச் செய்துவிடுகிறாய் - பிறகு இரக்கம் என்ற ஆடையைப் போர்த்திக் கொண்டு அனாதைகளின், விதவைகளின் கண்ணீரைத் துடைக்கப் போகிறாய். நடு இரவில் மக்களின் களஞ்சியத்திலிருந்து உணவைத் திருடிவிடுகிறாய் - பிறகு விடிகாலையில் உணவைப் பறிகொடுத்தவர்களிடம் தானம் என்ற உடையைப் போர்த்திக் கொண்டுபோய் திருடிய தானியத்திலிருந்து ஒரு சுரைக்குடுக்கையை நிரப்பிக் கொடுக்கிறாய். உன் சுயவேட்கையை நிறைவுசெய்து கொள்வதற்காக, முறையற்ற உறவுகளைத் தூண்டி விட்டுவிடுகிறாய் - பிறகு நல்லவன் என்ற உடையைப் போர்த்திக்கொண்டு ஆண்களை மனம் வருந்தி பரிசுத்தத்தின் பாதையில் செல்ல உன்னைப் பின்பற்றும்படி சொல்கிறாய். மனிதர்களின் சொத்தைக் கொள்ளையடித்து விடுகிறாய்

- பிறகு நண்பன் என்னும் உடையணிந்து வந்து அவர்களைக் கொள்ளையடித்தவனைத் தேட வருமாறு அழைக்கிறாய்.

மக்கள் அங்கேயே அப்போதே சாத்தானை சிலுவையில் அறைந்துவிட்டு, வெற்றிப்பாடல்களைப் பாடியபடி கிளம்பிப் போனார்கள்.

மூன்று நாட்கள் கழித்து, ஆடம்பரமாக உடையணிந்து கொண்டு, இருளின் சுவர்களில் பதுங்கி நகர்ந்து வந்து வேறுபலர், சாத்தானை சிலுவையிலிருந்து இறக்கினார்கள். அதன் முன்னால் மண்டியிட்டு சூழ்ச்சி, தந்திரம் என்கிற அதன் உடையின் ஒரு பகுதியைத் தங்களுக்குத் தருமாறு உரத்த குரலில் மன்றாடிக் கேட்டார்கள். உடனே அவர்களுடைய வயிறு உப்ப ஆரம்பித்தது. எழுந்து நின்று, வரீய்ங்காவை நோக்கி நடந்து வந்து அவளைப் பார்த்துச் சிரித்தார்கள். உலகின் தீமைகளையெல்லாம் உள்வாங்கிக் கொண்டுவிட்ட தங்களின் பெரிய வயிறுகளைத் தடவிவிட்டுக் கொண்டார்கள்...

வரீய்ங்கா திடுக்கிட்டாள். சுற்றிலும் பார்த்து மலங்க மலங்க விழித்தாள். மீண்டும் சுயஉணர்வுக்குத் திரும்பியபோது தொலைதூரப் பயணம் சென்று வந்தாற்போல் இருந்தது. இன்னமும் ரேஸ்கோர்ஸ் சாலையில், செயின்ட் பீட்டர்ஸ் க்ளாவர்ஸ் தேவாலயத்தின அருகிலுள்ள காக்கா ஓட்டல் பேருந்து நிறுத்தத்திலேயே உட்காந்திருப்பதை உணர்ந்தாள். இதுவரை தான் கேட்டது, விரைந்து சென்ற கார்களின் ஓசையும் ஹாரனின் அலறலும் தான் என்று தெரிந்துகொண்டாள். நான் எப்படி இங்கு வந்தேன் என்று தன்னைத்தானே கேட்டுக் கொண்டாள். எந்தக் காற்று என்னை இங்கு சுமந்து வந்தது? ஓஃபாஃபா ஜெரிக் கோவிலிலிருந்து 78 ஆம் தடத்தில் செல்லும் பேருந்தில் ஏறியது நினைவிருக்கிறது. ஜெருசேலம், பஹாதி வழியாக ஜோகூ சாலையைக் கடந்து, பின்பு மசாக்கூ பேருந்து நிலையத்தை அடைந்து... பிறகு... சரி சரி. நான் என் காதலன் ஜான் கிம்வானாவை கடைசியாக ஒருமுறை பார்ப்பதற்காக பல்கலைக்கழகத்தை நோக்கிப் போய்க் கொண்டிருந்தேன். ஒயிட்ரோஸ் சலவை நிலையத்தின் அருகிலுள்ள தேசிய ஆவணக் காப்பகக் கட்டடத்தின் வாசலில் பேருந்தை விட்டு இறங்கினேன். டாம் போயா தெருவில் கூஞ்சா பள்ளிவாசலைக் கடந்தேன். ஜீவஞ்சீ பூங்காவைக் கடந்து, கார்டன் ஓட்டலைத் தாண்டி, ஹாரி துக்கு தெருவும் பல்கலைக்கழகத் தெருவும் கூடுமிடத்தில் மத்திய போலீஸ் நிலையத்தைப் பார்த்தபடி நின்றிருந்தேன். நான் இங்குதான் பழசை எல்லாம் நினைக்க ஆரம்பித்தேனா? இந்த

பல்கலைக்கழக கட்டடங்களைத் திரும்பிப் பார்த்தபோதுதானே, அதிலும் குறிப்பாக பொறியியல் துறையின் கட்டடங்களைத் திரும்பிப் பார்த்தபோதுதானே, என் இளமைக்கால கனவுகள் நினைவுக்கு வந்தன? பஹாரிணி பிரைமரியிலும், நாகுரு டே செகண்டரியிலும் படிக்கும்போது உருவான என் கனவுகள், கோரிகாவிலிருந்து வந்த பணக்காரக் கிழவனால் மண்ணோடு மண்ணாக மிதித்து அழிக்கப்பட்டது அப்போதுதானே என் நினைவுக்கு வந்தது? பல்வேறு பிரச்சனைகளில் புதையுண்டு போயிருந்த நிலையில், அந்த நினைவுகளோடு நேற்றிரவு ஜான் கிம்வானா என்னைக் கைவிட்டதும் சேர்ந்து கொண்டபோது, திடீரென்று என் மூளையும் இருதயமும் பற்றி எரிவது போல் உணர்ந்தேன். கோபத்தால் எனக்கு மூச்சுத் திணறியது... அடுத்தபடியாக என்ன செய்தேன்? எங்கே போனேன்? அடக் கடவுளே! என் கைப்பை எங்கே? எங்கே போட்டேன் அதை? இனி, இல்மொராக் போவதற்கான பணத்துக்கு என்ன செய்வேன்?

மறுபடியும் வரீய்ங்கா தன்னைச் சுற்றிலும் பார்த்துக் கொண்டாள். தன் வலது கையைப் பற்றி, முடிதிருத்தும் நிலையத்தின் படியில் தன்னை உட்காரவைத்த மனிதனின் கண்களை அப்போதுதான் சந்தித்தாள்.

‘இதோ, இதோ இருக்கிறது உன் பை’ என்று கையை நீட்டி பையைக் கொடுத்தான். ஒருபுறத்தில் வரிக்குதிரைத் தோலால் அலங்கரிக்கப்பட்ட கறுப்பு நிறப் பை அது.

உட்கார்ந்த நிலையிலேயே அவனிடமிருந்து பையை வாங்கிக் கொண்டாள் வரீய்ங்கா. கேள்விக்குறியுடன் அவனைப் பார்த்தாள். முகத்தில் முதிர்ச்சி தெரிந்தாலும் உடற்கட்டு அவன் இளைஞன் என்பதைக் காட்டியது. அடர்த்தியான ஆழ்ந்த கறுப்புநிறத் தலைமுடி... ஆட்டுக் கிடாயினுடையதைப் போன்ற தாடி... வெகு தொலைவில் மறைந்திருக்கும் பலவற்றையும் ஊடுருவிப் பார்க்கும் ஒளிபடைத்த கருமையான கண்கள். காக்கி நிற ஜீன்ஸூம் பழுப்பு நிறத் தோல் சட்டையும் அணிந்திருந்தான். இடது அக்குளின் அடியில் கறுப்புநிற தோல்பை வைத்திருந்தான். வரீய்ங்காவின் பை தன்னிடம் வந்த விதத்தை விளக்கினான்.

‘ரிவர்சாலையில், டீரூம் அருகில் உள்ள நியேரி மட்டாட்டு நிறுத்தத்தில் பையை நீ கீழே போட்டுவிட்டாய். அதை எடுத்துக் கொண்டு நான் உன்னைப் பின்தொடர்ந்தேன். இன்று உனக்கு யோகம்தான்! இல்லாவிட்டால் வண்டி உன்மேல் ஏறியிருக்கும். கஞ்சா அடித்துவிட்டு போக்குவரத்து நெரிசலைப் பற்றிக்கவலைப்படாமல் தெருவைக்

கடக்கும் குருடனைப் போல நீ நடந்து போய்க் கொண்டிருந்தாய். நடைபாதையில் நீ தடுமாறிக் கொண்டிருக்கும்போதே உன்னைப் பிடித்துவிட்டேன். உன் கையைப் பற்றி நிழலுக்கு அழைத்து வந்தேன். அப்போதிலிருந்து சும்மாதான் நின்று கொண்டிருக்கிறேன். இதயத்தின் வேதனைகளால் எங்கேயோ சென்றுவிட்ட நீ திரும்பி வருவதற்காகத்தான் காத்துக் கொண்டிருந்தேன்.'

'நான் தொலைதூரம் போய்விட்டேனென்று உங்களுக்கு எப்படித் தெரியும்?' என்று அவனைக் கேட்டாள் வரீய்ங்கா.

'உன் முகத்திலிருந்து, கண்களிலிருந்து, உதடுகளிலிருந்து' என்றான் இளைஞன்.

'என் கைப்பை திரும்பக் கிடைத்தது ரொம்ப நிம்மதியாக இருக்கிறது. அது விழுந்ததே எனக்குத் தெரியாது... என் சட்டைப் பையில் சல்லிக்காசு கூட கிடையாது.'

'பையைத் திறந்து உள்ளே வைத்திருந்ததெல்லாம் இருக்கிறதா, முக்கியமாக பணம் இருக்கிறதா என்று பார்த்துக்கொள்' என்றான் அவன்.

'அப்படியொன்றும் அதிகப் பணம் அதில் இருக்கவில்லை' என்றாள் பரிதாபமாக.

'இருந்தாலும் சரிபார்த்து விடு. இருபத்தைந்து சென்ட் திருடுகிறவன்தான் வழக்கமாக தூக்கு தண்டனை பெறுகிறான் என்பது உனக்குத் தெரியாதா?'

வரீய்ங்கா பையைத் திறந்து அசிரத்தையாக உள்ளே பார்த்துவிட்டு, 'எல்லாம் இருக்கிறது' என்றாள். ஒரு கேள்வி மட்டும் அவளைக் குடைந்துகொண்டிருந்தது. சாலையில் அவள் விழப்போனபோது அவள் காதில் விழுந்த குரல் இந்த மனிதனுடையதுதானா? எப்படி தன்னுடைய எண்ணங்களை இவன் சரியாக அளந்துவிட்டான்? தற்கொலை செய்துகொள்ள அவள் செய்யும் முதல் முயற்சி அல்ல அது என்பதை எப்படிக் கண்டுபிடித்தான்? 'நான் மயங்கி விழுவதற்கு முன்பு என்னிடம் பேசியது நீங்கள்தானா?' என்று கேட்டாள்.

அவன் தலையை அசைத்தான். 'நீ கீழே விழ இருந்த தருணத்தில் நான் வந்து சேர்ந்தேன். உடல் நிலை சரியில்லையா?'

'அப்படி ஒன்றும் இல்லை', அவசரமாக மறுத்தாள் வரீய்ங்கா. 'சலிப்பு, அவ்வளவுதான். என் உடல், மனம் இரண்டுக்கும் நைரோபி சலித்துவிட்டது.'

'சலித்துப்போக நியாயமிருக்கிறது', என்றான் இளைஞன். 'நைரோபி பரந்து விரிந்தது; இதயமில்லாதது; ஊழல் மலிந்தது'. வரீய்ங்காவிற்கு அருகில் வந்து சுவரில் சாய்ந்து நின்றபடி தொடர்ந்து பேசினான்; 'நைரோபி மட்டுமா இப்படி சீரழிந்து போயிருக்கிறது? காலனி ஆதிக்கத்திலிருந்து சமீபத்தில் விடுபட்டிருக்கிற எல்லா நாடுகளிலும் உள்ள நகரங்களிலும் இதுதான் நிலைமை. இந்நாடுகள் தங்கள் பொருளாதாரத்தை எப்படி நிர்வகிப்பது என்பதை அமெரிக்க நிபுணர்களிடமிருந்து கற்றுக் கொள்ள முனைகின்றன. இந்த ஒரே காரணத்தால்தான் இந்த நாடுகளால் வறுமையை ஒழித்துக்கட்ட முடிவதில்லை. சுயநலத்தை அடிப்படையாகக் கொண்ட அமைப்பையும் கொள்கையையும் அமெரிக்க நிபுணர்கள் அவர்களுக்குக் கற்பிக்கிறார்கள். பொது நலனைப் போற்றும் பழமையான பாடல்களை மறக்கும்படி அறிவுறுத்துகிறார்கள். பணம் குவிப்பதைக் கொண்டாடும் புதிய பாடல்களையும் தோத்திரங்களையும் அவர்களுக்குப் போதிக்கிறார்கள். அதனால்தான் இன்று நைரோபி நமக்கு இப்படி போதிக்கிறது:

நேர்மைக்குப் பதிலாக கபடம்,
தாராளத்துக்குப் பதிலாக கஞ்சத்தனம்.
அன்புக்குப் பதிலாக வெறுப்பு,
நன்மைக்குப் பதிலாகத் தீமை.

இன்றைய நடனப் பாடல் இப்படி பிரகடனம் செய்கிறது:

கொத்துவது எதுவும் பிறருக்காகக் கொத்துவதில்லை
கிள்ளுவது எதுவும் பிறருக்காகக் கிள்ளுவதில்லை.
பயணிப்பது எதுவும் பிறருக்காக பயணிப்பதில்லை
பிறருக்காக வாழ்கிறவன் எங்கே இருக்கிறான்?

இவற்றையெல்லாம் மனதுக்குள் அலசிப் பார்த்து, உன்னையே கேட்டுக்கொள்: இந்த வகையான பாட்டு - நம்மை எங்கே இட்டுச் செல்கிறது? எந்த வகையான இதயத்தை நமக்குள் இது உருவாக்குகிறது? பூனை நாய்களுடன் போட்டியிட்டு, குப்பைத் தொட்டிகளில் மிச்சம் மீதி உணவைத் தேடி நம் குழந்தைகள்

சண்டையிடுவதைக் கண்டு விழுந்து விழுந்து சிரிக்கிறோமே, அதற்கு நம்மைத் தூண்டுவது எந்த வகைப் பாட்டு?

ஞானிகளுக்கும் நல்லறிவு புகட்ட முடியும்.
ஆகவே நான் சொல்கிறேன்:
பேசுவதே நேசிப்பதற்கு வழி என்கிறது கிக்கூயூ.
இன்றில் இருக்கிறது நாளையின் களஞ்சியம்.
நாளை என்பதோ இன்று நாம் விதைப்பதன் அறுவடையே.
எனவே நம்மை நாமே கேட்டுக் கொள்வோம்:
புலம்புவதாலும் பொருமுவதாலும் எப்போது யார்தான் பயனடைந்தார்கள்?
விதைகளை மாற்றுவோம், ஏனெனில் குடுவையில் இருப்பவை,
ஒன்றுக்கு மேற்பட்ட வகைகள்!
நடைகளை மாற்றுவோம், ஏனெனில் பாடலில் இருப்பவை
ஒன்றுக்கு மேற்பட்ட லயங்கள்!
இன்றுள்ள முவோம்போகோ நடனத்துக்கானது.
இரண்டு தப்படியும் ஒரு திருப்பமும்!

திடீரென்று இளைஞன் மௌனமாகி விட்டான். இருந்தாலும் அவன் குரலும் சொற்களும் வரீய்ங்காவின் காதுகளில் ஒலித்துக் கொண்டிருந்தன.

புதிரானதொரு மொழியில் இளைஞன் சுட்டிக் காட்டிய செய்தியின் உட்பொருளை முழுமையாக அவளால் விளங்கிக் கொள்ள முடியவில்லை. இருந்தாலும், ஒருகாலத்தில் தானுமே கொண்டிருந்த எண்ணங்களுக்கு அவனுடைய வார்த்தைகள் நெருங்கி வருவதை ஆங்காங்கே அவளால் புரிந்துகொள்ள முடிந்தது. பெருமூச்செறிந்துவிட்டு அவனிடம் சொன்னாள்: 'உங்கள் வார்த்தைகளுக்கு ரகசிய அர்த்தங்கள் இருக்கின்றன. ஆனால் நீங்கள் சொல்வது என்னவோ உண்மைதான். இப்போது இந்தத் தொல்லைகள் தாங்கக் கூடிய எல்லையைக் கடந்துவிட்டன. அவற்றிலிருந்து தப்பிப்பதற்காக யார்தான் மாற்றத்தை விரும்ப மாட்டார்கள்?'

பேசப்பேச தன் நாக்கு கட்டவிழ்வதை உணர்ந்தாள் வரீய்ங்கா. இதயத்திலிருந்து பெரும் சுமையை இறக்கி வைப்பதுபோல் அவள் தொடர்ந்து பேசத் தொடங்கினாள். சமனான குரலில் பேசினாள். ஆனாலும் அந்தக் குரலில் வேதனையும் வருத்தமும் கண்ணீரும் தோய்ந்திருந்தது.

2

'என்னைப்போன்ற ஒரு பெண்ணை எடுத்துக் கொள்வோம்' என்றாள் வரீய்ங்கா. தனக்குத் தானே பேசிக் கொள்பவள் போல தரையில் ஒரு புள்ளியை வெறித்துப் பார்த்தபடி பேசினாள். 'அல்லது நைரோபியில் வசிக்கும் எந்தவொரு பெண்ணை வேண்டுமானாலும் எடுத்துக் கொள்வோம். அவள் பெயர் மஹாூவா கரீந்தி* என்று வைத்துக் கொள்ளலாம். அவள் பிறந்தது ஒரு கிராமத்தில் அல்லது சரியான பட்டிக்காட்டில். படிப்பு குறைவுதான். அல்லது அவள் சி.பி.இ.பாஸ் செய்து உயர்நிலைப் பள்ளிக்குச் சென்றாள் என்றும் வைத்துக் கொள்வோம். ஏழைகளிடம் ஏகப்பட்ட பணம் வசூலித்தும் கூட ஆசிரியர்களே இல்லாத சுயநிதிப் பள்ளிகளைப் போலில்லாமல், இது ஒரு நல்ல பள்ளிக்கூடம் என்றே வைத்துக் கொள்வோம்.

'இரண்டாம் ஃபாரம் போகும் முன்பே கரீந்தி அதை அனுபவித்து விட்டாள்; கர்ப்பமாகி விட்டாள்.'

'அதற்கு யார் காரணம்?'

'ஒரு மாணவன் என்று வைத்துக் கொள்வோம். அவனிடம் ஒரு சல்லிக்காசு கூட கிடையாது. ஜேம்ஸ் ஹாட்லிசேஸ், சார்லஸ் மாங்கவா அல்லது டேவிட் மெய்லூவின் நாவல்களைப் பரிமாறிக் கொள்வதில்தான் அவர்களுடைய நட்பு ஆரம்பித்தது. ஜிம் ரீவ்ஸ், டி.கே. அல்லது லாரன்ஸ் தூருவினுடைய ரெக்கார்டிலிருக்கும் பாடல்களைப் பாடுவதில் அது தொடர்ந்தது. கரீந்தி, இப்போது நீ என்ன செய்யப் போகிறாய்?

'அப்புறம், அவளுடைய கர்ப்பத்துக்குக் காரணமானவன் கிராமத்திலிருந்து வந்த ஒரு பொம்பளைப் பொறுக்கி என்று வைத்துக்கொள்வோம். அந்தப் பொறுக்கிக்கு வேலையில்லை. தலைவைத்துப் படுக்கக்கூட இடமில்லாதவன். கிராமத்தில் நடைபெறும் மாலைநேர நடனங்களும் கித்தார் வாசிப்பும்தான் அவர்களின் காதல் விவகாரத்தை தொடரச் செய்து கொண்டிருந்தவை. இரவில் குடிசைகளிலோ, இருட்டியபின் திறந்தவெளியில் வயல்களிலோ அது நடந்தது. குட்டிக் கரீந்தி, இப்போது நீ எங்கே போவாய்? சின்னக் குழந்தைக்கு பாலும், உடைகளும் வேண்டுமே!

★ கரீந்தி – இளம்பெண்: 'சின்னப் பொண்ணு'

'ஒருவேளை அந்தப் பொறுக்கி நகரத்தில் ஏதோ ஒரு வேலையில் இருப்பதாக வைத்துக் கொள்வோம். அப்போது அவனது மாதச் சம்பளம் ஐந்து ஷில்லிங்தான். ப்ரூஸ் லீயும் ஜேம்ஸ் பாண்டும் நடித்த படங்கள் பார்த்தும், மட்டாட்டு வண்டி பிடித்து வீடு செல்லும் வழியில் மலிவுவிலை உணவு விடுதிகளில் ஐந்து நிமிட நேரம் தங்கிப் பேசியும் அவர்களின் காதல் வளர்ந்தது. இப்போது கரீந்தியின் கண்ணீரை யார் துடைப்பது?

'அல்லது, ஒரு பெரிய பணக்காரன்தான் குழந்தையின் அப்பா என்று ஒரு பேச்சுக்கு வைத்துக் கொள்வோம். இப்போதெல்லாம் இந்த மாதிரிக் காதல்தானே நாகரீகமாக இருக்கிறது? பணக்காரனுக்கு ஒரு மனைவி இருக்கிறாள். ஏதோ ஒரு ஞாயிற்றுக்கிழமையில் ஒரு மெர்சிடஸ் பென்ஸ் காருக்குள் வைத்து நடந்த ஒரு கூடலின் பலன்தான் இந்த விவகாரம். பள்ளி திரும்புமுன், கரீந்தியின் கைச்செலவுக்கு கிடைத்து வந்த சில்லரைக் காசுதான் இந்தக் காதலுக்கு தூண்டுதலாக இருந்தது.

'மாணவனோ பொறுக்கியோ பணக்காரனோ - யாரானாலும் கரீந்தி தன் நிலைமையை எடுத்துச் சொல்லும்போது எதிர்வினை ஒரேமாதிரிதான் இருக்கிறது: "என்ன! கரீந்தி, உன் கர்ப்பத்துக்கு யாரைக் காரணமாக்கப் பார்க்கிறாய்? என்னையா? நான்தான் என்று எப்படிச் சொல்கிறாய்? உன் மனப்பிராந்தியைச் சொல்லி நோகடிக்க வேறு ஆளைப்பார். வெறும் பத்தே சென்ட்டுக்கு எளிதாக தொடை விரிக்கும் கரீந்திதானே நீ? பீப்பாய் பீப்பாயாக கண்ணீர் சிந்து! அதனால் ஒரு பயனும் இருக்கப் போவதில்லை. எங்கெங்கோ போய் கர்ப்பத்தை சம்பாதித்து விட்டு, ஒரே ஒரு நாள் யதார்த்தமாக உன்னுடன் விளையாடியதற்காக என் மேலேயே பழிபோடலாமென்றா பார்க்கிறாய்?"

கரீந்திக்கு பேசுவதற்கு சொல்லிக் கொடுக்கவா வேண்டும்? இடுப்பில் கைகளை ஊன்றி நின்றுகொண்டு நேற்றுவரை காதலனாக இருந்தவனைப் பிடித்து விளாசுகிறாள்: "நீ என்ன, உன்னை சர்க்கரை என்று நினைத்துக் கொண்டிருக்கிறாயா? அப்படியானால் நான் சர்க்கரை போடாமல் தேநீர் குடிப்பேன். உன்னை பேருந்து என்று நினைத்துக் கொண்டிருக்கிறாயா? நான் நடந்து போகத் தயார். உன்னை வீடென்கிறாயா? திறந்த வெளியில் தூங்க நான் தயார். ஒருவேளை படுக்கையே நீதான் என்கிறாயோ? அப்போது நான் தரையைத்தான் தேர்ந்தெடுப்பேன். இனிக்க இனிக்கப் பேசுகிற ஆண் வேசைகளிடம் எனக்கு நம்பிக்கை போய்விட்டது." இந்நிலையிலும் கரீந்தி

தைரியமாக இருப்பது போல காட்டிக் கொள்கிறாள். உள்ளுக்குள் அவளுடைய இதயம் ஆத்திரத்தில் படபடத்துக் கொண்டிருக்கிறது.

கரீந்தி கர்ப்பத்தை கலைப்பதற்கான மருந்து சாப்பிட மறுத்துவிட்டதாக வைத்துக் கொள்வோம். தாயின் வயிற்றிலிருந்து குழந்தைகள் பிணமாக வெளிவருவதை நினைக்கவே அவளுக்கு திகிலாக இருக்கிறது. கரீந்தி குழந்தையைப் பெற்றெடுக்கிறாள். அதை கக்கூஸ் குழியில் வீசவில்லை அவள். தெருவோரத்திலோ, பேருந்திலோ விட்டுவிட்டும் போகவில்லை. காட்டிலோ, குப்பைத் தொட்டியிலோ போடவில்லை. அவளை அவள் பெற்றோர் வரவேற்கவும் இல்லை; இனி வருவதை சமாளிக்கத் தயாராகவும் இல்லை. இருந்தாலும், தன்னுடைய அம்மா அல்லது பாட்டியின் தோளில் இந்த குழந்தையை வளர்க்கும் சுமையை ஏற்றுகிறாள் கரீந்தி. இதை கரீந்தி ஒரு பழக்கமாக ஆக்கிக் கொண்டுவிடக் கூடாது என்று அம்மாவும் பாட்டியும் அவளை எச்சரிக்கிறார்கள். "கரீந்தி, இனியாவது கவனமாக இருந்துகொள். ஆண்களுக்கு கொடிய விஷமுள்ள கொடுக்குகள் இருப்பதை மறந்துவிடாதே. அதன் விஷம் அதனால் பாதிக்கப்பட்ட பெண்ணின் உடம்பிலிருந்து ஒருபோதும் நீங்காமல் அவளை அரித்துக் கொண்டேதான் இருக்கும் என்பதையும் மறந்து விடாதே."

'பிறருடைய பாவத்துக்காக மனம் வருந்தி எவரும் மன்னிப்புக் கேட்பதில்லை என்பதைக் கரீந்தி மிக நன்றாகவே உணர்ந்திருக்கிறாள். திரும்பி வருவதைப் பற்றி வருந்துமளவுக்கு முடிந்துபோனதைப் பற்றி ஒருவரும் வருந்துவதில்லை. ஒருவர் புன்னகைப்பதன் பொருள் அவர் நம்மை நேசிக்கிறார் என்பதல்ல. ஆகவே கரீந்தி பல்லைக் கடித்துக்கொண்டு உறுதியுடன் பள்ளிக்குத் திரும்புகிறாள். கேம்பிரிட்ஜ் அல்லது பள்ளிச் சான்றிதழ் தேர்வு எழுதுகிறாள். இ.ஏ.சி.இ. தேர்வில் தேர்ச்சி பெற்று, ஆங்கிலம், ஸ்வாஹிலி, மதம் மூன்றிலும் சான்றிதழ் பெறுகிறாள்.

'அதுவரை சரிதான்.

'ஆனால் பிரச்சனைகளுக்கு இறக்கை முளைத்து அவை தாமே பறந்து போய்விடுவதில்லை. மறுபடியும் கரீந்தியின் பெற்றோர் தங்களிடம் உள்ள பணத்தையெல்லாம் வெளியில் எடுக்கிறார்கள். திடீரென கண்முன் ஒரு எலி ஓடினால் அதை அடிப்பதற்காக அவர்கள் ஒரு குச்சியை தயாராக வைத்திருக்கிறார்கள் - இப்போது அப்படிப்பட்ட ஒரு எலி கண்முன் வந்துவிட்டது. எதிர்பாராத பணத்

தேவையை சமாளிக்கப் பயன்படும் என்று பணத்தை சிரமப்பட்டு சேர்த்து வைத்திருக்கிறார்கள். அப்படி ஒரு எதிர்பாராத தேவைதான் இப்போது வந்துவிட்டது. மகளின் படிப்புச் செலவுக்காக அந்தப் பணத்தையெல்லாம் வெளியில் எடுக்கிறார்கள். உடனடியாக, கரீந்தியை நைரோபி செகரடேரியல் கல்லூரியில் சேர்த்து தட்டச்சும் சுருக்கெழுத்தும் படிக்க வைக்கிறார்கள். ஒன்பது மாதங்கள் முடிந்த பின் கரீந்தி நிமிடத்துக்கு முப்பத்தைந்து வார்த்தைகளை தட்டச்சில் அடிக்க முடிகிறது. சுருக்கெழுத்திலும் அவள் நிபுணியாகிறாள். நிமிடத்துக்கு எண்பது வார்த்தைகள் வேகத்தில் எழுதுவாள். கண் வழி கற்கும் தட்டச்சு மொழி, செவி வழி கற்கும் சுருக்கெழுத்து மொழி இவையிரண்டும் வேறுவேறு. இவ்விரண்டு திறமைகளுக்கான பிட்மனின் சான்றிதழ் இப்போது கரீந்தியின் கையில்.

'இதற்குப்பின் கரீந்தி வேலை தேடி நைரோபி முழுவதும் நடையாய் நடக்கிறாள். தட்டச்சு - சுருக்கெழுத்துத் திறமைகளை வைத்துக்கொண்டு எல்லா அலுவலகங்களுக்கும் அடுத்தடுத்து படையெடுக்கிறாள். ஒரு அலுவலகத்தில் நாற்காலியில் சொகுசாக சாய்ந்து உட்கார்ந்திருக்கும் முதலாளி ஐயாவை பார்க்கிறாள். அவர் கரீந்தியை மேலிருந்து கீழ்வரை பார்க்கிறார். "என்ன வேண்டும்? வேலையா? ஓகோ! இப்போது நான் வேலையாக இருக்கிறேன். மாலை ஐந்து மணிக்கு வா பார்ப்போம்" என்கிறார். ஐந்து மணி வரை பதட்டத்துடன் காத்திருக்கிறாள் கரீந்தி. மறுபடியும் அலுவலகத்துக்கு மூச்சிரைக்க விரைகிறாள். இப்போது முதலாளி ஐயா அவளைப் பார்த்து புன்னகை செய்கிறார். அவள் உட்காருவதற்கான நாற்காலியையும் காட்டுகிறார். அவளுடைய பெயர்கள் என்னென்ன - பிறந்தபோது வைத்த பெயரென்ன, பிறகு அவள் வைத்துக்கொண்ட ஆங்கிலப் பெயரென்ன, அவளுக்கு இருக்கும் பிரச்சனைகள் என்னென்ன என்றெல்லாம் விசாரிக்கிறார். அவளுடைய பதில்களையெல்லாம் கவனமாகவும், பொறுமையாகவும் கேட்டுக் கொள்கிறார். பிறகு முதலாளி ஐயா, மேஜை மேல் விரலாலோ பேனாவாலோ தாளம் போட்டுக் கொண்டே, "அது வந்து, கரீந்தி, இப்போதெல்லாம் வேலை கிடைப்பது என்பது ரொம்பவும் கஷ்டம். ஆனால் உன்னைப் போல ஒரு பெண்ணுக்கு... உன்னால் செய்ய முடிகிற மாதிரி ஒரு வேலையை கண்டுபிடிப்பது ஒன்றும் சிரமமில்லை. ஆனால் கரீந்தி, இதுபோன்ற விஷயங்களை அலுவலகத்தில் வைத்து முடிவு செய்ய முடியாது. அதனால் எதிரே இருக்கும் மாடர்ன் லவ் பார் அண்டு லாட்ஜிங்குக்குப் போய் இந்தப் பிரச்சனையை முழுமையாக நாம்

விவாதிக்கலாம்." ஆனால் கரீந்தி தன் இளமைக் காலத்தில் தன்னைக் கொட்டிய விஷக் கொடுக்கினை மறந்து விடவில்லை; ஒருமுறை பட்டவனுக்கு பிறகு புத்தி வந்துவிடுகிறது. குடுவையிலிருந்து குடித்தவனுக்கு அதன் அளவை மதிப்பிட முடியும். அதனால் பழைய பாணியோ புதிய பாணியோ - காதலுக்காக வடிவமைக்கப்பட்ட எந்த ஓட்டலிலும் சந்திப்பதற்கான எவ்விதமான அழைப்பையும் ஏற்க மறுக்கிறாள் கரீந்தி. மறுநாள் மறுபடியும் வேலை தேடி நகரத்தை அலசி அரித்துக் கொண்டிருக்கிறாள்.

'வேறொரு அலுவலகத்தில் நுழைகிறாள். அங்கு வேறொரு முதலாளி ஐயாவை சந்திக்கிறாள். அதே புன்னகை, அதே கேள்விகள், அதே தனி சந்திப்புக்கான அழைப்பு; இலக்கென்னவோ இன்னும் கரீந்தியின் தொடைகள்தான். மாடர்ன் லவ் பார் அண்ட் லாட்ஜிங் இளம் பெண்களின் வேலை வாய்ப்பு நிலையமாகி விட்டது; பெண்ணின் தொடைகளே ஒப்பந்தங்கள் கையெழுத்திடப்படும் மேஜைகள். ஒரு கன்னிப்பெண் ஒரே ஒருமுறைதான் இனிமையான கடலினுள் மூழ்குகிறாள். இருந்தாலும் நமது புதிய கென்யா கரீந்திக்கு ஒரே விதமான பல்லவியைத்தான் பாடுகிறது: உடன்பிறப்பே கரீந்தி, முட்டாளின் வழக்கு முடிவடைய நாளாகும். ஒவ்வொரு நீதிமன்ற அமர்வும் விருந்துடன்தான் ஆரம்பிக்கிறது. உடன்பிறப்பே கரீந்தி, எந்த மனிதனும் வெறுங்கையை நக்குவது இல்லை. என்னை நீ கவனித்துக் கொள், உன்னை நான் கவனித்துக் கொள்கிறேன். நவீன கால பிரச்சனைகள் தொடைகளின் உதவியால்தான் தீர்க்கப்படுகின்றன. தூங்க விரும்புகிறவனே படுக்கையை விரிக்க ஆவலாய் இருக்கிறான்.

'தனக்கு வழக்கு முடிவடையாமலே போனாலும், அதற்காக எந்தப் படுக்கையையும் விரிப்பதில்லை என்பதில் கரீந்தி தீர்மானமாக இருந்தாள். உண்மையில் கடவுள் உகாலி* உண்பவர் இல்லை என்பதால் நவீன காதலுக்காக எந்த ஒரு ஓட்டலுக்கும் செல்லாமலேயே ஒருநாள் காலையில் கரீந்திக்கு ஒரு வேலை கிடைத்து விடுகிறது. முதலாளி ஐயா (பாஸ்) கிஹாரா அவர்கள்தான் அந்த நிறுவனத்தின் நிர்வாக இயக்குநர். அவர் நடுத்தர வயதுக்காரர். அவருக்கு மனைவியும் பல குழந்தைகளும் இருக்கிறார்கள். அதற்கும் மேலாக, சர்ச் ஆஃப் ஹெவனின் நிர்வாகக் கமிட்டியில் அவர் ஒரு உறுப்பினர் வேறு. கரீந்தி தன் அலுவலகப் பணிகளை செவ்வனே நிறைவேற்றுகிறாள்.

★ உகாலி என்பது கென்ய மக்கள் சோள மாவைக் கொண்டு களிபோல செய்யும் ஒரு உணவு.

'ஒரு மாதம் முடிவதற்குள், கரீந்தி தனக்கொரு காமுங்கோன்யேவை* தேடிக் கொள்கிறாள். இளைஞன் பல்கலைக்கழக மாணவன். அவனுக்கு நவீனமான முற்போக்கான சிந்தனைகள் உண்டு. வீட்டில் தனக்கொரு குழந்தை இருப்பதாக கரீந்தி சொல்லும்போது, முத்தங்களால் அவளை அமைதிப்படுத்தி விடுகிறான். "குழந்தை ஒன்றும் சிறுத்தையல்ல - மனிதர்களைக் காயப்படுத்த. அது தவிர, நீ ஒரு மலடியல்ல என்பதைத்தான் அக்குழந்தைப் பேறு நிரூபிக்கிறது!" என்கிறான். இதைக் கேட்டு கரீந்தி ஆனந்தக் கண்ணீர் வடிக்கிறாள். அங்கேயே அப்பொழுதே தன் முழு மனதோடும் அவனுக்கு விசுவாசமாய் இருப்பதாக வாக்குக் கொடுக்கிறாள்.

"நான் ஒரு அதிர்ஷ்டசாலி. தேடித்தேடி ஒரு காமுங்கோன்யேவை நான் கண்டுபிடித்திருக்கிறேன். நவீனமான சிந்தனைகள் கொண்ட அவனுக்கு கரீந்தியாகிய நான் ஒருபோதும் கோபம் உண்டாகும்படி நடந்துகொள்ள மாட்டேன். எதைப் பற்றியும் சச்சரவு செய்ய மாட்டேன். அவன் என்னிடம் கோபித்தால், நான் மௌனமாக இருப்பேன், சாதுவான சிறுத்தையைப் போல அல்லது புல்லை மேயும் ஆட்டைப்போல தலை கவிழ்ந்திருப்பேன். அவன் தன் படிப்பை பிரச்சனையில்லாமல், தாமதமில்லாமல் முடிக்க உதவியாக அவன் செலவுகளுக்கு நான் உதவுவேன். அதன் மூலம் எங்கள் இல்லற வாழ்வை வலுவான அடிப்படையைக் கொண்டதாக அமைப்போம். இனி வேறு எவரையும் நான் கண்ணெடுத்தும் பார்க்க மாட்டேன்."

'கரீந்தியின் சிநேகிதிகள் அவளைப் பார்த்துப் பொறாமைப் படுகிறார்கள். சிறுசிறு அறிவுரைகளை வழங்குகிறார்கள். "கரீந்தி நீ உன் நடவடிக்கைகளை மாற்றிக் கொள்ள வேண்டும். குடுவையில் உள்ள எல்லா விதைகளுமே ஒரே மாதிரியானவை அல்ல" என்கிறார்கள். "ஆடு வெட்டும் நேரம் பார்த்துத்தான் இறைச்சியைத் தேடி வீடு விட்டுக் கிளம்புவான் ஆலாய்ப் பறக்கும் சின்னப் பயல்" என்கிறாள் கரீந்தி. ஆனால் அந்த பெண்களோ, "கரீந்தி, இது புதிய கென்யாவாக்கும். நாளைய தேவைகளுக்காக ஒவ்வொருவரும் சிறிதளவாவது சேமித்து வைக்க வேண்டும். சிறிதளவு உணவையாவது சேமித்து வைப்பவன் பசியால் வாடுவதில்லை" என்கிறார்கள். அதற்கு, "விதவிதமான உணவு

★ காமுங்கோன்யே என்பவன் கிக்கூயு மொழி நடனப் பாடலில் வரும் ஒரு பாத்திரம். வைகோகோவை அதாவது மார்பில் முடி அடர்ந்த வயதான ஒரு கிழவரை தன் மகள் மணக்க வேண்டுமென தந்தை சொல்ல, தான் விரும்பும் இளைஞனை மணப்பதையே – ஏழையான காமுங்கோன்யேவை மணப்பதையே மகள் விரும்புகிறாள்.

வயிற்றுக்குக் கெடுதி'' என்று பதில் கொடுக்கிறாள் கரீந்தி. அவர்களும் விடுவதாயில்லை. "ஒரேவிதமான உணவு சலிப்பூட்டும்'' என்கிறார்கள். கரீந்தி இதையும் மறுத்துப் பேசுகிறாள்: "இரவல் நகையை விரும்பினால் சொந்த நகையும் பறிபோய்விடும்.''

'இப்போது தன் வாழ்க்கை மிக அமைதியாக ஓடிக் கொண்டிருப்பதாக கரீந்தி நினைத்துக் கொண்டிருக்கிறாள். அந்த சமயத்தில் முதலாளி கிஹாரா கவனமாக தேர்ந்தெடுத்த வார்த்தைகளை உபயோகித்து அவளை ஆழம் பார்க்கிறார். ஒருநாள் அவர் அவளுடைய அலுவலக அறைக்குள் நுழைகிறார். தட்டச்சு இயந்திரத்தின் அருகில் நின்று கரீந்தி தட்டச்சு செய்த பக்கங்களை படிப்பது போல பாவனை செய்கிறார். "அப்புறம் கரீந்தி, இந்த வாரக் கடைசியைக் கழிக்க என்ன திட்டம் வைத்திருக்கிறாய்? என்னுடன் நீ உல்லாசப் பயணம் வரவேண்டுமென்று விரும்புகிறேன். என்ன சொல்கிறாய்?'' என்று கேட்கிறார். கரீந்தி பணிவாக மறுக்கிறாள். நயமான மறுப்பு பகைமையை உண்டாக்குவதில்லை. எப்படியும் கரீந்தி வழிக்கு வந்து விடுவாள் என்ற நம்பிக்கையில் பாஸ் கிஹாரா காத்திருக்கிறார். அதிக அவசரம் கிழங்குக்கு கேடு. ஒரு மாதம் கழித்து மறுபடியும் அலுவலகத்தினுள் கரீந்தியை நெருங்குகிறார். "கரீந்தி, இன்று மாலை பாரடைஸ் கிளப்பில் ஒரு மது விருந்து இருக்கிறது.'' மற்றுமொரு முறை கரீந்தி தன் மறுப்பை பணிவான சொற்களால் பொதித்து தெரியப்படுத்துகிறாள்.

'ஒருநாள் முதலாளி கிஹாரா நன்றாக யோசனை செய்து இப்படி முடிவு செய்கிறார்: வேட்டையாடச் செல்பவன் அதிகமாக பம்முவதே விலங்கை உஷார்படுத்தி விடக்கூடும். பிச்சையெடுக்கப் போவதென்றால் அடிக்கடி உத்திகளை மாற்றிக் கொள்ள வேண்டும். குளிப்பதென்றால் எல்லா உடைகளையும் களைந்துதான் ஆகவேண்டும். அதனால் அவர் கரீந்தியை தைரியமாக எதிர்கொள்கிறார். "இங்கே பார் கரீந்தி, இன்று எனக்கு நிறைய வேலை இருக்கிறது. முக்கியமான, அவசரமான, உடனடியாக பதில் போடவேண்டிய கடிதங்கள் குவிந்திருக்கின்றன. ஐந்து மணிக்குப் பின்பும் நீ அலுவலகத்தில் இருக்க வேண்டும். அதற்காக இந்த நிறுவனம் உனக்கு கூடுதல் பணம் தரும்.''

'கரீந்தி காத்திருக்கிறாள். ஐந்து மணி. முதலாளி கிஹாரா தன் அறையில் கடிதங்களை எழுதிக் கொண்டிருக்கிறார் போலும். ஆறு மணி. மற்றவர்கள் எல்லாம் கிளம்பிப் போயாகிவிட்டது. முதலாளி கிஹாரா கரீந்தியை அழைக்கிறார். பேசுவதற்கு வசதியான ஒரு

இருக்கையில் அவளை உட்காருமாறு சொல்கிறார். ஓரிரண்டு நிமிடங்களுக்குப் பிறகு முதலாளி கிஹாரா எழுந்து நின்று மேஜையின் முனையில் உட்காருகிறார். கபடமாகப் புன்னகைக்கிறார். கரீந்திக்கு இப்போது பேச வருகிறது. "தயவு செய்து கடிதங்களை இப்போதே டிக்டேட் செய்து விடுங்கள் பாஸ். இன்று மாலையில் வெளியே செல்ல நினைத்திருந்தேன். ஏற்கனவே இருட்டத் தொடங்கிவிட்டது."

"கவலைப்படாதே கரீந்தி. நேரமாகிவிட்டால் நானே என் காரில் உன்னை வீட்டில் கொண்டுபோய் விடுகிறேன்."

"நன்றி. ஆனால் உங்களுக்குத் தொந்தரவு கொடுக்க எனக்கு அறவே விருப்பமில்லை" என்று தன் எரிச்சலை மறைத்துக் கொண்டு நிதானமாக பதில் சொன்னாள் கரீந்தி.

"ஓ, அது ஒரு தொந்தரவே இல்லை. வீட்டிற்கு போன் பண்ணி என் காரோட்டியை வரவழைத்தும் கூட உன்னை உன் வீட்டில் இறக்கிவிடச் சொல்ல என்னால் முடியும்."

"பேருந்தில் போவதுதான் எனக்குப் பிடிக்கும். தயவு செய்து கடிதங்களைச் சொல்லுங்கள், எழுதிக் கொள்கிறேன்."

'முதலாளி கிஹாரா கரீந்தியின் பக்கமாக லேசாக சாய்கிறார். அவர் கண்களில் ஒருவித ஒளி மின்னிக் கொண்டிருக்கிறது. குரலைத் தாழ்த்திக் கொள்கிறார்.

"கண்ணே கரீந்தி! இந்தக் கடிதங்கள் இதயத்தால் டிக்டேட் செய்யப்பட வேண்டியவை."

"இதயத்தால் என்றா சொன்னீர்கள்?" அந்த வார்த்தைகளின் பொருள் புரியாதவளைப்போல சட்டென்று கேட்டாள் கரீந்தி. "ஒரு பணியாளரிடம் இந்த மாதிரிக் கடிதங்களைத் தருவது சரியாகுமா? யாருக்கு அவற்றை அனுப்ப விரும்புகிறீர்களோ அவரைத் தவிர வேறொருவரும் அறியாதவகையில் நீங்களே அவற்றை தட்டச்சு செய்துவிடுவதுதானே நன்றாக இருக்கும், இல்லையா?"

"அழகான கரீந்தி, என் இதய மலரே! உன்னைத் தவிர வேறு யாரும் அவற்றை தட்டச்சு செய்ய முடியாது. ஏனென்றால் அவற்றை நான் அனுப்ப விரும்பும் முகவரியே உன் இதயம்தான். அதைப் போடும் பெட்டியும் உன் இதயம்தான். அதைப் படிக்க வேண்டிய கண்களும் உன் இதயத்தினுடையவைதான். பிறகும் உன் இதயத்தினுள்ளேயே என்றென்றும் பூட்டி வைத்துக் கொள்ள வேண்டியவை அவை.

உனக்கு அவை வந்து சேர்ந்ததும் அனுப்பியவருக்கே திருப்பி அனுப்பிவிடாதே என்று கெஞ்சிக் கேட்கிறேன். கண்ணே, என் இதய மலரே! உன் மேல் நான் கொண்டுள்ள காதல் என்னை எவ்வளவு பாடாய்ப்படுத்துகிறது பார்த்தாயா?"

"பாஸ், சார், ப்ளீஸ்...!" அப்படியே நழுவிவிடப் பார்க்கிறாள். ஒருபுறம் முதலாளி கிஹாரா மேல்மூச்சு வாங்கிக் கொண்டு நிற்பதைப் பார்த்து மிரண்டு போயிருந்தாள். மறுபுறமோ, முதலாளியின் வார்த்தைகளையும் அவருடைய தலையின் பளபளக்கும் சொட்டையையும் ஒப்பிட்டபோது அவளுக்கு சிரிப்பாகவும் இருந்தது. அந்தக் கிழவனை அவமானப்படுத்தக் கூடிய வார்த்தைகளை தேடிக்கொண்டிருந்தாள் கரீந்தி. "நீங்கள் இப்படிப் பேசுவதை ஒருவேளை உங்கள் மனைவி கேட்டு விட்டால் என்ன செய்வீர்கள்?"

"அவள் ஒரு பொருட்டில்லை. நடனத்துக்குச் செல்லும் எவரும் வாசம் போன தைலத்தை பூசிக் கொள்வதில்லை. ப்ளீஸ், கரீந்தி, என் இதயக் கனியே! நான் சொல்லப்போகும் இனிமையான விஷயங்களை தயவுசெய்து கவனமாகக் கேள். உனக்காக நான் ஃபுராஹா லியோ எஸ்டேட்டில் ஒரு வீட்டை வாடகைக்கு எடுத்துத் தருகிறேன். அல்லது நகர மையத்தில், கென்யாட்டா அவென்யுவில் அல்லது நகரத்தின் வேறெந்தப் பகுதியில் வேண்டுமானாலும், உனக்குப் பிடித்த எந்தவொரு வீட்டையோ அபார்ட்மென்ட்டையோ நீ தேர்ந்தெடுத்துக் கொள்ளலாம். பாரீஸ், லண்டன், பெர்லின், ரோம், நியூயார்க், டோக்கியோ, ஸ்டாக்ஹோம் அல்லது ஹாங்காங்கிலிருந்து வரவழைத்த வீட்டு உபயோகப் பொருட்களையும், தரை விரிப்புகளையும், மெத்தைகளையும், திரைகளையும் கொண்டு அந்த வீட்டை நான் அலங்கரிப்பேன். மேசை நாற்காலிகள், வீட்டு உபயோகப் பொருட்கள் எல்லாமே வெளிநாட்டிலிருந்து இறக்குமதியானவை. உன்னை இன்றைய நவீன பாணி உடைகளில் பார்க்க நான் விரும்புகிறேன். எனவே லண்டன் ஆக்ஸ்ஃபோர்ட் வீதியில் இருந்தோ, பாரீஸின் ஹாட் கோட்டர் நிலையங்களிலிருந்தோ உனக்கு நான் உடைகள் தருவித்துத் தருவேன். உயரக் குதிகால் செருப்புகளும் ப்ளாட்ஃபார்ம் ஷூக்களும் இத்தாலியிலிருந்தும் ரோமிலிருந்தும் வரும். 'சேரிடம் - இல்லை - எனக்கென்ன - அவசரம்' என்று நீங்கள் கேலியாகப் பெயரிட்டிருக்கும் அந்த ஷூக்களை அணிந்து நீ தெருவில் நடந்து போகும்போது, நைரோபியிலுள்ள அனைவரும் உன்னைத் திரும்பிப் பார்த்து,

விசிலடித்து, பொறாமையுடன் 'அவள் முதலாளி கிஹாராவின் ஆசைநாயகி' என்று சொல்ல வேண்டும். இந்த இன்பங்கள் நீடித்தால், என்னை நீ இவ்வுலக இன்பங்களால் மகிழ்ச்சியாக வைத்திருந்தால், நீ கடைத் தெருவுக்குப் போக, உனக்கொரு சிறிய கூடை* வாங்கித் தருகிறேன். கடைச்சாமான் வாங்கவோ ஞாயிற்றுக்கிழமைகளில் உலா வரவோ ஒரு மணப்பெண்ணுக்கு ஏற்ற கார் ஆல்ஃபா ரோமியாதான் என்று நினைக்கிறேன். கரீந்தி, என் இளங்கனியே, என் கன்னி ஆரஞ்சுப் பழமே, இதய மலரே, என்னிடம் வந்துவிடு. வறுமைக்கு விடை கொடுத்துவிடு...."

'கரீந்தி இப்போது மிகவும் சிரமப்பட்டு சிரிப்பை அடக்கிக் கொண்டிருக்கிறாள். அவரிடம் "முதலாளி ஐயா, உங்களிடம் நான் ஒரு கேள்வி கேட்கலாமா?" என்று கேட்கிறாள்.

"ஆயிரத்தோரு கேள்வி கேளேன்!"

"என்னைக் கல்யாணம் செய்து கொள்ளப் போவதாகச் சொல்கிறீர்களா?"

"அடடா, ஏன் எதையுமே புரிந்து கொள்ளாதவள் போல நடிக்கிறாய்? உனக்குத் தெரியாதா... என் இளம் கனியே, இப்போதைக்கு எனக்குச் சொந்தமாக இரு. என் காதலியாக இரு."

"இல்லை. என் முதலாளிகளோடு உறவு வைத்துக் கொள்வதில் எனக்கு விருப்பமில்லை!"

"என் இளங்கனியே! எதைப்பற்றி நீ பயப்படுகிறாய்?"

"அதுமட்டுமில்லை. உங்கள் குடும்பத்தைக் கலைப்பதை நான் விரும்ப மாட்டேன். இரவல் நகையை விரும்பினால் சொந்த நகையும் பறிபோய் விடலாம்."

"நடனத்துக்குப் போகும் எவரும் வாசம் போன தைலத்தை பூசிக் கொள்வதில்லை என்று நான் சொல்லவில்லையா? கரீந்தி, என் புத்தம் புது முத்தாரமே! கைவிட்டு வந்த பூர்வீக நிலத்தின் வளமான மண்ணில் விளைந்திருக்கும் என் தக்காளிச் செடியே! எதைக் கண்டு பயப்படுகிறாய்? உன் பிரச்சனைதான் என்ன?"

"எனக்கொரு காமூங்கோன்யே - ஒரு இளம் காதலன் இருக்கிறான்."

"ஹா! கரீந்தி! எனக்கு சிரிப்பு மூட்டாதே. உண்மையிலேயே நீ அவ்வளவு கட்டுப்பெட்டியா? வயதுவந்த ஆண்களாக தம்மைக்

* கூடை என்று காரைத்தான் குறிப்பிடுகிறார்.

காட்டிக்கொள்ளும் அந்தச் சிறுவர்களில் ஒருவனைப் பற்றியா சொல்லிக் கொண்டிருக்கிறாய்? அவர்களெல்லாம் இன்னும் சுன்னத் கூட செய்திராத சின்னப் பயல்களாச்சே!"

"சொந்த உபயோகத்திற்காக பறிக்கும் கிழங்கில் சொத்தை இருப்பதில்லை. கரும்பில் சப்பை இருப்பதில்லை. தான் காதலிப்பவரை ஒருவர் திருட்டுத்தனமாக பார்க்க வேண்டியதில்லை. சுன்னத் செய்யப்படாதவன் என்று நீங்கள் சொல்லும் சின்னப் பையனைத்தான் நான் வரித்துவிட்டேன்."

"கரீந்தி, இதைக் கேள். உனக்கு ஒன்று சொல்லட்டுமா," என்கிறார் முதலாளி கிஹாரா. அவருக்கு மேல் மூச்சு வாங்குகிறது. மேஜையை விட்டு எழுந்திருக்கிறார். கரீந்திக்கு மிக அருகில் வருகிறார். "இந்த நாட்களில் மயிரடர்ந்த மார்புடைய வைகோகோவுக்கும், இளைய காதலன் காமூங்கோன்யேவுக்கும் இடையிலான தேர்வுக்கெல்லாம் ஒரு பொருளுமில்லை. வைகோகோவின் மார்பிலுள்ள மயிர் பணத்தால் சவரம் செய்யப்பட்டு விட்டது. ஆனால் தான் தேர்ந்தெடுத்ததைத்தான் இதயம் விரும்பும் என்பது உண்மையாக இருப்பதால், நீ என் வைப்பாட்டி ஆகு என்று நான் வற்புறுத்தப் போவதில்லை. நீ ஒரு அழகான வீட்டை ஏற்க மறுத்துவிட்டாய். விலையுயர்ந்த உடைகளை ஏற்க மறுத்துவிட்டாய். பொருட்கள் வாங்கிப் போடுவதற்கான கூடையை ஏற்க மறுத்துவிட்டாய். போகட்டும். உன்விருப்பம். ஆனால் இந்த ஒரு வேண்டுகோளை நிறைவேற்று. என்னை ஏற்க மறுத்துவிடாதே."

"சர்ச் ஆஃப் ஹெவனில் நீங்கள் உறுப்பினர் இல்லையா? பைபிளைப் படிப்பதில்லையா நீங்கள்? வீட்டுக்குப் போய் ரோமர் 13 ஆம் அத்தியாயம் பதினாலாவது வசனத்தை படித்துப் பாருங்கள்: 'தீய இச்சைகளைத் தூண்டும் ஊனியல்பின் நாட்டங்களுக்கு இடம் கொடுக்க வேண்டாம்..."

ஆனால் அதே புத்தகத்தில், 'கேளுங்கள், உங்களுக்கு திறக்கப்படும். தேடுங்கள், நீங்கள் கண்டடைவீர்கள். தட்டுங்கள், உங்களுக்குத் திறக்கப்படும். ஏனென்றால் கேட்போர் பெற்றுக் கொள்கிறார்கள். தேடுவோர் கண்டடைகிறார்கள். தட்டுவோருக்குத் திறக்கப்படுகிறது... என்றும் எழுதியிருக்கிறதே. என் இளம் கனியே, என் அன்பே, நாம் இடத்தைப் பற்றிக் கூட கவலைப்பட வேண்டியதில்லை. இந்த அலுவலகத்தின் தரையேகூட போதுமானது. அலுவலகங்கள் மட்டும் பேச முடிந்தால் அவை பல கதைகளைச் சொல்லும். ஒரு

மென்மையான சிமெண்டுத் தரை அருமையான கட்டிலாகும். கழுத்து வரை உள்ள முதுகெலும்பின் எல்லா எலும்புகளையும் அது நிமிர்த்திவிடும்."

"என் முதுகை நிமிர்த்த வேண்டிய அவசியமில்லை!" இம்முறை கோபம் கொப்பளிக்க பளிச்சென்று பதிலடி கொடுக்கிறாள் கரீந்தி.

'முதலாளி கிஹாரா இப்போது கரீந்தியை அணைக்க முயலுகிறார். இருவருமாக நாற்காலியிலிருந்து விழப் பார்க்கிறார்கள். கரீந்தி எழுந்துநின்று கைப்பையைத் தோளில் மாட்டிக்கொண்டு அப்படியே பின்னோக்கி நடக்கத் தொடங்குகிறாள். முதலாளி கிஹாரா அவளை எட்டிப்பிடிக்க முயல்கிறார். 'வேட்டைக்காரனும் - மானும்' என்ற நடனத்தை ஆடுவதுபோல இருவரும் அலுவலகத்தில் சுற்றிச்சுற்றி வருகிறார்கள். முதலாளி கிஹாரா தானொரு கௌரவமான மனிதன் என்ற பாவனையை முற்றிலுமாக தூக்கியெறிந்திருந்தார்.

'திடீரென்று முதலாளி கிஹாரா கரீந்தியின் மேல் பாய்கிறார். ஒரு கை கரீந்தியின் இடுப்பை அணைத்துப் பிடிக்கிறது. மற்ற கை அவளின் உடலை வருட முனைகிறது. அவருடைய பிடியிலிருந்து விடுபடுவதற்காக கரீந்தி முஷ்டியால் அவருடைய மார்பில் குத்திக்கொண்டே, கைப்பையில் எப்போதும் வைத்திருக்கும் மடக்குக் கத்தியை வெளியில் எடுக்க முயற்சி செய்கிறாள் - தோற்றுப் போகிறாள். அவர்கள் இருவரது கனத்த மூச்சுகளும் அலுவலகத்தை நிறைக்கின்றன. தான் தோற்கப் போகிறோம் என்பதை உணர்கிறாள் கரீந்தி. சட்டென்று அவர் தன் முதலாளி என்பதை கரீந்தி மறந்து விடுகிறாள். "இப்போது நீ என்னை விடாவிட்டால், நான் உதவி கேட்டுச் சத்தம் போடுவேன்!"

'முதலாளி கிஹாரா தயங்குகிறார். தன் மனைவி மக்களை நினைக்கிறார். சர்ச் ஆஃப் ஹெவனில் பெரும்பாலான ஞாயிறுகளில் பீடத்தில் நின்று பைபிளைப் படிப்பது தான்தான் என்பதை நினைவு கூர்கிறார். அவ்வப்போது கல்யாணங்களில் பேசும்போது, புதுமணத் தம்பதிகளிடம் பெற்றோரும் குழந்தைகளும் அன்போடும் ஒற்றுமையோடும் கூடி வாழ்வதன் முக்கியத்துவத்தை அவர்தான் வலியுறுத்துவார். இவை எல்லாவற்றையும் ஒரே நேரத்தில் நினைவு கூர்கிறார். காரியதரிசியை பலாத்காரம் செய்ததாக தன்மீது குற்றம் சாட்டப்பட்டால் நாடு முழுவதும் தன்னைத் தூற்றுவதை கற்பனைசெய்து பார்க்கிறார். நெருப்பு சட்டென்று அணைகிறது. ஆர்வம் தணிகிறது. கைக்குட்டையை எடுத்து

வியர்வையைத் துடைத்துக் கொள்கிறார். கரீந்தியைப் பார்க்கிறார். ஏதோ சொல்ல நினைத்து பின் சொல்லாமல் நிறுத்திக் கொள்கிறார். தன்மானத்தைக் காப்பாற்றிக் கொள்ளும் வகையில் ஏதாவது சொல்ல முயல்கிறார். சிரிக்க முயல்கிறார், ஆனால் அது மறைந்துவிடுகிறது. எதையாவது கேட்டு வைக்க வேண்டுமே என்பதற்காக இப்படிக் கேட்கிறார்: "ஏன் கரீந்தி, அப்படியென்றால் வீட்டில் யாரும் உன்னோடு சீண்டி விளையாடுவதில்லை என்று இதற்கு அர்த்தமா? எப்படியிருந்தாலும், அவசரப்பட்டு எதுவும் முடிவு செய்து விடாதே. இது ஒரு அப்பாவுக்கும் மகளுக்குமிடையில் நடக்கும் விளையாட்டு - அவ்வளவுதான். வீட்டுக்குப் போ. கடிதங்களை நாளைக் காலையில் வந்தவுடன் பார்த்துக் கொள்ளலாம்."

'தந்தைக்கும் மகளுக்கும் இடையில் நடக்கும் விளையாட்டைப் பற்றி யோசித்துக்கொண்டே வீட்டுக்குப் போகிறாள் கரீந்தி. அவளுக்குத்தான் அந்த விளையாட்டைப் பற்றி நன்றாகத் தெரியுமே! சிறுத்தைக்கும் ஆட்டுக்குட்டிக்கும் இடையில் நடக்கும் விளையாட்டு அது...

'காலையில் கரீந்தி வழக்கம்போல வேலைக்கு வருகிறாள். ஐந்து நிமிடம் தாமதமாகிவிட்டது. முதலாளி கிஹாரா ஏற்கனவே வந்துவிட்டிருப்பதைப் பார்க்கிறாள். முதலாளி கிஹாரா அவளை உள்ளே அழைக்கிறார். கரீந்தி உள்ளே போகிறாள். நேற்றிரவு இருவருக்குமிடையில் நடந்த போராட்டத்தை நினைத்ததும் அவளுக்கு ஒரு மாதிரியாக இருந்தது. ஆனால் முதலாளி கிஹாரா செய்தித்தாளை விட்டு கண்ணை உயர்த்தவேயில்லை.

"கரீந்தி, இப்போதெல்லாம் உனக்கு நீயே முதலாளியாகிவிட்டாய் போலத் தெரிகிறதே."

"மன்னித்துக் கொள்ளுங்கள் ஐயா. பேருந்து வரத் தாமதமாகி விட்டது."

'இப்போது முதலாளி கிஹாரா செய்தித்தாளிலிருந்து கண்ணை உயர்த்துகிறார். நாற்காலியில் நன்றாகச் சாய்ந்து கொள்கிறார். கசப்பு நிறைந்த கண்களால் கரீந்தியை ஒரு பார்வை பார்க்கிறார்.

"வாலிபப் பையன்கள் வழங்க முன்வரும் இலவச சவாரிகள் தான் உன் பிரச்சனைகளுக்குக் காரணம் என்பதை ஒப்புக்கொள்ள ஏன் தயங்குகிறாய்? கரீந்தி, உனக்கு வேலையில் நாட்டம் இருப்பதாகத் தெரியவில்லை. உன்னை உன் இதயத்தின் தூண்டுதல்படியே நடக்க

விட்டுவிட வேண்டும் என்று தோன்றுகிறது. கொஞ்ச காலத்துக்காவது நீ வீட்டில் இருப்பது தான் உனக்கு நல்லது. மற்ற பெண்களைப்போல உனக்கும் வேலை தேவை என்று நீ உணர்ந்தால், என் கதவுகளை நான் மூடிவிடவில்லை. இந்தமாதச் சம்பளத்தையும், நோட்டீசுக்குப் பதிலாக அடுத்தமாதச் சம்பளத்தையும் சேர்த்து வாங்கிக் கொள்."

'நம் கரீந்திக்கு இப்போது வேலை இல்லை. மீண்டும் வேலை தேடி வீதிகளில் அலைகிறாள். வீட்டிற்குத் திரும்பி மௌனமாக துக்கப்பட்டுக் கொண்டிருக்கிறாள். மாலைவரை அறையில் உட்கார்ந்து தன் காதலனுக்காகக் காத்திருக்கிறாள். காதலனின் குரலை நினைத்துப் பார்த்த மாத்திரத்தில் அவளுடைய இதயம் இன்பத்தில் துள்ளுகிறது. ஒவ்வொருவருமே தான் காதலிப்பவரைப் பற்றி அக்கறை கொள்கிறார்கள். அவளுடைய காமூங்கோன்யே காதல் மொழிகளைப் பேசி, இந்தத் துக்கத்தை தாங்கக்கூடிய சக்தியை அவளுக்குக் கொடுப்பான். நெடுநேரம் கழித்து காமூங்கோன்யே வீட்டுக்கு வருகிறான். மார்பு மயிர் முழுவதையும் பணத்தினால் மழித்துவிட்ட வைகோகோவின் கதை முழுவதையும் அப்படியே கொட்டிவிடுகிறாள் கரீந்தி. நவீன காலத்துப் பெண் ஒருத்தி தன் காமூங்கோன்யேவுக்காக வைகோகோவின் பணத்தை நிராகரித்துவிட்டாள். இதைவிட சிறந்த காதல் எதுவும் உண்டா! கரீந்தி கதையைச் சொல்லி முடிக்கிறாள். புரிந்துகொண்டதற்கு அடையாளமாக ஒரு பெருமூச்சை எதிர்பார்க்கிறாள். தன் கண்ணீரைத் துடைக்கும் முத்தங்களை எதிர்பார்க்கிறாள்.

'ஒன்றும் நடக்கவில்லை.'

'காமூங்கோன்யே சாதுவான சிறுத்தையைப் போல, புல்லை மேயும் ஆட்டைப்போல, தன் கண்களைத் தாழ்த்திக் கொள்கிறான். ஆனால் அகம்பாவம் அவனைத் தூண்டிவிடுகிறது. கரீந்தியிடம் ஒரு நீண்ட சொற்பொழிவே ஆற்றிவிடுகிறான். வைகோகோவான கிஹாராவின் படுக்கையில் கரீந்தி புரண்டு விளையாடியிருப்பது தனக்கு நன்றாகத் தெரியும் என்று அடித்துச் சொல்கிறான். கரீந்தியை அனுபவித்த முதல் ஆள் கிஹாரா அல்ல என்கிறான். பணத்தினால் கிடைக்கும் இன்பங்களை ருசிபார்த்த ஒருத்தியால் மேலும் மேலும் அதைப் பருகாமல் இருக்க முடியாது - ருசி கண்டவனுக்கு திரும்பத் திரும்ப அதிலேயேதான் மனம் போகும். பச்சோந்தி எப்போதுமே பச்சோந்தியாகத்தான் இருக்கும். பள்ளியில் படிக்கும்போதே தன் அப்பா வயதில் இருப்பவர்களோடு பழகுவதில் தொடங்கி, மாணவியாக இருக்கும்போதே குழந்தைகள் பெறுமளவுக்கு

போகத் துணிந்தவளால், அதை எப்படி நிறுத்த முடியும்? "விரிந்த தொடைக் கரீந்தி, இதற்குப் பதில் சொல். அவனுடைய அசிங்கத்தை உன் தொடையிடுக்கில் பூசிவிட நீ இடம் கொடுத்திருந்தாய் என்றால் என்னிடம் வந்து இப்படி சொல்லிக் கொண்டிருப்பாயா? மாட்டாய். நவீன காதலுக்காக என்றே இருக்கிற ஹோட்டல்களில் வைகோகோவுடன் சேர்ந்து படுக்க உன்னை அவன் அனுமதிக்கவில்லை என்ற பின்தான் என்னிடம் வந்து இப்படி கயிறு திரிக்கிறாய்."

'கரீந்தி வாயடைத்துப் போய்விட்டாள்.

'கண்ணீர் அவள் கன்னங்களில் வழிந்தோடுகிறது. அதை அவன் துடைக்கவில்லை. அவள் உள்ளத்தில் கசப்பு மண்டுகிறது.

'விடை தெரியாத பல கேள்விகளை கரீந்தி கேட்டுக் கொள்கிறாள். ஜாதிப்பசு கறவையை நிறுத்திவிட்டது. அப்படியானால் இனி அது கறிக்குத்தான் பயன்படுமா?

'கரீந்தியைப் பொறுத்தவரை, கத்தியின் இருபுறமும் குத்துகிறது. தொடங்கிய இடத்துக்கே மறுபடி வந்து சேர்ந்து விட்டாள்.

'நான் மறுபடி சறுக்கி விழுந்துவிடக் கூடாது என்பதற்காக என் கையைப் பற்றிக் கொண்டவனே, சொல்: அப்படியானால் நவீன கென்யாவின் கரீந்திகளுக்கு ஒரே ஒரு உறுப்புத்தான் இருக்கிறதா? புராண கதையில் வரும் காயீனுக்கு* அடுத்தபடியாக இனி கரீந்தியும் வீதியெங்கும் அலைந்து திரிவதை யாரால் தடுக்க முடியும்?

'இன்று தனக்குப் பல விஷயங்களைப் பிரித்து அறிந்து கொள்ளத் தெரியவில்லை -

நிமிர்த்துவதற்கும் வளைப்பதற்கும் இடையில்,
விழுங்குவதற்கும் துப்புவதற்கும் இடையில்,
ஏறுவதற்கும் இறங்குவதற்கும் இடையில்,
போவதற்கும் திரும்புவதற்கும் இடையில்

இருக்கும் வேறுபாடு தனக்குத் தெரியவில்லை என்று கரீந்தி முடிவு கட்டுகிறாள். ஆம், ஏனெனில் இன்றுமுதல் ஒருபோதும் அவளால்

கோணல்புத்திக்காரனுக்கும் நேர்மையானவருக்கும் இடையில்
முட்டாளுக்கும் அறிவாளிக்கும் இடையில்

★ காயீன்: பைபிளில் வரும் பாத்திரம். ஆதாமின் மகனான இவன் தன் சகோதரியைக் கொன்ற கொலைகாரன்.

இருட்டுக்கும் வெளிச்சத்துக்கும் இடையில்
சிரிப்புக்கும் அழுகைக்கும் இடையில்
நரகத்துக்கும் சொர்க்கத்துக்கும் இடையில்
சாத்தானின் ராஜ்ஜியத்துக்கும் கடவுளின் ராஜ்ஜியத்துக்கும்
இடையில்

இருக்கும் வேறுபாட்டைக் காண முடியாது.

ஒரு மனிதனின் இவ்வுலக வாழ்வில்,

இனிப்பு புளிப்பு
சிரிப்பு அழுகை
பிறப்பு இறப்பு

என்னும் இரண்டு விதமான நாட்கள் மட்டுமே இருப்பதாக யார் சொன்னது?

'நவீன கென்யாவின் கரீந்திகளுக்கும் கூட ஒவ்வொரு நாளும் மற்ற எல்லோருக்கும் இருப்பதைப் போலத்தானே இருக்கும். இல்லையா? ஏனெனில் அவர்கள் பிறந்த அன்றே அவர்கள் உடம்பில் உள்ள ஒரே ஒரு உறுப்பைத் தவிர மற்ற எல்லா உறுப்புகளுமே புதைக்கப்பட்டு விடுகின்றனவே - ஒரே ஒரு உறுப்புதானே அவர்களிடம் மிஞ்சுகிறது? அப்படியானால் நவீன கென்யாவின் கரீந்திகள் தங்கள் முகத்தில் வழியும் கண்ணீரை எப்போது துடைப்பார்கள்? என்றைக்காவது அவர்கள் சிரிப்பென்று ஒன்று இருப்பதைக் கண்டு கொள்வார்களா?'

3

கதையைச் சொல்லி முடித்த வரீய்ங்கா ஏறிட்டுப் பார்த்து இளைஞனின் முகத்தை ஆராய்ந்தாள். பிறகு ரேஸ் கோர்ஸ் சாலையில் நெடுகவும் பார்வையைச் செலுத்தினாள். ஏதோ வேலையாக மக்கள் போய் வருவதையும், கார்கள் ஒன்றையொன்று முந்திக் கொண்டு ஒலி எழுப்புவதையும், ஒஃபாஃபா ஜெரிக்கோ வீட்டிலிருந்து அவள் வெளியேற்றப்பட்டதிலிருந்து இன்றுவரை நைரோபி எந்த வகையிலும் மாறிவிடவில்லை என்பதையும் கவனித்தாள்.

அப்போதுதான் செயின்ட் பீட்டர்ஸ் க்ளாவர்ஸ் தேவாலய மணி ஒலிக்கத் தொடங்கியது. விசுவாசிகளுக்கு சாயங்கால வேளையில் அவர்கள் சொல்ல வேண்டிய மாதா வணக்க ஜெபத்தை அது நினைவுபடுத்தியது. வரீய்ங்காவும் இளைஞனும் மணி ஒலிக்கும்

திசை நோக்கித் திரும்பினார்கள். அந்த மணிகளே வாய் திறந்து ஜெபிப்பது போல் இந்த வார்த்தைகளைக் கேட்டாள் வரீய்ங்கா:

வா, வா
கலப்பையை இறுகப் பிடித்துக் கொள்,
திரும்பப் பார்க்காதே.
வா, வா...

அவள் தன்னையே கேட்டுக் கொண்டாள்: என் காதில் விழுந்துகொண்டே இருக்கும் இந்தக் குரல்கள் எங்கிருந்து வருகின்றன? என்னை எங்கே இட்டுச் செல்லப் போகின்றன? கோயிலுக்குள் நுழைந்து நீண்ட காலம் ஆகியிருந்தும், தானொரு ஜபத்தை முணுமுணுப்பதை உணர்ந்தாள்:

ஓ புனித கன்னி மரியே, இறைவனின் தாயே, எங்கள் தாயே,
புனித யோசேப்பே,
எனக்கு பாதுகாவலரான தேவ தூதரே,
சகல புனிதர்களே,
எனக்காக ஜெபியுங்கள்.
பூமியில் என் வாழ்நாள் முடிவதற்கு முன்பாக
வாழ்வை முடித்துக் கொள்ள விரும்பும் பாவ எண்ணத்தை
நான் கைவிடும்படிக்கு
எனக்காக ஜெபியுங்கள்.
இன்றும்
என் வாழ்வின் எல்லா நாட்களிலும்
என் இறுதி நாள் வரைக்கும்
என்னை பாதுகாத்துக் காப்பாற்றுங்கள்.
ஆமென்.

செயின்ட் பீட்டர்ஸ் தேவாலயத்தின் மணிகள் ஒலித்து ஓய்ந்தவுடன் வரீய்ங்கா இளைஞனைப் பார்த்து, ‘பொறுமையுடன் என் கதையைக் கேட்டதற்கு நன்றி. சாமியாரிடம் பாவ மன்னிப்பு கேட்டுவிட்டு வந்ததுபோல என் மனச்சுமை குறைந்திருப்பதை உணர்கிறேன்,’ என்றாள்.

‘ஒருவேளை நான் இன்னும் குருப் பட்டம் பெற்றிராத ஒரு பாதிரிதானோ என்னவோ... ஆனால் நான் கென்யாவின் ஏழை மக்களுக்குச் சேவை செய்ய அழைக்கப்பட்டிருக்கும் ஒரு அமைப்பைச் சேர்ந்தவன்தான். உன் கதை - அதாவது கரீந்தி, வைகோகோ, காமூங்கோன்யே ஆகியோரைப் பற்றிய கதை என் இதயத்துக்குள்

ஈட்டிபோல ஊடுருவி விட்டது. நீ சொல்வது போல் கென்யாவில் ஏராளமான கரீந்திகள் இருக்கிறார்கள். ஆனால் நம் குழந்தைகள் இனி ஒருபோதும் சிரிப்பையே காண மாட்டார்கள் என்று நீ சொல்வதைத்தான் என்னால் ஒப்புக் கொள்ள முடியாது. நாம் மனம் தளரவே கூடாது. மனம் தளர்வது தான் மன்னிக்க முடியாத பாவமாகும். அந்தப் பாவத்தை மட்டும் செய்தோமானால் நாடும் சரி, நாளைய தலைமுறையினரும் சரி, நம்மை ஒருபோதும் மன்னிக்க மாட்டார்கள். நீ இப்போது எங்கே போய்க் கொண்டிருக்கிறாய்? எதை நோக்கிப் போய்க் கொண்டிருக்கிறாய்?'

'இல்மொராக்'

'இல்மொராக்கா? அதுவா உன் ஊர்?'

'ஆமாம். இல்மொராக்தான் எங்கள் சொந்த ஊர். ஏன்?'

'ஏன் என்றால்... வந்து... குறிப்பிட்டுச் சொல்கிற மாதிரி ஒன்றுமில்லை. சும்மாதான் கேட்டேன். ஆனால் இல்மொராக் செல்லும் பேருந்துகள் இங்கு நிற்காது. இந்த காக்கா நிறுத்தத்தில் கீயாம்பு, தும்பீரி, திங்காங்கா, கீமா, ககினூ, கரியா - இனீ, கத்துங்கூரி செல்லும் பேருந்துகள்தான் நிற்கும். இல்மொராக் செல்லும் மட்டாட்டுகள் நாகுரு செல்லும் வண்டிகள் நிற்கும் நிறுத்தத்திலேயே நிற்கும். அந்த இடம் ஞாமாகீமாவில் இருக்கிறது.'

'தெரியும். உண்மையில் நான் அங்குதான் போய்க் கொண்டிருந்தேன். எந்தக் கெட்ட காற்று என்னைத் தெருவின் இந்தப்புறத்திற்குத் தள்ளி வந்ததோ?'

பயங்கரமான பகற் கனவிலிருந்து விழித்துக் கொண்டவள் போல் எழுந்து நின்றாள் வரீய்ங்கா. கைப்பையை தோளில் தொங்க விட்டுக் கொண்டாள். 'சரி, பார்க்கலாம்,' என்றாள் இளைஞனிடம். அவளுக்கு மகிழ்ச்சியாக இருந்தது. கொஞ்சம் வெட்கமாகக்கூட இருந்தது.

'உடம்பைப் பார்த்துக் கொள். மறுபடியும் கிறுகிறுப்பு வந்துவிடப் போகிறது.'

ஞாமாகீமாவை நோக்கித் திரும்பி நடக்க வரீய்ங்கா கிளம்பிய போது அவன், 'ஒருநிமிடம்...' என்று ஏதோ சொல்ல அவளை அழைத்தான்.

வரீய்ங்கா நின்று திரும்பிப் பார்த்தாள். தனக்குள்ளேயே இப்படிக் கேட்டுக் கொண்டாள்; எளிதாகத் தொடை விரிக்கும் கரீந்தி ஒருத்தியை

கண்டுபிடித்துவிட்டதாக நினைக்கும் மற்றொரு காமுங்கோன்யேவாக இவன் இருப்பானோ?

இளைஞன், தான் வைத்திருந்த பையைத் திறந்தான். அதிலிருந்து ஒரு அட்டையைத் தேடி எடுத்தான். அதை வரீய்ங்காவிடம் கொடுத்துவிட்டு சொன்னான்: 'உன் கதை - அல்லது கரீந்தி - வைகோகோ - காமூங்கோன்யே ஆகியவர்களுடைய கதை - என் இதயத்தை ஊடுருவி விட்டது என்று சொன்னேன் அல்லவா? நவீன கரீந்திகளையும் வைகோகோக்களையும் உருவாக்கும் நிலைமைகளைப் பற்றி மேலும் விவரமாக தெரிந்துகொள்ள நீ விரும்பினால், இல்மொராக் சென்ற பின் இந்த அட்டையில் விளம்பரம் செய்யப்பட்டிருக்கும் விருந்துக்குப் போ.'

இளைஞன் சென்றுவிட்டான். ரேஸ் கோர்ஸ் சாலையில் நடந்து எஸ்ஸோ பெட்ரோல் நிலைய மைதானத்தின் வழியாக ரிவர் சாலையைக் கடந்து ஞாமாகீமாவை நோக்கிப் போனாள் வரீய்ங்கா. ஒரே ஒருமுறை மட்டும் பின்னால் திரும்பி இளைஞன் தன்னைப் பின்தொடர்கிறானா என்று பார்த்துக் கொண்டாள். அவனைக் காணவில்லை. அவன் பெயரைக் கூட நான் கேட்டுக் கொள்ளவில்லையே என்று நினைத்தாள். அவன் என்னிடம் தந்த அட்டையில் இருக்கக்கூடுமோ? எல்லா ஆண்களுமே, அவர்கள் யாராயிருந்தாலும், நம் ரத்தத்தை நோகாமல் உறிஞ்சுபவர்கள்தான். என்னை ஏதோ ஒரு விருந்துக்குப் போகச் சொல்கிறான். எந்த விருந்துக்கும் போக எனக்கு விருப்பமில்லை. எனக்கு இனி மயிரடர்ந்த மார்புடைய கிழ மனிதர்களான வைகோகோக்கள் ஆகட்டும், இளம் காதலர்களான காமூங்கோன்யேக்களாகட்டும், யாருடனும் எந்த உறவும் தேவையில்லை.

நாகுருவுக்கோ இல்மொராகுக்கோ செல்லும் மட்டாட்டு வண்டிகள் ஞாமாகீமாவில் இல்லை. ஞாமகீமா மதுபானக் கடையின் அருகில் வெங்காயமும் உருளைக்கிழங்கும் விற்கும் கடையின் சுவரில் சாய்ந்து நின்றுகொண்டாள் வரீய்ங்கா...

இளைஞன் கொடுத்துச் சென்ற அட்டையை தன் கை தொட்டுக் கொண்டிருப்பதை கொஞ்சநேரம் கழித்து அவள் உணர்ந்தாள். தான் இன்னும் அதைப் படிக்கக்கூட இல்லை என்பது அவள் நினைவுக்கு வந்தது. மெதுவாக சட்டைப் பையின் உள்ளேயிருந்து அதை வெளியில் எடுத்து கவனமாகப் பார்த்தாள். அதில் இப்படி எழுதியிருந்தது:

> **சாத்தானின் விருந்து!**
>
> நேரில் வந்து பாருங்கள்!
> திருட்டிலும் கொள்ளையிலும் கைதேர்ந்த
> ஏழு நிபுணர்களை தேர்ந்தெடுக்க
> சாத்தான் ஏற்பாடு செய்திருக்கும் போட்டி.
> எண்ணற்ற பரிசுகள்!
> உங்கள் யோகத்தை பரிசோதித்துப் பாருங்கள்!
> இல்மொராக்கிலேயே புத்திசாலிகளான ஏழு திருடர்களையும்
> கொள்ளைக்காரர்களையும் தேர்ந்தெடுக்கும் போட்டி
> ஏராளமான பரிசுகள்!
> நரகத்தின் தூதர்கள் குழுவின் இன்னிசைக் கச்சேரி!
> ஒப்பம்: சாத்தான்
> நரகத்தின் ராஜன்
> மே/பா: திருடர்கள், கொள்ளையர்களின் குகை.
> **இல்மொராக் கோல்டன் ஹைட்ஸ்**

வயிற்றில் சவரக் கத்தியால் குத்திக் கிழித்தது போல் உணர்ந்தாள் வரீய்ங்கா. தான் உண்மையிலேயே ஞாமாகீமாவில்தான் இருக்கிறோமா அல்லது மறுபடியும் கனவு காண்கிறோமா என்பதை தீர்மானமாக அறிவதற்காக தன்னைச் சுற்றிலும், பக்கவாட்டிலும், முன்னும் பின்னுமாக பார்த்துக் கொண்டாள். தேனீக் கூட்டம் படையெடுத்ததுபோல் கேள்விகள் அவளது மூளையை மொத்தமாகத் தாக்கின. சில சமயங்களில் ஒரேயொரு தேனீ பின்தங்கிப் போவதுபோல ஒரேயொரு கேள்வி மட்டும் வரீய்ங்காவின் மனதில் தங்கிவிட்டது. தன்னுடைய கையைப் பிடித்து இட்டுச் சென்ற இளைஞன் யார்? அப்படியானால் என்னுடைய கைப்பையை மீட்டு என்னிடம் தந்தவன் ஒரு திருடனா? அவளுக்கு குலைநடுக்கம் ஏற்பட்டது. மறுபடியும் அட்டையைப் பார்த்தாள். கீழே விழுந்துவிடாமல் இருப்பதற்காக வெங்காயம், உருளைக்கிழங்கு விற்கும் கடையின் சுவரில் சாய்ந்து கொண்டாள்.

அவள் இதயம் படபடவென்று அடித்துக் கொண்டது. இல்மொராக்கில் ஒரு சாத்தானின் விருந்து! திருடர்களுக்கும் கொள்ளையர்களுக்குமான ஒரு போட்டா போட்டி! நாளைக்கு ஞாயிற்றுக்கிழமை அன்று நடக்கிறதா? இப்படிப்பட்ட அதிசயங்கள்கூட நடக்குமென்று யாரால்தான் நம்ப முடியும்?

அத்தியாயம் மூன்று

1

நைரோபியில் மற்றபல மட்டாட்டு நிறுத்தங்களையும் பேருந்து நிறுத்தங்களையும் போலவே ஞாமாகீமாவும் கூட மக்களும் கார்களும் நிரம்பி வழியும் நெரிசலான இடம்தான். இந்தக் கூட்டத்தில், க்ரோகன் பள்ளத்தாக்குக்குப் போய்வருவோர் இருக்கிறார்கள். அங்கு அனைத்து வகையான வண்டிகளின் உதிரிப் பாகங்களும் நிச்சயமாகக் கிடைக்கும். ரிவர் சாலைக்குப் போய்வரும் தொழிலாளர்களும் விவசாயிகளும் இருக்கிறார்கள். இங்கு சனி ஞாயிறுகளில் கிராமத்தினரின் வாரச் சந்தை நடக்கும். உருளைக்கிழங்கு, வெங்காயம், மலிவு விலைக்கீரை முதலிய காய்கறிகளை வாங்குவதற்காகவே வருகிறவர்கள் இருக்கிறார்கள். கரியோகா, ஈஸ்ட்லே, பும்வானி, ஷௌரிமோயோ, பஹாதி, மக்கான்தரா, ஓஃபாஃபாஜெரிக்கோ, கரியோபங்கி, டண்டோரோ போன்ற பகுதிகளிலுள்ள தங்கள் வீடுகளுக்குத் திரும்புமுன் வயிறுமுட்ட பீர் குடிப்பதற்காக மதுக்கடைக்கும் உணவு விடுதிகளுக்கும் செல்பவர்கள் இருக்கிறார்கள். ஆனால் அந்தக் கூட்டத்தின் பெரும்பகுதியினர் நைவாஷா, கில்கில், ஓல்கலௌ, நாஹிரூரு, நாகுரு, ருவ்வையீனி, இல்மொராக் போன்ற இடங்களுக்குச் செல்ல மட்டாட்டு வண்டிகளுக்குக் காத்திருப்பவர்கள்தான். மனிதர்களாலும் கார்களாலும் நிரம்பி வழியும்போது ஞாமாகீமா ஏழு சந்தைகளின் இரைச்சலோடு காதைப் பிளக்கிறது.

அந்தச் சனிக்கிழமையன்று ருவ்வையீனிக்கும் இல்மொராகிற்கும் செல்லும் வண்டிகள் அதிகமில்லை. மட்டாட்டு வண்டியின் கடகட ஓசை கேட்கும் போதெல்லாம், வரீய்ங்கா ஆவலுடன் தலையைத் தூக்கிப் பார்ப்பாள். ஆனால் நாகுருவுக்கும் நாஹிரூருவுக்கும் செல்லும்

பயணிகள் மட்டுமே அழைக்கப்படுவதைப் பார்த்ததும் அவள் இதயம் ஏமாற்றத்தால் துவண்டுவிடும். ஆறுமணி ஆனவுடன் அவளுக்குத் தன்மீதே கழிவிரக்கம் தோன்ற, மௌனமாகப் பிரார்த்தனை செய்யத் தொடங்கினாள்; "ஓ, கன்னி மரியே, இறைவனின் தாயே, என்மீது கருணை காட்டும். மற்றொரு இரவை நான் நைரோபியில் கழிக்க விரும்பவில்லை. எனக்கொரு பேருந்து கிடைக்க உதவி செய்யும். கழுதை வண்டியானாலும் பரவாயில்லை. எப்படியாவது எதிலாவது நைரோபியிலிருந்து வெளியேறி இல்மொராகில் இருக்கும் என் சொந்த வீட்டில் என்னைக் கொண்டுபோய் சேர்த்துவிடும். தந்தைக்கும் மகனுக்கும் புனித ஆவிக்கும் மகிமை உண்டாவதாக - ஆதியில் இருந்ததுபோல இப்போதும் எப்பொழுதும் என்றென்றும் நிலைத்திருப்பதாக. ஆமென்.'

அவள் பிரார்த்தனையை முடிக்குமுன்பே இல்மொராக் வரை செல்லும் மட்டாட்டு வண்டி ஒன்று வந்து சேர்ந்தது. ஆனால் அதைப் பார்த்தவுடன் வரீய்ங்கா திகைத்து நின்றுவிட்டாள். இந்த டப்பாவை இப்போதுதான் க்ரோகன் பள்ளத்தாக்கின் குப்பை மேட்டிலிருந்து பொறுக்கி எடுத்தார்களோ? வண்டி நிச்சயமாகப் பழசுதான்; ஆனால் வண்டிச் சொந்தக்காரர் அதன் எல்லாப் பக்கங்களிலும் கண்ணைக் கவரும் வாசகங்கள் பலவற்றை எழுதி அதன் வயதைக் குறைக்க முயற்சி செய்திருந்தார்: 'வம்போ வதந்திகளோ வேண்டுமா, முவாராவின் மட்டாட்டு மட்டாட்டா மட்டாமுவில் பயணம் செய்யுங்கள். உங்கள் வழியே எங்கள் வழி. அதிக அவசரம் கிழங்குக்குக் கேடு. ஊர்ந்துபோனாலும் பத்திரமாக ஊர்போய்ச் சேருங்கள்.'

விளம்பர வாசகங்களை வரீய்ங்கா படித்து முடிப்பதற்கு முன்பே, வண்டியோட்டி கீழே குதித்தான். வண்டியின் படுமோசமான நிலைமையை மூடிமறைக்கும் வகையில் வார்த்தைகளாலும் பாடல்களாலும் தன்னுடைய மட்டாட்டுவின் புகழ்பாடி பயனிகளை ஈர்க்கத் தொடங்கினான்.

"வாருங்கள் மட்டாட்டு மட்டாட்டா மட்டாமு மாடல் டிஃபோர்டு வண்டியினுள் ஏறுங்கள். லிமுரு, சேட்டலைட், நைவாஷா, ருவ்வையீனி, இல்மொராக் ஆகிய இடங்களுக்கு கண் இமைக்கும் நேரத்தில் போய்ச் சேரலாம். ஒருமுறை இளைஞர்கள் பாடுவதைக் கேட்டேன்:

கடவுளின் ராஜ்ஜியம் அருகிலிருந்தால்
விலைமகளிரான உங்களை வழக்குமன்றத்துக்கு இட்டுச்
செல்வேன்.
கடவுளால் இலவசமாக உங்களுக்கு கொடுக்கப்பட்ட ஒன்றை
இப்போது நீங்கள் இருபது ஷில்லிங்கிற்கு விற்கிறீர்கள்.

இளைஞர்களே, உங்களுக்கொரு ரகசியம் சொல்கிறேன் கேளுங்கள்; மூவாராவின் மட்டாட்டு மட்டாட்டா மட்டாமூவால் கடவுளின் ராஜ்ஜியம் அருகே கொண்டு வரப்பட்டுள்ளது. பிசாசின் இருப்பிடத்துக்குச் செல்வதுகூட முவாராவின் மட்டாட்டு மட்டாட்டா மட்டாமு மாடல் டிஃபோர்டுக்கு ஒரு பொருட்டல்ல. ஏறுங்கள்! ஏறுங்கள்! இல்மொராக் இதோ இருக்கிறது - மூக்கிலிருந்து கண் இருக்கும் தூரம்தான்!'

பிசாசு என்ற வார்த்தை உச்சரிக்கப்படுவதைக் கேட்டதும் வரீய்ங்கா மறுபடியும் இனம் தெரியாத ஒருவித பயவுணர்வை அனுபவித்தாள். சாத்தானின் விருந்துக்கான அழைப்பும், திருட்டிலும் கொள்ளையிலும் போட்டி நடத்தப்படுவதும் நினைவு வந்து, தன்னைத்தானே இப்படிக் கேட்டுக் கொண்டாள்: என்ன விருந்து இது? போட்டியில் என்னென்ன இருக்கும்? என்னிடம் இவ்வளவு அன்பாக நடந்து கொண்டவன், எப்படி ஒரு திருட்டு - கொள்ளைக் கூட்டத்துடன் கைகோத்துக் கொள்ள முடியும்? என் கைப்பையை அவன் ஏன் திருடிக் கொள்ளவில்லை? ஆனால் முவாராவின் வாயிலிருந்து சரமாரியாக வந்த வார்த்தைகளைக் கேட்டுக் கொண்டிருந்தபோது, சற்று நேரத்துக்கு அவள் தன் மனச்சுமையை மறந்தாள்.

இதற்குள் நிறையப்பேர் மதுபானக் கடைகளிலிருந்தும் மற்ற கடைகளிலிருந்தும் வெளியே வந்துவிட்டார்கள். மட்டாட்டு வண்டியின் சொந்தக்காரரைப் பார்ப்பதற்காக நடைபாதையில் வந்து நின்றார்கள். 'சரி, சரி, எல்லாக் கதையையும் எங்களுக்குச் சொல்!' என்று அவனைத் தூண்டினார்கள்.

2

பூமியில் படைக்கப்பட்ட முதல் மோட்டார் வாகனமே இதுதானோ என்று சொல்லும்படியான நிலைமையில்தான் இருந்தது முவாராவின் மட்டாட்டு மட்டாட்டா மட்டாமு மாடல் டிஃபோர்டு வண்டி, பதிவு எண் எம்எம்எம் 333. பலநூறு கோடரிகளை ஒரு சேர ராவுவது போல

அதன் இன்ஜின் முனகலும் கிறீச்சிடலுமாக இருந்தது. காற்றில் கார் கொடிபோல அசைந்தது. சாலையில் அது ஊர்ந்து செல்வது குன்றின்மேல் வாத்தொன்று ஏறுவதைப்போல் இருந்தது.

காலையில் மட்டாட்டு புறப்படும் விதம் இருக்கிறதே, அது பார்வையாளர்களுக்கு ஒரு கண்கொள்ளாக்காட்சி... முதலில் பலமாக உறுமிவிட்டு பிறகு தொண்டையில் உலோகத்துகள் சிக்கியதுபோல இன்ஜின் செருமிக் கொள்ளும். பிறகு ஆஸ்த்மாக்காரன் போல மூச்சிழுக்கும். அதுபோன்ற சமயங்களில் முவாரா பேனட்டை ஆச்சரியமானதொரு முறையில் சட்டெனத் திறந்து தலையை இங்குமங்கும் நுழைத்து, இங்கொன்றும் அங்கொன்றுமாக வயர்களைத் தொட்டுப் பார்த்துவிட்டு மறுபடியும் அதே வேகத்தில் சட்டென பேனட்டை மூடிவிட்டு, ஸ்டீரிங் வீலுக்குத் திரும்புவான். மென்மையாக ஆக்ஸிலேட்டரை வலது பாதத்தால் அவன் அழுத்தும்போது வயிற்றை இதமாகத் தடவிக் கொடுத்ததுபோல் இன்ஜின் உறுமத் தொடங்கும்.

ஆனால் மட்டாட்டு வண்டியின் பிரச்சார பீரங்கியாக செயல்பட்டான் முவாரா. மக்கள் அவனைக் கேட்பார்கள்: முவாரா, இது நோவா காலத்து வண்டியா? முவாரா சிரித்துக்கொண்டே தலையை அசைத்து, காரின் மேல் சாய்ந்து நின்றுகொண்டு, காரின் அருமை பெருமைகளையெல்லாம் நிரூபித்து, கேட்பவரை போதையில் ஆழ்த்த முயற்சிப்பான்.

'சத்தியமாகச் சொல்கிறேன் - கட்டுமானரீதியாக மாடல் டி ஃபோர்டுக்கு இணையான கார் எதுவுமே கிடையாது. மற்ற வண்டிகளின் வெளிப்புற பளபளப்பை இதனுடன் ஒப்பிடாதீர்கள். அழகு சோறு போடாது. பூஷோ, டொயோட்டா, கேன்டர், ஏன் - வோல்வோஸ், மெர்சிடஸ் பென்ஸ் ஆகிய மாடல்களைச் செய்ய இன்று பயன்படும் உலோகம் இருக்கிறதே, அது மழையில் ஊறிய காகிதம் போல பிய்ந்து போய்விடும். ஆனால் மாடல் டி ஃபோர்டு, மூச்! மற்ற கார்களில் ஓட்டை போடக்கூடிய வலிமை வாய்ந்தது இதன் உலோகம் என்று சொல்வார்கள். நான் இந்தப் பழைய மாடலைத்தான் விரும்புகிறேன்.

காலத்தால் உறுதிப்பட்ட கல்லானது, மழையினால் அடித்துச் செல்லப்படுவது இல்லை. இரவல் நகைக்கு ஆசைப்பட்டால் சொந்த நகையும் பறிபோய் விடக்கூடும். ஜப்பான், ஜெர்மனி, பிரான்ஸ் மற்றும் அமெரிக்காவிலிருந்தெல்லாம் புதிய மாடல்கள் வருகின்றன.

அவை ஒன்றிரண்டு மாத காலம் தடபுடலாக ஓடுகின்றன. பின்பு அவை இற்றுப்போய், மாடல் டி ஃபோர்டு வண்டியை மட்டும் சாலையில் ஓட விட்டுவிட்டு ஒதுங்கிவிடுகின்றன.'

ஆனாலும் முவாராவின் எண்ணமென்னவோ, கூடிய விரைவில் அதிகப் பணம் சேர்த்து, அதிகப் பயணிகளை ஏற்றக் கூடிய பெரிய நவீன வண்டியாக வாங்கி தன் பைகளை பணத்தால் நிரப்பிக் கொள்வது தான். பணம் எனும் கடவுளின் சந்நிதானத்தில் விழுந்து கும்பிடுபவர்களில் முவாராவும் ஒருவன். நான் செல்லாத உலகமில்லை, கடக்காத ஆறு இல்லை, ஏறாத மலையில்லை, பணம் எனும் கடவுளின் ஊழியத்துக்காக நான் செய்யத் தயங்கும் மாபாதகமே இல்லை என்பான் அவன்.

ஆனால் அவனுடைய பிரார்த்தனை நிறைவேறியதாகவோ, குறைந்தபட்சம் கருணையுடன் கேட்கப்பட்டதாகவோ கூட தெரியவில்லை. இந்த மட்டாட்டுவைத் தவிர வேறெந்த வண்டியும் அவனுக்குச் சொந்தமாக இருந்ததில்லை. அதுவும்கூட ஞாங்விஷு என்று அழைக்கப்பட்ட ஐரோப்பியன் அவனுக்குத் தந்ததுதான். எப்போதாவது முவாரா சோகத்தில் மூழ்கிப்போய் தன்னைத்தானே இப்படிக் கேட்டுக் கொள்வான்: நானும்தான் இத்தனை காலமாக வண்டி ஓட்டுகிறேன்; இருந்தாலும்கூட கண்ணெதிரே தொங்கும் வெற்றிக் கனிகளைப் பறிக்க நான் எம்பி எம்பிக் குதித்தாலும் எட்டாத உயரத்துக்கு அவை போய்விடுவது ஏன்?

முவாரா மக்களிடம் சொல்வான்: 'ஐரோப்பியர்கள் இங்கு கொண்டு வந்த பணம் முழுக்க முழுக்க கெடுதலானது. யூதர்களின் கடவுளுக்கு முதல் மகனாகப் பிறந்த மேரியின் மைந்தன் சிலுவையில் அறையப்படுவதற்கு பணம்தான் காரணம் என்னும்போது, அதற்குமேல் வேறென்ன சொல்ல முடியும்? என்னைப் பொறுத்தவரை நல்ல விலைக்குப் போனால் என் அம்மாவையே நான் விற்பேன்! எதைப்பற்றியும் அலட்டிக் கொள்ளாத ஒரு வியாபாரியின் வெட்டிப் பேச்சு என்று மக்கள் இதை நினைப்பார்கள். பணம் சம்மந்தப்பட்ட விஷயங்களை மட்டும் முவாரா விளையாட்டாக எடுத்துக் கொள்வதில்லை. இது ஒரே ஒரு ஆளுக்கு மட்டும் தெரியும்; ஆனால் அவன் அந்தக் கதையைச் சொல்ல திரும்பி வரவேயில்லை. ஐந்து ஷில்லிங்குக்காக அவனும் முவாராவும் சண்டை போட்டுக் கொண்டார்கள். அவன் பணம் கொடுக்க மறுத்ததோடு, 'நீ மழையில் நனைந்த சாணியில் மொய்க்கும் பூச்சியைப் போல இடம் மாறிக்

கொண்டே இருப்பாய். பணக்காரனாக ஆகவே மாட்டாய்!' என்று சபித்தும் விட்டான். அவனிடம் முவாரா சொன்னான்: 'எழுபத்தைந்து ஷில்லிங்கிற்கு என் காரை வாடகைக்கு அமர்த்திக் கொள்வதாக ஒப்புக்கொண்ட நீ, நான் வழியில் மேலும் இரண்டு பயணிகளை ஏற்றிக்கொண்ட ஒரே காரணத்துக்காக, பேசிய வாடகையில் ஐந்து ஷில்லிங் குறைவாகத்தான் கொடுத்தாய். நீ வாடகைக்கு எடுத்தது ஒரு இருக்கையை மட்டுமா, அல்லது வண்டி முழுவதையுமா? பேசிய பணத்தை முழுசாக எண்ணி கீழே வைக்காமல் இந்த இடத்தைவிட்டு நீ போய்விடுவாயா? முவாரா ஒன்றும் ஒருபக்கம் மட்டும் தீட்டிய வெட்டுக் கத்தி அல்ல.'

ஒருநாள் காலையில் அந்த மனிதன் அவனுடைய வீட்டிலேயே தூக்கில் தொங்கிக் கொண்டிருந்தான். பிணத்துக்கு அருகில் கிடந்த துண்டுக் காகிதத்தில், **மற்றவர் உடைமையுடன் ஒரு போதும் விளையாடாதே. நாங்கள் சாத்தானின் சீடர்கள் - ரகசியத் தொழில்களின் அதிபர்கள்** என்ற வார்த்தைகள் கிறுக்கப்பட்டிருந்தன.

ஆனால் பதிவு எண் எம்எம்எம் 333 மட்டாட்டு மட்டாட்டா மட்டாமு மாடல் டி ஃபோர்டு வண்டியின் ஓட்டுநராகத்தான் முவாரா பரவலாக அறியப்பட்டிருந்தான்.

3

பறந்து கொண்டிருக்கும் பறவை களைத்துப்போனால் அருகிலிருக்கும் ஏதாவதொரு மரத்தில் இளைப்பாறும் என்று சொல்வார்கள். இல்மொராக் செல்லும் வேறெந்த வண்டியும் தென்படாததால் முவாராவின் வண்டியில் ஏறினாள் வரீய்ங்கா. அவள் உள்ளே நுழைந்ததும் முவாரா தன் பாடல்களுக்கும் வார்த்தைகளுக்கும் மேலும் அழகு சேர்த்தான்.

> இளம் கன்னியே, நான் கெஞ்சிக் கேட்கும்போது
> 'நான் கர்ப்பமாகி விடுவேன்' என்று சொல்லாதே, ஏனெனில்
> மோட்டார் சைக்கிளில் பிரேக் பிடிப்பது எப்படி என்று எனக்குத்
> தெரியும்:
> உன்னிடம் மட்டும் பிரேக் பிடிக்க என்னால் முடியாதென்றா
> நினைக்கிறாய்?

அவன் சற்று நிறுத்தினான். பெருமூச்சு விட்டான். தன்னைச் சுற்றி நின்றிருந்த மனிதர்களை நோட்டம் விட்டான். இடுப்பில் கைகளை

ஊன்றி புன்னகையுடன் நின்று கொண்டிருந்தான். பிறகு தலையை உலுப்பியபடி இப்படிச் சொன்னான். "ஒரு பொறுக்கியின் பிரேக்குகள் பொய்யானவை. மட்டாட்டு மட்டாட்டா மட்டாமு மாடல் டி ஃபோர்டின் பிரேக்குகளோ வலுவானவை. அதற்கு ஈடு இணை வேறில்லை..."

மக்கள் விழுந்து விழுந்து சிரித்தார்கள். சத்தமாக விசிலடித்தார்கள். பயணிகளை ஈர்க்க முவாரா இன்னமும் கூவிக்கொண்டே இருந்தான். '....லிமுரு, நைவாஷா, ருவ்வையீனி, இல்மொராக்! போகலாம் வாருங்கள். ஞாபகமிருக்கட்டும்: உங்கள் வழியே என் வழி...'

அந்த சனிக்கிழமை லிமுருவுக்கும் நைரோபிக்கும் இடையே போதிய பயணிகள் இல்லாததால் முவாராவுக்கு கிடைத்த பணம், பெட்ரோல் செலவுக்குக் கூடப் போதவில்லை. இல்மொராக் போகத் தேவைப்படும் பெட்ரோல் செலவை ஈடு செய்ய மேலும் சில பயணிகள் சிக்குவார்களா என்று பார்ப்பதற்காக மதியத்துக்கு மேல் ஞாமாகீமா செல்வதென முவாரா முடிவு செய்தான். அதனால்தான் இப்போது இப்படி விடாது தொண்டை கிழிய கத்திக் கொண்டிருக்கிறான். '.... நினைவிருக்கட்டும்! இது உங்கள் நாடு. இது உங்கள் மட்டாட்டு! வீதிகளில் குதித்துக் குதித்து ஓடி நம் பெண்களை கருச்சிதைவுக்கு உள்ளாக்கும் பூஷோக்களைப் பற்றியெல்லாம் மறந்துவிடுங்கள். ஊர்ந்தாவது ஊர் போய்ச் சேருங்கள்...'

இன்னொரு பயணி காருக்குள் ஏறினார். அவர் அணிந்திருந்த நீலநிற பணிஉடுப்பு கைமுட்டிகளிலும் கால் முட்டிகளிலும் கிழிந்து போயிருந்தது. அவருடைய சப்பாதுகளின் மேல் சாம்பல் நிறத் தூசி படிந்திருந்தது. வரீய்ங்காவுக்கு நேர் எதிர் இருக்கையில் அவர் உட்கார்ந்தார். முவாராவும் உள்ளே ஏறி ஓட்டுநர் இருக்கையில் உட்கார்ந்து இஞ்சினை உறுமவிட்டான். அதை அப்படியே ஓட விட்டுவிட்டு மறுபடியும் வெளியில் போனான். அத்தனைக்கும் ஒரு பயனுமில்லை என்பதை உணர்ந்தான். வெறும் இரண்டு பயணிகள் மட்டுமே...

'என் ஆட்டைப் போலத்தான் நானும் கத்திக்கொண்டே சாகப் போகிறேனா? மற்ற மனிதர்களைப் போல புதிய கார் வாங்கும் காலம் எனக்கு வரவே வராதா? தள்ளுவண்டிக்காரர்களும், கழுதை வண்டிக்காரர்களும், ஷூ பாலீஷ் பையன்களும், சோளம் வறுப்பவர்களும், உல்லாசப் பயணிகளிடம் முயல்களும், பழமும், ஆட்டுத்தோலும் விற்பவர்களும் கூட இன்றைக்கு என்னைவிட

அதிகமான பணத்தை வீட்டுக்கு எடுத்துச் செல்கிறார்கள். இந்த ராபின் முவாராவுக்கு கடைசியில் என்ன கதிவரப் போகிறதோ? இந்த இரவு நேரப் பயணங்களை தவிர்ப்பதே நல்லது. நைரோபியில் ஒரு அறையை வாடகைக்கு எடுத்துத் தங்கிவிட்டு நாளை காலையில் இல்மொராக் போகலாம்' - எரிச்சலுடன் இப்படியெல்லாம் நினைத்துக் கொண்டான்.

ஆனால் ஏற்கனவே பெட்ரோல் வாங்கியதால் ஏற்பட்ட நஷ்டத்தை நினைத்தபோது, கூர்மையான கத்தியொன்று தனக்குள் சொருகப்படுவது போல உணர்ந்தான். பாதையில் தென்படும் நாணயம் - ஐந்து சென்ட் நாணயமாக இருந்தாலும் - அதை விட்டுவிட்டுப் போகிற ரகமில்லை முவாரா. அதை எடுப்பதற்கான முயற்சியில் பள்ளத்தில் விழுந்தாலும் கவலைப்பட மாட்டான். தனக்குள் சொல்லிக் கொண்டான்: "நானாவது இந்த இருவரின் பயணக் கூலியை விடுவதாவது? முடியாது! லிமுரு போவதற்குள் இரவில் வழியில் வண்டி கிடைக்காமல் காத்திருக்கும் வேறு பயணிகள் கிடைக்கலாம். அல்லது முட்டாரக்வா நிறுத்தத்தில் ஓ.டி.சி பேருந்துக்காக நிற்கும் பயணிகளை என் இனிமையான பேச்சினால் கவரலாம். தவிர, நாளை காலையில் இல்மொராகில் இருந்து முதலில் கிளம்புபவர்களில் நானும் ஒருவனாக இருக்க வேண்டுமானால், இரவை இல்மொராகில் கழிப்பதுதான் நல்லது. கவனமாகத் தேடினால் ஒருபோதும் கிடைக்காமல் போகாது.

அக்கணமே, பணம் சம்பாதிக்க வேண்டும் என்ற அவனுடைய ஆசை மீண்டும் உயிர் பெற்றது. இதயம் வேகவேகமாக அடித்துக்கொள்ள, நயமாகக் கூவி அழைத்தான்: 'நீங்கள் எல்லோரும் பின்தங்கிப் போகப் போகிறீர்கள்! மட்டாட்டு மட்டாட்டா மட்டாமுவால் கைவிடப்படுவீர்கள்! நான் உங்கள் சேவகன். கடவுளின் இடத்துக்கோ சாத்தானின் இடத்துக்கோ வேகமாகக் கொண்டுசெல்ல எனக்கு ஆணையிடுங்கள். அமைதி எங்கும் நிலவட்டும்! கிளம்புங்கள் போகலாம். விரைவில் இல்மொராக் செல்லுங்கள். இல்லையென்றால் மற்றவர்கள் சொல்வதையெல்லாம் கேட்டுக் கொள்ளுங்கள். நீங்களே நேரில் பார்த்து, நேரில் கேட்க வேண்டுமானால், நீங்கள் இல்மொராகில் இருந்தாக வேண்டும்... புதரின் மறுபக்கத்தில் அதிர்ஷ்டம் மறைந்திருக்கலாம்! உங்களுக்கும் உங்கள் அதிர்ஷ்டத்துக்கும் இடையில் இருக்கும் அந்தப் புதரைச் சுற்றிக் கொண்டு செல்ல இந்த மட்டாட்டு

உங்களுக்குப் பயன்படட்டும். இதுதான் சரியான நேரம். நாம் இல்மொராக் சென்றுவிட வேண்டும். இல்லையென்றால் அதிர்ஷ்டம் துரதிர்ஷ்டமாக மாறிவிடலாம். அதிர்ஷ்டம் ஒருபோதும் அடுத்தடுத்து வருவதில்லை'.

'இவன் என்ன புறப்படப்போகிறானா? இல்லை, கதை சொல்லியே இரவு முழுவதும் நம்மை இங்கே இருத்திவிடப் போகிறானா?' நீல அங்கி அணிந்திருந்தவர் கேட்டார்.

'மட்டாட்டு என்பது வம்பு, வதந்தி, வீண் பேச்சுக்கெல்லாம் இருப்பிடம்!' என்று பதில் சொன்னாள் வரீய்ங்கா.

முவாரா வண்டிக்குள் ஏறி இஞ்சினை உறுமவிட்டு, ஹாரனை அடித்துவிட்டு வண்டியைக் கிளப்பினான்.

திடீரென்று கூட்டத்தின் எல்லாப் பக்கமிருந்தும் பலவிதமான விசில் சத்தங்கள் கிளம்பி வண்டியை நிறுத்தும்படி எச்சரித்தன.

முவாரா பிரேக் போட்டான்.

கையில் சூட்கேஸுடன் ஒரு இளைஞன் மூச்சு வாங்க ஓடிவந்து வண்டியில் ஏறி உட்கார்ந்தான். வரீய்ங்காவுடனும் நீலநிற பணியுடுப்புக் காரருடனும் சேர்ந்து கொண்டான். இன்னும் மூச்சு வாங்கிக்கொண்டே, 'இது இல்மொராக் போகிறதா?' என்று கேட்டான்.

'ஆமாம், ஆமாம். இல்மொராகிற்கு - நம் சொந்த ஊருக்குத் தான் போகிறது' என்று குஷியாகச் சொன்னான் முவாரா.

'நல்லவேளை, தவற விட்டிருப்பேன்' என்றான் சூட்கேஸ்காரன். அதற்கு யாரும் பதில் சொல்லவில்லை. சற்று நேரம் அமைதி.

'வேறு பயணிகள் யாரும் உங்களுடன் இருந்தார்களா?' என்று கேட்டான் முவாரா.

'இல்லை' என்றான் சூட்கேஸ்காரன்.

முட்டிகளுக்கு இடையில் சூட்கேஸை வைத்துக் கொண்டான். அதைப் பார்த்தவுடனேயே அதன் மூடியில் அவனுடைய பெயரும் முகவரியும் இருப்பதைக் கவனித்தாள் வரீய்ங்கா: கத்தூய்ரியா, ஆப்பிரிக்கப் பண்பாட்டு ஆய்வு மாணவர், நைரோபி பல்கலைக்கழகம்.

பல்கலைக்கழகம்! வரீய்ங்காவின் வயிற்றில் ஒரு வேதனையான உணர்வு ஏற்பட்டது.

மூன்று பிரயாணிகளுடன் முவாரா கிளம்பினான். வரீய்ங்கா, கத்தூய்ரியா, நீலசட்டைக்காரர். மசாக்கூ பஸ் நிலையம், ரயில் நிலைய நிறுத்தம் இரண்டிலும் வேறு எந்தப் பயணியும் ஏறவில்லை. ஹெய்லே செல்லாசி சாலையைக் கடந்து, காங் சாலையை அடைந்தான். இனி வேறு பயணிகள் வருவார்கள் என்ற நம்பிக்கையை முவாரா இழந்துவிட்டான்.

கத்தூய்ரியா என்ற பெயருடையவன் சூட்கேஸைத் திறந்து மூன்று புத்தகங்களை வெளியே எடுத்தான். ஹெரால்டு சி.ஷோம்பெர்க் எழுதிய 'தலைசிறந்த பாடலாசிரியர்களின் வாழ்க்கை வரலாறு', பி.காவ்யு எழுதிய 'கம்பா இசை: ஓர் அறிமுகம்', க்ரஹாம் ஹைல்லாப் எழுதிய 'கிழக்கு ஆப்பிரிக்க இசைக் கருவிகள்'. 'தலைசிறந்த பாடலாசிரியர்களின் வாழ்க்கை வரலாறு' என்ற புத்தகத்தை படிக்க ஆரம்பித்தான்.

உனக்கு விதிக்கப்பட்டது எதுவோ அது உன்னைக் கட்டாயம் வந்தடையும். வான்யீ குலத்தின் இருப்பிடத்துக்குப் பக்கத்தில் உள்ள டிகோரெட்டி முனையை முவாரா அடைந்ததும், கிட்டிங்கே தாவணி அணிந்த ஒரு நடுத்தர வயதுப் பெண் வண்டியை நிறுத்தினாள். அவளுடைய தாவணி அவள் கையில் வைத்திருந்த நார்க்கூடையை மறைத்திருந்தது. அவள் காலில் காலணி அணிந்திருக்கவில்லை.

'இல்மொராக் தானே?' என்று கேட்டாள்.

'உடனே ஏறு உள்ளே! உள்ளே வா தாயே. போவோமா? வேறு யாரும் இருக்கிறார்களா?' என்றான் முவாரா மகிழ்ச்சியுடன்.

'இல்லை' என்று சொல்லியபடி காரினுள் ஏறிக்கொண்டாள் அந்தப் பெண். உட்கார்ந்ததும் இடது கையால் முகவாயைத் தாங்கிக் கொண்டாள். முவாரா விசிலடித்துக் கொண்டே வண்டியை ஓட்டினான்.

கோல்ஃப் கிளப்பின் அருகில் சிகோனா பேருந்து நிறுத்தத்தில் முவாரா இன்னொரு பயணியை ஏற்றிக் கொண்டான். இத்துடன் வண்டியில் மொத்தம் ஐந்து பேராகி விட்டார்கள். சாம்பல் நிற சூட்டும் சாம்பல் நிறத்தில் சிவப்புப் பூப்போட்ட டையும் அணிந்திருந்தார் புதியவர். வலது கையில் பளபளக்கும் அலுமினியப் பட்டிகள் வைத்த சிறிய கறுப்புத் தோல் சூட்கேஸை வைத்திருந்தார். கறுப்புக் கண்ணாடியால் கண்களை மறைத்திருந்தார்.

தன் இதயம் விம்முவதை உணர்ந்தான் முவாரா. இன்னும் கொஞ்ச தூரம் பயணம் செய்தால், மேலும் ஐந்து பேர் கிடைத்து, பெட்ரோல் செலவை சரிக்கட்டி விடலாம் என்று மனதுக்குள் சொல்லிக் கொண்டான்.

ஆனால் லிமுருவில் இருக்கும் முட்டாரக்வாவை அடைந்தபோது ஏமாற்றம் அவனைக் கவ்வியது. மேற்கே போவார் ஒருவருமில்லை. சந்தேகங்களும் நிச்சயமின்மையும் அவனை ஆட்கொண்டன. வெறும் ஐந்து பயணிகளுக்காக இந்த இருட்டில் இல்மொராக் செல்வதா என்று யோசித்தான். வண்டி பழுதாகிவிட்டது, நாம் கமிரீத்துவில் இரவு தூங்கிவிட்டு நாளைதான் பயணத்தைத் தொடர முடியும் என்று பொய் சொன்னால் என்ன? ஆனால் இன்னொரு குரல் அவனை எச்சரித்தது: 'முவாரா, அதிர்ஷ்டத்தை உதறிவிடதே. நீ துங்கும்போது அதிர்ஷ்ட தேவதை தன் மனதை மாற்றிக் கொண்டு விடலாம். நாணயத்தின் ஒரு பக்கத்தை மட்டும் பார்க்காதே. உட்கார்ந்திருக்கும் இருக்கைக்கு தகுந்தாற்போலவே குசுவின் சத்தமும் இருக்கும். வயிற்றில் கொஞ்சம் கொஞ்சமாக உணவு சேர்ந்துதான் முழுச்சாப்பாடு சாப்பிட்ட நிறைவு உண்டாகிறது. பணம் தேடி அலைபவன் கையில் சென்ட்டுகள் ஒவ்வொன்றாகச் சேர்ந்துதான் ஷில்லிங்குகளாக குவிகிறது.'

முவாரா ஆக்ஸிலேட்டரை அழுத்தி தனது ஐந்து பயணிகளுடன் இல்மொராக் நோக்கிப் பயணமானான்: வரீய்ங்கா, கத்தூய்ரியா, நீலச்சட்டைக்காரர், கிட்டிங்கே ஆடையும் கூடையுமாக வந்த பெண், கறுப்புக் கண்ணாடிக்காரர்.

சிறுகச் சிறுக பயணம் செய்துதான் நீண்ட பிரயாணத்தை முடிக்க முடியும்.

4

தாவணி போட்டுக் கொண்டு கூடையும் வைத்திருந்த பெண் தான் முதலில் பேச்சைத் தொடங்கினாள். குய்ருபியைக் கடந்து கினீனியை நோக்கி வந்து கொண்டிருந்தபோது தொண்டையைச் செருமிக் கொண்டு, 'டிரைவர்' என்று கூவி அழைத்தாள்.

'என்னை ராபின் முவாரா என்று கூப்பிடுங்கள்' என்றான் முவாரா கலகலப்பாக.

'நண்பா, நாம் ரொம்ப தூரம் போவதற்கு முன்பே என் பிரச்சனையை உன்னிடம் கொட்டி விடுகிறேன்.'

மட்டாட்டுவில் வழக்கமாக நடைபெறும் உரையாடலை இன்று இவள் தொடங்கப் போகிறாள் என்று நினைத்துக்கொண்டு, ‘தட்டுங்கள் திறக்கப்படும்’ என்றான் முவாரா. ‘இதயத்திலேயே பூட்டி வைத்துக்கொள்ளும் அனுபவ அறிவு ஒருபோதும் வழக்கை வெல்ல உதவாது’ என்றான் தொடர்ந்து.

‘அப்படிச் சொல் நண்பா. ஒருவருக்கொருவர் உதவி செய்வதை விட முக்கியமானது இந்த உலகத்தில் வேறென்ன இருக்கிறது? உன்னுடைய வண்டியில் பயணம் செய்கிறேனே ஒழிய, வண்டிக்கூலி தர என்னிடம் ஒரு சல்லிக்காசு கிடையாது,’ என்றாள் சோகமாக.

‘என்ன?’ முவாரா அலறினான்.

‘என்னால் வண்டிக்கூலி தரமுடியாது.’

முவாரா சட்டென்று பிரேக் பிடித்ததில் கறுப்புக் கண்ணாடி அணிந்த மனிதரின் அருகிலிருந்த கதவு திறந்துகொண்டது. நீலச் சட்டைக்காரரின் தன்னிச்சையான செய்கையால்தான் கறுப்புக் கண்ணாடிக்காரர் கினீனி பள்ளத்தாக்கின் சரிவுகளில் விழுந்து விடாமல் தப்பித்தார். அவர்தான் அபாயத்தை குறிப்பால் உணர்ந்து முன்னால் பாய்ந்து அவரைப் பிடித்துக் கொண்டார்.

தெருவின் ஓரமாக வண்டியை நிறுத்தினான் முவாரா.

‘ஏன் இவரை காங்கு*க்கு கூட்டிச் செல்கிறாய்?’ நீல சட்டைக்காரர் முவாராவைக் கேட்டார். ‘இவருடைய எதிரிகள் உனக்கு லஞ்சம் கொடுத்திருக்கிறார்களா என்ன?’ என்றார். இதில் கறுப்புக் கண்ணாடிக்காரரால் எதுவும் செய்ய முடியவில்லை. முவாராவைக் கடிந்து கொள்வதா அல்லது நீல சட்டைக்காரருக்கு நன்றி சொல்வதா என்றே அவருக்குத் தெரியவில்லை.

‘எல்லாம் இந்த அம்மாவால் வந்த வினை’ என்று வெடுக்கென்று சொல்லிக்கொண்டே அவள் பக்கமாகத் திரும்பினான் முவாரா. ‘நமக்குள் தகராறு வேண்டாம். இந்த வண்டி மூத்திரத்தால் ஓடுவதில்லை.’

‘இல்மொராகிற்கு போய்ச் சேர்ந்ததும் யாரிடமாவது கடன் வாங்கி வண்டிக்கூலியை கண்டிப்பாக கொடுத்து விடுவேன்.’

★ காங்கு: 1975இல் ஜே.எம். கருய்க்கி என்ற தொழிற்சங்கத் தலைவரை காங்கு மலைகளில் வைத்து கென்யாட்டா அரசாங்கம் திட்டமிட்டுக் கொலை செய்தது. அதிலிருந்து ‘காங்குக்கு கூட்டிச் செல்வது’ என்றால் கொலை செய்வது என்ற பொருள் வந்துவிட்டது.

'கென்யாவில் எதுவுமே இலவசமாகக் கிடைப்பதில்லை. இது கென்யா; டான்சேனியாவோ சீனாவோ அல்ல.'

'அண்ணாச்சி, ஒருபோதும் அடுத்தவர் வியர்வையில் பிழைத்தவள் அல்ல நான்.... ஆனால் உங்கள் நைரோபியில் நான் பார்த்ததையும் அனுபவித்ததையும் மட்டும் நீங்கள் அறிந்துகொண்டால்....'

'எந்த ஒற்றைக்கண் அரக்கனைப் பற்றிய கதையும் எனக்கு வேண்டாம். பணத்தைக் கக்கு. இல்லாவிட்டால் கீழே இறங்கு' என்று முவாரா கத்தினான்.

'நிஜமாகவே இந்த வனாந்திரத்தில் என்னை இறக்கிவிட்டு விட்டுப் போகப்போகிறாயா?'

'பெண்ணே நீ இறங்கத்தான் வேண்டும். அப்படியே நடந்தே போ. மறுபடியும் சொல்கிறேன், இந்தக் கார் மூத்திரத்தால் ஓடுவதில்லை.'

'சத்தியமாகச் சொல்கிறேன். இந்த நாட்டின் சுதந்திரத்திற்காக என்னுடைய இந்தக் கைகளால் நான் போராடினேன். இப்போது இந்த இருட்டுக் காட்டில் பயங்கரமான மிருகங்களுடன்தான் இந்த இரவை நான் கழிக்க வேண்டுமா?' என்று கனத்த இதயத்துடன் கேட்டாள் அவள்.

தனக்கு மிகவும் பரிச்சயமான பிரச்சனைதான் இது என்பது போலவும், ஆனால் இதுவரை அதற்கொரு விடைதான் கிடைக்கவில்லை என்பது போலவும் இருந்தது அவளது தொனி.

'இப்போதெல்லாம் நிலம் தன்னைப் பண்படுத்தியவருக்கு பலன் தருவதில்லை. பண்படுத்திய பிறகு வந்து சேர்பவனுக்குத் தான் பலனைத் தருகிறது. சுதந்திரம் என்பது பழைய கதையைப் பேசுவது அல்ல. நம் சட்டைப் பையில் சில்லறை குலுங்கினால் அதுதான் சுதந்திரம். என்னிடம் விளையாடாதே. இறங்கு அல்லது நாணயங்களின் இனிய ஓசையை கேட்க விடு. அப்போதுதான் பயணத்தைத் தொடர முடியும்,' என்றான் முவாரா.

பிரச்சனையைத் தீர்த்து வைத்தார் நீலச் சட்டைக்காரர். 'போகலாம் டிரைவர். எந்த மிருகமும் அடிபட்டால் ஒழிய வலியால் அழுவதில்லை. அவர்களுக்கு பணம் நான் தருகிறேன்.'

கத்தூய்ரியா என்ற மனிதனும் பேசினான். 'சரி வண்டியைக் கிளப்பு, போகலாம். நானும் அவளுடைய வண்டிக் கூலியை பகிர்ந்து கொள்கிறேன்.'

'நானும் உதவி செய்கிறேன்,' என்றாள் வரீய்ங்கா. தன்னுடைய கைப்பை ரிவர் சாலையில் தொலைந்து போயிருந்தால் தன்னிடம் கூட வண்டிக் கூலிக்கு பணம் இருந்திருக்காது என்பது சட்டென்று அவளுக்கு நினைவு வந்தது.

'கட்டணத்தை மூன்றாகப் பிரித்து பளுவை எளிதாக்கி விடலாம். மனிதர்கள் அவரவர் பங்கை செலுத்த மறுப்பதால்தான் பெரும் பெரும் பணிகளும் சுமையாகி விடுகின்றன,' என்றார் நீலச்சட்டைக்காரர்.

முவாரா காரைக் கிளப்பி கினீனியை நோக்கிச் செல்கிறான்.

சிறிது தூரம் வரை மௌனமாகப் பயணம் செய்தார்கள். மறுபடியும் அந்தப் பெண்ணே நன்றி தெரிவிக்கும் முறையில் மௌனத்தைக் கலைத்தாள்:

'ரொம்ப மகிழ்ச்சி. உங்கள் உதவிக்கு எப்படி என் நன்றியைத் தெரிவிப்பது என்றே தெரியவில்லை. என் பெயர் வங்காரி. நான் இல்மொராகிலுள்ள ஜெரூசா கிராமத்தைச் சேர்ந்தவள். இல்மொராக் போய்ச் சேர்ந்ததும் எப்படியாவது உங்கள் பணத்தை திருப்பிக் கொடுக்கப் பார்க்கிறேன். ஆனால் நான் என் மார்பில் சிறிது எச்சிலைத் தெளித்திருக்கிறேன்*. நீங்களெல்லாம் எப்போதும் வளமான பூமியில் பயிர் செய்வீர்களாக!'

'என் பங்கைப் பற்றி கவலைப்படாதீர்கள்,' என்றார் நீலச்சட்டைக்காரர். ஒருவருக்கொருவர் உதவவில்லை என்றால் நாம் மிருகங்களைப் போல ஆகிவிடுவோம். அதனால்தான் மாவ் மாவ் கிளர்ச்சிக் காலத்தில், 'ஒருபோதும் தனியாக உண்ண மாட்டேன்' என்று உறுதிமொழி எடுத்துக் கொண்டோம்....'

'ஈவன் மைன்.... ஐ மீன், என்னுடையதையும், ஃபர்கெட் இட்-சாரி, ஐமீன், என்னுடைய பங்கைக் குறித்தும் கவலைப்பட வேண்டாம்,' என்றான் கத்தூய்ரியா.

ஆங்கிலத்துடன் கிக்கூயூ வார்த்தைகளைக் கலந்து பேசுவதில் கத்தூய்ரியாவுக்கு எப்போதுமே அவமானம்தான். அதைத் தவிர்க்க கடுமையாக முயற்சி செய்வான். 'என்னைப் பொறுத்த வரை இந்த மனிதர் சொல்வதை நானும் ஏற்றுக் கொள்கிறேன்,' என்று கத்தூய்ரியா தொடர்ந்து கேட்டான். 'உங்கள் பெயரென்ன? உங்களை "இந்த

---

* மார்பில் எச்சில் தெளித்தல்: வயதில் மூத்தவர்கள் இளையோரை வாழ்த்தும் \ ஆசிர்வதிக்கும் போது தம்மேல் எச்சில்துப்பி வாழ்த்துவது வழக்கம்.

மனிதர்" என்று குறிப்பிடுவதை நான் நிறுத்தி விடலாம் இல்லையா, அதற்குத்தான். மை நேம்... ஐ மீன், என் பெயர் கத்தூய்ரியா.'

'என்னை முதூரி என்பார்கள்' என்று பதில் சொன்னார் நீலச்சட்டைக்காரர். 'நான் ஒரு தொழிலாளி. தச்சுவேலை, கல்தச்சு வேலை, குழாய் வேலை எல்லாவற்றிலும் நல்ல தேர்ச்சி உண்டு. நான் ஒரு குழாய் வேலைக்காரன், தச்சன், கொத்தன். கைகளை உபயோகித்துச் செய்யக்கூடிய எந்த வேலையையும் என்னால் செய்ய முடியும். உழைப்புதானே வாழ்க்கை?'

'நீ என்ன செய்கிறாய் பெண்ணே?' என்றாள் வங்காரி வரீய்ங்காவிடம்.

'என் பெயர் வரீய்ங்கா. ஜசிந்தா வரீய்ங்கா. இல்மொராக் என் சொந்த ஊர்.'

'இல்மொராகில் எந்தப் பக்கம்?' என்றாள் வங்காரி.

'நியூஜெரூசலேம் ஜெரூசாவுக்குப் பக்கத்திலுள்ள ங்கெயிந்தியா என்ற கிராமம்,' என்று பதில் சொன்னாள் வரீய்ங்கா.

'நீங்கள் சொல்லிக் கொண்டிருந்தது....' முதூரியைப் பார்த்து பேசத் தொடங்கினான் கத்தூய்ரியா. சற்று தயங்கி., தொண்டையைச் செருமிக் கொண்டு, முதூரியைக் கேட்டான். "கேன் யு ப்ளீஸ் டெல் மீ, ஐ மீன், உங்களால் சொல்ல முடியுமா?....' மறுபடியும் அவன் தயங்கியதைப் பார்த்தால், தான் கேட்க வந்தது என்னவென்று அவனுக்கே தெரியவில்லை போலிருந்தது. மறுபடியும் முயற்சி செய்தான். மாவ் மாவ் இயக்கத்தின் இலக்குகளும் நோக்கங்களும் தான் 'கூட்டுறவு' என்ற தத்துவத்தின் தொடக்கமாக இருந்ததாகச் சொல்ல முடியுமா?' என்று கேட்டான்.

'கூட்டுறவா?'* லேசாக சிரித்துக்கொண்டே சொன்னார் முதூரி. 'கூட்டுறவுதானே? ஞாகின்யுவா** நடனக்காரர்கள் பாடுவதை நீங்கள் கேட்டதில்லையா?

நீங்கள் காண்கிற இந்தக் கூட்டுறவு,
நீங்கள் காண்கிற இந்தக் கூட்டுறவு,
வம்பர்களுக்கும் வதந்தியர்களுக்கும் உரியதில்லை.

★ கூட்டுறவு: ஆங்கில நூலில் இந்த இடத்தில் ஹராம்பே என்ற சொல் வருகிறது. இதற்கு கூட்டுறவு, கூட்டுச் செயல் நிதி, பொதுநிதி திரட்டல் போன்ற பல பொருள் கொள்ளலாம்.

★★ சீரழிந்து போய்விட்ட சுதந்திர கென்யாவில் இளைய தலைமுறையினருக்கு எத்தகைய வீரமிக்க ஆயுதப் போராட்டங்களின் விளைவாக சுதந்திரம் பெறப்பட்டது என்பதை விளக்க ஏற்படுத்தப்பட்ட பல்வேறு கலைக்குழுக்களில் ஒன்று. இவை மாவ் மாவ் கிளர்ச்சிக் காலத்திய சம்பவங்களை ஆடல் பாடல்கள் மூலம் மக்களிடையே கொண்டு செல்கின்றன.

அதனால் நடப்பில் இருக்கும் கூட்டுறவு முறையுடன் தொடர்புடைய எந்த வம்பையும் வதந்தியையும் பற்றி நான் பேசுவது முறையாகாது. தற்கால கூட்டுறவு முறையென்றால்... வேண்டாம் நான் வாயை மூடிக் கொள்கிறேன். காரணம் வாய் பேசாத ஊரிலிருந்து வந்தவர்களை ஒருமுறை மௌனமே காப்பாற்றியது என்று சொல்வார்கள். அதனால் என்னைக் கேட்டால், ஞாகின்யுவா நடனக் குழுவினரிடம் இப்படிப் பாடுங்கள் என்றுதான் நான் சொல்வேன்:

பணத்துக்கான கூட்டுறவு,
பணத்துக்கான கூட்டுறவு,

இது செல்வந்தர்களுக்கும் அவர்களின் நண்பர்களுக்கும் தான்.

நாம் சுதந்திரத்திற்காக போராடிக் கொண்டிருந்தபோது நிலவிய கூட்டுறவு - அதை அமைப்பாக்கப்பட்ட ஒற்றுமை என்றும் சொல்லலாம் - இரண்டு வடிவங்களை எடுத்தது. ஒன்று ஊர்க்காவல் படையினருக்கும் ஏகாதிபத்தியவாதிகளுக்கும் இடையில் நிலவிய கூட்டுறவு. மற்றது மாவ் மாவ் இயக்கத்தின் தலைமையின் கீழிருந்த நாட்டுப் பற்றாளர்களின் கூட்டுறவு. நாட்டுப்பற்றாளர்களின் கூட்டுறவு அமைப்பு இப்படிப் பாடுவது வழக்கம்:

'மகத்தான அன்பை அங்கே கண்டேன்
மங்கையரிடமும் குழந்தைகளிடமும்.
ஒரேஒரு அவரையைக் கண்டெடுத்தாலும்
அனைவரும் அதனைப் பகிர்ந்து கொண்டோம்.

ஆனால் ஊர்க்காவல் படையினரும், ஏகாதிபத்தியவாதிகளும் அந்தப் பாடலை இப்படிப் பாடுவது வழக்கம்:

தன்னல நாட்டம், அந்நியருக்கு
நாட்டை விற்கும் துரோகிகளிடத்தில்
தன்னை விற்பதில் பெருநாட்டம்,
மக்களிடத்தில் திருடும் அவரையை
முற்றிலுமாக பறிக்கப்போவது
யார்என்று அறிந்திட போராட்டம்.

ஊர்க்காவல் படையினரும் ஏகாதிபத்தியவாதிகளும் கொண்ட உங்கள் கூட்டுறவு மிருகத்தன்மையை ஊக்குவிப்பதற்காகவே அமைக்கப்பட்டது. ஏகாதிபத்தியவாதிகள் விட்டுச் செல்லும் மிச்சம் மீதியை பொறுக்குவதற்காக ஓடுபவன், குழந்தைகளையும்

ஊனமுற்றவர்களையும் நெருப்பில் வீசுவான். ஆனால் குழந்தைகளையும் ஊனமுற்றவர்களையும் காப்பாற்றுவதற்காக மாவ் மாவ் அமைப்பின் உறுப்பினர்கள் தங்கள் உயிரையும் கொடுப்பார்கள். காரணம், மாவ் மாவ் அமைப்பின் கூட்டுறவு மனித நேயத்தைப் பரப்புவதற்காக ஏற்படுத்தப்பட்ட அமைப்பு. ஊர்க்காவல் படையினரின் அமைப்பு நாட்டை அந்நியருக்கு விற்பதை நோக்கமாகக் கொண்டிருந்தபோது, மாவ் மாவ் உறுப்பினர்களின் நோக்கம் நம் நாட்டைக் காப்பாற்றுவதாக இருந்தது. இளைஞனே! தற்கால கூட்டுறவு எப்படிப்பட்டது என்பதை நான் பேச மாட்டேன் என்று சொன்னேன் அல்லவா? இன்றைய கூட்டுறவில் முதலாளிகள்தான் இருக்கிறார்கள்.'

முதூரி சட்டென்று பேச்சைப் பாதியில் நிறுத்தினார். தன் பணி உடுப்புன்மீது ஊர்ந்த ஈயைத் தட்டிவிட்டார். மறுபடியும் காரில் முழு அமைதி நிலவியது. கினீனியின் வளைவுகளையும் சரிவுகளையும் தாண்டி வந்த முவாரா, ரிஃப்ட் பள்ளத்தாக்கின் படுகையை நோக்கி வண்டியை ஓட்டிக் கொண்டிருந்தான். இருள் ஆழமாகத் தொடங்கவும் முவாரா முகப்பு விளக்குகளை எரியவிட்டான்.

நாக்கை உச்சுக் கொட்டிக்கொண்டு, தொண்டையைச் செருமிக்கொண்டு வங்காரி கசப்புடன் பேசத் தொடங்கினாள்: 'ஒரே ஒரு மொச்சையைக் கீழே கண்டெடுத்தாலும் அதை நம்மிடையே பகிர்ந்து கொள்வோம் என்று சொன்னீர்கள், இல்லையா? கென்ய மக்களுக்குச் சொந்தமான மாவ் மாவ் இயக்கத்துக்காக நாம் ரத்தம் சிந்தினோம். நம் குழந்தைகள் வயிறு நிரம்ப உண்ண வேண்டுமென்பதற்காக, குளிருக்கு அடக்கமான ஆடைகளை அணிய வேண்டும் என்பதற்காக, மூட்டைப் பூச்சிகள் இல்லாத படுக்கைகளில் தூங்கவேண்டும் என்பதற்காக, நம் குழந்தைகள் நம் மக்களுக்காக பொருள் உற்பத்தி செய்ய வேண்டும் என்பதற்காக. இப்போது சொல்லுங்கள்: அந்த மேலான இலட்சியங்களுக்காக தன்னுடைய ரத்தத்தைச் சிந்தாதவன் தேசத்துரோகியாகவோ அல்லது முட்டாளாகவோதான் இருக்க முடியும். இப்போது நீங்கள் பார்க்கும் இந்த வங்காரி அப்போது சின்னப் பெண்ணாக இருந்தாள். காட்டிலிருந்த நம் போராளிகளுக்காக எத்தனையோ குண்டுகளையும் துப்பாக்கிகளையும் இந்தக் கால்கள் சுமந்து சென்றிருக்கின்றன... ஆனால் எதிரிப் படைகளையும் அவர்களின் கூட்டாளிகளான ஊர்க்காவல் படைகளையும் கடந்து சென்ற போது கூட ஒருபோதும் நான் பயந்ததில்லை. என்

மக்களே, இன்று இதையெல்லாம் நினைவுகூரும்போது என் இதயம் கனத்து விடுகிறது, அழவேண்டும் போல் இருக்கிறது. முதூரி, என்ன சொன்னீர்கள்? பணக்காரர்களுக்கும் அவர்களது நண்பர்களுக்கும் மட்டும்தான் இன்றைய கூட்டுறவு சொந்தமானது என்றுதானே?"

நன்றாகச் சொன்னீர்
நன்றாகச் சொன்னீர்
என்னிடம் மட்டும் பால் இருந்தால்
உம்மை அதனால் குளிப்பாட்டுவேன்.

"அது ஒரு பெரிய விசயமில்லை... பெரிய விசயமே இல்லை... ஆனால் என் மக்களே, நான் எப்போதும் எனக்குள் இப்படிக் கேட்டுக் கொண்டே இருக்கிறேன்: இந்தப் பணம் தினம்தினம் நன்கொடையாக வாரி வழங்கப்படும் ஆயிரமாயிரம் ஷில்லிங்குகள், கடலின் எந்த ஆழத்திலிருந்து வருகின்றது? அடுத்தடுத்து ஆயிரமாயிரமாய் அள்ளிக் கொடுக்க முடிகிற மனிதன், தனக்கும் தம் குழந்தைகளுக்கும் எவ்வளவு சேர்த்து வைத்திருப்பான்? முடிவற்ற அறுவடைகளைக் காணும் இந்தத் தோட்டம் - அது எந்தத் தோட்டம்? ஒருபோதும் வற்றாத இந்த ஊற்று - அது எந்த ஊற்று? அடுத்து, இந்த மனிதனின் நண்பர்கள் வெளியுலகத்துக்கு ஒருபோதும் தெரியவராத அந்த நண்பர்கள் - அவர்கள் யார்? யாரும் பார்க்கும் வகையில் ஒருபோதும் வெளியில் வராத இந்த நண்பர்களின் பெயர்கள் ஏன் பகிரங்கமாக அறிவிக்கப்படுவதில்லை? அவர்கள் யார்? திரைமறைவில் மட்டுமே கொடுக்க விரும்பும் இவர்கள் யார்? ஆனால் ஒவ்வொரு ரகசியச் செயலும் என்றேனும் ஒருநாள் மலை உச்சியிலிருந்து மக்களின் பார்வைக்கு வெளிப்படவே செய்யும். உறுதியாகச் சொல்கிறேன்: நாங்கள் விடுதலைக்காகப் போராடியபோது எங்களுக்கு உந்து சக்தியாக இருந்தது பணமல்ல, அன்பு! எதிரியின் தோட்டாக்களால் தீர்த்துக் கட்டப்படும் அபாயம் இருந்த நிலையிலும் அதை எதிர்த்து நிற்கும் துணிவை - நெஞ்சுரத்தைக் கொடுத்தது நம்முடைய நாடாகிய கென்யாவின் மீது இருந்த பற்றுதான். அவர்கள் நம் மண்ணைக் கைவிடவில்லை. சுதந்திரத்துக்காக நாங்கள் போராடியபோது, ஒருவன் உடையணிந்திருக்கும் விதத்தைப் பார்த்து, 'இவன் கந்தலை உடுத்தியிருக்கிறான். எனவே அவனை சிறையில் அடைத்து விடலாம்' என்று யாரும் சொன்னதில்லை. உண்மையில் கந்தலை உடுத்தியவன்தான் படையில் முன்னணியில் இருந்தான். பின்வாங்குவதென்ற வார்த்தையே அவனுக்குத்

தெரியாது. ஆனால் டை கட்டிய மனிதனோ, நமது முன்னணிப் படையும் சேமப்படையும் சுட்டு வீழ்த்திய ஏகாதிபத்தியவாதிகளின் தொப்பியைப் பொறுக்கி எடுக்க ஓடிக்கொண்டிருப்பான். ஆனால் என் மக்களே, இப்படியெல்லாம் நான் பேசும்போது நான் குடித்துவிட்டோ, கஞ்சா அடித்துவிட்டோ பேசுவதாக நினைத்து விடக் கூடாது. இப்போது நாம் புறப்பட்டு வந்த இடம் இருக்கறதே, நைரோபி, அங்கே நான் பட்ட பாடுதான் என்னை இப்படியெல்லாம் பேச வைக்கிறது. இன்றைய கூட்டுறவு நம்மை - கென்ய மக்களை - எங்கே இட்டுச் செல்கிறதென்றே எனக்குத் தெரியவில்லை...'

வங்காரி சற்று நிறுத்தினாள். அவள் குரலில் தெரிந்த கசப்புணர்வைக் கண்டு முதூரியும் வரீய்ங்காவும் கத்தூய்ரியாவும் அவள்மேல் பச்சாதாபப்பட்டார்கள். கறுப்புக் கண்ணாடிக்காரர் இன்னும் ஓரமாய் நகர்ந்து மூலையில் முடங்கிவிட்டார். வங்காரியின் கதையிலிருந்து எல்லோரையும் வெகு தூரத்துக்கு அழைத்துச் சென்றுவிட வேண்டும் என்ற எண்ணத்தில் முவாரா ஆக்ஸிலேட்டரை ஓங்கி ஒரு மிதி மிதித்தான்.

'உங்கள் இதயம் இந்த அளவுக்கு கனத்துப் போகும்படி நைரோபி உங்களுக்கு அப்படி என்ன கெடுதல் செய்துவிட்டது?' என்று கேட்டார் முதூரி.

அதற்கு வங்காரி, 'அதை எப்படி உங்களுக்கு எடுத்துச் சொல்வது என்றுதான் யோசிக்கிறேன். உங்களை அசத்துகிறமாதிரி சொல்வதா அல்லது உங்கள் மனமும் உடலும் நடுங்கும் அளவுக்கு பயமுறுத்துகிற மாதிரி சொல்வதா என்று பார்க்கின்றேன்.'

பிறகு வங்காரி அவர்களிடம் தான் கென்யாவின் தலைநகரான நைரோபியில் இருந்தபோது அனுபவித்த சொல்ல முடியாத கொடுமைகளைப் பற்றிச் சொன்னாள்.

'அந்த நைரோபி இருக்கிறதே - இப்போதுகூட எந்த பூதம் என்னை இல்மொராகிலிருந்து அங்கு தூக்கிக் கொண்டு போனதோ, எனக்குத் தெரியவில்லை. இன்றைய தேதியில் ஒரு ஏழை தன்னுடைய வறுமையிலிருந்து விடுபட்டு வாழ கென்யாவின் எந்தப் பகுதியிலாவது ஒரே ஒரு மூலையாவது இருக்கிறதா? இல்மொராக், மொம்பாஸா, நைரோபி, நாகுரு, கிஸுமு - எல்லா இடங்களில் இருக்கும் தண்ணீரும் விவசாயிகளுக்கும் தொழிலாளிகளுக்கும் கசந்து போய்விட்டது.

சாதிப் பசுக்களை வளர்ப்பதற்காக நான் கென்யா பொருளாதார வளர்ச்சி வங்கியில் 5,000 ஷில்லிங் கடன் வாங்கினேன். கடனை திருப்பிச் செலுத்தத் தவறியதால் கென்யா பொருளாதார வளர்ச்சி வங்கியினால் இரண்டு ஏக்கர் பரப்பளவுள்ள என் சிறிய நிலமும் சமீபத்தில் ஏலத்தில் போய்விட்டது. வாங்கிய கடனில் கழிகளும் வேலிக் கம்பியும் வாங்கினேன். ஆறுமாத சினையாக இருந்த ஒரு பசுவை வாங்கினேன். சிறிது பணத்தை என் மகனின் பள்ளிக் கட்டணமாக செலுத்தினேன். பசு காளைக்கன்றை ஈன்றது. பாலில் கிடைத்த வரும்படி வங்கிக்கு வட்டி செலுத்துமளவுதான் இருந்தது. பசுவுக்கு வெட்டை நோய் கண்டது. பசு செத்துப்போய் புதைக்கும்வரை மருத்துவர் வரவேயில்லை. இந்தக் கட்டத்தில் கடனில் கால் பங்கைக்கூட நான் திருப்பிக் கட்டியிருக்கவில்லை.

ஆக என் நிலம் விற்கப்பட்டவுடன், இனி நான் விவசாயம் செய்ய நிலமில்லை, இல்மொராகில் வேறெந்த வேலையும் எனக்குக் கிடைக்கவும் செய்யாது என்பதால் கென்யா தலைநகருக்குச் சென்று வேலை தேடவேண்டுமென்று நினைத்தேன். ஏன்? வெளிநாடுகளிலிருந்த வாங்கும் கடன் நைரோபியையும் அதைப் போன்ற மற்ற பெரிய நகரங்களையும் உருவாக்குவதற்காகவே செலவிடப்படுகிறது. விவசாயிகளான எங்களைப் பொறுத்தவரை எங்களுடைய உழைப்பெல்லாம் நைரோபியைப் போன்ற பெரிய நகரங்களை கொழுக்க வைக்கத்தான் பயன்படுகிறது. எனவே, என் குடிசையில் தனிமையில் நான் இப்படிச் சொல்லிக்கொண்டேன்: "நைரோபியில் எனக்கு வேலை கிடைக்காமல் போக முடியாது. குறைந்தபட்சம் அலுவலகங்களைப் பெருக்கலாம், குழந்தைகளின் குண்டிகளைக் கழுவலாம். எந்த வேலையானாலும் எனக்குப் பரவாயில்லை. காரணம் இறைச்சிக்கே வழியில்லாதவன் கொழுப்புக்கு ஆசைப்பட்டால் முடியுமா? இல்மொராகில் இரவும் பகலும் விவசாயிகளையும் தொழிலாளர்களையும் வாட்டி வதைத்து கொடுமைப்படுத்துகின்ற திருடர்களும் கொள்ளைக்காரர்களும் ஒருவேளை நைரோபியில் இல்லாமல் இருக்கக்கூடும். எனவே, சில சென்ட்டுகளை முந்தானையில் முடிந்துகொண்டு நான் புறப்பட்டு விட்டேன்.

மெய்தான்! சமவெளியில் பாய்ந்தோடுகிற வெள்ளம் போல் தார்ச்சாலையில் கார்கள் பாய்ந்தோடுவதை நான் அதுவரை பார்த்ததேயில்லை. புராணக் கதையில் வரும் காயீன் வானத்தையே

கையால் தொடுவானாம். அவனைவிட உயரமான கட்டடங்கள் இங்கே இருந்தன. கற்களும், தாரும், கார்களும் நிறைந்த பெரிய தோட்டமே நைரோபி. அங்கிருந்த கடைகளையும், ஓட்டல்களையும், கார்களையும் பார்த்தபோது 'நம் கென்யா உண்மையிலேயே முன்னேறித்தான் இருக்கிறது, நிச்சயம் எனக்கு இங்கு ஒருவேலை கிடைக்கும்' என்று எனக்கு நானே சொல்லிக் கொண்டேன். கண்ணில் தென்பட்ட கடையினுள் நுழைந்தேன். கடையிலிருந்த துணிமணிகள் வானவில்லின் அனைத்து நிறங்களிலும் ஜொலித்தன. பொறுப்பாளராக இருந்த ஒரு இந்தியரைக் கண்டேன். கடையைப் பெருக்கி சுத்தம் செய்யட்டுமா என்று கேட்டேன். இந்தக் கடையில் அந்த வேலைக்கு ஆள் தேவையில்லை என்றார். அவரின் குழந்தைகளையாவது பார்த்துக் கொள்கிறேனே என்று கெஞ்சினேன். அந்த வேலையையும் எனக்குத் தர மறுத்துவிட்டார் அவர். மறுபடியும் வீதிக்கு வந்து உயர உயரமான கட்டடங்களைப் பார்த்துக்கொண்டே போனேன். பிறகு ஒரு ஓட்டலுக்குள் நுழைந்தேன். கென்ய மலையைப் போல் பெரிய ஓட்டல் அது. அங்கிருந்த மேஜைகளில் ஐரோப்பியர்கள் மட்டுமே உட்கார்ந்திருந்தார்கள். ஓட்டல் நிர்வாகியின் அறைக்குள் நுழைந்தேன். அங்கு ஒரு ஐரோப்பியன் இருந்தான். இங்கு உனக்கு எந்த வேலையுமில்லை என்றான் அவன். இந்த வெள்ளைக்காரர்களின் சப்பாத்துக்களை துடைக்கும் வேலையை செய்கிறேனே; வெட்டுக்கிளிகளைப் போல ஏகப்பட்டவை இருந்தாலும் பரவாயில்லை என்றேன். அவன் சிரித்துவிட்டு அது முடியாது என்றான். வெள்ளைக்காரர்களின் கழிவறைகளை கழுவுகிறேனே என்றேன். அதுவும் இல்லை. இன்னமும் எனக்கு ஒரு வேலை கிடைத்தபாடில்லை.

பிறகு கடை கடையாக ஏறி இறங்கி, கறுப்பர்களை வேலைக்கு வைத்திருக்கும் கடையைத் தேடினேன். ஒரே இனத்தவரும் ஒத்த வயதினரும் ஒருபோதும் கைவிடப்படுவதில்லை. அதிலும், கறுப்பின மக்களாகிய நாம் எல்லோரும் ஒரே குடும்பம், ஒரே இனம் இல்லையா? வீட்டு உபயோகப் பொருட்களும், தோட்டக்கருவிகளும் விற்கும் கடைபோலத் தெரிந்த ஒரு கடையினுள் நுழைந்தேன். மண்வெட்டிகள், வெட்டுக் கத்திகள், மண்வாரிகள், கெட்டில்கள், சமையல் பாத்திரங்கள் எல்லாம் அலமாரிகளில் குவிந்து கிடந்தன. கடையில் இருந்தவன் ஒரு கறுப்பு மனிதன். என் இதயம் நம்பிக்கையில் நிமிர்ந்தது. என் பிரச்சனைகளை எல்லாம் அவனிடம் சொன்னேன். சொன்னால் நம்புவீர்களா? அவன் சிரித்து சிரித்து

மாய்ந்து போனான். எனக்குத் தரக்கூடிய ஒரே வேலை தொடை விரிக்கும் வேலைதான் என்றான். சரியான நாட்டுக்கட்டைகள் அந்த வேலையில் கில்லாடிகளாம். ஒரு சொட்டுக் கண்ணீர் என் கண்ணிலிருந்து நிலத்தில் சிந்தியது.

என்ன செய்வது, எங்கு செல்வது என்று தெரியாமல் தெருக்களில் அலைந்தேன். பிறகு வேறொரு ஓட்டலைப் பார்த்தேன். நேராக உள்ளே நுழைந்தேன். அலுவலகம் எங்கே என்று கேட்டேன். ஒரு கறுப்பு மனிதனைப் பார்த்தேன். அவனிடம் வேலை கேட்டேன். "சற்று முன்னால் நீ இங்கே வரவில்லை? உன்னைப் போன்றவர்களுக்கு இங்கே வேலை இல்லை என்று ஐரோப்பிய முதலாளி சொல்லவில்லை?" என்று கேட்டான். நான் திடுக்கிட்டேன். பயந்து போனேன். சுற்றிச்சுற்றி அலைந்துவிட்டு முதலில் வந்த இடத்துக்கே திரும்பவும் வந்திருக்கிறேன்! நான் வெளியேறும் சமயத்தில் என்னை அவன் கூப்பிட்டான். ஒரு நாற்காலியில் என்னை உட்காரச் சொல்லிவிட்டு, என்னைப் போன்றவர்களுக்கு எப்போதும் வேலை தரக்கூடிய ஏதோ ஒரு இடத்துக்கு போன் பண்ணினான். என் இதயம் மகிழ்ச்சியால் அடித்துக் கொண்டது. நம் நாட்டுக்கு நிஜமாகவே சுதந்திரம் வந்துவிட்டது. ஒரு மீனவனின் பொறுமையோடு, என் அதிர்ஷ்டத்திற்காக காத்திருந்தேன்.

ஐயோ என் மக்களே, நான் எப்படிச் சொல்வேன். இரண்டு தும்மல் போடும் நேரத்துக்குள் அங்கே போலீஸ்காரர்கள் வருவதைப் பார்த்தேன். என்னைப் போலவே கறுப்பர்களாக இருந்த போலீசிடம் அந்த கறுப்பு மனிதன் என்னை ஒப்படைத்து, அந்த ஓட்டலின் மீது நான் ஒரு கண் வைத்திருப்பதாகச் சொன்னான். ஐரோப்பிய முதலாளியை அழைத்தபோது, அவனும் அதையே சொன்னான். அந்த ஓட்டலையே நான் சுற்றிச் சுற்றி வந்த காரணம், எனக்குத் திருடும் எண்ணம் இருந்ததுதானாம். அவன் கறுப்பு மனிதனை தோளின் தட்டிக் கொடுத்து மூக்கினால் பேசுவதுபோல பேசினான்: "பிரமாதமான வேலை மூக்வட்டே, பிரமாதமான வேலை", என்பது போல ஏதோ சொன்னான். போலீஸ் இன்ஸ்பெக்டர் திரும்பத் திரும்ப, "ஆமாம் ஆமாம். இப்போதெல்லாம் திருடர்களும் கொள்ளைக்காரர்களும் கடைகளையும் ஓட்டல்களையும் வங்கிகளையும் நோட்டம் பார்க்க இதுபோன்ற பெண்களைத்தான் அமர்த்துகிறார்கள்" என்றார். பிறகு என்னை ஒரு போலீஸ் வண்டியில் தள்ளி சிறைக்குக் கொண்டு போனார்கள். அது என்ன சிறையா, அல்லது கொசுவும், பேனும்,

தெள்ளுப்பூச்சியும், மூட்டைப்பூச்சியும் மேய்கிற வளையா? இதுவரை ஒரு உருளைக்கிழங்கைக்கூட மற்றவரிடமிருந்து திருடாத வங்காரியாகிய நான், அந்தச் சிறையில் மூன்று இரவுகள் தங்கினேன். இந்த நாட்டுக்காக என் உயிரையே பணயம் வைத்த வங்காரியாகிய நான்! கிட்டிங்கே தாவணியும் கூடையுமாக இப்போது நீங்கள் பார்க்கும் இதே வங்காரிதான், மூன்று இரவுகளை, மலமும் மூத்திரமும் நாறி மூச்சைத் திணறடிக்கும் சிறையில் மூன்று இரவுகளைக் கழித்தேன்!

இன்று காலையில் என்னை வழக்குமன்றத்துக்கு அழைத்துப் போனார்கள். திருட முயன்றதாகவும், வீடோ, அனுமதிப் பத்திரமோ, வேலையோ இல்லாமல், நைரோபியில் வசிப்பவளாகவும் இல்லாமல், நகரத்தில் சுற்றித் திரிந்ததற்காகவும் குற்றம் சாட்டினார்கள். நாடோடித்தனமோ என்னவோ, அப்படித்தான் ஏதோ ஒன்றைச் சொன்னார்கள். ஆனால் என் மக்களே, கொஞ்சம் யோசியுங்கள்: 'வங்காரியாகிய நான், கென்யாவில் பிறந்திருந்தும் எப்படி என் சொந்த நாட்டிலேயே நாடோடி ஆனேன்? ஒரு வெளிநாட்டுக்காரியைப் பற்றிச் சொல்வதுபோல் என் சொந்த நாட்டிலேயே எப்படி என்னை நாடோடி என்று குற்றம் சாட்டலாம்? இரு குற்றச்சாட்டுகளையும் நான் மறுத்தேன். வேலை தேடுவது குற்றமல்ல.

நீதிபதியாக இருந்தவன் பன்றியைப்போல சிவப்புத் தோல் கொண்ட ஐரோப்பியன். அவன் மூக்கு பல்லி போல வெளிறியிருந்தது. கனத்த தண்டுகளையுடைய மூக்குக் கண்ணாடி அணிந்திருந்தான். ஓட்டல் முதலாளியான ஐரோப்பியன் சாட்சியாக வந்தான். அந்நியரின் அடிமையான அந்த மூக்வட்டேயும் ஒரு சாட்சி.

நீதிபதி என்னிடம் கேட்டார்: "நான் தீர்ப்பு வழங்குவதற்கு முன்னால் நீ இந்த நீதிமன்றத்தின் முன் ஏதாவது சொல்ல விரும்புகிறாயா?"

திடீரென்று எங்கிருந்துதான் அப்படி ஒரு தைரியம் வந்து என்னை ஆட்கொண்டதென்று இப்போதுகூட என்னால் சொல்ல முடியவில்லை. (அது தைரியமா? வேதனையா?) நீதிபதியைப் பார்த்துச் சொன்னேன்: "என்னை சரியாகப் பாருங்கள். நானொன்றும் உங்களைப் போல வெளிநாட்டுக்காரி அல்ல. எங்கள் கென்யாவில் நான் ஒரு நாடோடியும் அல்ல. கென்யாவில் இருக்கும் வரை நான் ஒரு வெளிநாட்டுக்காரியாகவோ ஒரு நாடோடியாகவோ ஒருபோதும் ஆகமுடியாது. கென்யா எங்கள் நாடு. இங்குதான் நாங்கள் பிறந்தோம். கடவுள் எங்களுக்குக் கொடுத்த இந்த நாட்டை எங்கள் ரத்தத்தைச் சிந்தி எதிரிகளிடமிருந்து மீட்டதும் நாங்கள்தான். இன்று நாங்கள்

கந்தல் உடுத்தியிருப்பதைப் பார்க்கிறீர்கள். ஆனால் விவசாயிகளும் தொழிலாளர்களுமாக கிமாத்தி காலத்தில் இருந்த அதே மக்களாகத்தான் இப்பவும் நாங்கள் இருக்கிறோம். இன்னுமொரு முறை என்னைக் கவனமாகப் பாருங்கள். நான் திருடி அல்ல, கொள்ளைக்காரி அல்ல. உண்மையான திருடர்களும் கொள்ளைக்காரர்களும் யாரென்று தெரிந்துகொள்ள உங்களுக்கு விருப்பமிருந்தால், என் பின்னால் வாருங்கள். இல்மொராகில் இருக்கும் அவர்களுடைய வளைகளையும், குகைகளையும் உங்களுக்கு நான் காட்டுகிறேன். சில போலீஸ்காரர்களை என்னுடன் அனுப்புங்கள். எப்போதும் நமக்குத் தொல்லை கொடுத்து சீரழித்துவரும் திருடர்களையும், கொலைகாரர்களையும் இப்போதே சென்று கைது செய்யலாம். நைரோபியைப் பற்றியோ மற்ற இடங்களைப் பற்றியோ எனக்குத் தெரியாது. ஆனால் இல்மொராகில் - எங்கள் இல்மொராகில் இருக்கும் திருடர்கள் ஒளிந்துகொள்ளக்கூட மெனக்கெடுவதில்லை."

அதோடு உட்கார்ந்து விட்டேன்.

நீதிபதி தன் கண்ணாடியைக் கழற்றினார். சிவப்புக் கைக்குட்டையால் துடைத்தார். மறுபடியும் அதை அந்த வெளிறிய மூக்கின்மேல் போட்டுக் கொண்டார். மறுபடியும் என்னைப் பார்த்தார். நான் என் மனதுக்குள் சொல்லிக் கொண்டிருந்தேன்: ஆமாம். குடியானவப் பெண்ணான வங்காரியின் பேச்சை இதுவரை நீ கேட்காதவனாக இருந்தால், என்னை நன்றாகப் பார்த்துக்கொள். இன்னமும் கூட அந்த நாட்களைப் போலவே நாங்கள் வாழ்ந்துகொண்டிருந்தால், பிசாசே நீ என்னை துப்பாக்கியின் குழல் வழியாகத்தானே பார்த்துக் கொண்டிருப்பாய்?' இல்மொராகிலிருக்கும் திருடர்களையும், கொள்ளைக்காரர்களையும் பற்றி நான் சொன்னதை திரும்பவும் சொல்லச் சொன்னார். "நிச்சயமாக! நான் ஏன் உங்களிடம் பொய் சொல்ல வேண்டும்? அந்த திருடர்களும் கொள்ளைக்காரர்களும் பல்லைக் கடித்துக்கொண்டு சிறையில் கிடக்கிறார்கள் என்றால், நம் இருவரில் யார் அதிகமாக சந்தோஷப்பட வேண்டும்? சில போலீஸ்காரர்களை என்னுடன் அனுப்புங்கள். அந்த திருடர்கள் எங்கே சுற்றிக் கொண்டு இருக்கிறார்கள் என்று நான் உங்களுக்குக் காட்டுகிறேன்.

நாட்டிலுள்ள திருட்டையும் கொள்ளையையும் ஒழிப்பதற்காக நான் போலீஸுடன் ஒத்துழைப்பதாக சொன்னதால், வழக்கு மன்றம் என்னை சிறையில் அடைக்காது என்றார் நீதிபதி. அனுமதிப் பத்திரம்

இல்லாமல் நைரோபியில் சுற்றியதால், நாடோடிச் சட்டத்தை மீறிய குற்றத்திற்காக அபராதம் மட்டும் கட்டவேண்டும் என்றார்.

சொன்னால் நம்புவீர்களா? உங்கள் மனதுக்குள் இந்த விஷயத்தை நன்றாக யோசித்துப் பாருங்கள். நெருக்கடிநிலை காலத்தில்தான் ஐரோப்பிய கொடுமைக்காரர்கள் நம்மை அனுமதிப் பத்திரங்களைத் தூக்கிக்கொண்டு திரிய வைத்தார்கள். இன்றைக்கும் நைரோபியில் நுழைவதற்கு அனுமதிப் பத்திரம் தேவை என்பது சரியாகுமா?

இல்மொராகிலிருக்கும் எல்லாத் திருடர்களையும் கொள்ளைக் காரர்களையும் பிடிக்க ஏற்பாடு செய்யும்படி போலீஸ் அதிகாரியிடம் சொன்னார் நீதிபதி. நானே முன்வந்து ஒத்துழைப்புக் கொடுத்ததால் ஆறு மாத சிறைத் தண்டனையிலிருந்து தப்பித்தேன்.

நீதிமன்றத்திலிருந்து நேராக போலீஸ் நிலையத்திற்கு என்னைக் கூட்டிச் சென்றார்கள். நன்றாகக் கேட்டுக் கொள்ளுங்கள், இப்போது என்னை தேன் சொட்டும் வார்த்தைகளால் சமாதானப்படுத்தினார்கள். முகத்துக்கு நேரே புகழ்ந்தார்கள். வள்ளிக் கொடியைத் தாங்கும் மரம்போல, என்னைப்போல எல்லா மக்களும் போலீசுடன் ஒத்துழைத்தால், நாடு முழுவதும் திருட்டு, கொள்ளை மாதிரியான குற்றங்களையெல்லாம் ஒழித்துவிட முடியும்; அப்படி ஒத்துழைப்பவர்கள் தங்கள் சொத்தை நிம்மதியாக அனுபவிக்கலாம், கவலையில்லாமல் அசந்து தூங்கலாம் என்று சொன்னார்கள்.

முதலில் நான் மட்டும் இல்மொராக் திரும்பி, திருடர்களும் கொள்ளைக்காரர்களும் வழக்கமாகக் கூடுகிற இடத்தைக் கண்டுபிடிக்க வேண்டும். அந்த விவரத்தைக் கண்டுபிடித்தவுடன் இல்மொராக் போலீஸ் நிலையத்தில் தெரிவித்துவிட வேண்டும். நைரோபி போலீசார் அவர்கள் பங்குக்கு, இல்மொராக் போலீஸ் நிலைய சூப்பரிண்டென்டென்ட் கக்கானோவிடம் விவரத்தைச் சொல்லி என் பெயரையும் கொடுத்து, கிடைத்த தகவலின் பேரில் உடனடியாக நடவடிக்கை எடுக்க வைப்பார்கள்.

'அதன்பிறகுதான் என்னை விட்டார்கள். ஆனால் வண்டிக் கூலிக்கு அரை சென்ட்கூட அவர்கள் தரவில்லை!

'கேளுங்கள், என்னிடம் மொத்தம் இருந்த 200 ஷில்லிங் பணத்தையும் வழக்குமன்றத்தில் கொடுத்துவிட்டேன். நடந்தே இல்மொராக் போகும்படி என்னை விட்டுவிட்டார்கள். கடவுள் அருளால் நான்

உங்களை சந்தித்திருக்காவிட்டால், இன்றிரவை நான் எங்கே கழித்திருப்பேனோ? என்ன சாப்பிட்டிருப்பேனோ...

இன்றே, இப்போதே நாம் உட்கார்ந்திருக்கும் இந்த இடத்திற்கே வானத்திலிருந்து யாரேனும் இறங்கிவந்து பணத்தின் கூட்டுறவைப் பற்றிப் புகழ்ந்து பாடச் சொன்னால் அவன் என்றென்றைக்கும் மறக்க முடியாதபடிக்கு நாலு வார்த்தை நறுக்கென்று கேட்பேன்..."

போலீஸ், சிறை, வழக்குமன்றம், நீதிபதிகள், போலீஸ்காரர்கள் பற்றிய நினைவுகளால் அலைக்கழிக்கப்பட்டவளாக திடீரென்று தன் பேச்சை நிறுத்தினாள் வங்காரி.

காக்கா பேருந்து நிறுத்தத்தில் தன்னிடம் கொடுக்கப்பட்ட அட்டையை கைப்பையிலிருந்து வெளியில் எடுக்கலாமா என்று பார்த்தாள் வரீய்ங்கா. இல்மொராகில் திருட்டையும் கொள்ளையையும் கொண்டாடும் வகையில் சாத்தானின் விழா நடைபெறப்போவது வங்காரிக்குத் தெரியுமா? இந்தக் கேள்வி வரீய்ங்காவை யோசிக்க வைத்தது. வங்காரியைப் பார்த்து லேசாக நடுங்கும் குரலில் கேட்டாள்: 'திருடர்களும் கொள்ளைக்காரர்களும் கூடிப் பேசும் வளைகளும் குகைகளும் இல்மொராகில் உண்மையிலேயே இருக்கின்றனவா? சொல்லுங்கள்...'

'என்ன? இல்மொராக் ஜெரூசாவிலிருந்து வருவதாக சொல்லிக் கொள்கிறாய்! ஆனால் இது தெரியாதா? சரி நீ எந்தப் பகுதியில் இருக்கிறாய்?' என்று பதிலில் ஒரு கேள்வியைப் போட்டாள் வங்காரி.

'அது... நிஜமாகவே எனக்குத் தெரியாது...' என்று தயக்கத்துடன் சொன்னாள் வரீய்ங்கா.

'எப்படியோ இப்போது உனக்குத் தெரிந்துவிட்டது,' என்று சொல்லிவிட்டு மௌனமானாள் வங்காரி.

5

வங்காரியின் கதைக்கோ, வரீய்ங்காவின் கேள்விக்கோ தாங்கள் பதிலாகச் சொல்லக்கூடியது எதுவுமில்லை என்பதுபோல மற்ற பயணிகள் மௌனமாக இருந்தார்கள். சற்று தூரம் மௌனமாக பயணம் செய்தபிறகு, முதூரி ஒரு உரையாடலைத் தொடங்கினார்.

'இந்த நாடு - நம் நாடு - கருவுற்றிருக்கிறது. அது எதைப் பிரசவிக்கப் போகிறதோ, கடவுளுக்குத்தான் வெளிச்சம்... கற்பனை செய்து பாருங்கள்! தொழிலாளர்களாகிய நம்முடைய குழந்தைகள் தாகத்துடனும் பசியுடனும் வெய்யிலில் அம்மணமாகத் திரிந்து கொண்டும், ஓலமிடும் வயிற்றை சமாதானப்படுத்த மரங்களில் பழுத்துத் தொங்கும் பழங்களைப் பறிக்கக்கூட முடியாமல் பார்த்துக் கொண்டும் இருக்க விதிக்கப்பட்டிருக்கிறார்கள்! சமையற்கூடத்தில் ஆவி பறக்கும் உணவு இருந்தும், ஒரு குடுக்கையை பானையில் விட்டு அந்த உணவில் ஒரு துளி அளவைக்கூட மொண்டு எடுத்துக் கொள்ளாமல் பார்த்துக் கொண்டிருக்க விதிக்கப்பட்டிருக்கிறார்கள்! விடிய விடிய கண்ணீரும் கம்பலையுமான கதைகளை ஒருவருக்கொருவர் சொல்லிக்கொண்டு, ஒவ்வொருநாளும், "ஆஹா, அதிலிருக்கும் ஒன்றே ஒன்றிலிருந்து, ஒரே ஒரு பகுதி மட்டும்" என்று அதே விடுகதையை ஒருவருக்கொருவர் சொல்லிக் கொண்டே காலம் கழிக்க விதிக்கப்பட்டிருக்கிறார்கள்.'

'வாழைப்பழங்கள்!' முதூரி தன்னிடம் உண்மையிலேயே விடுகதை போட்டதைப் போல வங்காரி விடை சொன்னாள்.

'ஆஹா, அதிலிருந்து கொஞ்சம்!' என்றார் முதூரி.

'அடுத்தவனுக்குச் சொந்தமான குகையிலிருந்து குளுமையான நல்ல தண்ணீர்,' என்றாள் வங்காரி மறுபடியும்.

'வங்காரி, உன் கதைப்படி பார்த்தால் இந்த நாடு - நம் நாடு - தன் குழந்தைகளைப் பெற்று நீண்ட காலம் ஆகியிருக்க வேண்டும்.' முதூரி முன்பு தான் சொன்னதையே திரும்பச் சொன்னார். 'இப்போது தேவையானது ஒரு மருத்துவச்சிதான். கேள்வி இதுதான்: கருவுக்கு யார் காரணம்?' என்று தொடர்ந்து சொன்னார்.

'சாத்தான்தான் அவனுடைய வேலையைச் செய்கிறான்.' திடீரென்று ராபின் முவாரா விவாதத்தில் குதித்தான்.

'கினீனியில் தான் மோசமாக நடந்து கொண்டது முவாராவுக்கு கொஞ்சம் சங்கடம்தான். வங்காரியின் பயணக் கூலியை தருவதாக முதூரியும் வரீய்ங்காவும் கத்தூய்ரியாவும் ஒப்புக்கொண்டதிலிருந்தே பேச்சை திசை மாற்றுவதற்கு ஒரு வழி கிடைக்காதா, வங்காரியையும் அவளுடைய பிரச்சனைகளையும் விட்டுப் பேச்சை வேறு பக்கம் திருப்ப முடியாதா என்று பார்த்துக்கொண்டே இருந்தான் முவாரா. இப்போது அவன் பாட ஆரம்பித்தான்:

சாத்தானை நான் உதைஉதையென்று உதைப்பேன்.
சாத்தானை நான் உதைஉதையென்று உதைப்பேன்.
ஒழிந்துபோ சாத்தானே என்று அவனிடம் சொல்வேன்
நான் அரக்கர்களுக்கு சொந்தமானவன் அல்ல.

அன்று முழுவதும் நடந்த நிகழ்ச்சிகளை நினைத்துப் பார்த்தபோது வரீய்ங்கா தன் உடல் முழுவதும் சூடாவதை உணர்ந்தாள். அவள் தன்னைத்தானே கேட்டுக் கொண்டாள்: 'இன்று ஒருவிதமான நிகழ்ச்சிகளே திரும்பத் திரும்ப நடப்பது போலத் தோன்றுகிறதே அது ஏன்? அல்லது இதெல்லாம் வெறும் பேச்சுதானா?

முவாராவை கத்தூய்ரியா பார்த்த பார்வை அவன் அந்த பாடலைத் தொடர வேண்டுமென்று சொல்வதுபோலிருந்தது. வங்காரியின் கதையினால் நிலைகுலைந்து போயிருந்த அவன் திரும்பத் திரும்ப தனக்குள்ளேயே கேட்டுக் கொண்டிருந்தான்: 'இன்றைய கென்யாவில் இப்படியெல்லாம் மெய்யாகவே நடக்கத்தான் செய்கிறதா? பின், கென்யாவில் உண்மையாகவே நாடோடிச் சட்டங்கள் இருந்தது அவனுக்கு நினைவு வந்ததும், வங்காரியின் கதையை அவன் நம்பினான். ஆனால் பாடலை முவாரா தொடர வேண்டும் என்று அவன் விரும்பியதற்கு இரண்டு காரணங்கள். அவன் தனக்குள் சுமந்து கொண்டிருந்த ஒன்று. சூட்கேஸில் வைத்திருந்தது மற்றொன்று. ஒன்றாகச் சேர்ந்திருக்கும் இவர்கள் எல்லோரும் தன்னையும் பேச வைத்துவிடுவார்களோ என்று பயப்படுபவன் போல கறுப்புக் கண்ணாடி அணிந்த மனிதர் மூலையோடு மூலையாக ஒடுங்கிக் கொண்டார்.

திடீரென்று பாடுவதை நிறுத்திய முவாரா, பாடலை அப்படியே அம்போவென்று அந்தரத்தில் விட்டுவிட்டான்.

முதூரி அவனைப் பார்த்து, 'என்ன, பாதியில் நூலை அறுத்துவிட்டாயா?' என்று கேட்டார்.

'இல்லை, நூலை உம்மிடம் எறிகிறேன்,' என்றான் முவாரா.

உடனே முதூரி சொன்னார்: 'இந்தப் பாடலை நாங்கள் வேறுமாதிரிப் பாடுவோம். அல்லது நாங்கள் இதே மெட்டை வேறு வார்த்தைகளில் பாடுவோம்:

வெள்ளையரை நான் உதைஉதையென்று உதைப்பேன்.
வெள்ளையரை நான் உதைஉதையென்று உதைப்பேன்.

ஓடு இப்போதே உன் வீட்டுக்கு என்று அவர்களிடம்
சொல்வேன்
கென்யா ஏகாதிபத்தியவாதிகளுக்குச் சொந்தமானதல்ல!'

அடுத்த சரணத்தை முதூரி தொடங்குவதற்குள், வங்காரியும் சேர்ந்து கொண்டாள். இப்போது இருவரின் குரலும் மிக அழகாக, ஒரே மணமுள்ள வாசனைத் தைலங்கள் ஒன்றாகக் கலந்ததுபோல் இழைந்தன.

ஏகாதிபத்தியவாதிகளே, கென்யா உங்களுக்கு சொந்தமானதல்ல!
ஏகாதிபத்தியவாதிகளே, கென்யா உங்களுக்கு சொந்தமானதல்ல!
உங்கள் மூட்டை முடிச்சுகளைக் கட்டிக்கொண்டு ஓடுங்கள்!
வீட்டுக்கு உடையவர் வந்துகொண்டிருக்கிறார்!

முதூரியும் வங்காரியும், தேர்ந்த இசைக் கலைஞர்களைப்போல தங்கள் டூயட்டைப் பாடி முடித்தார்கள்.

முவாரா சொன்னான்: 'என்னைப் பொறுத்தவரை, அப்போதெல்லாம் நான் பாடாத பாட்டே இல்லை எனலாம். இன்றுகூட என்னால் பாட முடியாத பாட்டு என்று ஒன்றும் கிடையாது. இந்த உலகம் உருண்டை என்கிறேன் நான். அது அந்தப்பக்கம் சாய்ந்தால் நானும் அந்தப்பக்கம் சாய்வேன். அது இந்தப் பக்கம் சாய்ந்தால் இந்தப்பக்கம் சாய்வேன். அது தடுமாறினால் நானும் சேர்ந்து தடுமாறுவேன். அது வளைந்தால் நானும் அதனுடன் சேர்ந்து வளைவேன். அது நேராக இருந்தால் நானும் அதனுடன் சேர்ந்து நேராக இருப்பேன். அது உறுமினால் நானும் சேர்ந்து உறுமுவேன். அது மௌனமாக இருந்தால் நானும் மௌனமாக இருப்பேன். 'தேர்ந்தெடுப்பவனாக இருக்காதே; கிடைப்பதைத் தின்றுகொள்' என்கிறது கழுதைப் புலியின் முதல் சட்டம். அகூரினூ இன மக்களின் இடையே இருக்கும்போது, நான் அவர்களில் ஒருவனாகி விடுவேன். காப்பாற்றப்பட்டவர்களுடன் இருக்கும்போது, நானும் காப்பாற்றப்படுவேன். இஸ்லாமியர்களுடன் இருக்கும் போது, நான் இஸ்லாமைத் தழுவுவேன். மதமற்றவர்களுடன் இருக்கும்போது, நானும் மதமற்றவன் ஆகிறேன்.

'இரண்டு பானைகளில் ஒரேசமயத்தில் சமைக்க முயல்பவன் எவனும் ஒரு பானை உணவு தீய்ந்து போவதைத் தவிர்க்க முடியாது என்று கிக்கூயூ சொல்கிறார்' என்றார் முதூரி. 'ஆனால் முவாரா, நீ ஒரே சமயத்தில் ஈராயிரம் பானைகளில் சமைப்பாய் போலிருக்கிறதே!

எல்லாவற்றிலும் உள்ள உணவையும் உன்னால் கவனித்து சமைக்க முடிகிறதா, அல்லது தீய்ந்துபோன மிச்சங்களைத்தான் பார்க்கிறாயா?'

'தன் வாயே தன்னைத்தின்ற கதைதான்!' என்று சொல்லிவிட்டு சிரித்தான் முவாரா. வங்காரியையும் அவளது பிரச்சனைகளையும் விட்டு பேச்சு வேறுபக்கம் நகர்ந்ததிலிருந்தே முவாராவின் இதயம் லேசாகவும் மகிழ்ச்சியாகவும் ஆகிவிட்டது.

'என்னைப்போன்ற மட்டாட்டு ஓட்டுபவர்களுக்காகத்தான் அந்தப் பழமொழியே உருவாக்கப்பட்டது போலும்!' என்று நினைத்துக் கொண்டான். உபதேசிக்கும் வாய்க்கும், நரம்பில்லாத நாக்குக்கும்தானே நாம் பேர் பெற்றவர்கள். ஏனென்றால், மீன்கள் இருக்கும் சரியான இடம் தெரியாததால்தான் ஆற்றில் இங்கும் அங்குமாக தூண்டிலைப் போடுகிறான் செம்படவன். மட்டாட்டு ஓட்டுபவர்களான எங்களுக்கோ, நாக்குதான் தூண்டில்'

'பணத்தைப் பிடிக்கவா?' முதூரி இடை வெட்டினார்.

'ஆமாம், பணத்தைப் பிடிக்கத்தான்,' முவாராவும் உடனடியாக ஒப்புக்கொண்டான். 'மக்களைப் பிடிக்கவும்தான். மனிதர்களை அவர்களின் பணத்தோடு சேர்த்துப் பிடிப்பதற்கான தூண்டிற் புழுவே எங்கள் நாக்குதான் என்றும் வைத்துக் கொள்ளலாம். ஏனெனில் மனிதர்களிடமிருந்துதானே பணம் வருகிறது. ஆகவே, எங்கள் பேச்சுக்கு அளவுக்கு மீறி நீங்கள் காது கொடுத்தால், பட்டப் பகலிலேயே நீங்கள் வழி தவறிப் போகலாம். இங்கே இருக்கும் இந்த அம்மாளை எடுத்துக் கொள்ளுங்கள். காட்டில் இருக்கும் மிருகங்களிடம் விட்டுவிடுவேன் என்று நான் சொன்னபோது நான் உண்மையாகவே அப்படிச் செய்து விடுவேன் என்று அவர்கள் நினைத்திருக்கலாம். அப்படியில்லை. அவர்களை கொஞ்சம் பயமுறுத்த நினைத்தேன், அவ்வளவுதான். எப்போதுமே நாங்கள் ஒருவிதமான தயார் நிலையிலேயே இருக்க வேண்டி இருக்கிறது. ஏனென்றால் எங்களை ஏமாற்றுகிற பிரயாணிகள் இருக்கிறார்கள். எப்போதும் என்னிடம் இரண்டு கைகள் இருக்கும். ஒன்றில் தேனும், மற்றதில் கசப்பு மருந்தும் இருக்கும்.'

'ஒன்று வாழ்வுக்கும் மற்றது சாவுக்குமா?' மெலிதான கேலி தொனிக்கும் குரலில் முதூரி சீண்டினார்.

'தொடவேண்டிய இடத்தில் தொட்டு விட்டீர்கள்,' என்றான் முவாரா, அவர் குரலில் தொனித்த கேலியை கவனிக்காதவன் போல. 'இந்தச்

சாலைகளில் எங்களை உயிரோடு விட்டு வைத்திருப்பது எதுவென்று நீங்கள் நினைக்கிறீர்கள்?' என்று கேட்டான்.

'நீ சொல்வது உண்மையாக இருக்கக் கூடும் என்று ஒப்புக் கொள்கிறேன். இருந்தாலும், ஞாமாகீமாவில் நாம் இருந்தபோது பணத்துக்காக வேண்டி ஒரு பிரயாணியை கடவுளின் சொர்க்கத்துக்கோ அல்லது சாத்தானின் நரகத்துக்கோ எங்கு வேண்டுமானாலும் அழைத்துச் செல்லத் தயங்க மாட்டேன் என்று நீ பாடிக் கொண்டிருந்தாயே? இப்போது சொல். நீ யார் பக்கம்?'

'கடவுளின் பக்கமா சாத்தானின் பக்கமா என்று கேட்கிறீர்களா?'

'அதேதான்' என்றார் முதூரி.

'எந்தப் பக்கத்தில் இருப்பதும் எனக்கு ஒன்றுதான். கொஞ்ச நேரத்துக்கு முன்னால்தானே நான் இரண்டு பானைகளிலும் ஒரே சமயத்தில் சமைப்பவன் என்று நீங்களே சொன்னீர்கள்? நீங்கள் சொன்னது ரொம்ப சரி. எந்தப் பானையிலும் உணவு கருகுவது எனக்குப் பிடிக்காது, அவ்வளவுதான். இனி கடவுள் - சாத்தான் கேள்விக்குப் போவோம். இருவரையுமே நான் பார்த்ததில்லை. இருவரும் இருப்பதாக வைத்துக் கொள்வோம். இருவருக்கும் அவரவர் சக்தி இருக்கிறது. இருவருக்குமே உலகத்தில் வாக்குகள் கிடைக்கத்தான் செய்கின்றன. அந்த வாக்குகள் மனிதர்களின் இதயத்தில் போடப்படுகின்றன. அப்படியானால், உலகத்தில் நம் அதிர்ஷ்டத்தைக் கொடுப்பதற்கோ, கெடுப்பதற்கோ இந்த இருவராலும் முடியும் என்று தெரியவில்லையா? தேர்தலின் போது வேட்பாளர்கள் வாக்குகளுக்காக ஒருவரோடொருவர் மோதுவதுபோல, வியாபாரிகளான நாங்களே கடவுளாகவும், சாத்தானாகவும் எதிரெதிராக நின்று ஒருவரோடொருவர் மோதிக் கொள்வோம். எனவே இருவரையும் நாங்கள் பகைத்துக்கொள்ள மாட்டோம். இருவரிடமும் நாங்கள் வேண்டிக்கொள்வோம்.'

'வழிதவறிப் போன பயணி போல நீ பேசுகிறாய். எந்த மனிதனும் இரண்டு முதலாளிகளுக்கு சேவை செய்ய முடியாது என்று சொல்லிக் கேட்டதில்லையா? வாக்களிக்கிறவன் கூட கடைசியில் யாராவது ஒரு அரசியல்வாதிக்குத்தானே வாக்களிக்கிறான்?'

'வியாபாரிக்கோ பல எஜமானர்கள் உண்டு. எல்லோருக்கும் அவன் பணிந்து நடந்தாக வேண்டும். இவன் என்னை அழைத்தால்,

இவனிடம் ஓடுவேன். அவன் என்னை அழைத்தால், அவனிடம் ஓடுவேன்.'

இருவரும் மௌனமாகி விட்டார்கள். அந்தச் சாலையின் வளைவுகளையும் மூலைகளையும் பற்றி முவாராவுக்கு சற்று பயமாக இருந்ததால் கவனமாக வண்டியை ஓட்ட ஆரம்பித்தான். எண்ணை டாங்கர்களும் லாரிகளும் ட்ரெய்லர்களும், கரி, உருளைக்கிழங்கு, மற்ற காய்கறிகள் ஏற்றிய லாரிகளும்தான் சாலையில் அதிகமாகத் தென்பட்டன.

கிஜாபே மிஷன் செல்லும் சாலையையும், இரண்டாம் உலகப் போரின்போது இத்தாலியக் கைதிகளால் கட்டப்பட்ட தேவாலயத்தையும் கடந்து வந்து, இப்போது ரிஃப்ட் பள்ளத்தாக்கின் அடிவாரத்துக்கு இறங்கிக் கொண்டிருந்தார்கள்.

முவாரா மீது இன்னொரு கேள்வியைத் திணித்தார் முதூரி. 'எதிலுமே உனக்கு நம்பிக்கை கிடையாதா? நல்லது கெட்டது எதைப் பற்றியும் உன் இதயம் நினைத்துப் பார்ப்பதில்லையா?'

முதலில் கேள்வி தன் காதில் சரியாக விழவில்லை என்பது போல் பேசாமல் இருந்தான் முவாரா. 'நான் என்ன, "யேசுவே என் மீட்பர்" குழுவைச் சேர்ந்த ஒரு மதவெறியனை என் வண்டியில் சுமந்து சென்று கொண்டிருக்கிறேனா?' என்று தன்னைத்தானே கேட்டுக் கொண்டான்.

மற்ற பயணிகளும் முதூரியின் கேள்வியை தங்கள் மனதுக்குள் கேட்டுப் பார்த்துக் கொண்டிருந்த காரணத்தால் முவாராவின் பதிலுக்காக மௌனமாகக் காத்திருந்தார்கள்.

தன்னுடைய பதில் வெகு ஆவலுடன் எதிர்பார்க்கப்படுகிறது என்பதை முவாரா புரிந்துகொண்டான். தொண்டையைக் கனைத்துக் கொண்டான். 'நீங்கள் என் நம்பிக்கையைப் பற்றிக் கேட்கிறீர்கள் சரிதானே? மனதின் விவகாரங்கள் ஆழம் காண முடியாதவை. மனித மனங்களும் எலி வளைகளைப் போல பரஸ்பரம் திறந்த தன்மையுடன் இருப்பதில்லை. மனதின் எண்ணங்கள், யாரும் நுழையமுடியாத அடர்ந்த காடு போன்றவை. முதலில் உங்களையே கேட்டுக் கொள்ளுங்கள்: மனம் என்பது என்ன? அது எங்கே இருக்கிறது? இதயம் என்பது வெறும் தசையால் ஆன உறுப்பா அல்லது வெறும் மூச்சுதானா? நான் குழந்தையாக இருந்தபோது ஒருமுறை என் பாட்டி நோய்வாய்ப்பட்டிருந்தார். சிங்கம் ஒரு கழுதையின் இதயத்தைத் தின்றபின் குணமடைந்துவிட்ட கதையைச்

சொன்னாள். எனக்கு வருத்தமாகி விட்டது. "யேசு திரும்பி வந்து இறந்தவர்களை எழுப்பும் போது அந்தக் கழுதை என்ன செய்யும்?" என்று பாட்டியைக் கேட்டேன். "உன் உளறலை நிறுத்து - என்னைத் தொந்தரவு செய்யாதே; உன் மிருகங்கள் உயிர்த்தெழாது" என்று என் பாட்டி சொல்லிவிட்டாள்.

'ஒரு மனிதன் ஒரு காலத்தில் தான் கைவிட்டுச் சென்ற இல்லத்துக்குத் திரும்பி வரலாம். நான் குழந்தையாக இருந்தபோது கேட்ட அதே கேள்வி சில நாட்களுக்கு முன் திரும்பவும் எழுந்தது. டைய்ஃபோலியா என்ற செய்தித்தாளில், ஒரு மனிதனின் இதயத்தை* எடுத்து இன்னொரு மனிதனுக்குப் பொருத்த முடியும் என்ற செய்தியை சில நாட்களுக்கு முன் படித்தபோது எனக்குள் எழுந்த கேள்வி இதுதான்: அந்த மனிதன் இதுவரை இருந்தானே அவனேதானா? அல்லது புதிய இதயம் உள்ள அவன் இப்போது ஒரு புதிய மனிதனா? உயிர்த்தெழும் நாள் வரும்போது இரண்டு உடல்களும் ஒரே இதயத்துக்குச் சொந்தம் கொண்டாடும்போது, இரண்டுபேரும் என்ன செய்வார்கள்? இரண்டு உடல்களால் பகிர்ந்து கொள்ளப்பட்ட இதயத்தைப் பற்றி நினைத்துப் பாருங்கள். அந்த இதயம் நேர்மையானது, பணிவானது, சுத்தமானது என்று வைத்துக்கொண்டால், இரண்டு உடல்களும் அதற்குச் சொந்தம் கொண்டாடுவதில் தடை என்ன இருக்க முடியும்?'

'எனக்கு ஒரே சந்தேகமாக இருக்கிறது. ஒரு இதயம் ஒரு உடலை விட்டு இன்னொரு உடலுக்கு மாற்றப்படும்போது, அது முதல் உடலின் நேர்மை அல்லது கயமையையும் தன்னுடன் சேர்த்து எடுத்துச் செல்கிறதா, அல்லது புதிய உடலின் கெட்டத் தன்மையை அப்படியே ஏற்றுக் கொள்கிறதா?'

'இப்போதைக்கு பணக்காரர்களும் ஏழைகளுமாக வாழும் ஒரு நாட்டை எடுத்துக் கொள்வோம். ஒரு பணக்காரன் எல்லா அட்டூழியங்களையும் செய்துவிட்டு, சாகும் தறுவாயில் மருத்துவமனையில் ஒரு ஏழையின் நேர்மையான இதயத்தை விலைக்கு வாங்குகிறான். இப்படியாக ஒரு ஏழையின் நேர்மை காரணமாக பணக்காரன் சொர்க்கத்துக்குப் போகிறான். பணக்காரனின் தீய குணத்தால் அல்லது இப்போது தனக்கு இதயமில்லாததால் ஏழை நரகத்துக்குப் போகிறான். ஹஹஹா!'

★ 'இதயம்' என்ற சொல்லுக்கு கிக்கூயூ மொழியில், ஆன்மா, ஆவி, மனச்சாட்சி, மனம், உள் மனிதர், சாரம் இன்னும் பல பொருட்கள் உண்டு.

முவாராவின் சொந்தப் பேச்சை அவனுடைய சிரிப்பே நிறுத்திவிட்டது. வேடிக்கையாக ஏதோ சொல்ல நினைத்தவனை தடுத்து, அதைச் சொல்ல முயலும் போதெல்லாம் சிரிப்பு வந்து சொல்ல விடாமல் தடுப்பதுபோல மேலும் மேலும் சிரித்துக் கொண்டே இருந்தான். சிரிப்பை நிறுத்தாமலேயே தொடர்ந்து, ‘ஒரு இருதய வியாபாரம் தொடங்கலாம் என்றிருக்கிறேன். மனித இதயம் விற்பனை செய்யும் ஒரு சூப்பர் மார்க்கெட். மனித இதயம் விற்கும் ஒரு கடை. மனித இதயங்களுக்கு ஒரு சூப்பர் மார்க்கெட், முடிவில்லாத விற்பனை... என்னுடையதைப் போன்ற ஒரு இதயம் எவ்வளவு பெறும் என்று யோசித்துக் கொண்டிருக்கிறேன்.’

இதைச் சொல்லிவிட்டு முவாரா சிரிப்பில் மாய்ந்து போனான். ஆனால் ஒரு பயணிகூட அவனுடன் சேர்ந்து சிரிக்கவில்லை.

இதற்குள் நாரே காரேவுக்கும் நரோக்கிற்கும் செல்லும் சாலையை அவர்கள் கடந்துவிட்டிருந்தார்கள். இடப்புறம் சாட்டிலைட் நிலையம், வலப்புறம் கிஜாபே குன்றுகள். முன்னால் மவுண்ட் லாங்கோனாட். எல்லா இடத்திலும் இருள் சூழ்ந்து விட்டது. ஆனால் முவாராவின் மாடல் டிஃபோர்டு வண்டியிலிருந்தும் மற்ற வண்டிகளிலிருந்தும் எதிரும் புதிருமாக வந்த ஒளி இருளை இரண்டாகப் பிளந்து பாதையைத் தெளிவாக்கியது. சில ஓட்டுனர்கள் தங்கள் முகப்பு விளக்குகளின் ஒளியைக் குறைக்கவில்லை. இந்த விளக்குகள் முவாராவின் கண்களை குருடாக்கிய போதெல்லாம் அவன் தன் அம்மாவின் மீது ஆணையிட்டு நீளநீளமான, சொல்ல முடியாத வார்த்தைகளை உபயோகித்து அந்த ஓட்டுனர்களைத் திட்டுவான். ஒருமுறை அவன் சொன்னான்: ‘விற்பனைக்கு வரும் ஓட்டுனர் உரிமங்களால்தான் சாலை விபத்துக்கள் அதிகமாகின்றன. 500 ஷில்லிங் கொடுத்தால் ஒரு கைக்குழந்தை கூட ஓட்டுநர் உரிமத்தை பையில் போட்டுக் கொள்ள முடியும் என்றால் நம்பவா முடிகிறது? அது ஒரு ஸ்டீரிங் வீலைக்கூட கண்ணால் பார்த்திருக்காது!’

‘தண்ணீர் கசந்து விட்டது!’ என்றார் முதூரி.

‘மனிதர்களின் இதயங்களும் காலியாகிவிட்டன,’ என்று வங்காரியும் சேர்ந்து கொண்டாள். முதூரியும் வங்காரியும் சேர்ந்து பாட ஆரம்பித்தார்கள்:

நம் நாட்டில் பஞ்சம் அதிகரித்துவிட்டது!
உணவு முழுவதும் மறைத்து வைக்கப்பட்டுள்ள இடத்தை

மக்கள் கண்டுபிடித்து விடக் கூடாது என்பதற்காக
பஞ்சத்திற்கு வேறு பெயர்கள் வழங்கப்படுகின்றன.

இரண்டு பூர்ஷ்வாப் பெண்கள்
ஏழைக் குழந்தைகளின் சதையைத் தின்றார்கள்.
குழந்தைகளின் மனிதத் தன்மையை அவர்களால் பார்க்க முடியவில்லை
காரணம் – அவர்களின் இதயம் காலியாக இருந்தது.

பல வீடுகளும் ஏராளமான நிலமும்
குவியல் குவியலாகத் திருடிய பணமும் –
இவையெல்லாம் மனிதனுக்கு அமைதி தராது,
காரணம் – அவை ஏழைகளிடமிருந்து பறிக்கப்பட்டவை.

இனி பணக்காரர்களைப் பற்றிக் கவலைப்படாதீர்கள்
ஏழைகளையும் குழந்தைகளையும் பற்றிக்கூட கவலைப்படாதீர்கள்
அவர்கள் எல்லோருமே நெடுஞ்சாலையில் தட்டுத் தடுமாறிப்
போய்க் கொண்டிருக்கிறார்கள்.
காரணம் – அவர்கள் இதயம் காலியாக இருக்கிறது.

‘பணக்காரர்கள் தடுமாறுவது அதிகமாக உண்பதால்,’ என்றார் முதூரி.

‘ஏழைகள் தடுமாறுவது பசியால்,’ என்றாள் வங்காரி.

இருவரும் இணைந்து, ‘... காரணம் அவர்களின் இதயம் காலியாக உள்ளது...’ என்று பாடினார்கள்.

மறுபடியும் முவாரா தன்னையே கேட்டுக் கொண்டான்: எப்பேர்பட்ட மதவெறி பிடித்தவர்களை நான் சுமந்து சென்று கொண்டிருக்கிறேன்? ஒரு வேளை இவர்கள் எல்லோரும், ‘டீப் வாட்டர்ஸ்’ பிரிவைச் சேர்ந்த உறுப்பினர்களாக இருப்பார்களோ?

‘மறுபடியும் மனித இதயம் பற்றிய பிரச்சனைக்குத் திரும்பிவிட்டீர்களா?’ என்றான் முவாரா. முதூரி மீதும் வங்காரி மீதும் அவனுக்கு கடுப்பு ஏற்பட்டுவிட்டதை அவனுடைய குரலே காட்டிக் கொடுத்தது. ‘இதயம், இதயம், இதயம்! இதயம் என்றால் என்ன? தென்றலா, மூச்சுக்காற்றா, குரலா? இல்லை! கலையும் மேகமானது, வறுமையினால் சிதைக்கப்பட்ட மனிதனின் கனவுகளால் கடவுளின் சொர்க்கத்திற்கு இட்டுச் செல்லும் தங்க ஏணியாக உருமாற்றப்படுமானால், அதன் பேர்தான் இதயம். அதுவே கடவுளின் எதிரிகளை நரகத்தில் வீழ்வதற்கு வழிநடத்திச் செல்கிற நெருப்பு ஏணியாகவும் இருக்கக்கூடும். ஒரு முட்டாளுக்கு அவன்

சொல்லும் எந்த விலைக்கும் என் இதயத்தை விற்பதற்கான சந்தையை நான் எங்கு கண்டுபிடிப்பது?'

முதூரி சட்டென்று பதில் சொன்னார்: 'மனித இதயம் என்பது எது? தென்றலா, மூச்சுக்காற்றா, கலைந்து செல்லும் மேகமா? வறுமையால் தூக்கம் கெட்ட மனிதனின் மனதிலுள்ள கனவு ஏணியா? இல்லை. மனித இதயம் தசையால் ஆனது - ஆனால் வெறும் தசை மட்டுமே அல்ல. இதயம்தான் ஒரு மனிதனை உருவாக்குகிறது; மனிதனால் உருவாக்கவும் படுகிறது. இதயத்தை உடல் தாங்குகிறது. அதுவே உடலாகவும் ஆகிறது. மனிதனுக்குள் இதயம் என்று அழைக்கப்படும் ஒரு உறுப்பு இருக்கிறது. இந்த உறுப்பு ஒரு இஞ்சின் போல செயல்பட்டு இரத்தத்தை எல்லா தமனிகளுக்கும் சிரைகளுக்கும் செலுத்துகிறது; உடலின் எல்லா திசுக்களுக்கும் உணவைக் கொண்டு செல்லவும், வெளியேற்றவும் உதவுகிறது; உடலின் மற்றெல்லா உறுப்புகளுடனும் இந்த உறுப்பு ஒத்துழைக்கிறது. இந்த உறுப்புகளெல்லாம் ஒன்று சேர்ந்து செயல்பட்டால்தான் ஒரு மனிதன் பார்க்கவோ, தொடவோ, கேட்கவோ, நுகரவோ, சுவைக்கவோ, பேசவோ, கைகளை வீசவோ, நடக்கவோ, வாழ்வைக் கட்டி எழுப்பவோ முடியும்.'

'அவனே உருவாக்கிக் கொள்வதுதான் மற்றொரு இதயம். அந்த மற்றொரு இதயம்தான், கைகள், கண்கள், காதுகள், மூக்குகள், வாய்கள் இவற்றின் உதவியால் நாம் உருவாக்கிக் கொள்ளும் மானுடம். நம் மனதின் வழிகாட்டுதலின் படி உழைப்பதன், செயல்படுவதன், விளைபொருளாக இருக்கிறது அந்த மற்ற இதயம். மழையைத் தடுக்கும் கூரையையும், குளிரையும் வெயிலையும் தாங்க உதவும் துணிகளையும், உடலை வளர்க்கும் உணவையும், இதுபோன்ற வேறு தேவைகளையும் நிறைவேற்றிக் கொள்வதற்காக இயற்கையை மாற்றத்துக்கு உட்படுத்தவல்ல நமது உழைப்பும் செயல்பாடுமே அந்த மற்ற இதயத்தை உருவாக்குகிறது.'

'அந்த மனிதம் பல கைகள் ஒன்றுபட்டு உழைப்பதன் மூலம் உருவாகக் கூடியது, ஏனென்றால் ஒரு சமயம் கிக்கூயூ சொன்னதுபோல, ஒற்றை விரலால் ஒரு ஏமாற்றுக்காரனைக் கொல்ல முடியாது; ஒற்றை மனிதன் எவ்வளவு வலிமையுள்ளவனாக இருந்தாலும் அவனால் தன்னந்தனியாக நதியின் குறுக்கே பாலம் கட்ட முடியாது. ஆனால் சுமை எவ்வளவு அதிகமாக இருந்தாலும் பல கைகள் ஒன்று சேர்ந்தால் அதைத் தூக்கி விட முடியும். நமது ஒன்றுபட்ட உழைப்பினால்

தான் நாம் இயற்கையின் அடிமைகளாக இராமல், இயற்கையின் விதிகளை மாற்றவும், அவற்றை நம் வாழ்வின் தேவைக்கேற்றபடி உருமாற்றவும் முடியும். அதனால்தான், "மாற்றுங்கள், ஏனென்றால் ஒரு குடுவையிலுள்ள எல்லா விதைகளும் ஒரே தன்மையானவை அல்ல" என்றும் கிக்கூயூ சொல்கிறார்.'

'நம் கைகளும் மனமும் சேர்ந்து பாடுபட்டு இயற்கையை பணியச்செய்த உழைப்பின் பலனாக அந்த மானுடம்தான், விலங்கிலிருந்தும், மரத்திலிருந்தும், இயற்கையின் அரசாட்சியில் உள்ள பிற உயிரினங்களிலிருந்தும் மனிதனை வேறுபடுத்திக் காட்டுகிறது.'

'இதற்குப் பதில் சொல்லுங்கள்: வேறெந்த உயிரினமாவது காற்றையும், தண்ணீரையும், மின்னலையும், நீராவியையும் சிறைப்பிடித்து அடிமைப்படுத்த முடிந்திருக்கிறதா? கைகளையும், கால்களையும் சங்கிலிகளால் இணைத்துப் பூட்டி கைதிகளாக்கி தங்களது தேவைகளுக்கேற்ப பணிவும் கட்டுப்பாடும் உள்ளவைகளாக மாற்ற முடிந்திருக்கிறதா? இல்லை, மனித குணமும் மிருக குணமும் முற்றிலும் வெவ்வேறானவை. இயற்கை தம்மை இப்படியும் அப்படியும் புரட்டி எடுக்கும் வகையில் விலங்குகள் இயற்கையின் முன் மண்டியிட்டு பணிந்து கிடக்கின்றன. ஆனால் மனிதன் இயற்கையுடன் மல்லுக்கட்டி ஜெயித்து அதனை தன்னுடைய தேவைக்கேற்ப மாற்றிக்கொள்கிறான்.'

'பல கைகளின் ஒன்றிணைந்த உழைப்பின் பலனைப் பாருங்கள்: சாலைகள், தண்டவாளங்கள், கார்கள், இரயில் வண்டிகள், பல்வேறு விதமான சக்கரங்கள்; முயலை விடவும் அதைவிட அதிவேகமாக ஓடும் காட்டு விலங்குகளை விடவும் வானில்பறக்கும் எந்த பறவையையும் விட வேகமாக மனிதன் செல்ல உதவும் அதிக சக்தியும் வேகமும் கொண்ட விமானங்கள்; ஒலியையும் மின்னலையும் விட வேகமாகப் பறக்கும் ஏவுகணைகள்; கலிலேயாவின் கடலில் பேதுரு மூழ்காமல் இருந்ததுபோல, கனமாக இருந்தாலும் ஆழ்கடலில் மூழ்காமல் மிதக்கக்கூடிய அதிசயமான கப்பல்கள்; தொலைபேசிகள், ரேடியோக்கள், டெலிவிஷன்கள்; மனிதன் இறந்துவிட்டாலும் அவனது உடலைப் புதைத்து அது அழுகிப் போன பின்னாலும் கூட அவனை உயிரோடு வைக்கக்கூடிய கருவிகள்! இதைவிட அற்புதம் வேறு என்ன இருக்க முடியும்? நம் கைகளால் நாம் கட்டி உருவாக்கிய நகரங்களைப் பாருங்கள்; மொம்பாஸா, நைரோபி, நாகுரு,

எல்டோரெட், கிட்டாலே, கிஸுமு, ருவ்வையீனி, இல்மொராக். ஒரு கைப்பிடி அளவு விதைகளைக் கொண்டு நாம் விளைவித்திருக்கும் காப்பியை, டீயை, கரும்பை, பருத்தியை, அரிசியை, அவரையை, சோளத்தைப் பாருங்கள், இயற்கையிலிருக்கும் சூரியனும், சந்திரனும், நட்சத்திரங்களும் ஓய்வு எடுத்துக்கொண்டபின், ரூயிரு, அதி, சாகன் ஆகிய நதிகளில் இருந்து நீட்டப்படும் தாமிரக் கம்பிகளுக்குள் சிறைப் பிடித்து நமது ஊர்களுக்கும் வீடுகளுக்கும் வெளிச்சம் தரும் சூரியன்களும் சந்திரன்களும் நட்சத்திரங்களுமாக உருவாக்க முடிகிறது! அந்த ஒத்துழைப்பின் பலன்களை மட்டும் ஒட்டுண்ணிகளின் இனம் பறித்துக் கொண்டிருக்காவிட்டால், உற்பத்தி செய்யும் இனத்தைச் சேர்ந்த நாம் இன்று எவ்வித உயர்ந்த நிலையில் இருந்திருப்போம் தெரியுமா? இப்போது இருப்பது போல் குளிர், பசி, தாகம், அம்மணம் இவற்றையெல்லாம் நாம் அனுபவித்துக்கொண்டா இருப்போம்?'

'மனிதப் பண்பின் வளர்ச்சியுடன் மனித இதயம் பிரிக்க முடியாமல் இணைந்திருப்பதால், அந்த மனிதத்தன்மைதான் மனிதனின் இதயமாகிறது. மலிவான முட்டாள் வியாபாரியே, ஒரு இதயத்தின் மதிப்பு என்னவென்று இப்போது உன்னால் சொல்லமுடியுமா?'

விவாதத்தின் கடுமையினாலும், அவர் மனதிலிருந்த எண்ணங்களாலும் மேல்மூச்சு வாங்கிக் கொண்டிருந்தது முதூரிக்கு. பலமுறை மனதுக்குள் இம்மாதிரி எண்ணங்களை அலசிப் பார்த்திருந்தாலும் இப்போதுதான் அவரால் அவற்றை வார்த்தைகளில் விவரிக்க முடிந்தது. இதுவரை இதுபோன்ற தத்துவார்த்த சிந்தனைகளின் அடிப்படைகளை அறிய முடியாமல் போனது அவருக்கு ஆச்சரியமாக இருந்தது.

முவாரா முதூரியிடம் சொன்னான், 'நல்ல இதயங்களோ கெட்ட இதயங்களோ கிடையாது, அவையெல்லாமே நம்முடைய மனிதத் தன்மையின் பகுதிகளே என்பது உங்கள் கருத்து. ஞாபகமிருக்கட்டும், நாம் பேசியது நல்லதையும் கெட்டதையும் பற்றித்தான். அப்படியானால் நம் இருவர் கருத்தும் ஒரே மாதிரியானவைதான். இந்த உலகத்தில் நல்லது கெட்டது என்று எதுவுமில்லை. நல்ல இதயம் கெட்ட இதயம் என்பதெல்லாம் கிடையாது. சொர்க்கமும் நரகமும் குழந்தைகளைப் பயமுறுத்தும் நோக்கில் சொல்லப்பட்ட கட்டுக்கதைகளே தவிர வேறில்லை. அப்படியானால் நாம் எதைப்பற்றி வாதித்துக் கொண்டிருக்கிறோம்? அமைதி நிலவட்டும்! பணம் கொழிக்கட்டும்!'

'சொர்க்கம், நரகம் இரண்டும் உண்மையிலேயே இருக்கின்றன.' விவாதத்தை விட்ட இடத்திலிருந்து மறுபடியும் தொடர்ந்தார் முதூரி. 'நன்மைக்கும் தீமைக்கும் இடையில் ஒரு வேறுபாடு இருப்பது போலவே, நல்ல இதயத்துக்கும் கெட்ட இதயத்துக்கும் இடையில் ஒரு வேறுபாடு இருப்பது போலவே, சொர்க்கத்துக்கும் நரகத்துக்கும் இடையிலும் ஒரு வேறுபாடு இருக்கிறது. கவனியுங்கள்: நம்முடைய வாழ்க்கை ஒரு போர்க்களம் தான். அதில் இரண்டு விதமான சக்திகளுக்கிடையில் ஓயாத போர்கள் நடைபெற்று வருகின்றன. உதாரணமாக நமது மனிதத்தன்மையை வலுப்படுத்த உறுதிபூண்டிருக்கும் சக்திகளுக்கும், அதை அழித்தொழிக்க உறுதிபூண்டிருக்கும் சக்திகளுக்கும் இடையில் தொடர்ச்சியாக நடைபெறும் பல்வேறு போராட்டங்களின் களமே நமது வாழ்க்கை. நமது மனிதத் தன்மையைச் சுற்றிலும் ஒரு பாதுகாப்பு அரணைக் கட்டியெழுப்ப முனைந்துள்ள சக்திகளுக்கும், அதை இடித்துத் தள்ள முனைந்துள்ள சக்திகளுக்கும் இடையிலும்; அதை உருவாக்க நினைக்கும் சக்திகளுக்கும் அதை உடைத்தெறிய வரிந்து கட்டிக்கொண்டிருக்கும் சக்திகளுக்கும் இடையிலும்; நம் கண்களைத் திறந்துவிடுவதையும், வெளிச்சத்தையும் வருங்காலத்தையும் நாம் பார்க்கும்படி செய்வதையும், நம் குழந்தைகளின் வருங்காலத்தைப் பற்றி நம்மை நாமே கேள்வி கேட்டுக்கொள்ளும்படி செய்வதையும் நோக்கமாகக் கொண்டுள்ள சக்திகளுக்கும், நம்மைத் தாலாட்டிக் கண்ணுறங்க வைப்பதையும், நம் நாட்டின் வருங்காலத்தைப் பற்றிய சிந்தனையே இல்லாமல் அன்றன்றைய நம் வயிற்றுப் பாட்டைப் பற்றி மட்டுமே கவலைப்படுமாறு நம்மைத் தூண்டிவிடுவதையும் நோக்கமாகக் கொண்டுள்ள சக்திகளுக்கும் இடையிலும் இடைவிடாத போர்கள் நடைபெற்று வருகின்றன.

'ஒவ்வொரு மனிதனும் இந்த சக்திகளின் ஒரு பகுதியாகவே இருக்கிறான். இந்த சக்திகள் இரண்டு விதமானவை: (1) நமது மானுடத்தை உருவாக்கி, கட்டியெழுப்பி, வளர்த்தெடுத்து, பூத்துக்குலுங்கச் செய்வதன் மூலம் நம்மிடமிருக்கும் மனிதத் தன்மையைப் பேணிக்காத்து - நாமே நமது சொர்க்கத்தைப் படைத்துக்கொண்டு, இவ்வாறு கடவுள் தன்மையை சுவீகரித்துக் கொள்வதற்காக நியமிக்கப்பட்டிருக்கிற உற்பத்தியாளர்களின் இனம் என்னும் சக்திகள். (2) இந்த உற்பத்தியாளர்களையும், கட்டி எழுப்புகிறவர்களையும் அழித்து உருக்குலைத்து அலைக்கழித்து ஒடுக்குவதன் மூலம் நம்மிலிருக்கும் மனிதத்

தன்மையை நசுக்கி, நம்மை விலங்குகளாக மாற்றி, நாமே நமது நரகத்தைப் படைத்துக்கொண்டு சாத்தானின் தன்மையை சுவீகரித்துக் கொள்வதற்காக நியமிக்கப்பட்டிருக்கிற ஒட்டுண்ணிகளின் இனம் என்னும் சக்திகள். ஒவ்வொரு மனிதனும் இந்த இருவித சக்திகளில் ஏதோ ஒன்றின் தரப்பிலேயே இருக்கிறான். இந்தப் போரில் பங்கேற்காமல் ஒதுங்கி நிற்கும் பார்வையாளர்கள் யாருமில்லை.'

'இவ்விரண்டு இனங்களில் எந்தப் பக்கம் நாம் இருக்கிறோம் என்பதைக் காட்டுவது நம்முடைய செயல்கள் தான் என்பதால், நாம் கட்டியெழுப்பும் இதயம் எப்படிப்பட்டது என்பதையும் நம் செயல்களே தீர்மானிக்கின்றன. ஏனென்றால் நம் கைகள், நம் உறுப்புக்கள், நம் உடம்புகள், நம் ஆற்றல்கள், இவையெல்லாம் ஒரு கூரான வாளைப் போன்றவை. ஒரு உற்பத்தியாளரின் கையில் இந்த வாள் இருக்குமானால், விவசாயம் செய்து, உணவை விளைவித்து, உழவர்களின் உழைப்பினால் உண்டாகும் பலன்களையெல்லாம் பறிபோகாமல் பாதுகாக்க அது பயன்படும். அதே வாள் ஒரு ஒட்டுண்ணியின் கையில் இருக்குமானால், பயிர்களை அழிக்கவும், உற்பத்தி செய்பவருக்கு உழைப்பின் பலன்களை மறுக்கவும் தான் அது பயன்படும்.'

'நெருப்பு என்னும் ஆயுதம் உற்பத்தியாளரின் கையிலிருந்தால் அது நன்மை செய்யும் திறன் பெறுகிறது. ஒரு ஒட்டுண்ணியின் கையில் இருந்தால் அதுவே தீமையைச் செய்யும் திறன் பெறுகிறது. நெருப்பு நல்லதா கெட்டதா என்பதை அதன் பயன்பாடுதான் வெளிப்படுத்தும். நம் உடலின் உழைப்பும் அப்படித்தான்.'

"சிறுத்தைக்குச் சொந்தமாக பிறாண்டத் தெரியாது; அதற்கு அது சொல்லித்தரப்பட்டது," என்று ஒரு சமயம் கிக்கூயூ சொன்னார். உண்மைதான்; ஆனால் நகங்களும், பிறாண்டுவதற்கான சக்தியும் அதற்கு எப்போதுமே இருக்கத்தான் செய்கின்றன. ஆனால் அது தன்னுடைய குட்டிகளைக் கொல்லப் பிறாண்டுகிறதா? அல்லது தன் எதிரிகளைக் கொல்ல பிறாண்டுகிறதா?'

'ஒன்று மட்டும் நிச்சயம். நடந்து முடிந்த செயலை மாற்ற முடியாது. நம்முடைய செயல்கள்தான் நம் இதயத்தை நல்லதாகவோ, கெட்டதாகவோ கட்டமைக்க நாம் பயன்படுத்தும் செங்கற்கள்.'

'நம்மையும் இந்த பூமியின் மீது நம் பங்களிப்பையும் நாமே பார்க்க உதவும் கண்ணாடியாக நம் இதயம் ஆகிவிடுகிறது. நன்மை - தீமை

இரண்டையும் பிரதிபலிக்கும் கண்ணாடி உனக்குத் தேவையில்லை என்றால், இந்த உலகத்தில் உனக்கு இடம் இல்லை: சீக்கிரமாக முடிவு செய்துகொள். உன் இதயத்தை சந்தைக்குத் தூக்கிக்கொண்டு ஓடு. அப்போது நீ வெறும் மனிதக்கூடாகவே மிஞ்சியிருப்பாய். உங்களுக்கெல்லாம் தெரிந்திருக்கிற அந்த நாட்களில், நாங்கள் ஒரு பாடலைப் பாடுவது வழக்கம். அது இதுதான்.

> உங்கள் பாவங்களுக்காக
> நீங்கள் அழுது புலம்பினாலும்,
> நாட்டுக்கு உதவும் தேச பக்தப் போரில் நீங்கள் ஈடுபடாதவராயின்
> உங்களால் ஒரு போதும் சமாதானமாய் இருக்க முடியாது.
> வாழ்க்கையைத் தொலைத்துவிட்டு
> அதனைக் கண்டெடுக்கும் வழியையும் அறிய முடியாத நிலையில்
> அதனைச் சுட்டிக்காட்டும் ஒரே வழிகாட்டி:
> மக்களின் அமைப்பு ரீதியான ஒற்றுமைதான்.

'டிரைவர்! இரண்டு வழிகள் இருக்கின்றன: ஒன்று மனிதனை சாவுக்கு இட்டுச் செல்கிறது. மற்றது வாழ்வுக்கு இட்டுச் செல்கிறது. சாவின் வழியை நீ காட்டினால் வாழ்வின் வழியை நான் உனக்குக் காட்டுவேன். வாழ்வின் வழியை நீ காட்டினால் சாவின் வழியை நான் உனக்குக் காட்டுவேன். தான் விரும்பும் இதயத்தை உருவாக்கும் செயல்பாட்டில் மனிதன் ஈடுபட்டிருக்கும் போது, இவ்விரண்டு வழிகளும் அவனுக்கு எதிர்ப்படுகின்றன... முவாரா, இப்போதுதான் நீ கழுதைப் புலியின் முதல் சட்டத்தைப் பற்றி சொன்னாய், சரிதானே? நான் உன்னைக் கேட்கிறேன்: ஒரே நேரத்தில் இரண்டு பாதைகளில் நடிக்க முயற்சித்த அந்தக் கழுதைப் புலி எங்கே போய்ச்சேர்ந்தது? முவாரா, ஏதாவது ஒரு பாதையை தேர்ந்தெடுத்து அதிலேயே தொடர்ந்து செல்' முதூரி பேசிமுடித்தார்.

'நான் என் வழியைத் தேர்ந்தெடுத்து வெகுகாலம் ஆகி விட்டது, என்றான் முவாரா.

'அது எது?' முதூரி கேட்டார்.

'சாவுக்குப் போகும் சாலை', 'வேடிக்கையாகச் சொல்வது போல சொல்லிச் சிரித்தான் முவாரா. 'இப்போது நீங்கள் வேறு எதை நோக்கிப் போவதாக நினைத்துக் கொண்டிருக்கிறீர்கள்?' என்றான் கேலியாக. மட்டாட்டுவில் முழு அமைதி.

6

தன் மண்டைக்குள் ஒரு கொசு மாட்டிக்கொண்டு ரீங்கரிப்பது போல் உணர்ந்தாள் வரீய்ங்கா. நைரோபியின் சிட்டி பூங்காவிலுள்ள டெகோ வா பன்யா அடைப்புக்குள் மாட்டிக் கொண்டு வெளியேறும் வழி அறியாமல் நாள் முழுவதும் சுற்றிச் சுற்றி வந்தாற்போல் அவளுடைய இதயம் படபடத்துக் கொண்டிருந்தது. முதூரிக்கும் முவாராவுக்கும் இடையில் நடந்த விவாதம் எந்த இடத்தில் தொடங்கியது, எந்தத் தடத்தில் சென்றது என்பதை அவள் தொடர்ந்து கவனிக்கவில்லை. ஏனெனில் கேட்டுக் கொண்டிருந்தபோதே திடீர்திடீரென்று தன்னுடைய பிரச்சனைகளுக்குள் அவள் மூழ்கிவிடுவாள்: ஜான் கிம்வானா, முதலாளி கிஹாரா, தான் தொலைத்துவிட்ட வேலை, வீட்டிலிருந்து துரத்தப்பட்ட நிலை, தற்கொலை முயற்சி, தன் கையைப் பிடித்த இளைஞன், சாத்தானின் விருந்துக்கான அழைப்பு, திருட்டு - கொள்ளைத் திறமைக்கு நடத்தப்படும் போட்டி; இப்போது சாவு - வாழ்வு - ஆன்மா பற்றிய விவாதம். எப்போது என் வீட்டுக்குப் போய்ச் சேர்ந்து என் மனதுக்கும் உடலுக்கும் ஓய்வு தர முடியுமோ? என் பிரச்சனைகள் எப்போதாவது தீருமா? எப்போது அவை தொடங்கின? எங்கே? யாருடன்?

வெகு நாட்களுக்கு முன், நாகுருவின் கோரிகா பகுதியிலிருந்து வந்த பணக்காரக் கிழவனைப் பற்றி நினைத்தவுடனேயே தன் உடல் முழுவதும் பற்றி எரிவது போல உணர்ந்தாள் வரீய்ங்கா.

‘தயவு செய்து ஒரு நிமிடம் பொறுங்கள்!’ என்று கத்தூய்ரியா சத்தம் போட்டதில் வரீய்ங்காவின் எண்ணவோட்டம் தடைபட்டது.

முதூரி, வங்காரி, வரீய்ங்கா, கறுப்புக் கண்ணாடிக்காரர் எல்லோரும் அவனைத் திரும்பிப்பார்த்தார்கள். மெல்ல தலையைத் திருப்பிப் பார்த்த முவாரா, மறுபடியும் ஸ்டீரிங் வீலையும் சாலையையும் பார்க்கத் தொடங்கிவிட்டான்.

கத்தூய்ரியா குரலைத் தாழ்த்தி, ‘ப்ளீஸ், நான் ஒரு கேள்வி கேட்கலாமா?’ என்றான்.

முக்கியமான பிரச்சனை ஒன்றின் மையத்தைக் கண்டுவிட தவிப்பவனைப்போலவும், ஆனால் எங்கிருந்து தொடங்குவது என்று தெரியாதவன் போலவும் கொஞ்சம் தயங்கினான் கத்தூய்ரியா.

'ஊம், கேளுங்கள். கேள்வி கேட்பதற்கெல்லாம் யாரும் சிறையில் அடைக்கமாட்டார்கள்.' என்று அவனை ஊக்குவித்தான் முவாரா.

'ஓஹோ, ஆனால் இன்றைய கென்யாவில்...?' முதூரி முணுமுணுத்தார்.

'கவலை வேண்டாம். முவாராவின் மட்டாட்டு மட்டாட்டா மட்டாமு மாடல் டி ஃபோர்டுக்குள் இருக்கும்போது நீங்கள் ஜனநாயகத்தின் நடுநாயகமான இடத்தில் இருக்கிறீர்கள்!' என்று சொல்லி கத்தூய்ரியாவை மீண்டும் ஊக்குவித்தான் முவாரா.
'ஆமாம். நீ சொல்வது சரிதான். மக்கள் சுதந்திரமாக பிரச்சனைகளைப் பேசக்கூடிய ஒரே இடம் மட்டாட்டு வண்டிகள் தான். யார் யார் கேட்டுக்கொண்டிருக்கிறார்கள் என்று அக்கம்பக்கம் பார்க்காமல் நினைத்ததைப் பேசக்கூடிய ஒரே இடம் மட்டாட்டுதான்,' என்று வங்காரி அவனுக்கு ஆதரவாகப் பேசினாள்.

'என் மட்டாட்டுவுக்குள் இருப்பது, சிறையிலோ கல்லறையிலோ இருப்பதுபோலத்தான். எதை வேண்டுமானாலும் நீங்கள் பேச முடியும்!'

'உங்கள் வாதம் - சாரி, உங்கள் விவாதம்... எக்ஸ்க்யூஸ் மி...' கத்தூய்ரியா மறுபடியும் தடுமாறினான்.

கென்யாவிலுள்ள எல்லா படிப்பாளிகளையும் போலவே கத்தூய்ரியாவும் தன்னுடைய தேசிய மொழியை குழந்தைகள் போல் தட்டுத்தடுமாறியும், அன்னிய மொழிகளிலோ சரளமாகவும் பேசினான். அவர்களுக்கும் இவனுக்கும் இருந்த ஒரே வேறுபாடு, குறைந்த பட்சம் இவனுக்கு மொழி அடிமைத்தனம் என்பது மூளையின் அடிமைத்தனம்தானே ஒழிய அதில் பெருமைப்பட ஏதுமில்லை என்பது தெரிந்திருந்தது. ஆனால் விவாதம் சூடுபிடித்த போது கத்தூய்ரியாவால் தட்டுத் தடுமாறாமலும், ஆங்கிலத்துக்குத் தாவாமலும் தன்மொழியில் சரளமாகப் பேச முடிந்தது.

'கருத்து வேறுபாடுகள் வெறுப்பை வளர்க்கும் என்று சொல்கிறார்கள். ஆனால் முரண்பாடு எழும்போதுதான் உண்மை தலைதூக்குகிறது.' என்று கத்தூய்ரியாவை ஊக்குவிப்பது போல சொன்னாள் வங்காரி.

கத்தூய்ரியா தொண்டையைக் கனைத்துக்கொண்டு மறுபடியும் முயற்சி செய்தான். 'உங்கள் இரண்டு பேரின் நிலைப்பாடுகளுக்கும் இடையில் என்ன டிஃபரன்ஸ் என்றே, சாரி, அதாவது என்ன வேறுபாடென்றே எனக்குப் புரியவில்லை. லெட் மி ஆஸ்க்... சாரி,

'ஐ மீன்... நான் ஒரு கேள்வி கேட்கட்டுமா: கடவுளும் சாத்தானும் இருப்பதாக நீங்கள் நம்புகிறீர்களா? ஐ மீன், உங்களையும் என்னையும் போல் அவர்களும் உயிரோடு இருப்பதாக நம்புகிறீர்களா?'

'கடவுள் இருந்தால், சாத்தானும் இருக்கிறான்,' அவசர அவசரமாக இடையில் நுழைந்தான் முவாரா. 'ஆனால் என்னைக் கேட்டால் எனக்குத் தெரியாது.'

'அப்படியானால் நம்பிக்கை என்பதுதான் என்ன? நீங்கள் நம்புவது எதை?' கத்தூய்ரியா அவனை விடுவதாக இல்லை.

'நானா தம்பி? உங்களுடைய கோயில்களில் எனக்கு நம்பிக்கை இல்லை. வியாபாரம்தான் என் கோயில். பணம்தான் என் கடவுள். ஆனால் வேறு ஏதாவது கடவுள் இருந்தால் அதைப் பற்றியும் எனக்குக் கவலையில்லை. முன்னொரு காலத்தில் யோவுவை கடவுள் சோதித்தது போல என்னையும் அவர் சோதித்து விடாதிருப்பதற்காக, சில சமயங்களில் நான் அவருக்கு கொஞ்சம் மதுவை ஊற்றிவிடுவேன். மற்றபடி உலகத்தை நான் ரொம்பவும் நுணுக்கமாக ஆராய்வதில்லை. கொஞ்சம் முன்னால் நான் என்ன சொன்னேன்? உலகம் சாய்கிற பக்கம் நானும் சாய்வேன். உலகம் உருண்டையாக இருக்கிறது, அது சுற்றுகிறது, அதனால் தான் சூரியன் மறைந்த அதே திசையில் உதிப்பதில்லை என்கிறார் கிக்கூயூ. எச்சரிக்கையாக இருப்பது கோழைத்தனத்துக்கு அறிகுறியாகாது. இவ்வளவு கேள்விகள் என்னிடம் இல்லை. பணம் எங்கிருக்கிறது என்று சொல்லுங்கள், அங்கே நான் உங்களைக் கூட்டிப்போகிறேன்!'

முவாரா பேசி முடித்ததும் கத்தூய்ரியா முதூரியை கேட்டான்: 'நீங்கள் என்ன நினைக்கிறீர்கள்?'

'நானா? நான் நம்புகிறேன்!'

'எதை'

'கடவுள் இருக்கிறார் என்பதை.'

'உயிரோடு இருக்கிறார் என்றா?'

'ஆமாம்.'

'சாத்தான்?'

'அவனும் தான்.'

'அவனும் உயிருடன் தான் இருக்கிறானா?'

'ஆமாம், உயிரோடுதான் இருக்கிறான்!'

'உண்மையிலேயே இதையெல்லாம் நீங்கள் நம்புகிறீர்களா?'

'ஆமாம். உண்மையாகத்தான்.'

'ஆனால் அவர்களை நீங்கள் உங்கள் கண்களால் பார்த்திருக்க முடியாதே?' என்று முதூரியிடம் கேட்டான் முவாரா.

'இந்த இளைஞர் நம்பிக்கையைப் பற்றிப் பேசிக் கொண்டிருந்தார். வெயிலும் குளிரும் காற்றும் பாதிக்காமல் இருப்பதற்காக நிழலையும், உடுப்பையும், உணவையும் தேடும் நம் முயற்சியில், பொதுவாக இயற்கையுடனும், குறிப்பாக மனித இயல்புகளுடனும் நாம் நடத்தும் போராட்டச் செயல்பாடுகளால் மூளையில் உண்டாகும் பிம்பங்கள்தான் கடவுளும் சாத்தானும் என்பதுதான் என் நம்பிக்கை. இந்த உலகத்தில் நாம் செய்யும் நன்மைகளின் பிம்பம்தான் கடவுளின் இயல்பு. இந்த உலகத்தில் நாம் செய்யும் தீமைகளின் பிம்பம்தான் சாத்தானின் இயல்பு. தீய நடவடிக்கைகள் எவை, நல்ல நடவடிக்கைகள் எவை என்பது தான் கேள்வி. நான் ஏற்கனவே சொல்லிவிட்ட வார்த்தைகளைத் தான் திரும்பவும் சொல்லவைக்கிறாய்: மனிதரில் இரண்டுவகை உண்டு. தன்னுடைய வியர்வையில் வாழ்பவன்; பிறருடைய வியர்வையில் வாழ்பவன். இது ஒரு விடுகதை. ஆனால் இந்த பந்தயப் பரிசை* எடுத்துக்கொண்டு புதிரை விடுவி. நீதான் நிறைய புத்தகங்கள் படிப்பவன் ஆயிற்றே.'

"நீ பூமிக்குத் திரும்புமட்டும் உன் முகத்தின் வியர்வையால் ஆகாரம் புசிப்பாய்.' தன் மனக்கண் முன் விரிந்திருக்கும் பைபிளிலிருந்து வாசிப்பவள் போல வங்காரி இதை சொன்னாள். பிறகு அந்த பைபிளை மூடிவைத்து விட்டு கத்தூய்ரியாவின் பக்கம் திரும்பி, 'இன்னொரு விடுகதை. எங்களுக்காக அதையும் நீ விடுவிக்க வேண்டும். நானும் ஒரு பந்தயப்பரிசு தருகிறேன்,' என்றாள்.

'நீங்கள் என் பங்காளியாக இருப்பதால் நான் அதிக தொகை வாங்கிக்கொள்ள மாட்டேன்!' என்று மெல்ல சிரித்துக்கொண்டே சொன்னான் கத்தூய்ரியா.

★ பந்தயப்பரிசு: விடுகதை போட்டவருக்கு அதை விடுவிக்கத் தவறுபவர் ஒப்படைக்கும் கற்பனையான சொத்து.

'அட, நன்றாக கிக்கூயூ பேசுகிறாயே நீ! இந்த 'குட் மார்னிங்' மொழிதான் உனக்குப் பேசவரும் என்றல்லவா நினைத்தேன்!' வங்காரி வேடிக்கையாகச் சொன்னாள்.

ஒரு வழியாக இறுக்கம் குறைந்து இயல்பாக உணர்ந்தான் கத்தூய்ரியா. அவளுக்குப் பதில் சொல்லத் தொடங்கினான்:

'ஒரு காலத்தில் நானும் பல விடுகதைப் போட்டிகளில் கலந்து கொண்டவன்தான். இப்போது மிகச்சுலபமான புதிரைக்கூட என்னால் விடுவிக்க முடியாது. என்னுடன் நீங்கள் போட்டியிட்டால், எல்லா பரிசுகளையும் நீங்களே ஜெயித்து விடுவீர்கள். என் மொத்த சொத்தையுமே ஜெயித்துவிடுவீர்கள். சரி, விஷயத்தின் ஆரம்பத்திற்கே திரும்புவோம். என் இதயத்தில் நீண்ட காலமாக இருந்துவரும் பல சந்தேகங்களையும் முரண்பாடுகளையும் உங்கள் பேச்சு கிளறிவிட்டு விட்டதை உணர்ந்தேன். ஐ மீன், என் இதயத்தில் ஒரு முடிச்சு இருக்கிறது. அதை அவிழ்த்துவிட அல்லது தளர்த்திவிட நீங்கள் கொஞ்சம் உதவினால் மிகவும் மகிழ்ச்சி அடைவேன்.'

கத்தூய்ரியா மறுபடியும் சற்று நிறுத்தினான்.

கத்தூய்ரியாவின் குரல் மாறிவிட்டிருப்பதை வரீய்ங்கா கவனித்தாள். அந்தக் குரலை நீண்டநாட்களுக்கு முன் வேறு ஏதோ ஒரு இடத்தில் வைத்து தான் கேட்டிருப்பதாக அவளுக்குத் தோன்றியது. ஆனால் அது எந்த இடத்தில் என்பதை சரியாக அவளால் கணிக்க முடியவில்லை. திடீரென்று தனக்குள் ஒருவித பதட்டத்தை உணர்ந்தாள் அவள். கத்தூய்ரியாவைத் துன்புறுத்தும் முடிச்சு என்னவென்று அறியவேண்டுமென்ற தணியாத ஆவல் தான் அந்தப் பதட்டத்திற்கு காரணம் என்று அவள் முடிவுசெய்து கொண்டாள்.

மற்ற எல்லாப் பயணிகளும் கதை கேட்கும் ஆவலில் நிமிர்ந்து உட்கார்ந்தார்கள். கத்தூய்ரியாவை தொந்தரவு செய்யும் முடிச்சு தனக்குள்ளும் இருக்கும் முடிச்சைப் போன்றதுதானோ என்று ஒவ்வொருவரும் அஞ்சுவதைப்போல இருந்தது.

மறுபடியும் கத்தூய்ரியா தொண்டையைக் கனைத்துக் கொண்டான். முதூரியைப் பார்த்தான். 'நான் பல்கலைக்கழகத்திலிருந்து வந்தவன் என்று தெரிந்தவர் போல பேசினீர்கள். அது உண்மைதான். அங்கிருந்துதான் வருகிறேன். பண்பாட்டு ஆய்வு மாணவன் நான். ஆப்பிரிக்கன் கல்ச்சரில் ஜூனியர் ரிசர்ச் ஃபெலோ. அவர் கல்ச்சர்... சாரி, ஐ மீன், நம் பண்பாடு மேற்கத்திய ஏகாதிபத்திய

பண்பாடுகளால் ஆக்கிரமிக்கப்பட்டிருக்கிறது. அதைத்தான் ஆங்கிலத்தில் நாங்கள் கல்ச்சுரல் இம்பீரியஸிஸம் (பண்பாட்டு ஆக்கிரமிப்பு) என்கிறோம். பண்பாட்டு ஏகாதிபத்தியம்தான் மனம், உடல் இரண்டின் அடிமைத்தனத்திற்கும் மூல காரணம். இந்தப் பண்பாட்டு ஏகாதிபத்தியம்தான் மனரீதியாக குருட்டுத்தனத்தையும் செவிட்டுத் தனத்தையும் உண்டாக்குகிறது. இதுதான் மக்கள் தங்கள் சொந்த நாட்டில் தாங்கள் என்ன செய்ய வேண்டும் என்பதைக்கூட வெளிநாட்டுக்காரன் வந்து சொல்லித் தருவதை அனுமதித்துக் கொண்டிருப்பதற்குக் காரணம். 'பாலைவனத்தில் வசிப்பவனுக்குத்தான் அது எப்படியிருக்கும் என்று தெரியும்.' இந்தப் பழமொழியை மறந்துவிட்டார்கள். தங்கள் சொந்த நாட்டின் எல்லா விவகாரங்களையும் பேசி முடிவு செய்யும் காதும் வாயுமாக இருப்பதற்கு அன்னியருக்கு இடம் கொடுக்கிறார்கள். எனவே, ஒரு அன்னியன் ஒரு போதும் நம் நாட்டு மக்களின் வழிகாட்டியாக ஆக முடியாது. நம் தலைமுறை மக்களைப் பற்றித்தான் பாடகன் இப்படிப் பாடுகிறான்:

தேசத்துக்கு செவிகொடுக்காதவன்
செவிடன் செவிடன் செவிடன்
தேசத்துக்கு முகம் கொடுக்காதவன்
குருடன் குருடன் குருடன்

'நம்மைச் சுற்றிலும் பார்ப்போம். நம் தேசிய மொழிகளெல்லாம் இப்போது எங்கே போய்விட்டன? நம் தேசிய மொழிகளில் எழுதப்பட்ட புத்தகங்களெல்லாம் எங்கே? நம் சொந்த இலக்கியங்கள் இப்போது எங்கே போய்விட்டன? நம் முன்னோர்களின் விவேகமும் அறிவும் எங்கே போய்விட்டன? நம் முன்னோர்களின் தத்துவங்கள் எங்கே போய்விட்டன? நம் தாய்த்திருநாட்டின் நுழைவாயிலைப் பாதுகாத்து வந்த அறிவு மையங்கள் தகர்த்தெறியப்பட்டு விட்டன; ஞானக்கனல் தானே அவியும்படி விடப்பட்டது. அந்தக் கனலைச் சூழ்ந்திருந்த ஆசனங்கள் குப்பைமேட்டில் தூக்கி வீசப்பட்டு விட்டன; பண்பாட்டுக் காவல் பீடங்கள் நொறுக்கப்பட்டு விட்டன; இந்நாட்டு இளைஞர்கள் கேடயங்களையும் ஈட்டிகளையும் பரணில் போட்டு விட்டார்கள். நம் நாட்டின் வரலாற்றை எங்கு சென்றாலும் அறிய முடியாத இந்த நிலைமை துக்ககரமானது. அறிவுரை கூற பெற்றோர் இல்லாத அனாதைக் குழந்தை - வெளிநாட்டு மலத்தை சுவைமிகுந்த தேசிய தின்பண்டம் என்று

தவறாகப் புரிந்துகொண்டு விடாதபடிக்கு, அவனைத் தடுப்பது எப்படி?

'நம் கதைகள், நம் விடுகதைகள், நம் பாடல்கள், நம் பழக்கங்கள், நம் மரபுகள் - மொத்தத்தில் தேசத்தின் பாரம்பரிய செல்வங்களையெல்லாம் நாம் தொலைத்துவிட்டோம்.

கிஷாண்டி வாத்தியத்தை வாசித்துக் காட்டவும், குடுவையின் மேல் எழுதியிருக்கும் கவிதையைப் படித்துப் பொருளை விளக்கவும் இன்றைக்கு நமக்கு யார் இருக்கிறார்கள்? தன்னுடைய காதலி வயலில் பட்டாணி பறித்து வரும்போதோ, பள்ளத்தாக்கிலிருந்து தண்ணீர் சுமந்து வரும்போதோ, கூவைக் கிழங்கு எடுத்து வரும்போதோ, பள்ளத்தாக்கின் சரிவுகளில் கரும்பு வெட்டிக் கொண்டு வரும்போதோ அவளைக் கொஞ்சி அழைக்கும் காதலனின் குரலைப் போல ஒலிக்கும் ஒற்றைத் தந்தி வயலினான வாண்டூண்டூ வாத்தியத்தை வாசிக்க இன்று யார் இருக்கிறார்கள்? மண் மீது நிலவின் ஒளி சிந்தும் வேளையில் பறவைகளை விரட்டி தினைப்புலம் காக்க வயலுக்குச் செல்லும் காதலன் - காதலி இருவரின் இதயங்களும் ஒரே தாள கதியில் துடிக்கும்படி மூங்கிலால் ஆன புல்லாங்குழலை வாசிக்க இன்று யார் இருக்கிறார்கள்?

'அதனால்தான் இன்றைக்கு பல்கலைக்கழகத்தைச் சேர்ந்த சில மாணவர்களும், ஆசிரியர்களும் நமது பண்பாட்டின் வேர்கள் குறித்து ஆராய்ச்சி செய்யத் தொடங்கியிருக்கிறார்கள். கென்யாவிலுள்ள தேசிய இனங்கள் அனைத்தின் மரபுகளிலிருந்தும் தான் கென்ய தேசியப் பண்பாட்டின் வேர்களைத் தேடிக் கண்டறிய முடியும்.

'உதாரணமாக நான் வேலை பார்ப்பது இசைத்துறை. இது இசை, இசைக்கருவிகள், அவற்றின் பயன்கள் பற்றி ஆராயும் துறை. மரபு இசைக் கருவிகளான முரசு, புல்லாங்குழல், மணிக்கிலுக்கை, கிலுகிலுப்பை, மான்கொம்பு இவற்றைப் பற்றியும், யாழ், துந்துபி போன்ற கம்பி வாத்தியங்களைப் பற்றியும் விரிவாகப் படிக்கிறேன்.

'நான் பாடல்களும் இயற்றுகிறேன். தோல், குழல், நரம்பு, உலோகம் என எல்லா வகையான தேசிய வாத்தியங்களையும் உள்ளடக்கிய பின்னணி இசையுடன், பல குரல்களும் ஒன்றுசேர்ந்து ஒலிக்கக்கூடிய ஒரு இசைப்பாடலை உருவாக்குவதுதான் என் லட்சியம்; என் கனவு. எத்தனையோ இசைப் பாடல்களை உருவாக்கிவிட்டேன்.

ஆனால் என் லட்சியக் கனவாக இருக்கும் இசைக்கான மெட்டோ அடிப்படைப் பண்ணோ இன்னும் எனக்குள் பிடிபடவே இல்லை. இரவு பகலாக தேடிய பின்னும் ஒன்றும் பயனில்லை.

'நான் என் இதயத்தில் சுமந்து திரியும் வலியைப் பற்றி உங்களுக்குச் சொன்னால் புரியாது. புல்லாலும் சூரலாலும்* கூரை வேய்ந்த குடிசையில் நான் தனித்திருக்கிறேன். மழை பெய்கிறது, காற்று வீசுகிறது, நிலவொளி சிந்தும் இரவு நேரம்... இப்படிப்பட்ட சூழ்நிலைகளிலெல்லாம், சென்று மறைந்த குரல்களும், இப்போது வாழும் குரல்களும், இனி வரப்போகும் குரல்களும் என் காதில் கிசுகிசுப்பான குரலில் பாடுகின்றன. அதுபோன்ற நேரங்களிலெல்லாம் எப்போதும் என் கனவில் இருக்கும் பாடலின் மெட்டை, தாளத்தை, அடிப்படைப் பண்ணை இதோ பிடித்துவிட்டேன் என்று தோன்றுகிறது. ஆனால் மறுகணமே காற்றின் அலைகளால் அது அடித்துச் செல்லப்பட்டு விடுகிறது.

'வேறு விதமான சூழ்நிலைகளில் - எடுத்துக்காட்டாக, கிளைபரப்பிக் கிடக்கும் பிரம்மாண்டமான மரத்தின் நிழலில் படுத்திருக்கும்போது அல்லது சமவெளியிலோ கடற்கரையிலோ தனிமையில் நடக்கும்போது- என் இதய செவிகளில் அடிக்கடி ஒரு இசையை நான் கேட்கிறேன்: புல்வெளிகளில் இடையர்கள் வாசிக்கும் புல்லாங்குழலும் எக்காளங்களும் சேர்ந்து எழுப்பும் இசையையும், நம் நாட்டு இளைஞர்களை போர்க்களம் புகும்படி அறைகூவி தேசம் முழுவதும் உள்ள முரசுகள் அனைத்தும் ஒன்றாய்ச் சேர்ந்து முழங்கும் இசையையும், வெற்றி கீதங்கள் பாடும் தேசியப் போராளிகள் அசைக்கும் மணிக் கிலுக்கைகளும், கிலுகிலுப்பைகளும் எழுப்பும் இசையையும், அதன்பின், வெற்றிவாகை சூடிவரும் தம் புதல்வர்களைப் புகழ்ந்து பெண்கள் இடும் குலவை ஒலியையும் கேட்கிறேன். இடையில் திடீரென தேசத்தின் வெற்றியைக் கொண்டாடும் எக்காளத்தின் சங்க நாதத்தையும், (மான்) கொம்புகளும் பிறவும் அந்த ஆனந்தத்தை எதிரொலித்து எழுப்பும் பேரொலியைக் கேட்கிறேன். அடுத்து, இதுவரை சொன்ன மனிதர்கள் அனைவரின் குரல்களும், இசைக் கருவிகள் அனைத்தின் ஒலிகளும் ஒன்று சேர்ந்து முழங்கக் கேட்கிறேன். இறுதியாக, தேசத்தின் வீரதீரச் செயல்களைப் பெருமையுடன் கொண்டாடும் பூலோக ரம்பைகளின் சேர்ந்திசை

★ சூரல்: என்பது ஒரு காட்டுப்புதர் வகை.

போல, பல குரல்கள் ஒரே குரலாக ஒன்றியும், ஒரு குரல் பல குரல்களாக பிரிந்தும் ஒலிப்பதைக் கேட்கிறேன்.

'காற்றில் கரைந்து போகுமுன் அந்தக் குரல்கள் தரும் செய்தியைக் குறித்துக் கொள்ள பேனாவும் தாளும் எடுக்கிறேன்.

'மக்களே, இப்போது உங்களிடம் நான் எதைச் சொல்வேன்"

'வறட்சியான காலத்தில் சுட்டெரிக்கும் வெய்யிலில் தாங்க முடியாத தாகத்துடன் நீங்கள் இருக்கிறீர்கள். கைக்கெட்டும் தூரத்தில் தொங்கும் பழத்தைப் பறித்து உலர்ந்துபோன நாக்கை நனைத்துக் கொள்ளலாம் என்று நினைத்து கையை உயர்த்தும் போது அந்தப் பழம் மெல்ல மெல்ல மேலே எழும்பி வானில் மறைந்துவிடுவது போல எப்போதாவது நீங்கள் கனவு கண்டதுண்டா?' இதோ இருக்கிறேன்! இதோ இருக்கிறேன்! நீ என்னைப் பறிக்க மறுப்பதால், நான் தூர விலகிப் போகிறேன்..." இப்படித்தான் ஏதோ சொல்லி அந்தக் குரல்களும், இசைக் கருவிகளும் என் ஆவலைத் தூண்டுகின்றன. ஆனால் அதை எழுத உட்கார்ந்தால் இசையும் குரல்களும் மறைந்து விடுகின்றன.

'பிறகு, போகட்டும் பரவாயில்லை என்று என்னை நானே சமாதானப்படுத்திக் கொள்வேன். அழுது புலம்புவதால் யாராவது எப்போதாவது பலன் அடைந்ததுண்டா?

'திரும்பவும் ஆரம்பத்திலிருந்து தேடத் தொடங்குகிறேன். பலமுறை நான் கேட்டுக்கொண்ட அதே கேள்வியை திரும்பவும் என்னை நானே கேட்டுக் கொள்கிறேன்: நமது கென்யாவுக்கு ஏற்ற தேசிய இசையை அமைக்க கென்ய தேசத்தை உருவாக்கும் எல்லா தேசிய இனங்களின் இசைக் கருவிகளையும் கொண்ட இசைக் குழுவினர் இசைக்கும் இசையை - அதாவது பல குரல்கள் சேர்ந்து ஒரே குரலாக இசைக்கக் கூடிய இசையை* - இசைக்க நான் என்ன செய்யவேண்டும்?'

'பல இரவுகளை துங்காமல் கழித்திருக்கிறேன். தன் இசைக்கான ராகத்தை - அடிப்படைப் பண்ணை - தாளத்தை வசப்படுத்த முடியாத இசையமைப்பாளன், வெறும் மனிதக்கூடுதான்.'

'வெளிநாட்டிலிருந்து திரும்பியபின், சுமார் ஒரு வருட காலம், மொண்ணையான கழியை வைத்துக்கொண்டு ஒரு பெரிய மரத்தை வேரோடு பெயர்க்க முயலும் முட்டாள் விவசாயியைப் போலத்தான்

★ ஹார்மனி இன் பாலிஃபோனி : கூட்டிசையில் / கதம்ப இசையில் ஒத்திசை(வு).

நானும் இருந்தேன். நான் தேடிய வேரின் ஆழத்தை என்னால் அடையவே முடியவில்லை...'

கத்துாய்ரியா தன் முடிவற்ற தேடலின் கதையை முடித்துக் கொண்டான். ஒருவரும் ஒன்றும் பேசவில்லை.

வரீய்ங்கா அமைதி இழந்திருந்தாள். ஆனால் காரணம் தெரியவில்லை - அதற்குக் காரணம் கத்துாய்ரியாவின் வார்த்தைகளா, அவன் கதை சொன்ன விதமா, அல்லது அவன் குரலே தானா? பெருஞ்சுமையான பிரச்சனைகளை பல நாட்களாக சுமந்து விடை காணமுடியாத கேள்விகளுடன் போராடி பல இரவுகளைத் தூக்கமின்றிக் கழித்தவனுடைய குரல்போல் இருந்தது. அவன் குரல். ஏன் கதையை அத்துடன் நிறுத்திவிட்டான்? இக்கேள்வியை தனக்குத்தானே கேட்டுக் கொண்டே இருந்தாள் வரீய்ங்கா. எந்த முடிச்சை அவிழ்க்க அவனுக்கு உதவி தேவைப்படுகிறது?

அவளுடைய எண்ணங்களைப் புரிந்துகொண்டவன் போல கத்துாய்ரியா வரீய்ங்காவின் பக்கம் திரும்பினான். ஆனால் அவன் மறுபடியும் கதையைத் தொடங்குவதற்கு முன், கருப்புக் கண்ணாடிக்காரர் ஆங்கிலத்தில் பேசினார்: அப்படியானால் நீங்கள் பல்கலைக்கழகத்தில் வேலையாக இருக்கிறீர்களா?'

மற்ற பிரயாணிகள் அந்தக் குரலைக் கேட்டு அதிர்ச்சி அடைந்தார்கள். சிகோனா பேருந்து நிறுத்தத்தில் மட்டாட்டு வண்டியில் ஏறியதிலிருந்து இப்போதுதான் முதன் முதலாக அந்த மனிதர் பேசுகிறார். முவாராவின் மட்டாட்டு வண்டியிலேயே தான் கொலை செய்யப்பட்டு விடுவோம் என்று அஞ்சுபவர் போல இதுவரை அவர் ஒரு மூலையில் ஒடுங்கிக் கிடந்தார்.

'ஆமாம், நான் ஆராய்ச்சிப் பணியில் இருக்கிறேன்' என்று ஆங்கிலத்தில் பதில் சொன்னான் கத்துாய்ரியா.

'அப்படியானால் உங்களுக்கு புரொபஸர் காரிக்கூமாவையும் புரொபஸர் கத்வீ கெய்தும்பீயையும் தெரியுமா?'

'தெரியும். புரொபசர் காரிக்கூமா அரசியல் விஞ்ஞானத் துறையிலும், புரொபஸர் கத்வீ கெய்தும்பீ வணிகவியல் பொருளாதாரத் துறையிலும் இருக்கிறார்கள்.'

'புரொபஸர் கீமென்யூஜெனி?'

'அவர் வரலாற்றுத் துறையில் இருக்கிறார். ஆனால் அவருக்கு ஐரோப்பிய வரலாறுதான் தெரியும்.'

'புரொபஸர் பரீக்வீரீ?'

'அவர் ஆங்கிலத்துறையில் - ஆங்கில இலக்கியத் துறையில் இருக்கிறார். ஆனால் சில சமயம் தத்துவத் துறையிலும் மதத்திலும் அவர் விரிவுரையாற்றுவது உண்டு.'

'ஓ, அப்படியா?' என்றார் கறுப்புக் கண்ணாடிக்காரர். அவரது குரலைக் கேட்டால் உள்ளுக்குள் அவர் சற்று ஆசுவாசப்பட்டது போல தோன்றியது. அந்த மனிதர் இன்னொரு கேள்வி கேட்பார் அல்லது வேறு ஏதாவது சொல்வார் என்று அவர்கள் எதிர்பார்த்தார்கள். ஆனால் அதற்குப் பிறகு அவர் பேசவில்லை. இப்போது அவர் ஓரளவுக்கு பயம் குறைந்து இறுக்கம் தளர்ந்து விட்டவர் போல நன்றாக சாய்ந்து உட்கார்ந்தார். தன் கதையைத் தொடர்ந்தான் கத்தூய்ரியா:

'நான் உண்மையை அறியும் நேரம் ஒருவழியாக வந்து விட்டது என்று நினைத்த நாளும் வந்தது. நாகுருவின் பஹாதி கிராமத்திலிருந்து ஒரு வயதான மனிதர் -'

'பஹாதி என்றா சொன்னீர்கள்? பஹாதியா, நாகுருவிலிருக்கும் பஹாதியா?' கத்தினான் முவாரா.

'ஆமாம், என்ன விஷயம்?' என்றான் கத்தூய்ரியா.

'ஒன்றுமில்லை... ஒன்றுமில்லை. கதையைச் சொல்லுங்கள்,' என்றபோது முவாராவின் குரலில் கவலை தெரிந்தது.

'எனிவே, நாகுருவில் உள்ள பஹாதியில் இருந்து வந்த வயதான மனிதர்தான் எனக்கு வழிகாட்டினார். நான் அவரிடம் போய்க் கெஞ்சினேன்: "ஐயா, எனக்கு பழைய கதைகளைச் சொல்லுங்கள். அரக்கர்கள், விலங்குகள் இவற்றின் கதைகளைச் சொல்லுங்கள்." அவர் மௌனமாக இருந்தார். என்னைப் பார்த்தார், லேசாக சிரித்தார். பிறகு சொன்னார்: "பழைய கதைகளுக்கும், புதிய கதைகளுக்கும் ஒரு வேறுபாடுமில்லை. கதைகள் கதைகள்தான். எல்லாக் கதைகளும் பழையவைதான்: எல்லாக் கதைகளும் புதியவையும்தான். எல்லாக் கதைகளும் எதிர்காலத்துக்குச் சொந்தமானவையே. தவிர கதைகள் அரக்கர்களையோ விலங்குகளையோ அல்லது மனிதர்களையோ பற்றியவை அல்ல. எல்லாக் கதைகளும் மனித இனம் பற்றியவையே. இந்த நாட்களில் நீங்கள் பெறும் கல்வியை - வெளிநாடுகளில் பல

ஆண்டுகள் தங்கி நீங்கள் பெற விரும்பும் கல்வியை - என்னால் புரிந்து கொள்ள முடியவில்லை. தம்பி, எத்தனை ஆண்டுகள்! பதினைந்தா? இலக்கியம் ஒரு நாட்டின் பொக்கிஷம் என்று எப்போதாவது அவர்கள் உனக்கு சொல்லிக் கொடுத்தார்களா? குழந்தைகள் அவ்வப்போது துளித்துளியாக சுவைப்பதற்கு வசதியாக - என்றென்றும் சுவைப்பதற்கு வசதியாக - பாதுகாத்து வைக்கப்பட்டிருக்கும் தேசத்தின் ஆன்மாதான் இலக்கியம். சேமித்து வைக்கிற எவரும் பசியால் வாடுவதில்லை என்கிறார் கிக்கூயூ. அப்படி சொன்ன கிக்கூயூ என்ன முட்டாளா? எந்த ஒரு தேசம் தனது இலக்கியத்தை புறக்கணித்து விட்டதோ அந்த தேசம் தன் ஆன்மாவை விற்றுவிட்டு வெறும் கூடாக இருக்கிறது என்று பொருள். ஆனால் நீ வந்தது நல்லதாகப் போயிற்று. சரி என்று மட்டும் சொல், என் ஞாபகத்திலிருக்கும் கதைகளையெல்லாம் உனக்குச் சொல்லி விடுகிறேன்.''

'அது மாலை நேரம், இருட்டத் தொடங்கியிருந்தது. சிம்னி இல்லாத தகர விளக்கின் சுடர் காற்றில் சிவப்புக் கொடிபோல அசைந்து அந்த மனிதரின் சதுரமான அறையின் சுவரில் எங்கள் இருவரின் நிழலையும் ஆடச் செய்தது.

'தன் முதுகில் அரக்கன் ஒருவனைத் தூக்கிச் செல்லும் ஏழை விவசாயியைப் பற்றி முதலில் ஒரு கதையைச் சொன்னார் பெரியவர். அரக்கன் விவசாயியின் கழுத்திலும் தோள்களிலும் தனது நீண்ட நகங்களைப் புதைத்திருந்தான். விவசாயிதான் வயல்களிலிருந்து உணவையும், பள்ளத்தாக்கிலிருந்து தண்ணீரையும் காட்டிலிருந்து விறகையும் கொண்டு வந்து சமைத்து வைப்பான். தின்றுவிட்டு விவசாயியின் முதுகின்மேல் நிம்மதியாகத் தூங்குவதுதான் அரக்கனின் வேலை. விவசாயி இளைத்துக்கொண்டே வந்தான். மனதுக்குள் மேலும் மேலும் துக்கப்பட்டுக் கொண்டிருந்தான். அரக்கனோ, 'இவ்வுலகில் உன் துன்பங்களை பொறுமையுடன் சகித்துக் கொண்டால், இறந்தபின் சொர்க்கத்தில் உனக்கு அமைதி கிடைக்கும்' என்று பொருள் படும் பாடல்களை விவசாயியிடம் பாடுமளவுக்கு செழித்துக் கொழுத்தான். ஒருநாள் விவசாயி ஒரு துறவியிடம் போனான். கொஞ்சம் எண்ணெயைக் காய்ச்சி அதை அரக்கன் ஆழ்ந்து தூங்கும்போது அவனது நகங்களில் சுடச்சுட ஊற்றிவிடுவதுதான் விவசாயியின் முன் உள்ள ஒரே தீர்வு என்று துறவி சொன்னார். "என் கழுத்தும் தோள்களும் வெந்து விட்டால் என்ன செய்வது?'' என்று கேட்டான் விவசாயி. துறவி சொன்னார்: "எந்த நன்மையும்

மிகச் சரியான நிலைமைகளோடு ஒரு போதும் உருவாகியதில்லை. திரும்பிச் செல்'' என்றார். துறவி சொன்ன அறிவுரைப்படி செய்ததால் மட்டுமே, நெருங்கிவிட்ட சாவிலிருந்து தப்பித்தான் விவசாயி.

'இரண்டாவது கதை, பளபளக்கும் கறுப்பு உடலும், பற்களுக்கு இடையில் வசீகரமான இடைவெளியும் கொண்ட ஒரு பெண்ணைப் பற்றியது. மூன்று காரணங்களுக்காக அவளுக்கு ஞாஞ்சிரூ கன்யாராரி என்று பெயர் வைத்தார்கள். முதலாவது, அவள் கறுப்பாக இருந்தாள்; இரண்டாவதாக, அவள் உண்மையிலேயே அழகாக இருந்தாள். மூன்றாவதாக, அவள் தன் நாட்டிலிருந்த எந்த இளைஞனையும் மணக்க மறுத்துவிட்டாள்.

ஆனால் ஒருநாள், வெளிநாட்டிலிருந்து வந்த ஒரு இளைஞனைப் பார்த்தவுடனேயே ஞாஞ்சிரூ தான் காத்திருந்தது இவனுக்காகத் தான் என்று சொல்லிவிட்டாள். அவனைப் பின்தொடர்ந்து சென்றாள். பிறகு என்ன நடந்தது தெரியுமா? அந்த வெளிநாட்டு இளைஞன் மனித மாமிசம் தின்னும் அரக்கன். ஞாஞ்சிரூவின் கைகால்களை ஒவ்வொன்றாக பிய்த்துத் தின்றுவிட்டான்.'

'மூன்றாவது கதைதான் என் மனதில் அழியாத இடம் பெற்றுவிட்ட கதை. உங்களிடம் அதை எப்படிச் சொல்வேன்? அவரைப் போலவே கதை சொல்ல முடிந்தால் - உதாரணமாக குரலை ஏற்றியும் இறக்கியும் சொல்ல முடிந்தால் - நன்றாகத்தான் இருக்கும். ஆனால் அதை என்னால் முயற்சிக்கக் கூட முடியாது. வெள்ளையர்கள் நமக்கு விட்டுச் சென்றிருக்கும் கல்வி முறையானது, நமது திறமைகளையும் சிறகையும் முறித்து, காயமுற்ற பறவைகளைப்போல நம்மை நொண்டியடிக்க வைத்துவிட்டது. பஹாதியிலிருந்து வந்த பெரியவர் எனக்குச் சொன்ன கதையை உங்களுக்குச் சொல்கிறேன் கேளுங்கள். அப்போதுதான் உங்களுக்கு நான் சொன்ன முடிச்சு ஏன் வந்தது என்று புரியும்.

'பல பழமொழிகளுடன் பெரியவர் கதையை ஆரம்பித்தார். அவை எல்லாமே என் நினைவில் இல்லை. ஆனால் அவை எல்லாமே பேராசையையும் போலிப் பெருமையையும் பற்றியதுதான். பணக்காரனின் குசு நாறுவதில்லை, கோயில் நிலத்தில்கூட பணக்காரன் பயிர் செய்வான். ஆனால் நேற்று ஆட்டம் போட்டவன் இன்று அடுத்தவர் ஆட்டத்தை பார்க்கத்தான் முடியும்; நேற்று ஓடையைத் தாண்டிக் குதித்துச் சென்றவன், இன்று அதில் துழாவிக்கொண்டுதான் செல்ல வேண்டியிருக்கும் என்பதையும்

ஒவ்வொரு மனிதனும் புரிந்துகொண்டாக வேண்டும். அதிகமாகப் பொருள் சேர்த்தால் தற்பெருமைதான் அதிகமாகும். ஆனால் குறைவான பொருள் இருந்தாலோ சிந்தனை அதிகமாகும். அதிகப்படியான ஆசை தன்னையே மலிவாக விற்றுவிடத் தூண்டும். அவர் சொன்னார்: "தம்பி, செல்வத்தை தேடிச் செல். ஆனால் கடவுளிடம் ஒருபோதும் உன் அவலட்சணத்தை காட்டிவிடாதே. மக்களை ஒருபோதும் இழிவுபடுத்தாதே. மக்களின் குரலே கடவுளின் குரல்" என்றார். இப்போது நான் ஏன் இதையெல்லாம் சொல்லிக் கொண்டிருக்கிறேன்?

'நீண்ட நெடுங்காலத்துக்கு முன்னால் டிங்கூரி என்றொரு கிழவர் இருந்தார். அவருக்கு சொத்துக்கள் அதிகமில்லை. ஆனால் இதயம் வளமானதாக இருந்தது. எதிரிகள் அவரது கிராமத்தை தாக்கிய போதெல்லாம் அவர் காட்டிய வீரமும், அவரது மனதிலும் பேச்சிலும் இருந்த விவேகமும், அவர் பெரிதும் மதிக்கப்பட காரணமாக அமைந்தன. தேசத்தின் பண்பாட்டைக் காத்ததோடு, எல்லா சடங்குகளையும் முறையாக கடைப்பிடித்து வந்தார் அவர். பலமுறை ஆடுகளைப் பலி கொடுத்து, நல்ல ஆவிகளுக்குப் பலியாக சிறிதளவு பியரை மண்ணில் ஊற்றி, தன் தவறுகளினால் ஏற்பட்டிருக்கக் கூடிய தீமைகளிலிருந்தும், தீய ஆவிகளின் கெடுமதியினால் வீட்டினுள் நுழைந்திருக்கக்கூடிய தீமைகளிலிருந்தும் தம்மை விடுவிக்குமாறு கேட்டுக் கொள்வார். அவர் சோம்பேறி அல்ல. தனக்கும் தன் குடும்பத்துக்கும் தேவையான உணவையும், உடுப்பையும் சம்பாதிக்கும் திறமை அவருக்கு இருந்தது. மற்றவர்களின் மந்தைகள் மீதோ, தன் இனத்துக்கும் பிற இனங்களுக்கும் சொந்தமான நிலங்கள் மீதோ பேராசைப்பட்டு அவர் அவதிப்படவில்லை. பேராசை இல்லாததாலும், பெருந்தன்மை உடையவர் என்பதாலும், அவர் நிறைய சொத்து சேர்க்கவில்லை. சில முதியவர்கள் தங்கள் கைவிரல் நிறைய மோதிரங்களை அணிந்துகொண்டு, தங்கள் நிலங்களை உழுவதற்கும், கால்நடைகளை மேய்ப்பதற்கும், அடிமைகளையும் வேலைக்காரர்களையும், தொழிலாளிகளையும், விவசாயிகளையும், அவர்களது பெண்டு பிள்ளைகளையும் அமர்த்திவிட்டு, தாம் மட்டும் தினமும் ஹனி பியருடன் விருந்து உண்பார்கள். ஆனால், 'கைகளே மனிதனை உருவாக்குகின்றன' என்பதுதான் டிங்கூரியின் நம்பிக்கை.

'ஆனால் ஒருநாள் அந்த கிராமத்தில் விசித்திரமான கொள்ளை நோய் தாக்கியது. அந்த நோய் டிங்கூரிக்குச் சொந்தமான எல்லாவற்றையும்

தாக்கி அவரது தனிக் கொட்டிலில் இருந்த ஆடுகளையும் பலிகொண்டது. 'எப்போதுமே நான் நல்ல ஆவிகளுக்கு ஆடுகளை பலி கொடுத்து, பயிர் அபிஷேகம் செய்தும் எனக்கெதிராக அவை திரும்பிவிட்டது ஏன்? இனி அவற்றுக்கு பலி கொடுக்க மாட்டேன்' என்று தனக்குள்ளேயே சொல்லிக் கொண்டார் டிங்கூரி.

'ஒருநாள், அதிகாலையில், பொழுது புலருமுன்பாக, தீய ஆவிகள் உலவும் குகை ஒன்றிற்கு டிங்கூரி போனார். குகையின் நுழைவாயிலில் அரக்கனின் வடிவில் இருந்த ஒரு ஆவியைச் சந்தித்தார். எலித்தோலின் நிறத்தில் இருந்த அவனுடைய நீளத் தலைமுடி பெண்ணின் கூந்தலைப்போல தோள்களில் வழிந்து கிடந்தது. நெற்றியில் ஒன்றும், பிடரியில் ஒன்றுமாக அவனுக்கு இரண்டு வாய்கள். தலைமுடியால் மறைந்து கிடந்த பிடரிவாய் முடியை காற்று ஒதுக்கியபோதுதான் கண்ணுக்குத் தெரிந்தது. தீய ஆவி அவரைக் கேட்டது: "என்னுடைய குகைக்கு வெறும் கையுடன் ஏன் வந்தாய்? தன்னுடைய பொருட்களை விற்க சந்தைக்கு போகிறவன் காலிக் கூடையுடனா போவான்? யாருக்காக நீ பலிகள் கொடுத்தாயோ, அந்த ஆவிகள் உன்னைக் கைவிட்டுவிட்டுப் போய்விட்டனவா? எங்களுக்கு பலி கொடுத்தால் மட்டும் கசக்குமோ? அல்லது இறைச்சியை சீரணிப்பதற்காக பியர் குடிக்கத்தான் எங்களுக்கு பிடிக்காதா?" வறுமைதான் தன்னை அங்கே அழைத்து வந்தது என்று டிங்கூரி பதில் சொன்னார். ஒரு ஏழையின் பெருந்தன்மை அவனது இதயத்திலேயே பதிந்து கிடக்கிறது. தீய ஆவி கபடமாகச் சிரித்துவிட்டு, "ஆனால் உனக்கு வளமான இதயம் இருப்பதாக நான் கேள்விப்பட்டிருக்கிறேனே? எந்த நன்மையும் மிகச்சரியான நிலைமைகளில் ஒருபோதும் பிழைத்ததில்லை. உனக்கு செல்வங்களைத் தருகிறேன். ஆனால் நீ எனக்கு உன் இதயத்தைத் தரவேண்டும்; இனியொரு போதும் தூய ஆவிகளுக்கு பலிகள் தரக்கூடாது. தூய்மையும் தீமையும் என்றைக்குமே நட்பாக இருக்க முடியாது" என்றது. டிங்கூரி தனக்குத் தானே கேட்டுக் கொண்டார்: இதயம் என்றால் என்ன? சன்னமான ஒரு குரல்தானே. "என் இதயத்தை எடுத்துக்கொள்," என்றார் தீய ஆவியிடம். "எடுத்துக்கொண்டு விட்டேன். இப்போது நீ போகலாம். வீட்டுக்குப் போய் நிலைமையைக் கவனி. முதலில் நீ இதயமில்லாதவன் என்பதை யாரிடமும் சொல்லாதே. இரண்டாவதாக, நீ உன் வீட்டை அடைந்தவுடன் நீ அதிகமாக நேசிக்கும் குழந்தையைப் பிடித்திழுத்து அதன் கழுத்து நரம்பில் துளையிட்டு ரத்தம் முழுவதையும் குடித்துவிட்டு, உடலை சமைத்துச் சாப்பிடு. டிங்கூரி! உன்னை மனித

மாமிசம் உண்பவனாக, மனித ரத்தம் குடிப்பவனாக மாற்றிவிட்டேன்" என்றது. "என்னது! இது எப்படி சாத்தியமாகும்? என் குழந்தைகளின் அழகை நானே சிதைப்பதா?" என்று பதறினார் டிங்கூரி. தீய ஆவி சொன்னது: "உன்னிடம் இப்போது இதயம் கிடையாது என்பதை அதற்குள்ளாகவா மறந்துவிட்டாய்? செல்வங்களுக்காக அதைத்தான் நீ விற்றுவிட்டாயே? இதோ பார்: இன்றுமுதல் உன்னால் குழந்தைகளின் அழகையோ, பெண்களின் அழகையோ அல்லது வேறெந்த மனித உயிரின் அழகையோ ரசிக்க முடியாது. செல்வத்தின் அழகை மட்டும்தான் உன்னால் ரசிக்க முடியும். போ, போ, வீட்டுக்குப் போ. பிற மனிதர்களின் நிழல்களை அள்ளி விழுங்கு. உன்னை அழைத்துச் செல்ல நான் வரும் நாள்வரையில் உனக்கு விதிக்கப்பட்டது அதுதான்."

'அன்று முதல் டிங்கூரி பணத்துக்காகத்தான் குசு விட்டார்; பணத்துக்காகத்தான் வெளிக்குப் போனார்; பணத்துக்காகத்தான் தும்மினார்; பணத்துக்காகத்தான் பிறாண்டினார்; பணத்துக்காகத்தான் சிரித்தார்; பணத்துக்காகத்தான் சிந்தித்தார்; பணத்தையே கனவு கண்டார்; பணத்துக்காகத்தான் பேசினார்; பணத்துக்காகத்தான் வேர்வை சிந்தினார்; பணத்துக்காகத்தான் மூத்திரம் பெய்தார். மற்றவர்களின் கைகளிலிருந்து செல்வம் பறந்து வந்து டிங்கூரியின் கைகளில் விழும். செல்வம் எப்படி தங்கள் கையிலிருந்து நழுவி டிங்கூரியின் கைகளுக்குள் போய் விழுகிறது என்று மக்கள் ஆச்சரியப்பட ஆரம்பித்தார்கள். அது மட்டுமில்லாமல் இப்போது அவர் விரல்களில் அணிந்திருந்த இரும்பு மோதிரங்கள் அவர் வேலை செய்வதை தடுத்தன.

'டிங்கூரியின் சுபாவமும் நடவடிக்கைகளும் மாறின. அவர் கஞ்சனாகிவிட்டார். கொடூரமானவர் ஆகிவிட்டார். மற்றவர் நிலங்களை அபகரிக்கவும், தன்னுடைய நிலத்தின் எல்லையை மேலும் மேலும் விரிவாக்கவும் ஓயாமல் வழக்குகளில் ஈடுபட்டுக் கொண்டிருந்தார். இப்போது அவருக்கு நண்பர்களே இல்லை. அவருடைய கஞ்சத்தனம் சர்க்கரை வள்ளிக் கிழங்கின் முளைகளைப்போல துருத்திக் கொண்டு வந்தது. மக்கள் பஞ்சத்தில் சாகும்போதுதான் டிங்கூரி மிகவும் மகிழ்ச்சியாக இருப்பார். அந்த சமயங்களில்தானே மக்கள் தங்கள் சொத்துக்களை, உடைந்த பானைகளைத் தூக்கிக் கொடுப்பதுபோல், சொற்ப விலைக்கு விற்கத் தயாராக முன்வருவார்கள்?

'கிராமத்து மக்கள் தங்களுக்குள் கேட்டுக் கொண்டார்கள்: 'இவருடைய கருணையான பேச்சு எங்கு போயிற்று? நடுஇரவில் தன்னத் தனியாக பிசாசுபோல இவர் எதைச் சாப்பிடுகிறார்? இன்னொரு மனிதரின் சொத்துக்களைக் கண்டால் அவருக்கு வாயில் எச்சில் ஊறுகிறது; தன்னுடைய நிலத்தை அடுத்தவன் வாங்கினால் அவருடைய வாய் உலர்ந்து விடுகிறது. அவருடைய நிழல் பெரிதாகிக் கொண்டே வரும் வேளையில் நம்முடையது குறுகிக்கொண்டே வருவதைப் பாருங்கள். ஒருவேளை அவருடைய நிழல் நம் நிழல்களை அள்ளி விழுங்கிவிட்டு நம்மை ஒருவர் பின் ஒருவராக சாகடித்து விடுமோ?

'தங்கள் குழந்தைகளே தவறி விழுந்துவிடக் கூடும் என்ற பயத்தில், கிராமத்தின் பொது முற்றத்தில் யாரும் ஆழமான குழியை வெட்ட மாட்டார்கள். இதை டிங்கூரிக்கு நினைவூட்டுவதற்காக அவர் வயதையொத்த மூத்தவர்களின் குழு ஒன்று அவரிடம் அனுப்பப்பட்டது. அவர்கள் அவரிடம் கூறினார்கள்.

"டிங்கூரி அவர்களே, கஹாஹாமியின் மகனான டிங்கூரி அவர்களே, மக்களின் குரலைக் கேளுங்கள். உங்கள் காதுகளில் மெழுகு அடைத்திருக்க முடியாது. அப்படி அடைத்திருந்தால் ஒரு சிம்பை எடுத்து அதை நீக்கிவிடுங்கள்."

"கிராமத்தின் குரல்தான் விளிம்பின் குரல், நாட்டின் குரல். அதுதான் தேசத்தின் குரல், அதுதான் மக்களின் குரல். டிங்கூரி! மக்களின் குரல்தான் கடவுளின் குரல். அதனால் நாங்கள் உங்களுக்கு இந்தச் செய்தியைக் கொண்டு வருகிறோம். சூனியக்காரர்களின், கொலைகாரர்களின் வழிகளை விட்டு விடுங்கள். செல்வத்தின் அற்புத அழகில் மதிமயங்கிக் கிடக்க நீர் விரும்பினால், தீய ஆவிகளின் அற்புத அழகில் மதி மயங்கிக் கிடக்க வேண்டியதுதான். ஆனால் நம்நாட்டின் மேன்மையில் தான் நாம் கடவுளின் முகத்தை தரிசிக்க முடியும். தன்னுடைய நாட்டின் நிழலை தானே முன்வந்து பாதுகாப்பவனே பாக்கியவான். ஏனெனில் அவனுக்கு இறப்பில்லை; மக்களின் இதயத்தில் அவன் என்றென்றும் வாழ்கிறான். ஆனால் தன் தேசத்தின் நிழலை விற்பவனோ, தண்டிக்கப்படுவான்; காரணம், அவன் பெயரை தலைமுறை தலைமுறையாக என்றென்றும் மக்கள் சபித்துக் கொண்டிருப்பார்கள். இறந்ததுமோ, அவன் தீய ஆவியாக ஆகிவிடுவான்."

டிங்கூரி வெறுமனே சிரித்துக் கொண்டார். பின் அவர்களைப் பார்த்துக் கேட்டார்: "கிராமம் என்றால் என்ன? தேசம் என்றால் என்ன? மக்கள் என்றால் யார்? வேறு யாரிடமாவது போய் இதையெல்லாம் சொல்லுங்கள். உங்களையும் உங்கள் நிழல்களையும் பாதுகாத்துக் கொள்ள உங்களால் ஏன் முடியவில்லை. காலில் தடுக்கும் முட்டுக்கட்டையை அகற்றுவதற்குக் குனியக்கூட முடியாத அளவுக்கு ஏன் சோம்பேறிகளாக இருக்கிறீர்கள்? மழை பெய்கிறவரை அல்லது வானம் இடிந்து விழும்வரை பேசிக் கொண்டே இருங்கள் - உங்கள் வார்த்தைகளை காற்றுதான் கேட்டுக் கொள்ளும். இப்போது என் எல்லா விவகாரங்களும் சரியாக இருக்கின்றன. என் குசு ஒருபோதும் நாறுவதில்லை. ஏன்? சொல்கிறேன் கேளுங்கள். ஏனென்றால், செல்வம்தான் மாபெரும் படைப்பாளி, மாபெரும் நீதிபதி. செல்வம் ஒழுங்கீனத்தை ஒழுக்கமாக்கும். தீமையை நன்மையாக்கும், அருவருப்பானதை அழகானதாக்கும், வெறுப்பை அன்பாக ஆக்கும். கோழைத்தனத்தை வீரமாக்கும், கெட்ட குணத்தை நற்குணமாக்கும். கோணல் காலுடையவனை செல்வமானது நாட்டிலேயே சிறந்த அழகிகள் அடையத் துடிக்கும் கால்களை உடையவனாக மாற்றுகிறது. செல்வம் துர்நாற்றத்தை நறுமணமாக்கும், அழுகலை நீக்கிவிடும்; பணக்காரனின் புண்ணில் ஒருபோதும் சீழ் கோர்ப்பதில்லை. பணக்காரனின் குசு நாறுவதேயில்லை. உங்கள் வீடுகளுக்குத் திரும்புங்கள். வீடென்று வெட்கமில்லாமல் சொல்லிக் கொள்கிறீர்களே, அந்தக் கூடுகளுக்குத் திரும்பிச் செல்லுங்கள். உங்கள் கழனி என்று பெருமையாகச் சொல்லிக் கொள்கிறீர்களே, அந்தத் துண்டு நிலங்களுக்குத் திரும்புங்கள். அது முடியாவிட்டால், இங்கே திரும்பி வந்து என்னுடைய ஏராளமான வயல்களில் கூலிக்கு வேலை செய்யுங்கள். கஹாஹாமியின் மகனான இந்த டிங்கூரியை உங்களால் ஒன்றும் புடுங்க முடியாது; ஏனென்றால் எனக்கு இதயமே கிடையாது!"

இதைக் கேட்டதும் கிராமத்துப் பெரியவர்கள் கடுமையான அதிர்ச்சிக்குள்ளாக்கி ஒருவரையொருவர் கேள்விக் குறியுடன் பார்த்துக் கொண்டார்கள்: "அப்படியானால் நம்முடைய கிராமத்தில் ஒரு சூனியக்காரனைத்தான் வளர்த்துக் கொண்டிருக்கிறோமா? ஒட்டுண்ணிக்கு நம் உடம்பில் இடம் கொடுத்து விட்டோமா? இனி எங்குமே ரத்தம் இல்லை என்றாகும்வரை எல்லாரிடமிருக்கும் எல்லா ரத்தத்தையும் இது குடித்துத் தீர்த்து விடுமே" அங்கேயே அப்போதே

அவரைப் பிடித்து உலர்ந்த வாழை இலைகளால் கட்டிவைத்து அவரையும் அவருடைய வீட்டையும் கொளுத்தி விட்டார்கள்.

'அன்று முதல் கிராமத்தில் தீமை ஒழிந்து, மக்களின் நிழல்கள் மீண்டும் ஆரோக்கியமாக வளர்ந்தன. பல கைகள் ஒன்று சேர்ந்தால் பெருஞ் சுமையைத் தூக்கிவிடலாம்!'

மறுபடியும் கத்தூய்ரியா பேசுவதை நிறுத்தினான்.

மட்டாட்டு மட்டாட்டா மட்டாமு இன்னமும் சாலையில் ஊர்ந்து கொண்டிருந்தது. இப்போது நாகுரு செல்லும் சாலையிலிருந்து திரும்பி ருவ்வையீனிக்கும் இல்மொராகிற்கும் செல்லும் ட்ரான்ஸ் - ஆப்பிரிக்கன் நெடுஞ்சாலையில் சென்று கொண்டிருந்தது. வண்டியினுள் பேச்சு மூச்சில்லை. கதையைப் பற்றி ஒவ்வொருவரும் அவரவரின் சொந்த எண்ணங்களுக்குள் ஆழ்ந்து கிடந்தார்கள். கத்தூய்ரியா சொன்ன கதையில், முன்பு அவன் குறிப்பிட்ட முடிச்சு எங்கே வருகிறது என்பதை அறிய அவர்கள் எல்லோரும் ஆவலாயிருந்தார்கள். கதையைத் தொடர்ந்தான் கத்தூய்ரியா.

'இந்தக் கதை எனக்குச் சொல்லப்பட்ட பிறகுதான், என்னுள் புதியதொரு சிந்தனை உருவாகி, நான் புனையவேண்டிய புதிய பாடலுக்கான அடிப்படைப் பண்ணைக் கண்டுகொண்டேன். இது உண்மையிலேயே புதியதுதானா? அல்லது இதைத்தான் இத்தனைக் காலமாக நான் தேடிக் கொண்டிருந்தேனா? இந்தக் கதையையே இசைப் பாடல் வடிவில் சொல்ல வேண்டுமென்பது தான் இப்போது நான் செய்ய நினைத்தது. பஹாத்தியிலிருந்து வந்த பெரியவர் சொன்ன இந்தக் கதையை மீறிய வேறு கதை ஏதும் உண்டா என்ன? செல்வங்களுக்காக தன் ஆன்மாவையே விற்றுவிட்ட இந்த மனிதனின் கதையைவிட சிறப்பான கருவைக் கொண்ட வேறு கதை - முக்கியமான பாடத்தைக் கற்பிக்கும் வேறு கதை - இருக்க முடியுமா என்ன? முப்பது வெள்ளிக் காசுகளுக்காக தன் இதயத்தை விற்ற யூதாசுடன் டிங்கூரி வா கஹாஹாமியை நான் ஒப்பிட விரும்பினேன்.

'பிரிட்டிஷ் ஏகாதிபத்தியம் கென்யாவில் காலடி வைப்பதற்கு முந்தைய கிராமம் ஒன்றுதான் என் இசைக்குக் களமாக இருக்க வேண்டும் என்று விரும்பினேன். கிராமம் உருவான விதத்தை விளக்குவதிலிருந்து தொடங்கலாம் என்று நினைத்தேன். முதலில் பண்ணைக் கோமான்களின் காலத்துக்கு முன், மேய்ச்சல் நிலங்களைத் தேடி இடம் விட்டு இடம் பெயர்ந்து சென்ற ஆயர்களை

பிரதிநிதித்துவப்படுத்தும் வகையில் இசைக் கருவிகளும், குழுவினரின் குரல்களும் அதற்குப் பொருத்தமாக இருக்க வேண்டுமென்று விரும்பினேன். அந்த ஊரின் பொருள் உற்பத்தியும், விநியோகமும் நடைபெற்ற பல்வேறு விதங்களை இன்னொரு குழுவினரின் குரல்கள் சித்தரிக்கும். குறிப்பிட்ட விதமான குரல்கள், கால்நடை வளர்க்கும் இடையர்களையும், மற்றொரு விதமான குரல்கள் விவசாயிகளையும், மற்றொரு விதமான குரல்கள் கொல்லர்களையும் குறிப்பிடும் வகையில் இப்படி வெவ்வேறு விதமான குரல்களைக் கொண்ட குழுக்கள் இருக்க வேண்டுமென்று விரும்பினேன். பிறகு பஞ்சம், நோய்கள், வறுமை, பண்ணைக் கோமான்களின் ஆட்சி உருவான விதம் ஆகியவற்றைக் குறிக்கும் வகையில் மற்ற குரல்களையும் கருவிகளையும் புகுத்துவேன். பிறகுதான் கஹாஹாமியின் மகனான டிங்கூரியின் கதையை அறிமுகப்படுத்துவேன்.

'உள்ளுக்குள் பெருந்தீ மூண்டது போன்ற நிலையில் நான் அந்தப் பண்ணை இயற்றத் தொடங்கினேன்... ஆனால் சில வரிகளை எழுதுவதற்குள்ளேயே தீ அணைந்துபோய், அந்தச் சாம்பலில் ஒரு பொறி நெருப்புக்கூட மீதமில்லாமல் போய் விட்டதை உணர்ந்தேன்.

"ஏன்? ஏன்?" என்று கத்தினேன், யாரிடம் முறையிடுகிறேன் என்றுகூடத் தெரியாமல்!

'அரக்கர்களோ, ஆவிகளோ, அல்லது வேற்றுலக உயிர்களோ உண்மையிலேயே இருப்பதாக எனக்கு நம்பிக்கையில்லை. அதன் பிறகு ஒருநாள் இரவில் மெல்லிய குரலொன்று எனக்குள்ளிருந்த நெருப்பு அணைந்து போனதற்கான உண்மையான காரணத்தை கிசுகிசுப்பான குரலில் சொல்லியது: "நீ உருவாக்கும் இசையின் கருவாக இருக்கப் போகிறவற்றின் மீதே உனக்கு நம்பிக்கை இல்லையென்றால் நீ எப்படி இசையமைப்பாய்?" என்றது அக்குரல்.

'நம்பிக்கை... நம்பிக்கை... எங்கிருந்து இந்த நம்பிக்கையைப் பெற முடியும்? நம்பிக்கை சந்தையில் விற்கப்படுவதில்லை. எனக்குள் இப்படிப் புரிந்து கொண்டேன்: ஏகாதிபத்தியம் வருவதற்கு முந்திய பழைய நாள்களில் நம்மிடையே சம வயதுக் குழுக்களைக் கொண்ட அமைப்பு இருந்தது; கூட்டுக் குடும்பங்கள் இருந்தன; குலப்பிரிவுகளும், அவற்றில் உட்பிரிவுகளும் இருந்தன. அந்நாள்களில் நிலவிய மக்கள் அமைப்பில் பல மாதிரிகள் நம் மத்தியில் இருந்தன. உதாரணமாக, அன்று நம்மிடையே உஜாமா வா முவாஃப்பிரிக்கா இருந்தது. ஆங்கிலத்தில் சொன்னால் ஆஃப்ரிக்கன் சோசலிசம்.

அப்படியிருக்க எங்கிருந்து இந்த நர மாமிசப் பட்சிணிகளும், மனிதக் கொலைகாரர்களும் வந்தார்கள்? என் இதயம் கிடந்து அடித்துக் கொண்டது. தூய ஆவி, தீய ஆவி என்று எந்த ஆவியும் கிடையாது. வேற்றுலக உயிர்கள் எதுவும் கிடையாது. நம் கென்யாவில் இன்று மனிதர்களைக் கொல்பவர்களும் தின்பவர்களும் கிடையாது. ரத்தம் குடிப்பவர்களும் பிறரின் நிழலைக் கடத்துபவர்களும் கிடையாது. இப்போதெல்லாம் மனித ரத்தத்தைக் குடிப்பவர்களும் மனித மாமிசம் உண்பவர்களும் இல்லை... ஆவிகளும் அரக்கர்களும் வேற்றுலக உயிர்களும் எல்லாம் என்றோ மறைந்து போய்விட்டன... உன் நாட்டைப் புகழ்ந்து பாடும் இசையை உருவாக்க விரும்பும் நீ, உண்மை கதைகளுக்குள் தேடி வேர்களையும் கருக்களையும் வெளிக்கொண்டுவர வேண்டும்!

'அப்போதிலிருந்தே எனக்குள் ஆயிரத்தொரு கேள்விகள் முட்டி மோதிக்கொள்ள, அமைதியிழந்த நிலையில்தான் இருந்து வருகிறேன்...

'என் மக்களே, நேற்று பல்கலைக்கழகத்தில் என்னுடைய கடிதங்களை வைக்கும் பிறையைப் பார்த்தபோது எவ்வளவு அதிர்ச்சி அடைந்தேன் தெரியுமா... ஐயோ அதை உங்களிடம் நான் எப்படிச் சொல்வேன்? காற்றில் நடுங்கும் நாணல்போல நான் நடுங்கவில்லை என்று உங்களிடம் நடிக்கவா முடியும்? இப்போது இந்த மட்டாட்டுவில் உட்கார்ந்திருக்கும்போது கூட, என் கண்கள் கண்ட அக்காட்சியை என்னால் நம்பவே முடியவில்லை...'

கத்தூய்ரியா பார்த்தது என்னவென்பதை அறிய வேண்டுமென்ற தணியாத ஆவலால் உந்தப்பட்டு, வங்காரி குறுக்கிட்டாள். 'அப்படியென்ன அதிசயத்தைப் பார்த்துவிட்டு நீ சொல்ல வந்ததை மறந்து மறுபடி மறுபடி தயங்கிக் கொண்டிருக்கிறாய்? ஒருமுறை, கடவுளிடமிருந்து மனிதர்களுக்கு செய்தி கொண்டுவந்த ஒரு பச்சோந்தி அந்த செய்தியைச் சொல்ல முடியாமலே போய் விட்டதாம்!'

கத்தூய்ரியா அவசரமாக கதையைத் தொடர்ந்தான்: 'நாளை இல்மொராகில் நடக்கவிருக்கும் சாத்தானின் விருந்துக்கான அழைப்பிதழ் என் கடிதப் பிறையில் இருந்தது'. கத்தூய்ரியா தன் சட்டைப் பையிலிருந்து அந்த அட்டையை வெளியில் எடுத்தான். அதில் இப்படி எழுதியிருந்தது:

சாத்தானின் விருந்து!

நேரில் வந்து பாருங்கள்!
திருட்டிலும் கொள்ளையிலும் கைதேர்ந்த
ஏழு நிபுணர்களை தேர்ந்தெடுக்க
சாத்தான் ஏற்பாடு செய்திருக்கும் போட்டி.
எண்ணற்ற பரிசுகள்!
உங்கள் யோகத்தை பரிசோதித்துப் பாருங்கள்!
இல்மொராக்கிலேயே புத்திசாலிகளான ஏழு திருடர்களையும்
கொள்ளைக்காரர்களையும் தேர்ந்தெடுக்கும் போட்டி
ஏராளமான பரிசுகள்!
நரகத்தின் தூதர்கள் குழுவின் இன்னிசைக் கச்சேரி!
ஒப்பம்: சாத்தான்
நரகத்தின் ராஜன்
மே/பா: திருடர்கள், கொள்ளையர்களின் குகை.

இல்மொராக் கோல்டன் ஹைட்ஸ்

அலறிக்கொண்டே முதூரி மீது சாய்ந்தாள் வரீய்ங்கா. முவாரா சட்டென்று தலையைத் திருப்பிப் பார்த்தான். வண்டி சாலையில் மெதுவாக நகர ஆரம்பித்தது.

'வண்டியை நிறுத்து! யாரிடம் விளக்கு இருக்கிறது?' முதூரி கத்தினார்.

'என்ன ஆயிற்று? என்ன ஆயிற்று?' என்று கேட்ட வங்காரிக்கு யாரும் பதில் சொல்லவில்லை.

'என்னிடம் டார்ச் இல்லை' என்று சொல்லிவிட்டு, மட்டாட்டுவை ட்ரான்ஸ் - ஆஃப்ரிக்கன் நெடுஞ்சாலையில் ஓரமாக நிறுத்தினான் முவாரா.

'என்னிடம் நெருப்புப் பெட்டி இருக்கிறது', என்றான் கத்தூய்ரியா.

'குச்சியைக் கொளுத்துங்கள், வெளிச்சம் வரட்டும்', என்றார் முதூரி.

பின் அவர்கள் எல்லோரும் மௌனமாகி விட்டார்கள் - வண்டிக்குள் மயான அமைதி நிலவியது.

7

இல்மொராகிலிருந்து வந்துபோய்க் கொண்டிருந்த வண்டிகள் ரிஃப்ட் பள்ளத்தாக்கின் சமவெளிகளை சில கணங்களுக்கு வெளிச்சம் போட்டுக் காட்டின. விளக்குகள் கடந்து சென்ற பின் கவிந்த இருட்டோ முன்பைவிடக் கூடுதலாகத் தெரிந்தது. கறுப்புக் கண்ணாடிக்காரர் தன் மூலையை விட்டு அசையாமல் உட்கார்ந்திருந்தார். முவாராவும் தன் இருக்கையை விட்டு அசையவில்லை. மற்ற மூவரும் வரீய்ங்காவைக் குனிந்து பார்த்தார்கள்.

நெருப்புக் குச்சியின் ஒளி வரீய்ங்காவின் முகத்திற்கு சற்றுநேரம் ஒளியூட்டும். பிறகு மங்கி அவிந்துவிடும். உடனே கத்தூய்ரியா மற்றொரு குச்சியைப் பற்றவைப்பான். வரீய்ங்கா கண்ணைத் திறந்ததும், அவள் இன்னும் மூச்சு விடுவதையும் அவளது இதயம் துடிப்பதையும் பார்த்தபின்தான் அவர்கள் மறுபடியும் தத்தம் கருத்துக்களைச் சொல்லத் தொடங்கினார்கள்.

‘இந்தப் பெண்ணுக்கு உடல்நிலை சரியில்லை. ஒருவேளை மலேரியாவாகவோ நிமோனியாவாகவோ இருக்கலாம்,’ என்றார் முதூரி.

‘இதயம் மிகவும் வேகமாகத் துடிக்கிறது,’ என்றான் கத்தூய்ரியா.

‘இது பெண்ணுக்குரிய நோயாகத்தான் இருக்கும். நம்பினால் நம்புங்கள், சமீபத்தில் ஒரு பெண்ணுக்கு இதே மட்டாட்டுவில் பிரசவம் நடந்தது.

முவாராவின் இந்தக் கதைக்கு முடிவு கட்ட நினைத்தவள்போல, ‘இவளை கொஞ்சம் காருக்கு வெளியே எடுத்துச் சென்றால் என்ன, கொஞ்சம் சுத்தமான வெளிக்காற்று வாங்கட்டுமே,’ என்றாள் வங்காரி.

நீண்டதூரப் பயணம் செய்தவள்போல பலவீனமான குரலில், ‘மன்னித்துக் கொள்ளுங்கள். திடீரென்று மயக்கமாக வந்தது. புறப்படலாமே... இந்த இடத்தை விட்டுப் போய்விடலாம்’ என்றாள் வரீய்ங்கா.

எல்லோரும் அவரவர் இருக்கைக்குத் திரும்பினார்கள். முவாரா வண்டியைக் கிளப்ப முயன்றான். வண்டி கிளம்பவில்லை. முதூரி, வங்காரி, கத்தூய்ரியா, கறுப்புக் கண்ணாடிக்காரர் எல்லோரும்

இறங்கித் தள்ளினார்கள். இஞ்சின் உயிர் பெற்று உறுமியது. காருக்குள் ஏறி கொஞ்சம் தூரம் செல்லும் வரை யாரும் பேசவில்லை.

வங்காரி மறுபடியும் வரீய்ங்காவின் மயக்கத்தைப் பற்றிப் பேசத் தொடங்கினாள். ‘நாம் பேசிக் கொண்டிருந்த விஷயமா உனக்கு மயக்கத்தை வரவைத்தது?’

‘அதனோடு தொடர்புடையதுதான்... ஆமாம், அந்தப் பேச்சுத்தான்...’ என்றாள் வரீய்ங்கா.

‘அந்த விஷயம் உன்னைப் பயமுறுத்தி விட்டதா?’ முதூரி கேட்டார்.

‘ஆம் என்றும் சொல்லலாம்,இல்லை என்றும் சொல்லலாம்,’ நிச்சயமில்லாமல் சொன்னாள் வரீய்ங்கா.

‘கவலைப்படாதே. அரக்கர்கள், கொலைகாரர்கள், மனிதர்களை சாப்பிடுபவர்கள், கெட்ட ஆவிகள், நல்ல ஆவிகள், ஏழு கொம்பு பிசாசு எதுவுமே இப்போது கிடையாது. அதெல்லாம், சொன்ன பேச்சைக் கேட்காத பிள்ளைகளை உற்சாகப்படுத்தி நேரான - குறுகலான - வழியைப் பின்பற்றும்படி செய்யவும் உருவாக்கப்பட்ட கட்டுக் கதைகள்தான்.’

அந்த விஷயத்தில் வேறு கருத்து உள்ளவன் போலவும், அதைப்பற்றி தனக்கு நிறைய விவரங்கள் தெரியும் என்றாலும், அவற்றைச் சொல்ல விரும்பாதவன் போலவும் முவாரா ஏதோ ஒரு மெட்டில் விசிலடிக்கத் தொடங்கினாள். பிறகு பாடத் தொடங்கினான்:

கன்னிப்பெண்ணே, என் கோரிக்கைக்கு இணங்கு,
கஞ்சத்தனமாக இருக்காதே, என்னை ஏன் கெஞ்ச வைக்கிறாய்?
அப்போதுதான் நீ கர்ப்பமாக இருப்பதைச் சொல்லும்போது
என் பொறுப்பை நான் தட்டிக் கழிக்க மாட்டேன்.

இந்தப் பாட்டைக் கேட்டு பயணிகள் சிரிப்பார்கள்; கொலை காரர்கள், மனிதர்களைத் தின்பவர்கள், ஆவிகள், பிசாசுகள், திருட்டிலும் கொள்ளையிலும் போட்டி போடுபவர்கள் - இதைப் பற்றியெல்லாம் பேசுவதை நிறுத்திவிட்டு வேறு பேச்சுக்குப் போய்விடுவார்கள் என்று எதிர்பார்த்தான் முவாரா. ஆனால் வரீய்ங்கா மறுபடியும் அதே விஷயத்துக்கு வந்து எல்லோரையும் திகைக்க வைத்தாள்.

‘ஆனால் இவையெல்லாம் நிஜமாகவே இருந்துவிட்டால்? மாலை நேரத்தில் குழந்தைகளுக்குச் சொல்லும் கட்டுக்கதைகள்

இல்லை என்று ஆகிவிட்டால்? அப்போது என்ன செய்வீர்கள்? சொல்லுங்கள் தீய ஆவிகளும் உண்மையிலேயே இருந்தால், சாத்தான் என்பது உண்மையிலேயே இருந்தால், கென்யாவுக்கு வருகை தந்து விருந்துகளுக்கு ஏற்பாடு செய்து தன் பூலோக சீடர்களுக்கு போட்டிகளை நடத்துமானால், அப்போது என்ன செய்வீர்கள்?'

'என்னையா?' கேள்வி தன்னிடம்தான் கேட்கப்பட்டது என்பதுபோல முவாரா துள்ளினான். அதை உறுதிபடுத்திக் கொள்பவன் போல மற்றொரு முறை 'என்னையா?' என்று கேட்டுவிட்டு, யாரும் பதில் சொல்வதற்குள் தொடர்ந்து பேசினான். 'சொல்கிறேன் கேளுங்கள். நான் சில விசித்திரமான விசயங்களைப் பார்த்திருக்கிறேன். ஒருமுறை இதே வண்டியில் சில பொறுக்கிகளால் நான் கைதியாக்கப்பட்டிருக்கிறேன். அவர்கள் பொறுக்கிகளா, இல்லை விலையுயர்ந்த ஆடைகளை அணிந்திருந்த இளைஞர்கள்தானா? லிமுருவில் உள்ள 'விவசாயிகள் முனை' யில் அவர்களைப் பார்த்தேன். இருட்டத் தொடங்கும் முன்பு மாலை நேரத்தில் கிக்கூயூ நகரத்துக்குப் போகவெண்டுமென்று அவர்கள் சொன்னார்கள். அவர்களைப் பார்த்த மாத்திரத்தில் அன்று எனக்கு யோகம்தான் அடிக்கப் போகிறது என்று நினைத்தேன். வண்டிக் கூலியை அதிகரித்தேன். கேளுங்கள் கதையை முட்டராக்வாவுக்கு போய்ச் சேரும்போது ஒருவழியாகி விட்டிருந்தேன். கைத்துப்பாக்கியை எடுத்து என் பிடரியில் வைத்து அழுத்திக் கொண்டே என்னிடம் சொன்னார்கள்: 'உலோகத் துணுக்குகளால் உன் மண்டை சுக்குநூறாக சிதறிப்போக வேண்டாம் என்று நீ நினைத்தால், வேகமாக கினீனி காட்டை நோக்கி வண்டியைத் திருப்பு. பின்னாலேயோ பக்கவாட்டிலேயோ திரும்பிப் பார்க்கவே கூடாது' என்றார்கள். என் பணம் முழுவதையும் கொள்ளையடித்துவிட்டு என் உடைகளையெல்லாம் கழற்றிக் கொண்டு ஓடிவிட்டார்கள். இதையெல்லாம் யாராவது மறுக்க முடியுமா! பிறந்த மேனியாக ஆக்கிவிட்டார்கள். முழு அம்மணமாக என்னை விட்டுவிட்டுப் போனார்கள். நல்ல வேளையாக கார் சாவிகளை திருடவில்லை.

'இன்னொரு நாள் ஒரு அமெரிக்க சுற்றுலாப் பயணி இந்தக் காரை வாடகைக்கு அமர்த்திக் கொன்டான். அவன் மிகவும் வயதானவன். முகம் முழுவதும் ஏகப்பட்ட ஆழமான சுருக்கங்கள். உடலின் மற்ற பாகங்களில் தோல் மடிப்பு மடிப்பாக சுருக்கம் விழுந்து கிடந்தது. ஆனால் அவனுடன் வந்த ஆப்பிரிக்கப் பெண், பள்ளி

மாணவி போல குட்டியூண்டாக இருந்தாள். பின் இருக்கையில் அவர்கள் உட்கார்ந்திருந்தார்கள். சுமார் ஒரு மணி நேரம் அவர்களை நைரோபியைச் சுற்றி அழைத்துச் சென்றிருப்பேன். அவர்கள் அதிகம் பேசவில்லை, அதிகமாக ஏதும் செய்யவுமில்லை. வழி நெடுகவும், அந்தச் சிறுபெண்ணின் தொடைகளை அழுத்திக் கொண்டும், கிள்ளிக் கொண்டும் இருந்தான் கிழவன். அவளோ, அவனுடைய முகத்தை நீவிவிட்டுக் கொண்டே இருந்தாள். சில சமயங்களில் அவளுடைய விரல்கள் அவனுடைய தோலின் மடிப்புகளுக்குள் காணாமலே போய்விடும். சிறுமி வலிப்பது போல நடித்து, மெல்ல முனகியபோதெல்லாம், அமெரிக்கனுடைய கண்கள் மகிழ்ச்சியால் பளிச்சிட்டன. கடைவாயில் ஜொள்ளு வழிய வழிய, ஏதோ உண்மையாகவே 'அந்த' விஷயம் நடப்பது போலத்தான் கிழவன் முனகிக் கொண்டிருந்தான். நியூ ஸ்டான்லி ஓட்டலின் வெளியே காரை நான் நிறுத்தியபோது, அமெரிக்கன் அந்தப் பெண்ணுக்கு 100 ஷில்லிங் நோட்டைக் கொடுத்து அனுப்பினான். அவள் போன பிறகு அந்த அமெரிக்காக்காரன், கென்யாவின் முதலாளியே தான்தான் என்பதுபோல என்னிடம் அதன் பெருமைகளைப் பட்டியலிட்டான்: "கென்யா மகத்தான நாடு... அற்புதமான வீர விளையாட்டுக்கள்... அப்புறம் அற்புதமான அழகான பெண்மணிகள்.. என்னைப்போல ஒரு கிழவனுக்குக் கூட ஒரு மைனாக்குஞ்சு கிடைக்கிறது... இன்னும் பல சுற்றுலாப் பயணிகளை அழைத்துவந்து அவர்களும் கென்யாவின் வீர விளையாட்டுக்களையும், குட்டிகளையும் பார்க்கும்படி செய்வேன்... உண்மையிலேயே அழகான நாடு... நிலையான ஆட்சி... முன்னேற்றம்..."

பிறகு அவன் ஓட்டலுக்குள் போய்விட்டான். எனக்குக் கை நிறைய கூலி கொடுத்தான் அவன்.

'ஆக பலவிதமான வினோதங்கள் நிரம்பிய உலகம் இது. வெளியுலகத்தையே பார்த்திராதவன் அவனுடைய அம்மாவின் சமையல்தான் உசத்தி என்பான்... சாத்தானின் விருந்துக்கு அழைக்கப்பட்டால் நான் என்ன செய்வேன் என்றா கேட்டீர்கள்? நான் போவேன். ஏனென்றால் எதைப் பற்றியும் மற்றவர்கள் சொல்லிக் கேட்பது எனக்குத் திருப்தியே தராது. நம்ப வேண்டுமானால் நாமே பார்க்க வேண்டும். நாமே தொட வேண்டும். நவீனகால தாமஸ் நான். இந்த முவாரா நிறையவே பார்த்திருக்கிறான், நிறைய செய்தும் இருக்கிறான். இப்போது ஆளை விடு பெண்ணே! சூரியன் ஒருபோதும்

மறைகிற திசையிலேயே தோன்றுவதில்லை...' பல விஷயங்களை குறிப்பால் காட்டுவது போலவும், அதைவிட அதிகமாக மறைப்பது போலவும் ஒரு தொனியில் தன் பேச்சை முடித்தான் முவாரா.

'நீங்கள்? நீங்கள் என்ன செய்வீர்கள்?' என்று முதூரியைக் கேட்டாள் வரீய்ங்கா.

'இதற்கு அவ்வளவு சுருக்கமாக பதில் சொல்லிவிட முடியாது' என்றார் முதூரி. 'மழையின் சிறுதுளியை சாமானியமாக மதிப்பிட்டு விடாதீர்கள்" என்று ஒரு சமயத்தில் சொன்னார் கிக்கூயூ. மேலும் "மனிதரால் அதை சமாளிக்கவே முடியாது என்று சொன்னால் அதில் குழப்பமடைவதற்கு ஏதும் இல்லை" என்றும் அவர் கூறியுள்ளார். நம்மைப் போன்ற தொழிலாளர்களுக்கு வீடில்லை, ஊரில்லை; ஏன், நாடும் இல்லை. இந்த உலகம் முழுவதுமே நமது வீடு மாதிரிதான். ஏனென்றால் நமக்கு வேண்டியதெல்லாம் ஏதாவது ஓரிடத்தில், எவனாவது ஒருவன் நமது உழைப்பை விலைக்கு வாங்கிக் கொள்ள வேண்டும் அவ்வளவுதான். அதில் கிடைக்கும் சில செண்ட்களைக் கொண்டு கொஞ்சம் மாவும் மலிவான காய்கறிகளும் நாம் வாங்கிக் கொள்கிறோம். இப்படியெல்லாம் இருந்தாலும் இந்த உலகத்தை கட்டி எழுப்புவதே நாம்தான்! அப்படியிருக்க, சாத்தானிடமும், தீய ஆவிகளிடமும், சீடர்களிடமும் நமது பூமியை எப்படி விட்டுக் கொடுத்துவிட முடியும்? அதை என்ன வேண்டுமானாலும் செய்து கொள்ளட்டும் என்று எப்படி இருந்துவிட முடியும்? நவீன விடுகதையொன்று போடட்டுமா?'

'பழைய விடுகதைகளுக்கும் நவீன விடுகதைகளுக்கும் இடையில் இருக்கும் வேறுபாடு எனக்குத் தெரியும் என்று நீங்கள் நினைக்கிறீர்களா?' வரீய்ங்கா திருப்பிக் கேட்டாள்.

'நான் இந்த வழியிலும் நடப்பேன், அந்த வழியிலும் நடப்பேன்' என்றார் முதூரி.

'வேட்டைக்காரர்களின் வழி,' வரீய்ங்காவுக்காகப் பதில் சொன்னாள் வங்காரி.

'இல்லை!'

'இந்தா உன் பந்தயத் தொகை!'

'உருவாக்குபவர்களின் பாதைகள்! சரி, இந்த விடுகதைக்குப் பதில் சொல்லுங்கள்!'

'சொல்கிறேன்!'

'நான் இந்த வழியிலும் நடப்பேன், அந்த வழியிலும் நடப்பேன்!'

'உருவாக்குபவர்களின் பாதைகள்.'

'இல்லை, கட்டு அபராதத்தை.'

'தந்தேன்.'

'தொழிலாளர்களின் பாதைகள். இன்னொரு கதைக்குப் பதில் சொல்.'

'சொல்கிறேன்.'

'நான் இந்த வழியிலும் அந்த வழியிலும் நடந்து புரட்சியை நோக்கிப் போகிறேன்.'

'தொழிலாளர்களின் பாதைகள்'

'சரியும்தான், தவறும்தான். நீ எனக்கு அபராதம் தரவேண்டும். ஆனால் முழுவதையும் நான் எடுத்துக் கொள்ளமாட்டேன். ஏனென்றால் உன் பதிலில் பாதி சரி.'

'ஒப்புக்கொள்கிறேன்.'

'எதிர்ப்புப் போர்ப்பாதை தான் சரியான பதில்... தொழிலாளர்களால் உருவாக்கப்பட்ட பாதை அது. அதை ஏன் நான் சொல்கிறேன்? இந்தப் பெண் என்னை ஒரு கடினமான கேள்வி கேட்டுவிட்டாள். ஆனால் அது ஒரு எளிமையான கேள்வியும்கூடத்தான். கடினமாக இருப்பவைதான் எளிமையாகவும் இருக்கும். எளிமையாகத் தோன்றுபவை கடினமாகவும் இருக்கலாம். என்னுடைய முதலாளியை விட மோசமான பிசாசை நான் பார்த்ததேயில்லை என்று சொல்வேன். உங்களுக்குத்தான் தெரியுமே; தச்சுவேலை, கொத்துவேலை, குழாய்வேலை, பூச்சுவேலை எல்லா வேலையும் செய்கிறேன் நான். கட்டடம் கட்டும் இடத்தில் மேஸ்திரியாக நான்தான் இருந்தேன். பலப்பல லட்ச ரூபாய் மதிப்புள்ள கட்டட ஒப்பந்தங்களை என் முதலாளி பெறுவது வழக்கம். ஒப்பந்தங்களை வழங்கும் குழுவில் இவருடைய பெயரை பரிந்துரை செய்யும் நகர மன்ற உறுப்பினர் ஒருவர் இருந்தார். ஆனால் பலப்பல லட்சங்களை சாத்தியமாக்குபவர்களின் கூலியோ மிகமிகக் குறைவு - சில ஷில்லிங்குகள்தான்: இருநூறு, முன்னூறு, ஐநூறு - அதற்குமேல் கிடையாது. விலைவாசி எப்படி ஏறுகிறது என்பதுதான் உங்களுக்குத் தெரியுமே. கூலியை ஐம்பது ஷில்லிங் உயர்த்த வேண்டுமென்றும், இப்போது முதல் கூலி

உயர்வு விலைவாசி உயர்வுக்கு ஏற்ற விகிதத்தில் அமைய வேண்டும் என்றும் நாங்கள் சொன்னபோதுதான் பிரச்சனைகள் ஆரம்பித்தன. விலைவாசி அதிகரித்து, கூலி மட்டும் உயராதிருந்தால், அது, உள்ள கூலியும் குறைக்கப்படுவதற்குச் சமம் என்பது தெரியாமல் பலர் இருக்கிறார்கள் என்பது உங்களுக்குத் தெரியுமா? ஆனால் விலைவாசி உயர்வுக்குச் சமமாக முதலாளியின் லாபம் மட்டும் அதிகரிக்கிறது. உண்மையில் பார்க்கப் போனால், விலைவாசி உயர்வை விட லாப விகிதம் தான் அதிகமாக இருக்கும். ஆகவே பொருட்களின் விலை ஏறும்போது முதலாளிகள் லாபமடைகிறார்கள் - ஆனால் தொழிலாளர்கள் நஷ்டமடைகிறார்கள். அவர்கள் வேலை நிறுத்தம் செய்யப் போவதாக அறிவித்தபோது முதலாளி தலைதெறிக்க எங்களிடம் ஓடி வந்தான். எங்கள் புகார்களையும், கோரிக்கைகளையும் பரிசீலிப்பதாக பக்குவமான முறையில் பேசினான். நாங்கள் எல்லோரும் வேலைக்குத் திரும்ப வேண்டும் என்றும், ஒரு வாரம் கழித்து ஒரு முடிவை அறிவிப்பதாகவும் சொன்னான். அவனுடைய முடிவைத் தெரிவிக்க வேண்டிய நாளில் துப்பாக்கியும் குண்டாந்தடியும் இரும்புக் கேடயங்களும் ஏந்திய போலீஸ்காரர்களுடன் வந்து சேர்ந்தான் அவன். முந்தைய இரவில் மனைவியிடம் சண்டை போட்டவன் போல் கசப்புடன் பேசினான் முதலாளி. எல்லா வேலை நிறுத்தங்களும் ஜனாதிபதியின் ஆணையால் தடை செய்யப்பட்டிருக்கின்றன என்றான். வேலை செய்து களைத்துப் போனவர்கள் வீட்டுக்குத் திரும்பி விடலாம் என்றும், வேலை தேடி அலைகிற வேலை இல்லாத ஆட்கள் ஏகப்பட்ட பேர் இருக்கிறார்கள் என்றும் சொன்னான். வேலை நிறுத்தத்தை முன்னின்று நடத்திய தலைவர்களை வேலையிலிருந்து நீக்கினார்கள். கென்யாவில் நாங்கள் என்ன பணத்தை மண்ணிலிருந்தா தோண்டியெடுக்கிறோம்? முதூரி, நீ என்ன உன்னை சாமர்த்தியசாலி என்றா நினைத்துக் கொண்டிருக்கிறாய்? சிறப்பு குற்றப்பிரிவில் உன்மீது நீளமான குற்றப் பத்திரிக்கை இருக்கிறது. உனக்கு கூட்டாளிகள் இருப்பதும் எங்களுக்குத் தெரியும். நாங்கள் கலைந்து போய்விட்டோம். ஒரு துப்பாக்கியை இன்னொரு துப்பாக்கியால்தான் எதிர்கொள்ள முடியுமே தவிர வெறுங்கையால் முடியாது. அதனால்தான் இன்றைக்கு வேலை தேடி இங்குமங்கும் அலைகிறேன். காரணம்: அடிமைக்கூலியை வாங்க நான் மறுத்துவிட்டேன். முந்நூறு ஷில்லிங் மாதச் சம்பளத்தில் நைரோபியில் காலந் தள்ளுவதை கற்பனை செய்து பாருங்கள்!’

'எந்தக் கம்பெனியில் வேலை செய்தீர்கள்?' வரீய்ங்கா கேட்டாள்.

'சாம்பியன் கன்ஸ்ட்ரக்சன் கம்பெனி.'

'சாம்பியன் கன்ஸ்ட்ரக்சன் கம்பெனியா? முதலாளி கிஹாராவின் நிர்வாகத்தின் கீழ் இருப்பதா?' வரீய்ங்கா திருப்பிக் கேட்டாள்.

'ஆமாம். ஏன் கேட்கிறாய்? இதில் ஏன் உனக்கு இவ்வளவு ஆச்சரியம்?' என்று முதூரி கேட்டார்.

'நானும் அதே கம்பெனியில்தான் வேலை பார்த்தேன்.'

'நகர அலுவலகத்திலா?'

'ஆமாம். கிஹாரா தான் என் முதலாளி. அடடா எப்பேர்ப்பட்ட முதலாளி தெரியுமா! இன்றைக்கு நானும் வேலை தேடித்தான் தெருவில் அலைகிறேன்.'

'நீங்களும் வேலை நிறுத்தம் செய்தீர்களா?' கத்தூய்ரியா கேட்டான்.

'இல்லை அவனுடைய 'சுகர் கேர்ள்'* ஆக இருக்க மறுத்தேன்.' என்றாள் வரீய்ங்கா.

***

'அவளும் வேலைநிறுத்தம்தான் செய்திருக்கிறாள் - முதலாளியின் படுக்கையறை அராஜகத்தை எதிர்த்து!' கேள்வி தன்னை நோக்கி கேட்கப்பட்டது போல வங்காரி அதற்கு பதில் சொன்னாள்.

'இப்போது பார்த்தீர்களா? இப்போது புரிகிறதா? நம்முடைய மண்ணை சாத்தானிடம் நாம் ஒப்படைத்ததால் எப்படியெல்லாம் அவன் அதைத் தன் இஷ்டத்திற்குப் போட்டு புரட்டி எடுத்திருக்கிறான் - பார்த்தீர்களா? சத்தானின் விருந்து! சாத்தானுக்கு சவால் விடப் போகிறேன்!'

வரீய்ங்கா கத்தூய்ரியாவிடம், 'நீங்கள் என்ன சொல்கிறீர்கள்? அப்படி ஒரு விருந்து நடக்கும் என்று நம்புகிறீர்களா?' என்று கேட்டாள்.

'அந்த விருந்துக்குத்தான் நான் இப்போது போய்க்கொண்டிருக்கிறேன். நாளைக்குத்தான் அந்த சாத்தானின் விருந்து' என்றான் கத்தூய்ரியா மெதுவாக.

'நாளைக்கா, ஞாயிற்றுக்கிழமையா?' வங்காரி கேட்டாள்.

★ சுகர் கேர்ள்: ஆசை நாயகி என்பது இந்த வார்த்தைகளால் குறிப்பிடப்படுகிறது.

'ஆமாம். நாளைக்குத்தான் பத்துமணிக்குத் தொடங்குகிறது.'

'உங்களுக்குப் பயமாக இல்லையா?' வரீய்ங்கா கேட்டாள்.

'எதைப்பற்றி?'

'சாத்தனைப் பற்றி. ஏழு கொம்புகள் இருக்குமென்று சொல்வார்களே?'

'சாத்தான் உண்டா இல்லையா? நான் குறிப்பிட்ட அந்த முடிச்சின் சூட்சுமமே இதில் தான் இருக்கிறது. அங்கே போய் என் எல்லாவித சந்தேகங்களுக்கும் முடிவுகட்ட விரும்புகிறேன். பிறகுதான் என் இசையமைப்பு வேலையைத் தொடரமுடியும். ஏனெனில் முடிவில்லாத சந்தேகங்கள் வாட்டும் மனதுடன் என்னால் செயல்பட முடியவில்லை. அமைதி! ஒரு இசையமைப்பாளனுக்கு மனதில் அமைதி தேவைப்படுகிறது.'

'ஆமாம் ஆமாம். நம் எல்லோர் மனதிலும் அமைதி நிலவட்டும்!' என்று வங்காரி பதில் சொன்னாள்.

'நீங்கள் என்ன சொல்கிறீர்கள்?' வங்காரியின் பக்கம் திரும்பினாள் வரீய்ங்கா.

'இன்னுமா ஒரு பதிலை தேடிக் கொண்டிருக்கிறாய் நீ?' என்றாள் வங்காரி. 'என்னைப் பொறுத்தவரை, அந்த விருந்துக்கு என்னை அழைத்தாலும் அழைக்காவிட்டாலும் அந்த பேர் போன சாத்தானை மட்டும் நான் பார்க்க முடிந்தால் -- இந்த உலகை உருவாக்குபவர்களை ஒருபோதும் ஒடுக்காமல் இருக்கும்படி அவனுக்கு சரியான பாடம் கற்பித்துவிடுவேன். ஆனால் இதற்கு பதில் சொல்: நீ ஏன் இதுபோன்ற கேள்விகளைக் கேட்கிறாய்? உன் மனதை எந்தச் சுமை அழுத்திக் கொண்டிருக்கிறது?'

மற்றவர்களின் மனதிலும் அதே கேள்விதான். யார் இந்தப் பெண்? நைரோபியை விட்டு கிளம்பியதிலிருந்து மௌனமாகவே இருந்தாள். திடீரென்று அலறினாள். பிறகு மயக்கம் போட்டு விழுந்தாள். மயக்கம் தெளிந்து எழுந்த பிறகு இப்போது என்னடாவென்றால், ஓயாமல் கேள்வி கேட்கிறாள்.

'அதுதானே, நீங்கள் ஏன் எங்கள் எல்லோரிடமும் அதே கேள்வியைக் கேட்கிறீர்கள்?' கத்தூய்ரியா கேட்டான்.

'ஏனென்றால் என்னுடைய இதயத்திலும் ஒரு முடிச்சு இருக்கிறது,' என்றாள் வரீய்ங்கா.

‘முடிச்சா?’ வங்காரியும், கத்தூய்ரியாவும் ஒரே நேரத்தில் கேட்டார்கள்.

‘உங்களுக்கு வந்ததுபோன்ற அழைப்பு எனக்கும் வந்திருக்கிறது. ஆனால் அது எப்படி ஏன் எனக்கு வந்தது என்றுதான் எனக்குத் தெரியவில்லை.’

‘அதெப்படி? கொஞ்சம் விளக்கமாகச் சொல்லுங்களேன்.’

‘நாளைக்கு இல்மொராகில் நடக்கப்போகும் சாத்தானின் விருந்துக்கு வருமாறு எனக்கும் அழைப்பு வந்திருக்கிறது. இன்று ஒருநாளிலேயே நான் பல விசித்திரமான காரியங்களைப் பார்த்துவிட்டேன். எனவே நான் பகற்கனவுதான் கண்டு கொண்டிருக்கிறேனா அல்லது காய்ச்சலினால் நினைவு தடுமாறிப் போய்க் கொண்டிருக்கின்றேனா என்பதே எனக்குத் தெரியவில்லை. நைரோபியில் செயிண்ட் பீட்டர்ஸ் தேவாலயத்தின் அருகில், காக்கா நிறுத்தத்தில் ஒரு மனிதர் என் முன் தோன்றினார். நான் அப்போது... என் உடம்போ மனமோ நன்றாக இல்லை என்பதை மட்டும் சொல்லிக்கொள்கிறேன். இதோ இந்த கைப்பையை என்னிடம் அவர் திருப்பிக் கொடுத்தார். இதை நான் என்னையறியாமல் ரிவர் சாலையில் தவறவிட்டிருந்தேன். ஆனால் அவருடைய முகமும் கண்களும் குரலும், பார்த்த மாத்திரத்தில் என் பிரச்சனைகளையெல்லாம் அவரிடம் சொல்லி விடத் தூண்டின. என் கதையை முழுவதுமாக அவரிடம் சொன்னேன். கதையைச் சொல்லி முடிக்கும்போதே என் இதயம் இலேசாகிவிட்டதை உணர்ந்தேன். நாங்கள் பிரியும்போதுதான் அந்த அழைப்பிதழை அவர் கொடுத்தார். ஞாமாகீமாவை அடைந்த பிறகுதான் அதில் எழுதியிருப்பதைப் படித்தேன். இதோ இருக்கிறது பாருங்கள்!’

வரீய்ங்கா கைப்பையை விட்டு அழைப்பிதழை வெளியிலெடுத்தாள். அது கத்தூய்ரியாவிடம் இருந்த அழைப்பிதழைப் போலவே இருந்தது.

‘என்ன! இது வெறும் விளையாட்டுக்கல்ல. மழைத்துளியைக் குறைத்து மதிப்பிட்டு விடக்கூடாது. நானும் இன்றுதான் போலீஸ் அதிகாரிகளிடம் பேசினேன், இல்லையா? இந்த சாத்தானின் அழைப்பிதழை வைத்துப் பார்த்தால் கொள்ளைக்காரர்களும் திருடர்களும் சாத்தானின் விருந்தில் கூடத் திட்டமிட்டிருக்கிறார்கள் என்று தெரிகிறது. ஜோராகக் கூடட்டுமே!’

கேட்பதற்கு அச்சுறுத்தலாகவும் ஆயாசமாகவும் தோன்றிய எதையோ வங்காரி பல்லைக் கடித்துக்கொண்டு சொன்னாள். பின் அவள் பாடத்தொடங்கினாள்:

ஒருவர் விடாமல் எல்லோரும் வாருங்கள்!
சாத்தானையும் அவனுடைய சீடர் கூட்டத்தையும்
விரட்டி விரட்டி நாம் அடித்துத் துரத்தும்
கண்கொள்ளாத காட்சியைக் காண
ஒருவர் விடாமல் எல்லோரும் வாருங்கள்!

முவாரா கூச்சலிட்டான்: 'ஆகா! என் பணத்தைத் திருடி என்னை அம்மணமாக்கி தெருவில் விட்ட அவர்கள் மட்டும் நாளைக்கு அங்கே இருந்தால்...!' ஆனால் மற்றவர்கள் யாரும் அறியாத பல விவரங்களை அறிந்தவன் போல அவனுடைய குரலில் ஒரு கேலிக்குறிப்பு தொனித்தது. முதூரியும் சாத்தானின் விருந்துக்கான அழைப்பிதழ்களைக் கண்டு அதிகம் அலட்டிக் கொண்டதாகத் தெரியவில்லை.

முவாரா மௌனமாக இருந்தான். இல்மொராக் நகரம் அதிக தொலைவில் இல்லை என்ற நினைப்பில் எல்லோருமே மௌனமாகிவிட்டார்கள். முவாராவின் மட்டாட்டு மட்டாட்டா மட்டாமு மாடல் டி ஃபோர்டு, பதிவு எண் எம் எம் எம் 333 மெதுவாக சாலையில் குதித்துக் குதித்துச் சென்றது. அது இப்படி சொல்வது போலிருந்தது: அதிக அவசரம் கிழங்குக்குக் கேடு. பொறுமை செல்வம் தரும். பத்திரமாகச் சென்று சேர்வதே முக்கியம். மட்டாட்டு மட்டாட்டா மட்டாமுவில் பயணம் செய்வது பத்திரமானது. எல்லா நகரங்களையும் விட இல்மொராகே உயர்வானது... சாத்தானின் விருந்துக்குப் போய்க்கொண்டிருக்கிறோம்...

8

அப்போதுதான் கறுப்புக் கண்ணாடிக்காரர் பைபிளில் வரும் பாலாமின் கழுதையைப்போல, பேசுவதற்காக வாயைப் பிளந்தார். 'எக்ஸ்கியூஸ் மீ' என்றார் அவர்.

முவாராவைத் தவிர மற்ற பயணிகள் எல்லோரும் அவர் என்ன சொல்ல வருகிறார் என்று அறிவதற்காக அவர் பக்கம் திரும்பினார்கள்.

கத்தூய்ரியாவையும் வரீய்ங்காவையும் பார்த்து, 'எங்கே, அந்த அழைப்பிதழ்களைக் கொஞ்சம் காட்டுங்கள்,' என்றார்.

கத்தூய்ரியா தன்னுடைய அழைப்பிதழை எடுத்து அவரிடம் கொடுத்தான். கத்தூய்ரியாவிடம் ஒரு நெருப்புக் குச்சியைக் கொளுத்தும்படி சொன்னார் அவர். அழைப்பிதழைப் பார்த்துவிட்டு,

வரீய்ங்காவிடம் திரும்பி, 'உன்னுடையதையும் காட்டு பார்க்கலாம்' என்றான்.

வரீய்ங்கா கைப்பையைத் திறந்து அழைப்பிதழை வெளியில் எடுத்தாள். அதை எடுக்கும்போது அன்று காலையில் சாத்தானின் சீடர்கள் அவளிடம் கொடுத்த துண்டுக்காகிதமும் சேர்ந்து வந்துவிட்டது. அழைப்பிதழை கறுப்புக்கண்ணாடிக்காரரிடம் நீட்டியபோது துண்டுக்காகிதம் முதூரியின் காலடியில் தவறி விழுந்ததை அவள் கவனிக்கவில்லை.

வரீய்ங்கா கொடுத்த அழைப்பிதழை அந்த மனிதர் கவனமாக ஆராய்ந்தார். கத்தூய்ரியா கொடுத்த அழைப்பிதழுடன் அதை ஒப்பிட்டுப் பார்தார். பிறகு தன் சூட்கேசைத் திறந்து கத்தூய்ரியா மற்றும் வரீய்ங்காவின் அட்டைகளைப் போன்ற அதேயளவுள்ள வேறு அட்டையை வெளியில் எடுத்தார். அதைக் கவனமாகப் பார்க்கும்படியும் பிறகு மற்றவர்கள் கேட்கும்படி சத்தமாகப் படிக்கும்படியும் கத்தூய்ரியாவிடம் சொன்னார். வரீய்ங்கா நெருப்புப்பெட்டியை எடுத்து ஒரு குச்சியைக் கொளுத்தினாள். கத்தூய்ரியா படித்தான்:

மாபெரும் விருந்து!
வாருங்கள், வந்து பாருங்கள்
நவீன திருட்டிலும் கொள்ளையிலும் பேர்போன
ஏழு நிபுணர்களை தேர்ந்தெடுக்கும் போட்டி
வங்கிக் கடன்கள், பலப்பல நிதி நிறுவங்களின்
இயக்குனர் பதவிகள் உள்ளிட்ட
பலபலப்பரிசுகள்!
உங்கள் திறமையைச் சோதியுங்கள்!
உங்கள் அதிர்ஷ்டத்தைச் சோதியுங்கள்!
நவீன திருடர்களிலும் கொள்ளையில் போட்டியிட்டு
வெற்றி கிரீடத்தை சூட்டிக்கொள்ளலாம்!
நவீன திருடர்களிலும் கொள்ளைகாரர்களிலும்
தலைசிறந்த ஏழுபேரைத் தேர்ந்தெடுக்கும் போட்டி!
ஒன்றுக்கும் மேற்பட்ட நிதி நிறுவனங்களில்
இயக்குநர்களாகலாம்.
வங்கிக் கடன்களைப் பரிசாகப் பெறலாம்.
'நரகத்தின் தூதுவர்கள்' குழுவின் இன்னிசைக் விருந்து!
கையொப்பம்: விழாத்தலைவர்
மே/பா: திருடர்கள் மற்றும் கொள்ளையர்களின் குகை.
இல்மொராக் கோல்டன் ஹைட்ஸ்

‘உன் அட்டைக்கும் இதற்கும் வித்தியாசம் தெரிகிறதா?’ என்று அவர் கத்தூய்ரியாவைக் கேட்டார். ‘இப்போது நான் உன்னிடம் கொடுத்தேனே, அதுதான் அதிகாரப்பூர்வமானது. இதில் பிசாசைப் பற்றியோ அல்லது சாத்தானைப் பற்றியோ ஒரு இடத்தில் கூட குறிப்பிடவில்லை என்பதை கவனித்திருப்பீர்கள். வேறொன்றும் சொல்கிறேன் கேளுங்கள். விருந்துக்கு வருபவர்கள் பெரும்பாலும் கடவுளை நம்புகிறவர்கள்தான். உதாரணமாக நான் தோகோடோவில் உள்ள பிசிஈஏ சர்ச்சுக்கும், சர்ச் ஆஃப் த டார்ச்சுக்கும் ஞாயிறுதோறும் செல்கிறேன். இந்தப் போலி அட்டைகளை அச்சிட்டவர்கள் நவீன முன்னேற்றத்தின் எதிரிகள். விருந்து நடைபெற விடாமல் குழப்பம் உண்டாக்குவதே அவர்களின் நோக்கம்.’

‘விருந்தில் குழப்பம் ஏற்படுத்த நினைக்கும் இவர்கள் யார்?’ கத்தூய்ரியா கேட்டான்.

‘யார் அவர்கள்? பல்கலைக்கழக மாணவர்கள்தான் என்று நினைக்கிறேன். கௌரவமான மனிதர்களுடைய பெயரைக் கெடுக்கிற இந்த சிறுப்பிள்ளைத்தனமான நடவடிக்கையைப் பார்த்தால் மாணவர்கள் போல்தான் தெரிகிறது,’ என்றார் கறுப்புக்கண்ணாடி.

‘என்னைப் பொறுத்தவரை இரண்டு அட்டைகளுக்கும் ஒரு வித்தியாசமும் இல்லை. திருடர்களின் கௌரவத்தையும் கொள்ளைக்காரர்களின் கௌரவத்தையும் மாணவர்கள் போய் எப்படி கெடுக்க முடியும்?’ என்றாள் வங்காரி.

‘இதை சாத்தானின் விருந்து என்கிறார்களே, அதன் மூலம்தான்; என்றார் கறுப்புக்கண்ணாடி. ‘நரகத்தின் ராஜாவான சாத்தாந்தான் இதை ஏற்பாடு செய்திருக்கிறான் என்று வேறு சொல்கிறார்கள். அது மட்டுமில்லாமல் இந்த அட்டையில் ‘திருட்டிலும் கொள்ளையிலும்’ என்பதற்கு முன்னால் “நவீன” என்ற வார்த்தையைப் போடாமல் விட்டுவிட்டார்கள்.’

‘எனக்கென்னவோ ஒரு வித்தியாசமும் தெரியவில்லை. திருட்டு திருட்டுதான், கொள்ளை கொள்ளைதான்,’ என்றார் முதூரி.

இந்த விசயத்தில் முதூரிக்கும் வங்காரிக்கும் இருக்கும் கண்ணோட்டத்தைப் பற்றி கறுப்புக்கண்ணாடி வருத்தப்படுவதாகத் தெரிந்தது. நம்பிக்கையை இழந்துவிட்ட மக்களிடம் பிரசங்கம் செய்வது போல அவர் பேசத் தொடங்கினார்.

'என் பெயர் விரேரி வா மூகிராய். ஐரோப்பியப் பெயர்களை என்னால் சகித்துக் கொள்ளவே முடியாது. சிறிது காலத்துக்கு முன்னால் எனக்கிருந்த ஜான் என்ற பெயரை நான் தலைமுழுகிவிட்டேன். சற்று முன்பு சொன்னதுபோல் நான் இப்போது இல்மொராக் நோக்கிப் போய்க்கொண்டிருக்கிறேன். என் பூஷோ 504 கார் (பெட்ரோல் இன்ஜெகசனுடன்) கிக்கூயூவில் நின்றுவிட்டது. உந்திரீ ஓட்டலுக்கு வெளியே அதை நிறுத்தினேன். நண்பர் ஒருவர் சிகோனா வரை எனக்கு லிஃப்ட் கொடுத்தார். இன்று மாலையில் போட்டிக்குச் செல்லும் மற்ற முக்கியமான விருந்தினர்களை சிகோனாவில் பார்க்கமுடியும் என்று நினைத்தேன். ஆனால் ஒருவரையும் நான் பார்க்கமுடியவில்லை. பல விருந்தினர்கள் நாளை காலையில்தான் வந்து சேர்வதாக சொன்னார்கள். ஆனால் குடிகாரர்களின் பேச்சை நம்ப முடியாது என்பதால், நான் முன்னதாக மட்டாட்டுவில் கிளம்புவதென முடிவு செய்தேன்.'

'நான் படித்தது சிரியானா செகண்டரி பள்ளியிலும், மக்ரேரேயிலும். மக்ரேரே அப்போது உண்மையான மக்ரேரேவாக இருந்தது. இன்றுள்ளதுபோல அமீனால் நாசப்படுத்தப்பட்டிருக்கும் பல்கலைக்கழகமாக அன்று அது இருக்கவில்லை. மக்ரேரேவில் நான் பொருளியல் - அதாவது ஒரு நாட்டில் செல்வத்தை உண்டாக்குவது எப்படி - என்று சொல்லும் பொருளியல் - அறிவியலைப் படித்தேன். உகாண்டாவில் நான் பி.எஸ்.சி. பட்டம் வாங்கினேன். அத்தோடு நிற்காமல் இங்கு நம் பல்கலைக்கழகத்தில் சேர்ந்தேன். வெற்றி பெற்று வணிகவியலில் பட்டம் - அதாவது பி.காம். பட்டம் பெற்றேன். அதிலிருந்து தொடர்ச்சியான முன்னேற்றப் பயணம். வடஅமெரிக்காவில் ஹார்வேர்டு என்ற புகழ்பெற்ற பல்கலைக்கழகத்தில் சேர்ந்தேன். அங்கு நான் தொழில் நிர்வாகம் சம்மந்தப்பட்ட அனைத்தையும் படித்துவிட்டேன். அதில் கிடைத்த பட்டம் எம்.எஸ்.சி (தொழில் நிர்வாகம்) என் முழுப்பெயர் விரேரி வா மூகிராய், பி.எஸ்.இ. (பொருளாதாரம்) (இலண்டன்); பி.காம் (நைரோபி); எம்.எஸ்.சி (தொழில் நிர்வாகம்) (ஹார்வேர்டு). இந்தப் பெயரின் நீளத்தைப் பார்க்கும்போது, நான் சொல்வதின் முக்கியத்துவம் என்னவென்று கத்துூய்ரியாவிற்குப் புரிந்திருக்கும் என்று நிச்சயமாக நம்புகிறேன். அப்போதெல்லாம் பல்கலைக்கழகத்தில் பாடம் நடத்துவதுதான் என் குறிக்கோளாக இருந்தது. இன்றும் கூட பல பேராசிரியர்கள் எனக்கு நண்பர்கள்தான்; ஆனால் சுற்றிலும் பார்த்தபோது,

வியாபாரத்துறையில் பட்டம் பெற்ற கென்யர்கள் மிகவும் குறைவாக இருப்பது தெரிந்தது. அதனால் வாணிபம் செய்வதை என் தொழிலாக தேர்ந்தெடுத்தேன்.'

'எதற்காக இவ்வளவு ஆர்ப்பாட்டமாக என்னை அறிமுகப்படுத்திக் கொள்கிறேன்?'

'உங்கள் பேச்சையெல்லாம் கேட்டேன். நீங்கள் வைத்த வாதங்களையும், நீங்கள் எழுப்பிய எல்லா சந்தேகங்களையும் கேட்டேன். உங்களிடம் எதையும் மறைத்துப் பேச நான் விரும்பவில்லை. நீங்கள் பேசுகிறீர்களே அதுபோன்ற பேச்சுத்தான் இந்த நாட்டையே குட்டிச்சுவராக்கிக் கொண்டிருக்கிறது. இந்த வகைப் பேச்சின் வேர் கம்யூனிசத்தில் இருக்கிறது. நம்மை வருத்தத்துக்கு ஆளாக்கி அமைதி இழக்கச் செய்யும் நோக்கில்தான் அது திட்டமிடப்பட்டிருக்கிறது. இந்த வகைப் பேச்சு கறுப்பர்களாகிய நம்மை வழிதவறச் செய்துவிடும். நாமெல்லாம் கடவுள் பேரிலும், கிறிஸ்தவ மதத்தின் பேரிலும் எவ்வளவு ஆழமான நம்பிக்கை வைத்திருக்கிறோம் என்பது உங்களுக்கெல்லாம் தெரியும். கென்யா ஒரு கிறிஸ்தவ நாடு. அதனால்தான் நாமெல்லாம் அமோகமாக ஆசீர்வதிக்கப்பட்டிருக்கிறோம்.

'முதன்மையான விசயங்கள் முதலில். இந்த விருந்து சாத்தானின் விருந்தல்ல; சாத்தானால் ஏற்பாடு செய்யப்பட்டதல்ல. வெளி நாட்டிலிருந்து வரப்போகும் சில விருந்தினர்களை கௌரவிப்பதற்காக நவீன திருட்டு - கொள்ளை நிறுவனத்தால் இல்மொராகில் இந்த விருந்து ஏற்பாடு செய்யப்பட்டிருக்கிறது. "சர்வதேச திருடர்களுக்கும் கொள்ளைக்காரர்களுக்குமான நிறுவனம்" எனப்படும் மேற்கத்திய நிறுவனமொன்றைச் சேர்ந்த குறிப்பாக வடஅமெரிக்கா, இங்கிலாந்து, ஜெர்மனி, பிரான்ஸ், இத்தாலி, ஸ்வீடன், ஜப்பான் முதலிய நாடுகளைச் சேர்ந்த திருடர்களுக்கும் கொள்ளைக்காரர்களுக்கும் இடையே ஒரு போட்டிக்கு ஏற்பாடு செய்யப்பட்டிருக்கிறது.

'இரண்டாவதாக, நமது பல்கலைக்கழக மாணவர்கள் மிகவும் தற்பெருமைக்காரர்களாக ஆகிவிட்டார்கள். நவீன திருட்டு, கொள்ளை என்றால் என்ன என்பதுகூட தெரியாத நிலையிலேயே திருட்டையும் கொள்ளையையும் அவர்கள் அவமதிக்கத் தொடங்கிவிட்டார்கள். திருட்டும் கொள்ளையும் முடிவுக்கு வரவேண்டும் என்கிற ரீதியில் சற்றுமுன் வங்காரியும் முதூரியும் பேசியதுபோலவே, இந்த மாணவர்களும் பேசுகிறார்கள்.

'அதனால்தான் ஒரு விஷயத்தைச் சொல்ல விரும்புகிறேன். மக்கள் அனைவரும் பற்களைப் போல சமமாக இருக்க முடியாது என்று எனக்கு மிக நன்றாகத் தெரியும். மனித இயல்பு சமத்துவத்தை நிராகரித்துவிட்டது. பிரபஞ்சம் முழுவதிலும் சமத்துவத்தைப் பற்றிய எல்லாவிதமான அபத்தமான உளறல்களையும் இயற்கையே நிராகரித்துவிட்டது. கடவுளின் சொர்க்கத்தைப் பாருங்களேன்! கடவுள் தம் சிம்மாசனத்தில் அமர்ந்திருக்கிறார். அவரது வலப்பக்கம் அவரது ஒரே மகன் நிற்கிறார். இடப்பக்கம் தூய ஆவி நிற்கிறார். இவர்களின் காலடியில் தூதர்கள் உட்கார்ந்திருக்கிறார்கள். தூதர்களின் காலடியில் புனிதர்கள் உட்கார்ந்திருக்கிறார்கள். புனிதர்களின் காலடியில் சீடர்கள், இப்படியே தகுதி அடிப்படையில் ஒன்றின் கீழ் ஒன்றாக கடைசியில் பூமியிலுள்ள கடவுள் நம்பிக்கை மிக்க மனிதர்களாகிய நாம் இருக்கிறோம். இதே படி வரிசையில்தான் நரகமும் கட்டமைக்கப்பட்டிருக்கிறது. நரகத்தின் அரசனா விறகு பொறுக்கி வந்து நெருப்பு மூட்டி, அதில் எரியும் மனித உடல்களைத் திருப்பிப் போடுகிறார்? இல்லையே. அந்த வேலைகளையெல்லாம் அவர் தன்னுடைய தூதர்களுக்கும் மேஸ்திரிகளுக்கும் சீடர்களுக்கும் பணியாட்களுக்குமே விட்டு விடுகிறார்.'

'அப்படியா, நீங்கள் எப்போதாவது சொர்க்கத்திற்குப் போயிருக்கிறீர்களா?' இடைமறித்தார் முதூரி.

'இல்லை.'

'நரகத்திற்கு?'

'இல்லை.'

'அப்படியானால் எங்களுக்கு நீங்கள் சித்தரித்துக் காட்டிய காட்சி உங்களுக்கு எங்கிருந்து கிடைத்தது? அந்தக் காட்சி மரத்தின் நிழலைப்போல் இல்லையா? அப்படியானால் அந்த மரம் எங்கிருக்கிறது?'

'இந்த உலகத்தைப் பார்த்தீர்களானால் நான் சொல்வது நிச்சயமான உண்மைதான் என்பதை நீங்களே தெரிந்து கொள்வீர்கள்', என்று அவசரமாக பதில் சொன்னார் விரேரி வா மூகிராய். 'சிலர் நெட்டை, சிலர் குட்டை, சிலர் வெள்ளை, சிலர் கறுப்பு; செல்வத்தைப் பொறுத்தவரை சிலபேர் வசீகரமான வாழ்க்கை வாழ்கிறார்கள்; சிலபேருக்கோ 10 செண்ட் சம்பாதிக்கக் கூட துப்பில்லை. சிலர் பிறவிச்சோம்பேறிகள்; சிலர் பிறவி புத்திசாலிகள். சிலபேர்

இயல்பிலேயே விஜபிக்களாக செல்வத்தை ஆளப்பிறந்தவர்களாக பிறக்கிறார்கள்; வேறு சிலரோ இயல்பிலேயே கழிசடைகளாக, செல்வத்தை அழிப்பவர்களாக இருக்கிறார்கள். நாகரிகமென்றால் என்னவென்று சிலருக்குத் தெரிந்திருக்கிறது; பலருக்கு அதைப் பற்றி எந்த ஒரு சிந்தனையும் இல்லை. சிலருக்குத் தம்மைத் தாமே ஒழுங்கமைத்துக் கொள்ளத் தெரிகிறது. வேறு சிலருக்கோ தம்மை கவனித்துக்கொள்ளவே தெரிவதில்லை. பெரும்பான்மையானவர்களை அவர்கள் கழுத்தில் கயிற்றைக் கட்டியோ, மூக்கில் மூக்கணாங்கயிற்றைக் கட்டியோதான் நவீன சமூகத்துக்குள் இழுத்துக்கொண்டு வரவேண்டியிருக்கிறது. மிகச் சிலர் அப்படி இழுக்கப்படுவதற்காகவே பிறந்தவர்கள். ஒவ்வொரு நாட்டிலும் இரண்டு வகை மனிதர்கள் இருக்கிறார்கள். நிர்வகிப்பவர் - நிர்வகிக்கப்பட வேண்டியவர்; கபளீகரம் செய்பவர் - எச்சிலையை எதிர் பார்த்திருப்பவர்; வள்ளல் - பிச்சைக்காரரர்.'

இடையில் வங்காரி குறுக்கிட்டாள்: 'ஐயா எதுவுமே நிரந்தரமில்லை, எல்லாமே மாறக்கூடியவை என்பது உங்களுக்குத் தெரியாதா? 'நேற்று ஆட்டம் போட்டவன் இன்று அடுத்தவர் ஆடுவதைப் பார்க்கத்தான் முடியும்', 'முன்பு ஓடையின்மேல் தாண்டிக் குதித்துச் சென்றவன் இன்று நடந்துதான் செல்ல முடியும்', 'இடையன் ஓரிடத்தில் நிலையாக தங்கமாட்டான்', 'குடுவையிலிருக்கும் விதைகள் எல்லாம் ஒரே தன்மையில் இருப்பதில்லை', என்றெல்லாம் முன்பொரு காலத்தில் கிக்கூயூ சொன்னதை நீங்கள் கேள்விப்பட்டதில்லையா?'

விரேரி அவளுக்குப் பதில் சொன்னார்: 'தெள்ளத் தெளிவாகக் கற்றறிந்த விஷயங்களைப் பற்றியே நான் பேசுகிறேன். மறுபடியும் வியாபாரம், பொருளாதாரம் சம்பந்தப்பட்ட பிரச்சனைக்குத் திரும்புவோம். திருட்டும் கொள்ளையும், எப்போதுமே எல்லா இடத்திலுமே, எல்லா மக்களுக்குமே தீமைதான் செய்யுமா?

'திருட்டும் கொள்ளையும் ஒரு நாட்டின் முன்னேற்றத்துக்கான அளவுகோல் என்று நான் சொன்னால் நீங்கள் அதை நம்பித்தான் ஆகவேண்டும். காரணம், திருட்டும் கொள்ளையும் தழைக்க வேண்டுமானால், திருடுவதற்கு பொருட்கள் இருக்க வேண்டும். திருட்டுக் கொடுப்பவர்கள், திருட்டுக் கொடுப்பதற்கான பொருளை வாங்கவும், அதற்கு மேலும் சிறிது தம் கையிருப்பில் வைத்திருக்கவும் கடினமாக உழைத்து பொருள்சேர்க்க வேண்டும். திருட்டையும் கொள்ளையையும் அடித்தளமாகக் கொள்ளாத

நாகரீகம் எதுவும் இருந்ததில்லை என்பதைத்தான் வரலாறு காட்டுகிறது. திருட்டும் கொள்ளையும் இல்லையென்றால் இன்று வடஅமெரிக்கா எங்கே இருக்கப் போகிறது? இங்கிலாந்தின் நிலை என்னவாக இருக்கும்? பிரான்ஸ்? ஜெர்மனி? ஜப்பான்? திருட்டும் கொள்ளையும் தான் மேற்கத்திய உலகத்தின் வளர்ச்சியை சாத்தியமாக்கியவை. சோஷலிஸத்தின் விஷமப் பிரசாரத்தைக் கேட்டு நாம் ஏமாந்துவிடக்கூடாது. திருட்டையும் கொள்ளையையும் நாட்டைவிட்டு ஒழிக்க வேண்டும் என்பது முன்னேற்றத்திற்கு முட்டுக்கட்டை போட்டுவிடும்.

'இன்னும் ஒன்றை மட்டும் சொல்லி என் பேச்சை முடித்துக் கொள்கிறேன்: வெற்றி பெற்ற மனிதர்களின் கையில் - தம் தூக்கத்தில் கூட செல்வத்தை பராமரிக்கக் கூடியவர்களின் கையில் - நாட்டின் செல்வங்கள் இருப்பதுதான் சரியாக இருக்கும். அற்பர்களின் கையில் - நாசக்காரர்களின், சோம்பேறிகளின், செயலற்றவர்களின், இழிந்தவர்களின் கையில்; குனிந்து தம் கால் கட்டை விரல்களைப் பிணைத்திருக்கும் கயிற்றை அறுத்தெறியவும், இடுப்புக்குக் கீழே உள்ள பேன்களையும், தெள்ளுப் பூச்சிகளையும் ஒழிக்கவும் கூட திராணி இல்லாதவர்களின் கையில் இந்த நாடு சிக்கிக்கொள்ளுமானால் என்னவாகும் என்று கற்பனை செய்துபாருங்கள். அப்படி செய்வது, சேற்றில் உருண்டு புரளுவதைத்தவிர வேறொன்றும் தெரியாத பன்றிகளின் முன்னால் விலை உயர்ந்த முத்துக்களை வீசுவதுபோல் ஆகாதா? பழைய காலத்தில் மூகூங்'வா நடனக்காரர்கள் இப்படிப் பாடுவது வழக்கம்:

நடனக்காரரின் மணியை
பலவீனரிடமிருந்து பறித்துவிட வேண்டும்.
வீரநாயகன் கையில் கொடுத்துவிட வேண்டும்.

'கேள்வி என்னவென்றால், நவீனகால நாயகர்கள் யார்? நாங்கள் தான் - பணம் படைத்த மனிதர்கள்தான். பணத்தையும் சொத்துக்களையும் பறிப்பதில் நாம் வெளிநாட்டுத் திருடர்களையும், கொள்ளைக்காரர்களையும் கூட வெல்லக்கூடியவர்கள் என்பதை நிரூபித்தது நாங்கள்தான். இப்போது எங்கள் கண்கள் நன்றாகத் திறந்துவிட்டன; திருட்டும் கொள்ளையும் தான் நவீன முன்னேற்றத்துக்கும் வளர்ச்சிக்கும் உண்மையான அடித்தளம் என்பதை நாங்கள் தெளிவாகப் புரிந்துகொண்டு விட்டோம். அதனால்தான் இல்மொராகில் நடைபெறும் இந்தப் போட்டிக்கு

- பல்கலைக்கழகத்துப் பொடியன்கள் கேவலப்படுத்தும் இந்தப் போட்டிக்கு - இவ்வளவு முக்கியத்துவம் தருகிறேன். அதனால் தான் நாளை நடைபெறும் இந்தப் போட்டிக்கு நீங்கள் எல்லாரும் வந்திருந்து, நடப்பதையெல்லாம் உங்கள் கண்களாலேயே பார்க்க வேண்டும் என்று கேட்டுக்கொள்கிறேன். யாராவது ஒருவர் தானும் போட்டியிட்டு தன் திறமைகளையெல்லாம் வெளிப்படுத்த விரும்பினால் தயங்காமல் செய்யவேண்டும். தட்டிப்பறிக்கும் திறமை யாருக்கு இருக்கிறதோ, அவருக்கு அதற்கு அனுமதி தர வேண்டும் என்கிற ஜனநாயகக் கோட்பாட்டை மதிக்கிறவன் நான். நான் தட்டிப் பறிக்க நீ என்னை அனுமதித்தால் நீ தட்டிப்பறிக்க நான் உன்னை அனுமதிப்பேன். நீ பறிக்க நான் பறிக்க, நான் பறிக்க நீ பறிக்க, இந்த விளையாட்டில் யாரை யார் வெல்கிறார்கள் என்று பார்த்துவிடுவோம். கடிக்கக்கூடிய திறமை பெற்றவர்கள், யாருடைய பற்கள் அதிகூர்மையானவை என்பதை பகிரங்கமாகக் கூடி சந்தேகத்துக்கு இடமின்றி நிரூபிக்க வேண்டும். ஆனால் மற்றவர்களின் மகிழ்ச்சியை ரகசிய வழிகளின் மூலம் குலைக்கும் வழக்கத்தை நாமெல்லோரும் நிறுத்தியாக வேண்டும். பல்கலைக்கழக மாணவர்கள் அச்சடித்த போலி அழைப்பிதழ்களைத் தூக்கித் தூர எறியுங்கள்; அசலான அழைப்பிதழை உங்களுக்கு நான் தருகிறேன்.'

விரேரி வா மூகிராய் சற்று நிறுத்தினார். சட்டைப் பையிலிருந்து கைக்குட்டையை எடுத்து முகத்தையும் மூக்கையும் துடைத்துக் கொண்டார். மற்ற பயணிகளோ, தம் காதுகளையே நம்ப முடியாதவர்களாய் கப்சிப் ஆகிவிட்டார்கள்.

அதிர்ச்சியில் உண்டான மௌனத்தில் இருந்து முதலில் வெளிப்பட்டவள் வங்காரிதான். 'மனவேதனையால் யாரும் செத்துப்போவதில்லை என்பது முற்றிலும் உண்மை! எங்களைப் பார்த்து 'கழிசடை' என்று சொல்ல உமக்கு என்ன துணிச்சல்? வெட்கமில்லாமல் விவசாயிகளையும் தொழிலாளர்களையும் பார்த்து 'பன்றிகள்' என்கிறீர். எங்களுடைய மண்ணில் விளையும் முத்துக்களைத் திருட்டுக்கொடுக்க வேண்டும் என்கிறீரா? மண்ணிலிருந்து முத்துக்களை உருவாக்குபவர்கள் யார்? பயிர் விளைத்து அறுவடைசெய்பவன், அடுத்தவர் விளைவித்ததைத் தின்பவன் - இருவரில் யாரய்யா சோம்பேறி? இந்த இருவரில் இம்மண்ணிலிருந்து நல்முத்துக்களை உருவாக்குபவர்கள் யார்?'

முதூரி தொடர்ந்தார்: 'ஐயா, நீங்கள் மெத்தப் படித்தவர்கள். ஆனால் உங்களுக்கு ஒன்று சொல்கிறேன் கேளுங்கள். குரங்கிடமிருந்து குட்டியைப் பறிக்கும்போது, அதற்குப்பதிலாக ஒரு வாய் உணவையாவது தருவார்கள். ஆனால் உங்களை மாதிரி ஆட்கள் செய்வது அதை விட அநியாயம். எங்களின் நிலங்களை எங்களிடமிருந்து பறித்துக்கொள்கிறீர்கள் - ஆனால் அதில் ஒரு சிறு பகுதியைக்கூட நீங்கள் எங்களுக்குத் திருப்பித் தருவதில்லை. ஆறுகளுக்கு அணைகட்டி வைத்துவிட்டு, எங்கள் பாசனத்துக்கு சொட்டுத் தண்ணீர்கூட விடமறுக்கிறீர்கள். உங்கள் தொடைகள் எவ்வளவு பலமானவை என்று பார்க்கும் சந்தர்ப்பம் கடவுளுக்கு வருவதே இல்லை. எந்தப் புள்ளியிலும் நில்லாமல் உலகம் தொடர்ச்சியாக சுற்றிக்கொண்டே இருக்கிறது என்று கேள்விப்பட்டிருக்கிறேன். ரத்தத்தின் ஓட்டம்தான் உயிர். தமனிகளில் ரத்தம் ஓடாமல் உறைந்துவிட்டால் அதுதான் சாவு. இதயம் இயங்கினால் உயிர்ப்பு. இதயம் நின்றுவிட்டால் இறப்பு. அன்னையின் வயிற்றில் இருக்கும் குழந்தை அசைந்துகொண்டே இருந்தால் அது இறந்து பிறக்காது. ஐயா! முந்தைய இரவில் இல்லாதது விடியற்காலையில் புதிதாகத் தோன்றலாம். மக்களை ஏமாற்றாதீர்கள். இரேகி தலைமுறை இன்னமும் உயிருடன்தான் இருக்கிறது, போர்க்குணத்துடன்தான் இருக்கிறது. அன்றைக்கு அந்தப் பாடகர் என்ன சொன்னார்? "நீங்கள் எல்லோரும் ஜாக்கிரதையாக இருங்கள் - அன்று கிமாத்தியுடன் கூட இருந்தவர்கள் நாங்கள்தான்."

வங்காரியும் முதூரியும் பொரிந்து தள்ளியதைப்பற்றி விரேரி வா மூகிராய் அதிகமாக கண்டுகொள்ளவில்லை. குரலை உயர்த்திக் கொண்டு, பீடத்தில் ஏறி நின்று கொண்டு தனக்கு முன்னால் பைபிளைப் பிரித்து வைத்துக்கொண்டு பல்லாயிரக்கணக்கானவர்களுக்கு பிரசங்கம் செய்வது போன்ற தொனியில் அவர் பேசத்தொடங்கினார்.

'எதற்காக மலைத்துப் போகிறீர்கள்? கடவுளின் புத்தகத்தை, நிலையான வாழ்க்கையின் புத்தகத்தை, திருச்சபையால் நமக்குக் கொண்டுவரப்பட்ட புத்தகத்தை நீங்கள் படித்ததில்லையா? இந்த விஷயங்களெல்லாம் நடக்குமென்று பைபிளில் தீர்க்கதரிசனத்துடன் சொல்லப்பட்டிருக்கிறதே? நான் சொல்கிறேன் - கண் உள்ளவன் பார்க்கக்கடவன், காதுள்ளவன் கேட்கக்கடவன்...'

ஐசிந்தா வரீய்ங்கா, கத்தூய்ரியா, முவாரா, முதூரி, வங்காரி எல்லோரும் அவன் சொல்வதில் ஒரு வார்த்தையைக்கூட தவறவிட்டுவிடக்

கூடாதென்று முன்னுக்கு நகர்ந்து உட்கார்ந்து கேட்டார்கள். மட்டாட்டு மட்டாட்டா மட்டாமு மாடல் டி ஃபோர்டு, பதிவு எண் எம் எம் எம் 333 ஒரு தேவாலயம் போல ஆகிவிட்டது; நவீன திருட்டிலும் கொள்ளையிலும் போட்டி நடத்தும் இடமாகிய இல்மொராக்கை நோக்கி ட்ரான்ஸ் ஆஃப்பிரிக்கன் நெடுஞ்சாலையில் தத்தக்கா புத்தக்கா என்று போய்க்கொண்டிருந்த வண்டியின் சத்தம், அதிலிருந்த பயணிகளின் காதுகளை எட்டவேயில்லை.

காலடியில் காகிதத்துண்டின் சலசலப்பைக் கேட்டார் முதூரி. குனிந்து அதை எடுத்து சட்டைப்பையில் வைத்துக்கொண்டு தொடர்ந்து

கேட்டுக்கொண்டிருந்தார்.

விரேரி வா மூகிராய் குரலைத் தாழ்த்தினார். மெதுவாக, மென்மையான குரலில், எல்லோரின் மனதையும் மூளையையும் தூங்கவைக்க தாலாட்டுப் பாடுவது போன்ற இதமான குரலில் பேசினார்...

'... பரலோக ராஜ்ஜியம், புறதேசத்துக்கு பிரயாணமாய்ப் போகிற ஒரு மனுசன் தன் ஊழியக்காரரை அழைத்து தன் ஆஸ்திகளை அவர்கள் வசமாய் ஒப்புக்கொடுத்ததுபோல இருக்கிறது. அவனவனுடைய திறமைகளுக்குத் தக்கதாக ஒருவனிடத்தில் ஐந்து தாலந்தும் ஒருவனிடத்தில் இரண்டு தாலந்தும் ஒருவனிடத்தில் ஒரு....'

அத்தியாயம் நான்கு

1

... தன் ஆளுகைக்குட்பட்ட நாட்டின் மக்களாலும், விடுதலைக்காகப் போராடும் கெரில்லாப் போராளிகளாலும் ஆட்சியிலிருந்து தான் தூக்கி எறியப்படும் நாள் நிச்சயம் வரும் என்பதை முன்கூட்டியே அறிந்திருந்த அரசனின் ஆட்சியை, பூவுலகின் தீமைகளெல்லாம் நிறைந்த ராஜ்ஜியத்துடன் ஒப்பிடலாம்.

அந்த நாட்டில் அவன் குவித்திருந்த சொத்துகளையெல்லாம் பாதுகாக்கும் வழிகளைக் கண்டறியும் முயற்சியில் அவனுடைய மனம் உழன்று கொண்டிருந்தது. பல்வேறு தேசிய இனங்களின் மீது தனது ஆட்சியைத் தக்கவைத்துக் கொள்வதற்கான பிற வழிகளைப்பற்றியும் கண்டறிய வேண்டியிருந்தது. அவன் தன்னைத்தானே கேட்டுக்கொண்டான்: எந்த மக்களின் தோட்டங்களையும், தொழிற்சாலைகளையும் பறித்துக்கொண்டு அவர்களை இத்தனைக்காலம் நான் ஆட்சி செய்து வந்தேனோ, அந்த மக்களே அந்தத் தோட்டங்களிலிருந்தும் தொழிற்சாலைகளிலிருந்தும் என்னை வெளியேற்றப் பார்க்கிறார்களே, இப்போது நான் என்ன செய்வேன்? இனிமேல் போய் நான் நிலங்களைப் பயிரிடமுடியாது; இனிமேல் போய் என் கைகளால் உழைக்க முடியாது. என்னிடமுள்ள கவசப் பாதுகாப்புடைய கார்களுக்கும், வெடிகுண்டுகளுக்கும் இருக்கும் வெல்லமுடியாத வலிமையைப் பற்றி மயிர்க்கூச்செறியும் கதைகளை மக்களிடம் சொல்லி வைத்திருக்கிறேன்; வெள்ளை இனத்தவரை ஒருபோதும் கருப்பு இனத்தவர் தம் அதிகாரத்துக்கு கீழ்ப்படுத்த முடியாது என்பதைத்தான் எப்போதும் அவர்களுக்குத் தெரியப்படுத்த முயன்றிருக்கிறேன். அப்படி இருக்க, கைவிலங்கு இடப்பட்டு, ஆயுதப் புரட்சிமூலம் இந்த நாட்டை விட்டு நான்

வெளியேற்றப்பட்டேன் என்றால், என்றென்றும் அவமானத்துடன் வாழவேண்டியதுதான். கெரில்லாக்கள் வெற்றி பெற்று, நாட்டின் அதிகாரத்தைக் கைப்பற்றிவிட்டால், மீண்டும் இந்தத் தோட்டங்களையும், தொழிற்சாலைகளையும் என்னால் ஒருபோதும் திரும்ப சொந்தமாக்கிக் கொள்ள முடியவே முடியாது. இந்தத் தேயிலை, அரிசி, பருத்தி, காப்பி, நவரத்தினங்கள், ஹோட்டல்கள், கடைகள், தொழிற்சாலைகள் ஆகியவற்றையும் மற்றும் உள்ள அனைத்தையும் நான் இழந்துவிட நேரிடும். ஆனால் நான் என்ன செய்ய வேண்டும் என்பது இப்போது எனக்குத் தெரியும். என் சொந்த நாட்டுக்கு முன்வாசல் வழியாக நான் அனுப்பி வைக்கப்பட்டால், அங்கிருந்து இந்த நாட்டின் பின் வாசல் வழியாக மறுபடியும் இங்கு நான் நுழைந்துவிடுவேன்; அப்படி நான் வரும்போது நான் பலமாக வரவேற்கப்படுவேன்; முன்னைக்காட்டிலும் ஆழமாக வேர் ஊன்றக் கூடிய விதைகளை விதைப்பேன்.

தனக்கு விசுவாசமான அடிமைத் தலைவர்களையும் ஊழியர்களையும் அவன் தன்னிடம் அழைத்தான். திருட்டையும் கொள்ளையையும் நறுமணம் கமழும் வாசனைத் திரவியங்களுடன் கலந்து தெளிப்பது எப்படி - சர்க்கரை தடவிய இலைகளுக்குள் நஞ்சைப் பொதிந்து தருவது எப்படி - லஞ்சத்தாலும், இனம் - மதம் இவற்றின் பெயராலும் தகிடுதத்தங்கள் செய்வது எப்படி - இவற்றின் மூலமாக நாட்டிலுள்ள தொழிலாளர்களையும் விவசாயிகளையும் பிரித்தாளுவது எப்படி என்பது பற்றி தனக்குத் தெரிந்த சூழ்ச்சிகளையெல்லாம் அவர்களுக்கும் சொல்லிக் கொடுத்தான். வேலை முடிந்ததும் தன் சொந்த நாட்டுக்குப் புறப்படுவதாக அவர்களிடம் அறிவித்தான்.

தங்கள் ஆண்டவனாகிய எஜமானன் கிளம்புவதைக் கேள்விப்பட்டதும் விசுவாசமிக்க அடிமைத் தலைவர்களும் ஊழியக்காரர்களும் தங்கள் ஆடைகளைக் களைந்துவிட்டு உடம்பில் சாம்பலைப் பூசிக்கொண்டு, மண்டியிட்டு அழுதார்கள்: 'எங்களை இங்கே அனாதைகளாக விட்டுவிட்டு நீங்கள் எப்படிப் போகலாம்? அதுவும் மக்களைத் துன்புறுத்தி உங்கள் பெயரால் எத்தனையோ குற்றங்களை நாங்கள் செய்திருப்பது நன்றாகத் தெரிந்திருந்தும் எங்களைக் கைவிட்டு நீங்கள் போவது எப்படி? இந்த நாட்டை விட்டுப் போவதில்லை என்று நீங்கள் எங்களுக்கு உறுதி அளிக்கவில்லையா? இப்போது எங்களைமட்டும் தேசியவாதக் கெரில்லாக்களின் கொடுமைக்கு ஆட்படுத்திவிட்டு எப்படி நீங்கள் போகலாம்?'

ஆண்டையாகிய எசமானன் அவர்களிடம் சொன்னான்: 'உங்களுக்கு நம்பிக்கையே கிடையாதா? மனவருத்தப் படாதீர்கள். நான் உங்களுக்குக் காட்டிய கடவுளின்பால் நீங்கள் நம்பிக்கை வைக்க வேண்டும். அவருடைய விருப்பத்தை நடைமுறைப்படுத்தும் என் மீதும் நம்பிக்கை வைக்க வேண்டும். இந்த நாட்டில் என் விருப்பங்களை நிறைவேற்றிக்கொள்ள எனக்கு பலவழிகள் உள்ளன. அப்படி இல்லாமல் போயிருந்தால் அதை நான் உங்களிடம் முன்னமே சொல்லி இருப்பேன். போதுமான அவகாசம் இருக்கும்போதே ஓடிபோய்விடும்படியும், தேச பக்தர்கள் உங்களைப் பிடிப்பதற்கு முன்பே கயிறுகளைத் தேடிப் பிடித்து தூக்கு மாட்டிக்கொள்ளும்படியும் உங்களுக்குச் சொல்லி இருப்பேன்; ஆனால் இப்போது உங்களுக்கு சில தலைமைப் பதவிகளை உருவாக்க வேண்டும். என்னுடைய மேசையிலிருந்து கீழே சிந்தும் ரொட்டித் துணுக்குகளை இதுநாள் வரை பொறுக்கிவந்தீர்களே, அதன் அளவை அதிகரிக்க வேண்டும் என்றுதான் இப்போது விரும்புகிறேன். பிற்பாடு நான் பெருமளவு செல்வத்துடனும் பல வங்கிகளுடனும், உங்களுக்காக மேலும் பல கவச வாகனங்களையும் துப்பாக்கிகளையும் தோட்டாக்களையும் விமானங்களையும் எடுத்துக்கொண்டு திரும்பிவருவேன். அப்போதுதான் நான் உங்களுடனும் நீங்கள் என்னுடனும் சேர்ந்திருப்போம். எப்போதும் ஒருவருக்கொருவர் அன்பு செலுத்திக்கொண்டு, ஒன்றாக சாப்பிட்டுக் கொண்டிருப்போம். தேர்ந்தெடுத்த சுவைமிகு பண்டங்களைத் தின்று நான் பசியாறும்போது அவற்றின் அரிதான மிச்சங்களை நீங்கள் பொறுக்கிக்கொண்டிருக்கலாம்.'

'வெளிநாட்டிலிருந்த தன்னுடைய வீட்டுக்குச் செல்வதற்காக நாட்டை விட்டுப் புறப்படும் சமயத்தில் வேறொரு காரியமும் செய்தான் அவன். தன் எல்லாப் பணியாட்களையும் அழைத்து அவர்களிடம் சாவிகளை ஒப்படைக்கும் போது சொன்னான்: 'இந்நாட்டின் தேசப்பற்றுமிக்க கெரில்லாக்களும் நாட்டு மக்களும் இப்போது ஏமாறப் போகிறார்கள். ஏன் தெரியுமா? நீங்களும் அவர்களைப்போல கருப்பர்கள்தான். "பார்த்தீர்களா; நம் நாட்டின் சாவி இப்போது நமது சொந்தக்காரர்களான கருப்பின மக்களிடமே இருக்கிறது. ஆட்சிப் பொறுப்பு இப்போது நம் கருப்பின மக்களின் கையிலேயே இருக்கிறது. இதைத் தவிர வேறு எதற்காக நாம் போராடினோம்? ஆயுதங்களைத் தூக்கி எறிந்துவிட்டு, நம்முடைய கருப்பு முதலாளிகளைப் புகழ்ந்து

துதிக்கும் பாடல்களைப் பாடுவோம் வாருங்கள்,'' என்று அவர்கள் முழங்குவார்கள்.'

பிறகு அவன் தன் சொத்துக்களையும் சரக்குகளையும் பாதுகாத்து, மேலும் பலமடங்காக அவற்றை விருத்தி செய்யும் படி சொல்லி அவர்களிடமே அவற்றை ஒப்படைத்தான்: அவர்கள் எந்த அளவுக்கு தன்னிடம் விசுவாசமுள்ளவர்களாக இருந்தார்கள், எந்த அளவுக்கு தம் மதநம்பிக்கையை பின்பற்றினார்கள், எந்த அளவுக்கு தன் கொள்கைகளை அன்புடன் பகிர்ந்துகொண்டார்கள் என்பதை வைத்து ஒருவனுக்கு ஐந்து லட்சம் ஷில்லிங்குகள், ஒருவனுக்கு இரண்டு லட்சம் ஷில்லிங்குகள், ஒருவனுக்கு ஒரு லட்சம் ஷில்லிங்குகள் என தன் சொத்தைப் பிரித்துக் கொடுத்தான். பிறகு முன்வாசல் வழியாக வெளியேறிச் சென்றான் எசமானன்.

ஐந்து லட்சம் ஷில்லிங்குகளைப் பெற்ற ஊழியக்காரன் உடனடியாகப் புறப்பட்டுச் சென்று கிராமப்புற விவசாயிகளிடம் குறைந்த விலையில் சரக்குகளை வாங்கி நகரத் தொழிலாளிகளிடம் அவற்றை அதிக விலைக்கு விற்று மேலும் ஐந்து லட்சம் ஷில்லிங்குகள் லாபம் சம்பாதித்தான். இரண்டு லட்சம் ஷில்லிங்குகளைப் பெற்றவனும் அப்படியே உற்பத்தி செய்பவர்களிடம் குறைந்த விலைக்கு வாங்கி நுகர்வோரிடம் அதிகவிலைக்கு விற்று மேலும் இரண்டு லட்சம் ஷில்லிங்கு லாபம் சம்பாதித்தான்.

ஆனால் ஒரு லட்சம் ஷில்லிங்குகளைப் பெற்றவனோ தன்னை மேதாவி என்று நினைத்துக்கொண்டான். தன்னுடைய வாழ்க்கையையும் நாட்டின் பெரும்பாலான மக்களின் வாழ்க்கையையும், அப்போதுதான் வெளிநாடு சென்றிருந்த தன் ஆண்டவனின் வாழ்க்கையுடன் ஒப்பிட்டுப் பார்த்தான். அதன் பின்பு அவன் தனக்குள்ளேயே இப்படிச் சொல்லிக்கொண்டான்: 'இந்த ஆண்டவனாகிய எசமானன் தான் கொண்டு வந்த சொற்ப பணத்தைக் கொண்டு தான் இந்த நாட்டையே முன்னேற்றி விட்டதாக எப்போது பார்த்தாலும் பெருமை பீற்றிக்கொண்டிருக்கிறான்; 'மூலதனம்! மூலதனம்!' என்று கத்திக்கொண்டிருக்கிறான். தொழிலாளரின் வேர்வை என்ற தண்ணீர் ஊற்றாமல், குறைந்த கூலி கொடுத்து விவசாயிகளின், தொழிலாளர்களின் உழைப்பை விலைக்கு வாங்காமல், மூலதனத்தால் மட்டும் எப்படி லாபம் ஈட்ட முடியும் என்று பார்த்துவிடுகிறேன். அதுமட்டும் தானாகவே லாபம் சம்பாதிக்கட்டும், அப்போது பணம்தான் ஒரு நாட்டை முன்னேறச் செய்கிறது என்பதை நான்

சந்தேகமில்லாமல் தெரிந்துகொண்டு விடுவேன்.' தன்னிடம் தரப்பட்ட ஒரு லட்சம் ஷில்லிங்குகளையும் ஒரு தகர டப்பாவில் போட்டு நன்றாக மூடி, ஒரு வாழைமரத்தின் அருகில் நிலத்தில் குழிதோண்டிப் புதைத்துவைத்தான் அவன்.

இப்படியாக, தான் விட்டுப்போன சொத்துக்களின் நிலவரம் என்னவென்று சோதிக்க சீக்கிரமே எசமானன் பின் வாசல் வழியாக நாட்டுக்குள் புகுந்தான். ஊழியர்களை அழைத்து, தான் விட்டுச் சென்ற சொத்துக்களையும் பணத்தையும் பற்றிய கணக்குகளைக் கேட்டான்.

ஐந்து லட்சம் ஷில்லிங்குகளைப் பெற்றுக்கொண்டவன் முன் வந்து சொன்னான், 'என் ஆண்டவராகிய எசமானரே, நீங்கள் என்னிடம் கொடுத்த ஐந்து லட்சம் ஷில்லிங்குகளையும் நான் இரட்டிப்பாக்கி விட்டேன்,' என்றான். எசமானன் உண்மையிலேயே பிரமித்துப் போய், 'நூறுசதவீத லாபமா? ஃபண்டாஸ்டிக்! சிறிதளவு சொத்துக்களில் நீ ஒரு நம்பிக்கைக்குரிய ஊழியக்காரன் என்பதை நிரூபித்துவிட்டாய். இப்போது பல நிறுவனங்களுக்கு உன்னை கங்காணியாக ஆக்குகிறேன். உன் எசமானரின் மகிழ்ச்சியிலும் வளத்திலும் பங்கெடுத்துக் கொள்ள உன்னை அழைக்கிறேன். இங்கு எனக்கிருக்கும் வங்கிகளின் உள்ளூர்க் கிளைகளுக்கு நிர்வாக இயக்குநராகவும் சில கம்பெனிகளுக்கு இயக்குநராகவும் உன்னை நியமிக்கிறேன். அதே கம்பெனிகளில் கொஞ்சம் பங்குகளையும் நீ பெறுவாய். இன்று முதல் நான் என் முகத்தை அதிகமாக வெளியில் காட்டிக்கொள்ள மாட்டேன். இந்த நாட்டில் நீயே என் பிரதிநிதியாக இருப்பாயாக,' என்றான்.

இரண்டு லட்சம் ஷில்லிங்குகளைப் பெற்றுக்கொண்டவன், 'என் ஆண்டவராகிய எசமானரே, எனக்கு இரண்டு லட்சம் ஷில்லிங்குகளைக் கொடுத்தீர்கள். இதோ, உங்கள் முதலீடு மற்றொரு இரண்டு லட்சம் ஷில்லிங்குகளை சம்பாதித்துள்ளது' என்றான். எசமானன், 'வண்டர்ஃபுல்! ரியலி வண்டர்ஃபுல்! அபார லாப விகிதமாச்சே. இதுவல்லவா முதலீடு செய்வதற்கு ஏற்ற நிலையான ஆட்சி நடக்கும் நாடு! நல்லகாரியம் செய்திருக்கிறாய். சிறிதளவு சொத்துக்களில் நீ ஒரு நம்பகமான பணியாள் என்பதை நிரூபித்திருக்கிறாய். இப்போது உன்னை பல நிறுவனங்களுக்கு கங்காணியாக நான் நியமிக்கிறேன். உன் முதலாளியின் மகிழ்ச்சியிலும் வளத்திலும் நீயும் பங்கெடுத்துக்கொள். என்னுடைய இன்சூரன்ஸ்

கம்பெனிகளின் உள்ளூர்க் கிளைகளின் விற்பனை இயக்குநராகவும், தொழிற்சாலைகளின் உள்ளூர்க்கிளைகளின் இயக்குநராகவும், இப்போது நான் காண்பிக்கப்போகும் மற்ற பல கம்பெனிகளுக்கு இயக்குநராகவும் உன்னை நியமிக்கிறேன். உனக்கும் சில பங்குகளை ஒதுக்குகிறேன். இன்றோடு என் முகத்தை நான் மறைத்துக் கொண்டு விடுவேன். நடக்கும் கூத்துக்கள் எல்லாவற்றின் திரைமறைவிலும் நான் இருந்து கொள்வேன். கதவுகளிலும் ஜன்னல்களிலும் நீ தான் நிற்பாய்; உன் முகம் தான் எப்போதும் வெளியில் தெரியும். இந்த நாட்டிலுள்ள என் முதலீடுகளுக்கு நீ காவல் நாயாக இருப்பாயாக.'

ஒரு லட்சம் ஷில்லிங்குகளைப் பெற்றுக்கொண்டவன் முன்வந்து எசமானரிடம் பேசினான்: 'ஆண்டவரும் எசமானவரும் ஆகிய நீங்கள் - வெள்ளை இனத்தைச் சேர்ந்த நீங்கள் - செய்த தந்திரத்தை நான் கண்டுபிடித்துவிட்டேன்! - உங்கள் உண்மையான பெயரையும் கூடத்தான். "ஏகாதிபத்தியவாதி" - அதுதானே உங்கள் உண்மையான பெயர்? நீங்கள் ஒரு குரூரமான முதலாளி. ஏன்? ஏனென்றால் நீங்கள் விதைக்காமலே அறுவடை செய்கிறீர்கள். வேர்வை சிந்தாமலே பொருட்களையெல்லாம் அபகரிக்கிறீர்கள். பொருட்களின் உற்பத்தியில் எந்த விதத்திலும் பங்கெடுக்காத நீங்கள், அவற்றை வினியோகம் செய்யமட்டும் உங்களை நீங்களே நியமித்துக்கொண்டிருக்கிறீர்களே ஏன்? நீங்கள் மூலதனத்தின் சொந்தக்காரரர் என்பதால் தானே? அதனால் தான், உங்கள் பணம் என்னுடைய வேர்வையாலோ வேறு எந்த மனிதருடைய வேர்வையாலோ உரம் பெறாமல் எப்படி விளைச்சலைக் கொடுக்கும் என்று பார்ப்பதற்காகத்தான், நீங்கள் கொடுத்த பணத்தை மண்ணுக்குள் புதைத்து வைத்தேன். இதோ, நீங்கள் கொடுத்த ஒரு லட்சம் ஷில்லிங் அப்படியே இருக்கிறது. உங்கள் முதலை திருப்பித் தருகிறேன். ஒரு செண்ட் கூட குறையாமல் இருப்பதை எண்ணிப்பார்த்துக் கொள்ளுங்கள். இதில் கண்டிப்பாக குறிப்பிட்டு சொல்ல வேண்டிய விஷயம் என்னவென்றால், நான் உண்ண உணவையும் குடிக்க நீரையும் ஒதுங்க நிழலையும் என்னுடைய சொந்த வியர்வைதான் கொடுக்கிறது. ஆ, இனி ஒரு போதும் மூலதனமென்ற உயிரற்ற கடவுளின் முன் மண்டியிடமாட்டேன். இனி ஒரு போதும் நான் அடிமையாக இருக்கமாட்டேன். என் கண்கள் திறந்து விட்டன. அவரவர் வியர்வைக்கு அவரவரே முதலாளியாக இருக்க முடிவு செய்திருக்கும் என்னைப் போன்றவர்களுடன் நானும் போய்ச் சேர்ந்து கொள்வேன், அப்போது எங்கள் மக்களுக்கும் எங்கள் நாட்டுக்குமாக

நாங்கள் உற்பத்தி செய்யும் செல்வம் எல்லையில்லாமல் பெருகிச் செல்லும்.'

ஆண்டையானவன் தன் கண்களில் கசப்போடும் மனத்தில் வெறுப்போடும் அவ்வூழியனைப் பார்த்தான். பிறகு அவனிடம் சொன்னான்: 'நீ ஒரு மோசமான, கீழ்ப்படிதல் இல்லாத, சோம்பேறியான வேலைக்காரன்; கிளர்ச்சிக்காரர்களின் அணியில் சேர்ந்துவிட்டவன். என் பணத்தை ஏதாவது ஒரு வங்கியிலோ அல்லது வட்டிக்காரர்களிடமோ கொடுத்துவைத்திருந்தால்கூட, நான் திரும்பி வரும்போது எனக்கு சிறிதளவு வட்டியாவது கிடைத்திருக்கும். என் மூலதனத்தை பிணத்தைப்போல புதைத்து வைத்ததாக நீ சொல்வது, என்னை எவ்வளவு வேதனைக்குள்ளாக்குகிறது என்பதை நீ அறிவாயா? என்னுடைய பெயரின் ரகசியத்தை உனக்கு வெளிப்படுத்தியவன் யார்? ஒரு போதும் விதைக்காத நிலத்திலிருந்து அறுவடை செய்பவன் நான், வியர்வை சிந்தாமலே பொருட்களிலிருந்து லாபத்தைப் பெறுபவன் நான் என்பதைத் தெரியப்படுத்தி, என்னை நிராகரிக்கும்படி உனக்கு அறிவுரை கூறியவன் யார்? அறுவடை செய்வதும் ஆட்களை மேய்ப்பதும் கடினமான வேலைகள் இல்லை என்பதை உனக்குச் சொல்லிக்கொடுத்தவன் யார்? கருப்பனாகிய உனக்கெல்லாம் இதுபோன்ற கலகச் சிந்தனைகள் உதிக்க முடியாதே... உன்னைப்போன்ற கருப்பர்களை உங்கள் முதலாளிகளோடு பிணைத்திருக்கும் கயிறுகளை அறுத்தெறியும் வழிகளைத் திட்டமிட்டு வகுக்குமளவுக்கு உங்களுக்குத் திறமை கிடையாதே. அப்படியானால் கம்யூனிஸ்டுகள்தான் உனக்கு தவறாக வழிகாட்டி இருக்கவேண்டும்! விவசாயிகள் தொழிலாளிகளின் கட்சியில் இருந்துதான் இப்படிப்பட்ட அபாயகரமான எண்ணங்கள் உனக்கு வந்திருக்க வேண்டும். ஆம், உன் மனம் கம்யூனிஸ்டுக் கருத்துக்களால் விஷமாகிவிட்டது. கம்யூனிசம்... இந்த நாட்டில் எனக்கும் என் உள்நாட்டு பிரதிநிதிகளுக்கும், என் சொத்துக்களின் உள்ளூர்ப் பாதுகாவலர்களுக்கும் இந்நாள்வரை நிலவிவந்த அமைதிக்கும் நிலையான தன்மைக்கும் கடுமையான அச்சுறுத்தலாக நீ மாறிவிட்டாய். இப்போதுதான் "நெருப்பு சுட்டுப்பொசுக்கும்" என்பதை அனுபவத்திலேயே தெரிந்து கொள்ளப்போகிறாய். அப்போது என் உண்மையான பெயரை நீ எப்போதைக்குமாக மறந்து போய்விடுவாய். இப்போதே இவனைக் கைது செய்யுங்கள். இப்படிப்பட்ட நச்சுத்தன்மை வாய்ந்த சிந்தனைகளை மற்ற தொழிலாளிகள் விவசாயிகள் மத்தியிலும் இவன் பரப்பிவிடுவான்; அமைப்பாக்கப்பட்ட ஒற்றுமை என்பது

என்னுடைய எல்லா வெடிகுண்டுகளையும் கவசவாகனங்களையும்விட அதிக ஆற்றல் வாய்ந்தது என்பதை, அவர்களுக்கு இவன் சொல்லிக்கொடுத்துவிடுவான். இவனிடம் இருக்கும் சொற்பத்தையும் பறித்து உங்களுக்குள் அதைப் பகிர்ந்து கொள்ளுங்கள். ஏனெனில் உள்ளவர் எவருக்கும் மேலும் கொடுக்கப்படும். அவர்களும் நிறைவாகப் பெறுவர். இல்லாதோரிடமிருந்து அவரிடம் உள்ளதும் எடுக்கப்படும். நான் உங்களுக்கு இதுவரை இட்ட கட்டளைகளிலேயே மிக மிக முக்கியமானது இதுதான். நீங்களெல்லாம் இன்னும் ஏன் நின்றுகொண்டிருக்கிறீர்கள்? அடிமைத்தனத்தை மறுதலிக்கும் அளவுக்கு ஆணவம் பிடித்த இந்த ஆளைக் கைது செய்ய போலீசையும் ராணுவத்தையும் அழைத்து வரச் செல்லுங்கள். சிறையில் தள்ளுங்கள், அல்லது நிரந்தரமான இருளில் தள்ளுங்கள். அவனுடைய குடும்பம் அழுகையையும் அங்கலாய்ப்பையும் மட்டும்தான் அறுவடை செய்ய வேண்டும்!'

'குட் குட்! நல்ல காரியம் செய்தீர்கள். இவனைப் போன்ற கலகக்காரர்கள் எல்லோருக்கும் இதே போன்ற மரியாதையைச் செய்யுங்கள். அப்போதுதான் மற்ற தொழிலாளர்கள் கூலி உயர்வு கேட்டு வேலை நிறுத்தம் செய்யப் பயப்படுவார்கள்; ஆயுதமேந்தி அடிமைச் சங்கிலிகளை உடைத்தெறியவும் பயப்படுவார்கள்.'

'உங்களைப் பொறுத்தவரை, இனிமேல் அடுத்தவர் முன்னால் உங்களை அடிமைகள் என்றோ வேலைக்காரர்கள் என்றோ அழைக்கமாட்டேன். இப்பொழுது நீங்கள் உண்மையாகவே என் நண்பர்கள் தான். ஏன்? ஏனென்றால் உங்கள் நாட்டின் சாவிகளை உங்களிடமே நான் ஒப்படைத்துவிட்ட பின்பும் என்னுடைய ஆணைகளை தொடர்ந்தும் நிறைவேற்றி வருகிறீர்கள்; என் சொத்துக்களை நல்லமுறையில் பராமரித்து வந்திருக்கிறீர்கள். சாவிகளை நான் வைத்திருந்த காலத்தில் என் மூலதனத்திலிருந்து கிடைத்துவந்த லாபவிகிதத்தை இப்போது நீங்கள் அதிகரித்துக் காட்டி இருக்கிறீர்கள். அதனால் உங்களை இனி நான் ஊழியக்காரர்கள் என்று அழைக்கமாட்டேன். தன் ஆண்டையின் நோக்கங்களையும் எண்ணங்களையும் ஒரு ஊழியக்காரன் அறியமாட்டான். ஆனால் இந்த நாட்டுக்காக நான் வைத்திருக்கும் திட்டங்கள் அனைத்தையும் நீங்கள் அறிவீர்கள். இனியும் தொடர்ந்து நீங்கள் அறியும்படி செய்வேன். எனவேதான் உங்களை என் நண்பர்கள் என்று நான் அழைக்கிறேன். நான் அபகரிப்பதில் சிறிதளவை உங்களுக்கும்

தருவேன். அப்போதுதான் எந்த அளவிலேனும் ‘பொதுமக்கள்’ பற்றி அக்கறையுடன் யாராவது பேசினால் அவர்களின் மண்டைகளை உடைக்கத் தேவையான பலமும் செயலூக்கமும் உங்களுக்கு உண்டாகும்.’

‘எனக்கும் என் உள்ளூர்ப் பிரதிநிதிகளுக்கும் இடையில் நீடித்த அமைதியும் அன்பும் சமாதானமும் நிலவுவதாக! அதிலென்ன தவறு இருக்கிறது! நீ இரண்டு வாய் கடித்துக்கொள், நான் நான்குவாய் கடித்துக்கொள்கிறேன். நாம் இருவரும் சேர்ந்து ஒன்றுமறியாத அப்பாவி மக்களை ஏமாற்றுவோம். முன்னேற்றத்துக்குத் தேவையான நிலையான ஆட்சி நீடிப்பதாக. லாபகரமான முன்னேற்றம் நீடிக்கட்டும்! அன்னியரும் புலம்பெயர்ந்து வாழும் நிபுணர்களும் நீடுழி வாழ்க!’

2

விழாத்தலைவர் உவமைக்கதைகளைச் சொல்லி தன் உரையை முடித்ததும், போட்டிக்காக குகையில் குழுமியிருந்த எல்லாத் திருடர்களும் கொள்ளைக்காரர்களும் எழுந்து நின்று இடிமுழக்கம் போல கைதட்டி ஆரவாரம் செய்தார்கள். ‘இதுவல்லவா காலுக்கேற்ற செருப்பு, இதற்குக் காலுறையே தேவையில்லை’ என்று கத்தினார்கள் சில பேர். வேறு சிலர் தம் பக்கத்திலிருந்தவரின் கைகளைப்பிடித்துக்கொண்டு, ‘உள்ளவர் எவருக்கும் மேலும் கொடுக்கப்படும் என்று சொன்னாரே கேட்டீர்களா?... நமக்கும் அன்னியருக்கும் இடையிலுள்ள உறவைப் பற்றிய உண்மையை விழாத்தலைவர் தெளிவாக சொல்லிவிட்டார். சதையை அவர்கள் தின்கிறார்கள். எலும்புகளை நாம் கடிக்கிறோம்... எப்படியும் எலும்பை வைத்திருக்கும் நாய், ஒன்றும் இல்லாத நாயை விட மேலானது... ஆனால் தவறாகப் புரிந்துகொண்டு விடாதீர்கள் - துளிசதை ஒட்டிய எலும்புதான். அதுதான் அசல் ஆஃப்பிரிக்கன் சோசலிசம்... உஜாமா வா அசிலி கியாஃப்பிரிக்கா... ஒரு மனிதன் எலும்புத்துண்டை வைத்திருப்பதைக்கூட தடைசெய்ய முனையும் நைரேரேயும் அவருடைய சீன நண்பர்களும் முன்வைக்கும் வயிற்றெரிச்சல் சோசலிசம் அல்ல இது. சீன வழிமுறைகள் நமது நாட்டுக்குத் தேவை இல்லை. நமக்குத் தேவை கிறிஸ்தவ மதம்...’

விழாத்தலைவர் எல்லோரையும் உட்காரும்படி கேட்டுக் கொண்டதும் ஆரவாரமும் கைதட்டலும் அடங்கின. தின்று கொழுத்த உடல்

அவருடையது; கிர்ணிப்பழங்களைப் போல உருண்டையான இரு கன்னங்கள்; பிளம் பழங்களைப்போல சிவந்த இரு பெரிய கண்கள்; போபாப் மரத்தின் அடிமரம் போன்ற பருத்த கழுத்து. அவருடைய கழுத்தைவிட வயிறு சற்றுதான் பெரியது. கீழ் வரிசையிலிருந்த இரண்டு தங்கப் பற்கள் நன்றாக வெளியே தெரிவதற்காக, பேசும் போதெல்லாம் அவர் தன் உதடுகளை அகலமாகத் திறந்தார். அவர் அணிந்திருந்த பட்டு சூட்டு விளக்கொளியில் பளபளத்தது. அதன் மேல் விழும் வெளிச்சத்தின் கோணத்துக்கும் செறிவுக்கும் ஏற்ப அதன் நிறம் மாறியது. போட்டிபற்றிய கூடுதல் விவரங்களை பார்வையாளர்களுக்கு வழங்கினார் அவர்.

'இப்போது ஒவ்வொரு போட்டியாளரும் மேடைக்கு வந்து முதன்முதலில் அவர் எப்படி திருட்டு கொள்ளைத் தொழிலுக்கு வந்தார், எங்கெல்லாம் திருடி கொள்ளையடித்திருக்கிறார், என்று சொல்வார். பிறகு திருட்டிலும் கொள்ளையிலும் நமக்குள்ள திறமைகளை மேம்படுத்துவது தொடர்பாக தனது கருத்துகளை சுருக்கமாக எடுத்துக் கூறுவார். ஆனால் அதைவிட முக்கியம், நமக்கும் அன்னியருக்கும் இடையிலான கூட்டுக்கொள்ளையை வளர்த்தெடுத்து, வெளிநாட்டுச் சரக்குகளும் அதுபோன்ற களிப்பூட்டும் அம்சங்களும் நிறைந்த சொர்க்கத்தை விரைவில் எட்டுவதற்கான வழியை நமக்கு அவர் காண்பிக்க வேண்டும். பார்வையாளர்களாகிய நீங்கள் தான் நீதிபதிகளாக செயல்படப் போகிறீர்கள். அதனால் ஒவ்வொருவரும் தமக்குக் கைவந்த தகிடுதத்தங்கள் பற்றி முன்வைக்கும் விளக்கத்தைக் கேட்டபின், அது எந்த அளவிற்கு உங்களை செயல்படத் தூண்டுகிறது என்பதை உங்கள் கைதட்டல் மூலம் தெரிவித்தல் வேண்டும்.

'நவீன திருட்டுக்கும் கொள்ளைக்குமான நிறுவனத்தின் இல்மொராக் கிளையின் தலைவர் என்ற முறையில் இப்போது நான் சொல்லப்போவதை நீங்கள் கவனமாக குறித்துக்கொள்ள வேண்டும் என்று விரும்புகிறேன். மற்றவரின் சொத்தை ஒற்றுமையாக கூடிக்கொறிக்க வசதியாக, நம்முடைய பற்களையும் நகங்களையும் தீட்டிக்கொள்வதற்கான உரைகல்தான் இன்றைய போட்டி, காரணம் உங்களுக்கெல்லாம் தெரிந்ததுதான் - எந்த வீட்டின் வாசலில் உரைகல் இருக்கிறதோ அந்த வீட்டில் ஒருபோதும் மொண்ணைக் கத்தி இருப்பதில்லை. எனவே தோற்பவர்கள் மனம் தளரக்கூடாது. அவர்களும் தொடர்ந்து திருடி, கொள்ளையடித்து வர வேண்டும்; வெற்றியடைந்தவர்களிடமிருந்து அவர்கள் செய்யும் புதிய

சூழ்ச்சிகளைப்பற்றி கற்றுக்கொள்ளவேண்டும். ஞானிகளுக்கும்கூட விவேகத்தை சொல்லித்தர முடியும். இடையன் வந்து சொல்லித்தரும் வரை நகங்களால் பிறாண்டிக் கொல்லுவது எப்படியென்று சிறுத்தைக்குத் தெரிவதில்லை.

'நான் அமர்வதற்கு முன்னால் வடஅமெரிக்காவிலுள்ள நியூயார்க்கில் இருக்கும் 'திருடர்கள் கொள்ளைக்காரர்களின் பன்னாட்டு அமைப்பின்' (தி.கொ.ப.அ.) தலைமையகத்தின் சார்பில் இங்கு வருகை தந்திருக்கும் வெளிநாட்டுக் குழுத்தலைவர் அவர்களை உங்கள் முன் பேசுமாறு அழைக்கிறேன். நாம் எல்லோரும் தி.கொ.ப.அ. - வின் முழுநேர உறுப்பினர்களாக ஆவதற்கு ஏற்கனவே விண்ணப்பித்து விட்டோம். இந்த குழுவினரின் வருகையும், அவர்கள் கொண்டுவந்திருக்கும் பரிசுகளும், கிரீடமும், வருங்காலத்தில் மேலும் ஆக்கப்பூர்வமான ஒத்துழைப்பு ஏற்படுவதற்கான ஆரம்பமாக அமையும். அன்னியர்களிடம் நாம் கற்க வேண்டிய தந்திரங்கள் ஏராளமாக இருக்கின்றன. அன்னியருக்குத் தெரிந்த அளவிற்கு நமக்கு விசயம் தெரியாது என்பதை ஒப்புக் கொள்ளத் தயங்கவும் கூடாது; அன்னியரின் அறிவு ஊற்றுகளிலிருந்து ஏந்திக் குடிக்க வெட்கப்படவும் கூடாது. எனவே இந்த நிகழ்ச்சிக்கு கடவுளின் ஆசீர்வாதத்தை வேண்டி நம் மார்பில் எச்சிலைத் தெளித்துக் கொள்வோம்!'

அடுத்து விழாத்தலைவர், போட்டியிட வந்திருக்கும் கூட்டத்தினரிடையே உரையாற்ற தி.கொ.ப.அ.வின் தலைவரை மேடைக்கு வருமாறு அழைத்தார். வெளிநாட்டுக் குழுவின் தலைவர் படிஏறி மேடைக்கு வந்த போது எழுந்த கரவொலி, இடிமுழக்கத்தை மிஞ்சியது. வெளிநாட்டுத் தலைவர் மேடை ஏறினார். பேசத் தொடங்கும் முன் தலைவர் தொண்டையை செருமிக்கொண்டார்.

'முதன்முதலில் "காலம் பொன்னானது" என்று சொன்னவர் ஒரு ஆங்கிலேயர் தான். வடஅமெரிக்கர்களாகிய நாங்களும் அதை அப்படியே நம்புகிறோம்: காலம் பொன்னானது. அதனால் அதிகம் பேசி உங்கள் பொன்னான நேரத்தை வீணாக்க மாட்டேன். விழாத் தலைவர் சொன்ன கதையில் முக்கியமான சங்கதிகள் யாவும் சொல்லப்பட்டுவிட்டன.

'நாங்கள் வடஅமெரிக்கா, இங்கிலாந்து, ஜெர்மனி, பிரான்ஸ், ஸ்காண்டிநேவிய நாடுகளான ஸ்வீடன், நார்வே, டென்மார்க், இத்தாலி, ஜப்பான் ஆகிய தொலைதூர நாடுகளில் இருந்தெல்லாம் வந்திருக்கிறோம். கொஞ்ச நேரம் அமைதியாக இருந்து இதைப்பற்றித்

தீர ஆலோசிப்போம். பலவித நாடுகள், பலவித மொழிகள், பலவித (தோல்) நிறங்கள், பலவித மதங்கள் - ஆனால் ஒரே அமைப்பு, ஒரே நோக்கம்: அதுதான் திருட்டு.

'நண்பர்களைத் தேடி வருவது போல உங்களைத் தேடி வந்திருக்கிறோம். காரணம், நீங்கள் தான் எங்கள் முதலீடுகளுக்கு உள்ளூர்க் காவல் நாய்கள். எனவே இங்கு இருக்கும்பொழுது, நாங்கள் எங்கள் சொந்த நாட்டிலிருப்பது போலவே உணர்கிறோம். உள்ளூர்த் திருடர்களுக்கும், கொள்ளைக்காரர்களுக்கும் சொந்தமான பல குகைகளையும், வளைகளையும் நாங்கள் பார்வையிட்டோம். நீங்கள் செய்திருக்கும் வேலைகளைக் கண்டு மட்டற்ற மகிழ்ச்சியடைந்தோம். நவீன திருட்டு மற்றும் கொள்ளையில் சமீப காலத்தில்தான் நீங்கள் காலடி வைத்திருக்கிறீர்கள் என்றாலும், அடிப்படைகளை மிகச் சீக்கிரமாகப் புரிந்துகொண்டு நன்கு தேர்ச்சியும் பெற்றிருக்கிறீர்கள். இதே வழியில் தொடர்ந்து சென்றால், உங்களது மேற்கத்திய சகாக்களைப் போல நீங்களும் நவீன திருட்டிலும், கொள்ளையிலும் கைதேர்ந்த நிபுணர்கள் ஆகிவிடுவீர்கள்.

'இப்போது நாம் ஏழு சீடர்களைத் தேர்ந்தெடுக்கப்போகிறோம். அவர்கள் எங்கள் பிரதிநிதிகளின் பிரதிநிதிகளாக இருப்பார்கள். அதாவது திருடர்களைப் பயிற்றுவிக்கும் திருடர்களாக, கொள்ளைக்காரர்களைப் பயிற்றுவிக்கும் கொள்ளைக்காரர்களாக, நிபுணர்களைப் பயிற்றுவிக்கும் நிபுணர்களாக அவர்கள் இருப்பார்கள். ஏனென்றால் நாங்கள் எல்லோரும் ஒன்றாக அந்த மேஜையில் அமர்ந்திருந்த போது விழாத் தலைவர் என்னிடம் சொல்லியது போல், இரும்பையே துளைத்துவிடும் இரும்புக் கருவிகளும் இருக்கத்தான் செய்கின்றன. இந்த ஏழு சீடர்களுக்கும் கிடைக்கக்கூடிய ஆதாயங்கள் இவைதான்: அவர்களுக்கு கிரீடம் சூட்டும் கணம் முதல் எங்கள் வங்கிகளின் உள்ளூர்க் கிளைகளின் மற்றும் இன்சூரன்ஸ் நிறுவனங்களின் - அதாவது எங்கள் நிதிநிறுவனங்களின் - உள்ளூர்க் கிளைகளின் எல்லாக் கதவுகளும் அவர்களுக்குத் திறந்திருக்கும். நவீன திருட்டைப் பற்றி விவரம் அறிந்த அனைவருமே, இந்த நிதி நிறுவனங்கள்தான் தொழிற்சாலைகளையும் மற்ற எல்லா விதமான வணிக நிறுவனங்களையும் நிர்வாகம் செய்கின்றன என்பதை நன்கு அறிவார்கள். ஒரு தொழிற்சாலை எந்த இடத்தில் அமைய வேண்டும். எப்படி விரிவுபடுத்தப்பட வேண்டும் என்பதையெல்லாம் இந்த நிதி நிறுவனங்கள்தான் முடிவு செய்கின்றன. தொழில்

நிறுவனங்களுக்கு யார் உரிமையாளர்களாக இருக்க வேண்டும், அதன் வளர்ச்சி எப்படி அமையவேண்டும், குறிப்பிட்ட ஒரு தொழிலை விரிவுபடுத்தவேண்டுமா இழுத்து மூட வேண்டுமா என்பதை அவர்கள்தான் தீர்மானிக்கிறார்கள். நிதி நிறுவனங்களின் கோமான்கள்தான் இன்றைய உலகில் அதிகாரத்தின் குரல்களாக இருக்கிறார்கள். பணம் தான் உலகை ஆளுகிறது! எங்கெங்கிருந்தோ பறித்தெடுத்த சொத்துக்களை யெல்லாம் பத்திரப்படுத்தி வைக்கும் பாதுகாப்புப் பெட்டகங்கள் இந்த நிதி நிறுவனங்கள்தான் என்றால் மிகையாகாது. தட்டிப்பறிப்பது, அபகரிப்பது; உண்பது, குடிப்பது, குறட்டை விடுவது; மற்றும் நாறாது என்று உங்களவர் சொல்லும் பணக்காரக் குசுவை விடுவது ஆகியவற்றைச் செய்யக்கூடிய மிகச்சிறந்த வழிமுறைகளை சக திருடர்களுக்கும் கொள்ளையர்களுக்கும், குறிப்பாக எக்ஸ்பீரியன்ஸ் எதுவுமில்லாத கத்துக்குட்டிகளுக்கும் சொல்லித் தருவது இந்த ஏழு சீடர்களுடைய கடமையாகும்.'

'அமர்வதற்கு முன்னால் உங்களிடம் சில பொன்மொழிகளைச் சொல்ல விழைகிறேன்.'

'திருட்டும் கொள்ளையும்தான் வடஅமெரிக்க நாகரிகத்துக்கும் மேற்கு ஐரோப்பிய நாகரிகத்துக்கும் அடித்தளமாக இருக்கின்றன என்பதை அறியாதார்கள் இங்கு ஒருவரும் இருக்க முடியாது என்று நம்புகிறேன். மேலை உலகத்தை இயக்கிக் கொண்டிருக்கும் இதயம் பணம்தான். எங்கள் நாகரிகத்தைப் போன்ற சிறந்த நாகரிகத்தை நீங்களும் வளர்க்கவேண்டுமானால், பணம் என்ற கடவுளின் முன்னால் மண்டியிடுங்கள். உங்கள் குழந்தைகளின், உங்கள் பெற்றோர்களின், உங்கள் உடன் பிறப்புக்களின் அழகிய முகங்களை அலட்சியம் செய்யுங்கள். பணத்தின் அசத்தலான அழகு முகத்தை மட்டுமே ஆராதியுங்கள். அப்போது நீங்கள் ஒருபோதுமே தவறு செய்ய முடியாது. ஒரு அடி பின்வாங்குவதைக் காட்டிலும், உங்கள் மக்களின் சதையைத் தின்று அவர்களின் இரத்தத்தைக் குடிப்பது மேல்.'

'இதையெல்லாம் நான் உங்களிடம் ஏன் சொல்கிறேன்? எங்கள் சொந்த அனுபவத்தின் பயனாகத்தான். வடஅமெரிக்காவிலும் மேற்கு ஐரோப்பாவிலும் இதைத்தான் செய்தோம். தங்களுடைய செல்வத்தையும் சொத்துக்களையும் பாதுகாத்துக்கொள்ள சிவப்பிந்தியர்கள் முயன்றபோது, அவர்களை நாங்கள் நெருப்பினாலும், துப்பாக்கிகளாலும் ஒழித்துக் கட்டினோம். எங்கள் வரலாற்றை எங்களுக்கே நினைவூட்டிக் கொள்வதற்காக, அவர்களில் ஓரிருவரை

மட்டும் உயிரோடு விட்டு வைத்தோம். அவர்களை ஒழித்துக் கட்டிய கையோடு உங்களுக்குச் சொந்தமான ஆப்பிரிக்காவின் பக்கம் திரும்பி, பல லட்சம் அடிமைகளை இங்கிருந்து திருடிக்கொண்டு போனோம். உங்கள் மக்களின் ரத்தம்தான், ஐரோப்பாவும் வடஅமெரிக்காவும் இன்றைய உயர்நிலையை அடையக் காரணம். நீங்கள் எங்களுடைய நண்பர்களாக ஆகிவிட்ட பின்பு, இந்த உண்மையை நான் ஏன் உங்களிடமிருந்து மறைக்க வேண்டும்? வடஅமெரிக்காவிலிருந்தும், மேற்கு ஐரோப்பாவிலிருந்தும், ஜப்பானிலிருந்தும் வந்த திருடர்களும் கொள்ளைக்காரர்களுமாகிய நாங்கள், இன்று உலகம் முழுவதும் சுற்றித் திரிந்து எல்லாவற்றையும் கபளீகரம் செய்ய முடிகிறது. அதில் எங்கள் நண்பர்களாகிய உங்களுக்கென சில துணுக்குகளை விட்டுத் தரவும் முடிகிறது. இது எப்படி எங்களுக்குச் சாத்தியமாகிறது?'

'எப்படியென்றால், எங்கள் மூதாதையர்கள் தங்களுடைய சொந்தத் தொழிலாளிகளின் - விவசாயிகளின் இரத்த ஆற்றில் குளிக்கவோ, மற்ற நாடுகளைச் சேர்ந்த விவசாயிகளின் இரத்தத்தில் அபிஷேகம் செய்யவோ சற்றும் பயப்படடதில்லை. இன்று நாங்கள் திருட்டு - கொள்ளையின் ஜனநாயகத்தை - நமது தொழிலாளிகளின் சதையைத் தின்று இரத்தத்தைக் குடிக்கும் ஜனநாயகத்தை ஆதரிக்கிறோம். எங்களைப் போல நீங்களும் ஆகவேண்டுமானால், உங்களின் இரக்க குணத்தை மூட்டை கட்டி மரத்தில் தொங்கவிட்டுவிட வேண்டும்; அப்போதுதான் தொழிலாளிகளையும் விவசாயிகளையும் கண்டு பயப்படாமல் இருக்கலாம். ஆனால் விழாத் தலைவர் மிகச் சரியாக சொன்னதுபோல, முதலில் நாம் தேனில் ஊறிய சொற்களாலும் பேச்சுக்களாலும் பசப்பி ஏமாற்றியாக வேண்டும். அத்துடன் விழாத்தலைவர் ஒரு உதாரணம் சொன்னாரே, அது என்ன? ஆ... இதுதான்: 'சர்க்கரை தடவிய இலைகளுக்குள் நஞ்சைப் பொதிந்து தருவதற்கு நாம் கற்றுக்கொள்ள வேண்டும்' என்றார். ஆனால் உவமைக்கதையில் வருகிற தன் முதலாளியை விடவும் தான் அதிபுத்திசாலி என்று நினைத்த மோசமான ஊழியக்காரனைப் போல அவர்களும் முரண்டுபிடித்தால் ஆணிகள் பதித்த பூட்ஸ் கால்களால் அவர்களை மண்ணோடு மண்ணாக அரைத்துத் தேய்த்து அழித்துவிட வேண்டியதுதான்.'

'இறுதியாக திருடுவதற்கான உங்கள் உஹூருவை (சுதந்திரத்தை) வளர்த்துக்கொள்ளுங்கள். நீங்கள் அதைப் பாதுகாக்க நாங்கள் எங்கள் வசமுள்ள அனைத்து ஆயுதங்களையும் கொண்டு உங்களுக்கு

உதவுகிறோம். இதுதான் என்னுடைய நற்செய்தி. உங்கள் முயற்சி வெற்றிபெற வாழ்த்துக்கள்.'

வெளிநாட்டுக் குழுவின் தலைவர் உட்கார்ந்ததும் ஆரவாரமும் இடிமுழக்கம் போன்ற கைத்தட்டலும் சேர்ந்துகொள்ள, குகை முழுவதும் ஒரே குழப்பமாக இருந்தது. இந்த செருப்புக்கு காலுறையே தேவையில்லை! 'இதற்கு காலுறை தேவையேயில்லை! காலுக்கு மிகச் சரியாகப் பொருந்திவிட்டது! இந்தக் காலுக்காகவே அளவெடுத்துச் செய்தது போலிருக்கிறது! செருப்புகளை வடிவமைப்பது எப்படி என்பது இந்த அன்னியருக்கு மிக நன்றாகவே தெரிந்திருக்கிறது!'

'நரகத்தின் தூதுவர்கள்' இசைக்குழு ஏதோ ஒரு பாட்டை வாசிக்கத் தொடங்கியது. பார்வையாளர்கள் பேசிக்கொண்டும் குடித்துக்கொண்டும் இருந்தார்கள். ஒருசிலர் பரவசத்தில் தோள்களில் தட்டிக் கொடுத்தார்கள். வேறுசிலர் தங்கள் காதலர்களை உதட்டிலும் மூக்கிலும் கண்களிலும் முத்தமிட்டுக் கொண்டார்கள். பாடலில் ஒரு சீரான லயம் இருக்கவில்லை. கிட்டத்தட்ட ஒரு தோத்திரப் பாடல் அல்லது மந்திர உச்சாடனத்தைப் போலவே அது இருந்தது. சில நிமிடங்களுக்குப் பிறகு எல்லாரும் இசைக்குழுவின் பக்கம் திரும்பி, தேவாலயத்தில் செய்வது போல ஒன்றாகப் பாடத் தொடங்கினார்கள்:

நமது நாட்டுக்கு!
    நற்செய்தி வந்திருக்கிறது!
நமது இரட்சகரைப்பற்றிய!
    நற்செய்தி வந்திருக்கிறது!

3

'இவ்வளவு விலையுயர்ந்த சூட்டுகளை அணிந்திருப்பவர்கள் உண்மையிலேயே திருடர்களாகவும் கொள்ளைக்காரர்களாகவும் இருக்க முடியுமா?' என்று கத்தூய்ரியாவிடம் கேட்டாள் வரீய்ங்கா.

'என்ன நடக்கிறதென்றே எனக்குப் புரியவில்லை,' என்றான் கத்தூய்ரியா.

'இவர்கள் திருடர்கள், கண்டிப்பாக இவர்கள் திருடர்கள்தான்' என்றாள் வங்காரி.

'நவீனத் திருடர்கள்,' திருத்தினார் முதூரி.

'இந்த அன்னியர்களின் தோல் சிவப்பாக இருக்கிறது,' ஏழு வெளிநாட்டுத் திருடர்களும் உட்கார்ந்திருந்த பக்கம் திரும்பிப் பார்த்த வரீய்ங்கா சொன்னாள்.

'அவர்களின் தலைவன் சொன்னதைக் கேட்டாயா?' என்று வரீய்ங்காவின் காதுக்குள் கிசுகிசுத்தாள் வங்காரி. 'அதற்குக் காரணம் அவர்கள் தங்கள் குழந்தைகளின் இரத்தத்தையும் நம் குழந்தைகளின் இரத்தத்தையும் குடிப்பதுதான்!'

'அதிலேயே அவர்கள் குளிக்கவும் செய்வார்கள்,' என்றார் முதூரி. வரீய்ங்கா, கத்தூய்ரியா, முதூரி, வங்காரி, முவாரா எல்லோரும் குகையின் கடைசி வரிசையில் உட்கார்ந்திருந்தார்கள். எனவே வெளிநாட்டுக்காரர்களை நன்றாகப் பார்க்க முயன்ற போதெல்லாம் வரீய்ங்கா தன் கழுத்தை கொக்குபோல எக்கி எக்கிப் பார்க்கவேண்டியிருந்தது.

வெளிநாட்டுக்காரர்கள் உட்கார்ந்திருந்த மேசையானது மேடையின் ஒரு பக்கமாக, குகையின் முன்புறத்தில் இருந்தது. மேடையின் முகப்பில் நீண்ட கால்களையுடைய சிறிய மேசை ஒன்று போடப்பட்டிருந்தது. ஒவ்வொரு பேச்சாளனும் அதன் பின்னால் நின்று பேசினான். மேடையின் வலது கை ஓரத்தில், பின்பக்கத்தில் 'நரகத்தின் தூதுவர்கள்' இசைக்குழுவினர் இருந்தார்கள்.

வெளிநாட்டுக் குழுவின் தலைவர் உட்கார்ந்திருந்த இருக்கை மற்றவர்களுடையதைவிட சற்று அதிக உயரமானதாக இருந்தது. வலது பக்கத்தில் மூவரும், இடது பக்கத்தில் மூவருமாக அன்னியர் உட்கார்ந்திருந்தார்கள். அவர்களை உற்றுப்பார்த்த வரீய்ங்கா, உண்மையாகவே அவர்களுடைய தோல் பன்றியினுடையதைப் போல சிவப்பாக இருப்பதைக் கண்டாள். கொதிநீர்பட்டு வழண்டு போன அல்லது தோலை வெளுப்பாக்கும் அமிலக் களிம்புகளால் வெந்து போன கருப்பர்களின் தோலைப் போல அந்த அன்னியர்களின் தோல் சிவப்பாக இருப்பதைக் கவனித்தாள். அவர்களின் கைகளிலும் கழுத்திலும் வளர்ந்திருந்த ரோமம் கூட, வயதான பன்றியின் தோலின் மீது உள்ளதுபோல குச்சி குச்சியாக விரைத்து நேராக நீட்டிக்கொண்டிருந்தன. அவர்களின் தலைமுடி எலியினுடையதைப் போல பழுப்புநிறமாக இருந்தது. நீளத் தலைமுடி கழுத்தில் புரளுவதைப் பார்த்தால், பிறந்ததிலிருந்து தலையை மழிக்கவே இல்லையோ என்று நினைக்கும்படி இருந்தது. தலையில் கிரீடங்களைப் போன்ற தொப்பிகளை அவர்கள் அணிந்திருந்தார்கள். ஒவ்வொரு

தொப்பியையும் உலோகத்தாலான ஏழு கொம்புகள் அலங்கரித்தன. அவை பார்ப்பவர் கண்கள் கூசும்படி பிரகாசமாக மின்னின. எல்லாத் தொப்பிகளும் ஒரே மாதிரியானவைதான். தலைவருடையது மட்டும் மற்றவர்களுடையதைவிட அளவில் சற்று பெரியதாக இருந்தது. கொம்புகளின் கூர்முனைகள், அவரவருடைய சொந்த நாட்டுப் பெயரின் முதல் எழுத்துக்களின் வடிவில் அமைந்திருந்தன.

அவர்கள் அணிந்திருந்த சூட்டுகளிலும் வித்தியாசங்கள் தெரிந்தன. தலைவரின் உடை டாலர்களாலும், ஆங்கிலேயருடைய உடை பவுண்டுகளாலும், ஜெர்மானியருடைய உடை டாயிஷ் மார்க்குகளாலும், பிரெஞ்சுக்காரருடைய உடை பிராங்குகளாலும், இத்தாலியருடைய உடை லையர்களாலும், ஸ்காண்டிநேவியருடைய உடை க்ரோனர்களாலும், ஜப்பானியருடைய உடைய யென்களாலும் தைக்கப்பட்டிருந்தது. ஒவ்வொரு சூட்டின் மேலும் சாரணர்கள் அணிவதைப் போன்ற பலவிதமான பதக்கங்கள் அணிந்திருந்தார்கள். உலோகத்தாலான அந்தப் பதக்கங்கள் அவ்வப்போது அவற்றின் மீது ஒளிபடும் போதெல்லாம் மின்னின. ஒவ்வொரு பதக்கத்திலும் பின்வரும் வாசகங்களில் ஒன்றிரண்டு பொறிக்கப்பட்டிருந்தன: 'உலக வங்கிகள்'; 'உலக வணிக வங்கிகள்'; 'உலக சுரண்டல் வங்கிகள்'; 'பணம் முழுங்கி இன்சூரன்ஸ் திட்டங்கள்'; 'கச்சாப்பொருட்களை கபளீகரம் செய்யும் தொழிற்சாலைகள்'; 'ஏற்றுமதிக்கான மலிவு விலை தயாரிப்புகள்'; 'மனிதத் தோல் வியாபாரிகள்'; 'லாபத்துக்கான கடன்கள்: இரும்புச் சங்கிலிகளுடன் கூடிய உதவித் தொகைகள்'; 'கொலைகார ஆயுதங்கள்'; 'உள்நாட்டில் பகட்டுக் கண்காட்சிக்கும் வெளிநாட்டில் கொள்ளை இலாபத்திற்குமான மோட்டார் வாகன இணைப்பு (அஸெம்பிளி) நிலையங்கள்'; 'முட்டாள்களை அடிமைச்சங்கிலியில் தளைப்படுத்தி வைக்கக்கூடிய அனைத்து விதமான அழகு சாதன (ஃபேர் அண் லவ்லி) பொருட்கள்'; 'சொகுசை விரும்பும் அடிமையே என்னுடன் வியாபாரம் செய்'. இன்னும் இதுபோன்ற பல வாசகங்கள்.

கத்தூய்ரியா, வரீய்ங்கா, முதூரி, வங்காரி, முவாரா எல்லாரும் உட்கார்ந்திருந்த மேசை விரேரி வா மூகிராய் உட்கார்ந்திருந்த இடத்திலிருந்து சற்றுத் தொலைவில் இருந்ததால், அவனுடைய தலையை மட்டும்தான் அவர்களால் பார்க்க முடிந்தது. முந்தைய நாள் இரவில் இல்மொராக்கை நோக்கி மட்டாட்டுவில் பயணம் செய்த போது, போட்டியைக் காண எல்லோரும் விருந்துக்கு வருவதென்று

முடிவு செய்திருந்தார்கள். அழைப்பிதழ் இல்லாமல் யாரும் குகைக்குள் நுழைய முடியாது என்பதால், விரேரி வா மூகிராய்தான் அவர்களுக்கு உண்மையான அழைப்பிதழ்களைக் கொடுத்திருந்தார். அப்படித்தான் இந்த சந்திப்பு முடிவு செய்யப்பட்டது. ஞாயிற்றுக்கிழமை காலை 10 மணிக்கு அவர்கள் குகையின் வாசலில் சந்தித்துக்கொண்டபோது, உள்ளே நுழையும் முன் அழைப்பிதழைக் காட்டும்படி காவலர்கள் அவர்களைக் கேட்டிருந்தார்கள்.

ஆனால் உண்மையில் அது ஒரு குகையா, வீடா - அதுவும் எவ்வளவு அருமையான மாளிகை!

தொடர்ச்சியாக மெருகேற்றப்பட்டது போல் தரை மிகவும் வழுவழுப்பாக இருந்தது. எந்த அளவுக்கு என்றால், குனிந்து பார்த்தால் ஒருவர் தன் முகத்தை அதில் பார்த்துக்கொள்ளலாம். வண்ணப் பூச்சினால் மின்னியது கூரை. மொழுமொழுப்பான பழக் குலைகளைப் போன்ற சரவிளக்குகள் கூரையிலிருந்து தொங்கின. அவை வானவில்லின் நிறங்களில் வண்ண வண்ணத் தாள்களால் அலங்கரிக்கப்பட்டிருந்தன. வண்ணத் தாள்களும் பலூன்களும் கூரையிலிருந்து தொங்கின. பலூன்கள் பச்சை, நீலம், பழுப்பு, சிவப்பு, வெள்ளை, கருப்பு, கரும்பழுப்பு என்று பல நிறங்களில் இருந்தன.

எத்தகைய மதுவகைகள் தேவையென்று கேட்டுக்கொண்டு பணிப்பெண்கள் மேசை மேசையாக நகர்ந்துகொண்டிருந்தார்கள். அவர்கள் எல்லோரும் கருப்பு கம்பளித் துணியாலான இறுக்கமான ஆடைகள் அணிந்திருந்தார்கள். உடைகள் உடலை கவ்விப் பிடித்திருந்த விதம், தூரத்திலிருந்து பார்ப்பவர்களுக்கு அந்தப் பெண்கள் அம்மணமாக இருக்கிறார்களோ என்று நினைக்கச் செய்தன. பெண்களின் பின்புறத்தில் முயல்வால் வடிவத்தில் சிறிய வெள்ளைக் குஞ்சங்கள் வைத்துத் தைக்கப்பட்டிருந்தது. மார்புகளின் மேல் இரண்டு பிளாஸ்டிக் பழங்கள் குத்தப்பட்டிருந்தன. 'ஐ லவ் யூ' என்று ஆங்கிலத்தில் எழுதிய பட்டையை ஒவ்வொரு பெண்ணும் தன் தலையில் கட்டியிருந்தாள். வேற்றுலகத்திலிருந்து இறங்கி வந்த தேவதைகளைப் போல அவர்கள் இருந்தார்கள்.

வரீய்ங்கா விஸ்கியும் சோடாவும் குடித்துக்கொண்டிருந்தாள். கத்தூய்ரியா, முதூரி, முவாரா மூவரும் டஸ்கர் பியரைத் தேர்ந்தெடுத்திருந்தார்கள். வங்காரி ஃபேண்டா (குளிர்பானம்)

கொண்டுவரச் சொன்னாள். பில் தொகையை கத்தூய்ரியாவும் முதூரியும் செலுத்தினார்கள்.

நிஜமாகவே அது ஒரு விருந்துதான். 'வயிறுமுட்டக் குடி; பணத்தை வாரி இறை' என்பதுதான் அன்றைய தினத்தின் சட்டமாக இருந்தது. போட்டியாளர்கள் ஒவ்வொருவரும் தத்தம் செல்வத்தைப் பறைசாற்ற சந்தர்ப்பம் கிடைத்ததால், இந்த விருந்து ஏற்பாடு அவர்களுக்கு இன்பமளிப்பதாக இருந்தது. விருந்தாளிகள் பலரும் தத்தம் முறை வந்தபோது, பல தடவை, குடிக்கத் தேவையான பெரிய பாட்டில்களில் விஸ்கி, வோட்கா, பிராந்தி, ஜின் அல்லது ஒரு பெட்டி நிறைய பியர் என்று வாங்கிக்கொண்டார்கள். இந்த மாதிரி ஆட்கள் அவர்களின் அருகாமையிலிருந்த யாராவது ஒருவர் சிறு குப்பியளவில் மதுவையும், ஒற்றைப் பாட்டில்களாக பியரையும் வாங்குவதைக் கண்டால் கோபத்தில் தம்முடைய பற்களைக் கடித்துக் கொண்டார்கள். தனி பியர் பாட்டில்களாகவும் சிறு குப்பி அளவுகளிலும் மது வாங்குவது என்பது பொதுவாக கழிசடைகள் மது அருந்தும் விதம் என்று கருதப்பட்டது.

'சுகர் கேர்ள்ஸ்' எனப்படும் இளம்பெண்களை அவர்களில் பலர் துணைக்கு அழைத்து வந்திருந்தார்கள். இந்தப் பெண்கள் கழுத்தில் விலை உயர்ந்த முத்துக்களும் மாணிக்கங்களும் பதித்த ஆரங்களை அணிந்திருந்தார்கள். வெள்ளியாலும் தங்கத்தாலும் செய்த மோதிரங்களை விரல்களில் அணிந்திருந்தார்கள். குகையிலிருந்த பெண்களெல்லாம் நவீன ஆடை அணிவகுப்புக்கு வந்திருந்தது போலவும் விலை உயர்ந்த கற்களைக் கண்காட்சிக்கு வைத்தது போலவும் தோன்றினார்கள். தங்கள் தோழிகளுக்கு அந்த ஆண்கள் ஷாம்பெய்ன் மது மட்டும்தான் வாங்கிக் கொடுத்தார்கள். 'ஷாம்பெய்ன் நுரை தளும்பி ரூயிரு நதியைப் போல் பாயட்டும். எல்லாவற்றையும் குடிக்க முடியாவிட்டால், அதிலேயே குளித்துவிடுவோம்' என்று பீற்றிக்கொண்டார்கள்.

'எப்போது தொடங்கப் போகிறார்கள்?' கத்தூய்ரியாவிடம் கேட்டாள் வரீய்ங்கா.

'இதோ தயாராகிக் கொண்டிருக்கிறார்கள்,' என்றான் கத்தூய்ரியா.

தன் மனதுக்குள் பல விஷயங்களைப் போட்டு அலசிக் கொண்டிருந்தாள் வங்காரி: நான் அதிர்ஷ்டக்காரி. பொது மக்களுக்கு

நன்மை செய்யும் வகையில், திருடர்களும் கொள்ளைக்காரர்களும் சந்திக்கும் கூடாரங்களையெல்லாம் தேடுவதில் என் பங்கிற்கு போலீஸுக்கு உதவுவதாக நேற்றுதான் சொன்னேன். இந்த விருந்து நடக்கப்போவது எனக்கு முன்பே தெரியும் என்பதுபோலல்லவா இது இருக்கிறது! என்ன அதிர்ஷ்டம்! இருபத்தி நான்கு மணி நேரத்தில் அந்தக் கூடாரத்தைக் கண்டுபிடித்து விட்டேனே. தங்கள் வெளிநாட்டு நண்பர்களுடன் இங்கே கூடியிருக்கும் இவர்கள்தானே வில்லன்கள்? இவர்கள் அத்தனை பேரையும் போலீஸார் வந்து கைது செய்து சிறையில் அடைத்துவிட்டால் இல்மொராகில் திருட்டும் கொள்ளையும் ஒரு முடிவுக்கு வந்துவிடாதா? மனிதர்களைச் சாப்பிடும் கூட்டம் நாட்டிலிருந்தே ஒழிந்துவிடாதா? அவர்கள் என்னதான் சொல்கிறார்கள் என்று கேட்கும் வரை, அவர்கள் திட்டம் என்னவென்று தெரிந்து கொள்ளும் வரை நான் காத்திருப்பேன்; அப்போதுதான் இன்ஸ்பெக்டர் கக்கனோவையும் அவரது போலீஸ் படையையும் அழைத்து வரச் செல்லும்போது என்னிடம் போதுமான சாட்சியம் இருக்கும். முதூரி எல்லாவற்றையும் கவனித்துக் கொண்டும் ஒவ்வொரு வார்த்தையையும் கவனமாகக் கேட்டுக் கொண்டும் இருப்பதைப் பார்த்தால் அவர் எதையும் தவற விட்டுவிட விரும்பவில்லை என்று புரிகிறது. ஒருவேளை சாட்சியம்தர அவரும் எனக்கு உதவுவாரோ?

அவரை உதவிகேட்க வாயெடுத்தாள். பிறகு சற்றுத் தயங்கினாள். முதல்நாள் இரவு முவாராவின் மட்டாட்டுவில் தான் பாடிய பாடலின் தாளத்துக்கு ஏற்ப அவளுடைய இதயம் அடித்துக் கொண்டது:

ஒருவர் விடாமல் எல்லோரும் வாருங்கள்!
சாத்தானையும் அவனுடைய சீடர் கூட்டத்தையும்
விரட்டி விரட்டி நாம் அடித்துத் துரத்தும்
கண்கொள்ளாத காட்சியைக் காண
ஒருவர் விடாமல் எல்லோரும் வாருங்கள்!

காங்கோ நாட்டு மெட்டு ஒன்றை இசைக்கத் தொடங்கியது இசைக்குழு...

திடீரென்று ஏதோ ஒரு எண்ணம் ஆட்கொள்ள, முவாராவின் பக்கம் திரும்பிய முதூரி, கிசுகிசுப்பான குரலில் கேட்டார்: முவாரா, பிசாசின் தூதுவர்கள் என்று தம்மைக் கூறிக்கொள்ளும் கொலைகாரர்களுடன் உனக்கு என்ன தொடர்பு?'

பழுக்கக் காய்ச்சிய ஊசியால் குத்தியதைப் போல திடுக்கிட்டுப்போன முவாரா, கண்களில் பீதி நிறைய, 'உங்களுக்கு எப்படித் தெரியும், உங்களுக்கு எப்படித் தெரியும்?' என்று வற்புறுத்திக் கேட்டான்.

சரியாக அந்தக் கணத்தில் சட்டென்று இசைக்குழு வாசிப்பதை நிறுத்தியது. எல்லாச் சத்தமும் ஓய்ந்தது. குகையில் பரிபூரண அமைதி. எல்லோரும் மேடையை நோக்கி பார்வையைத் திருப்பினார்கள்.

போட்டி தொடங்கியது.

4

முதல் போட்டியாளன் முன்னால் வந்து மேடை மீது ஏறினான். மற்றெல்லாத் திருடர்களும் சந்தேகத்துடன் ஒருவரை ஒருவர் பார்த்துக் கொண்டார்கள்.

இந்தப் போட்டியாளன் அணிந்திருந்த சூட் 'நேப்பியர் - கிராஸ் - சன் - ஆஃப் ட்ரெம்ப்ளிங்' என்று பெயர் சூட்டப்பட்ட வகையைச் சேர்ந்தது. அந்த சூட் ஒரு முறையாவது தேய்க்கப்பட்டதாகவே தெரியவில்லை. அவன் உயரமாக, ஒடிசலாக இருந்தான். ஆனால் கண்கள் மட்டும் பெரிதாக இருந்தன. நெடிதுயர்ந்த யூகலிப்டஸ் மரத்திலிருந்து இரண்டு மின்சார பல்புகள் தொங்குவது போல அவை இருந்தன. கைகளை பாக்கெட்டுகளுக்குள் நுழைத்துக் கொள்வதா, அட்டென்ஷனில் நிற்கும் சிப்பாயைப் போல விரைப்பாகத் தொங்கவிட்டுக் கொள்வதா அல்லது மடித்துக் கட்டிக் கொள்வதா என்ற குழப்பத்தில் இருப்பவன்போல இதையெல்லாம் மாறி மாறி செய்துகொண்டிருந்தான். தலையைச் சொறிந்து கொண்டான். விரல்களில் நெட்டி முறித்தான். கடைசியாக ஒருவழியாக கைகளை மார்பின் குறுக்காக மடித்து வைத்துக்கொண்டு மேடை அச்சத்தை விரட்டுவதற்காக ஒரு குறுஞ்சிரிப்பு சிரித்துவிட்டு தன் கதையைச் சொல்ல ஆரம்பித்தான்.

'என் பெயர் டாயா வா கஹுரியா. என்னைப் பார்த்தால் கொஞ்சம் அசௌகரியமாகவும் அலங்கோலமாகவும் இருப்பது போலத் தெரியலாம். அதற்குக் காரணம் இதற்கு முன் ஒரு போதும் இவ்வளவு பெரிய கூட்டத்தில் பேசி எனக்குப் பழக்கமில்லை. ஆனால் நீங்கள் பார்க்கும் இந்தக் கைகள்... (கைகளை நீட்டி உள்ளங்கைகளையும் விரல்களையும் கூட்டத்துக்குக் காண்பிக்கிறான்)... இவை மற்றவர்களின்

பாக்கெட்டுகளுக்குள் நுழைவதையே பழக்கமாக்கிக்கொண்டவை. என் நீண்ட விரல்கள் உங்கள் பாக்கெட்டில் நுழைந்தால் அது நுழைவதை உங்களால் உணர முடியாது என்று திட்டவட்டமாகச் சொல்வேன். சந்தைகளிலும் பேருந்துகளிலும் பெண்களிடமிருந்து பணப் பைகளை எப்படிப் பறிப்பது என்றோ கிராமத்து மக்களின் கோழிகளை எப்படி அமுக்குவது என்றோ சொல்லித் தர தன்னால் முடியும் என்று சொல்லி என்னை ஒதுங்கிப் போகச் செய்யுமளவுக்கு ஒரு திருடனாவது இந்தப் பேட்டையில் இருப்பானா என்பது சந்தேகம்தான்.

'ஆனால் வானகத் தந்தையின் பெயரால் சொல்கிறேன் - உண்மையிலும் உண்மையாக சத்தியப்பிரமாணம் செய்து சொல்கிறேன் - நான் ஏன் திருடுகிறேன் தெரியுமா? எனக்குப் பசிக்கிறது, உடைகள் தேவைப்படுகிறது; ஆனால் எனக்கு வேலை இல்லை, இரவில் இந்தச் சிறிய தலையைச் சாய்க்க இடமுமில்லை - அதனால்தான்.

'போகட்டும். எனக்குத் திருடும் திறமை இருக்கிறது என்று நிரூபிக்க, கிராமத்தில் கோழிகளை எப்படி திருடுகிறேன் என்று உங்களுக்கு விளக்கிக் காட்டுகிறேன்....' டாயாவின் மேடை பயம் எங்கோ தொலைந்து போய் விட்டது போலும். சோள முத்துக்களில் துளையிட்டு நைலான் கயிற்றில் கோர்த்து, ஒருமுனையை கையில் பிடித்துக்கொண்டு, கோழிகளுக்கு உற்சாகமூட்ட பாடல் ஒன்றைப் பாடியபடி சோளத்தை அந்தக் கோழிகளை நோக்கி வீசுவானாம்... 'கொக் கொக் கொக் கொக்.... கொக் கொக் கொக் கொக்.... கொக் கொக் கொக் கொக்....' அப்போது அங்கேயே தன் கண்முன்னால் கோழிகள் இருப்பது போலவும் அவற்றைப் பார்த்துக் கத்துவது போலவும் மேடை மேல் நன்றாகக் குனிந்து அவர்கள் எதிரிலேயே கத்திக் காட்டினான்: 'கொக் கொக் கொக் கொக்.... கொக் கொக் கொக் கொக்....' ஆனால் அவன் தன் கதையை முடிப்பதற்குள்ளாகவே சில விருந்தினர்கள் முணுமுணுக்கவும் கத்தவும் ஆரம்பித்தார்கள். வேறு பலர் டாயாவின் செயல் விளக்கத்தில் நம்பிக்கையை இழந்து விசிலடிக்க ஆரம்பித்தார்கள். மற்றவர்கள் கோபத்தில் கால்களை ஓங்கி தரையில் உதைத்துக் கத்தினார்கள்: 'இந்த மாதிரி சில்லரைத் திருடனையும் அவனுடைய உப்புச் சப்பு இல்லாத கதைகளையும் இங்கே எப்படி அனுமதித்தார்கள்?'

விழாத் தலைவர் மேடையில் தாவி ஏறி அமைதிகாக்க வேண்டினார். பார்வையாளர்களைப் பார்த்து 'இது இண்டர்நேஷனல் ஸ்டாண்டர்டுக்கு (உலகத்தரத்துக்கு) உயர்ந்துவிட்ட நிஜத்திருடர்கள் - கொள்ளைக்காரர்களுக்கான போட்டியாகும். கிராமத்துக் குடிசைகளின் கதவுகளை உடைப்பவர்கள், சந்தையிலிருக்கும் ஏழைப் பெண்களிடமிருந்து பணப் பைகளைப் பறிப்பவர்கள் போன்றவர்களின் கதைகள், திருட்டிலும் கொள்ளையிலும் மெய்யாகவே பேர் போனவர்களின் கண்களுக்கு முன் கேவலமாகவே தெரியும். அதுவும் பன்னாட்டுத் திருடர்கள் மற்றும் கொள்ளைக்காரர்களின் முன்னிலையில் அவற்றைச் சொல்லும்போது அது மிகவும் வெட்கக்கேடானதாகவே இருக்கிறது. பசிக்காகவோ துணிக்காகவோ வேலைக்காகவோ சிறுசிறு திருட்டுகளில் ஈடுபடுகிறவர்களைச் சந்திப்பதற்காக நீண்ட நெடுந்தூரம் பயணம் செய்து அன்னியர்கள் வரவில்லை. இதுபோன்ற சிறு திருட்டுகளைச் செய்பவர்கள் கிரிமினல்கள். வயிறு நிறைந்திருப்பதால் திருடுகிறவர்களைப் பற்றித்தான் இந்தப் போட்டி அக்கறை கொள்கிறது,' என்று சொன்னார் விழாத் தலைவர், தன்னுடைய தொப்பையைத் தடவிக்கொண்டே.

டாயா வா கஹூரியாவுக்கு வெட்கம் பயம் எல்லாம் அறவே போய்விட்டது. விழாத் தலைவரை பேச்சாலேயே அடிக்கத் தொடங்கினான். 'திருடன், திருடன்தான். சிறப்புச் சலுகைகள் பெற்ற திருடர்கள் என்று யாரும் இருக்கக் கூடாது. திருடன் என்றால் திருடன்தான். திருட்டுக்கான நோக்கம் முக்கியமில்லை. எல்லோரும் போட்டியில் எந்தவிதத் தடையும் இல்லாமல் கலந்து கொள்ள அனுமதிக்கப்படவேண்டும். கொள்ளைக்காரன் என்றால் கொள்ளைக்காரன் தான்...'

குகையின் ஒவ்வொரு மூலையிலிருந்தும், திருடர்களும் கொள்ளைக்காரர்களும் மொத்தமாக குரலை உயர்த்தி எதிர்ப்புத் தெரிவித்தார்கள். ஒரு சிலர் கோபமாகக் கத்தினார்கள்: 'தொழில் நுணுக்கம் தெரிந்த மனிதர்களுக்கான மேடையிலிருந்து அந்த மலிவுவிலை சூட்டு மாட்டிய கிழவனைக் கீழே இறங்கச் சொல்லுங்கள். டாயா வா கஹூரியா! உன் நேப்பியர் கிராஸ் சன் ஆஃப் ட்ரெம்ப்ளிங் - ஐப் பார்க்க நாங்கள் விரும்பவில்லை. அவனை வெளியே காற்றில் போய் நடுங்கச் சொல்லுங்கள். வெளியே துரத்துங்கள் அவனை! அவன் தன்னுடைய அதிசயத் திறமையை வைத்துக்கொண்டு ஜெருசாவில் போய் கோழி திருடட்டும்! விழாத்

தலைவரே, உங்கள் கடமையைச் செய்யுங்கள். முடியாவிட்டால் சொல்லுங்கள், நிலைமையைச் சமாளிக்க உடனடியாக வேறு ஆளைத் தேடிக்கொள்கிறோம்.'

வாயிலில் நின்றிருந்த காவலர்களுக்கு சாடை காட்டினார் விழாத் தலைவர். அவர்கள் தடிகளை சுழற்றியவாறே முன்னால் ஓடிவந்தார்கள். "இது பாரபட்சமான செயல்" என்று டாயா வா கஹுரியா எழுப்பிய எதிர்ப்புக் குரலை சட்டை செய்யாமல் அவனை வாசலை நோக்கி தள்ளிக்கொண்டு போனார்கள். விருந்திலிருந்து வெளியேற்றப்பட்டான், டாயா வா கஹுரியா. மற்ற திருடர்களும் கொள்ளைக்காரர்களும் குஷியாக விசிலடித்தார்கள். விழாத் தலைவர் மற்றொரு முறையும் அமைதியாக இருக்கும்படி சொல்லிவிட்டு பேசத் தொடங்கினார்.

'இந்தப் போட்டி பன்னாட்டுத் திருடர்களுக்கும் கொள்ளைக் காரர்களுக்கும் ஆனது. அதாவது சர்வதேச தகுதியடைந்திருக்கிற திருடர்களுக்கும் கொள்ளைக்காரர்களுக்கும் ஆனது. ஆகவே புதியவர்களும் கற்றுக்குட்டிகளும் வந்து எங்கள் நேரத்தை வீணாக்குவதை நாங்கள் விரும்பவில்லை. ஏனெனில் காலம் பொன்னானது. எல்லாக் காலமும் கொள்ளையடிப்பதற்கான காலம்தான்.'

'எனவே இப்போது முதல் இந்தப் போட்டியின் விதிகளை வரையறை செய்துகொள்வோம். இன்று நாம் இங்கே கூடியிருப்பதற்கான காரணம் உங்களில் சிலர் நினைப்பதைப் போல அவ்வளவு எளிமையானதல்ல. இது நகைப்புக்குரிய விஷயமும் அல்ல. ஒன்று மட்டும் சொல்லிக்கொள்கிறேன்: வெறும் நூறும் ஆயிரமும் திருடுபவர்கள் சிரமப்பட்டு மேடைக்கு வந்து எங்கள் பொறுமையை வீணாகச் சோதிக்கவேண்டாம்.'

இதற்கு பலமான கைதட்டல் கிடைத்தது.

'இதுதான் முதல் விதி. வெகு இயல்பாகவும் ஆர்வமாகவும் உங்களிடமிருந்து வந்த கைதட்டலே, இந்த விதியை நாம் ஒப்புக்கொண்டதற்கு அடையாளம். ஒரே ஒரு தடவையையாவது கோடிக்கணக்கில் பணத்தை எண்ணி பையில் வைத்துக் கொண்ட திருடர்களும் கொள்ளையர்களும் பேசுவதைப் பார்க்கவும் கேட்கவுமே நாங்கள் விரும்புகிறோம்.

'இது இரண்டாவது விதி: பெருத்த தொந்தியும் கொழுத்த கன்னங்களும் இல்லாத எவரும் மேடைக்கு வந்து எங்கள் நேரத்தை வீணடிக்கக்கூடாது. ஒரு மனிதனின் தொந்தியின் அளவும் கன்னத்தின் அளவும்தான் அவனது செல்வச் செழிப்பைக் காட்டும் சரியான அளவுகோல். அப்படி இல்லையென்று யாராவது வாதாடமுடியுமா?'

பானை வயிற்றுத் திருடர்கள் கைதட்டி ஆரவாரித்தார்கள். ஒல்லித் திருடர்கள் எதிர்ப்புக் கூச்சல் எழுப்பினார்கள். குகையில் இருந்த கூட்டம் இரண்டாகப் பிரிந்து, குண்டர் கூட்டத்துக்கும் எலும்பர் கூட்டத்துக்கும் இடையே காரசாரமான வாக்குவாதங்கள் மூண்டன.

இரண்டாவது விதியை மீறும் வகையில் மிக மிக ஒல்லியான மனிதன் ஒருவன் துள்ளி எழுந்தான். அவன் பேசப் பேச, கோபத்தில் அவனுடைய குரல்வளை ஏறி இறங்கி நடனமாடியது. பல திருடர்களுக்கும் கொள்ளைக்காரர்களுக்கும் செல்வத்தால் ஊட்டி வளர்க்கப்பட்ட மாபெரும் வயிறுகளும் குண்டுக் கன்னங்களும் இருந்தாலும், வேறு பலரின் வயிறுகள் சுருங்கி கன்னங்கள் குழிவிழுந்திருப்பதற்கு, பெரும் செல்வம் ஏற்படுத்தும் பிரச்சனைகள் குறித்து எப்போதும் அவர்கள் கவலைப்படுவதுதான் காரணம் என்று அவன் வாதாடினான். 'ஆம். செல்வத்தின் அளவைப் பொறுத்து பிரச்சனைகள் ஏற்படும்தான். அதனாலேயே திருட்டிலும் கொள்ளையிலும் அவர்கள் நிபுணர்கள் அல்ல என்று ஆகிவிடாது. ஒல்லியாக இருப்பதற்காகவே ஒருவன் பாரபட்சமாக நடத்தப்படுவது என்பது கூடாது. போட்டியில் கலந்து கொள்வதற்காக வேண்டி ஒருவன் பொய்யான தொப்பையை ஒட்டவைத்துக்கொண்டோ, மனைவியின் கருவுற்ற வயிற்றை இரவல் வாங்கிக் கொண்டோ வர முடியுமா என்ன? ஒல்லியாக இருப்பதும், துரதிருஷ்டத்தால் மெலிந்து வற்றிப்போய் இருப்பதும் ஒன்றல்ல... ஆடு சதையின் அளவை வைத்து ஒரு வீரனை எடை போடுவது கிடையாது,' முடித்துவிட்டு அவன் உட்கார்ந்தான். எலும்பர்களின் கூட்டம் பலமாகக் கைதட்ட, குண்டர்களின் கூட்டம் கத்தி ஆர்ப்பாட்டம் செய்தது.

'இப்போது பேசிய மனிதர் டாயா வா கஹூரியாவைப் போல ஒல்லியாக இருக்கிறார்,' ஒரு குண்டன் கத்தினான். உடனே ஒரு சண்டையே மூண்டுவிடும் போலிருந்தது. அவமானப்படுத்தப்பட்டவன் எழுந்துநின்று எரிச்சலுடன் சண்டைக்கு இழுத்தான்: 'என்னை டாயா வா கஹூரியா என்று சொல்பவன் யார்? என்னைக் கேடு கெட்டவன் என்று சொல்பவன் யார்? வெறும் நூறிலும் ஆயிரத்திலுமே

புழங்குபவனுடன் என்னை ஒப்பிட்டவன் யார்? அவன் என் முன்னால் வரட்டும்! வாடா முன்னால்; கோதாவில் இறங்கி தீர்த்துக்கொள்ளலாம். நான் திருடுவது கோடிகளில் தான் என்பதை அவனுக்குக் காட்டுகிறேன்.'

அடுத்து எழுந்து நின்ற மனிதன் குண்டாகவுமில்லை, ஒல்லியாகவும் இல்லை. பிரச்சனையை அவன் தீர்த்துவைத்தான். 'ஒல்லி-குண்டு, வெள்ளை - கறுப்பு, உயரம் - குட்டை இதுபோன்ற விஷயங்களைப்பற்றி நாம் கவலைப்பட வேண்டாம். வேட்டையாடுவது என்று வந்துவிட்டால் பறவை சிறியதா பெரியதா என்பது முக்கியமில்லை. தனக்குத் தேவையான தகுதி இருப்பதாக எவனொருவன் நினைக்கிறானோ அவனையும் மற்றவர்களுடன் போட்டி போட நாம் அனுமதிக்க வேண்டும். மற்றவர்களின் சொத்துக்களை விழுங்குவதில் யார் அதிகத் திறமைசாலி என்பதை, இரண்டு கொள்ளைக்காரர்களும் களத்தில் இறங்கித்தான் சந்தேகமற தீர்த்துக்கொள்ள வேண்டும். நமது வெளிநாட்டு விருந்தினர்களைப் பாருங்கள். சிலர் குண்டாக இருக்கிறார்கள்; சிலர் ஒல்லியாக இருக்கிறார்கள். சிலருக்கு சிவப்புத் தலைமுடி; சிலருக்கு அவ்வளவு சிவப்பாக இல்லை. ஒருவர் ஆசியாவிலிருக்கும் ஜப்பானில் இருந்து வருகிறார்; மற்றவர்கள் ஐரோப்பாவில் இருந்து வருகிறார்கள்; அவர்களின் தலைவரோ வடஅமெரிக்காவில் இருந்து வந்திருக்கிறார். ஒரே வயதினராக, ஒரே ஊரினராக, ஒரே இனத்தவராக, ஒரு தாய் மக்களாக, ஒரே வகையினராக அவர்களைப் பிணைத்திருப்பது எது? அவர்கள் ஒல்லியாக இருப்பதோ, குண்டாக இருப்பதோ, அவர்களின் மொழியோ அல்ல. அவர்களைப் பிணைத்து வைத்திருப்பது, ஒரே குலத்தின் உறுப்பினர்களாக அவர்களை ஒன்றுபடுத்தியிருப்பது திருட்டுதான்; வயலின் எல்லா மூலைகளிலும் பற்றிப் படர்ந்திருக்கும் களைக்கொடியைப் போல, உலகம் முழுவதிலும் ஆக்டோபசைப் போல தங்கள் கால்களைப் பதிக்க உதவியிருக்கும் திருட்டுத் தொழில்தான் அவர்களை ஒன்றுபடுத்துகிறது. எனவே அவர்களது காவல் நாய்களாகிய நாம் எல்லோரும் ஒருதாய் மக்கள் தான். ஒரே வயதினர், ஒரே ஊரினர், ஒரே இனத்தினர், ஒரே வகையினர்தான். இன்று இங்கு கூடியிருக்கும் நாம் எல்லோருமே, லுவோ, கல்லெஞ்சின், கம்பா, ஸ்வாஹிலி, மாஸாய், கிக்கூயூ, பலூயா என்று எந்த இனத்தைச் சேர்ந்தவர்களாக இருந்தாலும், திருட்டிலும் கொள்ளையிலும் நாம் உடன்பிறப்புகளே. இந்த வெளிநாட்டு நிபுணர்களுடனான நமது தொடர்புகளால் ஒருவருக்கொருவர்

சொந்தமாகிவிட்டவர்களே. விழாத் தலைவரே! நாம் எல்லோரும் ஒரே அமைப்பைச் சேர்ந்தவர்கள். நாம் எப்போதும் ஒற்றுமையாகவே இருப்போம். எந்த மக்களிடமிருந்து நாம் திருடுகிறோமோ அவர்களுக்கிடையில்தான் மதம், இனம் சார்ந்த பிரிவினைகளை நாம் உண்டாக்கவேண்டும். அப்போதுதான் அவர்கள் ஒருவருக்கொருவர் அடித்துக்கொண்டு, தங்களுக்கேயான வலுவான - ஒன்றுபட்ட அமைப்பை உருவாக்கி நம்மை ஒரு போதும் எதிர்க்க முடியாமல் செய்யலாம்... ஐயா, கொழுப்புள்ள மாமிசத்தை சமைப்பதற்கான நெருப்பேதான், பெருந்தீயாக மூண்டுவிட்டால் அதைக் கருக்கி நாசப்படுத்தியும் விடுகிறது.'

அவன் பேசி முடித்ததும் எழுந்த பெருத்த கரவொலியில் குகையின் சுவர்களும் கூரையும்கூட இடிந்து விழுந்துவிடும் போல் இருந்தது. தோபா! தோபா! வெளிப்படுத்துங்கள்! வெளிப்படுத்துங்கள்! நீதிகண்ட டானியல் வாழ்க! என்று கத்தினார்கள், அவன் பேச்சில் பெரிதும் மகிழ்ந்தவர்கள்.

ஒரு மனிதனின் உருவம், எடை, மதம், இனம், நிறம் - எதுவுமே போட்டியில் அவன் கலந்து கொள்வதற்குத் தடையாக இருக்கக்கூடாது என்றும், ஒவ்வொருவரும் திருட்டிலும் கொள்ளையிலும் தமக்கு இருக்கும் குயுக்தி, திறமை ஆகியவற்றின் அடிப்படையிலேயே போட்டி போட அனுமதிக்கப்பட வேண்டும் என்றும், ஒரு சிறு விவாதத்துக்குப் பிறகு முடிவு செய்யப்பட்டது. ஆனால் கற்றுக் குட்டிகளையும் புதியவர்களையும் தவிர்ப்பதென ஏற்கனவே முடிவு எடுக்கப்பட்டிருந்ததால், கீழ்க்கண்ட விதிகள் ஒப்புக்கொள்ளப்பட்டன:

விதி1: ஒவ்வொரு போட்டியாளரும் முன்னதாகவே தன் பெயரைத் தெரிவித்தாக வேண்டும்.

விதி2: ஒவ்வொரு போட்டியாளரும் முன்னதாகவே தன் முகவரியைத் தந்தாக வேண்டும்.

விதி3: ஒவ்வொரு போட்டியாளரும் முன்னதாகவே தனக்கு இருக்கும் மனைவிகள் / வைப்பாட்டிகளின் எண்ணிக்கையை வெளியிட்டாக வேண்டும்.

விதி4: ஒவ்வொரு போட்டியாளரும் முன்னதாகவே தான் ஓட்டும் கார், தன் மனைவி ஓட்டும் கார், தன் காதலிகள் ஓட்டும் கார் ஆகியவை என்ன ரகம் என்ற விவரத்தைத் தந்தாக வேண்டும்.

விதி5: ஒவ்வொரு போட்டியாளரும் திருட்டிலும் கொள்ளையிலும் தன்னுடைய அனுபவத்தைப் பற்றிய விவரங்களை சுருக்கமாகத் தந்தாக வேண்டும்.

விதி6: ஒவ்வொரு போட்டியாளரும் நாட்டின் திருட்டையும் கொள்ளையையும் எப்படி அதிகரிப்பது என்பதற்கு யோசனைகள் தந்தாக வேண்டும்.

விதி7: ஒவ்வொரு போட்டியாளரும் நம்மிடையே உள்ள உறவையும், நமக்கும் அன்னியருக்குமிடையே உள்ள உறவையும் எப்படிப் பலப்படுத்த முடியும் என்று காட்டியாக வேண்டும்.

பெருத்த கைதட்டலுக்கிடையில் விதிகளைப் படித்து முடித்துவிட்டு அமர்ந்தார் விழாத்தலைவர்.

'நானும் போட்டியில் கலந்துகொள்ளப் போகிறேன்,' என்று முதூரியிடம் சொன்னான் முவாரா.

'அப்படியானால் நீயும் ஒரு திருடனா? என்று அவனிடம் கேட்டார் முதூரி. முவாரா உடனடியாகத் திருப்பிக் கேட்டான், 'என்னுடைய லாபமெல்லாம் வேறு எங்கிருந்து வருகிறதென்று நினைக்கிறீர்கள்?' இப்படிச் சொல்லிவிட்டு, தான் சொன்னது வெறும் நகைச்சுவைக்காகத்தான் என்பது போல சிரிக்க ஆரம்பித்தான். ஆனால் பிசாசின் தூதுவர்களைப் பற்றி முதூரி தன்னிடம் கேட்டது நினைவுக்கு வரவே உடனடியாக அவனது சிரிப்பு மறைந்தது. வங்காரியின் பக்கம் திரும்பியவன், 'முதூரிக்கு என்னைப் பற்றி தெரிந்த விஷயம். இவளுக்கும் தெரிந்திருக்குமோ?' என்று தனக்குள்ளே கேட்டுக்கொண்டான்.

துணிச்சலுக்கும் கசப்புணர்வுக்கும் இடையே அலைக்கழிந்தவளாய் அசையாமல் உட்கார்ந்திருந்தாள் வங்காரி. எழுந்துநின்று குகையிலுள்ள எல்லோர் மீதும் குற்றம் சாட்டி அவர்கள் மீது வசைபாடி அவர்களின் வாயை அடைத்துவிட வேண்டும் என்று நினைத்தாள். ஆனால் விருந்தின் கடைசி வரை பொறுமையாக இருந்து கவனித்து, போதுமான அளவு சான்றுகளைத் திரட்டிக்கொண்டு பிறகே இல்மொராக் போலீசிடம் போகவேண்டுமென்று தான் தீர்மானம் செய்ததை நினைவு படுத்திக்கொண்டாள். திருடர்களும், கொள்ளைக்காரர்களும் தம்மை மறந்த நிலையில் கைதட்டி ஆரவாரிப்பதை, தம்மைத் தாமே பாராட்டிக் கொள்வதை,

ஒருவரையொருவர் மெச்சிக் கொள்வதை கேட்கச் சகிக்காமல் ஓரிரு நிமிட நேரம் காதைப் பொத்திக்கொண்டாள்.

இல்மொராக்கை நோக்கி பயணம் செய்வதற்காக முதல்நாள் இரவு தான் வந்த முவாராவின் மட்டாட்டுவுக்குள் உட்கார்ந்து இருப்பது போன்ற உணர்வு திடீரென்று வங்காரிக்கு ஏற்பட்டது. வெளிநாடு செல்வதாக இருந்த ஆண்டை தன் ஊழியக்காரரை அழைத்து அவர்களில் ஒருவனுக்கு ஐந்து தாலந்து (பொற்காசு)களும் இன்னொருவனுக்கு இரண்டு தாலந்துகளும் மற்றொருவனுக்கு ஒரு தாலந்துமாக கொடுத்துவிட்டுச் சென்ற கதையை சொன்ன விரேரி வா மூகிராயின் குரல் அவள் காதில் ஒலித்தது... ஐந்து தாலந்துகளைப் பெற்றவன் புறப்பட்டுச் சென்று வியாபாரம் செய்து மேலும் ஐந்து தாலந்துகளை சம்பாதித்தான். அதுபோல இரண்டு தாலந்துகளைப் பெற்றவனும் புறப்பட்டுச் சென்று வியாபாரம் செய்து மேலும் இரண்டு தாலந்துகளைச் சம்பாதித்தான். ஆனால் ஒரு தாலந்தை பெற்றுக்கொண்டவனோ மண்ணைத் தோண்டி ஆண்டையின் காசைப் புதைத்துவைத்தான். நீண்டநாள் கழித்து அந்த ஊழியக்காரர்களின் ஆண்டை திரும்பி வந்து கணக்குப் பார்த்தபோது, எவன்... தாலந்துகளைப் பெற்றானோ அவன்...

கிதூது வா கட்டாங்கூருவின் வாக்குமூலம்

நவீன திருட்டையும் கொள்ளையையும் குறித்து கிதூது வா கட்டாங்கூரு அளித்த சாட்சியம்: கிதூதுவின் தொந்தி எவ்வளவு தூரம் முன்னே துருத்திக்கொண்டிருந்தது என்று சொன்னால், அவனுடைய கால்சட்டையைத் தூக்கிப் பிடித்திருந்த வார்கள் மட்டும் இல்லாதிருந்தால், தொப்பை தரையையே தொட்டிருக்கும் என்று சொல்லலாம். அவனுடைய கை கால்களையும், மற்ற எல்லா உறுப்புகளையும் அந்தத் தொந்தியே உள்வாங்கிக் கொண்டிருந்ததுபோல் இருந்தது. கிதூதுவுக்கு கழுத்தே இல்லை - அல்லது வெளியில் தெரியவில்லை. அவனுடைய கைகளும் கால்களும் கட்டை குட்டையாக இருந்தன. தலை ஒரு கைப்பிடியின் அளவே இருந்தது.

அன்றைக்கு கிதூது வா கட்டாங்கூரு கறுப்பு சூட்டும் சுருக்கங்கள் வைத்துத் தைத்த வெள்ளைச் சட்டையும் அணிந்திருந்தான். முகவாய்க்கட்டையோடு ஒட்டிக்கொண்டு விட்டதுபோல் தெரிந்த கறுப்புநிற நாய்ப்பட்டியானது ('Bow-Tie') கழுத்தில் இருக்க வேண்டிய

இடத்தில் இருந்தது. அவனது கைத்தடியில் அசல் தங்கத்தால் ஆன பூண் போடப்பட்டிருந்தது. கிதூது இடது கையால் தன் தொந்தியைத் தடவி விட்டுக் கொண்டும், வலது கையால் கைத்தடியைச் சுழற்றிக்கொண்டும் பேசினான். பெரிய சுமையைத் தூக்கித் திரிபவன் போல, பேசும்போது அவனுக்கு மூச்சு வாங்கியது.

கிதூது வா கட்டாங்கூரு அளித்த சாட்சியம் இது: என் பெயர் கிதூது வா கட்டாங்கூரு. இது என் பரம்பரைப் பெயர். என் ஐரோப்பியப் பெயர் - அல்லது என் கிறிஸ்தவப் பெயர் என்றும் அதைச் சொல்லலாம் - நான் ஞானஸ்நானம் பெற்ற போது வைத்த பெயர், ராட்டன்பரோ கிரவுண்டு ஃப்ளெஷ் ஷிட்லாண்டு நேரோ இஸ்த்மஸ் ஜாயிண்ட் ஸ்டாக் பிரவுன். ஐரோப்பியர்கள் என் முழுப்பெயரைக் கேட்கும்போது முதலில் ஆச்சரியப்படுகிறார்கள்; பிறகு ஒரு விதமாக என்னை வினோதமாக உற்று உற்றுப் பார்க்கிறார்கள். சிலர் தலையை ஆட்டிக்கொள்கிறார்கள். வேறு சிலரோ வெளிப்படையாகவே சிரிக்கிறார்கள். ஏன்? ஏனென்றால் இதுபோன்ற வினோதமான பெயர்களை அவர்கள் இதுவரை கேட்டிருக்கமாட்டார்கள். ஐயாமாரே, ஐரோப்பியர்களுக்கு என்னைக் கண்டால் உண்மையிலேயே பயம்!

'மாம்சம் தொடர்பான விஷயங்களைப் பொறுத்தவரை - எனக்கு ஒரு மனைவியும் ஐந்து பிள்ளைகளும் இருக்கிறார்கள். அவர்களில் மூவர் மகன்கள், இருவர் மகள்கள். ஒரு மகன் எல்லா ஆப்பிரிக்கப் பல்கலைக் கழகங்களிலும் படித்து முடித்துவிட்டு, இப்போது வெளிநாடு சென்று அதே சாதனையை நிகழ்த்த இருக்கிறான். அடுத்த பையனுக்கு இப்போதுதான் பல்கலைக்கழகத்தில் இடம் கிடைத்திருக்கிறது. மூன்றாவது மகனும் மகள்களும் பள்ளியில் படிக்கிறார்கள்; பேனாவுடனும் புத்தகங்களுடனும் போராடிக் கொண்டிருக்கிறார்கள். இன்றைக்கு எனக்கு இருப்பது போன்ற சாமார்த்தியத்துடன் என் அப்பா மட்டும் இருந்திருந்தால் எதையெல்லாம் நான் கற்றிருப்பேனோ அதையெல்லாம் அவர்கள் கற்கவேண்டும் என்றுதான் எப்போதும் நான் சொல்வேன். ஐரோப்பியர்களுக்காக என்றே நடத்தப்படுகிற மிக அதிக செலவு பிடிக்கும் பள்ளிகளுக்குத்தான் என் பிள்ளைகள் எல்லோரும் போகிறார்கள். அவர்கள் செல்லும் பள்ளிகளில் இன்றைக்கும் ஐரோப்பிய ஆசிரியர்கள்தான் இருக்கிறார்கள்.

'இந்த விஷயங்களை முடிப்பதற்கு முன்னால் இன்னொன்று: நானும் என் மனைவியும் கணவன் மனைவியாக இணைந்தது தோகோதோ மிஷன் தேவாலயத்தில். அத்துடன் எனக்கு இரண்டு

வைப்பாட்டிகளும் இருக்கிறார்கள். சிறிதாவது சேமித்து வைப்பவன் பசியினால் வாடுவதில்லை என்பது உங்களுக்கெல்லாம் தெரிந்த பழமொழிதான். தவிர, ஒரு ஐரோப்பியன் கிழவனான பிறகும் இளங்கன்றின் மாமிசத்தையே விரும்புகிறான்.

'என்னுடைய இந்தக் குட்டித் தொந்தி தொங்குவதையும் எனக்கு மூச்சு வாங்குவதையும் பார்த்துவிட்டு கட்டாங்கூருவின் மகனாகிய இந்த கிதூது எப்படி ஒரு மனைவியையும் இரண்டு குட்டிகளையும் சமாளிக்கிறான் என்று உங்களில் சிலர் நினைக்கக்கூடும். ஐயாமாரே, அதுபோன்ற சந்தேகப் பேர்வழிகளிடம் நான் ஒரு சில கேள்விகளைக் கேட்க விரும்புகிறேன்: நீங்கள் நமது பழமொழிகளை மறந்துவிட்டீர்களே ஏன்? அரங்கத்தில் ஆடத் தயாரான நடனக்காரனுக்கு எப்படி ஆட வேண்டும் என்பது தெரியும். தந்தம் எத்தனை பெரியதானாலும், யானையால் அதைச் சுமக்க முடியும். கடைசியாக, பணம் வேண்டாம் என்பவனுக்கு எவரும் எந்த உதவியும் செய்யமுடியாது.

'என் முகவரி: என் உண்மையான வீடு இங்கு இல்மொராகில்தான் கோல்டன் ஹைட்சில் இருக்கிறது. உண்மையான வீடு என்று ஏன் சொல்கிறேன் என்றால், இங்குதான் என் மனைவியும் குழந்தைகளும் வசிக்கிறார்கள் இது என் தலைமையகம் போன்றது. ஆனால் எனக்கு நைரோபியிலும், நாகுருவிலும், மொம்பாஸாவிலும் பல வீடுகள் இருக்கின்றன. ஹோட்டல்களில் தங்குவது எனக்கு திருப்தியளிப்பது இல்லை. ஒரு கடத்தல் வேலையில் நான் ஈடுபட்டிருக்கும்போது எனக்குச் சொந்தமான ஒரு வீட்டில் இரவைக் கழிப்பதையே நான் விரும்புகிறேன். இந்த வீடுகளைப் பற்றி என் குழந்தைகளின் அம்மாவுக்கு நன்றாகவே தெரியும். ஆனால் நைரோபியில் எனக்கு வேறுசில வளைகளும் உண்டு. அவை எனக்கும் என் சுகர் கேர்ள்ஸ் - க்கும்தான்.

'என் காரைப்பற்றி: நான் சாதாரணமாக பயணம் செய்யும் கார் மெர்சிடஸ் பென்ஸ் 280. இதை என் அந்தரங்க காரோட்டிதான் ஓட்டுவான். இது தவிர ஒரு பூஷோ 604-உம் ஒரு ரேஞ்ச் ரோவரும் என்னிடம் இருக்கின்றன. இவை என் சொந்த உபயோகத்திற்கு, என் குழந்தைகளின் அம்மா ஓட்டுவது டொயோட்டா கரினா, கடைவீதியிலிருந்து பொருள்களைச் சுமந்து வரும் ஒரு சிறிய கூடை அது. என் தொழிலுக்குத் தேவைப்படுகிற லாரிகளும் ட்ராக்டர்களும் என்னிடம் இருக்கின்றன. அதையெல்லாம் கணக்கிட்டுச் சொல்லி

உங்கள் நேரத்தை வீணடிக்க விரும்பவில்லை. அடடா, என் காதலிகளை மறந்துவிடப் பார்த்தேனே. ஒரு சுகர் கேர்ளுக்கு டொயோட்டா கரோலாவை கிறிஸ்துமஸ் பரிசாகத் தந்தேன். இன்னொருத்திக்கு பிறந்த நாள் பரிசாக டாட்ஸ் 1600 எஸ்.எஸ். வாங்கிக் கொடுத்தேன். நவீன காதலுக்கும் கஞ்சத்தனத்துக்கும் ஒருபோதும் ஒத்தேவராது!

'நண்பர்களே, நான் இவ்வளவு ஆசீர்வதிக்கப்பட்டிருப்பதையும், அதிர்ஷ்டம் என்னிடம் இவ்வளவு தாராளமாக இருப்பதையும் பார்த்தபிறகும் கூட, நவீன திருட்டையும் கொள்ளையையும் நான் புகழ்ந்து பாடுவது ஆச்சரியமாகவா இருக்கிறது?

'இன்று நான் வழுவழுப்பான அகன்ற நிழற்சாலைகளின் வழியாக, முட்களோ, கற்களோ, வியர்வையோ குறுக்கிடாத சாலைகளின் வழியாக உலா வருகிறேன். என் கைகள் ஏறக்குறைய காணாமலே போய்விட்டதைக் கவனித்தீர்களா? நான் வேலையே செய்வதில்லை என்பதுதான் இதற்குக் காரணம். வயிற்றுக்கு மட்டும் எப்போதும் அதிகப்படி வேலை இருப்பதால் அதுமட்டும் மேலும் மேலும் பெரிதாகிக் கொண்டே வருகிறது.

'காலையில் எழுந்தவுடன் வெண்ணெய் தடவிய ரொட்டித் துண்டுகளையும் ஒரு சில முட்டைகளையும் விழுங்குகிறேன். அவற்றை உள்ளே விரட்ட ஒரு குவளை பால் குடிக்கிறேன். 10 மணி சுமாருக்கு ஓரிரண்டு பவுண்டு ஆட்டுக் கறியை விழுங்கி வைக்கிறேன். 12 மணிக்கு ஒயினில் தோய்த்து கரி அடுப்பின் தணலில் பொன்னிறமாக வாட்டப்பட்ட நாலு பவுண்டு மாட்டிறைச்சியை (தொடைக்கறியை) ஒரு கை பார்க்கிறேன். அதை ஒரு பாட்டில் குளிர்ந்த பியரினால் அலசி உள்ளே இறக்குகிறேன். பிறகு மாலை 6 மணிக்கு விஸ்கி போட ஒரு அஸ்திவாரமாக நொறுக்குத் தீனியாக ஒரு முழு வறுத்த கோழி. அப்புறம் ராத்திரி முழுசாப்பாடு.

'சற்று முன் விழாத் தலைவர் அவர்கள் சொன்ன நீதிக்கதையில் வரும் எசமானரின் ஞானோபதேசத்தில் நம்பிக்கையுள்ளவன் நான். அதிலும் குறிப்பாக அவர் தன்னுடைய ஊழியக்காரர்களுக்கு வழங்கியுள்ள எல்லாக் கட்டளைகளிலும் நம்பிக்கையுள்ளவன் நான்: மற்றவர் விதைத்த நிலத்திலிருந்து நீ அறுவடை செய். மற்றவர் வியர்வையில் விளைந்ததை நீ தின்னு. மற்றவர் இறைத்த தண்ணீரை நீ குடி. மற்றவர் கட்டிய குடிசையில் நீ மழைக்கு ஒதுங்கு. மற்றவர் நெய்த ஆடையை நீ உடுத்து.

'பேரன்புக்குரிய என் நண்பர்களே, உங்களுக்கு ஒன்று சொல்லிக்கொள்கிறேன். இந்தக் கட்டளைகளையெல்லாம் எந்த நாளிலிருந்து நான் கடைப்பிடிக்கத் தொடங்கினேனோ அந்த நாளிலிருந்துதான் என்னுடைய காரியங்கள் யாவும் தடங்கல் இல்லாமல் சுலபமாக நிறைவேறத் தொடங்கின.

'காலனி ஆட்சிக்காலத்தில் கறுப்பின மக்கள் பதவி வகிக்க அனுமதிக்கப்பட்ட ஒரே வழக்கு மன்றமாகிய சுதேசி தீர்ப்பாயத்தில் என்னுடைய அப்பா நீண்டகாலமாக சபை மூப்பராக இருந்தார். அந்த நாட்களில் வழக்குமன்றம் இசிசிரி மாவட்டத்தில் உள்ள ரூவ்வையீனியில் செயல்பட்டு வந்தது. அந்த வழக்கு மன்றத்தில் அவர் வேலை பார்த்துவந்தபோதுதான், சட்டத்தை வளைத்து நிமிர்த்துவது எப்படி, உடைப்பது எப்படி, அதை அங்கங்கு நெளித்து காரியம் சாதித்துக் கொள்வது எப்படி என்பதையெல்லாம் அவர் கற்றுக்கொண்டார். மற்றவர்களின் நிலங்களைக் கபளீகரம் செய்தார். வழக்குமன்றத்தில் வழக்குத் தொடுத்து என் அப்பாவை வெல்லுவதற்கு அந்தப் பகுதியில் ஒரு கறுப்பன்கூட இருக்கவில்லை. இப்படி யோசித்துப் பாருங்கள்: அந்தத் தீர்ப்பாயத்தில் உறுப்பினர்களாக இருந்த - கியாம்பு மாவட்டத்தைச் சேர்ந்த கூரா முதல் - நியேரியின் மூரங்கா வரை - பலரும் அவருக்கு மிகவும் நெருங்கிய நண்பர்கள். அடிக்கடி அவர்கள் எங்கள் வீட்டுக்கு பியர் அருந்த வருவார்கள். அப்படிப்பட்ட சந்தர்ப்பங்களில் அவர்களை குஷிப்படுத்த பட்டியிலிருக்கும் கொழுத்த ஆடுகளை வெட்டுவார் என் அப்பா. ஓரிரண்டு முறை மாடுகளைக்கூட வெட்டியிருக்கிறார்! இதன் பயனாக கொஞ்சமும் பயமில்லாமல் அடுத்தவர் நிலத்தை அபகரித்துக்கொண்டு பெரிய பண்ணையாராக ஆகிவிட்டார். பல பெண்களைத் திருமணம் செய்துகொண்டார். அவர் ஒரு திமிர் பிடித்த கிழவர். யாராவது ஒரு அழகான பெண் விறகு சுமந்துகொண்டோ, வயலிலிருந்து திரும்பிக்கொண்டோ இருப்பதைப் பார்த்துவிட்டாரானால் போதும்; உடனே "இன்னாருடைய மகளை என்னிடம் கொண்டுவரவேண்டும்," என்று ஆளனுப்பிவிடுவார். ஆனால் என் அப்பா எந்தவிதமான குடும்பக் கட்டுப்பாட்டையும் கடைப்பிடித்தது இல்லை. அவருடைய கணக்கற்ற குழந்தைகளாகிய எங்களைப் பராமரிக்க அவருடைய அத்தனை நிலங்களும் கூட போதவில்லை. அவரிடமிருந்து எனக்குக் கிடைத்தவை மூன்றே மூன்று விஷயங்கள்தான்: 1) படிப்பறிவு, 2) அவருடைய சொந்த அனுபவமொழிகள், 3) அவருடைய ஐரோப்பிய நண்பர்களிடமிருந்து அவருக்கு வந்திருந்த கடிதங்கள்.

'கியாம்பு மாவட்டம் தொகோதோவில் இருக்கும் மாம்பேரேயில் நான் ஜூனியர் செகண்டரி படித்து முடித்தேன். அதே பள்ளியில் சுமார் இரண்டாண்டுகள் ஆசிரியராகப் பணிபுரிந்தேன். பிறகு நைரோபி உயர்நீதி மன்றத்தில் வழக்குமன்ற எழுத்தராகவும் பொருள் விளக்கம் அளிப்பவனாகவும் செயல்பட்டேன். ஆட்டைப் போலவே குட்டியும் திருடும் என்கிற நமது பழமொழி உண்மைதான்: என் தந்தையின் தொடக்ககால வேலைக்கே நான் திரும்பிவிட்டேன்.

'நெருக்கடி நிலைக் காலம் என்னை வழக்குமன்றத்துக்கு இழுத்து வந்தது. மாவ் மாவ் ஆதரவாளர்களை ஒழித்துக்கட்ட காலனியவாதிகள் பயன்படுத்திக்கொண்ட சபை மூப்பர்களில் என் தந்தையும் ஒருவர். என்னைப் பொறுத்தவரை, எந்தத் தரப்பை நான் ஆதரிக்கவேண்டும் என்பது எனக்குத் தெரியவில்லை. ஆகவே எந்தத் தரப்பையும் ஆதரிக்காமல் நடுநிலையில் நின்றுகொண்டேன். வழக்காடு மன்றத்திலேயே, கொலை வழக்குகளில் சம்பந்தப்பட்டவர்கள் தரப்பில் பொருள் விளக்கம் அளிக்கும் முழுநேர வேலைக்குள் ஒளிந்துகொண்டேன்.

'உஹுரு (சுதந்திரம்) வந்தபோதும், நான் அதே வழக்குமன்றங்களில் சொற்ப சம்பளத்திலேயே காலம் கடத்திக்கொண்டிருந்தேன். பூமி எந்தப் பக்கம் சுழலுகிறது, காற்று எந்தப் பக்கம் வீசுகிறது என்று அறிவதற்காக காத்திருந்தேன். பிறகு கடை வைப்பது, ஹோட்டல் நடத்துவது போன்ற சிறிய தொழில்களை ஆரம்பித்தேன். ஆனால் அவை இலாபகரமாக இல்லை. அந்த நாட்களில் இன்னும் நான் மனிதனை மனிதன் தின்னும் சமூகத்துக்குரிய புனிதக் கட்டளைகளைக் கற்றிருக்கவில்லை.

'அப்போதுதான், பெருந்தீனி தின்னும் வியாதியால் இறந்துபோன என்னுடைய அப்பாவின் இறுதி வார்த்தைகளை நான் நினைவுபடுத்திக் கொண்டேன். அவர் என்னைத் தன் வீட்டுக்கு அழைத்துப் பேசினார்: புத்திசாலித்தனமாக ஒருசில கடைகளையும் ஹோட்டல்களையும் ஆரம்பித்திருக்கிறாய். 'இடையன் ஓரிடத்திலும் நிலையாகத் தங்க மாட்டான்,' என்பது பழமொழி. யாத்திரை போகும் எவனும் அடுத்தவனின் கட்டுச்சோற்றை சுமப்பதில்லை. அவனவன் உணவை அவனவனே சுமக்கிறான். பராமரிக்க ஒரு குடும்பம் உள்ளவனுக்கு சம்பளம் என்பதெல்லாம் ஒன்றுமே இல்லை. அதே சமயம் பொறுமையாகக் கையாள வேண்டிய சிறு தொழில்களை நம்மைப் போன்ற கறுப்பர்களால் கையாள முடியாது. இந்தியர்களுக்கு

மட்டும்தான் அத்தகைய பொறுமை உண்டு. மகனே, உன் அப்பாவின் அன்பான வார்த்தைகளைக் கேட்டுக்கொள். உனக்கு புத்தகப் படிப்பு உண்டு என்பது எனக்குத் தெரியும். ஆனால் எல்லாவற்றையும் முன்பே பார்த்து அனுபவத்தால் அறிந்து கொண்ட ஒருவரிடம் பாடம் கற்பவனே விவேகமான மனிதன் ஆவான். தன்னை ஒரு ஆண்மகன் என்று சொல்லிக்கொள்ளும் எவனுக்கும் திருட்டு - கொள்ளைத் தொழில் ஒன்றுதான் சரியானது. வெள்ளையரிடமிருந்து கற்றுக்கொள் - அப்போது நீ ஒருபோதும் தவறி விடமாட்டாய். திருட்டையும் கொள்ளையையும் விட்டால் வேறு நல்ல வியாபாரம் எதுவும் கிடையாது என்று நம்புகிறான் வெள்ளையன். வெளிப்படையாகத்தான் எனக்குப் பேசத்தெரியும். இடது கையில் பைபிளும் வலது கையில் துப்பாக்கியுமாக இந்த நாட்டுக்குள் வந்தான் வெள்ளையன். மக்களின் வளமான நிலங்களை அபகரித்தான்; அபராதங்கள், வரிகள் என்ற பெயரால் மக்களின் ஆடுமாடுகளைக் கவர்ந்து கொண்டான். மக்களுடைய கைகளின் உழைப்பை அவன் கொள்ளையடித்தான்.

"க்ரோகன், டெலாமேர் இவர்களெல்லாம் பணக்காரர்கள் ஆனது எப்படி என்று நினைத்துக்கொண்டாய்? அவர்களுடைய சொந்த வியர்வைதான் அவர்களை பணக்காரர்களாக்கியது என்பதை நம்ப, முதலில் நான் என் அம்மாவுடன் தான் படுக்கவேண்டும். இன்றைக்கு நாம் நம்முடைய சொந்தக் கொடியைப் பறக்கவிட்டாலும், இன்று வெள்ளையனிடம் இருக்கும் செல்வத்துக்கு இணையான செல்வம் படைத்தவர்கள் நம்மில் எத்தனை பேர் இருக்கிறார்கள்? உனக்கென விட்டுச்செல்ல என்னிடம் ஒன்றுமில்லை. ஆனால் நான் உன்னைப் படிக்க வைத்திருக்கிறேன். இப்போது உனக்குச் சில அனுபவ மொழிகளைச் சொல்லியிருக்கிறேன். யாருடன் சேர்ந்து நான் வேலை பார்த்தேனோ அந்த வெள்ளையர்கள் - என் பணிகளில் மனநிறைவு அடைந்தவர்கள் சிலர் எனக்கு எழுதிய கடிதங்கள் இவை. உனக்கு ஏதாவது பிரச்சனை ஏற்பட்டால் அவர்களில் ஒருவரை - அவருடைய கடிதத்துடன் - போய்ப்பார். நீ கட்டாங்கூருவின் மகன் என்பதைச் சொல்லி, அவருடைய உதவியைக் கேள்."

'அந்த வார்த்தைகளை நினைவுபடுத்திக்கொண்ட போது என்னை நானே கேட்டுக்கொண்டேன். 'தன்னுடைய சொந்த வியர்வையினால் பணக்காரனானவன் எவன்? என் அப்பா ஒரு போதும் தன்னுடைய சம்பளத்திலிருந்து சொத்துவாங்கவில்லை. வஞ்சகமே அதை

சாதித்தது. க்ரோகனையும் டெலமேரையும் செல்வந்தர்களாக்கியது சம்பளமில்லை; வஞ்சகமே அதைச் சாதித்தது. வஞ்சக குணமே, நீயே என் காவல் தெய்வமாக இரு! இரண்டு வத்திப்பெட்டிகள், இரண்டு பாக்கெட் சிகரெட், இருபத்தி ஐந்து சென்ட் விலையுள்ள டீ பாக்கெட்டுகள், ஒரு மூட்டை சர்க்கரை, ஒரு மூட்டை உப்பு, ஒரு டின் சமையல் எண்ணெய் - இந்த மாதிரி சரக்குகள் மட்டுமே இருக்கும் பரிதாபகரமான கிராமத்துக் கடைகளை வைத்துக்கொண்டு எவனாவது பணக்காரனாக முடியுமா? யாராலும் முடியாது. வஞ் சகமே, நீயே என் தேவதையாக இரு. என் வலக்கையைப் பிடித்து இரவிலும் பகலிலும் என்னை வழிநடத்து.

‘எந்த நிலங்களை மீட்க மாவ் மாவ் இயக்கம் போராடியதோ அந்த நிலங்களை உஹுருவுக்குப் பிறகு சில கருப்பர்கள் வாங்கத் தொடங்கிய காலகட்டம்தான் என் அப்பாவின் வார்த்தைகளை எனக்கு நினைவூட்டியது என்று நினைக்கிறேன். நிலங்களை கையகப்படுத்திய கருப்பர்கள் யாவரும் சுதந்திரப் போராட்டத்தில் எந்தப் பக்கம் நின்று போராடினார்கள் என்பது இதற்கு ஒரு அளவுகோலாகவே இருக்கவில்லை என்பதுதான் இதிலுள்ள மிகவும் ஆச்சரியமான விஷயம். இதற்கு கொஞ்ச காலத்துக்கு முன்னர்தான் உஹுரு பற்றிய செய்தியால் அதிர்ச்சியடைந்து பயந்துபோயிருந்த பலருக்கும் கூட இது மகிழ்ச்சியையே அளித்தது. ஒருவர் தீவிரவாதியா, மிதவாதியா அல்லது நடுநிலைவாதியா என்பதெல்லாம் ஒரு பொருட்டாகவே இருக்கவில்லை. நிலங்களை கையகப்படுத்திக் கொள்வது என்று வந்துவிட்டால் ஒருவர் தீவிரவாதியா மிதவாதியா அல்லது கண்டுகொள்ளாமல் விலகிநின்றவரா என்பதற்கெல்லாம் எந்த அர்த்தமும் இருக்கவில்லை. இந்தக் காலகட்டத்தில் முதன்மையானதாக இருந்தது, பணத்தின் மாயக் கவர்ச்சிதான். அந்தப் பணமும் ஒருவரின் சொந்த உழைப்பால் பெறப்பட்டதல்ல; வஞ்சக புத்தியால்தான் பெறப்படுகிறது. கடின உழைப்பைவிட வஞ்சக புத்திதான் அதிக பயன் அளிப்பதாக இருந்தது. எனவே நான் உழைப்பதை நிறுத்தினேன். மண்டியிட்டு உருக்கமாக வேண்டினேன்:

வஞ்சகமே, நீயே என் வழிகாட்டியாக இரு.
விழிப்பிலும் தூக்கத்திலும்,
எல்லா நேரத்திலும் என்னை வழிநடத்து.
நான் எங்கெங்கு போனாலும் எனக்கு
உண்ண உணவும் குடிக்க நீரும்

அணியும் ஆடைகளையும்கூட
நீயே தந்துதவ வேண்டுகிறேன்.

'அப்போது முதல் நான் திரும்பிப் பார்த்ததுமில்லை. அதற்காக பின் ஒரு போதும் வருத்தப்பட நேர்ந்ததும் இல்லை.

'அன்றைக்கு என் சட்டைப்பையில் சல்லிக்காசுகூட இல்லை. ஆனால் வானத்தில் (சுதந்திர) கொடி உயரப் பறக்கவிடப்பட்டது முதல், நாடு எந்தப் பாதையில் நகர்ந்து கொண்டிருக்கிறது என்பதை நான் கவனித்து வந்திருந்ததால், மற்றவர்களின் சொத்துகளைக் கொள்ளையடித்தே உயிருள்ளளவும் வாழ்ந்துவிட முடியும் என்ற நம்பிக்கை வந்துவிட்டது. என் புதிய கண்ணோட்டத்தை - அது ஒரு பாடலாகவே உருவெடுக்கும் அளவுக்கு - திரும்பத் திரும்ப மனதுக்குள் பல தடவை அலசிப்பார்த்தபடியே இருந்தேன்.

இது புதிய கென்யா!
தீவிரவாதியாக இருந்திருந்தாலும் மிதவாதியாக இருந்திருந்தாலும்
அந்தப் பழைய கதையை எல்லாம் இப்போது எங்களிடம் பேசாதே.
புதிய ஆடலுக்கு பழைய வாசனைத் தைலம் உதவாது.
மனமே, வஞ்சகத்தை உற்பத்திசெய்!
வஞ்சகமே, உன் வேலையைத் தொடங்கு!

'இப்படியும் அப்படியுமாக எல்லாக் கோணங்களிலும் பார்த்தேன். அப்போது நாட்டில் பரவி நின்ற மாபெரும் வேட்கை நிலத்துக்கான பசியும் தாகமும்தான் என்பதைத் தெரிந்து கொண்டேன். உடனே என்னையே நான் கேட்டுக்கொண்டேன்: இந்தப் பசியையும் தாகத்தையும் பெருக்கினால் என்ன பலன் வரும்? இதயத்திலிருக்கும் தாளையும் பேனாவையும் எடுத்து கணக்குப் போட்டேன்:

பசி x தாகம் = பஞ்சம். பொதுமக்கள் மத்தியில் பஞ்சம் = வஞ்சகனுக்குச் செல்வம்.

ஆ! முட்டாளின் வழக்குக்கு முடிவே கிடையாது. தேனெடுக்கத் தாமதித்தால் கூடே கலைந்துவிடும். செயலே சிறந்த சொல்: இதுதான் இன்றைய குறிக்கோள்.

'அதனால் ஒருநாள் காலையில் அப்பாவிடமிருந்து நான் பெற்ற கடிதங்களையெல்லாம் எடுத்துக்கொண்டேன். கதேரு, அதாவது 'தாடிக்காரன்' என்று பட்டப்பெயர் கொண்ட ஒரு ஐரோப்பியரின் வீட்டுக்குப் போனேன். நெருக்கடி நிலைக் காலத்தில் தன்னிடம்

அகப்பட்டுக்கொண்டவர்களின் தாடியைப் பிடித்து அது தோலோடு பிய்ந்து கையோடு வருமளவுக்கு இழுப்பது அவர் வழக்கம். அதனால்தான் அவருக்கு இந்தப் பெயர் வந்தது. என் அப்பா இருந்த அதே மாவ் மாவ் ஒழிப்புக் குழுவில் இருந்த காலனியவாதிதான் அவர். அவருடைய கடிதம் என் அப்பாவை அவருடைய விசுவாசமுள்ள ஊழியத்துக்காகப் புகழ்ந்தது. காலனிய ஆட்சியின்போது நடந்த மாவ் மாவ் எதிர்ப்பு உறுதிமொழி ஏற்பு வைபவங்களின் போது அக்கடிதத்தை எழுதியிருந்தார் அவர்: "உங்கள் தோலின் நிறம் தான் கருப்பே ஒழிய இதயத்தால் நீங்கள் ஒரு ஐரோப்பியர்தான்" என்று அந்தக் கடிதம் முடிந்திருந்தது. என்னுடைய மிகப்பெரும் தேவை நிலம்தான் என்று கதேருவிடம் சொன்னேன். நான் கட்டாங்கூருவின் மகன் என்று சொன்னபிறகு வேறு சாட்சியம் எதுவும் அவருக்குத் தேவைப்படவில்லை. "மாவ் மாவ் இயக்கத்தினரை ஒழிப்பதற்காக கடுமையாக பாடுபட்ட பெரியவர் அவர். உனக்கு நான் கட்டாயம் உதவுகிறேன்" என்றார்.

'நைரோபியின் அருகில் ஒரு நூறு ஏக்கர் நிலம் தன்னிடம் விற்பனைக்கு இருப்பதாக அவர் சொன்னார். ஏக்கருக்கு நூறு ஷில்லிங் விலையில் அதை எனக்கு விற்பனை செய்வதாகச் சொன்னார். இப்போது போல இல்லாமல் அப்போதெல்லாம் நிலத்தின் விலை மலிவாகவே இருந்தது. மொத்த நிலமும் 10,000 ஷில்லிங்குக்கே கிடைத்தது. இந்தத் தொகையை பணமாகவோ வங்கியாளர் ஓலையாகவோ (பே ஆர்டர்) தர வேண்டிய தேதி ஒன்றை முடிவு செய்துகொண்டோம்.

'அவருடைய வீட்டிலிருந்து கிளம்பி வங்கியில் வேலை செய்யும் இளம் நண்பர் ஒருவரைச் சென்று பார்த்தேன். எனக்கு 10,000 ஷில்லிங் கடன் வேண்டுமென்று கேட்டுக்கொண்டேன். கவலைக் கோடுகள் போட்டிருந்த என் முகத்தைப் பார்த்து அவர் சிரித்தார். வெறும் 10,000 ஷில்லிங்தானா? "ஆமாம்" என்றேன். மறுபடியும் சிரித்தார். கவலைப்படாதீர் என்றார். அப்போதுதான் அவருக்கு சுதந்திரத்தின் பலன் கிடைத்திருந்தது. நிலையானதொரு ஆப்பிரிக்க நடுத்தர வர்க்கத்தை உருவாக்கும் நோக்கில் வெற்றி வாய்ப்புடைய ஆப்பிரிக்க வணிகர்களுக்கு கடன்களை வழங்கும் பொறுப்பில் அவர் அப்போது இருந்தார். கடன்களை வழங்கும் பிரிவு எழுத்தரான என் இதயம் எதிர்பார்ப்பில் அடித்துக்கொள்ளத் தொடங்கியது. "ஞாபகம் இருக்கட்டும். இந்த உலகத்தில் எதுவும் இலவசமாகக் கிடைப்பதில்லை. நீ எனக்குக் கொடு, நான் உனக்குக் கொடுப்பேன்

- இதுதான் நவீன கால சித்தாந்தம்; இதுதான் நவீன கென்யா. நீர் எனக்குத் தந்தால் நான் உமக்குத் தருவேன். உமக்கு 15,000 ஷில்லிங் கடன் தருகிறேன். அதில் 10,000 உமக்கு. பாக்கி 5,000 எனக்கு. இந்த ஏற்பாட்டுக்கு நீர் ஒப்புக் கொள்ளாவிட்டால், கதவு அங்கே இருக்கிறது, அதற்கு அப்பால் சாலை இருக்கிறது."

'அதைக் கேட்டு ஒரு கணம் எனக்கு அளவு கடந்த ஆத்திரம் வந்துவிட்டது. பின் என்ன! எனக்கு 15,000 ஷில்லிங் கடன் கொடுப்பதற்கு அவன் 5,000 எடுத்துக் கொண்டுவிடுவானாம் - திருப்பிச் செலுத்துவதில் கூட எனக்கு உதவமாட்டானாம்! அவனுடைய ஆதாயத்துக்கு நான் கடனாளி ஆவதா? ஆனால் மறுகணமே நான் பக்கென்று சிரித்துவிட்டேன். அவனுடைய கண்ணோட்டமும் என்னுடைய கண்ணோட்டமும் ஒன்றேதான் என்பதைக் கண்டேன். செல்வம் என்பது ஒருவர் தன் கைகளால் உழைத்து உருவாக்குவது அல்ல; அது மனத்தின் வஞ்சகத்தில் உண்டாவது. தாராள சந்தை அமைப்பில் வஞ்சகத்தால் சுதந்திரத்தின் பலன்களை மக்களிடமிருந்து அபகரித்து விட முடியும்! "செருப்பு பொருந்துகிறது. காலுறைக்கு அவசியமில்லை" என்றேன் அவரிடம்.

'ஒரே வாரத்தில், ஒரு பையில் 10,000 ஷில்லிங் பணமும் மறு பையில் 15,000 ஷில்லிங் கடனும் என்னுடையதாயிற்று. எனது ஐரோப்பிய நலம் விரும்பியிடம் ஓடினேன். பணத்தை எண்ணினோம். தன்னுடைய பங்கை பையில் போட்டுக் கொண்டார் அவர். பிறகு இருவரும் கதேருவின் பண்ணைக்குப் போனோம். அந்தோ, அது ஒரு வறண்ட பாழ்நிலம். அதுவரை எதுவுமே அங்கு விளைவிக்கப்பட்டதில்லை. எந்தவித கட்டடமும் அங்கு எழுப்பப்பட்டதில்லை. ஒன்றுக்கும் உதவாத ஒருவகைப்புல்லும் முட்செடிகளும் கற்களும் மட்டும் நிறைந்த ஒரு பாலைவனம் அது.'

'எப்படியோ, ஒரு வாரம் கழித்து ஒரு 100 ஏக்கர் கல்பூமிக்கு என்னை உரிமையாளராக்கும் பத்திரங்கள் என்னிடம் வந்து சேர்ந்தன. இதற்கிடையில் என்னுடைய கணக்கையும் விடைகளையும் நான் மறந்துவிடவில்லை: பசியையும் தாகத்தையும் பெருக்கினால் பெரும் பஞ்சம் வரும். பெரும் பஞ்சம் என்பதுதான் வஞ்சகமான கொள்ளைக்காரனின் செல்வத்துக்கு ஆதாரம். பெரும்பான்மை மக்களுக்கு ஏற்படும் நட்டம் தான் ஒரு சிலருக்குக் கிடைக்கும் ஆதாயம். ஆளுக்குக் கொஞ்சம் என்று எல்லா ஏழைகளிடம் இருந்தும்

பிடுங்கித் தின்பவனுக்கு முழு சாப்பாடு சாப்பிட்டது போல வயிறு நிறைந்துவிடும்.'

'இப்போது எங்கள் கிராமத்தில் நிலத்துக்கான பசி, பஞ்சம் ஏற்பட்டுவிட்டது! என் 100 ஏக்கர் நிலத்தை இரண்டு ஏக்கர் பரப்பு கொண்ட 50 மனைகள் ஆக்கினேன். அந்தக் கிராமத்தில் குடியிருப்பவர்கள் மட்டுமே நிலம் வாங்க முடியும் என்று அறிவித்தேன். எப்போதுமே ஒரு புதிய முயற்சியின் அபிஷேக எண்ணெயை அந்த மண்ணின் மைந்தனே முதலில் பூசிக்கொள்கிறான். ஒருவர் ஒரு மனைக்கு மேல் வாங்கக்கூடாது என்று அறிவித்தேன். 'நிலத்தை கபளீகரம் செய்பவர்களோடு எந்த உறவும் வைத்துக்கொள்ள கிதூது வா கட்டாங்கூரு விரும்பவில்லை.'

'ஒரு மனையை 5000 ஷில்லிங் விலையில் விற்றேன். ஒரே வாரத்தில் மீதமில்லாமல் எல்லா மனைகளும் விற்றுப்போயின. எனக்கு ஒரு மனையைக் கூட நான் ஒதுக்கிக்கொள்ளவில்லை. இரண்டு ஏக்கர் நிறைய கல்லையும் முள்ளையும் நான் ஏன் எனக்காக வைத்துக்கொள்ளவேண்டும்?'

'இப்போது என் பாக்கெட்டில் 2,50,000 ஷில்லிங்குகள் குலுங்கும் இனிய ஓசை. வங்கிக்கடனை திருப்பிச் செலுத்தி மற்ற செலவுகளையும் ஈடுசெய்த பிறகும் லாபமாக என்னிடம் 2,20,000 ஷில்லிங் இருந்தது. ஒரு மாதத்துக்கும் குறைவான காலத்துக்குள்ளேயே மொத்த வியாபாரமும் முடிந்துவிட்டது.'

'கோடைகாலத்து காட்டுத் தீயைப்போல என்னுடைய புகழ் விரைந்து பரவியது. சொன்னபடி நடப்பவன் - நாணயமானவன் என்ற பெயர் எனக்கு ஏற்பட்டது; ஏழைகளுக்காக நிலம் வாங்கி அவர்களுக்கு அதை மலிவு விலையில் விற்பவன் என்று என்னைப் பற்றிச் சொன்னார்கள்; மக்களின் மேலுள்ள அன்பினால்தான் ஒரு மனையைக்கூட எனக்காக நான் ஒதுக்கிக்கொள்ளவில்லை என்றும் சொல்லப்பட்டது. என் புகழைப் பாட ஆரம்பித்தார்கள். கட்டாங்கூருவின் மகன், பொதுமக்கள் மீது உண்மையான அன்பு கொண்ட எங்க வீட்டுப்பிள்ளை என்றழைத்தார்கள். வஞ்சகத்தால் சாதிக்கக் கூடியது எவ்வளவு என்று பார்த்தீர்களா? என் அப்பா கதேருவின் ஊர்க்காவல் படையைச் சேர்ந்தவர் என்பதையும், மாம் மாவ் ஆதரவாளர்களைக் குற்றவாளிகளாக்கி மரண தண்டனை விதித்த வழக்கு மன்றங்களில் ஒளிந்து கிடந்தவன் தான் நான் என்பதையும் மக்கள் மறந்தே போய்விட்டார்கள்.'

'நான் ஒரு பாடம் கற்றுக்கொண்டேன். வஞ்சகம் என்ற போர்வையை அணியும் முன்பு, என்னுடையது என்று சொல்லிக்கொள்ள ஒரு சென்ட்டு கூடக் கிடையாது. ஆனால் இப்போதோ வஞ்சகப் போர்வையை அணிந்துகொண்ட ஒரே மாதத்தில் வங்கியில் என் பெயரில் சில நூறு ஆயிரம் ஷில்லிங்குகள் இருந்ததோடு, நாட்டுக்காக ரத்தம் சிந்திய மனிதனுக்குக் கிடைப்பதைவிடவும் அதிகமான புகழ் எனக்குக் கிடைத்தது - இத்தனைக்கும் நான் விற்ற அந்த நிலத்தில் என் ஒரு சொட்டு வியர்வையைக் கூட நான் சிந்தியிருக்கவில்லை.'

'என் கேள்வி இதுதான்: நிலம் என்னுடையதல்ல; அதற்காக நான் செலுத்திய பணமும் என்னுடையதல்ல; நான் அந்த நிலத்தில் எந்த வேலையையும் செய்யவும் இல்லை; அப்படியிருக்க எங்கிருந்து எனக்கு 2,20,000 ஷில்லிங் வந்தது? மக்களின் பைகளில் இருந்து! ஆம், காரணம் அந்த நிலம் மக்களுடையது. நான் அதை வாங்க உதவிய பணம் மக்களுடையது! ஒரு கையிலிருந்து மற்ற கைக்கு அதை மாற்றியதுதான் நான் செய்த வேலை. ஒரு சின்ன பெருக்கல் கணக்கு போட்டு விடையை என் பைக்குள் போட்டுக்கொண்டு விட்டேன்.'

'கைமாற்றுவதிலும் பெருக்கல் கணக்கு போடுவதிலும் விடைகளை என் பைக்குள் போட்டுக் கொள்வதிலும்தான் என் திறமை ஒளிந்திருக்கிறது என்பதை அப்போதுதான் நான் தெரிந்து கொண்டேன். ரிஃப்ட் பள்ளத்தாக்கில் நிலம் வாங்குவதற்கான கம்பெனிகளாக சொசைட்டிகளை நிறுவினேன். இதை நான் எப்படிச் செய்தேன் தெரியுமா? ரிஃப்ட் பள்ளத்தாக்கில் சென்று ஆயிரம் ஏக்கர் நிலத்தைத் தேடுவேன். நானும் விற்பனை செய்பவரும் சேர்ந்து ஒரு விலையை முடிவு செய்து கொள்வோம். பிறகு நான் மத்திய மாகாணத்துக்கு, அல்லது இன்னும் சரியாகச் சொன்னால் என் கிராமத்திற்கோ அல்லது என் கிராமத்துக்கு அருகாமையிலுள்ள மாவட்டங்களுக்கோ திரும்புவேன். குறிப்பிட்ட பரப்பளவும் தன்மையும் கொண்ட நிலம் விற்பனைக்கு இருப்பதாகவும், நிலம் தேவைப்படுவோர் தம் பங்குகளை, நிலத்தை வாங்குவதற்காக உருவாக்கி இருக்கும் சொசைட்டியில் பெற்றுக்கொள்ளலாம் என்றும் அறிவிப்பேன்!

'சபூகியாவில் ஒரு பண்ணையை நான் விற்றது நினைவு வருகிறது. அந்தப் பண்ணைதான் உண்மையில் என்னை ஆளாக்கியது! அந்த ஆயிரம் ஏக்கர் பண்ணையில் பெரும் எண்ணிக்கையிலான பசுக்கள் இருந்தன. அதன் முதலாளி ஒரு போயர்*. கருப்பர்கள் ஆட்சி

★ போயர்கள்: ஹாலந்தில் இருந்து தென்னாப்பிரிக்காவிற்குக் குடிபெயர்ந்த வெள்ளையர்கள்.

செய்யும் கென்யாவில் ஒரு போதும் வாழ மாட்டோம் என்று அவர் சபதமிடுவது வழக்கம். காங்கோவில் உருவானது போன்ற களேபரம் புதிய கென்யாவில் வெடிக்கும் முன்பாக தென் ஆஃப்ரிக்கா போய்விட வேண்டும் என்ற அவசரத்தில் பண்ணையை மலிவு விலையில் அவர் விற்றார். நான் அவரிடம் கதேருவால் அறிமுகம் செய்து வைக்கப்பட்டேன். ஏக்கருக்கு 250 ஷில்லிங் என்ற விலையில் பண்ணை முழுவதையும் 2,50,000 ஷில்லிங் கொடுத்து வாங்கினேன். இப்போதைய என் வழக்கப்படி பண்ணையை இரு சம பாகங்களாகப் பிரித்தேன். ஒரு பாதி, 500 ஏக்கர், சொசைட்டிக்கு, மற்ற பாதி, இரண்டு ஏக்கர் அளவுள்ள மனைகளாக பிரிக்கப்பட்டது. அதாவது சொசைட்டி உறுப்பினர் ஒவ்வொருவரும் ஒரு பங்கு வாங்கினால் ஒரு மனைக்கு சொந்தக்காரராவார். மொத்தம் 250 பங்குகள். ஒரு பங்கின் விலை 5000 ஷில்லிங். ஆக எல்லா உறுப்பினர்களின் பங்கும் சேர்த்து மொத்தம் 12,50,000 ஷில்லிங். போயரிடம் அவருக்குச் சேர வேண்டிய 2,50,000 ஷில்லிங்கை கொடுத்த பிறகு என்னிடம் சுளையாக பத்து லட்சம் ஷில்லிங்! மொத்தத் தொகையையும் என் வங்கிக் கணக்கில் கட்டினேன். பண்ணையை மக்களிடம் ஒப்படைத்தேன். அவர்களுக்கு ஒரே ஆனந்தம். சொசைட்டிக்கு தலைவராகும்படி என்னிடம் கெஞ்சினார்கள். ஆனால் நான் மறுத்துவிட்டேன். அவர்களாகவே தங்கள் தலைவரைத் தேர்ந்தெடுத்துக்கொள்ள வேண்டும் என்றேன். நேர்மையான தலைவர்களாக, பணத்தாசை இல்லாதவர்களாகப் பார்த்து தேர்ந்தெடுக்கும்படி அவர்களுக்கு அறிவுரை வழங்க நான் தவறவில்லை.'

'மக்களுக்காக நிலத்தை வாங்குவதும் அதை அவர்களே நடத்திச் செல்வதற்குத் தோதாக விட்டுவிடுவதுமே என்னுடைய வேலை.'

'என் புகழ் மலைமுகடுகளில் எல்லாம் பரவியது. என் வங்கிக் கணக்கோ வீங்கிக்கொண்டே போனது. இதே ஏமாளி ஜனங்களிடமிருந்துதான், நான் பெற்ற ஒரு சில சென்ட்டுகளைக் கொண்டுதான் என் பண்ணைகள் பலவற்றையும் வாங்கினேன். பல காப்பி, தேயிலை, கோதுமைத் தோட்டங்களையும் கால்நடைப் பண்ணைகளையும் வாங்கினேன்.'

'இத்தாலியிலிருந்து வந்துள்ள அன்னியர்கள் மேருவிலும் எம்புவிலும் ஒரு முழு மாகாணத்தையும் அப்படியே விலைக்கு வாங்கி அங்கே அரிசியும் சர்க்கரையும் பயிரிட திட்டமிட்டுக் கொண்டிருக்கிறார்கள். நானும் அவர்களுடன் சேர்ந்துக்கொள்ளப் போகிறேன். ஆனால்

அதற்காக என் வழக்கமான தொழிலான நிலம் வாங்கி விற்கும் லாபம் கொழிக்கும் தொழிலை விட்டுவிடவில்லை.

'இப்போது நான் செயல்படுத்த விரும்பும் யோசனைகள் இரண்டு. முதலாவது, நிலத்துக்கான பசியையும், தாகத்தையும் மேலும் அதிகரிப்பதற்கான வழிவகைகளை ஆராய்வது. இது நாடு முழுவதிலும் பஞ்சத்தை ஏற்படுத்தும். அப்போது மக்கள் முதல் தரமான தொழில் அதிபர்களை உருவாக்குவார்கள். மக்கள் இதைச் செயல்படுத்தும் விதம் இப்படியிருக்கும்: நிலத்துக்கான பசியும் தாகமும், அவற்றின் இன்றைய விலை நிலவரத்தைக் காட்டிலும் மிக மிக மோசமான அளவுக்கு அதிகரித்ததுமே, நாங்கள் சட்டிகளிலும் டப்பாக்களிலும் மண்ணை நிரப்பி விற்பனை செய்வோம். குறைந்த பட்சம் ஒரு மனிதன் அவற்றில் ஒரு விதையை ஊன்றி தன் வீட்டுக் கூரையிலிருந்து தொங்க விட்டுக்கொள்ள முடியும் இல்லையா?'

'என் நண்பர்களே, விவசாய மண்ணை சட்டிகளிலும் டப்பாக்களிலும் நிரப்பி விவசாயிகளுக்கு விற்கும் நிலையை நாம் அடையும் நாள்தான் நாம் நிஜமாகவே பணம் பண்ணத் தொடங்கும் நாள்! ஜனங்கள் அனைவரும் கையில் தட்டுகளையும் தாம்பாளங்களையும் கூடைகளையும் வைத்துக் கொண்டு உங்கள் இடத்தில் மண்ணுக்காக வரிசையில் நிற்பதை கற்பனை செய்து பாருங்கள்! பிற்பாடு அவர்கள் தங்களிடம் இருக்கும் ஒரு சில கைப்பிடி அளவே உள்ள மண்ணை கூரையிலிருந்தோ வராந்தாவிலிருந்தோ தொங்கவிட்டு, அழுகிற தம் குழந்தைகளுக்கு வேடிக்கைக் காட்டி சமாதானப்படுத்த அதில் உருளைக்கிழங்கை விதைப்பார்கள்!'

'இப்போது நான் பின்பற்ற நினைக்கும் இரண்டாவது திட்டம் என்ன தெரியுமா? என்னைப் போன்ற முதல் தர முதலாளிகள் வெளியில் இருக்கும் காற்றைப் பிடித்து டப்பாக்களில் அடைத்து விவசாயிகளிடம் விற்பது எப்படி என்பதுதான். தண்ணீரும் கரியும் இப்போது விற்கிறார்களே, அப்படி. சுவாசிக்கும் காற்றை மட்டும் டப்பாவில் அடைத்தோ அல்லது இன்னும் வசதியாக மீட்டரில் அளந்தோ மக்களிடம் வினியோகிக்க முடிந்தால் எவ்வளவு லாபம் சம்பாதிக்க முடியும் என்று கணக்குப் போட்டுப் பாருங்கள்! வெளிநாட்டிலிருந்து கொஞ்சம் காற்றை இறக்குமதி கூட செய்யலாம். இறக்குமதி செய்யப்பட்ட காற்று! அப்படியானால் மக்களிடம் அதை அதிகவிலைக்கு விற்க முடியும்! அல்லது நம்முடைய காற்றையே டப்பாக்களிலும் பாட்டில்களிலும் அடைத்து வெளிநாட்டுக்கு

அனுப்பி வைக்கலாம். ஆம், காரணம் வெளிநாட்டவரின் தொழில் நுட்பம் மிகவும் முன்னேறியதாயிற்றே? பிறகு அதுவே, நம்மிடம் 'மேட் இன் யு. எஸ். ஏ.', 'மேட் இன் வெஸ்டர்ன் யூரோப்', 'மேட் இன் ஜப்பான்', 'திஸ் ஏர் ஈஸ் மேட் அப்ராட்' மற்றும் இது போன்ற விளம்பர வாசகங்கள் ஒட்டி திருப்பி அனுப்பப்படும்.

'என் மக்களே, இந்த யோசனைகளைப் பற்றி ஆழமாக சிந்தித்துப் பாருங்கள். விவசாயிகளும் தொழிலாளிகளும் பொறுமையிழந்து, நமது ராணுவப் படைகளின் பலத்துக்கு அடங்காமல் திமிறுவார்களானால், அவர்களுக்குக் காற்றை விற்க மறுப்பதன் மூலம் சுலபமாக நம் முன் மண்டியிடச் செய்து விடலாம்! பல்கலைக்கழக மாணவர்கள் ஏதாவது சிறிது கூச்சல் எழுப்பினாலும், அவர்களுக்கு காற்றை விற்க மறுத்துவிடலாம்! மக்கள் ஏதாவது முறையிட்டால், அவர்களுக்கு காற்றை வழங்க மறுக்கலாம்! மக்கள் தாம் கொள்ளையடிக்கப்படுவதற்கோ தம் சொத்தை நம்மிடம் பறிகொடுப்பதற்கோ மறுத்தால் பேசாமல் காற்றுக்குழாயைத் திருகி மூடிவிட வேண்டியது தான். அவர்கள் பதறி அடித்துக்கொண்டு நம்மிடம் ஓடிவந்து "தயவு செய்து எங்களிடமிருந்து திருடுங்கள், இரக்கமின்றி எங்களிடமிருந்து கொள்ளையடியுங்கள்..." என்று மன்றாடி சரணாகதி அடையும் வரை மறுபடியும் திறந்து விடவே கூடாது.'

இவ்வாறாக கிதூது வா கட்டாங்கூரு தன் வாக்குமூலத்தை முடிப்பதற்குள், அவன் களைப்பினால் மூச்சிரைத்துக் கொண்டிருந்தான். அவனது வியர்வைத் துளிகள் தரையில் சொட்டின. துருத்திக்கொண்டிருந்த தொந்தி, வெளியே பிதுங்கி தரையில் விழுந்து விடுவது போல நடுங்கிக்கொண்டிருந்தது. தன் பேச்சின் முடிவில் அவன், 'திருடர்களுக்கும், கொள்ளைக்காரர்களுக்கும் நான்தான் ராஜா!' என்று கத்தத் தொடங்கிய போது முற்றிலும் சத்தியிழந்து தடுமாறி கீழே சாய்ந்தான்.

விழாத் தலைவரும் வேறு இருவரும் மேடைக்கு வந்து அவனுக்கு நினைவு திரும்பும்வரை கைக்குட்டையால் விசிறிவிட்டனர். குகையில் குழுமி இருந்த பார்வையாளர்களில் பாதிப்பேர் எழுந்து நின்று அவனுக்கு கை தட்டினர்.

'என்ன இது? எல்லாவற்றையும் நாம் மறந்து விட்டோம் என்ற பிரமையில் இருக்கிறார்களா என்ன?' என்று முதூரியிடம் கிசுகிசுத்தாள் வங்காரி.

'இனிப்புகளை லஞ்சமாகக் கொடுத்து வாயை அடைத்துவிடக் கூடிய குழந்தைகளாக நம்மை அவர்கள் கருதிக் கொள்கிறார்கள் என்று தோன்றுகிறது' என்றார் முதூரி பதிலுக்கு.

'அதிலும் அந்த இனிப்புக்கூட நம்முடைய சட்டைப் பையிலிருந்து எடுத்ததுதான்,' என்று சேர்ந்து கொண்டாள் வங்காரி.

முதூரியும் வங்காரியும் கிசுகிசுப்பதைக் கவனித்த முவாரா அமைதி இழந்தான். முதூரி ஏன் என்னிடம் சாத்தானின் தூதர்கள் பற்றிக் கேட்டான் என்று யோசித்தான். என்னைப் பற்றி அவனுக்கு என்ன தெரியும்? இந்த முதூரி யார்? வங்காரி யார்? கிதூது வா கட்டாங்கூருவை இரண்டு பேர் கைத்தாங்கலாக அழைத்து வர அவன் தன்னுடைய மேசைக்கு வந்து சேர்ந்தான். இன்னமும் அவன் கத்திக்கொண்டிருந்தான், 'நான் தான் வஞ்சக உலகின் ராஜாதி ராஜன்! என் ஆண்டவர்களே எசமானர்களே, என் திறமையை / தாலந்துகளைக் கொண்டு நான் செய்தவற்றைப் பாருங்கள்...

...ஊழியக்காரனுக்கு... தாலந்துகளைக் கொடுத்தான்...'

கிஹாஹூ வா கதீகாவின் வாக்குமூலம்

இல்மொராகின் கொள்ளையர் குகையில் நவீனத் திருட்டு - கொள்ளையில் நடத்தப்பட்ட போட்டியைக்காண வந்திருந்த வர்கள் முன் கிஹாஹூ வா கதீகா அளித்த சாட்சியம்:

கிஹாஹூ உயரமான ஒடிசலான மனிதன்; அவனுக்கு நீளக் கால்கள், நீளக் கைகள், நீள விரல்கள், நீண்ட கழுத்து, ஒரு நீண்ட வாய். அவனுடைய வாய் கொக்கின் அலகைப்போல நீளமாக, மெல்லியதாக, கூர்மையாக இருந்தது. அவனுடைய தாடை, முகம், தலை மூன்றும் சேர்ந்து கூம்பு வடிவில் அமைந்திருந்தன. அவனிடம் இருக்கும் எல்லாமே, மெலிந்த தன்மையையும் கூர்மையான வஞ்சகத் தன்மையையும் வெளிப்படுத்தின.

அன்றைக்கு கிஹாஹூ கரும் சாம்பல் நிற கோடுபோட்ட கால்சட்டையும் கருப்புக்கோட்டும், வெள்ளைச்சட்டையும் கருப்பு டையும் அணிந்திருந்தான். அவன் மேடையில் நின்றிருந்த தோரணை, ஆறடி உயர கொசுவோ குச்சுப்பூச்சியோ நின்று கொண்டிருப்பது போல இருந்தது.

தொண்டையைச் செருமிக்கொண்டு பேசத் தொடங்கினான் கிஹாஹூ:

'நான் சொல்வதற்கு அதிகமாக ஒன்றும் இல்லை. அளவுக்கு மிஞ்சினால் அமுதமும் விஷம்தான். சிறிதளவே எப்போதும் இனிமையானது. சொல்வதைச் செய்வோம் என்பதே என் குறிக்கோள் அல்லது லட்சியம். திருட்டிலும் கொள்ளையிலும் எனக்குள்ள திறமைகளை என் செயல்களே பறைசாற்றும். இன்று கொஞ்ச நேரத்துக்கு முன் நாம் கேட்ட பழமொழிகளுக்கு மிகச்சரியான எடுத்துக்காட்டு நானாகத்தான் இருக்க முடியும். நெட்டையாய் இருப்பது ஒரு துரதிருஷ்டம் ஆகாது. ஒரு வீரனை அவனுடைய ஆடுசதையைக் கொண்டு மதிப்பிட வேண்டியதில்லை. உண்மையில் அதிகாலையில் சேவலாகக் கூவி எல்லார் வாயையும் மூட வைப்பது நான் தான். காற்றில் சிங்கமாக கர்ஜித்து யானைகளை மூத்திரம் பெய்ய வைப்பது நான் தான். வானத்தில் கழுகாகப் பறந்து பருந்துகளை கூட்டில் பதுங்க வைப்பவன் நான் தான். எல்லாவிதமான தென்றல் காற்றையும் நிறுத்திவிடும் புயல் காற்று நான் தான். எல்லா ஒளியையும் வெட்கச் செய்யும் மின்னல் ஒளி நான் தான். எல்லா ஓசைகளையும் அமைதிப்படுத்தும் இடி முழக்கம் நான் தான். பகலில் சொர்க்கத்தில் ஒளிரும் சூரியனும் நான் தான். இரவில் விண்மீன்களின் ராஜாவான சந்திரனும் நான் தான். நவீன திருட்டிலும் கொள்ளையிலும் ராஜாதிராஜன் நான் தான். என்னைத் தங்கக் கிரீடத்தால் அலங்கரியுங்கள். புதிய அரசன் தன் ஆட்சியைத் தொடங்க சரியான நேரம் வந்துவிட்டது!'

'புகழ் வேண்டுமென்பதற்காக என்னை நானே புகழ்ந்து கொண்டிருக்கவில்லை. நவீனத் திருட்டிலும் கொள்ளையிலும் ஒரு கருத்தரங்கம் நடத்தவே நாம் இங்கே வந்திருக்கிறோம். நமது வெளிநாட்டு விருந்தினர்களை நெகிழச்செய்யும் ஒரு பாடலை நான் இப்போது பாடப்போகிறேன். அதற்குப் பின் அவர்கள் என்னை கங்காணிகளுக்கெல்லாம் கங்காணியாக, காவல் நாய்களுக்கெல்லாம் காவல் நாயாக, ஒற்றர்களுக்கெல்லாம் ஒற்றனாக நியமித்துவிடுவார்கள். சரி என்று சொல்லுங்கள், அற்புதங்கள் நிறைந்த ஒரு கதையை உங்களுக்கு நான் சொல்கிறேன்.'

'சற்று நேரத்திற்கு முன் கிதூ துவா கட்டாங்கூரு நி காமா சுவாகி குவாங்கு குறிப்பிட்ட திறமைகளெல்லாம் ஒன்றுமேயில்லை. அவையெல்லாம் எனக்கு சர்வசாதாரணம். நல்ல மாடுகள் எல்லாவற்றையும் தன்னுடைய பண்ணைக்கே ஒதுக்கிக்கொள்ள முந்திக்கொள்வதைப் போன்ற ஒரு முறையில், நிலத்தை விலைக்கு

வாங்குகிற சொசைட்டிகள் அல்லது கம்பெனிகளுக்கு தலைவராய் இருப்பது, அல்லது தன் சொந்தப் பயன்பாட்டுக்காக பொதுப்பணத்தை திருப்பிவிடுவது, அல்லது சொசைட்டியின் நிலங்களைப் பிணையாக வைத்து தனக்கு வங்கிக் கடன் வாங்கிக்கொள்வது - இதெல்லாம், திருடவும் கொள்ளையடிக்கவும் பழகத்தொடங்கிய காலத்தில் நான் கையாண்ட சின்னச் சின்ன உபாயங்கள் தான். ஆங்கிலத்தில் சொல்வதானால், இவையெல்லாம் அமெச்சூர்தனமான உபாயங்கள், கத்துக்குட்டி நடைமுறைகள், திருட்டு - கொள்ளை படிப்பின் பாலபாடங்கள் என்றுதான் சொல்லலாம்.

‘என் பெயர் கிஹாஹூ வா கதீகா. என் வெளிநாட்டுப் பெயர் லார்ட் காப்ரியேல் ப்ளட்வெல் ஸ்டூவர்ட் ஜோன்ஸ். மாமிசத்தின் காரியங்களைப் பற்றிச் சொல்வதானால், எனக்கு இருப்பது இரண்டே மனைவிகள்தான். ஒருத்தியை நான் பணக்காரன் ஆவதற்கு முன்பு திருமணம் செய்தேன். இன்னொருத்தியை, சொத்து சேர்த்த பிறகு, காக்டெயில் பார்ட்டிகளுக்கு எனக்கு அழைப்புகள் வரத்தொடங்கிய பிறகு திருமணம் செய்து கொண்டேன். அன்னிய மொழிபேசி நடனமாடும் நவீன விருந்துகளில் பழைய மணமற்ற வாசனை திரவியம் எடுபடாது என்பதை இங்கு நான் விவரிக்கத் தேவை இல்லை என்று நினைக்கிறேன். பெண் ஒருத்தி உன் போக்குக்கு ஒத்துவரா விட்டால் உன் எதிர்காலம் முழுவதையுமே அவள் நாசமாக்கிவிட முடியும். அதனால் என் இரண்டாவது மனைவியை, ஆங்கிலம் தெரிந்தவளாகப் பார்த்து தேர்ந்துகொண்டேன். காக்டெயில் பார்ட்டிகளுக்குப் போவதற்காக எப்போது பார்த்தாலும் தன்னை விலை உயர்ந்த உடைகளாலும் நகைகளாலும் அலங்கரித்துக்கொள்வதுதான் அவளுக்கு இருக்கும் ஒரே வேலை.

‘குழந்தைகளைப் பொறுத்தவரை, நிறையவே இருக்கிறார்கள். எல்லோரும் இங்கிலாந்திலேயே பிறந்து வளர்ந்தவர்களைப் போல மூக்காலேயே ஆங்கிலம் பேசுவார்கள். அவர்கள் கிக்கூயூவிலோ ஸ்வாஹிலியிலோ பேசுவதைக் கேட்டால் சிரித்து சிரித்து எனக்கு சிறுநீரே கழிந்து விடும். இட்ஸ் ஸோ ஃபன்னி. இந்த இரண்டு மொழிகளையுமே இப்போதுதான் ரோமிலிருந்து வந்த இத்தாலியப் பாதிரிகள் பேசுவதைப் போலவே பேசுவார்கள். அதுவும் குருப்பட்டம் பெறாத பாதிரிகள் மாதிரி. இருந்தாலும் அவர்கள் என் குழந்தைகள் அல்லவா, அதனால் தங்கள் தேசிய மொழிகளை இத்தாலிய

அன்னியர்களைப்போல அவர்கள் பேசுவதைப் பற்றி நான் கவலைப்படுவதில்லை.

'இப்போது என் சுகர் கேர்ள் பற்றி. பள்ளிக்கூடப் பெண்களைத் தேடி நான் ஓடுவதில்லை. அந்த மாதிரிப் பெண்கள் ஆபத்தானவர்கள். அவர்கள் வியாதியைப் பரப்பக்கூடியவர்கள். பென்சிலின் ஊசிபோட்டுக்கொள்ளவோ, வேலை பண்ணுவதற்கு முன் தடுப்பு மாத்திரைகளைப் போட்டுக்கொள்ளவோ எனக்கு டைம் கிடையாது.

'அடுத்தவன் பெண்டாட்டிகளைத்தான் எனக்குப் பிடிக்கும். அதில் எப்பேர்ப்பட்ட வெற்றி பெற்ற உணர்வு உண்டாகும் தெரியுமா? உங்களுக்குத்தான் தெரியுமே, அதுவும் ஒருவித திருட்டுதான் இல்லையா. பூர்ஷ்வா பெண்கள் விஷயத்தில்தான் பலே கில்லாடி. அவர்கள் எதிர்ப்பதே இல்லை. பிகு செய்வதும் இல்லை. அவர்களுக்கு வேண்டியது ஒன்றே ஒன்றுதான். சிலருக்கு ஓரிருமுறை செய்தால் போதாது - காரணம் அவர்களின் கணவன்மார்கள் எந்நேரமும் தங்களுடைய தோழிகளுடன் இரவு விடுதிகளிலேயே இருப்பார்கள். தவிர, அவர்களுக்கு தங்கள் பொழுதைப் போக்க பெரிதாக வேலையொன்றும் கிடையாது. இன்று அவர்களுக்குத் தெரிந்த ஒரே பல்லவி இதுதான்: 'நல்ல விதைகளாக தேர்ந்தெடுக்க வேண்டுமானால் ஒரே குடுவையில் கிடைக்காது'. யோனி என்ன உப்பா சோப்பா, உபயோகித்தால் கரைந்து போவதற்கு? இவர்களுக்கு நான் 'எளிதில் இணங்கும் பெண்கள்' என்று பெயர் வைத்திருக்கிறேன். அவர்களால் அப்படியொன்றும் அதிக செலவு ஆவதில்லை. ஆனால் பலமைல் நீளத்திற்கு பட்டம் வாங்கிக் குவித்திருக்கும் ஒரு தொழில் நிபுணி இருக்கிறாள். எனக்காக அவள் தன்னுடைய கணவனையே விட்டுவிட்டு வந்தபோது ஒரு வெற்றிகரமான திருட்டை முடித்து வந்த திருப்தி எனக்கு இருந்தது. இருந்தாலும் பதிலுக்கு அவளுக்கு ஏதாவது தரத்தான் வேண்டியிருந்தது. லிமுரு அருகில் திகோணியில் 15,00,000 ஷில்லிங் விலையில் ஒரு பத்து ஏக்கர் நிலத்தை வாங்கித் தந்தேன்... அதனால்தான் நான் உறுதியாகக் கூறுகிறேன்: எப்போதாவது என் மனைவி தெருக்கோடியில் பொறுக்கித் திரிவதைப் பார்க்க நேர்ந்தால் அவளை அவளுடைய பின்புறத்தால் பார்க்க வைத்துவிடுவேன்.

'என்னுடைய கார்களைப் பொறுத்தவரை நான் பார்க்காத ரகமே இல்லை... உடை மாற்றுவதுபோல காரை மாற்றுவேன். மெர்ஸிடஸ் பென்ஸ்தான் எல்லாவற்றையும் மிஞ்சுகிறது. ஆனால் அது போரடிக்கும் போது ஒரு சிட்றோயனோ டெய்ம்லரோ ரேஞ்ச் ரோவரோ வாங்குவேன்.

என் மனைவிகளுக்கும், வயது வந்த குழந்தைகளுக்கும், அவர்கள் ஓட்டி விளையாட டொயோட்டா, டாட்சன், பிஷோ போன்ற கார்களை வாங்கித் தந்திருக்கிறேன்.

'என் விளையாட்டுக்கள்: மாலையானால் பணத்தை எண்ணுவது, சனி - ஞாயிறுகளில் கோல்ஃப் விளையாடுவது. பிறகென்ன, டைம் கிடைக்கும்போது எளிதில் இணங்கும் பெண்களின் தொடைகளில் புகுந்து விளையாடுவது.

'திருட்டு - கொள்ளைத் தொழிலுக்கு வருவதற்கு முன்பிருந்த வாழ்க்கையின் நிலையையும் இப்போதுள்ள வாழ்க்கையையும் அடிக்கடி நான் ஒப்பிட்டுப் பார்ப்பதுண்டு. அது மரணத்தையும் தூக்கத்தையும் ஒப்பிடுவது போல இருக்கிறது. நீண்ட நாட்களுக்கு முன், உஹுருவுக்கு முன், நான் சாக்கட்டியும் டஸ்டரும் கையுமாக, ருவ்வையீனி ஆரம்பப்பள்ளியில் குழந்தைகளுக்கு ஏ பி சி சொல்லித்தந்து கொண்டிருந்தேன். அய்யோ, அவை கொடுமையான நாட்கள்! தினமும் உப்புப்போட்ட சோளக்கஞ்சிதான் குடிப்பது வழக்கம். எப்போதோ ஒருமுறை நல்ல சகுனத்தை அறிவிக்கும் பறவை வருகை தந்தால் பத்து சென்ட்டுக்கு காய்கறிகள் வாங்கி தொட்டுக் கொள்வேன். என் தொண்டையில் சேர்ந்திருந்த சாக்குத்தூளின் காரணமாக நாளெல்லாம் இருமிக்கொண்டே இருப்பேன். நெஞ் செரிச்சலைப் போக்க கொழுப்புச்சத்துள்ள எதையும் வாங்க எனக்கு வசதி இருக்கவில்லை.

'இப்போதுகூட அது விசயம் எப்படி நடந்தது என்று எனக்குப் புரியவில்லை. ஒருநாள் நான் வகுப்பறை சன்னலைத் திறந்து வெளியே பார்த்தபோது, என் வயதை ஒத்த பலரும் சுதந்திர மரத்தில் விளைந்த கனிகளைப் பறித்துக்கொண்டிருப்பதைப் பார்த்தேன். ஏதோ ஒரு குரல் என்னிடம் கிசுகிசுத்தது: கிஹாஹு, கதீகாவின் மகனே, உன்னை ஒத்தவர்கள் பலரும் சுதந்திரத்தின் கனிகளைப் பறித்து சுவைத்துக்கொண்டிருக்கும் போது, நீ மட்டும் மடையனைப்போல மூக்கெல்லாம் சாக்கட்டித்தூள் அடைக்க இங்கேயே நிற்கிறாயே, எதற்காகக் காத்திருக்கிறாய்? எல்லோரும் தத்தமது பங்கை எடுத்துக்கொண்டானபின் உனக்கு என்ன மிஞ்சும்? சாப்பாட்டு ராமன்களின் மத்தியில் பொறுக்கித்தின்ன உனக்கு ஒன்றுமே மிஞ் சாது என்பது நினைவிருக்கட்டும்.'

'திடீரென்று கண்களை மறைத்திருந்த செதிள்கள் விலகி விட்டன. இப்போது தெளிவாகப் பார்க்க முடிந்தது. கதீகாவின் மகனாகிய

நான் சாக்கட்டியை சன்னல் வழியாக வெளியே வீசிவிட்டு, என்னுடைய நீளக்கோட்டை எடுத்து மாட்டிக் கொண்டேன். வாழ்க்கைப் பாதையை தலைகீழாக மாற்றிக்கொண்டேன். வாத்தியார் வேலைக்கு முழுக்குப்போட்டேன். ஆப்பிரிக்க சுதந்திரத்தின் கனிகள் எப்படி இருக்கிறதென்று சுவைத்துப் பார்க்கும் வாய்ப்பு எனக்கும் தேவைப்பட்டது.

'அதிக அவசரம் கிழங்குக்குக் கேடு. இதைக் கேளுங்கள். என் வழியில் முதலில் தென்பட்ட கனியைப் பறிக்க முட்டாள்தனமாக ஓடினேன். கண்ணை மூடிக்கொண்டு பழம் பறிக்க வேண்டும் என்று மற்றவர்கள் சொன்னதைக் கேட்டு ஏமாந்து வெறும் காய்களைப் பறித்த பெண்ணின் கதையாகிவிட்டது. கனி என் வாயில் கசந்தது. இனிப்பான ஆப்பிள் என்று நினைத்து கசப்பான இலந்தைப் பழத்தைப் பறித்து விட்டேனா?

'நான் செய்த பிழையைப் பற்றி உங்களிடம் சொல்கிறேன் கேளுங்கள். இங்கு நாம் வந்தது நமது திறமைகளைப் பறைசாற்ற மட்டுமல்ல; நமது அனுபவங்களைப் பகிர்ந்து கொள்ளவும்தான். நம் நாட்டில் மக்களுக்கு இருக்கும் மிகப்பெரிய தாகம் கல்விக்கான தாகம்தான் என்பதை நான் வாத்தியாராக இருந்த காலத்திலேயே புரிந்து வைத்திருந்தேன். இந்த கல்வித்தாகம் ஏழைகளை மேலும் சுரண்டுகிறது. ஆனால் ஒரு சிலரின் செல்வத்திற்கோ அதுவே மூலதனம். 'ஏ' வோ 'பி' யோ எழுதப்படிக்கத் தெரியாதவர்கள்கூட சொந்தத்தில் தனியார் செகண்டரி பள்ளிகளைத் தொடங்கினார்கள். அந்த வியாபாரத்தின் மூலம் ஒன்றிரண்டு மெர்ஸிடஸ் பென்ஸ் கார்களை வாங்கினார்கள். இத்தகைய பள்ளிகளின் கட்டடங்கள் பொதுவாக களிமண்ணால்தான் கட்டப்பட்டன. ஆசிரியர்கள் ஊர்ச்சாவடியிலிருந்து பொறுக்கப்பட்டார்கள். உட்காரும் பெஞ்சுகள், கழித்துக்கட்டிய கச்சாப்பலகைகளால் செய்யப்பட்டன. எழுதுபொருட்கள், நடைபாதைக் கடைகளிலிருந்து சேகரிக்கப்பட்டன. இருந்தும் இந்தப் பள்ளிகள் முதலாளிகளுக்கு லாபத்தை தேடிக்கொடுத்தன. கதீகாவின் மகனாகிய நானும், அந்த வழியில் பொறுக்கி எடுக்கப்பட்ட பணத்தின் உண்மையான மதிப்பைக் கண்டறிய வேண்டுமென்று நினைத்தேன். அதிக மூலதனம் தேவைப்படாது என்பதால், ஒரு ஆரம்பப்பள்ளி தொடங்குவது என்று முடிவு செய்தேன். ஒரு வங்கிக்குப் போய் கடன் வாங்கினேன். என் சிறிய பண்ணையைத்தான் அதற்கு ஈடாகக் காட்டினேன். நைரோபியில் ஒரு கட்டடத்தைத் தேடிக்கண்டுபிடித்தேன். பிறகு

சிபிஜ தேர்வில் தோற்றுப்போன ஆப்பிரிக்கப் பெண் ஒருத்தியைக் கண்டுபிடித்து குழந்தைகளைப் பார்த்துக்கொள்ள நியமித்தேன். அவள் குழந்தைகளோடு விளையாடிவிட்டு, பத்துமணிக்கு கொஞ்சம் பால் கொடுத்துவிட்டு பிறகு பாட்டுச் சொல்லிக்கொடுப்பாள். அதற்குப் பிறகு செய்தித்தாளில் பெரிய விளம்பரம் ஒன்று கொடுத்தேன்:

கென்ய விஜபி.களின் குழந்தைகளுக்கான

நியூ ப்ளாக் ப்யூட்டி நர்சரிப் பள்ளி

பள்ளி உரிமையாளர், நிர்வாகி, ஆசிரியர்கள் அனைவரும் கென்யர்களே.
ஸ்வாஹிலி மொழிவழி கற்பிக்கப்படுகிறது
கென்ய நாட்டுப் பாடல்கள், கென்ய நாட்டு தாலாட்டுகள்... மற்றும் பல.
குறைந்த கட்டணம், உயர்ந்த தரம்.
அனைவரும் வாருங்கள், வந்து சேருங்கள்.
நமக்குள் நாமே முயற்சிசெய்து நமது நாடான கென்யாவை கட்டியெழுப்புவோம்.

'ஆனால் ஒரு குழந்தைகூட வரவில்லை; ஒரு ஊனமுற்ற குழந்தை கூட வரவில்லை.

'உட்கார்ந்து அழுதேன். நான் செலவழித்த பெருந்தொகை நினைவுக்கு வந்தது. முட்டாள்தனமாக நான் கடனுக்கு ஈடாக வைத்த என் நிலத்தை வங்கி ஏலம் விடப்போவதும் எனக்கு நன்றாகத் தெரிந்தது. யோசித்து யோசித்துப் பார்த்தேன். நான் சுதந்திர மரத்தை சரியாகப் பார்க்கவில்லையோ? அதனால்தான் இனிப்புக் கனிக்குப் பதிலாக கசப்புக்கனியைப் பறித்து விட்டேனோ? பிறகு எனக்கு நானே சொல்லிக்கொண்டேன்: பணத்தைத்தேடிப் போகிறவனைத் தோற்கடித்தது எதுவோ அது அவனை மீண்டும் மீண்டும் ஆராய்ந்து பார்க்கத் தூண்டுகிறது.

'இன்னும் அதிகமாக ஆராய்ந்து என்ன நடக்கிறது என்று கண்டுபிடிக்க முயன்றேன். கென்யாவைச் சேர்ந்த எந்த ஒரு பிரமுகரும், பெரிய பண்ணையை விலைக்கு வாங்கினால், அதற்கு ஒரு கென்யனை நிர்வாகியாக அவர் நியமிப்பதில்லை; அன்னியரான ஒரு ஐரோப்பியரைத்தான் நியமிப்பார். ஒரு கென்ய பிரமுகர் தன்னுடைய வியாபாரத்தில் ஒரு கென்ய நாட்டவரை

நிர்வாகியாகவோ கணக்கராகவோ ஒரு போதும் நியமிப்பதில்லை. ஒரு ஐரோப்பியரையோ அல்லது ஒரு இந்திய அன்னியரையோ தான் அவர் நியமிக்கிறார். கென்ய நாட்டவர் தமக்குள் பேசிக்கொள்ளும்போது அவர்கள் தங்கள் தேசிய மொழியில் பேசுவதில்லை; அன்னிய மொழிகளில்தான் பேசிக்கொள்கிறார்கள். எப்போது ஒரு கென்ய நாட்டவர்... என் பார்வையில் தெளிவு உண்டாகும் வரை நான் கூர்ந்து கவனித்து வந்தேன். அன்னியர் உசத்திதான், கென்யர் மட்டம்தான் - இதை ஏற்பதுதான் நவீன கென்ய பூர்ஷ்வாக்களின் லாபத்திற்கு ஆதாரம்.

‘வங்கி என்னை நெருக்கத் தொடங்கும் முன் ஆரம்பப் பள்ளிக்கு ஓடினேன். அதன் பெயரை மாற்றினேன்: மாடர்ன் - டே நர்ஸரி ஸ்கூல் என்று அதற்கு பெயர் வைத்தேன். பிரின்ஸிபால் வேலைக்காக ஒரு வெள்ளைக்காரியைத் தேடினேன். அதிர்ஷ்டவசமாக ஒருத்திக் கிடைத்தாள். அவள் ஒரு அரைக்கிழவி. அரைக்குருடு. அரை செவிடு. என்னேரமும் தூங்கிவழிந்து கொண்டிருந்தாள். என்னுடைய பள்ளியில் வேலைக்கு சேர்ந்து அங்கு வந்து தூங்கிவழிய ஒப்புக்கொண்டாள்.

‘அடுத்து நைரோபியில் உள்ள சில கடைகளுக்குப் போனேன். அச்சு அசலாக மனித உருவிலிருக்கும் பிளாஸ்டிக் பொம்மைகளை வாங்கினேன். அவற்றுக்கு விலை உயர்ந்த ஆடைகளை அணிவித்தேன். தலையில் சிவப்பு விக்குகளை பொருத்தினேன். அவற்றின் பிளாஸ்டிக் வயிற்றுக்குள் மின்சாரக் கருவிகளைப் பொருத்தி, கால்களில் குட்டிச் சக்கரங்களை மாட்டினேன். விசையை அமுக்கினால் இந்த பொம்மைகள் நிஜமான மனிதக் குழந்தைகள் விளையாடும் போது நகருவது போலவே இயங்கும். அவை அப்படி விளையாடுவதை, பள்ளியின் பெரிய பெரிய கண்ணாடி சன்னல்களின் வழியாக பார்க்க முடியும். பிறகு ஒரு செய்தித்தாளில் பெரிய அளவில் விளம்பரம் கொடுத்தேன்:

மாடர்ன் - டே நர்ஸரி ஸ்கூல்

அனுபவம் மிக்க ஐரோப்பிய பிரின்ஸிபால்.
முன்பு ஐரோப்பியர்களுக்கு மட்டுமே அனுமதி தரப்பட்டது.
தற்போது கென்யர் சிலருக்கும் அனுமதி வழங்கப்படுகிறது.
முன்பிருந்த அதே வெளிநாட்டுத் தரம்
தேசிய மொழிகள், தேசியப் பாடல்கள், தேசியப் பெயர்கள்
தடை செய்யப்பட்டுள்ளன.
முழுக்க முழுக்க அன்னிய மொழிகள், அன்னிய பாடல்கள்,
அன்னிய பொம்மைகள் மேலும் பல.
ஆங்கில மொழி வழிக்கல்வி.
மிகச்சில இடங்களே உள்ளன.
தொலைபேசியில் தொடர்புகொள்ளவும்.
அல்லது நேரில் காரில் வாருங்கள்.
நிறம் தடையல்ல; பணம் தான் முக்கியம்.
உயர்ந்த கட்டணங்கள்.

'அதன் பிறகு தங்கள் பிள்ளைகளை என் பள்ளியில் சேர்த்துக்கொள்ள இடம்வேண்டி இரவும் பகலும் பெற்றோர்களிடமிருந்து தொலைபேசி அழைப்புகள் ஓயாமல் வந்த வண்ணம் இருந்தன. தொலைபேசி மணி அடித்தபோதெல்லாம் நான் ஓடிப்போய் ஐரோப்பிய பிரின்ஸிபாலை எழுப்பிவிட்டு பதில் சொல்லச் சொல்வேன். ஆனால் பெரும்பான்மையான பெற்றோர்கள் காரில் நேரில் வந்து தங்கள் பிள்ளைகளின் இடத்தை உறுதிசெய்துகொண்டு போகவே விரும்பினார்கள். ஒரு வெள்ளைக்காரியையும், விளையாடும் பொம்மைக் குழந்தைகளையும் சன்னல் வழியே பார்த்துவிட்டு உடனுக்குடன் பணத்தைக் கட்டிவிட்டுப் போய்விடுவார்கள். பள்ளியைப்பற்றி வேறெதுவும் தெரிந்துகொள்வதில்கூடஅவர்களுக்கு அக்கறையில்லை. "நூறு குழந்தைகளுக்கு மேல் நான் சேர்த்துக் கொள்ளவில்லை, சேர்த்துக்கொள்ளக்கூடாது என்றே பிரின்ஸிபாலுக்கு கட்டளை இட்டுவிட்டேன். ஒவ்வொரு குழந்தையும் மாதம் 2,500 ஷில்லிங் கட்டணம் கட்டியது. எனக்கு ஆனந்தம் தாங்கவில்லை. ஏனெனில் மாதாமாதம் என் சட்டைப் பையில் 2,50,000 ஷில்லிங்கு வந்து விழுந்தது. இட வாடகை, தூங்கிவழியும் பிரின்ஸிபால் மற்றும் அவளது உதவியாளர்களுக்கு சம்பளம் எல்லாம் கொடுத்தது போக மாதத்திற்கு 2,00,000 ஷில்லிங் எனக்குக் கிடைத்தது. இதில் ஒன்றைக் கவனியுங்கள்: இத்தனைக்கும் நான் ஒரு துளி வியர்வைகூட சிந்தவில்லை: சாக்கட்டியிலிருந்தும் துடைப்பானிலிருந்தும்

சாக்கட்டித்தூளை விழுங்கவில்லை. இந்த மரத்தின் கனி எனக்கு கசக்கவில்லை, கசக்கவே இல்லை.

'வேறு பழம், பிறகு வேறொரு பழம் இப்படியாக நைரோபியில் மேலும் நான்கு பள்ளிகளையும் நான் தொடங்கினேன். வயதான வெள்ளைக்காரிகளை' இன்னும் சொல்லப்போனால் ஊனமுற்ற வெள்ளைக்காரக் குழந்தைகளைப் போன்ற பொம்மைகளை விளையாடவிடுவது என்ற அதே தந்திரத்தைத் தான் பயன்படுத்தினேன். இதோ இந்த இல்மொராக்கிலும் ரூவ்வையீனியிலும்கூட அதுபோன்ற ஒருசில ஆரம்பப் பள்ளிகளை நான் தொடங்கி இருக்கிறேன்.

'இந்த மரத்தின் பழங்கள் ஏராளமாக இருந்ததுடன், மிகவும் சுவையாகவும் இருந்தன. அவற்றின் இனிப்பு இருக்கிறதே அடடா, அது ஒரு தனிக்கதை. ஐரோப்பியர்கள்தான் சொல்லியிருக்கிறார்களே, எல்லா முட்டைகளையும் ஒரே கூடையில் வைப்பது நல்லதல்ல என்று: எனவே மற்ற மரங்களின் பழங்களும் எப்படியிருக்குமென்று சுவைத்துப்பார்க்க முடிவுசெய்தேன். கிதூது வா கட்டாங்கூரு குறிப்பிட்டது போல பண்ணைகளை விலைக்கு வாங்க சொசைட்டிகளும் கம்பெனிகளும் அமைப்பது, வேறு வழியில் திருடவும் கொள்ளையடிக்கவும் வசதியாக நிலத்தை வாங்கி விற்பது போன்ற கனிகளையும் நான் சுவைத்து மகிழ்ந்திருக்கிறேன்.

"ஆனால் மற்ற எல்லா [சுதந்திர] மரத்தின் கனிகளையும்விட, நான் பறித்த ஒரு மரத்தின் கனிகள் நன்றாகக் கனிந்தும் இனிப்பாகவும் இருக்கின்றன. பொறுங்கள். அந்த தனிச் சிறப்புமிக்க மரத்தின் கதையை ஆரம்பத்திலிருந்தே சொல்கிறேன். அப்போதுதான் திருட்டிலும் கொள்ளையிலும் நான் ஒரு கத்துக்குட்டியல்ல என்பது உங்களுக்குப் புரியும்.

'மக்களின் கல்வி தாகத்தாலும், நிலத்தின் மேலுள்ள தாகத்தாலும் நீரூற்றி வளர்க்கப்பட்ட இந்த இரண்டு மரங்களிலிருந்தும் ஏராளமான கனிகளைப் பறித்தானபின், என்னை ஒத்தவர்கள் எந்தமாதிரிப் பழங்களைப் பறித்துக் கொண்டிருக்கிறார்கள் என்று நின்று நிதானித்துப் பார்த்தேன். சொத்து சேர்ந்ததுமே அவர்கள் பாராளுமன்றத்தில் நுழையவே முற்படுகிறார்கள் என்பதைக் கண்டேன். எனக்குத் தெரிந்து, ஒருவன் தன் பண்ணையை விற்று, மிக அழகான மனைவியை ஏலம் விட்டு தேர்தல் செலவை சமாளித்ததைக் கண்டேன். கோடிக்கணக்கில் பணத்தை வாரி இறைத்து, மனைவியை, மகளை, பண்ணையை விற்றாவது இந்த

தேர்தல் வியாபாரத்தில் ஈடுபடுகிறார்களே, அந்த அளவுக்கு இந்த உட்பூசல் நிறைந்த வணிகத்தில் அப்படி என்னதான் இருக்கிறது என்று பார்த்துவிட வேண்டுமென்று சற்று நிதானமாக அலசி ஆராய்ந்தேன். மற்ற எல்லா மரங்களையும்விட இதில் அதிகமாக பழங்கள் கிடைக்குமென்றுதானோ?

'அரசியல் துறையில் நுழைந்து பார்த்துவிடுவது என்று முடிவு செய்தேன். கரையான் அரிக்கும் என்பது மரத்தடியில் உட்கார்ந்து பார்த்தால்தானே தெரியும். அதே சமயம் "அதிக அவசரம் கிழங்குக்குக் கேடு" என்பதும் எனக்கு தெரிந்தே இருந்ததால், பாராளுமன்ற நாற்காலியைத் தேடி ஓட நான் அவசரப்படக் கூடாது என்று முடிவு செய்தேன். இந்த நாற்காலிகள் மிகவும் ஆபத்தானவை: ரத்தக் களரிக்குக் காரணமாக இருந்தவை. எனவே, முதலில் நான் ரூவ்வையீனி வார்டு, இசிசிரி மாகாண கவுன்சில் இடத்துக்குப் போட்டியிடுவது என்று முடிவு செய்தேன்.

'செயலே சிறந்த சொல். வாடிப்போவதற்குள் காய்கறிகளை சந்தைக்குக் கொண்டுபோய் விடவேண்டும். என்னைச் சுற்றியிருந்தவர்களின் பைகளில் பணத்தை நிஜமாகவே கொட்டினேன். காரியத்தைச் சாதிப்பதென்று நான் முடிவு எடுத்துவிட்டால் அதை மிகவும் விமரிசையாக செய்வது என் பாணி. விளைவுகளை எண்ணி நான் தயங்குவதே கிடையாது. ஞாகீன்யுவா இசைக்குழுப் பெண்களை அழைத்துவரச் செய்தேன். அவர்கள் என் அருமை பெருமைகளைப் பாடினார்கள். சுதந்திரத்திற்காக நான் எப்படியெல்லாம் போராடினேன். மக்களுக்கு நிலமும் கல்வியும் வழங்கினேன் போன்ற பொய்களையெல்லாம் வைத்து கதைகளை ஜோடித்தார்கள். என்னுடைய உருவப்படம் அச்சிடப்பட்ட அழகிய சீருடைகளைத் தயாரித்து அந்த ஞாகீன்யுவா பாடகிகளுக்கு அணியக் கொடுத்தேன்.

'அதன் பிறகு ஒரு இளைஞர் அணியை ஏற்படுத்தினேன். என் எதிரிகளின் சொத்தை நாசமாக்குவதும், என்னைப் பற்றி புகார் சொல்பவர்களை அடித்துத் துவைப்பதும்தான் அவர்களின் பணி. என்னுடன் போட்டியிட்டவர்கள் ஐந்து பேர் இருந்தார்கள். அதில் இருவரை தனியே அழைத்துப் பேசி 50,000 ஷில்லிங் கொடுத்து விலைக்கு வாங்கிவிட்டேன். அவர்கள் இருவருமே கதீகா என்ற மாவீரனுக்கு விட்டுக் கொடுப்பதாகச் சொல்லி வாபஸ் வாங்கினார்கள். மூன்றாவது எதிரி லஞ்சம் வாங்க மறுத்து விட்டான். ஒருநாள் இரவில் இளைஞர் அணியைச் சேர்ந்த இருவர் அவனை ரூவ்வையீனி

காட்டுக்குக் கடத்திச் சென்றார்கள். அங்கே அவனிடம் துப்பாக்கியைக் காட்டி மிரட்டி, உயிரோடு இருக்கவேண்டுமா, தேர்தலில் ஜெயிக்கவேண்டுமா என்று கேட்டார்கள். அவன் புத்திசாலித்தனமாக, உயிர் வாழ்வைத் தேர்ந்தெடுத்தான். நாலாமவன் இலஞ்சம் வாங்க மறுத்ததோடு, துப்பாக்கியைக் கண்டு பயந்து பணியவும் மறுத்தான். இளைஞர் அணியினரை அவன் வீட்டுக்கு அனுப்பினேன்; அவனுடைய இரண்டு கால்களையும் ஒடித்துவிட்டார்கள்.

'ஐந்தாமவன் ஒரு சாமர்த்தியமான தேவடியாப்பயல். உடனடியாக தன் அடியாட்களை அனுப்பி வைத்தான். அவர்கள் காரில் வந்து இறங்கி துப்பாக்கியைக் காட்டி என்னை வழிமறித்தார்கள். தங்கள் தலைவருடன் விளையாடினால், விளைவு பழிக்குப்பழி, பல்லுக்குப் பல், கண்ணுக்குக் கண், காலுக்கு கால், ரத்தத்துக்கு ரத்தம் என்றாகிவிடும் என்றார்கள். சேதி வந்து சேர்ந்தது; என் எதிரி விளையாடவில்லை. நான் விட்டுவிட்டேன். மற்றவர்களின் செல்வத்தை விழுங்கி ஏப்பமிடுபவர்கள் யார் யாரை வெல்கிறார்கள் என்பதை களத்தில் இறங்கித்தான் பார்க்கவேண்டும் என்றேன். எனவே, அவன் என்னை தேர்தல் என்ற போர்க்களத்தில் நேருக்கு நேர் சந்திக்கட்டும்; யார் எப்படிப்பட்டவர் என்பது பற்றி சந்தேகத்திற்கு இடமில்லாத வகையிலான இறுதி முடிவை தேர்தலே வழங்கட்டும். இதற்கிடையில் ஒருவர் மற்றவர் உயிரைப் போக்க முயற்சிக்கக்கூடாது என்று எச்சரிக்கை செய்தேன். பணம்தான் பலம். எனவே என் பணமும் அவன் பணமும் களத்தில் மோதிக்கொள்ளும்படி எடுத்து இறைக்க வேண்டும். இரும்பையும் இரும்பையும் மோதவிட்டு யாருடைய ஆயுதம் அடுத்தவருடைய ஆயுதத்தில் ஓட்டை போடுகிறது என்று பார்க்க வேண்டும்.

'ஆக, இப்போது போட்டி எங்கள் இருவருக்கிடையில்தான். பணம் அதன் வேலையைச் செய்யும்; அதிகமாகத் திருடியிருப்பது யார் என்பதை அது சொல்லும். என் பங்குக்கு, கதீகாவின் மகனுக்கு ஓட்டுப் போடுபவர்களுக்கெல்லாம் வேண்டிய மட்டும் பியர் கிடைக்கும்படி குழாய்களை திறந்துவிடச் சொன்னேன். நான் செய்யாத தகிடுதத்தம் எதுவும் பாக்கியில்லை - ஓட்டுகளை விலைகொடுத்து வாங்கினேன். அந்த தேர்தலுக்காக மொத்தம் 20 லட்சம் ஷில்லிங் செலவழித்தேன். எதிராளியும் ஒன்றும் இலேசுப்பட்டவனில்லை. அவன் 15 லட்சம் செலவழித்தான். ஆனால் இறுதி வெற்றி, இதோ உங்கள் முன் நிற்கும் இந்த மாவீரனுக்குத்தான்.

'பதவி ஏற்கும் முன்பே தேர்தல் பிரச்சாரத்துக்காக செலவழித்த லட்சங்களையெல்லாம் எப்படித் திரும்ப எடுப்பது என்று கணக்குப் போட ஆரம்பித்தேன். ஆனால் நவீன ஆட்டத்துக்கான ஆர்வத்தை பணம்தான் அதிகரிக்கிறது என்பதை இப்போது தெரிந்துகொண்டேன். எதை எதையோ முயன்று பார்த்தேன். வெவ்வேறு கவுன்சிலர்களைப் போய்ப் பார்த்ததிலேயே ஓரிரண்டு வாரங்கள் கழிந்ததால் நான் தூங்கவேயில்லை. இரண்டாவது கட்டப் பிரச்சாரத்துக்கு 50,000 ஷில்லிங் செலவழித்தேன். அதன் பலனாக நான் இசிசிரி மாகாண கவுன்சில் வீட்டுவசதி வாரியத் தலைவராக நியமிக்கப்பட்டேன். நகர சபைக்கான வீடுகளைக் கட்டி விநியோகிப்பதும், தனியாருக்கும், கம்பெனிகளுக்கும், தொழிற்சாலைகளுக்கும், வியாபாரத்துக்குமான மனைகளை விற்பதும் இந்த வாரியத்தின் பொறுப்பாகும்.

'அப்போதுதான், கதீகாவின் மகனாகிய நான் உண்மையிலேயே தேறிவிட்டதை உணர்ந்தேன். என் நேரம் வந்துவிட்டது. சதிகாரனை பொதுச்சொத்து கொழுக்க வைக்கிறது.

'இந்த வாரியம் ஏழைகளுக்கு மலிவு விலையில் வீடுகள் கட்டித்தர வடஅமெரிக்காவுக்குச் சொந்தமான உலக வங்கியிலிருந்தோ அல்லது ஐரோப்பிய, ஜப்பானிய வங்கிகளிலிருந்தோ அவ்வப்போது கடன் வாங்குவது உண்டு. கொழுப்பை சேகரிக்க உண்மையிலேயே மிகச் சிறந்த வழி இது. ரூவ்வையீனியில் ஒரு குடிசைப் பகுதியை இடித்துத் தள்ளிய ஒரு சந்தர்ப்பம் இன்னும் எனக்கு பசுமையாக நினைவில் இருக்கிறது. அதற்குப் பதிலாக ஓராயிரம் வீடுகளை அங்கு கட்ட திட்டமிடப்பட்டிருந்தது. அதற்கான கடனை வாரியத்துக்கு ஒரு இத்தாலிய வங்கி வழங்கியிருந்தது. வீடு கட்டும் ஒப்பந்தப் புள்ளியை வென்றதும் ஒரு இத்தாலியக் கம்பெனிதான். உண்மையில் முதல் தவணையாக வெறும் 20,00,000 ஷில்லிங் பணத்தைத்தான் அந்த வங்கி என்னிடம் கொடுத்தது. இந்தப் பணத்தை என் கணக்கில் போட்டவுடன், தேர்தலில் செலவழித்த பணம் திரும்பி வந்துவிட்டது என்பதை நான் புரிந்துகொண்டேன். பிறகு, தேர்தல் என்ற வியாபாரத்தில் நான் போட்ட முதலீட்டிலிருந்து வருவாயை எதிர்பார்த்துக் காத்திருந்தேன்.

வீடுகளெல்லாம் கட்டி முடிந்த பின்புதான் நான் காத்திருந்தது எனக்குக் கையில் கிடைத்தது. நகரசபை கட்டித்தரும் வீடு யாருக்கெல்லாம் தேவையோ, அவர்கள் ஒவ்வொருவரும் முதலில் எனக்கு ஒரு கோப்பை தேனீர் வாங்கித்தர வேண்டும். அதன் விலை 2,000

ஷில்லிங். இவ்வகையில் இன்னொரு 20,00,000 ஷில்லிங் சம்பாதித்து வங்கிக் கணக்கில் குவித்து வைத்தேன்.

'தேர்தல் பிரச்சாரத்தில் நான் முதலீடு செய்த கோடிகள், இரண்டு ஆண்டுகளுக்குப் பின் ஒரு கணிசமான தொகையை எனக்கு சம்பாதித்துக் கொடுத்தன என்பதை நான் உங்களுக்குச் சொல்லத் தேவையில்லை. இதற்காக நான் ஒரு சொட்டு வியர்வை கூட சிந்தவில்லை என்பதைக் குறித்துக் கொள்ளுங்கள். எந்த மக்கள் எனக்கு ஓட்டுப் போட்டார்களோ, அவர்களிடமிருந்துதான் எல்லாப் பணமும் எனக்குக் கிடைத்தது. எப்படியென்றால் அவர்கள் செலுத்தப் போகும் வரிப்பணம்தானே வெளிநாட்டு வங்கிக்கடன்களைச் செலுத்த பயன்படப்போகிறது!

'இதைப் பற்றி என்ன நினைக்கிறீர்கள்? என் இடத்தில் நீங்கள் இருந்திருந்தால், திகட்டும் அளவுக்கு இனிப்பாக இருந்த அந்தக் கனியைச் சுவைப்பதை நீங்கள் நிறுத்தியிருப்பீர்களா? நான் அதைப் பறிப்பதை நிறுத்தவேயில்லை. ஒவ்வொன்றாக பறித்துக்கொண்டே இருந்தேன். ஆரம்பத்தில் பழத்தை இரகசியமாகத் தின்ன நான் தெரிந்துகொள்வதற்கு முன்னால், இனிப்பான அதன் சாறு என் வாயோரங்களிலிருந்து ஒழுகும்.

'இப்போதெல்லாம் என் சிறு பங்கை என் பைக்குள் போடுவதற்கு, நகரசபை வீடுகளைக் கட்டுவதற்காக நான் காத்திருப்பதில்லை. சில இத்தாலியர்களுடன் சேர்ந்து ஒரு கட்டடக் கம்பெனி தொடங்கியிருக்கிறேன். ருவ்வையீனி வீட்டு வசதி வளர்ச்சிக் குழுமம் என்பது அதன் பெயர், நகரசபையின் ஒப்பந்தப் புள்ளிகளை எப்போதும் என்னுடைய இந்தக் கம்பெனியே வெல்லும். ஆனால் ஒட்டுமொத்தமாக குடியிருப்புகளைக் கட்டும் கம்பெனி வங்கியில் கடன் வாங்குகிறது; வீடுகள் கட்டி முடிப்பதற்கு வெகு நாட்களுக்கு முன்பே அவற்றை விற்று விடுகிறது. மக்களின் வீட்டுத் தாகத்தை நீங்களெல்லாம் குறைத்து மதிப்பிட்டு விடாதீர்கள். பல்வேறு வர்க்கத்து மக்களுக்கும் ஏற்ற வீடுகளை கம்பெனி கட்டுகிறது. உதாரணத்துக்கு, இந்தக் கல் வீடுகளெல்லாம் அவ்வளவு இலாபகரமானவை அல்ல. களிமண்ணும் மரமும் சேர்த்துக் கட்டிய தொகுதி வீடுகளைப் பார்த்திருக்கிறீர்களா? அந்த மாதிரி குடிசை வீடுகளைக் கட்டி அவற்றை தொழிலாளிகளுக்கும் விவசாயிகளுக்கும் வாடகைக்கு விட்டீர்களானால், அங்குதான் அதிக கொழுப்பு சேர்க்க வழி இருக்கிறது.

‘வெளிநாட்டுக் கம்பெனிகளின் கிளைகளுக்கு டைரக்டராகும்படி எனக்கு அழைப்புகள் வர ஆரம்பித்தன. நான் ஒரு பங்கை வாங்கினால் அங்கே நடக்கும் வாரியக் கூட்டங்களில் பங்கெடுத்துக் கொள்வதற்காக வழங்கப்படும் ‘படி’ அதாவது ஒருவகை கைக்கூலி கிடைக்கும். இவற்றிலிருந்தெல்லாம் ஒரு சில சென்ட்டுகளை மாதக்கடைசியில் என்னால் வீட்டுக்குக் கொண்டு செல்ல முடிந்தது. இங்கு கொஞ்சமும், அங்கு கொஞ்சமும் சேர்ந்து ஆகக் கடைசியில் கிஹாஹூ வா கதீகாவின் வயிற்றில் (அவன் ஒல்லியென்றாலும்கூட) ஒரு கணிசமான தொகை குவிந்துவிடும்.

எனவேதான் நான் கென்யப் பொதுமக்களுக்கு மிகவும் நன்றிக்கடன் பட்டவனாகிறேன். ஏனெனில், அவர்களுடைய குருட்டுத்தனம், அறியாமை, தம் உரிமைகளை வலியுறுத்திப் பெறுவதற்கான வலுவின்மை- இவற்றால்தான், நரமாமிசம் தின்னும் கும்பலாகிய நம்மைப் பார்த்து தர்மசங்கடமான கேள்விகள் எதையும் அவர்களால் கேட்க முடிவதில்லை. எனவேதான் தொடர்ச்சியாக நாம் அவர்களின் வியர்வையை உறிஞ்சிக் கொழுக்க முடிகிறது.

‘ஆனால் இவற்றுடன் திருப்தியடைந்துவிடவோ, மக்கள் எப்போதுமே இப்படி முட்டாள்களாகத்தான் இருப்பார்கள் என்று கற்பனை செய்துகொண்டு விடவோ கூடாது. பெரும்பான்மையான விவசாயிகள் - தொழிலாளிகளின் சீற்றத்திலிருந்து தப்பிப்பதற்காகவே அவர்கள் என்னைத் தங்கள் கம்பெனியின் இயக்குநராக நியமிக்கிறார்கள். அப்படியாவது நிலைமை மாறாதா என்று அவர்கள் எதிர்பார்க்கிறார்கள். அந்தப் பொறுப்பை ஏற்பதில் எனக்குப் பிரச்சனையில்லை. நல்ல இலாபகரமான பொறுப்புதான்.

‘அதனால்தான் இப்போதெல்லாம் பொதுக்காரியங்களுக்கான நன்கொடைகளை வழங்கும் சந்தர்ப்பங்களை நான் நழுவ விடுவதேயில்லை. ஓரிடத்தில் 10,000 ஷில்லிங், வேறிடத்தில் 5,000 அல்லது 10,000 இன்னும் ஓரிடத்தில் 20,000 என என் அப்போதைய மனநிலையைப் பொறுத்து வழங்குவேன். ஆனால் உண்மையாகவே மக்கள் மனதில் இடம்பிடிக்க விரும்பினேன் என்றால், முதலில் பல்வேறு வெளிநாட்டுக் கம்பெனிகளுக்குச் செல்வேன். பொதுமக்களைக் குருடாக்க லஞ்சம் தருவதற்கென ஒரு தொகையை இந்தக் கம்பெனிகள் ஒதுக்கும் என்பதை நீங்கள் அறிவீர்கள். நன்கொடை தருமாறு அவர்களிடம் கேட்பேன். 10,000 ஷில்லிங், பத்து சென்ட், ஐந்து சென்ட் எதுவானாலும் சரி.

அதன்பிறகு மேடையிலேறி என்னுடைய வள்ளல் தன்மையைப் பறைசாற்றுவேன்: 'இந்த சாக்குகளில் கொண்டுவந்திருக்கும் 100,000 ஷில்லிங்குகளை நானும் என்னுடைய நண்பர்களும் மக்களுக்காகக் கொடுக்கிறோம்,' என்று அறிவிப்பேன். உடனே என் ஞாகீன்யுவா பெண்கள் இசைக்குழுவினர் ஆண் குழந்தை பிறந்தால் எழுப்பும் ஐந்து குலவையொலிகளை என் பொருட்டு எழுப்புவார்கள். என்ன சொன்னேன்? இப்போதெல்லாம் கைதட்டலின் அளவு, வாங்குகிறவனுடைய சட்டைப்பையின் அளவைப் பொறுத்துத்தான் இருக்கிறது. பணம் மலைகளைக் கூட தரைமட்டமாக்கி விடும். கிமாத்தி போன்றவர்களை புகழ்ந்து பாட இந்த நாட்களில் யார் இருக்கிறார்கள்?

'ஒரு மனிதனின் பையின் அளவைப் பொறுத்தே அவனை புகழ்ந்து பாடிக்கொண்டு பொதுமக்கள் நீண்டகாலமாக தாங்கள் இருக்கிறபடியே இருந்துகொண்டு இருக்கிறார்கள். இந்த நிலை, நிலத்திலிருந்து கிடைக்கும் கொழுப்பைக் கொண்டு நீண்ட நாட்கள் வாழ நமக்குப் போதிய அவகாசத்தைத் தருகிறது. ஒரு பொருளை வயிற்றுக்குள் பத்திரமாக ஒளித்து வைத்துவிட்டால், அது கூர்மையான காதுகளுக்கும், கண்களுக்கும் கூட தன் இருப்பைக் காட்டிக்கொள்ளாது என்பது உங்களுக்கெல்லாம் தெரியும். சரியான ஆட்சிமுறை பற்றிய என் தனிப்பட்ட கருத்து என்னவென்றால் - ஒரு கையில் கேரட்டும் மறு கையில் தடியும் என்கிற முறைதான் சரி என்பேன். பொதுக் காரியங்களுக்கு நாம் தரும் நன்கொடைகள் தான் நம் கையிலுள்ள கேரட். ஆனால் ஒரு சில கயவர்கள் இருந்தார்கள். மக்களின் கண்களை மறைக்கும் திரையை அகற்ற வேண்டும் என்று பேசுமளவுக்கு அவர்களுக்குத் துணிச்சல் வந்தது. பொதுமக்களைத் தட்டி எழுப்ப வேண்டுமென்று நினைப்பவர்களுக்கு நாம் சாட்டையடி கொடுக்க வேண்டியதுதான் - அவர்களை தடுப்புக் காவலில் வைக்க வேண்டும் அல்லது சிறையில் தள்ள வேண்டும் - இப்படிப்பட்டவர்களை நீங்களும் அறிந்திருப்பீர்கள். அடியாட்களுக்கு போதைப் பொருட்களும், சாராயமும், கூடவே பணமும் கொடுத்து இந்தப் பிடிவாதக்காரர்களைச் சுற்றி வளைக்கச் சொல்வேன். அவர்களும் இவர்களைப் பிடித்து வந்து வண்டியில் கொண்டு சென்று காங் குன்றுகளில் உள்ள கழுதைப் புலிகளிடமோ அத்தி ஆற்றிலுள்ள முதலைகளிடமோ வீசியெறிந்து விடுவார்கள். பொதுமக்களைத் தட்டி எழுப்பும் தம் வேலையை ஒரு கழுதைப் புலியின் வயிற்றுக்குள்ளோ முதலையின் வயிற்றுக்குள்ளோ செய்யும்படி விட்டுவிடுவார்கள்.

(அவர்களைப் பற்றித்தான் உங்களுக்குத் தெரியுமே) ஜனநாயகம் என்ற அறிவுகெட்ட தனத்திலெல்லாம் எனக்கு நம்பிக்கையே கிடையாது. பொழுது விடிந்தால் பேசும் விஷயம் ஜனநாயகம் தான். பொழுது சாய்ந்தால் பேசும் விஷயமும் ஜனநாயகம் பற்றித்தான். இந்த ஜனநாயகத்தைத் தின்ன முடியுமா? குடிக்க முடியுமா? இந்தப் பல்கலைக்கழக பொடிப்பயல்களை மட்டும் அவர்களுடைய குள்ள வாத்திகளுடன் சேர்த்துப் பிடிக்க முடிந்தால் ஓட ஓட விரட்டி விடுவேன்... அவர்கள் எல்லோரையும் விமானத்தில் அடைத்து அவர்களின் கம்யூனிஸ்டுக் குப்பையை சீனாவிலோ, சோவியத் நாட்டிலோ போய்க் கொட்டச்சொல்லி அனுப்பிவிடுவேன்.

'மன்னிக்க வேண்டும், கனவான்களே! அந்தக் கும்பலின் மேலுள்ள கண்மண் தெரியாத கோபத்தில், பேசிக்கொண்டிருந்த விஷயத்தை விட்டு விலகிச் சென்றுவிட்டேன். கதையைத் தொடர்கிறேன். ஓ எஸ், வீடு கட்டுவதை அடிப்படையாகக் கொண்ட திருட்டையும் கொள்ளையையும் பற்றி நான் பேசிக்கொண்டிருந்தேன் இல்லையா? என்னைப் பொறுத்தவரை வீடு கட்டுவதை அடிப்படையாகக் கொண்ட திருட்டையோ, கொள்ளையையோ விட்டுவிடவே மாட்டேன். ஒரு கூரை வேண்டுமென்பதில் மக்களுக்கு இருக்கும் பசிக்கும் தாகத்துக்கும் இணையாக இலாபத்தை உண்டாக்கக்கூடிய வேறு எதுவும் உலகத்தில் கிடையாது. எனவே, இந்தப் பசி ஒரு துளியேனும் குறைவதை என்னால் பொறுத்துக்கொள்ள முடியாது. நான் பல நாட்கள் உண்மையாகவே தூங்காமல் உட்கார்ந்து இந்தப் பசியையும் தாகத்தையும் நாடு முழுவதிலும் அதிகரிப்பதற்கான வழிவகைகளைப் பற்றி ஆராய்ந்து கொண்டிருந்திருக்கிறேன். காரணம், எந்த அளவுக்கு சொத்துப் பஞ்சம் இருக்கிறதோ அந்த அளவுக்கு வீடுகளின் விலையும் உயரும், கொழுப்புடன் கூடிய சதையைப் பற்ற தீநாக்குகள் மேலெழும்புவது போல இலாபமும் மேலேறும். அத்தகைய பஞ்சம் தீவிரமாகும் போது - உண்மைதான், அப்போது பஞ்சம் என்றுகூட நாம் சொல்வதில்லை; சற்று மென்மையான பெயர் கொடுப்போம் - நிலத்தின் கொழுப்பை உண்பவர்களாகிய நாம், அந்தக் கொழுப்பை நமக்கிடையே பகிர்ந்து கொள்வதற்கான வழிவகைகளை கூடிப்பேசி உருவாக்குவோம்.

'என் யோசனை இதுதான்: தாங்க முடியாத அளவுக்கு அந்தப் பஞ்சம் அதிகரித்தவுடன், நாம் பறவைக்கூடு அளவில் வீடுகளைக் கட்டினாலே போதுமானது. தேவைப்பட்டால் இந்தக் கூடுகளை, கூடாரங்களைப்

போல மடித்துவிடக் கூடியதாக உருவாக்குவோம். எவனொருவனுக்கு தலைசாய்க்க ஒரு கூடு தேவைப்படுகிறதோ, அவன் நம்மிடமிருந்து இந்தக் கூட்டை கட்டாயம் வாங்க வேண்டி வரும். அதை அவன் மடக்கி அவன் தோளிலோ, பைக்குள்ளோ வைத்து எடுத்துக்கொண்டு போகலாம். எங்கெல்லாம், எப்போதெல்லாம் இருள் அவனை சூழ்ந்து கொள்கிறதோ அங்கெல்லாம் அவன் தெருவோரத்தில் அந்தக் கூட்டை விரித்து வைத்து அதில் தலை சாய்த்துக் கொள்ள வேண்டியதுதான். இரவு முழுவதும் அவன் பிரார்த்தனை செய்யும் போது, தன்னுடைய கண்களுக்கும், காதுகளுக்கும், உதடுகளுக்கும், மூக்குக்கும்... ஒரு நிழல் அமைத்துக்கொடுத்த கருணை உள்ளம் படைத்தவர்களை ஆசீர்வதிக்கும்படி கடவுளை வேண்டுவதைக் கற்பனை செய்து பாருங்கள்...

‘ஒரு நிமிடம் யோசியுங்கள். கூடுகளைக் கட்டினால் நமக்கு எவ்வளவு இலாபம் வரும் - ஒரு மனிதன் ஒரு கூடு! ஹாஹாஹா! ஹாஹாஹா! ஒவ்வொரு விவசாயியும் ஒரு கூட்டுக்குள்ளே... ஹாஹாஹா! ஒவ்வொரு தொழிலாளிக்கும் அவன் தன் மூக்கை மட்டும் நுழைத்துக் கொள்ள ஒரு கூடு...! விவசாயிகளும் தொழிலாளிகளும் வெட்ட வெளிக்காக பறவைகளோடு போட்டி போடுவார்கள்!

‘நல்லவர்களே, வெற்றி கிரீடத்தை எனக்கே கொடுங்கள். அட! ஒரு நிமிடம் பொறுங்கள். என் திறமைகளைப் பற்றி இன்னமும் சந்தேகம் கொண்டிருப்பவர்களுக்கு சொல்லிக்கொள்கிறேன்: கூடுகளைக் கட்ட தேவைப்படும் புல்லும் கயிறுகளும் வஅமெரிக்காவிலிருந்தும், ஐரோப்பாவிலிருந்தும், ஜப்பானிலிருந்தும் இறக்குமதி செய்யப்படும். தேவைப்பட்டால் பேசாமல் ஆயத்தக்கூடுகளையே இறக்குமதி செய்துவிடலாம்.

‘அவ்வளவுதான் நான் சொல்ல வந்தது. கிரீடத்தைக் கொடுங்கள்!’

மறுப்புரை

ஏன் யாருமே தனக்குக் கைதட்டவில்லை என்ற பெரும் குழப்பத்துடன் மேடையிலிருந்து இறங்கினான் கிஹாஹூ வா கதீகா. அவன் தன்னுடைய இருக்கையை அடையும் முன்பே கிதூது வா கட்டாங்கூரு மேடையை நோக்கித் தாவுவதைக் கவனித்தான். கிதூது ஒரேயடியாக கசந்து போயிருந்தான். அவனுடைய உதடுகள் துடித்தன. கடைவாயிலிருந்து எச்சில் ஒழுகிக் கொண்டிருந்தது.

‘மிஸ்டர் சேர்மன், ஒருவரையொருவர் அவமதித்துக் கொள்வதற்காக நாம் இங்கே வரவில்லை. அறுவெறுக்கத்தக்க குத்தல் பேச்சுகளைக் கேட்க நாம் இங்கே வரவில்லை. நவீன திருட்டு - கொள்ளை என்கிற கலையிலும், விஞ்ஞானத்திலும் நம்மில் யார் அதிக திறமைசாலி என்று கண்டுபிடிக்கும் போட்டியில் கலந்து கொள்வதற்காகத்தான் நாம் இந்தக் குகையில் கூடியிருக்கிறோம். வெற்றி பெறும் அதிர்ஷ்டசாலியானவர் வெளிநாடுகளுக்குச் சொந்தமான நிதி நிறுவனங்களுக்கும், தொழிற்சாலை களுக்கும் காவல்நாயாக நியமிக்கப்பட்டு, தன்னுடைய வெளிநாட்டு முதலாளிகளுக்கு இலாபம் ஈட்டித்தருவதோடு, தன்னுடைய பைகளையும் நிரப்பிக்கொள்ள முடியும். யார் வெல்கிறார்கள் என்பது நல்ல சகுனத்தை அறிவிக்கும் பறவையின் வரவைப் பொறுத்துத்தான் அமையுமே ஒழிய, அவமதிப்பாகப் பேசுவதன் மூலம் வெற்றி தோல்வியை முன்கூட்டியே நிர்ணயித்துவிட முடியும் என்று கருதுவது அறியாமை.

‘ஒருவேளை மிக மோசமான அவமதிப்புகளையும் குத்தல் பேச்சுகளையும் ஒருவர் மீது ஒருவர் வீசி எறிவதற்குத்தான் இந்தப் போட்டி நடைபெறுகிறது என்றால், அதை இப்போதே எல்லோருக்கும் சொல்லிவிட வேண்டும். நம்மில் சிலருக்கு சுன்னத் செய்யப்பட்டிருக்கிறது. சுன்னத் சடங்கின்போது சில வசைமொழிகளையும் மற்றவர்களை அவமதிக்கும் சில அடைமொழிகளையும் பேசுவதற்கு நாமெல்லாம் கற்றுக் கொண்டிருக்கிறோம்.

‘மேலும் நமது இளைஞரணியைப் பயன்படுத்தி அடுத்தவர்களை அச்சுறுத்தும் திறமையைப் பற்றி பீற்றிக்கொள்ளத்தான் நாம் இங்கே கூடியிருக்கிறோமென்றால், கிதூது வா கட்டாங்கூரு ஆகிய நான் எனக்குத் தெரிந்த எல்லா இளைஞர் அணியினரையும் விட அதிபயங்கரமான அடியாள் படையை வைத்திருக்கிறேன் என்று சொல்லிக்கொள்ள ஆசைப்படுகிறேன். என்னுடைய திருட்டு - கொள்ளை நடவடிக்கைகளில் குறுக்கிடும் அளவுக்கு துணிச்சல் உள்ளவர்களை இந்த உலகத்தைவிட்டே அனுப்பிவிடுவது உள்பட, நான் எந்த வேலை கொடுத்தாலும் அவர்கள் செய்வார்கள். என் அடியாட்களுக்கு - அல்லது அவர்களை கூலிப்படைகள் என்றுகூட சொல்லலாம் - காட்டமான கஞ்சா அடிப்பதில் தீராத பசி உண்டு. என்னுடைய இப்போதைய திட்டம் பிரான்சிலிருந்தோ

பிரிட்டனிலிருந்தோ ஐரோப்பியக் கூலிப் படைகளை வரவழைப்பதுதான்.

‘ஆனால் இங்கே யாராவது ஒண்டிக்கு ஒண்டி வருவதானால், கிதூது வா கட்டாங்கூருவாகிய நான், என் துப்பாக்கியோடு தயாராக இருக்கிறேன். எப்போதும் தயார்!

‘நான் ஏன் இதைச் சொல்கிறேன்? இங்கு நின்றிருந்தாரே அந்த அருவெறுப்பான ஒல்லி மனிதர் - கிஹாஹூ வா கதீகா என்ற பெயருள்ளவர் - திருட்டு - கொள்ளைக் கலைகளில் நான் ஆரம்ப நிலையில் தான் இருக்கிறேன் என்கிறார். என்ன! கதீகாவின் மகனே! உண்மையில் கிதூது வா கட்டாங்கூரு யாரென்று உமக்குத் தெரியுமா, அல்லது மற்றவர்கள் அந்தப் பெயரைச் சொல்லிக் கேள்விப்பட்டதோடு சரியா? உண்மையிலும் உண்மையாக ஆணையிட்டுச் சொல்கிறேன் - நீர் என்னுடைய பள்ளிக்கு வந்து என் முன் மண்டியிட்டு கேட்டுக்கொண்டால் - அதாவது மறுபடியும் ஒன்றாம் வகுப்பில் சேர்ந்தால் - என் தொப்பையை இவ்வளவு பெரிதாக்கிய திருட்டிலும் கொள்ளையிலும் நான் உமக்கு ஏ பி சி சொல்லித் தருகிறேன்.

‘தலைவர் அவர்களே, இந்த நீளக்கால் ஆசாமி பிதற்றிக் கொண்டிருந்த தெல்லாம் திருட்டு கொள்ளை வகையைச் சேர்ந்ததா? திருட்டு கொள்ளை என்றால் நகர சபை தேர்தல்களில் எதிராளிகளை கைக்கூலி கொடுத்து விலக்குவதா? ஒரு வேளை பாராளுமன்றத் தேர்தல் என்றால் கூட அது அர்த்தமுள்ளதாக இருக்கலாம்! இன்னொரு திருட்டுப் பற்றி அவர் பீற்றிக்கொண்டாரே அது என்ன? ஆ, பிளாஸ்டிக் ஐரோப்பிய பொம்மைகளை வாங்கி வைத்து, உண்மையான ஐரோப்பியக் குழந்தைகள் என்று காட்டி மக்களை ஏமாற்றுவதா?

‘இந்த நாட்டில் திருட்டையும் கொள்ளையையும் முன்னேற்ற அவர் திட்டமிட்டிருக்கும் முறையைப் பற்றிய விஷயத்திற்கு வருவோம். நம் நீளக்கால் நண்பர் கொண்டு வந்த குருவிக்கூடு போன்ற வீடுகள் கட்டுவது என்கிற திட்டம் சிரிப்புக்கிடமாக இல்லை? வெறும் மூக்கையும் உதட்டையும் பாதுகாக்க ஒரு கூட்டை வாங்க யார்தான் சம்மதிப்பார்கள்? தலைவர் அவர்களே, தன்னை கதீசி வா கிஹாஹூியா (அல்லது அது கிஹாஹூிவா கதீசியா?) என்று அழைத்துக் கொள்பவர் தொழிலாளிகளும் விவசாயிகளும் நமக்கு எதிராக ஆயுதம் தூக்க வேண்டுமென விரும்புகிறாரா என்ன? தொழிலாளர்களின் கண்ணை மறைக்கும் திரை விலகும் அளவுக்கு நாம் கண்மண்

தெரியாமல் நடந்து அதனால் அவர்களுக்கு கோபம் உண்டாகி, அவர்கள் நமக்கெதிராக வாளும், உருட்டுக்கட்டையும், துப்பாக்கியும் ஏந்தி எதிர்ப்பதைத்தான் அவர் விரும்புகிறார் போலும். நம்முடைய மக்கள் ஆயுதம் ஏந்தி ஏந்தி அலுத்துப் போயிருப்பது இந்த கதீசி வா கிஹாஹூவுக்குத் தெரியாதா? இதன் பொருள் என்னவென்று எனக்குத் தெரியும்: இந்த மனிதர் இந்த நாட்டில் சீனப்பாணி கம்யூனிஸத்தைப் புகுத்த விரும்புகிறார்.

'மதிப்புக்குரிய தலைவர் அவர்களே, குட்டிக் குட்டித் தட்டுகளில் மண்ணை நிரப்பி விற்பது, டப்பாக்களிலோ மீட்டர் மூலமாகவோ காற்றைப் பிடித்து அளந்து விற்பது ஆகிய என்னுடைய வளர்ச்சித் திட்டங்கள் அவருடையதைவிட ஆயிரம் மடங்கு அர்த்தமுள்ளவை. அப்போது தொழிலாளிகளும் விவசாயிகளும் கட்டளைக்குப் பணிந்து சுவாசிப்பார்கள் - நம் கட்டளைக்குப் பணிந்து! இருக்கிற எல்லா மண்ணையும் எல்லாக் காற்றையும் கபளீகரம் செய்வது ஒன்றுதான், தொழிலாளிகளும் விவசாயிகளும் என்றென்றும் நமக்குப் பணிந்து நடப்பதை நிச்சயமாக்கும் ஒரே வழியாகும். காரணம் அவர்கள் ஒரு சிறு எதிர்ப்புக் குரல் எழுப்பினாலும் போதும்; உடனே காற்றுக் குழாயை மூடிவிட்டால் அப்படியே மண்டியிட்டு விடுவார்கள்...

'என் நண்பர்களே! வெறும் ஒரு குவளை பியரை கைக்கூலியாகப் பெற்றுக்கொண்டு உங்கள் ஓட்டுக்களை ஒப்படைத்துவிடக் கூடிய மனிதர்கள் அல்ல நீங்கள் என்பதை இந்த வாஸிகே வாகதீகாவுக்கு கொஞ்சம் எடுத்துச் சொல்லுங்கள். கூட்டத்தில் கதீகா இப்போது எங்கே உட்கார்ந்திருந்தாலும், நீளக்கால் இனத்தவருக்கு வெற்றியை விட்டுக்கொடுத்து விட்டு போர்க்களத்தை விட்டு புறமுதுகிட்டு ஓடுபவன் அல்ல இந்த கிதூது வா கட்டாங்கூரு என்பது அவருக்குப் புரிந்திருக்கும் - அவர் தன் எதிராளிகளின் கால்களை முறிப்பதில் நிபுணராக இருந்தாலும் கூடத்தான். வெற்றிக் கிரீடம் எனக்கே!'

கிதூது வா கட்டாங்கூரு தன் இருப்பிடத்தை தட்டுத்தடுமாறி சென்றடைவதற்கு முன்பே, வேறு ஒருவன் குதித்து எழுந்தான். இவன் மேடைமேல் ஏறக்கூட முற்படவில்லை. கிதூது வா கட்டாங்கூருவைப் போல வாயோரத்தில் எச்சில் வழியா விட்டாலும் கூட இவனும் சந்தேகமில்லாமல் மனம் கசந்துதான் போயிருந்தான்.

'தலைவர் அவர்களே, நானும் ஒரு வார்த்தை சொல்ல விரும்புகிறேன். உள்ளத்தில் பூட்டி வைத்த அறிவு, வழக்கில் வெல்ல உதவாது என்று இங்கு சொல்லப்பட்டது... சாரி, என்னை

இதெ வா ம்பூயி என்று அழைப்பார்கள். இந்தக் குகையில் நாம் குடியிருப்பதற்குக் காரணமே, ஏழைகளிடமிருந்து திருடுவதிலும் கொள்ளையடிப்பதிலும் அதிக திறமையாகவும் வஞ்சகமாகவும் செயல்படுவது பற்றி ஒருவருக்கொருவர் பீற்றிக்கொள்வதற்கும் கற்றுக்கொடுப்பதற்கும்தான். ஆனால் சற்று முன்பு இங்கு நின்றிருந்த அந்த அசிங்கமான ஒல்லியான கொசுவைப் போல தோற்றமளிக்கும் மனிதன் மிக மோசமான தவறை செய்து விட்டான்.

'கதீகாவின் மகனே, உனக்கு வெட்கமாயில்லை? உன்னுடைய வர்க்கத்தைச் சேர்ந்த மக்களையே ஏமாற்றியது பற்றி வெட்கமில்லாமல் பீற்றிக்கொள்ள - உனது சொந்த வர்க்கத்து மக்களிடமே திருடுவது பற்றி பெருமிதப்பட - உனக்கு சங்கடமாக இல்லையா? நமக்குள்ளேயே ஒருவருக்கொருவர் கொள்ளையிடவும் திருடவும் ஏமாற்றவும் செய்தால், பிறகெப்படி நமது வர்க்க ஒற்றுமை வேரூன்ற முடியும்?

'என்னைப் பொறுத்தவரை நான் பயங்கரமாக வெட்கப்படுகிறேன். மிகவும் வேதனைப்படுகிறேன். காரணம், மாடர்ன் ஆன ஆரம்பப் பள்ளிகள் என்று சொன்னாரே, அதில்தான் என் எல்லாக் குழந்தைகளுமே படித்தார்கள். ஐரோப்பியக் குழந்தைகள் படிக்கும் பள்ளிகளில்தான் என் பிள்ளைகள் படிக்க வேண்டும் என்பதில் நான் குறியாக இருந்திருக்கிறேன். அப்படியானால் அவர்கள் போலி ஐரோப்பியர்கள்தானா? அவை 'விக்' வைத்த பிளாஸ்டிக் பொம்மைகள்தானா? ஐரோப்பியர்களுடையதைப் போன்ற பிளாஸ்டிக் தோலும், கல் எலும்புகளும், மின்சார இயந்திர இதயங்களும் கொண்ட ஐரோப்பியர்களின் மத்தியில் இருப்பதற்கா நான் என் குழந்தைகளுக்காக பலநூறு ஆயிரம் ஷில்லிங்குகளை செலவு செய்தேன்? அப்படியானால் இத்தனை காலமாக என் குழந்தைகள் வீட்டுக்குத் திரும்பி, பள்ளியில் ஐரோப்பிய நண்பர்களோடு விளையாடினோம் என்று சொன்னார்களே, அந்த ஐரோப்பிய நண்பர்கள் வெறும் மின்சாரத்தால் இயங்கும் பிளாஸ்டிக் கருவிகள்தானா?

'இப்படிப்பட்ட சொல்ல முடியாத கொடுமையை இதுவரை நான் பார்த்ததேயில்லை. கிஹாஹூ வா கதீகாவைப் போன்ற ஒரு பெரிய மனிதர் வெறுமனே அடுத்தவர் பணத்தை சுருட்டிக் கொள்வதை நினைத்துப் பாருங்கள். அப்படியானால் என் குழந்தைகள் அசல் ஐரோப்பியக் குழந்தைகளைப் போல மூக்கால் ஆங்கிலம் பேச முடியாமல் போனதற்கு இதுதான் காரணமா? அதனால்தான் என்

வர்க்கத்தைச் சேர்ந்த மக்களின் முன்பு அவர்கள் என்னை அவமானத்தில் தலைகுனிய வைத்தார்களா? ஆங்கிலத்தில் அவர்களுடன் உரையாடும் போதெல்லாம் எப்போதும் கிக்கூயூ மொழியில் என் குழந்தைகள் பதில் சொன்னது இதனால்தானா?

'இன்னொரு விஷயம் உங்களுக்குத் தெரியுமா? அவர்களின் அம்மா, ந்யினா வா ம்பூயி, என்னிடம் அவ்வப்போது சொல்வாள்: "இதெ வா ம்பூயி, அந்த ஐரோப்பியர்கள் நிஜமான ஆங்கிலேயர்களாக எனக்குத் தெரியவில்லை. ஏன் அவர்கள் எப்போதும் விளையாடிக் கொண்டேயிருக்கிறார்கள்? ஏன் செய்ததையே திரும்பத் திரும்ப செய்து கொண்டிருக்கிறார்கள் எப்போது பார்த்தாலும் ஏன் ஓடிக்கொண்டே காலங்கழிக்கிறார்கள்?" நான் அவளுக்கு தைரியம் சொல்வேன்: "ந்யினா வா ம்பூயி! வடஅமெரிக்கர், ஜெர்மானியர், பிரெஞ்சுக்காரர், ஸ்காட்டியர், அயர்லாந்தர் போன்ற பலவித வெள்ளை இனங்களின் கலப்பினம்தான் ஆங்கிலேயர்கள். ஆனாலும் அவர்கள் மிக உயர்ந்த கொள்கையுடைய இனத்தவர்தான். நாளைக்கு ஒன்றாக மாற்றிக்கொண்டிருக்க மாட்டார்கள். ஓடிப்பிடித்து விளையாடுவது அவர்களுக்குப் பிடித்தமானது. கால்பந்து, ரக்பி, கிரிக்கெட் போன்ற - ஓட்டம் நிறையத் தேவைப்படுகிற - எல்லா விளையாட்டுக்களையும் கண்டுபிடித்தது ஆங்கிலேயர் தானே. ந்யினா வா ம்பூயி, நம் குழந்தைகள் அதே பள்ளியில் படித்து உண்மையான ஆங்கில பழக்க வழக்கங்களைக் கற்றுக் கொள்ளட்டும். சீர்கெட்டுப் போனாலும் ஐரோப்பியன் ஐரோப்பியன்தான். தோலின் வெள்ளை நிறம்தான் முக்கியம்!" என்பேன். இப்போது என்னடாவென்றால் அவள் சொன்னது தான் சரி என்றாகிவிட்டது. பெண்ணின் வார்த்தையை ஆண் காலங்கடந்துதான் நம்பத் தொடங்குகிறான் என்பது உண்மை தான்.

'தலைவர் அவர்களே, ஏழைகளை ஏமாற்றுவதற்காக திருடுவதும் கொள்ளையடிப்பதும் என்றால் அது சரியானதுதான். பின் வேறெங்கிருந்து நமக்கு செல்வம் வரும்? உலக நடப்பை அறிந்துள்ள எவனும் இப்படிப்பட்ட அடிப்படையான ஏற்பாடுகளைப் பற்றி கேள்வி கேட்க மாட்டான். காரணம், உலகம் எப்போதுமே அப்படித்தான் இருந்தது. அப்படித்தான் இனியும் எப்போதும் இருக்கும். ஆனால், தன்னுடைய சொந்த வர்க்கத்திடமே திருடி, கொள்ளையடித்து, ஏமாற்றும் இவர் - எந்த வகைத் திருடன்? எந்த வகை கொள்ளைக்காரர் இவர்? இதுபோன்ற திருட்டை எவ்வகையிலும் ஏற்றுக்கொள்ள முடியாது என்பது ஒப்புக்கொள்ளப்பட்டதுதானே? அப்படியிருக்க,

இவர் நம்முன்னால் நின்று துணிந்து வெற்று ஆரவாரம் எழுப்பி, வெற்றி மகுடத்தை வேறு கேட்கிறார்! வெற்றி மகுடமாம்! வீட்டுக்குப் போய் தன் அம்மாவின் மகுடத்தை அணிந்து கொள்ளட்டும்!

'கிஹாஹூ, இன்று முதல் என் குழந்தைகள் உன்னுடைய பள்ளிகள் இருக்கும் திசையில் தலைவைத்துக் கூட படுக்க மாட்டார்கள். ந்யினா வா ம்பூயி மெத்தப் படித்தவள்; கேம்பிரிட்ஜ் கூட போயிருக்கிறாள் - நேராக அவளிடம் ஒரு இண்டர்நேஷனல் பள்ளியை பார்த்துவரும்படி சொல்லப் போகிறேன். கிஹாஹூ வா கதீகா, காதில் விழுந்ததா? இனி உனக்குக் கேடு காலம்தான்! இனி ஒருபோதும் இதெ வாம் ம்பூய்க்கும், ந்யினா வா ம்பூயிக்கும் சொந்தமான எதையும் நீ சாப்பிட முடியாது. பன்னாட்டு ஐரோப்பியர்களுக்கேயான பன்னாட்டு பள்ளிகளுக்கே இனி நாங்கள் போவோம். அந்தப் பள்ளிகளில் பன்னாட்டு ஆங்கிலமே பேசப்படும். அங்கே பிரின்சிபால்கள் ஊனமுற்றவராக இருக்கமாட்டார்கள். பிளாஸ்டிக் உடம்பும், மின்சார இதயமும், ஆம்பி அமிலங்களால் வெளுக்கப்பட்ட தோலும் கொண்ட ஐரோப்பியர்கள் அங்கிருக்கமாட்டார்கள். நாங்கள் விரும்புவது பன்னாட்டு நிறம் (சர்வதேச நிறம்)!'

இதெ வா ம்பூயி உட்காரு முன்பே, வேறொருவன் எழுந்து நின்றான். பேசும்போதே கோபத்தில் தன் விரல்களையும் உதடுகளையும் கடித்துக் கொண்டான் அவன். கால் முட்டி வரை தொங்கும் அளவு அவனுடைய தொந்தி பெருத்து சரிந்து கிடந்தது.

'தலைவர் அவர்களே, என் பெயர் ஃபதாக் மரூரா வா கிமீங்கிமீங்கி. நான் சொல்வதற்கு அதிகமில்லை. கிஹாஹூ வா கதீகா இந்தப் போட்டியிலிருந்து விலக்கப்பட வேண்டுமென்று நான் முன்மொழிகிறேன். எவ்வளவு தைரியமிருந்தால் அவர் இங்கு வந்து அடுத்தவர் மனைவிகளைப் புணர்வது பற்றி பீற்றிக்கொள்வார்? தலைவர் அவர்களே, என் மனைவி வீட்டை விட்டு ஓடியே போய்விட்டாள். அவள் எங்கே போகிறாள் என்று இப்போதுதான் தெரிகிறது. அடுத்தவர் குடும்பத்தைக் குலைக்கும் ஒழுக்கம் கெட்டவன் யார் என்று இப்போது தெரிந்துவிட்டது. அது நீதான் கிஹாஹூ. என் தாய்மேல் ஆணையாகச் சொல்கிறேன், நான் மட்டும் இப்போது என் துப்பாக்கியைக் கொண்டு வந்திருந்தால் இன்றைக்கு இரவு நீ அடுத்தவர் மனைவிகளுக்கு தானம் வழங்குவதற்கு உறுப்பு இல்லாமல்தான் தூங்கியிருப்பாய். ஏழைகளின் மனைவிகளையும், ஏழை வீட்டுப் பள்ளி மாணவிகளையும் மட்டும் இந்த கிஹாஹூ

புணர்ந்திருந்தால் அதை நான் பொருட்படுத்தியிருக்கவே மாட்டேன் தலைவர் அவர்களே! ஆனால்... ஆனால்...'

அந்தக் கணத்தில் ஒருவித வலி ஏற்பட்டு ஃபதாக் மரூரா வா கிமீங்கிமீங்கியின் தொண்டையை அடைத்ததால், அவன் தன் உதட்டையும் விரல்களையும் ஆத்திரத்தில் கடித்துக்கொண்டு எதுவும் செய்ய முடியாமல் அப்படியே உட்கார்ந்துவிட்டான். இப்போது குகை முழுவதும் கோபக் கூச்சல்கள் கிளம்பின. தேன் கூடு கலைந்தது போல இரைச்சல் அதிகரித்துவிட்டது. எல்லோர் கோபமும் கிஹாஹூ மீதுதான்.

பிறகு கிஹாஹூ வா கதீகா எழுந்து நின்று தன்னை நியாயப்படுத்த முயன்றான்:

'தலைவர் அவர்களே, இப்போது பேசியவர்கள் எல்லாம் என்னைத் திட்டி கேவலப்படுத்தியிருக்கிறார்கள். அவற்றையெல்லாம் பொறுமையாகக் கேட்டேன். ஆனால் இப்போது தலைமை எனது பாதுகாப்புக்கு வழிவகை செய்ய வேண்டுமென வலியுறுத்திக் கோருகிறேன். என்னவானாலும் சரி நானும் வெளிப்படையாகவே பேசுகிறேன். ஒவ்வொரு மனிதனும் உடனே வீட்டுக்குப் போய் அவரவர் மனைவியின் யோனியை பூட்டுப் போட்டுப் பூட்டி சாவிகளைக் கொண்டுபோய் வங்கிப் பாதுகாப்புப் பெட்டகத்தில் வைத்துக் கொள்ளட்டும். குறி விறைத்து, சாவி தேவைப்படும் நேரம் வரும்வரை அவை அங்கு பத்திரமாக இருக்கும். இவர்கள் மனைவிகளுக்கு நானா சுகர் மம்மிகள்* ஆகும்படி சொல்லிக்கொடுத்தேன்? நானா அவர்களை எளிதில் இணங்கும் பெண்களின் கிளப்பில் சேரும்படி சொன்னேன்? ஆனால் உன்... (இந்த இடத்தில் மரூரா வா கிமீங்கிமீங்கியை கை நீட்டிக் காட்டுகிறான்) மனைவியைப் போன்ற பெண்ணை ஒருபோதும் நான் தொடமாட்டேன். தெருவில் தன் தொடைகளை அவள் விரித்துக் காட்டிக்கொண்டு நின்றாலும் சரி, அல்லது இருவரையும் ஒரு வீட்டுக்குள் வைத்துப் பூட்டி எல்லா விளக்குகளையும் அணைத்துவிட்டாலும் சரி, அப்படிப்பட்டவர்களை நான் தொடமாட்டேன். பள்ளிக்கூட பையன்களுடனும் சுற்றுலாப் பயணிகளுடனும் போட்டிபோட என்னால் ஆகாது...'

'யாரும் இங்கு துப்பாக்கிகளைப் பற்றி பீற்றிக் கொள்ளக் கூடாது என்பதையும் சொல்லிக்கொள்ள விரும்புகிறேன். என் வீட்டில் மூன்று

★ சுகர் மம்மிகள்: இளம் ஆண்களின் சுகவாசத்தை விரும்பும் வயதான பணக்காரப் பெண்கள்.

சுழல் துப்பாக்கிகளும் (ரைபிள்) இரண்டு எந்திரத் துப்பாக்கிகளும் இருக்கின்றன. காரில் ஒரு Patchet ரக துப்பாக்கி வைத்திருக்கிறேன். இந்தக் கோட்டுப் பை கொஞ்சம் துருத்திக் கொண்டிருப்பதாக நீங்கள் நினைத்தால் அதற்குக் காரணமில்லாமல் இல்லை. எங்கே போனாலும் நான் தலைமுதல் கால்வரை ஆயுதத்துடன் தான் எப்போதும்போவது. யாராவது இங்கே வந்து என் ஆயுதத்தைப் பிடுங்க முயன்றால் அவனுக்குக் கண்களில் பூச்சிதான் பறக்கும்.

'தலைவர் அவர்களே, கிதூது வா கட்டாங்கூருவும் என்னை அவமதித்தார். இங்கு நாம் வந்தது, ஒவ்வொரு போட்டியாளரும் அவரவருக்குப் பிடித்த வகையில் திருட்டிலும் கொள்ளையடிப்பதிலும் தனக்குள்ள திறமையைப் பறைசாற்றுவதற்காகத்தான். நான் உண்மையைத்தான் சொன்னேனே ஒழிய யாரையும் அவமதிக்க முயலவில்லை. நாம் சொல்ல வந்தது என்னவென்றால், மற்ற உயர்தர வியாபாரங்களுக்குப் போவதற்கு முன்னால், நானும் நிலம் வாங்கி விற்றதன் மூலம் பொதுமக்களின் பணத்தைக் கொள்ளையடித்தேன் (எந்த நிலத்துக்காக அவர்கள் போராடினார்களோ அதே நிலத்தைத்தான்) என்றுதான் சொன்னேன், அவ்வளவுதான்.

'இப்போது எனக்கும் நிலம் வாங்கி விற்கும் கம்பெனிகள் மற்றும் சொசைட்டிகளுக்கும் எந்த சம்பந்தமுமில்லை. திருட்டுப் பண்டத்தை யாரும் திருடிய இடத்திலேயே உட்கார்ந்து சாப்பிடமாட்டார்கள். ஏனெனில் பொருளுக்குடையவன் எந்த நேரத்திலும் வந்துவிடலாம்...

'என் இதயபூர்வமாக - உயிர்மேல் ஆணையாக நான் மறுக்க விரும்புவது ஒன்றே ஒன்றைத்தான். இந்த நாட்டில் சீனபாணி கம்யூனிஸம் தோன்றுவதற்கு நான் காரணமாக இருப்பேன் என்று கிதூது வா கட்டாங்கூரு சொன்னாரே, அதைத்தான் நான் மறுத்துரைக்க விரும்புகிறேன். என்ன, தொழிலாளிகளையும் விவசாயிகளையும் கொண்ட ஒரு கட்சி ஆள்வதை நானா ஒப்புக்கொள்வேன்? திருட்டு - கொள்ளை அமைப்பை உலகத்திலிருந்து ஒழித்துக் கட்டுவதை கொள்கையாகக் கொண்ட கட்சியால் ஆளப்படுவதை நான் எப்படி விரும்புவேன். மறுபடியும் என் கைகளால் உழைக்கப்போவதா? மற்றவர்களின் பொருட்களை அல்லாமல் என் வியர்வையினால் உண்டானதை மட்டும் நான் உண்பதா? மறுபடியும் துடைப்பானின், சாக்கட்டியின் முகத்தில் விழிப்பதா? அதையெல்லாம் மறந்துவிடுங்கள், மிஸ்டர் கிதூது...

'நீங்கள் சொன்னதற்கு மாறாக, சீனப்பாணி கம்யூனிஸ நோயை அதிவிரைவில் பரப்பக்கூடியது, நீங்கள் சொன்னீர்களே, பிரபஞ் சத்திலுள்ள எல்லா மண்ணையும் எல்லாக் காற்றையும் பறித்துக் கொள்வதென்று - அதுதான்! காரணம் என்னவென்றால், மக்கள் சுவாசிப்பதைத் தடுத்தால், அவர்கள் கட்டையையும், கத்தியையும் துப்பாக்கியையும் தூக்குவதை எப்படித் தடுக்க முடியும்? பொதுமக்களை நீ எவ்வளவு தூரம் வெறுக்கிறாய் என்று காண்பிக்க இது ஒன்றே போதாதா? மறைவாக நடத்தப்படும் இழிசெயலால் பிரச்சனை இல்லை; பொய்களால் போர்த்தப்பட்ட திருட்டு முறையால் பிரச்சனை இல்லை. நமது ஏகாதிபத்திய நண்பர்கள் எதற்காக நமக்கு பைபிளைக் கொண்டுவந்தார்கள் என்று நினைக்கிறீர்கள்? இவ்வுலகப் பொருட்களின் மீதான நாட்டம் யாவும் பயனற்றது என்று சொல்லி தொழிலாளிகளையும் விவசாயிகளையும் பிரார்த்தனையில் கண்களை மூடச் சொன்ன அவர்களை மடையர்கள் என்றா நினைத்தீர்கள்? நிதி வசூலிப்பதற்கான தேவாலயக் கூட்டங்கள் எல்லாவற்றுக்கும் வேறு எதற்காக நான் போகிறேன் என்று நினைக்கிறீர்கள்?

'கிதுது, என்னிடம் மோதாதே! ஆனால் ஒண்டிக்கு ஒண்டி துப்பாக்கிச் சண்டைக்கு இழுப்பதென்று இன்னமும் உனக்கு எண்ணம் இருந்தால் எனக்கு மகிழ்ச்சிதான்; காரணம், சுடுவதற்கு உன் தொப்பை வசதியான இலக்கு. ஒன்றிரண்டு குண்டுகளால் அதை தட்டையாக்க முடியுமா என்று பார்க்கவேண்டும். அல்லது நமது கூலிப்படையினரிடையே ஒரு போர் நடப்பதை நீ விரும்பினால், நம் இரண்டு பேரின் குழுக்களில் எது அதிக காட்டமான கஞ்சாவை அடிக்கிறது என்று தெரிந்து கொள்ளவும் ஒரு வாய்ப்பு கிடைக்கும். நானும் சுன்னத் செய்து கொண்டவன் தான். நீ பெண்களிடம் கவனமாக விசாரித்துப் பார்த்தால், என் குறியில் நுனித்தோல் இல்லை என்பதை அவர்களே சொல்வார்கள்.

'கடைசியாக இதெ வா ம்பூயி சுமத்திய குற்றச்சாட்டைப் பற்றியும் குறிப்பிட விரும்புகிறேன். நான் என்னுடைய வர்க்கத்தைச் சேர்ந்தவர்களிடமே கொள்ளையடிப்பதாக அவர் சொன்னார். அவரிடம் நான் ஒன்று கேட்கிறேன்; நீயெல்லாம் ஒரு திருடனா? கொள்ளைக்காரனா? எஃகில் துளையிடும் எஃகும் உண்டு என்கிற எளிய உண்மையைக் கூட தெரிந்துகொள்ளாத உனக்கெல்லாம் இந்தப் போட்டியில் என்ன வேலை? இதெ வா ம்பூயிடம் இதைச் சொல்லிக் கொள்கிறேன்: மற்ற திருடர்களை மிஞ்சும் திருடன் உண்டு; மற்ற

கொள்ளைக்காரர்களை மிஞ்சும் கொள்ளைக்காரர்கள் உண்டு; மற்ற ராஜாக்களை மிஞ்சும் ராஜாக்கள் உண்டு. இதெ வா ம்பூயிக்கு இது தெரியாதென்றால் அவர் உடனே கிளம்பி தன் வீட்டுக்குப் போய் அடுப்படியில் உட்கார்ந்து ந்யீனா வா ம்யூயிக்கு உருளைக்கிழங்கு உரித்துத் தரட்டும்; சாம்பலையும் தணலையும் பற்றி கதைக்கட்டும். எஃகையே துளைத்துச் செல்லக்கூடிய எஃகுத்துண்டு என்றால் அந்த எஃகு சிறப்பான தரம், வலிமை உடையது என்றுதானே பொருள்? இதைத் தவிர வேறென்ன வேண்டும்? கிரீடம் எனக்குத்தான்! நேரத்தை வீணாக்க வேண்டாம். கிரீடத்தை எடுத்துக் கொடுங்கள்!'

கடைசியாக அவன் பேசிய பேச்சு அவனுக்கு மேலும் பல எதிரிகளை உருவாக்கியது. பலபேர் ஒரே நேரத்தில் குதித்து எழுந்து ஒருவரை ஒருவர் பார்த்து கத்தத் தொடங்கினார்கள். சிலர் கிஹாஹூவுக்கும் சிலர் கிதூதுவுக்கும் சிலர் இதெ வா ம்பூய்க்கும் மற்றவர்கள் ஃபதாக் மரூரா வா கிமீங்கிமீங்கிக்கும் பரிந்து பேசினார்கள். ஏககாலத்தில் ஏழு சந்தைகள் கூடிய இரைச்சல் குகையில் கேட்டது.

திடீரென்று குகை அமைதியானது. கிஹாஹூ, கிதூது, இதெ வா ம்பூயி மூவர் கையிலும் துப்பாக்கி!

எல்லோரும் நாற்காலிகளைப் பின்னுக்குத் தள்ளி எழுந்து நின்று, குண்டுகளிலிருந்து தம்மைக் காத்துக்கொள்ள முனைந்தார்கள். ஒரு நிமிட நேரம் யாரும் இருமவோ தும்மவோ கூட இல்லை. மேஜை நாற்காலிகளை இழுத்து நகர்த்தி ஆட்கள் தள்ளிப் போகும் சத்தம் மட்டும்தான் கேட்டது. அடுத்து குண்டுகள் சீறிப்பாயும் ஓசையைக் கேட்பதற்காக எல்லோரும் காத்திருந்தார்கள்.

விழாத்தலைவர் மட்டும் மேடைமேல் தாவியேறி எல்லோரும் தத்தம் இருக்கைக்குத் திரும்புவரை தொண்டை கிழியக் கத்தியிராவிட்டால், விருந்துக்கு வந்த கூட்டம் மொத்தமும் சிதறி சின்னா பின்னமாகியிருக்கும். ஒருவரையொருவர் முறைத்துக் கொண்டிருந்த கிஹாஹூ வா கதீகா, கிதூது வா கட்டாங்கூரு, இதெ வா ம்பூயி மூவரும் கூட தமது இருக்கைகளுக்குத் திரும்பினார்கள். பிறகு திரும்பவும் திடீரென குகையில் இரைச்சல் எழும்பியது. விழாத்தலைவர் கையசைத்து இரைச்சலை அடக்க முயன்றார். அதன் பிறகு அவர் இதமான, சமாதானமான தொனியில் பேசத் தொடங்கினார்.

'முதலில் உங்கள் துப்பாக்கிகளைப் பைக்குள் போடுங்கள். இன்று நம்மை இங்கே ஒன்றாக கூடச் செய்திருப்பது என்னவென்பதை நினைவுபடுத்திக் கொள்ளும்படி தாழ்மையுடன் கேட்டுக்கொள்கிறேன். ஒருவருடன் ஒருவர் சண்டை போட்டுக்கொள்ள நாம் இங்கே வரவில்லை. நவீனத் திருட்டிலும் கொள்ளையிலும் நடைபெறும் ஒரு போட்டியில் பங்கெடுத்துக் கொள்ளத்தான் நாம் இங்கு வந்தோம். நம்மிடையே விருந்தினர்கள் இருக்கிறார்கள் என்பதை உங்களுக்கு நினைவூட்ட விரும்புகிறேன். நாம் சொல்வதையும் செய்வதையும் கவனிக்க இங்கே பன்னாட்டு திருடர் கொள்ளைக்காரர் கழகத்திலிருந்து ஏழு தூதர்கள் வந்திருக்கிறார்கள். நம் வெளிநாட்டு விருந்தினர் முன் ஒருவரை ஒருவர் அம்மணப்படுத்திப் பார்க்கவா விரும்புகிறீர்கள்? இந்தக் களேபரத்தையும், பட்டப்பகலில் பயமுறுத்தும் துப்பாக்கிச் சண்டையையும் பார்த்தபிறகு இப்போது அவர்கள் நம்மைப்பற்றி என்னவென்று நினைத்துக்கொள்வார்கள்? நம் செயல்கள், நம்மீது அவர்கள் கொண்டிருக்கும் நம்பிக்கையை இழக்கச் செய்வதோடு, தங்கள் நிலைபாட்டையே அவர்கள் மறுபரிசீலனை செய்யவும் தூண்டிவிடலாம். அவர்களுக்குள் பல கேள்விகள் எழலாம்: நமது திருட்டாலும் கொள்ளையாலும் உண்டாகும் செல்வத்தை இந்த நாட்டு மக்களால் பாதுகாக்க முடியுமா? இந்த மக்களுக்கு நமது நிதி நிறுவனங்களையும் கிடங்குகளையும் அவற்றில் முதலீடு செய்யப்பட்ட தொழில்களையும் பாதுகாக்கும் திறமை உண்டா என்று அவர்கள் யோசிக்க ஆரம்பித்துவிடலாம். நமக்காக விட்டுச் சென்றிருப்பதையெல்லாம் அவர்கள் வேறு கிராமத்துக்குக் கொண்டு செல்கிறார்கள் என்று வைத்துக்கொள்வோம். அப்போது நாம் எதையெல்லாம் இழக்க வேண்டிவரும்? இல்மொராக்குக்கு எவ்வளவு பெரிய நஷ்டம்! அப்படி நடந்தால் அதற்கு நம்மைத் தவிர வேறு யாரைக் குற்றம் சாட்ட முடியும்? வெளிப்படையாக சொல்லிவிடுகிறேன். ஏனெனில் பழமொழி சொல்வதுபோல, "ஒருவரை மற்றவர் அழித்துவிட முயல்வதற்கு அதிகப்படி அன்புகூட காரணமாக முடியும். நெருப்பின் சீற்றம் அளவுக்கு மிஞ்சினால் சமைத்தவை எதுவுமே மிஞ்சாமல் போகலாம்...'

'உங்களை நான் கெஞ்சிக் கேட்டுக்கொள்கிறேன், மன்றாடிக் கேட்டுக்கொள்கிறேன். தயவு செய்யுங்கள்... ப்ளீஸ், பொறுமையாக இருங்கள். ஒவ்வொரு போட்டியாளர்க்கும் இந்த மேடையில் அவருடைய வாக்குமூலத்தை வழங்கவும், திருட்டிலும் கொள்ளையிலும் அவருக்குள்ள கலைத்தேர்ச்சியை வெளிப்படுத்தவும் சந்தர்ப்பம்

வழங்கப்படும். ஒருவரையொருவர் குறைத்து மதிப்பிடுவதை விட்டுவிடுவோம். வாக்குமூலம் என்றால் வாக்குமூலம்தான். ஒரு வாக்குமூலம் இன்னொரு வாக்குமூலத்தை கேள்விக்குள்ளாக்குவதைத் தவிர்ப்போம். நவீன பாணியில் வேட்டையாடுவது என்று வந்துவிட்டால் பருந்து சிறியதா பெரியதா என்று பார்க்க முடியாது.

'நமது உள்ளமும் உடலும் அமைதியை அடைய உதவியாக, நமது தொந்திகளை மகிழ்விக்க ஒரு சிறிய இடைவெளி விடுவோம். அளவான உணவோடு எளிதில் நிறைவடையாத திருடர்களின் - கொள்ளைக்காரர்களின் வயிற்றுக்கு, ஏராளமான உணவு இருக்கும்போதுகூட ஏதும் தராமல் இருப்பது முட்டாள்தனமில்லையா? நீங்கள் எல்லோரும் இந்தக் குகையிலேயே மதிய உணவை வாங்கிச் சாப்பிடலாம் - சிறப்பான பன்னாட்டு உணவு வகைகள் நம்மிடம் இருக்கிறது. அல்லது இல்மொராகில் வேறு ஏதாவது இடத்துக்கும் கூட நீங்கள் போய் சாப்பிட்டு வரலாம். ஆனால் விரைவாக சாப்பிட்டு குடித்து முடித்துவிட்டு 2.30 மணிக்கு இங்கே மீண்டும் கூட வேண்டுமென கேட்டுக்கொள்கிறேன். இன்னும் பல வாக்குமூலங்கள் வர இருக்கின்றன.

'உணவு இடைவேளைக்குச் செல்லும்முன் இங்குள்ள பெண்கள் - அவர்கள் மனைவிகளோ, வைப்பாட்டிகளோ, காதலிகளோ யாராக இருந்தாலும் - அவர்களுக்கெல்லாம் ஒன்றை நினைவுபடுத்த விரும்புகிறேன். போட்டிக்குப் பின் ஒரு ஆடை அலங்கார அணிவகுப்பு நடக்கவுள்ளது. உங்களிடமிருக்கும் தங்கம், வைரம், வெள்ளி, மாணிக்கம், டான்சனைட் மற்றும் முத்துக்களால் செய்த எல்லா நகைகளையும் காண்பித்துக்கொள்ள இது ஒரு அரிய சந்தர்ப்பம். நமது கல்ச்சரை நாம் வளர்க்க வேண்டும். உங்களுக்கெல்லாம் தெரியும்; பெண்கள் எப்படி உடையணிகிறார்கள், எத்தகைய நகைகளை அணிகிறார்கள் என்பதுதான் நமது பண்பாடு எவ்வளவு உயர்வடைந்திருக்கிறது என்பதற்கான அடையாளம். எனவே, திரும்பி வரும்போது, உங்கள் கழுத்தாரங்களை, காதணிகளை, மோதிரங்களை, ப்ரூச்களை தயாராக வைத்திருங்கள். அப்போதுதான் நமது வெளிநாட்டு விருந்தினர்களை நாம் கவரமுடியும்; நாமும் நவீன நாகரிகத்தை நோக்கித்தான் போய்க்கொண்டிருக்கிறோம் என்பதை அவர்களுக்கு எடுத்துக்காட்ட முடியும். நினைவிருக்கட்டும். சரியாக 2.30 மணி! இப்போதைக்கு, உணவு வேண்டும். நன்றாக பசியாறுங்கள், நண்பர்களே!'

அனைவரும் எழுந்துநின்று விழாத் தலைவரின் பேச்சுக்கு கை தட்டி ஆரவாரம் செய்தார்கள். இப்போது மக்கள் திருப்தியடைந்து, இயல்பாகப் பேசிக்கொள்ளத் தொடங்கினார்கள். 'நரகத்தின் தூதுவர்கள்' வாத்தியக் குழுவினர் காங்கோ நாட்டு மெட்டுகள் சிலவற்றை வாசிக்கத் தொடங்கினார்கள்.

பபந்தா நங்கா பகிமி நா மொபாலி
மொபாலி ஓயோ டோடோ மதேமா
நகீ கொலுக்கோ மொபாலி நங்கே...

சிலர் மட்டும் அவரவர் இடத்திலேயே உட்கார்ந்து, சற்று முன் நடந்திருக்கக்கூடிய துப்பாக்கிச் சண்டையைப் பற்றி பேசிக் கொண்டே குடித்தார்கள். மற்றவர்கள் கதவை நோக்கி நகர்ந்து போனார்கள்.

கைரீ, கைரீ எலீசன்
கைரீ, கைரீ எலீசன்...

கத்தூய்ரியா, வரீய்ங்காவின் கையைப் பற்றிக்கொண்டு, 'நாம் வெளியே போகவேண்டும். வா வெளியே போகலாம். இல்லாவிட்டால் இந்தக் காற்று என்னைத் திணற அடித்து விடும்!' என்றான்.

'ஆமாம், எனக்கும் தலைவேதனையாக இருக்கிறது' என்று சொல்லிக்கொண்டே வரீய்ங்கா எழுந்தாள். தொடர்ந்து 'கிஹாஹூ'வும், கிதுதுவும் காற்றை ஒரு விற்பனைப் பொருளாக மாற்றுவதற்கு முன்னால், வெளியே போய் சிறிது சுத்தமான காற்றை சுவாசிப்போம்,' என்று அவள் சொல்லியபடி உடன்வர, அவர்கள் குகையை விட்டு வெளியேறினார்கள்.

கைரீ, கைரீ எலீசன்
கைரீ, கைரீ எலீசன்...

முவாரா முதூரியைப் பார்த்து, 'சாத்தானின் தூதுவர்கள் பற்றி உங்களுக்கு எப்படித் தெரியும்? அவர்களோடு உங்களுக்கு என்ன தொடர்பு?' என்று கேட்டான்.

வரீய்ங்காவை நைரோபியில் உள்ள அவளது வீட்டைவிட்டு வெளியேற்றும்போது அடியாட்கள் அவளிடம் கொடுத்த துண்டுக் காகிதத்தை முதூரி வெளியில் எடுத்தார்.

காகிதத்தை முவாராவிடம் கொடுத்துக்கொண்டே, 'இதைப்பார், இது உன்னுடையதுதான் என்று நினைக்கிறேன்,' என்றார் முதூரி.

முவாரா அதைப் படித்துவிட்டு முகத்தைச் சுளித்தான். ‘இது உங்களுக்கு எங்கிருந்து கிடைத்தது?’

‘நேற்று உன் காரில் கிடந்தது,’ என்றார் முதூரி.

முதூரியை முவாரா பார்த்த பார்வையில் எரிச்சலான பல கேள்விகள் தொக்கி நின்றன. முதூரிக்கு இங்கே என்ன வேலை? தன் அலைபாயும் கண்களால் இங்கே இவன் யாரைத் தேடுகிறான்? என்னையா? எதற்காக இதை எழுதினான், சும்மா என் காரில் கிடந்தது என்று சொல்லி நடிக்கவா? என் முகக்குறிப்பை ஆராய முற்படுகிறானா? முதூரி யார்? இந்த வங்காரி யார்?...’ இந்த எண்ணத்துடன் வங்காரியை நோக்கி முவாரா திரும்பிவிட்டதால் அவன் கண்களில் மண்டியிருந்த வெறுப்பை முதூரியால் உணரமுடியவில்லை.

‘நாமும் வெளியில் போவோம்,’ என்றார் முதூரி வங்காரியிடம்.

‘நரகத்தின் தூதுவர்கள்’ குழு அதே காங்கோ நாட்டு மெட்டை திரும்பத் திரும்ப வாசித்துக் கொண்டிருந்தது:

> நாகாய் கொலுகா பங்கங்கா
> போயா கோசோங்கிசா மொபாலி நங்காய்...

முதூரியையும் வங்காரியையும் இல்மொராக்குக்கு அனுப்பியது யார் என்று கேட்டுவிடுவதென சட்டென முடிவு செய்தான் முவாரா. அவர்களின் ரகசிய வேலையைப் பற்றி தனக்குத் தெரியும் என்பதை அவர்களிடம் தெரிவிக்க வேண்டும் என்று அவனுக்குத் தோன்றியது. நேற்று அவர்கள் பேசிய கதைகளையெல்லாம் கேட்டு தானொன்றும் ஏமாந்துவிடவில்லை என்று நிரூபிக்க வேண்டுமென்று அவன் நினைத்தான்.

‘நான் என்ன சொல்ல வருகிறேன் என்றால்...’ என்று ஆரம்பித்தவன் பிறகு சொல்ல வந்ததை அடக்கிக்கொண்டு, வேறு கேள்வியால் அதை மூடிமறைத்தான். ‘வங்காரீ, நீயும் தங்க, வைர, முத்து, கல் நகைகளை அணிந்து மினுக்கப் போகிறாயா?’

வங்காரி, முதூரி, முவாரா மூவரும் சிரித்தார்கள். சிரித்துக் கொண்டே குகையை விட்டு வெளியேறினார்கள். முவாராவுக்கு நிம்மதியாயிற்று: ‘நான் எதைப்பற்றி வீணாகக் கவலைப்பட்டுக் கொண்டிருக்கிறேன்?’

'காய்ந்த சோளத்தட்டையை காதில் செருகிக்கொள்ளத்தான் எனக்கு விருப்பம். ஆனால் காது குத்திக்கொள்ளும் சந்தர்ப்பத்தைத்தான் நான் இழந்துவிட்டேன்,' என்றாள் வங்காரி.

'ஏன்?' முதூரியும் முவாராவும் கேட்டார்கள்.

'ஏனென்றால் எங்கள் காலத்தில் உடம்பை பூவாலும், கழுத்தாரங்களாலும் அலங்கரித்துக் கொள்வதற்கு நேரமிருக்கவில்லை. கென்யாவின் விடுதலைக்காக துப்பாக்கிக் குண்டுகளால் எங்களை அலங்கரித்துக் கொண்ட காலம் அது' என்று பெருமிதத்துடன் சொன்னாள் வங்காரி. தன் இளைமைக்கால செயல்கள் கென்யாவின் வரலாற்றை மாற்றிவிட்டதை அவள் அறிவாள்.

சிரிப்பதை திடீரென்று நிறுத்தினான் முவாரா. அவன் கலவரமடைந்தான். அவன் முகம் இருண்டுவிட்டது. அவன் இதயம் அவனிடம் கேள்வி கேட்பதுபோல் படபடத்தது: உடம்போடு பேனையும் தூக்கித் திரிவது போல உன் உயிருக்கு ஆபத்தை உன் வண்டியிலேயே சுமந்து திரிந்தாயா?...

ஆனால் முதூரி வங்காரியைப் பார்த்தபோது அவர் இதயத்தில் சட்டென்று ஒரு பெருமிதமும் மகிழ்ச்சியும் பொங்கி வழிந்தன. வங்காரி, நம் நாட்டின் வீராங்கனை; எல்லா வங்காரிகளும் இந்த மண்ணின் வீராங்கனைகள்தான். தான் இன்று எந்தக் கடமையைச் செய்ய இங்கே வந்திருக்கிறோம் என்பதை அவளிடம் சொல்லி அவளுடைய உதவியையும் கேட்கலாமா? இல்லை. அதற்கான நேரம் இன்னும் வரவில்லை. இன்னும் சற்று நேரம் அவளை அவதானிப்போம். ஆனால் பிறகு... பிறகு... அவர் இன்னும் அவளையே பார்த்துக்கொண்டே தனக்குள் முணுமுணுத்தார். பின், குகையில் வந்து பெருமை பீற்றிக்கொண்டவர்களை நினைத்துப் பார்த்தபோது முதூரிக்கு அழுகையே வந்துவிடும் போல இருந்தது. 'முதலில் இங்கிருந்து போய்விடுவோம் வாருங்கள்' என்று வங்காரியையும் முவாராவையும் விரைவுபடுத்தினார் அவர்.

அத்தியாயம் ஐந்து

1

வரீய்ங்காவும் கத்தூய்ரியாவும் குகையை விட்டு வெளியில் வந்து சற்று நேரம் கைப்பிடிச் சுவர் ஓரம் நின்றார்கள். இல்மொராக் மலைமுகடுகளிலும் சமவெளிகளிலும் சூரியன் பிரகாசமான ஒளிவீசிக்கொண்டிருந்தான். சுற்றுப்புறம் அமைதியாக இருந்தது. குளிரும் இல்லை, காற்றும் இல்லை. 'இவ்வளவு நேரமும் பளீரென்ற மின்சார விளக்குகளின் ஒளியில் இருந்துவிட்டு வந்திருக்கிறேன்; ஆனால் காலமெல்லாம் இருட்டில் வாழ்ந்ததுபோல இருக்கிறது' என்று பெருமூச்சுவிட்டாள் வரீய்ங்கா. பின் 'சூரியக் கடவுளைப் போற்றுங்கள், கடவுளின் ஒளியை வாழ்த்துங்கள்,' என்று ராகம் போட்டுப் பாடினாள்.

'நம் நாட்டின் ஒளிவிளக்கை நாம் போற்றிப்பாட வேண்டும்,' என்றான் கத்தூய்ரியா.

'எது? குகையில் நாம் விட்டுவிட்டு வந்தோமே, அந்த விளக்கையா அல்லது வேறு ஏதாவது விளக்கையா?' என்று கேலி இழையோடும் குரலில் அவனிடம் கேட்டாள் வரீய்ங்கா.

'இல்லை. குகையில் நாம் விட்டுவிட்டு வந்திருப்பவர்களால் எந்த நேரமும் அணைய இருக்கிற விளக்கை,' என்றான் கத்தூய்ரியா.

முதன்மைச் சாலையை நோக்கி இருவரும் நிதானமாகவும் மௌனமாகவும் நடந்து கொண்டிருந்தார்கள். கொஞ்ச நேரத்துக்குப்பிறகு அவர்கள் உரையாட ஆரம்பித்தார்கள். உண்மையில் அது ஒரு உரையாடல் போல இல்லாமல் ஒரு உச்சாடனம் போலவே இருந்தது; கவிதை வாசிப்புப் போட்டியில் கலந்துகொண்டது

போல - கனவில் நினைவுக்கு வந்த பாட்டுவரிகள் ஒப்புவிப்பது போலத்தெரிந்தது.

கத்தூய்ரியா: *வாழ்க நம் நாடு!*
வாழ்க கென்யா சிகரம்!
என்றென்றும் நீரும் உணவும் பசுமை
வயல்களும் நிறைந்து வாழ்க நம்நாடு!

வரீய்ங்கா: *இந்த நிலத்தின் மகத்துவம் வாழ்க!*
ஆழமான ஏரிகள் சூழ்ந்த இந்நாடு, வாழ்க!
துர்கானாவிலிருந்து நைவாவிஷா வரை,
நம் - லோல்வேயிலிருந்து மும்பாசா வரையுள்ள
இந்த நிலநீர் ஆரம் வாழ்க!

கத்தூய்ரியா: *கென்யாவிலிருந்து பிரூயிரூ மலைவரை,*
கியாஞ்ஜாஹியிலிருந்து நியாந்தரூவா முகடுவரை
வய்ரேராவிலிருந்து எல்கான் மலைவரை
நாட்டின் அரண்கள் வாழ்க, வாழ்க!
வாழ்க, நம் நாட்டின் இயற்கைத் தற்காப்பு!

வரீய்ங்கா: *நாட்டின் அழைப்புக்குச் செவிகொடுங்கள்!*
கிழக்கில் பாயும் ஆறுகள்
ரூயிரு, கேனியா, சகானா,
தானா ஆறு, அதி ஆறு, கெரியோ ஆறுகள்
கிழக்கே பாய்கையில் இவை சொல்வதென்ன?
வாருங்கள் வாருங்கள்! சீக்கிரம் சீக்கிரம்!
வந்து இந்நாட்டை வாழ்த்துங்கள்!

கத்தூய்ரியா: *ஏனெனில் இந்நாட்டை பெரும் விலை கொடுத்து வாங்கினோம்.*
ரத்தமும் கண்ணீரும் சிந்தியே மீட்டோம்.

வரீய்ங்கா: *பெண்களின், ஆண்களின்*
பெற்றோரின், குழந்தைகளின்
ரத்தமும், கண்ணீரும் சிந்தியே மீட்டோம்.

கனவில் உச்சரித்தது போன்ற நிலையிலிருந்து முதலில் மீண்டவன் கத்தூய்ரியாதான். கசப்பு மண்டிய குரலில் பேசினான் அவன்: 'அப்படிப்பட்ட நாடுதான் இப்போது அந்நியருக்கு ஏலம் விடப்படுகிறது!'

சொல்வதற்குப் பதிலாக, முவாராவின் மட்டாட்டுவில் வங்காரியும் முதூரியும் பாடிய பாடலை பாடத் தொடங்கினாள் வரீய்ங்கா:

ஏகாதிபத்தியவாதிகளே, கென்யா உங்களுக்கு சொந்தமானதல்ல!
உங்கள் மூட்டை முடிச்சுகளைக் கட்டிக்கொண்டு ஓடுங்கள்!
வீட்டுக்கு உடையவன் வந்து கொண்டிருக்கிறான்!

‘ஆனால் வீட்டுக்கு உடையவன் வந்தவுடன், வீடு முழுவதும் விற்கப்பட்டு விட்டதையே காண்பான். ஆக, இதுபோன்ற அநியாயங்கள் பட்டப்பகலிலேயே நடப்பது உண்மைதானா?’ என்று கேட்டான் கத்தூய்ரியா.

‘ஆமாம், இவை யாவும் குற்றவாளிகள் மது அருந்துவதைப்போல இயல்பாக நடக்கின்றன.’

‘ஆமாம். கோல்ஃப் விளையாட அவர்கள் தயாராவதைப் போல இயல்பாக நடக்கின்றன.’

‘உயர்தர ஹோட்டல்களில் அவர்கள் நீராவிக் குளியல் போடுவதுபோல இயல்பாக நடக்கின்றன.’

‘தனிச்சிறப்பான இரவு விடுதிகளில் அவர்கள் நடனமாடுவது போல இயல்பாக நடக்கின்றன.’

‘தம் குகைகளிலும் வளைகளிலும் தற்பெருமைப் பாட்டுகளை அவர்கள் பாடுவதைப் போல’ என்றாள் வரீய்ங்கா. ‘கடவுளே, என் அன்புக்குரிய கென்யாவைக் காப்பாற்றும்! எனக்கு என்னவாயிற்று? என் இதயம் கனத்து இப்போது அழவேண்டும்போல் இருக்கிறதே. இதைப்பற்றி எல்லாம் இந்த நோக்கில் ஒருபோதும் நான் நினைத்துப் பார்த்ததே இல்லை...’

‘ஒருவேளை இது நீ சாப்பிட்ட விஸ்கியின் விளைவோ என்னவோ, வறுத்த ஆட்டிறைச்சி எங்காவது கிடைக்கிறதா என்று பார்ப்போம் வா.’

‘இந்த கோல்டன் ஹைட்ஸிலா?’ வரீய்ங்கா கேட்டாள்.

‘இல்லை. இந்த இடம் தவிர குட்டி சுரைக்குடுக்கைகளில் காற்றை அடைத்து விற்பது வேறு எங்கும் உண்டா?’ என்று கேட்டான் கத்தூய்ரியா.

‘நல்ல காற்றை வாங்குங்கள்! ஐரோப்பாவிலிருந்து புதிதாக இறக்குமதியானது!’ வெள்ளைக்காற்றை வாங்கும் வாடிக்கையாளர்களைக் கூவி அழைப்பதுபோல் கத்திச் சொன்னாள் வரீய்ங்கா.

கத்தூய்ரியாவும் வரீய்ங்காவும் ஒருவரையொருவர் பார்த்துக்கொண்டார்கள். அவர்களின் கண்கள் பேசிக் கொண்டன. சேர்ந்து சிரித்தார்கள். வரீய்ங்காவுக்கு மனம் இலேசாவது போல் இருந்தது.

'ஜெருசா போகலாம்' என்று யோசனை சொன்னாள் வரீய்ங்கா.

'அங்கே உணவகம் இருக்கிறதா? ஜெருசா... இந்தப் பேரை முன்பே எங்கோ கேட்டதுபோல இருக்கிறதே?'

வரீய்ங்கா சிரித்தாள். சாலையில் நடந்து கொண்டே இல்மொராக்கைப் பற்றி பல செய்திகளையும் சொல்லிக்கொண்டே வந்தாள்.

'இல்மொராக் என்பது பல கிராமங்களைக் கொண்டது. நகரத்தின் புறநகர்ப் பகுதிகளிலிருந்து தொடங்குகிறேன். அங்குதான் விவசாயிகள் வசிக்கிறார்கள். இன்னும் வங்கிகளால் விற்கப்படாத அவர்களது துண்டு நிலங்கள் அங்கேதான் இருக்கின்றன. பணக்காரர்களும் அதிகாரிகளும் இன்னும் அவற்றை விழுங்கிவிடவில்லை. அடுத்தது கடைத்தெருப்பகுதி. இங்கு துணிக்கடைகள், மளிகைக்கடைகள், இரும்புச்சாமான் கடைகள், இன்னபிற கடைகள் நெருக்கமாக உள்ளன. இந்தப் பகுதியில்தான் வங்கிகளும் இருக்கின்றன. அடுத்தது தொழிற்சாலைப் பகுதி. இங்கு பெரியதொரு சாராயத் தொழிற்சாலை இருப்பதை நீங்கள் பார்க்கலாம். அதன் பெயர் தெங்கேட்டா புரூவரீஸ்.

'குடியிருப்புப் பகுதி இரண்டாகப் பிரிக்கப்பட்டிருக்கிறது. முதலாவது, இல்மொராக் கோல்டன் ஹைட்ஸ் குடியிருப்புப் பகுதி. முன்பெல்லாம் இதை கேப் டவுன் என்பார்கள். ஆனால் இன்று இதை கோல்டன் ஹைட்ஸ் அல்லது வெறுமனே ஹைட்ஸ் என்கிறார்கள். இங்குதான் பணக்காரர்களும் அதிகாரமிக்கவர்களும் இருக்கிறார்கள். ஆனால் அவற்றையெல்லாம் வீடுகள், குடியிருப்புகள் என்று சொல்ல முடியுமா? வீடுகளா அவை? பிரமாண்டமான மாளிகைகள், ஸ்ரீரூவிலிருந்து கொண்டு வந்த கற்களால் கட்டிய சுவர்கள். செங்கற்களால் அமைத்த கூரைகள். ஜன்னல்களிலுள்ள கண்ணாடிகள் ஏரித் தண்ணீரைப் போல நீல நிறத்திலானவை; அல்லது மேகமில்லாத வான நிறத்தவை. பலவித பூவேலைப்பாடுகள் செய்யப்பட்ட இரும்புக் கம்பிகளாலான அலங்கார ஜன்னல்கள். தேக்கு மரத்தாலான கதவுகளில் அற்புதமான வடிவங்களில் சிற்பங்கள் செதுக்கப்பட்டிருக்கும். மெருகேற்றப்பட்டு கண்ணாடிபோல்

வழவழவென்றிருக்கும் தரைப்பலகையைப் பார்த்து தலைவாரிக் கொள்ளலாம். கோல்டன் ஹைட்ஸில் குடியிருப்பவர்கள் எப்போதும் ஒருவரோடு ஒருவர் போட்டி போட்டுக் கொண்டே இருப்பார்கள். ஒரு மனிதன் பத்து அறைகளும், பத்து சமையற் கூடங்களும் கொண்ட மாளிகையைக் கட்டினால், அடுத்தவன் இருபது அறைகளும் இருபது சமையற்கூடங்களும் கொண்ட மாளிகையைக் கட்டுவான். தரையில் விரிக்கும் கம்பளங்களை ஒருவன் இந்தியாவிலிருந்து வாங்கினால் இன்னொருவன் ஈரானிலிருந்து வாங்குவான். இப்படியே...

'மற்ற குடியிருப்புப் பகுதிக்கு புதிய ஜெருசலேம் என்று பெயர், அல்லது ஜெருசா. இது தொழிலாளர்களுக்கும் வேலையில்லாதவர்களுக்குமான குடியிருப்புப் பகுதி. இங்குதான் கென்யாவின் பாவப்பட்ட ஜனங்கள் வாழ்கிறார்கள். அவர்களின் குடிசைகளெல்லாம் வீடுகளா? அல்லது கிஹாஹூ வா கதீகா சொன்னானே, அதுபோன்ற குருவிக்கூடுகளா? குடிசைகளின் சுவர்களும் கூரைகளும், தகரப்பட்டைகள், பழைய தார்ப்பாய்கள், பாலிதின் பைகள் இவற்றால் ஆனவை. இவைதான் இல்மொராக்கின் குடிசைப் பகுதிகள். இங்குதான் மாதெங்கீதா, ச்சங்கா, ச்சிபுகூ போன்ற பீர் வகைகள் சட்டத்துக்குப் புறம்பாக வடிக்கப்படுகின்றன. அதிக போதை தருவதற்காக கொய்னாவும் ஆஸ்ப்ரோவும் சேர்த்து வடிக்கப்படும் இந்த பீர், தொழிலாளர்களை உணர்விழக்கச் செய்கிறது. கிறிஸ்தவர்களின் பைபிளில் விவரிக்கப்படும் நகரம் ஜெருசாதானோ என்று சில சமயங்களில் நான் நினைத்துக்கொள்வேன்.

'ஏன்? அந்த இடம் பார்க்க எப்படி இருக்கும்?' என்று கேட்டான் கத்தூய்ரியா.

'வெளிநாட்டவரைப் போல நீயும் எப்படி இந்த மாதிரிக் கேட்கலாம்? நைரோபியின் குடிசைப் பகுதிகளை நீ போய்ப் பார்த்ததேயில்லையா? படை படையாக தெள்ளுப் பூச்சிகளும், மூட்டைப் பூச்சிகளும் சுவரில் ஏறி இறங்கும் கண்கொள்ளாக் காட்சியையும், நரகலும், மூத்திரமும் நிரம்பி வழியும் அருவெருப்பான சாக்கடைகளையும் நீ பார்த்ததில்லையா? சேரி சேரிதான். கழிவுநீரை அகற்றும் வடிகால் முறையே ஜெருசாவில் கிடையாது. மனித நரகலும், மூத்திரமும், இறந்து போன நாய் பூனைகளின் பிணங்களும் இந்தப் பகுதியையே முடை நாற்றமெடுக்க வைத்துவிட்டன. இதுபோதாதென்று தொழிற்சாலைகளில் இருந்து அபாயகரமான புகைகள் வேறு காற்றின் மூலம் ஜெருசாவை நோக்கி வீசுகின்றன. தொழிற்சாலைக் குப்பைகளும்

கழிவுகளும் கூட இங்கேதான் கொட்டப்படுகின்றன. நான் ஏன் ஜெருசாவை நரகத்துடன் ஒப்பிடுகிறேன் என்பது இப்போது உனக்குப் புரியும். தெள்ளுப் பூச்சியும், பேனும், மூட்டைப் பூச்சியும் நிறைந்த படுகுழிக்குள் மக்களைத் தள்ளிவிடுவதென்றால், அதை விட மோசமான நரகம் வேறு எதுவாக இருக்கமுடியும்?' சொல்லி முடிக்கும்போது வரீய்ங்காவின் குரலில் மிகுந்த மனவேதனை தெரிந்தது.

'அந்தக் குகையில் நாம் பார்த்தோமே மனித ஒட்டுண்ணிகள், அவற்றை விடவா இல்மொராக் சேரிகளில் தெள்ளுப்பூச்சிகளும், மூட்டைப்பூச்சிகளும் அதிகமாக இருந்துவிடப் போகின்றன?' தனக்குத்தானே பேசிக்கொள்வது போல மெதுவாகக் கேட்டான் கத்தூய்ரியா.

அந்த நேரத்தில் ஒரு சிறிய மட்டாட்டு முழு வேகத்தில் அருகில் வருவதைப் பார்த்தார்கள். வரீய்ங்கா கைகாட்டி அதை நிறுத்தினாள். இருவரும் அதனுள் ஏறிக்கொண்டார்கள். ஒரு நிமிட நேரத்தில் அவர்கள் தும்போ என்னும் ஒற்றைக் கண்ணனுக்கு சொந்தமான 'புதிய இல்மொராக் கறிக்கடை'யில் இருந்தார்கள். கத்தூய்ரியா மூன்று பவுண்டு ஆட்டிறைச்சிக்கு ஆர்டர் செய்தான். 'நெஞ்செலும்புகளை வேண்டுமானாலும் சேர், ஆனால் குடல் கறி வேண்டாம்' என்றான். தும்போ அவனை தன் ஒற்றைக் கண்ணால் முறைத்தான். இந்தத் தும்போ ஒரு துண்டு குடலாவது சேர்க்காமல் கறியை யாருக்கும் விற்கமாட்டான் என்றான். மேலும் இப்போது, தான் இருப்பது சாமானியரின் இடமான ஜெருசாவில்தான், கோமான்களின் இடமான கோல்டன் ஹைட்ஸில் அல்ல என்பதை அவன் - அதாவது கத்தூய்ரியா - நினைவில் கொள்ள வேண்டும் என்றான். குடலுக்குப் பதிலாக ஒரு துண்டு ஈரலைச் சேர்க்கும்படி கத்தூய்ரியா கேட்டுக்கொண்டான். தும்போவும் ஒப்புக்கொண்டான்.

கத்தூய்ரியாவும் வரீய்ங்காவும் தும்போவின் கறிக்கடையை ஒட்டிய பின்பகுதியை அடைந்தார்கள். முன் அறை மட்டும் கடையாகவும், பின்னால் உள்ள அறைகள் பார்களாகவும் இருந்தன. காலி பீர் பெட்டிகளின் மேல் உட்கார்ந்து பலரும் பீர் குடித்துக்கொண்டிருந்தார்கள். மதுக்கடை பணியாள் இரண்டு டஸ்கர் பீர் பாட்டில்களைக் கொண்டு வந்தான். இறைச்சி தயாராகும் நேரம்வரை இருவரும் பீர் குடித்துக் கொண்டிருந்தார்கள்.

'குகையில் நடந்த பேச்சுக்கள் என்னை சுத்தமாக மரத்துப்போக வைத்துவிட்டன,' என்றாள் வரீய்ங்கா.

‘உண்மையைச் சொல்லப்போனால் நான் கென்யாவில்தான் இருக்கிறேனா என்றே எனக்கு சந்தேகம் வந்துவிட்டது.’ இதைச் சொல்லும்போது கத்தூய்ரியா தலையை இப்படியும் அப்படியும் ஆட்டிக்கொண்டான். பிறகு தனக்குத்தானே பேசிக்கொள்பவன் போல, ‘நவீன திருட்டு... நவீன கொள்ளை... அப்படியானால் மனிதப் பிணக் குவியலின் மீதுதான் முன்னேற்றத்தின் அடித்தளம் அமைக்கப்படுகிறது என்பது உண்மைதானா?’

‘நீங்கள் தேடிவந்த சாத்தானைக் கண்டுபிடித்தீர்களா? அல்லது நேற்றிரவு சொன்னதுபோல் உங்கள் இசைக்குப் பொருத்தமான கருத்துக்களைத் தேடித்தான் வந்ததாக இன்னும் நினைத்துக் கொண்டிருக்கிறீர்களா? அல்லது விரேரி வா மூகிராய் நமக்குக் கொடுத்த அழைப்பிதழ்களால் சாத்தான் இவ்விடத்தை விட்டு அகற்றப்பட்டு விட்டதா?’ சிரித்துக்கொண்டே கேட்டாள் வரீய்ங்கா.

‘ஒருவேளை நான் மிகவும் அவசரப்பட்டு விட்டேனோ என்று தோன்றுகிறது. முதல் அழைப்பிதழைப் பார்த்தவுடனேயே இந்த விஷயத்தை முழுக்க முழுக்க நம்பி, எதிர்பார்க்கவும் தொடங்கி விட்டேனென்று நினைக்கிறேன். நம்பிக்கையென்றால் நம்பிக்கைதான். அந்த நம்பிக்கையை பலப்படுத்த கண்களால் பார்த்துதான் ஆக வேண்டும் என்பதில்லை. இசைக்கான அடிப்படைப் பண்ணை உருவாக்கத் தேவையான கருவைப் பற்றித்தான் இப்போது என் கவலையெல்லாம்,’ என்றான் கத்தூய்ரியா.

‘அப்படியானால் நீங்கள் இதுவரை ஒரே ஒரு சாத்தானைக்கூட சந்திக்கவில்லையா? அதுவும் அன்னிய நாட்டவர் மத்தியில் கூடவா?’ என்றாள் வரீய்ங்கா.

‘மெய்யாகவே சாத்தான் என ஒன்று இருக்கிறதா, அல்லது வெறுமனே அது இந்த உலகத்தின் ஒருவித பிரதிபலிப்புத்தானா என்பது ஒரு பொருட்டே அல்ல என்றுதான் நான் சொல்லுகிறேன்.’

‘அதுசரி, உங்களை நிம்மதியிழக்கச் செய்த அந்த முடிச்சு என்னவாயிற்று? அல்லது நீங்களும் கூட கோணலாக இருப்பதால் ஆடமுடியவில்லை என்று சொன்ன நடனக்காரியைப் போலத்தானா?’ இப்படி கேட்டுவிட்டு அதற்கு அவனை பதில் சொல்லும்படி கட்டாயப்படுத்தினாள் வரீய்ங்கா.

‘அப்படியில்லை... பட்...’ என்று சொல்ல ஆரம்பித்த கத்தூய்ரியா, வரீய்ங்காவின் கேள்விகள் அவனை நிலைகுலையச் செய்ததுபோல்

சற்றே தடுமாறினான். 'யூ ஸீ, மியூஸிக்... அல்லது இசைப்பாட்டு...' மறுபடியும் அவன் தயங்கியதைப் பார்த்தால், சொல்லவந்த விஷயத்தைப் பற்றி அவனுக்கே தெளிவில்லாதது போல் தோன்றியது. 'நான் அதை இப்படித்தான் பார்க்கிறேன். ஒரு கலைப்படைப்பு என்பது அன்பினால் உருவானதாக இருக்கவேண்டும்... அதாவது நாட்டின் மீதுள்ள அன்பினால்... அந்த அன்பானது தன் நாட்டின் அழகை, அமைதியை, மானத்தை, ஞானத்தை, வீரத்தை, ஈரத்தைப் பற்றிய புகழ்ச்சிப் பாடல்களைப் பாட ஒரு இசைக்கலைஞனைத் தூண்டுவதாக இருக்க வேண்டும். நம் நாட்டின் வீர தீரக் கதைகளைப் புகழ்ந்து பாடும் வகையில் இசையமைக்க வேண்டும் என்ற கனவு எனக்கு எப்போதும் உண்டு. நெப்போலியனைப் புகழ்ந்து பீத்தோவன் எரோயகா இசைமாலையை (சிம்பொனியை) உருவாக்கியதைப் போல, அல்லது ரஷ்ய தேசிய வீரரான அலெக்ஸாண்டர் நெவ்ஸ்கியின் வீரச்செயல்களைப் புகழ்ந்து ஓரடோரியோவை அவர் உருவாக்கியதைப் போல, நம் நாட்டின் தேசிய நாயகர்களைப் போற்றும் இசையை உருவாக்க வேண்டும் என்பதுதான் என் கனவு. நம் நாட்டின் ஆன்மாவையும் அதன் ஆசைகளையும் கனவுகளையும் வெளிப்படுத்தும் வகையில் இசையமைக்க வேண்டும் என்பதுதான் என்னுடைய அவா... ஆனால் நாம் அந்தக் குகையில் கேட்ட பேச்சு எப்படிப்பட்டது? தேசப்பற்றின் தளிர்களைக் கருக்கி விடும் காலை நேர உறைபனி போல் அல்லவா அது இருந்தது?'

அவசரமாக பதில் சொன்னாள் வரீய்ங்கா: 'இல்லை. அந்த மாதிரி பேச்சு நாட்டின் மீது நம் மனத்துக்குள் புதைந்து கிடக்கும் அன்பைத் தழைத்து வளரச் செய்யும் மழை போன்றதுதான். வெறுப்பு என்பது இல்லாவிட்டால் அன்பு என்பதும் இருக்கமுடியாது. எதை வெறுக்கிறாய் என்று சொல்ல முடியாவிட்டால் எதை நேசிக்கிறாய் என்று எப்படி சொல்ல முடியும்? பேச்சு வராத குழந்தையை எடுத்துக்கொள்வோம். அதன் அழுகையே அதன் விருப்பு வெறுப்புகளைக் குறிக்கிறது. குகையை விட்டு வெளிவரும் போது நாம் நம் நாட்டைப் புகழ்ந்து பாடிக்கொண்டே வரவில்லையா? நாட்டுப்பற்றை வெளிப்படுத்தும் இசையை உருவாக்கும் அளவுக்குப் போதுமான நாட்டுப்பற்றாளர்களும் வீரர்களும் கென்யாவில் இருக்கவே செய்கிறார்கள். கிமாத்தியும் ஒரு கென்யப் பெண்ணின் வயிற்றில் பிறந்தவர்தானே. நெருப்பு என்றால் என்னவென்று உங்களுக்குத் தெரியவில்லை. அதனால் உங்களுக்குள் இருக்கும் மிகப் பெரிய முடிச்சு அன்பின்மைதான். பெற்றோரின் பராமரிப்பில்

இருக்கும் குழந்தை ஒரு நாளும் நரகலைத் தின்னாது என்பது உண்மைதான். ஆனால் அளவு கடந்த பாதுகாப்பு தரும் அன்பினால் பொத்தி வளர்க்கப்படும் குழந்தை எதையும் கற்றுக்கொள்ளவே முடியாது. அழுக்குக்கும் சுத்தத்துக்கும் இடையில், வெறுப்புக்கும் அன்புக்கும் இடையில் ஒரு வேறுபாடும் அதற்குத் தெரியாது... கருப்பு என்றால் என்ன என்பதை வெள்ளைத் தோல்தான் நமக்கு உணர்த்துகிறது. இப்போது நாம் குகையில் விட்டுவிட்டு வந்திருப்பவர்கள்தான் இன்றைக்கு நம் நாட்டின் உண்மையான கதாநாயகர்கள் என்று அடையாளம் காணப்படுகிறார்கள்.'

தன் இதயத்தின் பலவீனமான பகுதியை வரீய்ங்கா சரியாக தொட்டுவிட்டதாக உணர்ந்த கத்தூய்ரியா உடனடியாக பதில் சொன்னான். 'இல்லை இல்லை. இதில் நீ பல விஷயங்களையும் ஒன்றாகப் போட்டு குழப்பிவிட்டாய்.'

'அப்படியானால் நீங்கள் எதை வெறுக்கிறீர்கள் என்பதை என்னிடம் சொல்லுங்கள். நீங்கள் எதை நேசிக்கிறீர்கள் என்பதை உங்களுக்கு நான் சொல்கிறேன். அல்லது உங்கள் நிலைப்பாடு குறித்து உங்களுக்கே தெளிவில்லையா?'

'ஐயோ பெண்ணே, நீ ஏன் வீட்டை நோக்கி - நான் மறக்கத் துடிக்கும் நினைவுகளை நோக்கி - என்னை இழுத்துப் போகிறாய்?' என்று கேட்டான் கத்தூய்ரியா.

'உங்கள் ஊர் எது?'

'நாகுரு. என்னுடைய அப்பா ஒரு மிகப் பெரிய தொழிலதிபர். நாகுருவில் பல கடைகளும், ரிஃப்ட் பள்ளத்தாக்கில் உள்ள பல பண்ணைகளும் அவருக்குச் சொந்தம். இது தவிர காலணிகள், துணிமணிகள், பூக்கள், நாற்றுகள் என பலவற்றையும் ஏற்றுமதி இறக்குமதி செய்யும் தொழிலிலும் அவர் ஈடுபட்டிருக்கிறார். எந்த வகை வியாபாரத்தைப் பற்றிப் பேசினாலும் அதில் அவருக்கு ஒரு பங்கிருக்கும். தனது இறக்குமதி ஏற்றுமதி தொழில்களுக்கென்றே பல தனி விமானங்களை அவர் வைத்திருக்கிறார். நான் அவருடைய ஒரே மகன். என்னை வடஅமெரிக்காவுக்கு அனுப்பி, தன் சொத்துக்களையும் இலாபத்தையும் நிர்வாகம் செய்வது எப்படி என்பதை நான் படித்துவரவேண்டும் என்று அவர் விரும்பினார்... பிஸினஸ் அட்மினிஸ்ட்ரேசன்... நேற்றிரவு விரேரி வா மூகிராய் பெருமையாகச் சொன்னாரே, அந்த மாதிரியான படிப்பு. ஆனால்

என்னைப் பொறுத்தவரை, நான் ஒருநாளும் என் அப்பாவின் வழியைப் பின்பற்ற விரும்பியதே இல்லை.'

'ஏன் இல்லை?'

'ஏனென்றால் என் மனம் எப்போதும் அவருடைய தேயிலைத் தோட்டத் தொழிலாளர்களின் பக்கமே இருந்தது. ஏனென்றால் அவர்கள்தான் எனக்காக அருமையான பாடல்களைப் பாடினார்கள். ஆர்வமூட்டும் கதைகளைச் சொன்னார்கள். எனக்காக கித்தாரையும் புல்லாங்குழல்களையும் இசைத்தார்கள். அவர்கள் குடியிருந்த குடிசைகளை, அவர்கள் உண்ட உணவை, உடுத்திய கந்தல்களை நான் பார்த்தேன். அவர்கள் பாடிய பாடல்களின் செறிவு, அவர்களுக்கு இருந்த விரிவான அறிவு ஆகியவற்றுக்கும் அவர்களின் வறுமைக்கும் இடையில் நிலவிய முரண்பாடு, என் அப்பா மீது ஒரு ஆழமான வெறுப்பை எனக்குள் ஏற்படுத்தியது. அந்தத் தொழிலாளிகளும் நம்மைப் போன்ற மனிதர்கள்தானே? சில சமயம் அவர்களை என் அப்பா சாட்டையால் விளாசி விடுவார். எருமை மாடுகளே என்று திட்டுவார். ஒரு சமயம் அவர் ஒரு புதிய தொழிலாளியை அடிப்பதை நேரில் கண்ட என் அம்மா, அவரை அடிக்க வேண்டாம் என்று கேட்டுக்கொண்டதற்காக என் அப்பா என் அம்மாவைப் போட்டு அடிப்பதை நான் பார்த்துவிட்டேன். பிறகு இதைப்பற்றியெல்லாம் நான் கேள்விகேட்கத் தொடங்கியபோது அவர் பிரம்பைக் காட்டி மிரட்டி இனி தொழிலாளர் குடியிருப்பு பக்கம் நான் போகவே கூடாது என்றார். ஆனாலும் தொழிலாளிகளை சந்திப்பதை நான் நிறுத்தவில்லை. அதனால்தான் நான் சிறுவனாக இருந்தபோதே அவர் என்னை வடஅமெரிக்காவுக்கு அனுப்பி வைத்துவிட்டார் என்று நினைக்கிறேன்.'

'வடஅமெரிக்காவில் எவ்வளவு காலம் இருந்தீர்கள்?'

'பதினைந்து ஆண்டுகள்!'

'பதினைந்து ஆண்டுகள்! அதுவும் ஒரு அன்னிய நாட்டில்!'

'சிபிஇ முடித்ததுமே நான் வடஅமெரிக்கா போய்விட்டதைச் சொன்னேன் இல்லையா? அப்போது எனக்கு படிப்புக்கான உதவித்தொகை கிடைக்கவில்லை என் அப்பாதான் எல்லாவற்றுக்கும் பணம் கட்டினார்.'

'அவ்வளவு காலம் என்ன படித்தீர்கள்?' என்று கேட்டாள் வரீய்ங்கா.

'பலவேறு விஷயங்களைப் படித்தேன். ஆனால் நான் தேர்ச்சி பெற்றது இசையில்தான். பியானோ, ஆர்கன், க்ளாரினெட், ரிக்கார்டர், ட்ரம்பெட் என்று பல இசைக்கருவிகளை வாசிக்கக் கற்றுக்கொண்டேன். பதினாறாம் நூற்றாண்டைச் சேர்ந்த ஜே.பாக், ஹண்டெல் போன்ற இசைக்கலைஞர்களில் தொடங்கி, சைகாவ்ஸ்கி, 1971ல் காலம் சென்ற இகோர் ஸ்ட்ராவின்ஸ்கி வரையிலான மேற்கத்திய இசைஞரின் வரலாற்றையும், இசைப்பாடல்களைப் பற்றியும் படித்தேன். இசைக் குழு நடத்தவும் கற்றுக்கொண்டேன். இன்னும் இதுபோல எவ்வளவோ. என்னை அதிகமாகக் கவர்ந்தவை பாக்கினுடைய பிமைனர் மாஸ், செயிண்ட் மாத்யூ பேஷன், ஹண்டெலின் மெஸ்ஸையா, மெண்டல்சானின் எலிஜா ஆகியவைதான். ஆனால் அந்த பல்கலைக்கழகங்களுக்குப் போய் நான் இசையில் பட்டம் பெறத்தான் படிக்கிறேன், தொழில் நிர்வாகத்தில் அல்ல என்று தெரிந்தவுடன், என் அப்பா ரயில் தண்டவாள நீளத்துக்கு எனக்கு ஒரு தந்தி கொடுத்தார். பாட்டுப் பாடுவதில் பட்டம் பெற்று நாகுருவின் போந்தினி பகுதியில் சித்தாரைத் தோளில் போட்டுக்கொண்டு திரியும் பொறுக்கிகளைப் போல நானும் திரிவதற்காக தொடர்ந்து தன்னால் ஆயிரக்கணக்கான ஷில்லிங்குகளை என் படிப்புக்கென விரயம் செய்ய முடியாது என்று சொன்னார். ஒரு நாடோடிப் பாடகனாக என் வாழ்நாட்களைக் கழிக்கும் தண்டனையை அளிக்கும் இசையா, என் அப்பாவின் மகனாக வீடு திரும்ப அனுமதிக்கும் தொழில் நிர்வாகமா? இவை இரண்டில் எனக்குத் தேவையானதை நானே தீர்மானித்துக் கொள்ள வேண்டும் என்றார். முந்நூறு ஆண்டுகளுக்கு முன்பு ஆப்பிரிக்க இனத்தவரை வடஅமெரிக்காவிற்குக் கொண்டுபோய் அடிமைகளாக்கி வடஅமெரிக்கர்கள் என்னென்ன செய்தார்களோ, அதையேதான் இன்றைக்கு அப்படியே அவர் தன் தோட்டத் தொழிலாளர்களுக்கும் செய்து வருகிறார் என்று அவருக்கு நான் விளக்க முற்பட்டேன். என் அப்பாவின் வர்க்கத்தைச் சேர்ந்தவர்கள், கென்யாவை எப்பேர்ப்பட்ட இருளுக்குள் தள்ளிக்கொண்டிருக்கிறார்கள் என்பதை என் வடஅமெரிக்க வாழ்க்கை எனக்குப் புரியவைத்து விட்டதை அவரிடம் எப்படி சொல்வேன்? அவருக்கு நான் பதில் சொல்லவில்லை. ஆனால் பணம் என் வாழ்வை ஒருபோதும் தீர்மானிக்க முடியாதபடி இசையை நான் தேர்ந்தெடுத்துக் கொண்டேன்.

'அப்போதெல்லாம் என் தந்தை எந்த தேவாலயத்தையும் சேர்ந்திருக்கவில்லை. ஆனால் இன்று வடஅமெரிக்காவிலிருந்து

நான் திரும்பி வந்து பார்த்தால், தேவாலயத்தின் முக்கிய தூண்களில் ஒருவராக அவர் ஆகியிருக்கிறார். கோவிலில் முதல் வரிசையில் பீடத்துக்கு மிக அருகில் இன்றைக்கு அவருடைய குடும்பத்துக்கென ஒரு நிரந்தர இருக்கை இருக்கிறது. அவர் கருத்துப்படி நான் ஒரு நன்றிகெட்டவன், கீழ்ப்படியாதவன். எனவே என்னை அவரால் மன்னிக்கவே முடியவில்லை. அவர் என்னிடம் கேட்டார்: 'பணத்தைத் தவிர இந்த உலகத்தில் போராடிப் பெறத் தகுதியான விசயம் வேறென்ன இருக்கிறது? கெடுமதி படைத்த நன்றிகெட்ட ஊழியக்காரனைப் போல உன் தாலந்தை / திறமையை எப்படி நீ மண்ணுக்குள் புதைக்கலாம்?' அப்போதே பைபிளை எடுத்து, நேற்றிரவு மட்டாட்டுவில் விரேரி வா மூகிராய் சொன்ன அதே உவமைக்கதையை எனக்கு வாசித்துக்காட்டினார். அவர் வாசித்து முடித்ததும், 'அப்பா, பசித்தவர்களிடமிருந்து பறித்த உணவை எப்படி என்னால் உண்ண முடியும்? தாகத்தில் தவிப்பவரிடமிருந்து திருடிய தண்ணீரை எப்படி என்னால் குடிக்க முடியும்?' என்று கேட்டேன். அவர் கோபமாக திருப்பிக் கேட்டார், 'என்ன! சமீபத்தில் இங்கு வந்து அந்த தாலந்துகளைப் பற்றிப் போதித்தாரே பில்லி கிரகாம், அவரைவிட உனக்கு அதிகமாகத் தெரியும் என்று சொல்ல வருகிறாயா? பில்லி கிரகாமுடைய செருப்பைத் துடைக்கக்கூட உனக்கு அருகதை இல்லை' என்றார்.

அடுத்ததாக, நான் பல்கலைக்கழகத்தால் நமது இசை மரபு, பண்பாடு, சடங்குகள் பற்றி ஆராய்ச்சி செய்யும் பணியில் அமர்த்தப்பட்டிருப்பது தெரியவந்ததும், எங்கள் உறவு முறியும் நிலைக்கு வந்துவிட்டது. மறுபடியும் என்னைக் கூப்பிட்டுக் கேட்டார், 'மொத்த திருச்சபைக் கூட்டத்தின் முன்பும் என்னை நீ அம்மணமாக்கலாமா? கைக்குழந்தைகள்கூட பார்க்கும்படியாக என்னை எப்படி நீ கடவுளின் முன்னிலையில் அம்மணமாக்கலாம்? பழைய ஏற்பாட்டிலுள்ள ஹாம் என்பவனை நினைத்துப் பார், நோவாவின் அம்மணத்தைப் பார்த்தும் எதுவுமே செய்ய மறுத்துவிட்ட அவனுக்கு கடவுள் என்ன செய்தார்? தெரியுமா உனக்கு? இருட்டின் குழந்தைகளையே என்றென்றும் ஈனும்படி சபித்துவிட்டார். பிற்பாடு கடவுள் மட்டும் அவன் மீது இரக்கப்பட்டு ஹாமுடைய குழந்தைகளை நமது ஆப்பிரிக்காவுக்கு அனுப்பியிராவிட்டால், ஹாமின் குழந்தைகளாகிய நாம் இன்றைக்கு எங்கே இருந்திருப்போம்? போ, போய் ஹாமுடைய வழியைப் பின்பற்று. பரதேசியாய் உலகத்தைச் சுற்றித் திரி. உன் திறமைகள் / தாலந்துகள் என்னும் முத்துக்களை பன்றிகளின் முன்னால் எறிந்து

முடித்த பிறகு பன்றிகள் சாப்பிடும் அதே தட்டிலிருந்து எச்சிலைப் பொறுக்கித் தின்னும் நிலை ஏற்பட்ட பிறகு வீட்டுக்குத் திரும்பி வா.

‘இப்போதெல்லாம் நான் வீட்டுக்குப் போவதில்லை. என்னுடைய படிப்புக்காக அவர் தந்த பணத்தையும் திருப்பிக் கொடுத்துவிட்டு அந்தக் கடனிலிருந்து முழுசாக விடுபடுவதற்காக இன்றைக்கு நான் பணம் சேர்க்க முயன்று கொண்டிருக்கிறேன்.

‘அது பெரிய காரியம்தான்,’ என்று பெருமூச்சு விட்டாள் வரீய்ங்கா. ‘உங்கள் அப்பாவின் பெயரென்ன? ஒருவேளை எனக்கு அவரைத் தெரிந்திருக்கலாம். நான் நாகுருவில் தான் வளர்ந்தேன் என்பதுதான் உங்களுக்குத் தெரியுமே?’

கத்தூய்ரியா அவசரமாக பதில் சொன்னான், ‘அப்படியானால் அவர் பெயரை உன்னிடம் நான் சொல்லமாட்டேன். அவர் யார் என்பதை நீ தெரிந்து கொள்வதில் எனக்கு விருப்பம் இல்லை. ஒருவேளை அதன் பின் நீ என்னையும் வெறுக்கத் தொடங்கி விடலாம். அப்படி எதுவும் நீ சொல்லாவிட்டாலும் கூட, உன் முகத்தைப் பார்த்துப் பேசவே என்னால் முடியாமல் போய்விடும். ஏனென்றால் உன்னைப் பார்க்கும் போதெல்லாம், உனக்கு என் அப்பாவைத் தெரியும், என்னையும் தெரியும் என்பதும் சேர்ந்து எனக்கு நினைவில் வந்துகொண்டே இருக்கும். அவருடைய பெயரை நான் பயன்படுத்துவதே இல்லை. உலகில் எனக்கென்று ஒரு வழியை அமைத்துக்கொள்ள விரும்புகிறேன். அவருடைய வழியை நிரந்தரமாக விட்டு விலகிவிடவே விரும்புகிறேன்.’

வரீய்ங்கா பதில் சொல்லத் தொடங்கு முன், சிறு துண்டுகளாக வறுக்கப்பட்ட இறைச்சி மரத்தட்டில் கொண்டுவந்து வைக்கப்பட்டது. அடுத்து வந்த தட்டில் நறுக்கிய வெங்காயம், மிளகுத் தூள், ஏலக்காய்ப் பொடி மூன்றும் கலந்து வைக்கப்பட்டிருந்தது.

இருவரும் மௌனமாக இறைச்சியை சாப்பிடத் தொடங்கினார்கள். கத்தூய்ரியா பல விஷயங்களை மனதுக்குள் அலசிப் பார்த்துக் கொண்டிருந்தான். அவனுக்கு ஒரே யோசனையாக இருந்தது: நேற்று இரவு ஞாமாகீமாவிலிருந்து இல்மொராக்கிற்கு முவாராவின் மட்டாட்டுவில் பயணம் செய்த போதுதான் இந்தப் பெண்ணை முதல் முதலாக சந்தித்தேன். மறுபடியும் இன்று காலையில் ஒரு தடவை பார்த்தேன். அதற்குள் என் இதயத்தில் புதைந்து கிடந்த ரகசியங்களை எல்லாம் இப்போது இவளிடம் சொல்லிக்கொண்டிருக்கிறேன்.

இதற்குக் காரணம் ஒருவேளை, குகையில் நடந்த விசயங்கள் என்னை பாதித்துவிட்டதுதானோ?

வரீய்ங்காவிற்கும் அதே போன்ற சிந்தனைதான். கடந்த 24 மணி நேரத்துக்குள் அவளுக்கு நிகழ்ந்ததெல்லாம் மலைப்பாகவே இருந்தன. தன் காதலன் ஜான் கிம்வானா தன்னைக் கைவிட்டதை நினைத்துக் கொண்டாள்; தொடை விரிக்க மறுத்ததற்காக தன் முதலாளி கிஹாரா தன்னை வேலையை விட்டுத் துரத்தியதை நினைத்துப் பார்த்தாள்; தான் இருந்த வீட்டை விட்டு வீட்டுச் சொந்தக்காரன் துரத்தியதையும் சாத்தானின் தூதுவர்கள் எழுதிக் கொடுத்த அச்சுறுத்தும் துண்டுப் பிரசுரத்தையும் நினைத்துப் பார்த்தாள். நினைவு வந்துவிட்டது... உடனே தன் கைப்பையைத் திறந்து, பணக்காரர்கள் அடியாட்களை அமர்த்தும் விதத்தை, கத்தூய்ரியாவிடம் காட்டுவதற்காக அந்த துண்டுப் பிரசுரத்தைத் தேடினாள். தேடித் தேடிப் பார்த்தும் அது கிடைக்கவில்லை. சரி பரவாயில்லை என்று தனக்குள்ளாகவே சொல்லிக்கொண்டு மறுபடி கத்தூய்ரியாவைப் பற்றியும் அவனுக்கும் அவனுடைய அப்பாவுக்கும் இடையில் நடைபெறும் போராட்டத்தைப் பற்றியும் நினைத்துப் பார்த்தாள். நான் அவனை வெறுப்பதை அவன் விரும்பவில்லை என்று ஏன் சொன்னான் என்று ஆச்சரியப்பட்டாள். நாங்கள் தினந்தினமும் சந்திக்கப் போவதாக நினைக்கிறானா என்ன? அல்லது தனக்கேயான எளிதில் இணங்கும் பெண்ணைக் கண்டுபிடித்து விட்டதாக நினைக்கிறானா?

திடீரென்று கத்தூய்ரியாவின் குரல் கேட்டதும் தன் எண்ண ஓட்டத்திலிருந்து மீண்டாள் வரீய்ங்கா. தண்ணீரில் மூழ்கிக் கொண்டிருப்பவன், உயிர் தப்புவதற்காக கால்களை உதைத்துக் கொண்டு ஓலமிடுவதைப் போலக் கேட்டது அவன் குரல்:

'என்ன? நம் பண்பாட்டில் எனக்குள்ள ஈடுபாட்டை விட்டுவிட்டு குட்டிச்சுவரைக் குடுக்கைகளில் ஏழைகளுக்கு மண் விற்பதைப் பற்றிய பகல் கனவுகளில் நான் பங்கேற்பதா?'

'கடவுள் இலவசமாகத் தந்ததை மக்களிடம் விலைக்கு விற்பதைப் பற்றிய பகல் கனவுகள்! மக்கள் காற்றில் லில்லிகளைப் பயிரிட்டு எல்லைகளை வரையறுத்து "இதிலிருந்து அதுவரை என்னுடைய சுவாசிப்பு இடம்" என்று அறிவிப்பார்கள்!' என்று வரீய்ங்காவும் சேர்ந்து சொன்னாள்.

'நிலப்பிரபுக்களும் வங்கிகளும் பெரும் லாபம் சம்பாதிக்க வசதியாக ஏழைகளுக்காக குருவிக்கூடுகளைக் கட்டுவது பற்றிய பகல் கனவுகள்' என்றான் கத்தூர்ய்ரியா.

அழுகை தோய்ந்த குரலில் வரீய்ங்கா பேசினாள், 'டஜன் கணக்கில் காதலிகள் இருப்பதாக பகல் கனவு காண்பது! எத்தனை இதயங்களை சுக்கு நூறாக உடைத்திருக்கிறோம் என்பது அவர்களுக்குத் தெரியுமா? எத்தனை உடம்புகளை சிதைத்திருக்கிறோம் என்பது அவர்களுக்குத் தெரியுமா? எத்தனை உயிர்களை புழுதியில் எறிந்திருக்கிறோம் என்பது அவர்களுக்குத் தெரியுமா? ஒவ்வொரு பெண்ணும் ஆண்களிடமிருந்து தன்னுடைய உடம்பில் தொழுநோயை மட்டுமே பெற்றுக்கொள்கிறாள் என்பது அவர்களுக்குத் தெரியுமா? இப்போதெல்லாம் பெண்ணுடைய உடம்பு அழுகும் பிணமாக ஆகிவிட்டது. அவள் உடம்பின் இதமான சூடு அவளின் உயிரை மாய்க்கும் சுடலைத் தீயாக ஆகிவிட்டது. அவளுடைய பெண்மை அவளின் கருத்தரிக்கும் திறனைப் புதைக்கும் இடுகாடாக ஆகிவிட்டது… எத்தனை இளம் பெண்கள் தம் குழந்தைகளைக் கக்கூசுக்குள் எறியவும், வயிற்றிலேயே வைத்துக்கொல்லவும் தாம் காரணமாகியிருக்கிறோம் என்பது அவர்களுக்குத் தெரியுமா?

'சொல்கிறேன் கேள். இளமைப் பருவத்தில் ஒரு பெண் தானும் தன் கணவனும் குழந்தைகளும் தங்களுக்குச் சொந்தமான வீட்டில் என்றென்றைக்கும் மன அமைதியுடன் குடும்பம் நடத்தப்போகும் எதிர்காலத்தைப் பற்றிய அழகான கனவுகளைக் காண்கிறாள். ஒரு சிலர் படிப்பில் தாங்கள் அடையப் போகும் உயர்ந்த நிலையைப் பற்றி, தங்கள் திறமைக்கு சவாலாக விளங்கக்கூடிய வேலைகளை அடையப்போவது பற்றி, நாட்டுக்காக தாங்கள் ஆற்றப்போகும் வீரதீர செயல்களைப்பற்றி, எதிர்கால சந்ததிகள் தங்கள் புகழை "சுயமாக சிந்தித்து செயல்பட்ட தேசிய வீராங்கனையாக்கும் எங்களுடைய அம்மா" என்று போற்றிப் பாடும் வகையில் செயற்கரிய வீரச் செயல்களை செய்வதுபற்றிக் கூட கனவு காண்கிறார்கள். வீர தீரச் செயல்கள் நிரம்பிய ஒளி மயமான எதிர்காலத்தைக் கனவு காணும் பெண்ணுக்கு, அப்போது மார்பகங்கள் கூட வளர்ச்சியடைந்திருக்காது. அவை வளர்ச்சியடையும் வரை காத்திருப்போம். கன்னங்கள் கனியும் வரை காத்திருப்போம். முதலாளி கிஹாராவைப் போன்றவர்கள் அவளைப் பார்த்து விசிலடிப்பார்கள், தங்கள் மெர்சிடஸ் பென்ஸ் காரிலேற்றி நைவாஷாவிலும் மொம்பாஸாவிலும் இருக்கும்

பிரகாசமான விளக்குகள் எரியும் இரவு விடுதிகளுக்கு அழைத்துச் செல்வார்கள். பிறகு என்ன, கொஞ்சம் பொறு, நைரோபியின் உயர்தர ஹோட்டல்களில் இரவும் பகலும் நடக்கும் அற்புதமான லீலைகள் அவளுக்குக் காட்டப்படுகின்றன. அதன்பிறகு என்ன? நமது இளம்பெண் திடீரென்று ஒரு நாள் காலையில் விழித்தெழும் போது தன்னுடைய கனவுகள் யாவும் மண்பானைச் சில்லுகள் போல உடைந்து தரையில் சிதறிக் கிடப்பதைப் பார்ப்பாள். அங்கே அந்த மண் தரையில் அவளுடைய அற்புதமான கற்பனைக் கோட்டைகளெல்லாம் இடிந்து சிதறிக் கிடக்கின்றன. மக்களின் பண்பாட்டை ஆராய்ச்சி செய்கிறீர்களே, நீங்கள் சொல்லுங்கள், மண்பானை உடைந்துவிட்டால் அதைத் திரும்ப ஒட்ட வைக்க முடியுமா? கதையில் வரும் புறா சிறுமிக்கு உயிரைத் திருப்பிக் கொடுக்குமே, அதுபோல ஒரு கன்னிப்பெண்ணின் கனவுச் சிதறல்களை ஒன்று சேர்க்கும் கைவினைக் கலைஞன் எங்கேனும் இருக்கிறானா? இல்லை, இல்லவே இல்லை! முத்தூஊ* நடனப்பாடலில் இதை அந்தப் பையன்கள் எப்படி சொன்னார்கள் தெரியுமா?

'என்ன அற்புதக் காட்சி,
மண்பானை இப்போது உடைந்துவிட்டது!
நைரோபியிலிருந்து நான் வந்தபோது,
'அதிசயிக்கத்தக்க வீரத்தை விளைப்பவள்' என்ற பெயரில்
ஒரு குழந்தையை நான் பெற்றெடுப்பேன் என்று
எனக்குத் தெரியவே தெரியாது.'

'வாருங்கள் என் இனத்தவர்களே, எல்லோரும் கூடி அழுவோம், இங்கே வாருங்கள், வந்து இந்த நவீன அற்புதங்களைப் பாருங்கள். வீரக் குழந்தைகளுக்குப் பதிலாக சபிக்கப்பட்ட குழந்தைகளைப் பெறுபவர்கள் என்றுதான் இன்று நாம் அழைக்கப்படுகிறோம். ஒரு மண்பானை உடைந்துவிட்டால் அதைத் திரும்ப ஒட்டவே முடியாது. இப்படித்தான் சுகர் கேர்ள்களாக ஆக்கப்பட்ட எங்களின் கனவுகள் சுகர் டாடிக்களால் சிதைப்படுகின்றன...'

திடீரென்று வரீயங்காவின் கன்னங்களின் வழியாக கண்ணீர் உருண்டோடி தரையில் சொட்டுவதைப் பார்த்தான் கத்தூய்ரியா.

★ 1952 முதல் 1962 வரையான பத்தாண்டு கால வீரமிக்க மாவ் மாவ் கெரில்லா போராட்டம் பற்றிய கதைகள், பாடல்களாகவும் நடனங்களாகவும் முத்தூஊ கலைக்குழுவினரால் மக்களிடையே கொண்டு செல்லப்பட்டிருக்கின்றன. இவை பிற்கால கலை வடிவங்கள் அனைத்திலும் பயன்படுத்தப்பட்டு வந்திருக்கின்றன.

‘வரீய்ங்கா, என்னாச்சு வரீய்ங்கா?’ என்று திகைப்புடன் கேட்டான். இந்தப் பெண்ணுக்கு இப்போது அவன் என்ன செய்துவிட்டான்?

வரீய்ங்கா தன் கைப்பையிலிருந்து கைக்குட்டையை வெளியிலெடுத்து கண்களைத் துடைத்துக் கொண்டாள். புன்னகைக்க அவள் செய்த முயற்சி பலிக்கவில்லை. அதே துயரமான குரலில் பேச்சைத் தொடர்ந்தாள்.

‘ஒன்றுமில்லை... ஆனாலும் ஏதோ ஒன்று இருக்கத்தான் செய்கிறது... இதுவரை எனக்கு அறிமுகமில்லாத உங்களிடம் எதைச் சொல்வது எப்படிச் சொல்வது? இதற்கு முன் ஒரு போதும் அந்தக் கதையை யாருக்கும் நான் சொன்னதில்லை. இருந்தாலும் இதில் பெரிய ரகசியம் ஒன்றுமில்லை - காரணம் கென்யாவில் பல பெண்களுக்கும் நடந்துகொண்டிருப்பதுதான் இது. என் வாழ்வைப்பற்றி மறுபடியும் கோபத்துடன் திரும்பிப் பார்க்க வைத்துவிட்டது உங்கள் கதை. முத்தூஊ நடனத்தில் பையன்கள் பாடுகிற பாட்டில் வரும் மண்பானையைப் போல் என்னுடைய கனவுகள் சுக்கல் நூறாக உடைந்ததை என் கண் முன்னால் தத்ரூபமாகப் பார்க்க முடிகிறது. உங்களுக்கு எதைச் சொல்வேன்? எங்கிருந்து தொடங்குவேன்?

‘உண்மையில் இன்று இங்கே நாம் உட்கார்ந்திருக்கும் போது கூட, அல்லது நான் தனிமையில் என் மனதில் பல விஷயங்களை ஆலோசித்துக் கொண்டிருக்கும்போது கூட, அல்லது டைப் அடிக்கும் போதோ தெருவில் நடந்து போகும்போதோ கூட, என்னை நோக்கி முன்னேறிக் கொண்டு வந்த அந்த ரயிலின் தடதட ஓசை என் காதில் கேட்கிறது. நான் சந்தித்த எல்லாப் பிரச்சனைகளுக்கும் முடிவு கட்டிவிடும் நோக்கில் நாகுருவில் உள்ள கபாசியா எஸ்டேட் செக்ஷன் 58க்கு அருகிலுள்ள மட்டக்கடப்பில் (லெவல் கிராஸிங்கில்) உள்ள தண்டவாளத்தின் நடுவில் நான் நின்று கொண்டிருந்தேன். ஒரு ஞாயிற்றுக்கிழமை காலை பதினொரு மணிக்கு ரயில் என்னை நோக்கி நீராவி ஏப்பம் விட்டுக் கொண்டு பெருமூச்சு வாங்கிக்கொண்டு வந்தது. அது பாடுவது போலவும் கேட்டது:

‘உகாண்டாவுக்குப் போ–றேன்
‘உகாண்டாவுக்குப் போ–றேன்
‘உகாண்டாவுக்குப் போ–றேன்
போ–றேன்
போ–றேன்
போ
போ

போ

போ...ஓ ஓ ஓ ஓறேன் ஊ உ உ உ உ

கண்களை மூடிக்கொண்டேன். ஒன்று, இரண்டு, மூன்று, நான்கு... இதோ, எடுத்துக்கொள் என்னை...'

வரீய்ங்கா தன் முகத்தைக் கைகளால் மூடிக்கொண்டாள். மெய்யாகவே ரயிலின் முன்னால் நிற்பதுபோல அவளுடைய உடம்பு வெடவெடத்துக் கொண்டிருந்தது. ரயில் அதன் சக்கரங்களுக்கு அடியில் தன்னைப் போட்டு நசுக்குவதை பார்ப்பவள் போல வியர்வைத் துளிகள் அவள் நெற்றியில் துளிர்த்து நின்றன. கத்தூய்ரியா சட்டென்று எழுந்து வரீய்ங்காவின் தோள்களைப் பற்றி மெதுவாக உலுக்கினான். 'என்ன ஆயிற்று வரீய்ங்கா, என்ன ஆயிற்று?' என்று கேட்டான்.

2

காம்பூருவில் உள்ள கீத்தூங்குறி கியாவைரேராவில் 1953ஆம் ஆண்டு பிறந்தாள் ஜசிந்தா வரீய்ங்கா. அந்நாட்களில் கென்யாவைப் பிரிட்டிஷ் ஏகாதிபத்தியவாதிகள் ஆண்டு வந்தனர். அவசர நிலை ஒழுங்கமைப்புச் சட்டங்கள் என்ற பெயரில் மிகவும் கடுமையான ஒடுக்குமுறைச் சட்டங்களை மக்கள் மீது ஏவிவிட்டனர். கிமாத்தி வா வாசியூரியின் தலைமையில் நமது நாட்டுப் பற்றாளர்கள் பின்வரும் உறுதிமொழியை எடுத்துக்கொண்டார்கள்: 'சாவு என்பது தவிர்க்க முடியாதது என்பதால், இந்த நாட்டில் நிலவும் அனைத்து சித்திரவதைகளும் ஒடுக்கு முறைகளும் ஓயும் வரை பிரிட்டிஷ் பயங்கரவாதிகளை (ஜானிகள் என்ற சங்கேதப் பெயர் கொண்டவர்களை) எதிர்த்துப் போராடுவோம்!' ந்யாந்தாரூவாவிலும் மவுண்ட் கென்யாவிலும் துப்பாக்கிகளும் வேட்டுகளும் வெடித்த ஓசை இடியோசை போலக் கேட்டது. பிரிட்டிஷ் பயங்கரவாதிகளும் அவர்களுக்கு விசுவாசமான கென்ய காவல் நாய்களான ஊர்க்காவல் படையினரும் (ஆண்மையற்ற தேவடியாப்பசங்களே, உங்கள் தொந்திகளுக்காக உங்கள் நாட்டையே நீங்கள் விற்று விட்டீர்களே) மாவ் மாவ் கெரில்லாப் படைகளால் தாம் தோற்கடிக்கப்படப் போகிறோம் என்பதை உணர்ந்து கொண்டார்கள். எனவே நாடு முழுவதிலும் உள்ள தொழிலாளிகளையும் விவசாயிகளையும் அளவு கடந்து சித்திரவதை செய்வதையும் ஒடுக்குவதையும் அதிகரித்துக் கொண்டே போனார்கள்.

1954இல் வரீய்ங்காவின் தந்தை கைது செய்யப்பட்டு மன்யானியில் காவலில் வைக்கப்பட்டார். ஒரு ஆண்டுக்குப் பிறகு அவளுடைய அம்மாவும் கைது செய்யப்பட்டு இலங்காட்டாவிலும் காமிதியிலும் சிறைச்சாலைகளில் தடுப்புக் காவலில் வைக்கப்பட்டார்.

வரீய்ங்காவுக்கு அப்போது இரண்டு வயதுதான். வரீய்ங்காவைப் பார்த்துக்கொள்ள நாகுருவில் வாழ்ந்து வந்த அவளுடைய சித்தி வந்து சேர்ந்தாள். சித்தியின் கணவர் அப்போது ரயில்வேயில் வேலை பார்த்து வந்தார். பிற்பாடு நாகுரு நகர சபையிலும் வேலை பார்த்தார். வரீய்ங்கா நாகுருவில் தன் சித்தியின் பிள்ளைகளோடு வளர்ந்து வந்தாள். ஆரம்ப நாட்களில் அவர்கள் லாண்ட் பன்யா எஸ்டேட்டில் வசித்து வந்தார்கள். பிறகு செக்சன் 58இல் உள்ள நகரசபை வீட்டுக்கு குடிமாறினார்கள்.

வரீய்ங்கா சௌரியாகோ எஸ்டேட் அருகிலிருக்கும் பஹாரிணி ஃபுல் ப்ரைமரி பள்ளியில் படித்தாள். சித்தியின் குழந்தைகள் போந்தினி டிஇபி என்ற செக்சன் 58இன் கீழேயே இருந்த பள்ளிக்குப் போனார்கள். நகர சபை ஆட்டுத் தொட்டியின் அருகிலுள்ள அகதிகளுக்கான வைக்கோல் கூரை வேய்ந்த மீதூங்கே குடிசைகளை ஓட்டி நடந்து, பிறகு போந்தினியைத் தாண்டி, கடைசி மணி அடிப்பதற்குள் எப்படியோ காலை அணிவகுப்புக்குப் போய்ச் சேர்ந்துவிடுவாள் வரீய்ங்கா. சில நாட்களில், பள்ளிவிட்ட பின்போ சனி ஞாயிறுகளிலோ வரீய்ங்காவும் சித்தியின் பிள்ளைகளும் போந்தினியைச் சுற்றியுள்ள பகுதிகளில் திரிந்து கொண்டிருக்கும் போது, பெண்கள் ஆண்களைத் தேடி அலைவதையும், ஆண்கள் பெண்களுக்காக கத்திச் சண்டை போடுவதையும் வேடிக்கை பார்ப்பார்கள். வேறு சமயங்களில், பக்கத்திலிருக்கும் குடியிருப்புப் பகுதிகளான கிஸிவானி, கலேலேனி, கிவும்பினி, சௌரி யாகோ, அம்போங்கோரேவா (இதன் மற்றொரு பெயர் சோமாலி முகாம்) இங்கெல்லாம் போய் அங்கிருக்கும் மக்களையும், வீடுகளையும், கடைகளையும் வேடிக்கை பார்த்துவிட்டு வருவார்கள். சில சமயங்களில் மெனங்காய் சமூகக் கூடத்தில் நடக்கும் இசை நிகழ்ச்சிகளையோ நாடகங்களையோ போய்ப் பார்ப்பார்கள். காமுகூஞ்சியில் நடக்கும் இலவச சினிமா காட்சிகளுக்கும் போவார்கள். சில நாட்களில் நாகுரு ஏரிச்சாலையில் நடந்து செந்நாரைகளையும் மற்ற பறவைகளையும் வேடிக்கை பார்ப்பார்கள். பந்தய மைதானத்துக்குச் சென்று கார்ப் பந்தயம், மோட்டார் சைக்கிள் பந்தயம் எல்லாம் பார்ப்பார்கள்.

ஆனால் வரீய்ங்காவுக்கு மிகுந்த மகிழ்ச்சியைக் கொடுத்தது, விலை மாதர்கள் ஆண்களுக்காக அடித்துக் கொள்வதைப் பார்ப்பதோ, திறந்த சாக்கடைகளில் குடிகாரர்கள் மூத்திரம் பெய்துகொண்டும் வாந்தி எடுத்துக்கொண்டும் இருப்பதைப் பார்ப்பதோ அல்ல. தேவாலயத்திற்குப் போய் வழிபடுவதையும் பிரசங்கங்களைக் கேட்பதையுமே அவள் மிகவும் விரும்பினாள். ஞாயிறுதோறும் சித்தி அவளைப் புனித ரோஸரி (செபமாலை) தேவாலயத்துக்கு கூட்டிப் போவாள். புனித ரோஸரி தேவாலயத்தில் ஞானஸ்நானம் செய்விக்கப்பட்ட வரீய்ங்காவுக்கு ஜசிந்தா என்ற புதுப்பெயர் சூட்டப்பட்டது. புனித ரோஸரி தேவாலயத்தின் சுவர்களிலும் ஜன்னல்களிலும் வரைந்திருக்கும் படங்களைப் பார்ப்பதைத் தவிர்க்க மிகவும் கடுமையாக முயல்வாள் வரீய்ங்கா. ஆனாலும் அவள் கண்கள் அந்தத் திசையிலேயே அடிக்கடி போய்க்கொண்டிருக்கும். பல படங்களில் ஏசு, கன்னிமேரியின் கரங்களிலும், சில படங்களில் சிலுவையின் மீதும் இருந்தார். ஆனால், வேறு சில படங்கள் மாட்டினுடையதைப் போன்ற இரண்டு கொம்புகளும், குரங்கினுடையதைப் போன்ற வாலும், நடனமாட உயரத்தூக்கிய ஒற்றைக்காலுமாக நின்ற சாத்தனைக் காட்டின. அதன் சீடர்கள் நரக நெருப்பினுள் கிடக்கும் மனித உடல்களை கனல்கக்கும் குத்தீட்டிகளைக் கொண்டு புரட்டிப்போட்டுக் கொண்டிருப்பார்கள். கன்னிமேரி, ஏசு, தேவதூதர்கள் இவர்களையெல்லாம் ஐரோப்பியர்களைப் போல வெளுப்பாகவும், சாத்தானையும் அதனுடைய சீடர்களையும் கருப்பாகவும் சித்தரித்திருந்தார்கள். இரவில் வரீய்ங்காவுக்கு திரும்பத் திரும்ப ஒரு கொடுங்கனவு வந்து கொண்டிருந்தது. அந்தக் கனவில் வரும் சாத்தான் ஒரு சமயம் ரிஃப்ட் வேலி (பள்ளத்தாக்கு) ஸ்போர்ட்ஸ் கிளப்புக்கு அருகில் அவள் பார்த்த கொழுத்த ஐரோப்பியனைப் போன்று வெள்ளைத் தோலுடையதாக இருந்தது. போந்தினியில் வாழும் மக்களைப் போல கந்தலை உடுத்திய மக்கள் இந்த வெள்ளைச் சாத்தானை சிலுவையில் அறைவார்கள். மூன்று நாட்களுக்குப் பிறகு சூட்டும் கோட்டும் அணிந்த கறுப்பு மனிதர்கள் சிலுவையிலிருந்து சாகும் தருவாயில் இருக்கும் சாத்தானைக் கீழிறக்குவார்கள். உயிர் பிழைத்த சாத்தான் வரீய்ங்காவைப் பார்த்து பரிகாசம் செய்வான். சுதந்திரத்துக்கு மூன்று ஆண்டுகளுக்கு முன்பு 1960 ஆம் ஆண்டில் வரீய்ங்காவின் பெற்றோர் சிறையிலிருந்து விடுவிக்கப்பட்டார்கள். ஆனால் காம்பூருவிலிருந்த அவர்களுக்குச் சொந்தமான சிறிதளவு நிலத்தையும்

காலனி அரசாங்கம் எடுத்துக்கொண்டு ஊர்க்காவல் படையினருக்கு விற்று விட்டிருந்தது. இல்மொராக் திரும்பி, வாரத்துக்கு ஏதாவது மேய்ச்சல் நிலம் கிடைக்குமா, குடிசைபோட இடம் கிடைக்குமா என்று அவர்கள் தேடத் தொடங்கினார்கள்.

வரீய்ங்கா நாகுருவில் பஹாரிணி பள்ளிக்குப் போவதை அறிந்து அவளை அங்கேயே இருக்கும்படி விட்டுவிட்டார்கள். விரைவாகப் பள்ளிப்படிப்பை முடித்துவிட்டு தம்மை வறுமையின் பிடியிலிருந்து அவள் காப்பாற்றவேண்டும் என்று தவம் கிடந்தார்கள். படிப்பில் சுட்டியான வரீய்ங்கா பலமுறை வகுப்பில் முதலாவதாக வந்தாள். தன் சித்தியின் பிள்ளைகள் அவளைவிட ஒரு வகுப்பு மேலே இருந்த போதும், வரீய்ங்காதான் அவர்களுக்கு கணக்குப் பாடம் சொல்லித் தந்தாள். சிபிஇ முடிவுகள் அறிவிக்கப்பட்டபோது, முதன்மையாகத் தேறியவர்களில் வரீய்ங்காவும் ஒருத்தி. அவளை நாகுரு டே செகண்டரி பள்ளியில் சேர்த்துவிட்டார்கள்.

இதுதான் வரீய்ங்காவின் வாழ்க்கையிலேயே மிகவும் ஆனந்தமான காலம். நீல அரைப்பாவாடையும், வெள்ளைச் சட்டையும் வெள்ளைக் காலுறைகளும் கறுப்பு ஷூவுமாக தன்னை சீருடையில் பார்த்துக்கொண்ட போது ஏற்பட்ட ஆனந்தத்தில் வரீய்ங்காவுக்கு அழுகையே வந்துவிடும்போல இருந்தது.

முதல் ஃபாரமும் இரண்டாம் ஃபாரமும் கூட மகிழ்ச்சியான ஆண்டுகள்தான். படிப்பின் மீதிருந்த அளவு கடந்த ஆர்வமும், பள்ளி இறுதி வகுப்பில் உயர்ந்த மதிப்பெண்களுடன் தேர்ச்சிபெற வேண்டும் என்ற குறிக்கோளும் தவிர அப்போதெல்லாம் வரீய்ங்காவுக்கு வேறு எண்ணமோ கவலையோ இருக்கவில்லை. ஒரு கையில் புத்தகங்களையும் அடிக்கோலையும் பேனாவையும் எடுத்துக்கொண்டு, வைக்கோல் கூரை வேய்ந்த குடிசைகளைக் கடந்து, நகர சபை மருத்துவ நிலையத்தின் வலப்புறத்தில் திரும்பி லாதீஸ் சாலையை நோக்கி ஓடுவாள் வரீய்ங்கா. சாலைச் சந்திப்பின் இடப்புறத்தில் இருக்கும் போந்தினிக்குச் செல்லும் சாலையை விட்டுவிட்டு வலப்புறச் சாலையில் நடந்து பிறகு ரொனால்ட் காலாவுக்குள் திரும்பினால் அது அவளை புனித ரோசரி தேவாலயத்தின் அருகில் இருக்கும் ஆப்பிரிக்கக் கன்னியாஸ்திரீகளின் வீட்டைத் தாண்டி கொண்டுவந்து விடும். அந்த இடத்தில் அவள் ஓகிங்கா ஓடிங்கா சாலையைக் கடந்து நாகுரு டே பள்ளியை அடைவாள்.

மாலையில் பள்ளியிலிருந்து வீடு திரும்பும்போது, அவள் ஓகிங்கா ஓடிங்கா சாலையில் நடந்து, அம்ஃப்ராஹா விளையாட்டு அரங்கத்தைக் கடந்து, மெனங்காய் உயர்நிலைப்பள்ளியின் அருகே திரும்பி, மருத்துவ நிலையத்தைத் தாண்டி சரிவில் ஏறி, ஆட்டுத்தொட்டியைக் கடந்து செக்சன் 58ஐ அடைவாள். ஆனால் எப்போதாவது ஏதாவது வேலை நிமித்தம் நகரத்துக்குப் போகவேண்டி வரும்போது, நீதிமன்றம், நகரசபை அலுவலகம் வழியாக நகர மையத்தை அடைவாள்.

தேவையில்லாமல் வேறு எங்கும் வரீய்ங்கா திரிந்ததில்லை. அப்போது அவளுக்கு இரண்டே இடங்கள்தான் தெரிந்திருந்தது: பள்ளி, வீடு.

அந்தப் பாதைகளில் நடக்கும்போது, காலையில் பள்ளி நோக்கிச் செல்லும் போதும் சரி, மாலையில் வீடு திரும்பும்போதும் சரி, நாகுருவிலேயே படிப்பில் தான்தான் ராணி என்று அவள் நினைத்துக்கொண்டிருந்தாள். அவள் தன் பூப்படையும் இளமைப் பருவத்தின் சின்ன உடம்பிலும் இதமான உணர்வுகளிலும் பரிசுத்த இதயத்திலும் ஊற்றெடுக்கும் இனிய கனவுகளில் வாழ்ந்துவந்தாள். ஆனால் பள்ளிப் படிப்பை முடித்துவிட்டு பல்கலைக்கழகத்தில் இடம்பிடிப்பதுதான் அவளுடைய கனவுகளில் தலையாயதாக இருந்தது. மின்சார இயல், இயந்திரவியல் அல்லது கட்டடப் பொறியியல் படிக்க வேண்டுமென்பதுதான் அவளுடைய குறிக்கோளாக இருந்தது. கண்களை மூடி நாளைய வாழ்வைப் பார்க்க முனைந்த பொழுதெல்லாம் ‘இஞ்சினியர்’ என்ற வார்த்தைதான் அவளுடைய இதயத்தை மகிழ்ச்சியில் துள்ளச் செய்தது. இதுபோன்ற சவாலான வேலைகளுக்குச் செல்ல விரும்பாமல், அந்தத் துறை முழுவதையும் ஆண்களுக்கென பெண்கள் ஏன் விட்டுக்கொடுத்து விடுகிறார்கள் என்று அவள் அதிசயிப்பாள். ஒரு வேலையில் மனதைச் செலுத்தி அதை முடிக்க தன்னால் முடியுமென்று நம்பினால், ஒரு பெண்ணால் செய்து முடிக்க முடியாதது எதுவுமில்லை என்று, தன் துணிவைப் பார்த்துச் சிரிக்கும் மற்ற பெண்களிடம் சொல்வாள் வரீய்ங்கா. ஆனால் வரீய்ங்கா நிச்சயமாக பொறியியல் படிப்பை வெற்றிகரமாக முடிப்பாள் என்று அவர்கள் நம்பினார்கள். நாகுரு டே செகண்டரியில் கணக்குப் பாடத்தில் அவளை விஞ்ச ஒரு பெண்ணோ பையனோ கிடையாது. கணக்கில் அவளுக்கு இருந்த அசாத்திய அறிவு பற்றி பல கதைகள் பேசப்பட்டன. அம்ஃப்ராஹா, புனித ஜோசப், புனித சேவியர், க்ரேட்டர், லேக் நாகுரு செகண்டரி, இன்னும் தொலைதூரத்திலிருந்த நாகுரு ஹை போன்ற எல்லாப் பள்ளிகளிலும் அவளுடைய புகழ் பரவியிருந்தது.

இரவு பகலாகப் படிப்பது, ஞாயிறுதோறும் தேவாலயத்துக்குப் போவது, மெனங்காய் க்ரேட்டரின் அருகில் பாரியிலும் கிளிமானியிலும் நகர சபை அவர்களுக்குத் தந்திருந்த நிலத்தில் வேலை செய்ய சித்திக்கு உதவுவது - இதுதான் திங்கள் முதல் ஞாயிறு வரையில் வரீய்ங்காவின் தினசரி வேலைத் திட்டம். அவளுடைய நேர்மை, வயல்வெளியில் அவளுடைய கடின உழைப்பு, எல்லா விஷயங்களிலும் அவளுக்கு இருந்த திறமை இவையெல்லாம் செக்சன் 58இன் மூலை முடுக்கெல்லாம் அவள் புகழைப் பரவச் செய்தது.

அப்போது ஒரு நாள் சனிக்கிழமை மாலை 4 மணி அளவில் அவளும் அவளுடைய சித்தி பிள்ளைகளும் மெனெங்காய் க்ரேட்டருக்கு அருகிலிருந்த வயலிலிருந்து வீடு திரும்பும்போது வாழ்க்கையில் முதல் முறையாக வரீய்ங்கா சாவைப் பார்த்தாள். நாகுரு பொது மருத்துவமனையைக் கடந்து, நாகுரு - நைரோபி சாலையைத் தாண்டி செக்சன் 58ஐ நோக்கி அவர்கள் நடந்து கொண்டிருந்தார்கள். அப்போது மட்டக்கடப்பின் அருகில், ஓடும் ரயிலால் உடம்பு முற்றிலுமாக சிதைக்கப்பட்ட மனிதனைச் சுற்றி மக்கள் கூட்டமாக நின்றிருப்பதைப் பார்த்தாள். தண்டவாளத்தின் மேல் இரத்தமும் எலும்பும் சிதறி அடித்த நிலையில் இருந்த அது ஒரு உடம்புதானா இல்லை வெறும் கொத்துக்கறியா? அந்த மனிதன் யார் என்றோ, உயிருடன் இருக்கும்போது அவன் எப்படி இருந்திருப்பான் என்றோ யாராலும் சொல்ல முடியாத நிலையில் இருந்தது. தன் வயிற்றை யாரோ சவரக் கத்தியால் துண்டு துண்டாக கீறுவதுபோல் இருந்தது வரீய்ங்காவுக்கு. வாந்தி வருவது போல குமட்டல் எடுக்கவே தன் சகோதரர்களை விபத்து நடந்த இடத்திலேயே விட்டு விட்டு வீட்டை நோக்கி ஓடினாள். இரத்தத்தைப் பார்ப்பதென்றால் எப்போதுமே அவளுக்குப் பயம்தான். சாவுச் செய்திகளும் இறுதிச் சடங்குகள் பற்றிய செய்திகளும் வரும் போது அவள் இரவு நேரத்தில் தூக்கமின்றி வாழ்வின் புரியாத புதிர் குறித்து தனக்குள் சிந்தித்துக் கொண்டிருப்பாள். ஆனால் ஒரு மனிதனின் மொத்த உடலும் உருத்தெரியாமல் ஒரு இரயிலினால் சிதைக்கப்பட்டு அப்படி ஒரு மனிதன் ஒரு போதும் இருந்ததே இல்லை என்று நினைக்கச் செய்து விடுவதை அவளால் கற்பனை செய்யவே முடியவில்லை. இரத்தத்தை உறைய வைக்கும் அந்தக் காட்சியின் காரணமாக வரீய்ங்கா அதன் பிறகு அந்த மட்டக்கடப்பின் பக்கமே போகவில்லை.

ஆக, இப்படித்தான் நாகுருவில் வளர்ந்து வந்தாள் வரீய்ங்கா: தனது அறிவின் - அனுபவத்தின் ஒளியில், எப்போதும் நேர்மையான - விவேகமான பாதையில் நடந்துவந்தாள். அவள்தான் வரீய்ங்கா! அவள்தான் ஜசிந்தா! மூன்றாம் பாரத்தை அடையும் வரை இப்படித்தான் அவள் இருந்தாள்.

இதற்குள் அவளுடைய மார்பகங்கள் வளர்ந்துவிட்டன. அவள் கூந்தல் கருத்தும் செழித்தும் வளர்ந்து மினுமினுத்தது.

கன்னங்கள் மென்மையாகவும், கொழுகொழுவென்றும், பருவத்தில் பழுத்த பழங்களைப் போல கனிந்து வந்தன.

அவளுடைய சித்தியின் கணவன்தான் - 'சித்தப்பா' என்று அவள் அழைத்து வந்த மனிதன் தான் - விவசாயிகள் நடந்த பாதையை விட்டு விலகி, டை அணியும் சிறு முதலாளி வர்க்கப்பாதைக்கு அவளைத் தடம்மாறச் செய்தவன். தம் தோல்களைக் காப்பாற்றிக் கொள்வதற்காக வெள்ளையருக்கு விசுவாசத்துடன் ஊழியம் செய்தவர்களில் ஒருவன்தான் இந்தச் சித்தப்பா. இவனைப் போன்றவர்கள்தான் சுதந்திரத்திற்குப் பிறகு வெள்ளையர்களின் நிலங்களுக்கும் தொழில்களுக்கும் வாரிசுகள் ஆனார்கள். ஆனால் மற்றவர்களைப் போல் சித்தப்பாவுக்கு அவ்வளவாக அதிர்ஷ்டம் இல்லை. அவனுடைய இலட்சிய ஏணியில் முன்னேறிச் செல்லும் அளவுக்கு அவனது சம்பளம் போதுமானதாக இருக்கவில்லை. துணிமணிக்கும், சாப்பாட்டுக்கும், பள்ளிக் கட்டணம் கட்டுவதற்கும் மற்ற குடும்பத் தேவைகளுக்கும்தான் அது சரியாக இருந்தது. தன்னுடைய அடிமட்ட நிலையிலும் கூட, தன் வருமானத்துக்கு மிஞ்சிய வாழ்க்கையை வாழ விரும்பினான் அவன். தன்னைவிட சமூகத்தில் உயர்ந்த அந்தஸ்தில் இருந்தவர்களோடு அவன் பழக்கம் வைத்திருந்தான். அவனுடைய நண்பர்களில் ஜோரோ, கோரிகா பகுதிகளைச் சேர்ந்த ஒரு சில பணக்காரர்களும் அடக்கம். முன்பு ஐரோப்பியர்களுக்கு மட்டுமே தனிவுரிமையாக இருந்த ஸ்டாக் ஹெட் ஓட்டலின் ஸ்போர்ட்ஸ்மேன் கார்னர் பாருக்கோ, ரிஃப்ட் வேலி ஸ்போர்ட்ஸ் கிளப் போன்ற உயர்தர கிளப்புகளுக்கோ சித்தப்பாவின் (மேற்சொன்ன) பணக்கார நண்பர்கள் குடிப்பதற்காக வருவார்கள்.

பணக்காரர்களுடன் கூடிக் குலாவினால்தான் தானும் பணக்காரனாக முடியும் என்றும், விடாமுயற்சியுடன் தேடினால் இறுதியில் செல்வம் கிடைத்துவிடும் என்றும், பணக்காரனின் குசு ஒருநாளும் நாறுவதில்லை என்றும் சித்தப்பா நம்பினான். அதனால் அவர்கள்

தன்னை அதிகாரம் செய்ததையோ, கை குலுக்கும்போது வெறும் விரல் நுனிகளை மட்டும் நீட்டியதையோ, காலனி ஆட்சிக்கு முந்தைய காலத்து மோதிரக் கைக் கோமான்கள் அவர்களின் பணியாட்களிடம் வேலை வாங்கியது போல தன்னை அவர்கள் வேலை வாங்கியதையோ அவன் பொருட்படுத்தவில்லை.

பணக்காரனின் குசுவைக் குடிக்க தயக்கம் காட்டாததாலோ என்னவோ, ஒரு சில மிச்ச சொச்சங்களை பொறுக்கிக் கொள்கிற வாய்ப்பு ஒரொரு சமயம் அவனுக்கு கிடைத்தது. கோரிகாவைச் சேர்ந்த பணக்காரன் ஒருவன் அவனுக்கு கீபாசியா எஸ்டேட் கட்டடம் - IIக்கு அருகில் இருந்த ஒரு வீட்டை தவணை முறையில் வாங்கித் தந்தான். பிறகு அந்த வீட்டுக்கு முன்பணம் கட்டுவதற்கான பணத்தை கடனாகப் பெறுவதற்கு வங்கி மேலாளர் ஒருவரையும் அறிமுகப்படுத்தி வைத்தான். கோரிகாவைச் சேர்ந்த அதே பணக்காரந்தான் சம்புகோ ஸ்கீமுக்கு அருகில் ஒரு துண்டு நிலத்தையும் சித்தப்பாவுக்கு வாங்கித் தந்தான்.

நீ கொடுத்தால் நானும் கொடுப்பேன் என்பது பழமொழி. ஒரு நல்ல விருந்துக்கு ஈடு இன்னொரு நல்ல விருந்துதான். அதுபோலவே, சித்தப்பா ஒன்றும் அதிர்ஷ்டத்தை சும்மாவேனும் தரையிலிருந்து கண்டெடுத்து விடவில்லை. அப்படி இல்லவேயில்லை. தன்னுடைய கோரிகாவைச் சேர்ந்த நண்பருக்கு அவர் ஏதாவது ஒரு இளங்கன்றின் இறைச்சியையோ அல்லது ‘குஞ்சுக்கோழி’ யையோ தருவதாக வாக்களித்திருந்தார். இறகுகள் ஒவ்வொன்றாக பிய்த்தெறியப்பட்டு, தோல் உரிக்கப்பட்டு, பளிச்சென்று வெளித்தெரியும் சதையுடன் கூடிய அந்தக் குஞ்சுக்கோழி, வரீய்ங்காதான். பல்லில்லாத கிழவனுக்கு பக்குவமான உணவு. ஒரு வெள்ளை மனிதன் கிழவனான பிறகு அவன் தின்பது இளங்கன்றின் இறைச்சியைத்தான்.

தான் ஏற்கெனவே விற்கப்பட்டுவிட்டது வரீய்ங்காவுக்குத் தெரியாது. ஆனால் தாமதமாக வந்த பயணியானவன் பேருந்தின் பின்னால் ஓடுவது போலவோ, ஓடும் சைக்கிளின் மேல் ஒரு மனிதன் தாவி ஏறுவது போலவோ இவர்கள் அவளின் பின்னால் துரத்திக்கொண்டு ஓடவில்லை. மாறாக மிகச் சூடான உணவை சாப்பிடத் தொடங்கும் முறைபோல, முதலில் ஓரத்திலிருந்தே ஜாக்கிரதையாக ஆரம்பித்து, கடைசியில் முழுமையாக அள்ளி விழுங்கி விடும் மனிதர்கள் அவர்கள்.

வரீய்ங்காவுக்கு பள்ளி விட்ட பின் நகர சபை அலுவலகத்துக்கு வந்து வீட்டுக்குச் சில பொருட்களை எடுத்துச் செல்லும்படி சொல்வதில் ஆரம்பித்தான் சித்தப்பா. ஆனால் ஒவ்வொரு முறையும் வரீய்ங்கா அங்கு செல்லும் போதெல்லாம், சித்தப்பாவிடம் அவள் ஓரிரு வார்த்தைகள் பேசுவதற்கு முன்பே, அந்த கோரிகாவைச் சேர்ந்த பணக்காரக் கிழவன் திடீரென்று அங்கு தோன்றி விடுவான். பிறகு அந்தப் பணக்காரக் கிழவன் அவர்களை செக்சன் 5க்கு தன்னுடைய காரில் கூட்டிப் போவான். அல்லது நகர சபை ஆட்டுத் தொட்டிக்கு வரீய்ங்காவை அழைத்துப் போவான்.

ஒருநாள் பள்ளித் தோழன் ஒருவன் வரீய்ங்காவை பஹாத்தியில் ஒரு விருந்துக்கு அழைத்திருந்தான். அவளுடைய சித்தப்பாவும் அங்கே இருந்தான். கோரிகாவைச் சேர்ந்த பணக்காரக் கிழவனும் அங்கே இருந்தான். அன்று இரவு கோரிகாவைச் சேர்ந்த பணக்காரக் கிழவன் வரீய்ங்காவை மெர்சிடஸ் பென்ஸில் ஏற்றி வீட்டுக்கு அழைத்துக் கொண்டு போய்விட்டான்.

வரீய்ங்காவும் பணக்காரக் கிழவனும் ஒருவரையொருவர் மெதுவாக அறிந்து கொண்டார்கள். அவளைத் தொடர்ந்து வருவதில் அவன் சலிப்பே அடையாதவனாக இருந்தான். மாலையில் பள்ளிவிட்டு வரும்போது புனித ரோஸரி தேவாலயத்திற்கு அருகே ஒகிங்கா ஓடிங்கா நிழற்சாலையில் நாள் தவறாமல் ஒரு மெர்சிடஸ் பென்ஸ் நிற்பதை வரீய்ங்கா கவனித்தாள். பணக்காரக் கிழவன் அவளை காரிலேற்றிக் கொள்வான். ஆனால் ஆட்டுத்தொட்டி அருகிலுள்ள மருத்துவ நிலையம் வரை அவளைக் கொண்டுபோய் விட்டு வருவதற்கு முன்பு முதலில் நாகுரு சாலைகளிலோ அல்லது மெனாங்காய் க்ரேட்டருக்கோ, நாகுரு ஏரிக்கோ அல்லது பந்தய சாலைக்கோ நிதானமாக அவளை வைத்து ஓட்டிக் கொண்டு போவான்.

பிறகு மெதுவாக அவளுக்கு கைச்செலவுக்குப் பணம் கொடுக்கத் தொடங்கினான். சினிமாவுக்குப் போக, பந்தயத்திற்குப் போக, நாகுரு விவசாயக் கண்காட்சிக்குப் போகவெல்லாம் பணம் கொடுத்தான். அவனுடைய ஆரம்பப் புன்னகைகளை எதிர்க்காமல் போனதால், இப்போது வரீய்ங்கா மேலும் மேலும் பலவீனமாகி எதையுமே மறுக்க முடியாத நிலைக்கு வந்துவிட்டாள். இருமுறை ஈராஸிலும், ஒரு முறை ஓடியன் சினிமாவிலும் அவர்கள் சந்தித்துக் கொண்டார்கள்.

இப்போது வரீய்ங்காவின் வாழ்க்கை முறை மாறியது. தனக்கு இதுவரை தெரியாத வேறொரு நாகுருவுக்கு இட்டுச் செல்லும்

கதவு திறந்திருப்பதாக அவள் உணர்ந்தாள். திடீரென்று உலகம் பிரகாசமடைந்தது; அகலமாகவும் ஆழமாகவும் இருந்த சாலை ஒன்று பளீரென்ற விளக்கால் ஒளியூட்டப்படுவதைப் பார்த்தாள். நம்ப முடியாத அளவுக்கு மென்மையான வாசனையூட்டப்பட்ட குரல்கள் தன் காதில் அன்பான வார்த்தைகளைக் கிசுகிசுப்பதைக் கேட்டாள். ‘வரீய்ங்கா, என் கண்ணே, சர்க்கரையாக இனிக்கும் பண்டங்களும், கனிந்த இரசம் நிறைந்த பழங்களும், இதயத்துக்குக் கிளர்ச்சி ஊட்டவும் உடம்புக்குக் கதகதப்பு ஏற்றவும் பற்பல அற்புதங்களும் கென்யாவில் எல்லா இடங்களிலும் இருக்கும்போது, நீ ஏன் பைத்தியக்காரத்தனமாக புத்தகங்களைக் கட்டி மாரடித்துக் கொண்டிருக்கிறாய்?’

வரீய்ங்காவுக்கு சிறகுகள் முளைத்தன. அவள் ஒருமுறை அவற்றை அணிந்து தன்னுடைய பணக்காரக் கிழவனுடன் பறந்து பார்த்தாள். நன்றாக இருந்தது. மறுபடி மறுபடி பறந்து பார்த்தவள், ஒவ்வொரு முறை பறக்கும் போதும், மெர்சிடஸ் பென்ஸின் அற்புதங்கள் வளர்வதை உணர்ந்தாள். அவளுடைய பணக்காரக் கிழவன் ஆதரவான வார்த்தைகளைப் பேசி அவளை உற்சாகப்படுத்துவான்; அவள் கவலைப்படவே தேவையில்லையாம். வரீய்ங்காவின் தொடைகளுக்காவும், மார்பகங்களுக்காகவும் அவன் தன் முதல் மனைவியை மணவிலக்கு செய்து விடுவதற்கு முழு மனதோடு சம்மதிக்கிறானாம். இப்போது வரீய்ங்கா எல்லா நேரங்களிலும் பறக்கத் தயாராக இருந்தாள்.

பள்ளியை அவள் வெறுக்கத் தொடங்கினாள். பள்ளிதான் தன் சிறகுகளைக் கத்தரித்து, இரும்புச் சங்கிலியால் பூமியுடன் தன்னை பிணைத்துவிடுகிறது, வானில் உயரே எழும்பி நிரந்தர இன்பம் நிலவும் சொர்க்கத்தில் சுதந்திரமாக மிதக்க முடியாமல் தடுத்து விடுகிறது என்று எண்ணினாள். சூரியனைக் கண்டதும் காலைப் பனி மறைவது போல படிப்பில் அவளுக்கு இருந்த ஆர்வமும், பல்கலைக்கழகத்தில் பொறியியல் பட்டப்படிப்பு படிக்க வேண்டும் என்ற அவளது கனவும் மாயமாக மறைந்து போயின. வகுப்பறையில் அவள் கணங்களையும், நிமிடங்களையும், மணிகளையும், நாட்களையும் எண்ணிக்கொண்டே இருந்தாள். ‘உண்மையான’ வாழ்வுக்குப் பறந்து செல்வதற்காக சனிக்கிழமையை எதிர்நோக்கி பொறுமையின்றிக் காத்திருந்தாள். பொய் சொல்வதில் நிபுணியாகிப்போனாள். பல சந்தர்ப்பங்களில் பெற்றோரைப் பார்க்க இல்மொராக் போவதாகச் சொல்லி சித்தியை நம்ப வைத்து ஏமாற்றுவாள்.

அந்தமாதிரி சந்தர்ப்பங்களில் பணக்காரக் கிழவன் வரீய்ங்காவை நாகுரு பேருந்து நிறுத்தத்தில் தன் காரில் ஏற்றிக்கொண்டு நெடுஞ்சாலையில் பயணித்து நைவாஷாவை நோக்கி இழுத்துச் சென்றுவிடுவான். நைவாஷாவில் அவர்கள் மோட்டார் படகில் ஏறி ஏரியில் வலம் வருவார்கள். அல்லது ஏரிக்கரை ஓரமாக மீன் பிடித்துக் கொண்டிருக்கும் மீனவர்களைப் பார்த்தபடி நடப்பார்கள். பெரிய மீன்களைப் பிடிக்க சிறிய மீன்களை மனிதர்கள் பயன்படுத்துவதையும், பெரிய மீன்கள் சிறிய மீன்களை உண்டு உயிர் வாழ்வதையும் பற்றி அவளுக்கு பணக்காரக் கிழவன் உரையாற்றுவான். ‘அவை சிறிய மீன்களை முழுதாக விழுங்கிவிடும்’ என்று சிரித்துக்கொண்டே சொல்வான் பணக்காரக் கிழவன்.

வேட்டை உரிமம் கிழவனிடம் இல்லாவிட்டாலும் மிருகங்களை வேட்டையாடுவதாகச் சொல்லிக் கொண்டு சில சமயம் ஹாட் ஸ்பிரிங்ஸ் இயற்கைப் பூங்காவிற்கு அவர்கள் செல்வார்கள். ஆனால் மிருகங்களை வேட்டையாடுவதற்குப் பதிலாக, ‘வேட்டைக்காரன் - பலிகடா’ என்ற விளையாட்டை அவர்கள் விளையாடுவார்கள். வேட்டைக்காரன் கைத் துப்பாக்கியை எடுத்துக்கொண்டு பலிகடாவானது களைத்து விழும் வரை துரத்த வேண்டும். பிறகு வேட்டைக்காரன் இரையைப் பிடித்துவைத்துக் கொண்டு வானத்தை நோக்கி சுட்டு தனது வெற்றியை அறிவிக்க வேண்டும்.

சாதாரணமாக பணக்காரக் கிழவன்தான் வலக்கையில் துப்பாக்கியை வைத்துக்கொண்டு மரங்களுக்கிடையே வரீய்ங்காவைத் துரத்துவான். சுறுசுறுப்பான இளம் பெண்ணான வரீய்ங்கா விரைவிலேயே பணக்காரக் கிழவனை களைப்படைய வைத்துவிடுவாள். பிறகு ஏதாவது ஒரு புதரில் மறைந்துகொண்டு, அவன் சோர்ந்துபோய் கோபமும் எரிச்சலுமாகக் கத்தி தன்னை அழைக்கும்வரை காத்திருப்பாள். இந்த நிலைமை வந்தவுடன் அவள் சோர்ந்து போனதாக நடிப்பாள். பணக்காரக் கிழவன் அவளைப் பிடித்துக்கொண்டு வானத்தை நோக்கி சுட்டு மகிழ்ச்சியால் பூரித்துப்போவான். பிறகு வரீய்ங்கா துப்பாக்கியை எடுத்துக்கொண்டு அவனை மரங்களினூடே துரத்திச் செல்வாள். எவ்வளவு களைப்பாக இருந்தாலும் கையில் மட்டும் ஒரு துப்பாக்கி இருந்துவிட்டால் உடல் முழுவதும் புதியதோர் சக்தி பரவுவதை உணர்ந்து அவள் எப்போதும் அதிசயித்துப் போவாள். அந்தத் தெம்பில் பாய்ந்தோடிப்போய் அவனைப் பிடித்து வெற்றியைக் குறிக்க துப்பாக்கியால் சுடுவாள்.

ஒருநாள் அவளுக்கு அந்த விளையாட்டு சலித்துப் போய்விட்டது. அவனைப் பிடிப்பதற்கு முன்பே துப்பாக்கியால் சுட்டு விட்டாள். எப்படி நடந்ததென்றே அவளுக்குத் தெரியவில்லை - சுடுவதற்காக கையை உயர்த்தியபோது மரக்கிளை ஒன்று துப்பாக்கியைத் தட்டி இருக்கக் கூடும் - எப்படியிருந்தாலும் ஒரு அங்குல இடைவெளியில் குண்டுக்கு இரையாகாமல் தப்பித்தான் கிழவன். கர்ப்பமாக இருந்த காட்டுமானை குண்டு தாக்கி, அப்போதே அது இறந்தது.

பணக்காரக் கிழவனுக்கு உதறல் எடுத்து வியர்த்துக் கொட்டிவிட்டது. வரீய்ங்கா அழுதாள். அதுவரை அவள் எதையும் கொன்றவளில்லை. வேட்டைக்காரன் - பலிகடா விளையாட்டை நிறுத்திவிட வேண்டும் என்றாள். அவனோ தன்னிடம் இல்லாத தைரியத்தை இருப்பதாகக் காட்டுவதற்காக சிரித்துக்கொண்டே இது ஒரு முடிவில்லாத விளையாட்டு என்றான். ஆனால் இனிமேல் அவளை நம்பி துப்பாக்கியைக் கொடுக்க முடியாது என்பதால், அவனை அவள் வேட்டையாடக் கூடாது. எப்போதும் அவன்தான் வேட்டையாடுவான்.

‘ஆனால் நீங்கள் தவறுதலாக என்னைச் சுட்டு விட்டால்?’ என்று வரீய்ங்கா கேட்டாள்.

‘இல்லை. நான் உன்னைப்போலில்லை. உன்னைத் தவற விட மாட்டேன்’, என்று வேடிக்கை போலச் சொன்னான் பணக்காரக் கிழவன்.

இருவரும் சிரித்தார்கள். பணக்காரக் கிழவன் அந்த விளையாட்டுக்கு அடிமையாகி, அதிலேயே மூழ்கிப் போயிருந்தான்.

ஏரிக்கரை ஓரத்தில் இருந்த ஓட்டல்களில் ஏதாவதொன்றில் தங்களுக்கு எப்போதும் ஒரு அறை இருக்கும்படி பார்த்துக் கொள்வான் பணக்காரக் கிழவன். மாலையில் சாப்பிட்டு, குடித்து முடித்தபின், தங்கள் அறைக்கு வந்து ஒரு இன்பமான இரவைக் கழிப்பார்கள். மறுநாள் காலை அவன் தன் காரில் வரீய்ங்காவை இல்மொராகிற்கு அழைத்துச் செல்வான். பேருந்து நிறுத்தத்தின் அருகில் இறங்கியதும் வரீய்ங்கா வீட்டை நோக்கி ஓடுவாள். அவசரமாக பெற்றோரைப் பார்த்துவிட்டு மறுபடியும் தன் ஆசைக்குரிய பணக்காரக் கிழவன் காத்திருக்கும் இடத்துக்கு ஓடி வருவாள். இருவரும் மறுபடியும் வேறொரு ஓட்டல் அறைக்குப் போய் தங்கள் இன்ப வாழ்வைத் தொடங்குவார்கள்.

புலன் இன்பத்திற்கு அதற்கே உரிய ஒரு வாயும் வயிறும் - அத்துடன் ஒரு விஷக் கொடுக்கும் உண்டு என்று சொல்லியிருக்கிறார்கள். ஒருநாள் காலையில் பள்ளி செல்லும் வழியில் ஆப்பிரிக்க கன்யாஸ்திரீகளின் வீட்டை அடையும் முன் வரீய்ங்காவிற்கு தலை சுற்றுவது போலிருந்தது. உட்கார்ந்து வாந்தி எடுக்க ஆரம்பித்தாள். தலை சுற்றுவது நின்றதும், வயிற்றுக் கோளாறு போலும் என்று நினைத்துக் கொண்டு, எழுந்து பள்ளியை நோக்கி நடந்தாள். ஆனால் நாள் செல்லச் செல்ல, உடல்நலக் குறைவும், மயக்கமும் அதிகரிக்க அதிகரிக்க, அடிக்கடி இதே கோளாறு ஏற்பட்டது. ஒரு மாதம் கழிந்தது. அவளுக்கு மாதாந்திர ரத்தப் போக்கு ஏற்படவில்லை. இன்னொரு மாதம் சென்றது, இரண்டாவது முறையும் தவறியது.

வரீய்ங்காவை திகில் பற்றிக் கொண்டது. எத்தனையோ பெண்கள் கர்ப்பிணியானதைக் கேட்டிருக்கிறாள். ஆனால் தனக்கே அப்படி நேரும் என்று அவள் கனவுகூட கண்டதில்லை. இப்போது அவளுக்கு சந்தேகமேயில்லை. தனக்கு நேரவே நேராது என்று நினைத்த ஒன்று இப்போது நேர்ந்திருக்கிறது.

நடந்து முடிந்ததை மாற்றி அமைக்க முடியாது என்று தனக்குத்தானே சொல்லிக் கொண்டாள் வரீய்ங்கா. எப்படியானாலும், அவள் நின்றிக்கும் பூமி திடமானது, வலிமையானது. அவளுடைய பணக்காரப் பெரியவர் முறைப்படி அவளை மணந்து கொள்வதாக வாக்களித்திருக்கிறார். முதல் மனைவியை மணவிலக்கு செய்துவிட்டு, புதிய இளம் மனைவியை முறைப்படி தேவாலயத்தில் வைத்து திருமணம் செய்து கொள்வார். எனவே அவளுடைய இப்போதைய நிலைமையைப் பற்றிய செய்தியைக் கேட்டாலும் ஆச்சரியப்பட்டுவிட மாட்டார் என்று அவள் உறுதியாக நம்பினாள். எப்படியானாலும், கல்யாணத்திற்கு முன் கர்ப்பிணியாவதுதான் இப்போது நாகரிகமாகிவிட்டதே. தன்னைச் சுற்றிலும் கவனித்தபோது, பல பெண்கள் பீடத்தின் முன்பு கல்யாண மோதிரங்களை மாற்றிக் கொண்டபோது, எட்டு மாதம், ஏன் ஒன்பது மாதம் கர்ப்பமாகக் கூட இருந்தார்கள். நாளைக்கு குழந்தை பிறக்கும் என்ற நிலையில் இன்று கல்யாணம் முடித்தவர்களும் உண்டு. தேவாலயத்திலேயே குழந்தையைப் பெற்றெடுத்த ஒரு மணப் பெண்ணைப் பற்றிக்கூட வரீய்ங்கா கேள்விப்பட்டிருந்தாள். இன்னொருத்தி, மாப்பிள்ளையும் பாதிரியாரும் தேவாலயத்தில் வீணில் காத்திருக்க, தேவாலயம் செல்லும் வழியிலேயே பிள்ளை பெற்றாளாம். இல்லை, வரீய்ங்கா

தனக்காகப் பயப்படவில்லை. காதலன் மீதுள்ள அசைக்க முடியாத நம்பிக்கை எல்லா பயங்களையும் போக்கிவிடுகிறது.

ஒரு சனிக்கிழமை மாலையில், ஒரு நைவாஷா ஓட்டலில் அவனிடம் வரீய்ங்கா எல்லாவற்றையும் சொன்னாள். உட்காரும் இடத்தில் தேள்கடி பட்டவன் போல ஒரு நிமிடம் அதிர்ந்துபோன பணக்காரக் கிழவன் உடனேயே சுதாரித்துக் கொண்டான். அந்த இரவில் அதற்கு மேல் எதையும் அவன் வாயைத் திறந்து கேட்டுக் கொள்ளவுமில்லை, எதைக்குறித்தும் புலம்பவுமில்லை, எவ்விதமான குறையையும் கூறவில்லை. குறைப்பட்டுக் கொள்ள எதுவும் இல்லை என்றே வரீய்ங்கா நினைத்தாள். அன்றிரவு வரீய்ங்கா ஒரு கனவு கண்டாள். அதில், நாளை பள்ளி சென்றாக வேண்டும் என்று கட்டாயம் ஏதுமில்லாதபடி, பள்ளிகள், ஆசிரியர்கள், தேர்வுகள் என்னும் அடிமைச் சங்கிலிகளிலிருந்து அவள் நிரந்தரமாக விடுபட்டு விட்டதாகத் தோன்றியது. இனி என்றென்றும் தான் இன்பக் கடலில் நீந்துவதுபோலவும், தடையற்ற இன்ப வாழ்வை அனுபவித்தபடி புதிய கென்யாவின் ஆழமில்லாத பாதுகாப்பான நீர் நிலைகளில் தான் களித்துத் திளைப்பது போலவும் தோன்றியது.

மறுநாள் காலையில்தான் வரீய்ங்காவுடைய பணக்காரக் கிழவன் அவள் என்றென்றும் மறக்க முடியாத பாடத்தை அவளுக்குப் புகட்டினான். மற்ற பெண்களைப் போல அவளும் ஏன் எச்சரிக்கையாக இருந்திருக்கக் கூடாது என்று கேட்டான். கர்ப்பத்தடை மாத்திரைகளை சாப்பிடுவதையும், உள்ளே ஒரு சுருளை பொருத்திக் கொள்வதையும் ஊசி போட்டுக் கொள்வதையும் செய்ய விடாமல் அவளைத் தடுத்தது எது என்று கேட்டான். கருவுற்றிருப்பதைத் தெரிந்து கொண்டவுடனேயே ஏன் அவள் தன்னிடம் நிலைமையைச் சொல்லவில்லை? அதற்கு காரணம் யார் என்று அவளுக்கே நிச்சயமாகத் தெரியாததால்தான் முன்பே அவள் அதுபற்றி சொல்லாமல் இருந்திருக்கிறாள்!

'உன்னுடன் வந்தது நான் மட்டும்தான் என்றால், இவ்வளவு விரைவில் நீ எப்படி கருவுற்றிருக்க முடியும்? உன்னை இந்த இக்கட்டுக்கு ஆளாக்கிய இளைஞனைத் தேடிப்பார். அவனிடம் போய் உன்னைக் கல்யாணம் செய்து கொள்ளச் சொல், அல்லது காட்டுக்கோ அல்லது வேறெங்கோ கூட்டிப்போய் கருச்சிதைவு செய்யச் சொல். ஒரு மாசற்ற பள்ளி மாணவியோடு, பெரிய பிரச்சனை எதுவுமில்லாத ஒரு கன்னிப் பெண்ணுடன், என்னுடைய வயதான உடம்புக்கு வலி நீக்கும்

தைலம் போல் இருப்பதற்காக நான் கல்யாணம் செய்துகொள்ள விரும்பியிருக்கக் கூடிய ஒரு பெண்ணுடன்தான் நான் பழகிக் கொண்டிருந்ததாகவே இவ்வளவு காலமும் நான் நினைத்து வந்தேன். ஆனால் நான் தேர்ந்தெடுத்த கரீந்தியோ ஒரு எளிதில் இணங்கும் பெண், அப்படித்தானே?'

வரீய்ங்காவுக்கு அழுவதா கத்துவதா எதிர்ப்பதா என்றே தெரியவில்லை. கமீரி என்ற புகழ்பெற்ற மந்திரவாதியிடமிருந்து வாங்கி வந்த வீரியமிக்க மருந்தை சாப்பிட்டதால் நிரந்தர மௌனத்தில் ஆழ்ந்து விட்டவளைப் போல, அதிர்ச்சியால் ஊமையாகி விட்டவளைப் போல வாயடைத்துப் போயிருந்தாள். திடீரென்று மொத்த உலகமும் தான் வாழத் தகுதியற்றதாகி விட்டதாக உணர்ந்தாள்.

அவள் கண்டிருந்த பிரகாசமான வெளிச்சம் காணாமல் போய்விட்டது. முன்பு பரந்து விரிந்ததாகவும் மிக அழகாகவும் தோன்றிய சாலை, இப்போது குறுகலாகவும் முட்கள் நிறைந்ததாகவும் மாறியிருக்கிறது. சொர்க்கத்துக்கு இட்டுச் செல்வதாக அவள் நம்பிய பாதை, இப்போது பூமி மீதுள்ள நரகத்துக்கே இட்டுச் சென்றது. அப்படியானால் இன்பக் கடல் என்று தான் நம்பியதெல்லாம் உண்மையில் நெருப்புக் கடலாகத்தான் இருந்து வந்ததா? பூக்கள் தூவிய கம்பளமென்று தான் நடந்து வந்தது உண்மையில் முட்கள் பதித்த கம்பளம்தானா? அப்படியானால் தன் சிறகுகள் எனத் தான் கருதியதெல்லாம் உண்மையில் இரும்புச் சங்கிலிகள்தானா?

இறுதியில் நாகுருவுக்கு அவர்கள் வந்து சேர்ந்தது எப்படியென்றே அவளுக்குத் தெரியவில்லை. தனது இளமையின், நேர்மையின், கன்னிமையின் கல்லறையான மெர்சிடஸ் பென்ஸிலிருந்து கீழே இறங்கியதுகூட அவளுக்கு நினைவில்லை. பணக்காரக் கிழவன் காரின் எஞ்ஜினைக் கிளப்பி அந்த நான்கு சக்கரக் கல்லறையை அவனது கோரிகா எஸ்டேட்டுகளை நோக்கித் திருப்பியதைக்கூட அவள் பார்க்கவில்லை.

தனது எதிர்காலம் மறைவதைச் சூனியத்தை வெறித்த கண்களால் பார்த்தாள் வரீய்ங்கா. முற்றிலுமாக தனிமைப்பட்டு விட்டாள். இதயத்தின் குதிகால்களில், பாதங்களில், விரல்களில் எங்கும் முட்கள் குத்திக் கிழித்தன; அவளே தேர்ந்தெடுத்த நரகத்துக்கு அவை அவளைக் கொண்டுபோய்ச் சேர்த்தன.

ஆனால் உண்மை எது? நரகத்தைத் தேர்ந்தெடுத்தது நான் தானா? அல்லது என்மேல் அது திணிக்கப்பட்டதா என்று வரீய்ங்கா தன்னைத் தானே கேட்டுக் கொண்டாள். நாகுரு ரயில் நிலையத்தையும், எல்டோரரே, அமிகோஸ் பார், கென்யாட்டா அவென்யூ, கடைகள் - எல்லாவற்றையும் பார்த்துக் கொண்டே பேருந்து நிலையத்தில் நின்றிருந்த அவளுக்கு, இனி எங்கே போவதென்றே தெரியவில்லை. பேருந்து நிலையத்தை மெதுவாகக் கடந்து நாகுரு நகராட்சி சந்தையைத் தாண்டி ஜோரோ ஓட்டலுக்குள் நுழைந்து ஒரு மூலையில் இருந்த சிறு மேஜையின் முன் உட்கார்ந்து கொண்டாள். தேநீர் கொண்டுவரச் சொல்லிவிட்டு, காத்திருக்கும் நேரத்தில் தன்னைத் தானே ஒருவாறு சமாளித்துக் கொள்ள முயன்றாள். அடக் கடவுளே, இப்போது எங்கே போவது? திரும்பத் திரும்ப இதையே தனக்குள் கேட்டுக் கொண்டிருந்தாள்.

சித்தியையோ, சித்தப்பாவையோ அவர்கள் பிள்ளைகளையோ, ஆசிரியர்களையோ அல்லது தன் பள்ளி நண்பர்களையோ உதவி கேட்க முடியாது என்பது அவளுக்குத் தெரிந்துதான் இருந்தது.

‘வரீய்ங்கா, உனக்கு உதவத்தான் நான் வந்திருக்கிறேன்’ என்று சொல்லிக் கொண்டு திடீரென்று காட்சியளிக்கக் கூடிய வகையில் உறவினர்கள் நண்பர்கள் யாரும் அவளுக்கு இல்லை.

தேநீரை அவள் குடிக்கவில்லை. அதை அப்படியே மேஜை மேல் விட்டுவிட்டு பணத்தைச் செலுத்திவிட்டு வெளியேறினாள்.

செக்சன் 58இல் தன் வீட்டை அடைந்ததும் நேராக படுக்கைக்குப் போனாள். ஜெபங்களைச் சொல்ல முயன்றாள். ஆனால் முடியவில்லை. அழ முயன்றாள், ஆனால் கண்ணீர் வரவில்லை.

கவலை நிறைந்த அந்த நாட்களில், வரீய்ங்காவிற்கு ஆறுதல் சொல்லவோ, ‘அமைதியாக இரு குழந்தாய், உன் இப்போதைய பிரச்சனைகளிலிருந்து வெளியேறும் வழியை நான் உனக்குச் சொல்கிறேன், கேட்பாயாக’ என்று சொல்லவோ யாருமில்லை. மாறாக, துக்கமோ சுயபச்சாதாபமோ வெளிப்பட்டு விடக்கூடாது என்ற முனைப்பில், அளவுக்கதிகமாக வீட்டு வேலை செய்ததில் அவளுடைய துயரம் மேலும் தாங்க முடியாததாகத்தான் ஆகியது. இரவில் தனிமையில் படுத்திருக்கும்போது சுதந்திரமாக கண்ணீரைப் பெருக விட சந்தர்ப்பம் கிடைத்தபோதுதான் பலமுறை தன்னையே கேட்டுக் கொண்டாள்; ஐயோ, இந்தக் கர்ப்பச் சுமையை நீக்குவதற்கு

நான் என்ன செய்ய முடியும்?' தனது பல கேள்விகளுக்கும் பதில் சொல்லக் கூடிய ஒருவரையும் வரீய்ங்கா காணவில்லை.

பள்ளியில் மற்ற மாணவிகளின் அறிவுரையைக் கேட்க முயன்றாள். ஆனால் நேரடியாக அல்லாமல் பிரச்சனையை சுமந்து கொண்டிருப்பது தானல்ல என்பதுபோல, பட்டும் படாமலும் அணுகினாள். ஆனால், தேநீர், கொய்னா, ஆஸ்பிரின் இன்னும் பல மருந்துகள் கலந்த கலவையைக் குடித்த பெண் ஒருத்தி பைத்தியமாகிப்போன கதையை எல்லாம் கேட்டபிறகு - ரத்தம் உறைந்துவிட்டது போல், இதயம் முன்பை விட கனத்துப் போய்விட்டது போல் ஆகிவிட்டது.

சுமையைக் குறைக்கக் கூடிய உறவோ, நட்போ வரீய்ங்காவிற்கு இல்லை.

எனவே, வரீய்ங்கா தன்னந் தனியாகப் போராடினாள். சாத்தியமான ஒவ்வொரு தீர்வையும் தன் மனதுக்குள்ளேயே அலசி ஆராய்ந்து பார்த்தாள். கணக்கற்ற மாற்று வழிகளையும் தனக்குள் ஒப்பிட்டுப் பார்த்தாள். மறுபடியும் பள்ளியிலோ நாகுருவிலோ கென்யாவிலோ தன்னை யாரும் காண முடியாதபடிக்கு இந்த பூமியிலிருந்தே தான் மறைந்து போவதற்கான வழியைக் கண்டுபிடிக்க முயன்று கொண்டிருந்தாள்.

சட்டத்துக்குப் புறம்பான கருச்சிதைவுகள் செய்வதில் நாகுரு முழுவதிலும் பெயர்போன டாக்டர் பட்டேல் என்பவரைப் போய்ப் பார்ப்பதென ஒருநாள் அவள் முடிவெடுத்தாள்.

அது ஒரு சனிக்கிழமை காலை. பணக்காரக் கிழவன் அவ்வப்போது அன்பளிப்பாகத் தந்த பணத்திலிருந்து மிச்சம் பிடித்து சேர்த்து வைத்திருந்த சிறிதளவு பணத்தை எடுத்துக் கொண்டாள். பள்ளி ஆசிரியர் ஒருவரிடமிருந்து புத்தகம் இரவல் வாங்கப் போவதாகச் சித்தியிடம் பொய் சொல்லிவிட்டுக் கிளம்பினாள்.

தன் ரகசியமே தனக்குத் துணையாக தனியாகத் தெருவில் இறங்கினாள். வைக்கோல் கூரை வேய்ந்த குடிசைப் பகுதியைத் தாண்டி லாதீஸ் சாலையை அடைந்து, காலா நிழல் சாலையைக் கடந்து நாகுரு டே செகண்டரிக்கு செல்வதற்குப் பதிலாக, நகரத்தின் மையத்தை நோக்கித் திரும்பினாள். பள்ளி செல்லும் காலத்தில், அவள் இதயத்துக்கு நிறைவளித்த வழக்கமான கனவுகளுக்குப் பதிலாக இப்போது கசப்புணர்ச்சிதான் மேலோங்கி நின்றது; இளம் கன்னிப் பெண்ணின் கனவுகள் வேகமாக மலரவும் முடியும், பிறகு அதேவேகத்தில் வாடி

உதிரவும் முடியும் - வறட்சிக் காலத்தில் மலர்கள் வாடி உதிர்ந்து தரையில் வீழ்வதுபோல.

கென்யாட்டா நிழல் சாலையில் அஞ்சல் நிலையத்தையும் ஸ்டாக்ஸ் ஹெட்டையும் நோக்கி நடந்தாள். கென்ய வணிக வங்கியின் முன் நின்று வரீய்ங்கா தன்னைச் சுற்றிலும் பார்த்துக் கொண்டாள். பிறகு இடப்புறம் திரும்பி மனிதர்களையும் கட்டடங்களையும் தாண்டி, ஒருமுறை கூட திரும்பிப் பார்க்காமல் வேகமாகச் சென்றாள். மவுண்ட் கென்யா புத்தகக் கடையைக் கண்டதும், உள்ளே நுழைந்து புத்தகங்களைத் தேடுவது போல பாவனை செய்துவிட்டு மறுபடி வெளியில் வந்தாள். புத்தகக் கடைக்கு வெளியே ஒரு நிமிடம் தாமதித்து தனக்குத் தெரிந்தவர்கள் யாரும் டாக்டர் பட்டேலின் மருத்துவ நிலையத்திற்குள் தான் நுழைவதைப் பார்க்கிறார்களா என்று கவனித்தாள். நாகுரு முழுவதும் தனது நோக்கத்தை ஊகித்து அறிந்து விட்டதாகத் தோன்றியது அவளுக்கு. ஆந்தையின் அலறலைப் போன்ற ஓசையுடன் கிடந்து அடித்துக் கொண்டது மனது.

தீர்மானமான முடிவுடன் மருத்துவ நிலையத்தை நோக்கி நகர்ந்தாள் வரீய்ங்கா. ஆனால் வாசலில் கால் வைக்கும் சமயத்தில் சாலையைப் பார்த்தபோது, அருகிலிருந்த ஒரு தையல் பள்ளியிலிருந்து செக்சன் 58இல் அண்டையில் குடியிருக்கும் பெண்ணொருத்தி வருவது தெரிந்தது. திருடும்போது கையும் களவுமாகப் பிடிபட்டு விட்டது போல, உடல் முழுவதும் அவமானத்தில் பற்றி எரிவது போல உணர்ந்தாள் வரீய்ங்கா. ஓடியே போய்விட்டாள்.

இன்னொரு சனிக்கிழமை மாலை நாலு மணி சுமாருக்கு வரீய்ங்கா தன்னுடன் பஹாரிணி ஆரம்பப் பள்ளியிலும், நாகுரு டே பள்ளியிலும் படித்த ஒரு பெண்ணின் உதவியைக் கேட்பதென்று முடிவு செய்தாள். இரண்டாம் ஃபாரத்தோடு பள்ளியை விட்டுச் சென்றபின், நாகுரு பொது மருத்துவமனையில் தாதியாகப் பயிற்சி பெறப் போய்விட்டவள் அவள்.

இணைப்புக் கட்டடத்தை அடைந்த வரீய்ங்காவின் நல்லகாலம், அந்தப் பெண் அவளுடைய அறையிலேயே தனியாக இருந்தாள். பள்ளிகள், பள்ளி ஆசிரியர்கள், மாணவர்கள், தேர்வுகள் - இப்படி எதை எதையோ பேசும்போது, தன்னுடைய பிரச்சனைகளைக் கொட்டுவதற்கான சந்தர்ப்பத்தைத்தான் வரீய்ங்கா எதிர்பார்த்திருந்தாள். ஆனால் மனதில் இருப்பதை சொல்ல நினைத்தபோது, உருண்டையாக ஏதோ ஒன்று தொண்டையை அடைத்து மனதில் இருப்பதை

வெளிப்படுத்த முடியாமல் போய்விட்டது. அதற்குப் பதிலாக அந்தப் பெண்ணிடம் மருத்துவப் பள்ளியைப் பற்றிக் கேட்டு, தானும் அந்த மருத்துவமனையில் தாதியாக பயிற்சி எடுப்பதைப் பற்றி யோசிப்பதாகச் சொன்னாள். சற்று நேரம் பேசிக் கொண்டிருந்துவிட்டு அந்தப் பெண்ணும் வரீய்ங்காவும் நாகுரு நைரோபி சாலையில் ஸ்டேட் ஹவுஸை நோக்கி நடந்தார்கள்.

அந்தப் பெண் மருத்துவமனையை நோக்கித் திரும்பியவுடனேயே தன் கால்கள் பின்னுவதாக உணர்ந்தாள் வரீய்ங்கா. சத்தம் போட்டு அவளைக் கூப்பிட்டு, என்னைத் தனியாக நடுத்தெருவில் விட்டுவிட்டுப் போய்விடாதே என்று கத்தவேண்டும் போலிருந்தது வரீய்ங்காவிற்கு.

மூக்கு முட்ட குடித்துவிட்டோ, கஞ்சா அடித்துவிட்டோ நடப்பவள் போல நைரோபியை நோக்கி நடந்து கொண்டிருந்தாள் வரீய்ங்கா. புலன்கள் முற்றிலுமாக அவள் வசத்தில் இல்லை. நைரோபிக்கோ நாகுருவுக்கோ செல்லும் கார்களைப் பற்றிய உணர்வே அவளுக்கு இல்லை. இருள் கவிந்து, தெரு விளக்குகள் எரிவதைக்கூட அவள் கவனிக்கவில்லை. எங்கே போகிறோம் என்பதே தெரியாமல் அவள் பாட்டுக்கு நடந்து கொண்டேயிருந்தாள். ஒரு சமயம் ஒரு மரத்தில் தலையை மோதிக் கொள்ளப் பார்த்தாள்.

நேரவிருந்த விபத்துதான், பஹாதி திருப்பத்தை தான் அடைந்திருக்கிறோம் என்பதை அவளுக்கு உணர்த்தியது. பஹாதி சாலையில் செல்லக் கருதியவள், பிறகு நாகுரு உயர்நிலைப் பள்ளியின் வேலியைச் சுற்றிக்கொண்டு நடந்தாள். மெனெங்காய் கிரேட்டர் (பள்ளம்) நோக்கி நடந்து அந்த அதல பாதாளத்தில் குதித்து விடுவது என்று முடிவு செய்தாள். ஒரு சமயம் ஒரு இந்தியன் வண்டி ஓட்டிச் சென்று அந்தப் பள்ளத்துக்குள் விழுந்து செத்துப் போனான் என்று கேள்விப்பட்டிருந்தாள்.

சிறுமியாக இருந்தபோது, இந்தப் பள்ளத்தில் ஆவிகள் உலவுவதாகவும், அவை விடியற்காலையில் காட்டையும், புதர்களையும் சவரக் கத்திபோல் மழித்து விடும் என்றும், சுற்றிலுமிருக்கும் புல்லையும் மரங்களையும் ஆண்டுக்கொரு முறை கொளுத்தி விடும் என்றும் கேள்விப்பட்டிருந்தாள். மரங்களை மழித்து விட்டு, புல் தரைகளிலும் மரக்கிளைகளிலும் விளையாடிக் கொண்டிருந்த ஆவிகளை அந்த இந்தியன் பார்த்து விட்டதால்தான் அவை அவனை பள்ளத்தினுள் இழுத்து விட்டன என்று கதை சொல்லப்பட்டு வந்தது.

யாராவது ஒருவர் - அது ஒரு ஆவியே ஆனாலும் பரவாயில்லை - தன்னை நாகுருவிலிருந்தும் இந்தப் பூமியிலிருந்தும் கொண்டு போய் விட மாட்டார்களா என்று வரீய்ங்கா ஏங்கினாள்.

பிறகுதான் நாகுரு உயர்நிலைப் பள்ளியில் ஒரு நீச்சல் குளம் இருப்பது வரீய்ங்காவின் நினைவிற்கு வந்தது. தன்னந் தனியாக பள்ளத்தை நோக்கி இரவில் அவ்வளவு தொலைவு செல்வதற்குப் பதிலாக, குளத்தில் தன் துன்பங்களை முடித்துக் கொண்டு விடலாம் என்று முடிவு செய்தாள். பள்ளி வளாகத்தினுள் நுழைந்து கட்டடங்களைச் சுற்றிக் கொண்டு சென்ற பாதையில் நடந்தாள். மாணவர்கள் மின்சார விளக்கடியில் புத்தகங்களைப் படிப்பதை ஜன்னல்களின் வழியாகப் பார்த்தபோது தன் உடலும் மனமும் வலியால் எரிவதை உணர்ந்தாள். மாணவர்களையோ ஆசிரியர்களையோ பார்த்துவிடக் கூடாதே என்று வேண்டிக் கொண்டே வேகமாக நடந்தாள்.

காலனிய காலத்தில் நாகுரு உயர்நிலைப் பள்ளி ஐரோப்பியக் குழந்தைகளுக்கு மட்டுமே இடமளித்தது. ஆனால் சுதந்திரத்திற்குப் பின் அது உயர்தர தேசியப் பள்ளியாக மாறிவிட்டது. ஐரோப்பியர்களும் கறுப்பர்களும் சேர்ந்து தங்கிப் படிக்கும் பள்ளியாகி விட்டது. மாலைப் பொழுதில் எல்லா மாணவர்களும் பயிற்சி வகுப்பிற்குச் செல்ல வேண்டும். அவர்கள்தான், வரீய்ங்கா ஜன்னல் வழியாகப் பார்க்கும்போது புத்தகத்தில் தலை கவிழ்த்தபடி தென்பட்ட மாணவர்கள். மாணவர்களின் தங்குமிடத்திற்குச் செல்லும் பாதையை விட்டு நீங்கி நீச்சல் குளம் நோக்கிச் செல்லும் பாதையில் நடந்தாள் வரீய்ங்கா. வளாகத்தினுள் வேறொருவரையும் அவள் பார்க்கவில்லை. தன் கோரிக்கைக்கு கடவுள் செவி சாய்த்துவிட்டதாகவே நினைத்துக் கொண்டாள்.

வளாகத்தின் அந்தக் கோடியில் உள்ள வகுப்பறைகளைக் கடந்து நீச்சல் குளத்துக்குச் செல்லும் பாதையில் திரும்பினாள். பக்கத்து வகுப்பறைகளின் வெளிச்சம் அவ்வளவு தூரத்திற்கு வராத காரணத்தால், அந்த இடம் கும்மிருட்டாக இருந்தது. நீச்சல் குளத்தின் அருகில் நெருங்கியபோது திடீரென்று எங்கிருந்தோ ஒரு மனிதனின் குரல் கேட்டது, ‘வகுப்புக்குப் போகாமல் இங்கே என்ன செய்கிறாய்?’

சுற்றுமுற்றும் பார்த்த வரீய்ங்கா, மெனெங்காய் பள்ளத்து ஆவிகள்தான் தன்னைத் தேடி மலையிலிருந்து இறங்கி வந்துவிட்டனவோ என்று நினைத்தாள். அப்படியானால், ஆவிகள் இருப்பது உண்மைதானா? பிறகுதான் அந்தக் குரல் பள்ளிக் காவல்காரருடையது என்று தெரிந்தது.

அவருடைய உருவத்தில் பாதியை ஒரு சிறிய புதர் மறைத்திருந்தது. வரீய்ங்காவை மாணவி என்று நினைத்துவிட்டார் போலும். வரீய்ங்கா பொய் சொன்னாள்.

'இந்தப் பள்ளிக்கு நான் விருந்தாளியாக வந்திருக்கிறேன். திரு. கமவ் என் சகோதரர். இந்த வாரம் அவருடன் தங்கப் போகிறேன். பொழுது போவதற்காக நடக்கிறேன்.'

'அப்படியா? சரி சரி' என்று சொல்லிவிட்டு காவல்காரர் நீச்சல் குளத்தை நோக்கி நடந்தார்.

தன் கதையை அந்தக் காவல்காரர் நம்பவில்லையோ என்று வரீய்ங்கா சந்தேகப்பட்டாள். ஒரு சில கணங்கள் அங்கு நின்றுவிட்டு பின் திரும்பி நடந்து முதன்மை வாயிலை அடைந்து நைரோபி செல்லும் சாலையில் நடக்கத் தொடங்கினாள்.

கடைசிவரை முட்கள் நிறைந்த நிழல் சாலைகளில் நடந்து கொண்டே இருப்பதுதான் தனக்கு விதிக்கப்பட்டுள்ளதோ? என்றென்றும் நெஞ்சில் பெரும் பாரத்தை சுமக்க வேண்டும் என்பதுதான் என் தலையெழுத்தோ? செக்சன் 58ஐ நோக்கி நடக்கும்போது இதுபோன்ற பல கேள்விகளை தனக்குத்தானே கேட்டுக் கொண்டாள் வரீய்ங்கா. ஆக தற்கொலை செய்து கொள்வதுகூட கடினமானதுதானா? வாழ்க்கை தாங்க முடியாத சுமையாகத் தோன்றும்போது கூட வாழ்க்கையை முடித்துக் கொள்ள முடியாத மனிதன் இந்த உலகத்தில் எதைத்தான் தன்னுடையதென்று சொல்லிக்கொள்ள முடியும்? மட்டக்கடப்பை வரீய்ங்கா அடையும்போது இந்தக் கேள்விகளையே திரும்பத் திரும்ப தனக்குள் கேட்டுக் கொண்டிருந்தாள்.

ரயிலினால் உடல் முழுவதும் சிதைக்கப்பட்டுக் கிடந்த மனித உடலைத் தானும் தன் சகோதரர்களும் முன்பொரு நாள் பார்த்த ஞாபகம் அப்போது வரீய்ங்காவிற்கு நினைவுக்கு வந்தது. அந்த மனிதன் அடையாளம் தெரியாதபடி சிதைக்கப்பட்டுக் கிடந்ததை நினைவுபடுத்திக் கொண்டாள். அவனது பெயர் என்றென்றைக்குமாக மறைந்துபோய், அவன் பிறக்கவேயில்லை என்னுமளவுக்கு ஆகியிருந்ததை நினைவுபடுத்திக் கொண்டாள். தான் யாரென்பதை ஒருவராலும் கண்டுபிடிக்க முடியாது என்பதை உறுதி செய்துவிடக் கூடிய அதுபோன்றதொரு சாவுதான் தனக்குப் பொருத்தமானது என்று வரீய்ங்காவிற்குத் தோன்றியது. என்ன வந்தாலும் மறுநாள் தன் உடம்பை ரயிலுக்கு பலி கொடுத்துவிட வேண்டியதுதான் என்று முடிவு செய்தாள்.

இதே மட்டக்கடப்பில் காத்திருந்து, ரயிலின் இரும்புச் சக்கரங்களுக்கு முன் பாய்ந்து, தான் பிறக்கவேயில்லை - இந்த உலகுக்கு வரவேயில்லை என்னும் படியாக உலகத்திலிருந்து முற்றிலுமாக துடைத்தழிக்கப்பட்டு விடுவாள். முதன் முறையாக வரீய்ங்காவால் பிரார்த்தனை செய்ய முடிந்தது. முழு மனதுடன் கன்னி மேரியிடம் மன்றாடினாள்: ‘கன்னி மரியே! இப்போதாவது என் பிரார்த்தனையைக் கேளும். ஏசுவின் காயங்களோடு என் ஆன்மாவையும் சேர்த்துக் கொள்ளும், ஆமென்.’

கோரிகாவைச் சேர்ந்த பணக்காரக் கிழவனிடமிருந்து தொழுநோயைப் பெற்றுக் கொண்ட* காலத்துக்குப் பின்பு, முதன் முறையாக இப்போதுதான் ஒரு வகை அமைதி தன்னிடம் திரும்புவதை வரீய்ங்கா உணர்ந்தாள். சாதாரணமாக மகிழ்ச்சியாக இருக்கும் சமயங்களில் பாடும் துதிப் பாடலை தனக்குள் முணுமுணுக்கக் கூட முடிந்தது அவளால். இப்போது அதையே சோகமாகப் பாடினாள்:

நீர் உயிர்த்தெழும் காலத்தில்
என் இதயத்தில் சமாதானம் நிலவட்டும்.
உம் உயிர்ப்பின் பேரால்
என் இதயத்தில் சமாதானம் நிலவட்டும்.

உண்மையில் அப்போது அவள் தன் உடலின், உயிரின் மீட்பைப் பற்றிக் கவலைப்பட்டுக் கொண்டிருக்கவில்லை. அப்போது அவளுக்கு வேண்டியதெல்லாம் தன் பெயர் உலகத்திலிருந்தே துடைத்தழிக்கப் பட்டுவிட வேண்டும் என்பதுதான்; தான் இவ்வுலகில் பிறக்கவேயில்லை என்னும்படியாக அடியோடு மறைந்துபோய் விடவேண்டும் என்பதுதான்; அவள் வேண்டியதெல்லாம், மரண தேவதை தன்னைத் தேடிவந்து சொர்க்கத்திலும் பூமியிலும் உள்ள கணக்குப் புத்தகத்திலிருந்து தன் பெயரை நீக்கிவிட வேண்டும் என்பதுதான்.

பசியாய் இருப்பவர்க்கு உணவளிப்பவரே,
களைப்படைந்தோரை இளைப்பாற்றுபவரே,
தாகமாயிருப்போரின் தாகத்தைத் தணிப்பவரே,
மரண ஆற்றைக் கடந்து என்னை எடுத்துச் செல்வீராக.

மறுநாள் ஞாயிற்றுக்கிழமை காலை வழிபாட்டுக்குப் போகலாமா என்று சித்தி கேட்டபோது அவளுடன் செல்ல வரீய்ங்கா

★ தான் கர்ப்பமாக்கப்பட்டதை இப்படிக் குறிப்பிடுகிறாள் - மொர்

மறுத்துவிட்டாள். சித்தியும் அவள் பிள்ளைகளும் புனித ரோஸரி தேவாலயத்திற்குச் சென்றார்கள். வீட்டில் சமையல் செய்வதாகச் சொல்லி வரீய்ங்கா தங்கிவிட்டாள். ஆனால் அவள் எதையும் சமைக்கவில்லை. குளித்துவிட்டு தொலைதூரப் பயணத்திற்கு ஆயத்தமாகிறவள் போல தலையை நன்றாக வாரிக்கொண்டாள்.

பத்தரை மணி சுமாருக்கு ரயில் பாதைக் கடப்புக்குச் சென்றாள். சுற்றிலும் பார்த்தவள், அருகாமையில் யாரும் இல்லையென்பதை கவனித்தாள். ஆனால் சில நிமிடங்களில் நாகுரு உயர்நிலைப் பள்ளியின் காவல்காரரர் செக்சன் 58ஐ நோக்கி நடந்து வந்து கொண்டிருப்பதைக் கவனித்தாள். அவர்களின் கண்கள் சந்தித்தன. வரீய்ங்காவிடம் பேச வருவதுபோல் ஒரு கணம் அவர் தயங்கியதுபோல தெரிந்தது. பிறகு மனதை மாற்றிக் கொண்டவராக திரும்பிப் போய்விடுவது போல் தண்டவாளங்களைக் கடந்து எதிர்ப்புறம் போய்விட்டார். மனதிற்குள் வரீய்ங்கா அவரிடம், ‘இன்னொருமுறை நீ என்னைத் தடுக்க முடியாது... நான் செய்ய நினைப்பதைச் செய்ய விடாமல் இனி உன்னால் தடுக்க முடியாது...’ என்று இளக்காரமாக சொல்லிக் கொண்டாள்.

திடீரென்று ரயில் வந்தது: நைரோபியை நோக்கி ஓடிக்கொண்டிருந்த ரயில். சிறுகுழந்தையாக இருந்தபோது ரயிலே பாடுவதாக அவள் நினைத்திருந்த ஒரு பாடலை இப்போதும் அது உரக்கப்பாடுவது போலிருந்தது:

உகாண்டாவிற்குப் போறேன்!
உகாண்டாவிற்குப் போறேன்!
உகாண்டாவிற்குப் போறேன்!

பாடலுக்கு ஏற்ற கதியில் அவளது இதயமும் அடித்துக் கொண்டது.

உகாண்டாவிற்குப் போறேன்!
உகாண்டாவிற்குப் போறேன்!
உகாண்டாவிற்குப் போறேன்!

நீராவியை ஏப்பமாக வெளிவிட்டுக் கொண்டு, ரத்தமும் சாவுமாக மூச்சு விட்டுக் கொண்டு, அவள் சார்பில் நாகுருவின் மக்களுக்கெல்லாம் விடை சொல்வதுபோல வந்து கொண்டிருந்தது ரயில்.

போறேன்...
போறேன்...
போறேன்...

வரீய்ங்கா தண்டவாளத்தின் மீது ஏறினாள். கண்களை மூடினாள். எண்ணத் தொடங்கினாள்; ஒன்று... இரண்டு... மூன்று...

போ...

போ...

போ...

... நான்கு... ஐந்து... கன்னி மரியே, என் மீது கருணை காட்டும்...

ரயில் தொடர்ந்து வந்து கொண்டிருக்கிறது. அதன் தடதடப்பு குறுக்குக் கட்டைகளின் மீதிருந்த தண்டவாளங்களை உலுக்கியது. அதன் கர்ச்சனை வரீய்ங்காவின் இதயத்தையும் உடம்பையும் நடுக்கியது. வரீய்ங்காவிற்கு சாவைக் கொண்டு வரும் ரயிலின் இடியோசை நிலத்தை அதிரச் செய்கிறது...

போ...

போ...

போ...

...எட்டு... ஒன்பது... கன்னி மரியே... போ - போ - போ... பத்து... என்னை எடுத்துக் கொள்ளும் இப்போதே...

திடீரென்று ஒரு மனிதனின் கைகள் தன்னைத் தண்டவாளத்தின் மீதிருந்து பிடித்திழுத்து பக்கவாட்டில் தள்ளிவிடுவதை உணர்ந்தாள் வரீய்ங்கா. அத்துடன் அவள் மயக்கமடைந்தாள்.

ரயில் வேகமாக நைரோபியை நோக்கி ஓடியது. ஆனால் அதன் சீழ்க்கை ஒலி நாகுருவில் எதிரொலித்த விதம், என்னுடைய சக்கரங்களில் சிக்கி நசுங்காமல் வரீய்ங்கா எப்படித் தப்பித்தாள் என்று கோபத்துடன் கேட்பது போலிருந்தது.

அவ்வளவு தூரம் தான் ஏங்கி வேண்டிய சாவிலிருந்து தன்னைக் காப்பாற்றியது யாரென்று வரீய்ங்காவிற்குத் தெரியவில்லை. கடைசியாக எவ்விதம் செக்சன் 58ஐ அடைந்தோம் என்பதும் அவளுக்குத் தெரியாது. கண்களைத் திறந்து பார்த்தபோது அருகில் சித்தி கண்களில் அளவு கடந்த பரிவுடன் தன்னைப் பார்த்துக் கொண்டிருப்பதைக் கண்டாள்.

வரீய்ங்கா சித்தியிடம் எல்லாவற்றையும் சொன்னாள்... கோரிகாவைச் சேர்ந்த பணக்காரக் கிழவனுடனான தன் உறவைப் பற்றிய முழுக் கதையையும் சொன்னாள்...

அத்தியாயம் ஆறு

1

நவீன திருட்டு மற்றும் கொள்ளைக் கலையில் நடத்தப்படும் போட்டியின் மதிய நிகழ்ச்சியைக் காண வரீய்ங்காவும் கத்தூய்ரியாவும் குகைக்குத் திரும்பியபோது கிட்டத்தட்ட மணி மூன்று. தாமதமாகி விட்டதோ என்று நினைத்தார்கள். கதவின் அருகில் சுவரில் சாய்ந்தவாறு ராபின் முவாரா நின்றிருந்தான். அவர்களுக்காகவே காத்திருந்தவன் போல வரவேற்றான்.

'அட, நீங்கள் திரும்ப வரமாட்டீர்கள் என்றல்லவா நினைத்தேன்?' என்று முவாரா சொன்ன தொனியே அவன் எதையோ மறைப்பதை வெளிக்காட்டியது.

'ஏன், நிகழ்ச்சி ஏற்கனவே ஆரம்பமாகி விட்டதா என்ன?' என்றான் கத்தூய்ரியா.

'இல்லை. இன்னும் இல்லை.'

'முதூரியும் வங்காரியும் எங்கே?' வரீய்ங்கா கேட்டாள்.

அதற்கு முவாரா உடனடியாக பதில் சொல்லவில்லை. தனியாக விவாதிப்பதற்காக அவர்களை அழைத்துச் செல்பவன் போல இரண்டு பேருக்கும் நடுவில் வந்து அவர்களது தோள்களின் மேல் கைகளைப் போட்டு தள்ளிக் கொண்டு போனான் முவாரா. தெருமுனை வரைக்கும் முவாரா அவர்களிடம் எதுவும் பேசாமலே வந்தான். யாரும் ஒட்டுக் கேட்டுவிடக் கூடாது என்பதில் குறியாக இருந்தவன் போல சுற்றுமுற்றும் பார்த்துக் கொண்டான். பின் தணிவான குரலில், 'இப்போதே இந்த இடத்தை விட்டு நாம் ஓடி விடலாம் வாருங்கள்' என்றான்.

‘ஏன்?’ கத்தூய்ரியா, வரீய்ங்கா இருவரும் ஏககாலத்தில் கேட்டார்கள்.

‘ஏனென்றால்... இங்கே சண்டை ஆரம்பிக்கப் போகிறது.’

‘சண்டையா? எதற்கு?’ இருவருமே கேட்டார்கள்.

முவாரா கதையை முழுசாகக் கொட்டினான்: ‘நேற்று இரவு இரண்டு கிறுக்குகளை இங்கு கூட்டி வந்துவிட்டதாக நம் மீது பழி வரலாம். வங்காரியையும் முதூரியையும் நம்பக் கூடாது என்பதை கினீனியில் வைத்தே நான் ஊகித்துவிட்டேன். பொறுப்பை மட்டும் என்னிடம் விட்டிருந்தால் முக்கியமான மனிதர்களும் கௌரவமான வெளிநாட்டு விருந்தினர்களும் குழுமியிருக்கும் இந்த இடத்திற்குள் காலையிலேயே முதூரியையும் வங்காரியையும் நான் அனுமதித்திருக்க மாட்டேன். உலகத்திலுள்ள முதூரிகளெல்லாம், சமூகத்தில் உயர்ந்த நிலையில் இருக்கும் மனிதர்களுக்கு, சொல்ல முடியாத தொல்லைகளைத் தான் உண்டு பண்ணுவார்கள்... அவர்கள் இருவர் மட்டுமே தனித்து இதில் ஈடுபடவில்லை என்று நான் பந்தயமே கட்டுவேன்!’

‘நாங்கள் சாப்பிடப் போனபிறகு என்ன நடந்தது? டாயா வா கஹூரியாவைத் துரத்தியதைப் போல உன்னையும் குகையை விட்டுத் துரத்தி விட்டார்களா? வங்காரியும் முதூரியும் எங்கே?’ பொறுமையிழந்தவளாய்க் கேட்டாள் வரீய்ங்கா. ‘மக்களிடம் சேதி சொல்ல கடவுளால் அனுப்பப்பட்ட பச்சோந்தியைப் போல விஷயத்தைச் சொல்லாமல் தடுமாறுகிறாயே ஏன்?’

‘நடந்ததை ஆரம்பத்தில் இருந்து சொல்கிறேன். பிறகு முடிவெடுப்போம்’ என்ற முவாரா நடந்தவற்றையெல்லாம் அவர்களிடம் சொன்னான்:

2

‘காலை அமர்வு முடிந்தபிறகு நீங்கள் இருவரும் உங்கள் வழியைப் பார்த்துப் போய்விட்டீர்கள். அதன் பின் உடனடியாகவே நாங்களும் கிளம்பினோம். பசியால் அலறும் வயிற்றை சாந்தப்படுத்த எதையாவது தேடுவோம் என்று ஒருவருக்கொருவர் சொல்லிக் கொண்டு வீதியில் இறங்கினோம். இந்தக் குகையில் கிடைக்கும் உணவு நமக்கு ஒத்துவராது. ஜெருசா போய் வறுத்த இறைச்சி சாப்பிடுவோம் என்று கிளம்பினோம். என்னுடைய மட்டாட்டுவில் ஏறிக்கொண்டோம். ஜெருசாவின் மையப் பகுதிக்கு வந்தோம்.

நாங்கள் போன இறைச்சிக் கடை சின்னக் கடைதான். ஈக்கள் நிறைய மொய்த்துக் கொண்டிருந்தன. ஆனால் அதற்கு 'ஹில்ட்டன்' என்று பகட்டாகப் பேர் வைத்திருந்தார்கள். வெளியில் இருக்கும் பலகையில் 'எப்போதும் ஹியிரிதோனியிலேயே சாப்பிடுங்கள்' என்று எழுதியிருந்தது. நான்கு பவுண்டு இறைச்சி வாங்கினோம். செலவை முதூரியும் நானும் பகிர்ந்து கொண்டோம். பிறகு இறைச்சி வறுத்து வரும் வரை குடிப்பதற்கு ஏதாவது வாங்க கடையின் பின்புறம் சென்றோம். எனக்கு ஒரு டஸ்கர், வங்காரிக்கு டாடினோ, முதூரிக்கு வைட்கேப்.

முதூரிதான் விவாதத்தை ஆரம்பித்து வைத்தான். பேச்சை அவன் ஆரம்பித்த விதம், குகைக்கு வெளியே பேச்சை விட்ட இடத்திலிருந்து தொடங்குவது போலிருந்தது. 'நேற்றிரவு மட்டாட்டுவில் வைத்து முவாரா சொன்னது போல இந்த நாட்டில் பல விஷயங்களை நான் பார்த்திருக்கிறேன். கென்யாவில் நான் எத்தனையோ விதமான வேலைகளில் இருந்திருக்கிறேன். எத்தனையோ இடங்களைப் பார்த்திருக்கிறேன். எத்தனையோ நிகழ்ச்சிகளை சந்தித்திருக்கிறேன். ஒரு சமயம் நாகுருவிலுள்ள பள்ளி ஒன்றில் காவல்காரனாக வேலை பார்த்த போது, தற்கொலை செய்துகொள்ள வந்த பெண்ணொருத்தியை நான் காப்பாற்றினேன். அந்த இருட்டு வேளையில் நான் பள்ளியின் நீச்சல் குளத்தின் அருகில் நின்றிருந்தேன். சிறிய புதர் ஒன்றை ஒட்டியே பதுங்கிப் பதுங்கி அவள் நடந்து வருவதை நான் கவனித்தேன். தனியாக இங்கே என்ன செய்கிறாய் என்று கேட்டபோது பள்ளியின் ஆசிரியராக இருக்கும் தன் சகோதரனுடன் தங்க வந்திருப்பதாக சொன்னாள். பிறகு போய்விட்டாள். மறுநாள் அதே பெண் ரயிலில் விழுந்து சாவதற்காக தண்டவாளத்தில் நின்று கொண்டிருப்பதைப் பார்த்தேன். போந்தினி சென்று கொண்டிருந்த வழியில் தண்டவாளத்தின் எதிர்ப்புறத்தில் அவள் நிற்பதைப் பார்த்தேன். கடவுளின் வழக்கில் மறுமுறையீடு என்பதே கிடையாது. செக்சன் 58ஐ நோக்கி நாலடி கூட வைத்திருக்க மாட்டேன், ஏதோ ஒன்று என்னைத் திரும்பிப் பார்க்கத் தூண்டியது. அவளை நான் சாவின் பிடியிலிருந்து காப்பாற்றினேன். என் மேலேயே அவள் மயங்கி விழுந்து விட்டாள். நல்ல வேளையாக அவளுடைய பையிலிருந்த ஒரு உறையில் அவளுடைய வீட்டு முகவரி இருப்பதைப் பார்த்தேன். அவளை அவளுடைய குடும்பத்தாரிடம் கொண்டுபோய் விட்டுவிட்டு நான் போந்தினிக்குப் போனேன். நான் ஏன் இதை இப்போது சொல்கிறேன் என்றால், இன்று இந்தக்

குகையில் நான் பார்த்ததும் கேட்டதும், இதுவரை நான் சந்தித்துள்ள எல்லா அற்புதங்களையும் மிஞ்சி விட்டன என்பதைத் தெரிவிக்கவே.

'இது உண்மையிலேயே அற்புதம்தான்!' என்று நினைத்த படியே கத்தூய்ரியாவும் வரீய்ங்காவும் ஒருவரை ஒருவர் பார்த்துக் கொண்டார்கள். முவாரா தொடர்ந்தான். 'அப்போதுதான் வங்காரியும் பேசத் தொடங்கினாள். "அப்படியானால் ஒரு நாடுதான் திருடனையும் உருவாக்குகிறது. சூனியக்காரனையும் உருவாக்குகிறது என்பது உண்மைதானே? நான்கூட இந்தக் குகையில் நடந்த அதிசயங்களைப்போல வேறெங்கும் பார்த்ததில்லை."

'நான் பேசாமல்தான் இருந்தேன். ஏனென்றால் இங்குமங்குமாக சிறு சிறு திருட்டுகள் செய்வதில் தவறொன்றுமில்லை என்பது எனக்கும் தெரியும். தவிர, மற்றவர்களால் கண்டுபிடிக்க முடியாத திருட்டை திருட்டு என்று சொல்ல முடியாது.

ஆனால் முதூரியோ, "சூனியக்காரனை விட மோசமானவன் திருடனும் கொள்ளைக்காரனும் என்பது தெரியுமா உனக்கு?" என்று கேட்டான்.

'அதை நான் கடுமையாக மறுத்துப் பேசினேன். பிறகு அவனிடம் சொன்னேன்: "ஒரு சூனியக்காரன் திருடனை விட மோசமானவன். திருடன் பிறரின் சொத்தைக் கொள்ளையடித்தாலும் அவர்களின் இதயத் துடிப்பை நிறுத்துவதில்லை. சொத்தை நாளை சம்பாதித்துக் கொள்ளலாம். ஆனால் சூனியக்காரனோ உன் ஆன்மாவை எடுத்துவிட்டு உன் சொத்தை அடுத்தவர் சாப்பிட விட்டு விடுவான். திருடன் சொத்தைத்தான் திருடுகிறான், ஆனால் சூனியக்காரனோ உன் வாழ்வையே திருடி விடுகிறான்."

'அந்தச் சமயத்தில் சமைத்த இறைச்சி மரத்தட்டில் வைத்து எடுத்து வரப்பட்டது. மிக நன்றாக வறுக்கப்பட்டிருந்தது. கத்தியை எடுத்து இறைச்சியை சிறு துண்டுகளாக வெட்டினேன். சாப்பிடும்போது, திருடனையும் சூனியக்காரனையும் பற்றிய ஒரு கதையை முதூரி சொன்னான்:

'நீண்ட நெடுங்காலத்துக்கு முன்னால் ஒரு கிராமத்தில் பயங்கரமான திருடன் ஒருவன் இருந்தான். கிராமம் முழுவதற்கும் துன்பத்தை ஏற்படுத்திய அவன் படு கெட்டிக்காரனாக இருந்ததால் அவனை யாராலும் கையும் களவுமாகப் பிடிக்க முடியவில்லை. அதே கிராமத்தில் இருந்த பயங்கரமான சூனியக்காரனிடமும்

எல்லோருக்கும் மிகுந்த பயம்தான். காரணம் அவனுடைய சூனியம் கமீரியின் சூனியத்தை விட அதிக ஆற்றல் வாய்ந்ததாக இருந்தது. கிராமத்துப் பெரியவர்கள் யாவரும் திடலில் கூடினார்கள். திருடனை சாகடிக்க சூனியம் வைக்கும்படி சூனியக்காரனை அழைத்துக் கேட்பதென முடிவு செய்யப்பட்டது. சூனியக்காரன் ‘அது ஒன்றும் பிரமாதமில்லை’ என்று பெருமையடித்துக் கொண்டான். வீரியமிக்க மருந்துகளையும் தெய்வீகத் தன்மை பொருந்திய குடுக்கைகளையும் கொட்டைகளையும் சேகரித்துக் கொண்டான். பிறகு போய் படுத்துத் தூங்கினான். காலையில் குறிப்பிட்ட நேரத்தில் எழுந்து கொண்டான். தனது தெய்வீகத் தன்மை பொருந்திய சாதனங்களைப் பார்க்கச் சென்றான். அந்தோ! எல்லாவற்றையும் திருடன் திருடிச் சென்றுவிட்டிருந்தான்! சூனியக்காரன் மறுபடியும் சாதனங்களை யெல்லாம் சேகரித்தான். மறுபடியும் திருடன் உள்ளே புகுந்து எல்லாவற்றையும் திருடிக்கொண்டு போய்விட்டான். சூனியக்காரன் கிராமத்தை விட்டே ஓட வேண்டி வந்தது. திருடன் பயங்கரமானவன்; ஏனெனில் சூனியக்காரனைக் கூட ஊரை விட்டு ஓட்டி விடுவான் அவன் என்ற சொல் வழக்கு இப்படித்தான் உருவானது. அது மட்டுமல்ல, திருடன் தன் சொந்த அம்மாவின் மடியிலேயே கை வைத்து விடுவான். நிரந்தரமான நெருங்கிய நண்பர்களே இல்லாத வெள்ளைக்காரனைப் போன்றவனே திருடன்.

இந்த இடத்தில் வங்காரி குறுக்கிட்டாள்: “ஆனால் நவீன திருடர்கள் பயங்கரமானவர்கள். ஏனென்றால் அற்ப ஆதாயங்களுக்காக அந்நியரை அழைத்து வந்து அவர்கள் தம்முடைய அம்மாவையே திருடிக் கொண்டு போகச் சொல்லுகிறார்கள். என்றாலும் நீங்கள் இருவர் சொல்வதும் தவறுதான். திருடன் சூனியக்காரனுக்கு சளைத்தவனல்ல; சூனியக்காரனும் திருடனுக்கு சளைத்தவனல்ல. திருடன் உன் நிலத்தை, உன் வீட்டை, உன் துணிமணிகளைத் திருடுகிறான் என்றால், உண்மையில் அவன் உன் வாழ்வையே நாசமாக்குகிறான் என்றுதானே பொருள்? சூனியக்காரன் உன் வாழ்க்கையை நாசமாக்கும்போது உன்னிடம் இருக்கும் எல்லாவற்றையும் அவன் திருடுகிறான் என்றுதானே அர்த்தம்? அதனால்தான், திருடனும் ஒரு சூனியக்காரந்தான், சூனியக்காரனும் ஒரு திருடந்தான் என்கிறேன். கிக்கூயூவுக்கும் இது தெரிந்துதான் இருந்தது. வெகு காலத்திற்கு முன்பு திருடனுக்கும் சூனியக்காரனுக்கும் வழங்கப்பட்ட தண்டனை ஒன்றாகவே இருந்தது; இருவருக்கும் சமமான தண்டனைதான் -

உயிரோடு எரித்துக் கொல்வது அல்லது மலையிலிருந்து உருட்டி தேன் கூட்டில் விழச் செய்வதுதான் அவர்களுக்குத் தரப்பட்ட தண்டனை."

இறைச்சியை முழுவதுமாகத் தின்று முடித்தோம். வேகமாகப் புறப்பட்டு குகைக்குத் திரும்பினால் தான் மதிய நிகழ்ச்சிக்கு நேரத்தோடு போக முடியும் என்று முதூரியிடமும் வங்காரியிடமும் சொன்னேன்.

'அப்போதுதான் வங்காரியின் மடத்தனத்திற்கு இறக்கை முளைக்கத் தொடங்கியது. திரும்பவும் குகைக்குப் போவதற்குப் பதிலாக, தான் இல்மொராக் போலீஸ் நிலையத்திற்குப் போகப் போவதாகச் சொன்னாள். எதற்காக என்று நான் கேட்டேன்.

"உடன்பாடு செய்தால் செய்ததுதான். இவர்களைப் போன்ற திருடர்களும் கொள்ளைக்காரர்களும் இப்படிக் கூடிவிட்டு நிம்மதியாக கலைந்து போகவிடக்கூடாது" என்றாள். "அப்படியானால் நேற்று நீ எங்களிடம் சொன்ன கதை மெய்தானா?" என்றேன். தான் ஒரு நல்ல விசுவாசமுள்ள குடிமகள் என்றும், திருட்டையும் கொள்ளையையும் ஒழிக்க போலீஸ் படையுடன் தானும் கைகோர்த்துக் கொள்ளப் போவதாகவும் சொன்னாள். "சந்தையில் பெண்களின் கைப்பைகளைப் பிடுங்கும் ஜேப்படித் திருடர்களையும், ஐந்து ஷில்லிங் திருடும் சில்லறைத் திருடர்களையும், கிராமத்தில் கோழி திருடுபவர்களையுமே கைது செய்யும் போலீஸ், பெரும்பான்மை மக்களிடமிருந்து திருடி நாட்டையே கொள்ளையடித்துக் கொண்டிருக்கிற இவர்களைப் பார்த்தால் சும்மா விடுவார்களா?" என்றாள். என்னால் ஆனமட்டும் அவளைத் தடுத்து நிறுத்த முயன்றேன். "அடுத்தவர்களின் விருந்துகளை பாழாக்காதே. இதற்கு உன்னிடம் போதிய ஆதாரம் இருக்கிறதா, வங்காரி? வழக்கு சாட்சிக்கு எதிராகவே திரும்பி விடலாம் என்பதை மறுத்து விடாதே" என்றேன். என் பேச்சை வங்காரி கேட்கவில்லை. "ஒவ்வொரு முறை ஒரு திருடன் திருடும்போதும் கொள்ளைக்காரன் கொள்ளையடிக்கும் போதும் அதைப் பாராமல் முகத்தைத் திருப்பி கண்களை மூடிக்கொண்டு வாயையும் இறுகப் பூட்டிக் கொண்டோமானால், இந்த நாட்டை விட்டு திருட்டையும் கொள்ளையையும் ஒழிப்பதுதான் எப்படி?" என்று கேட்டாள்.

'அவளை அவள் திட்டப்படியே செல்ல விட்டுவிட்டேன். முட்டாளின் வழக்கு முடிவுக்கே வருவதில்லை. முட்டாளுடன் புத்திசாலி நீண்ட நேரம் விவாதம் செய்தால் கடைசியில் இருவருக்கும் வேறுபாடு

தெரியாமல் போய்விடும். கேடு காலத்தில் சிக்கி உழல்பவனின் விதியை மாற்ற யாராலும் முடியாது.

'அத்தனை நேரமும் எனக்கும் வங்காரிக்கும் இடையே நடந்த விவாதத்தை இந்த முதூரி பெரிய யோக்கியன்போல கேட்டுக் கொண்டிருந்தான். பேச்சின் நடுவில் முதூரி குறுக்கிட்டு திருடர்களையும் கொள்ளைக்காரர்களையும் பிடிக்க வங்காரிக்கு உதவுவதாகச் சொன்னபோது நான் எப்படி அதிர்ந்து போய்விட்டேன் தெரியுமா? எப்படிச் செய்வாய் என்று அவனிடம் கேட்டேன். மக்களின் செல்வத்தைத் திருடியவர்களும் கொள்ளையடித்தவர்களும் ஒன்றுகூடி, தம்மில் யார் மக்களிடமிருந்து அதிகமாக திருடியவர் என்பதை அறியப் போட்டி போட்டுக் கொண்டிருப்பதை, ஜெருசாவைச் சேர்ந்த எல்லாத் தொழிலாளிகளுக்கும் வேலையில்லாதவர்களுக்கும் எடுத்துரைத்து, தன் பின்னால் அணிதிரட்டி அழைத்து வரப்போவதாகச் சொன்னான். யார் திருட்டுக் கொடுத்தார்களோ அவர்கள்தான் திருடப்பட்ட பொருளைத் திருப்பித் தரும்படி உரிமையாகக் கேட்க முடியுமாம்.

'நான் முதூரியிடம் எடுத்துச் சொன்னேன்: "முதூரி, உன்னைப் பார்த்தால் புத்திசாலியாகத் தோன்றுகிறது. இந்தக் காலத்துப் பெண்களின் பேச்சைக் கேட்டுக் கொண்டு ஆடினால், நீ தடுமாறி விழத்தான் போகிறாய். எச்சரிக்கையாய் இரு. டாயா வா கஹூரியாவை குகையை விட்டு வெளியே தூக்கி எறிந்தார்களே நினைவிருக்கிறதா? இங்குமங்குமாக திருடி ஒரு ஐந்து ஷில்லிங் சேர்த்து கொஞ்சமாக கேக் வாங்கிக் கொள்கிறான் டாயா. இதிலிருந்தே மற்ற திருடர்களும் கொள்ளைக்காரர்களும் எவ்வளவு முக்கியமானவர்கள் என்று புரியவில்லையா? அவர்கள் எல்லோரும் கவுரவமான திருடர்கள்; வெறும் ரொட்டியும் கோழியும் திருடுபவர்கள் அல்லர். அவர்களை நாம் தொந்தரவு செய்யக் கூடாது.'

'முதூரி தலையை அசைத்து மறுத்தான்: "மௌனம் உயிர் காக்கும் என்னும் பழமொழியை இந்த முதூரி நம்பவில்லை. வங்காரி சொன்னது உண்மைதான். திருட்டையும் கொள்ளையையும் பார்க்கும் போதெல்லாம் நாம் கண்களை மூடிக் கொண்டோமானால், முகத்தை திருப்பிக் கொண்டோமானால், இந்த திருட்டு - கொள்ளை அமைப்பை நாமும் ஆதரிப்பதாக ஆகிவிடாதா? திருடுபவனுக்கும் அதைப் பார்த்துக் கொண்டு சும்மா இருப்பவனுக்கும் அதிக வேறுபாடு இல்லையென்று ஒரு சமயம் கிக்கூயூ சொன்னார். டாயா வா கஹூரியாவை குகையிலிருந்து வெளியேற்றினார்கள் என்றாய்: சரி, அது நமக்கு எதை உணர்த்துகிறது?

கிக்கூயூவே சொல்லியிருக்கும் ஒரு உண்மைதான் இது: கந்தல் உடுத்திய திருடன் பகட்டான திருடனுக்குப் பலிகடாவாகிறான் என்றார் கிக்கூயூ. அவர் ஏன் அப்படிச் சொன்னார்? ஏனென்றால், கந்தல் உடுத்திய திருடன் பல சமயங்களிலும் பசியினாலும், தாகத்தினாலும்தான் திருடுகிறான் என்பதை மறந்து நாம் காட்டிக் கொடுத்து விடுகிறோம். பழைய காலங்களில், பசித்த வயிற்றை ஆற்றுவதற்காக மட்டுமே, திருடியவன் மீது ஒரு கிக்கூயூ* ஒரு போதும் பழி சுமத்தியதில்லை. பழைய காலத்தில் யாருடைய தோட்டத்துக்கும் போய் பசியை ஆற்றிக் கொள்வதற்காக ஓரிரு கரும்புகளை ஒடித்துச் சாப்பிட்டாலோ, வேண்டிய மட்டுக்கும் சர்க்கரை வள்ளிக் கிழங்குகளைத் தோண்டியெடுத்து அங்கேயே நெருப்பு மூட்டிச் சுட்டுச் சாப்பிட்டாலோ, தோட்டத்தின் சொந்தக்காரர் அதற்காக அவனைக் கோபித்துக் கொள்ளமாட்டார். ஆனால் இந்தக் காலத் திருடர்களோ தாங்கள் விதைக்காத நிலத்தில் அறுவடை செய்கிறார்கள். அறுவடையின்போது பங்கெடுத்துக் கொள்ள அந்நியரையே அழைக்கிறார்கள். அறுவடை செய்யப்பட்ட எல்லா தானியத்தையும் தம் களஞ்சியங்களுக்குக் கொண்டு போய் குவிக்கிறார்கள். நிலச் சொந்தக்காரனை பசியில் சாகும்படி விட்டுவிடுகிறார்கள். இடையனுக்குச் சொந்தமான ஆடுகளைக் கொன்று திருட்டு இறைச்சியால் உடம்பு கொழுக்கிறார்கள். அவர்கள் இப்படி பேண்டு தள்ளுவதும், குசு விடுவதும், நம் சகிப்புத் தன்மையின் எல்லையைத் தாண்டிப் போய்விடவில்லையா? ஒரே வளையில் ஒன்றுகூடி தமது தின்று கொழுத்த தொந்திகளைத் தூக்கிக் காட்டி நம்மை எள்ளி நகையாடும் இந்தத் திருடர்களையும் கொள்ளைக்காரர்களையும், உழைக்கும் மக்கள் இப்போதே வந்து கைது செய்ய வேண்டும். முவாரா, இதற்கு மேலுமா நிரூபணத்துக்காகக் காத்திருக்க வேண்டுமென்கிறாய்? கூடாது. காலந்தாழ்த்தினால் தேன் கூட்டிலிருந்து தேன் கிடைக்காது. காய்கறிகள் வெயிலால் வாடி வதங்குவதற்கு முன்னால் அவற்றை சந்தைக்குக் கொண்டுபோய் விடவேண்டும்.

ஒருவர் விடாமல் எல்லோரும் வாருங்கள்!
சாத்தானையும் அவனது சீடர் குழாமையும்
விரட்டி விரட்டி நாம் அடித்துத் துரத்தும்
கண்கொள்ளாத காட்சியைக் காண
ஒருவர் விடாமல் எல்லோரும் வாருங்கள்!

★ கிக்கூயூ: கிக்கூயூ குலத்தைச் சேர்ந்தவர்.

'வங்காரி, போலீஸ் நிலையத்திலிருந்து உனக்கு எந்த உதவியும் கிடைக்காதென்றே எனக்குத் தோன்றுகிறது. ஆனால் எவனொருவன் சுரைக் குடுக்கையிலிருந்து குடிக்கவில்லையோ, அவனுக்கு அதன் அளவு தெரியாது. ஆகவே உன் வழியே நீ போ, என் வழி நான் போகிறேன். நமது குறிக்கோள் ஒன்றுதான். எல்லோரும் அவரவர் படையுடன் குகையில் சந்திப்போம்.'

'இதைச் சொல்லி முடித்துவிட்டு முதூரி என்னைப் பார்த்த பார்வை, என்னை வலுச்சண்டைக்கு இழுப்பதைப் போலிருந்தது. ஆனால் நாட்டிலுள்ள பிரச்சனைகளை அதிகரிப்பதற்காக மேற்கொள்ளப்படும் எந்த நடவடிக்கையையும் இந்த முவாரா ஆதரிக்க மாட்டான் என்று அவனது முகத்திலடித்தது போல முடிவாக சொல்லி விட்டேன். அவர்களிடம் நான் இப்படிச் சொன்னேன்: "ஒரு மனிதன் கெடுவது தன் வாயால்தான். நடந்து முடிந்ததை மாற்ற முடியாது என்பது உங்களுக்கெல்லாம் தெரியும். ஆகவே முதூரி, வங்காரி, நீங்கள் இவர்களை அப்படியே விட்டுவிடுங்கள். பிடிபடாத வரைக்கும் திருடனை யோக்கியன் என்றுதான் சொல்வார்கள். அதற்கு முதூரி, "ஆமாம், அதனால்தான் அவர்கள் எல்லோரையும் உடனடியாகக் கைது செய்ய வேண்டும் என்கிறேன்..." என்றான்.

'இப்படித்தான் அந்த இரண்டு பைத்தியங்களும் நானும் பிரிந்தோம். நடக்கப் போகும் நாடகத்தையும், தொடர்ந்து விளையக்கூடிய குழப்பங்களையும் கண்டு நீங்கள் அதிர்ச்சி அடைந்துவிடக் கூடாது என்பதற்காகவே விரைவாக குகைக்குத் திரும்பி நடந்ததையெல்லாம் உங்களிடம் சொல்ல வேண்டுமென்று நினைத்தேன். அதனால்தான் நாமெல்லோரும் உடனடியாக நைரோபிக்குப் போய்விடுவோம். குறைந்தபட்சம் பெட்ரோல் செலவையாவது பகிர்ந்து கொள்வோம் என்கிறேன். போலீசும் தொழிலாளிகளும் சேர்ந்து இங்குள்ள எல்லோரையும் பிடிப்பதற்கு முன்பாக விருந்தை முடித்துவிடும்படி விழாத் தலைவருக்கு அறிவுறுத்துவதற்காக விரேரி வா மூகிராயையும் நான் தேடிக் கொண்டிருக்கிறேன். முதூரி, வங்காரி ஆகிய இரண்டு பேரும் இப்போது தனி நபர்களில்லை!'

கதையைச் சொல்லி முடித்த முவாரா, போலீசும் தொழிலாளிகளும் அந்த இடத்துக்கு வந்து விடுவார்கள் என்று பயப்படுபவன்போல, திடீரென்று தன்னைச்சுற்றிலும் பார்த்துக் கொண்டான். கத்தூய்ரியாவும், வரீய்ங்காவும் ஒருவரையொருவர் பார்த்துக் கொண்டார்கள்.

வங்காரியையும், முதூரியையும் குறித்து சந்தோஷப்படுவதா, பரிதாபப்படுவதா என்றே அவர்களுக்குத் தெரியவில்லை.

'பயப்படும்படி ஒன்றுமில்லை. உள்ளே சென்று என்ன நடக்கிறதென்றுதான் கவனிப்போமே' என்றான் கத்தூய்ரியா.

'என்ன நடக்கப் போகிறது என்பதை விருந்துக்கு ஏற்பாடு செய்தவர்களுக்கும், விருந்தினர்களுக்கும் சொல்லி விடுவதுதான் நமக்கு நல்லது இல்லையா?' என்று கேட்டான் முவாரா.

'வேண்டாம். அவர்களை அப்படியே விட்டுவிடுவோம். இரண்டு சாரரையும் அப்படியே விட்டு விடலாம். நாம் வெறும் பார்வையாளர்கள்தானே, என்று அவசரமாகப் பதில் சொன்னான் கத்தூய்ரியா.

குகையை நோக்கிப் புறப்பட்டார்கள். வரீய்ங்கா யோசனையில் மூழ்கினாள். இதுபோன்ற தற்செயலான இணை நிகழ்வுகள் நடப்பதால்தான் உலகம் உருண்டையானது என்கிறார்களோ? இரண்டுமுறை என் உயிரைக் காப்பாற்றிய அதே மனிதனை - இந்த மாதிரி இடத்தில் சந்திக்கிறேன்! இந்த முதூரி யார்? குகையின் வாசலை அடைந்தபோது, கத்தூய்ரியாவின் கையைப் பிடித்து நிறுத்தினான் முவாரா. இருவரும் நின்றார்கள். வரீய்ங்கா முன்னோக்கி நடந்து வாசலில் அவர்களுக்காகக் காத்திருந்தாள்.

கத்தூய்ரியாவிடம் கிசுகிசுத்தான் முவாரா: 'இதைக் கேள், நாம் வெறும் பார்வையாளர்கள்தான். எந்தப் பக்கமும் சேர முடியாது என்று நீ சொன்னாலும், போட்டியில் நான் கலந்து கொள்ளத்தான் போகிறேன்.'

'அப்படியானால் அங்கு வரீய்ங்காவும் நானும் மட்டும்தான் பார்வையாளர்களாக இருப்போம்,' என்று சிரிப்பை அடக்கிக் கொண்டு சொன்னான் கத்தூய்ரியா.

'அதுவும் சரிதான். ஆனால் அது புத்திசாலித்தனமாக இருக்குமா?' என்று கேட்டான் முவாரா.

'எது? உன்னுடைய திருட்டு - கொள்ளையைப் பற்றிய வாக்குமூலத்தைப் பற்றிக் கேட்கிறாயா? அல்லது எங்களை தனியாக விட்டுவிட்டுப் போவதைப் பற்றிக் கேட்கிறாயா?' என்றான் கத்தூய்ரியா.

'எனக்கு வேண்டியதெல்லாம் திருட்டு - கொள்ளை என்ற கலையில் எல்லா வஞ்சகத்தையும் மிஞ்சிய வஞ்சகம் என்னிடம் இருப்பதை அவர்களுக்குக் காட்டுவதற்கு ஒரு வாய்ப்பு, அவ்வளவுதான். இது புத்திசாலித்தனமாக இருக்குமா?' கேள்வியை மறுபடியும் கத்தூய்ரியாவிடம் கேட்டு, பதில் சொல்லுமாறு அவனை நெருக்கினான் முவாரா.

'நான் வெறும் பார்வையாளன்தான் என்று முன்பே நான் சொல்லவில்லை? வாய்ப்பு மட்டும் கிடைத்தால் எப்படியாவது மேடையில் குதித்து நம் அதிர்ஷ்டத்தை சோதித்துப் பார்த்துவிட வேண்டியதுதான். திருடுவதிலும், கொள்ளையடிப்பதிலும் தனக்குள்ள தனித் திறமையை இதுவரை எப்படிப் பயன்படுத்தினோம், இனிமேலும் அந்நியர் நமக்கு மற்றொரு வாய்ப்புக் கொடுத்தால் அதை எப்படிப் பயன்படுத்துவோம் என்று காண்பிப்பதுதான் ஒவ்வொரு போட்டியாளரும் செய்ய வேண்டியது... ஆனால் நீ இதைச் செய், அதைச் செய்யாதே என்று நான் சொல்லவரவில்லை. நீ செய்ய விரும்புவதைச் செய். முடிவு உன்னுடையது.' வாழ்க்கையின் போராட்டங்களில் தன்னுடைய நிலைபாட்டை மறைக்க முயற்சிக்கும் நீதிபதியைப்போல பதில் சொன்னான் கத்தூய்ரியா.

ஆனால் கத்தூய்ரியாவின் வார்த்தைகளில் மிகவும் திருப்தி அடைந்தவனாகத் தென்பட்டான் முவாரா. சற்று பேசவும் செய்தான். 'ஆஹா, உள்ளதைச் சொல்லிவிட்டாய். அதனால்தான் எப்போதுமே படிப்பு மிகவும் நல்ல விஷயம், முக்கியமான விஷயம் என்று சொன்னேன். இதுவே முதூரியாகவோ, வங்காரியாகவோ இருந்திருந்தால், என்னைத் தடுக்கத்தான் முயன்றிருப்பார்கள். காரணம் அவர்களுக்குப் படிப்பில்லை. உலகத்தைச் சுழலச் செய்வது எது என்பது அவர்களுக்குத் தெரிவதேயில்லை. நீ பாரபட்சமில்லாதவனாக இருப்பது தெரிகிறது. வரீய்ங்காவைப் பற்றி கொஞ்சம் கவனமெடுத்துக் கொள்! இந்த இரண்டு பைத்தியங்களின் பேச்சை அவள் அதிகமாகக் காது கொடுத்துக் கேட்பது போல் தெரிகிறது. ஆனால் விஷயத்தின் மையக் கருவை எப்படி அடைவது என்று உனக்குத்தான் நன்றாகத் தெரிகிறது. பொருத்தமாகச் சொல்லிவிட்டாய். ஒருவரிடம் எவ்வளவு தாலந்து இருக்கிறது என்பதல்ல கணக்குப் பார்க்க வேண்டிய விசயம்; இல்லவே இல்லை. ஒருவரிடம் எத்தகைய திறமை இருக்கிறது, அதனை அவன் எப்படிப் பயன்படுத்துகிறான் என்பதுதான் விசயம். நான் விரும்புவதைத்தான்

செய்ய வேண்டுமென்று நீ சொல்கிறாய்... ஹ ஹா! நேற்றிரவு விரேரி வா மூகிராய் என் மட்டாட்டுவில் இருக்கும்போது சொன்னது உனக்கு நினைவிருக்கிறதா?... தாலந்துகளைப் பெற்றுக் கொண்டவனும்... முன்வந்து சொன்னான்...'

விரேரி வா மூகிராயின் வாக்குமூலம்

'ஒருமுறை வெள்ளைக்காரன் 'காலம் பொன்னானது,' அதாவது நேரமும் பணமும் ஒன்றுதான் என்று சொன்னான். என் அனுபவத்தின் சாரத்தைப் பிழிந்து உங்களுக்குத் தர நான் ஒரு சில நிமிடங்கள் மட்டுமே எடுத்துக் கொள்வேன்.

'பெண்கள் தொடர்பு என்றால் - எனக்கு ஒரு மனைவி உண்டு. ஆனால் அவள் நன்கு படித்தவள். குடும்பப் பொருளாதாரத்தில் பட்டம் பெற்றவள். அதாவது வருமானத்துக்கு ஏற்றபடி குடும்பத்தை நிர்வாகம் செய்வது எப்படி, நாகரீகமாக வாழ்வை நடத்துவது எப்படி என்பதில் பட்டம் பெற்றவள்.

'காதலிகள்? ஒருவரும் கிடையாது. அல்லது இதை இப்படிச் சொல்லலாம்: இன்பமாக இருக்க நினைக்கும்போதெல்லாம் நான் வெள்ளைப் பெண்களையோ, இந்தியப் பெண்களையோ தேடுவேன். பெண்கள் என்று வந்துவிட்டால் நான் குலம் இனம் போன்ற பாகுபாடுகளை எல்லாம் பார்ப்பதில்லை. பெண்களுக்கு வயதோ, இனமோ, நாடோ இல்லையென்று எப்போதும் நம்புகிறவன் நான். எல்லோருக்கும் பணிவிடை செய்கிறவர்களாக இருப்போரே பெண்கள். அதனால்தான் சொல்கிறேன், ஒரு வெள்ளைக்காரி சிக்குகிறாளா, ஏற்றுக்கொள். ஆசியப் பெண் சிக்குகிறாளா, ஏற்றுக்கொள். எளிதில் இணங்கும் பெண் என்று அழைக்கப்படுகின்ற அழகி ஒருத்தி சிக்குகிறாளா, ஏற்றுக்கொள்.

'குழந்தைகளைப் பொறுத்தவரை, எங்களுக்கு இரண்டே இரண்டுதான் - ஒரு பையன், ஒரு பெண். இதற்கு மேல் பெற்றுக் கொள்ள மாட்டோம். குடும்பக் கட்டுப்பாட்டில் எனக்கு நம்பிக்கை உண்டு. அதாவது திட்டமிட்ட குடும்பம் என்பதை நான் நம்புகிறேன். அதாவது தங்களுக்கு எத்தனை குழந்தைகள் வேண்டும், எத்தனை பேரை தம்மால் காப்பாற்ற முடியும் என்று முடிவெடுக்கும் சுதந்திரம் பெற்றோருக்கு இருக்க வேண்டும் என்று விரும்புகிறேன். எந்தவித திட்டமுமின்றி வதவதவென்று பிறந்து, சுவைமிகுந்த உணவு வகைகளை நாம் நிம்மதியாக சாப்பிட விடாமல் நச்சரிக்கும்

பெரும் எண்ணிக்கையிலான குழந்தைகளைப் பெற்றுக்கொள்வதை நான் விரும்புவதில்லை. பிறப்பை ஒழுங்கமைக்கும் பன்னாட்டு அமைப்பில் நானொரு உறுப்பினன். அதன் பெயர் இண்டர்நேஷனல் ப்ளாண்டு பேரண்ட்ஹுட் அசோசியேஷன். அதன் தலைமைச் செயலகம் வடஅமெரிக்காவிலுள்ள நியூயார்க்கில் இருக்கிறது. நான் சொல்வதைக் கேளுங்கள். குழந்தைகள் நம்முடைய மாபெரும் எதிரிகள். மக்கள் தொகையில் ஏற்படும் அதிகரிப்பு நமது நலன்களுக்கு எதிரானது. உலகம் முழுவதுமே உங்களுக்கும் உங்கள் மனைவிக்கும் மட்டுமே சொந்தமாக இருப்பதாக கற்பனை செய்து பாருங்கள்! யு ஸீ வாட் ஐ மீன்? நம்முன் உள்ள பெருத்த அபாயமே, உணவும் உடையும் இருப்பிடமும் கோரும் மக்கள் கூட்டத்தினர் எண்ணிக்கையில் அதிகரித்துச் செல்வதுதான். காரணம், அந்த மக்களுக்கு வேலை கிடைக்காவிட்டால், உணவு கிடைக்காவிட்டால், உடைகள் கிடைக்காவிட்டால், அவர்கள் குண்டாந் தடிகளையும், கத்திகளையும், துப்பாக்கிகளையும் கையிலெடுத்து, நம்முடைய கொழுத்த தொந்திகளைப் பிளந்து விடுவதிலிருந்து யார்தான் அவர்களைத் தடுக்க முடியும்? எனவே பிறப்பைத் திட்டமிடும் பன்னாட்டு அமைப்பைச் சேர்ந்த எங்களின் ஒரே ஆசை இதுதான்: வெவ்வேறு நாடுகளுக்கு இடையே சண்டைகளைக் குறைப்பதற்கான வழி வகைகளைக் கண்டு பிடிப்பது. அதிலும் குறிப்பாக, செல்வத்தை அபகரித்து வைத்துள்ள நமக்கும், யாரிடமிருந்து அபகரித்தோமோ அவர்களுக்கும் இடையிலான சண்டைகளை குறைப்பதற்கான வழிவகைகள். அதனால்தான் அசோசியேஷனைச் சேர்ந்த நாங்கள் ஒரு விசயத்தை வலியுறுத்துகிறோம்: உணவுக் கிடங்குகளில் நாம் இன்னமும் மிச்சம் வைத்திருக்கும் உணவைக் கொண்டு எத்தனைக் குழந்தைகளை பசியாறச் செய்ய முடியுமோ அத்தனை குழந்தைகளை மட்டுமே ஏழைகளின் மனைவிகள் பெற வேண்டும்; அல்லது அவரவர் சம்பளத்தின் அளவுக்குத் தக்க எண்ணிக்கையிலேயே பெற வேண்டும். ஒருவனுக்கு வேலையில்லை என்றால், அவன் மனைவி, பிள்ளைகள் என்ற சுமைகளையே ஏற்றுக்கொள்ளக் கூடாது.

'என் படிப்பைப் பற்றி - நல்லவர்களே - இங்கு நான் உங்கள் கவனத்தை சற்றே வேண்டுகிறேன். கொஞ்சம் அதிகமாக நான் பெருமை பீத்திக் கொண்டால் அதற்காக என்னை தலைக்கனம் பிடித்தவன் என்று நினைத்து விடாதீர்கள். படிப்பைப் பொறுத்தவரை என் சட்டைப் பையில் அல்லது உங்கள் முன்னால் இருக்கும் இந்தத் தலையில் மூன்று பட்டங்கள் இருக்கின்றன. ஒரு வீரனின் திறமை

அவனுடைய ஆடுசதையை வைத்து அளக்கப்படுவதில்லை. பல சமயங்களில் புகழுக்குரியவனை விட அவனது புகழ் பெரியதாக இருக்கும். விவேகமென்பது ஒருவனின் கூடப் பிறந்தது; அது ஒட்டுத்துணி போன்றதல்ல... யாருக்காவது சந்தேகமிருந்தால், இப்போதும் என்னுடைய அறிமுக அட்டைகள் இருக்கின்றன. அதில் வரிசையாக என் பட்டங்கள் குறிக்கப்பட்டிருப்பதைப் பார்க்கலாம்: B.Sc. (Econ.) (Mak.); B.com. (NRB); MA (Bus.Admin.) (Harward, USA); MRSocIBM. கடைசியாகச் சொன்னது பல்கலைப் பட்டமல்ல. கௌரவப் பட்டம்தான். அதன் பொருள், பன்னாட்டு தொழில் நிர்வாகத்துக்கான அரச கழகத்தின் உறுப்பினன் என்பதாகும். தொழில் நிர்வாகம் மற்றும் பொருளாதார முன்னேற்றம் ஆகியவற்றில் நிபுணத்துவம் பெற்றவன் நான் என்பதை இந்த அட்டை தெளிவாக்கும். அவ்வளவு திறமையும் அறிவும் உங்கள் முன்னால் இருக்கும் இந்தச் சிறிய உருவத்துக்குள் இருக்கின்றன. அதனால்தான் புகழ் அதன் சொந்தக்காரனைவிடப் பெரியது என்கிறேன்.

'வெளிநாட்டுச் சித்தாந்தங்களில் எனக்கு நம்பிக்கை கிடையாது. ஆனால், நவீன திருட்டையும் கொள்ளையையும் பற்றிய சித்தாந்தத்தை நான் நம்புகிறேன். ஆனால், நீங்கள் புரிந்து கொள்வதற்காக - '

விரேரி வா மூகிராய் பேசிக் கொண்டிருக்கும் போதே ஒருவன் எழுந்து இடைமறித்தான். அன்று காலையில் விரேரி வா மூகிராய் ஒரு மட்டாட்டுவை விட்டு இறங்குவதை தான் பார்த்ததாகவும், அதனால் இந்தப் போட்டியில் கலந்து கொள்ளும் அளவுக்கு விரேரி திருட்டிலும் கொள்ளையிலும் போதிய அளவு தேர்ச்சி பெற்று விட்டாரா என்று தனக்குச் சந்தேகமாக இருப்பதாகவும் அவன் சொன்னான்.

'தலைவர் அவர்களே! மேடையில் இருக்கும் பேச்சாளர் தனது பட்டங்களைப் பற்றி நிறையவே பேசிவிட்டார். அதெல்லாம் சரிதான். திருட்டு - கொள்ளை அமைப்புக்கு படித்தவர்களும் தேவைதான். ஆனால் தலைவர் அவர்களே, ஒருவர் தான் நேசிப்பவரிடம் உரிமையாகக் கேள்வி கேட்கலாம் என்பதை உங்கள் கவனத்திற்குக் கொண்டுவர விரும்புகிறேன். பேச்சாளர் முதலில் தான் எந்தவகைக் காரை ஓட்டுகிறார் என்பதை அருள்கூர்ந்து நமக்குச் சொல்வாரா? அந்த வகையான புகழ்தான் நமக்கு விளங்கும். கல்வியைப் பற்றிய செய்திகளெல்லாம் நம்மைப் பொறுத்தவரை வெறும் கதைபோலத்தான்.'

அந்த மனிதன் உட்கார்ந்துவிட்டான். அவனுக்குப் பெருத்த கைதட்டல் கிடைத்தது. ஆனால் அந்தச் சமயத்தில் முவாராவின் மட்டாட்டுவிலிருந்து தான் இறங்கியதை அந்த மனிதன் பார்த்திருக்கக் கூடும் என்பதை எதிர்பார்த்திராத விரேரி வா மூகிராய், கொஞ்சம் குழம்பிப் போனவராக, எங்கிருந்து தொடங்குவது என்று புரியாமல் விழித்தார். உடனே, விவரங்களைச் சொல்லும்படி கேட்டு விருந்தினர்கள் பலரும் கூப்பாடு போட்டார்கள்: 'கார்கள், கார்கள்; அவருடைய கார்களைப் பற்றி விவரமாகச் சொல்லச் சொல்லுங்கள்! உங்களிடம் அடையாள அட்டை (அதாவது கார்) இல்லாவிட்டால் உங்களை எங்களால் அறிந்துகொள்ள முடியாது... உமது அடையாள அட்டை...!'

'தலைவர் அவர்களே' என்று விரேரி வா மூகிராய் ஆரம்பித்தார். 'தலைவர் அவர்களே, என் கார்... அதைக் குறிப்பிட மறந்ததற்காக என்னை மன்னியுங்கள். என் காரைப் பொறுத்தவரை, என்னிடம் உள்ளது ஒன்றுதான். பூஷோ 504 (பெட்ரோல் இஞ்செக்சன் மாடல்). ஆனால் அந்தக் கார், மிகவும் வேகமாக செல்லக் கூடியது. விரைவான அம்பைவிட அதிவிரைவான அதே கார் என் இல்லத்தரசி கடை கண்ணிக்கு எடுத்துச் செல்லும் கூடையாகவும் பயன்படுகிறது. இப்போதுதான் அவளுக்கென்று டொயோட்டா ஹைலெக்ஸ் பிக்அப் என்ற காரை வாங்கித் தரலாம் என்று நினைத்துக் கொண்டிருக்கிறேன். அது இரண்டு டன் எடை மட்டுமே கொண்ட ஒரு சிறிய கலப்பையைப் போன்றது!...'

அதே ஆள் மறுபடியும் விரேரி வா மூகிராயை இடைவெட்டினான். 'தலைவர் அவர்களே! திரு விரேரி இந்த விருந்துக்கு பூஷோ 504 (பெட்ரோல் இஞ்செக்சன் டைப்) இல்தான் வந்தாரா, அல்லது அம்பைப் போலவே அதுவும் பாதி வழியில் விழுந்துவிட்டதா?'

மறுபடியும் அவனுக்குப் பெருத்த ஆரவாரமான வரவேற்பு. கைதட்டல்களால் புதுபலம் பெற்ற அவன், கேலி இழையோடும் கேள்விகளை அடுக்கிக்கொண்டே போனான்: 'ஆமாம், இன்று காலை இவர் எப்படி குகைக்கு வந்து சேர்ந்தார்? நேற்று இவரை இல்மொராக் கொண்டுவந்து சேர்த்த கார் எது? ஒருவேளை இரவல் காரில் வந்தாரோ? தலைவர் அவர்களே, என்னதான் அவரது கார் அம்பை விட விரைவாகப் பறக்கும் என்றாலும், ஒரே ஒரு காருக்கு மட்டுமே சொந்தமானவன், நவீன திருட்டையும் கொள்ளையையும் பற்றி முதிர்ந்த அனுபவமுள்ள மனிதர்களின்

முன்னால் பேசும் தகுதி உள்ளவன்தானா? விரேரி அவருடைய எல்லா பட்டங்களுடனும் இங்கிருந்து வெளியேற்றப்பட வேண்டுமென்று நான் முன்மொழிகிறேன். டாயா வா கஹுூரியாவைப் போல இவரும் தூக்கியெறியப்பட வேண்டும்.

அந்த மனிதன் உட்கார்ந்தான். விரேரி வா மூகிராய் தன் பாக்கெட்டிலிருந்து கைக்குட்டையை எடுத்து முகத்தில் வழிந்த வியர்வை முத்துக்களைத் துடைத்துக் கொண்டார். தொண்டையைக் கனைத்துக் கொண்டு பார்வையாளர்களை துச்சமாகப் பார்த்து குரலை உயர்த்தி தன்மானம் காயப்படுத்தப்பட்ட ஆத்திரத்துடன் பேச ஆரம்பித்தார்.

'தலைவர் அவர்களே! நான் என் காரில் வரவில்லை. நீங்கள் - தலைவர் அவர்களே, நீங்கள் - என்னை அறிவீர்கள். நிச்சயமாக என் காரையும் நீங்கள் அறிவீர்கள். அழைப்பிதழ்களை நைரோபியில் விநியோகித்த முக்கிய நபரே நான்தானே?'

அவர் பேச்சை பாதியில் தடுத்து நிறுத்தினார் விழாத் தலைவர்: 'விரேரி வா மூகிராய்! சற்று முன் இங்கு சொல்லப்பட்ட விசயத்தை உங்களுக்கு நினைவுபடுத்த விரும்புகிறேன்.

அதாவது ஒருவரது காரை வைத்து அவரை மதிப்பிடுவது / அடையாளங் காண்பது சுலபமே. கார்தான் ஒரு மனிதனின் (தகுதியின்) அடையாளம். ஒரு நாள் காரை வீட்டில் விட்டுவிட்டு என் மனைவி கடைத்தெருவில் நடந்து சென்று கொண்டிருப்பதைப் பார்த்தேன். அப்போது அவளை எனக்கு அடையாளமே தெரியவில்லை. பிற்பாடுதான் இதை அவள் என்னிடம் சொன்னாள். எனவே காரில் வராததால் என் சொந்த மனைவியையே என்னால் அடையாளம் காண முடியவில்லை என்றால், நீங்கள் மட்டும் எப்படி விதிவிலக்கு ஆக முடியும்? இந்தப் பெரிய மனிதர்களுக்கு உங்கள் அடையாள அட்டையைக் காட்டுங்கள். அப்போதுதான் விருந்தைத் தொடர முடியும்.

ஒரு கை பார்த்து விடுவது என்று துணிந்துவிட்ட விரேரி கத்தினார்: 'தலைவர் அவர்களே, என் கார் கிக்கூயூவில் நின்றுவிட்டது. அதை ஒந்திரி ஓட்டலின் வெளியே விட்டு வந்திருக்கிறேன். ஓட்டலுக்குப் போன் செய்தால் வெளியே ஒரு பூஷோ 504 நிற்கிறதா இல்லையா என்று விசாரித்துக் கொள்ளலாம். நான் வந்தது ஒரு மட்டாட்டுவில்தான். மட்டாட்டு மட்டாட்டா மட்டாமு. அதன் சொந்தக்காரரிடம் என்

காரின் பிரச்சனை பற்றி சொன்னேனா இல்லையா என்று நீங்களே கேட்டுத் தெரிந்து கொள்ளலாம். முற்றிலுமாக நான் மட்டாட்டு வைத்தான் நம்பியிருக்கிறேன் என்று நினைத்துவிடாதீர்கள். ராபின் முவாரா, ப்ளீஸ் எழுந்திரும்!'

ராபின் முவாரா இளித்துக்கொண்டே எழுந்து நின்றான். நீதிமன்றத்தில் சாட்சியிடம் கேள்வி கேட்பது போல முவாராவைக் கேள்வி கேட்க ஆரம்பித்தார் விரேரி வா மூகிராய்.

விரேரி: உமது பெயர் என்ன?

முவாரா: ராபின் முவாராண்டு. சுருக்கமாக முவாரா.

விரேரி: உமக்கு சொந்தமாக ஒரு மட்டாட்டு உண்டா?

முவாரா: ஆமாம். அந்த வண்டியின் சொந்தக்காரனும் நான்தான் ஓட்டுநரும் நான் தான். மட்டாட்டு மட்டாட்டா மட்டாமு மாடல் டி ஃபோர்டு. பதிவு எண் எம் எம் எம் 333. நோக்கம்: வதந்திகளைக் கேட்க வேண்டுமா, வாருங்கள் மட்டாட்டு மட்டாட்டா மட்டாமுவுக்கு. வம்பு வேண்டுமா...

விரேரி: நேற்றிரவு நடந்ததை நினைவு கூர்ந்து சொல்ல முடியுமா?

முவாரா: ஓ, முடியுமே!

விரேரி: என்ன நடந்தது என்று இங்கு குழுமியிருக்கும் நவீன திருடர்களுக்கும் கொள்ளையர்களுக்கும் சொல்வீரா?

முவாரா: ஆறு மணியிருக்கும். நீங்கள் கிக்கூயூவில் சிக்கோனா கோல்ஃப் கிளப் அருகே ஜோகினிக்கு முன்னால் பேருந்து நிறுத்தத்தில் நின்றிருந்தீர்கள். என் வண்டியில் ஏற்கெனவே நைரோபியிலிருந்தே நான்கு பிரயாணிகள் இருந்தார்கள்.

விரேரி: காரைப் பற்றி உம்மிடம் நான் ஏதாவது சொன்னேனா?

முவாரா: ஆமாம். உங்கள் பூஷோ 504 (பெட்ரோல் இஞ்செக்சன்) கிக்கூயூவில் நின்று போய்விட்டதென்றும், அதை ஒந்திரி ஓட்டலுக்கு வெளியே விட்டிருப்பதாகவும், இந்தப் போட்டிக்கு வர தாமதமாகி விடக்கூடாது என்பதற்காக ஏதாவது வாகனம் கிடைக்குமா என்று பார்ப்பதாகவும் சொன்னீர்கள்.

இன்னொரு மனிதன் துள்ளி எழுந்தான், 'இங்கு யாரும் வழக்கு நடத்தி தீர்ப்புக் கூற வரவில்லை' என்று தலைவரிடம் சொன்னான். மேலும் அவன் சொன்னான்:

'விரேரி தன் திருட்டு - கொள்ளை பற்றிய கதையைத் தொடரட்டும். ஒரு விசயத்தை சிந்தித்துப் பாருங்கள். அவருடைய முகமே பூஷோ 504 (பெட்ரோல் இஞ்செக்சன்) போல உருமாற ஆரம்பித்துவிட்டது பாருங்கள். அப்படி ஒரு கார் அவரிடம் இல்லையென்றால், அவர் முகம் அப்படி உருமாறுமா என்பது சந்தேகம்தான்,' என்று சொல்லிவிட்டு அவன் உட்கார்ந்தான்.

அவனுடைய வார்த்தைகளில் மகிழ்ந்து போனார் விரேரி வா மூகிராய். 'அவ்வளவுதான் முவாரா, பெரிய மனிதர்களுக்கு இப்போது திருப்தியாகிவிட்டது. இனி நீ உன்னிடத்துக்குச் செல்லலாம். முவாரா, இனி நீ உட்காரலாம்.'

ஆனால் ராபின் முவாரா நின்றுகொண்டே இருந்தான். எல்லோரும் அவனை நோக்கித் திரும்பினார்கள்.

'தலைவர் அவர்களே, எமது வெளிநாட்டு விருந்தினர்களே, பெரியோர்களே,' என்று தொடங்கினான் முவாரா. 'உங்களிடம் ஒரு வார்த்தை மட்டும் சொல்லிக்கொள்ள அனுமதிக்கும்படி கேட்டுக் கொள்கிறேன். நானும் போட்டியில் கலந்து கொள்ள விரும்புகிறேன். யார் வலிமை மிக்கவர் என்பதை எவ்வித சந்தேகத்துக்கும் இடமின்றி தீர்த்துக் கொள்வதற்கே போர்க்களத்தில் மோதிக் கொள்கிறார்கள். நெருக்கடி நிலைக்கு வெகு காலத்துக்கு முன்பே நான் திருடவும் கொள்ளையடிக்கவும் தொடங்கிவிட்டேன். ஆனால், என் கதையைத் தொடங்குமுன், இந்த விருந்தையே நாசமாக்கி விடக் கூடிய ஒரு சிறிய தகவலை மட்டும் இப்போது உங்களிடம் சொல்லியாக வேண்டும். இரண்டு மணியளவில் விரேரி வா மூகிராயை தேடினேன். அவர் அழைப்பிதழ் தந்துள்ள இரண்டுபேர் - ஒரு தொழிலாளியும், ஒரு விவசாயியும் - இந்த விருந்தையே நாசமாக்க திட்டமிட்டுக் கொண்டிருக்கிறார்கள் என்று சொல்வதற்காக அவரைத் தேடினேன். இருவருமே துளிக்கூட நன்றியில்லாதவர்கள். இத்தனைக்கும் இருவருக்கும் அழைப்பிதழ்களைக் கொடுத்தவரே இந்த விரேரி வா மூகிராய்தான். இதற்கெல்லாம் பின்னணியிலிருந்து ஆலோசனையைத் தந்தவர்...'

ஒரே நேரத்தில் பல பேர் பேச எழுந்தார்கள். ஆனால் எல்லோரையும் அடக்கிவிட்டு ஒரு மனிதன் மட்டும் மேடைக்கு வந்தான்.

தொழிலாளிகளைப் பற்றியும், விவசாயிகளைப் பற்றியுமான கதைகளைக் கேட்பதற்காக ஒன்றும் நாங்கள் இந்தக் குகைக்கு வரவில்லை என்று அவன் சொன்னான். வதந்திகளையும் வம்பையும் முவாரா தன்னுடனேயே வைத்துக் கொள்ளட்டும். விழா தொடர வேண்டும். அரசன் உட்பட யாருக்காகவும் சூரியன் ஒரு போதும் காத்திருப்பதில்லை என்றான்.

வாடிய முகத்துடனும், கனத்த இதயத்துடனும் உட்கார்ந்தான் முவாரா. என்னைப் பின்தொடரும் முதூரிக்கு கெடுதல் செய்யக் கிடைத்த ஒரே வாய்ப்பையும் நழுவ விட்டுவிட்டேனே என்று தனக்குள்ளேயே சொல்லிக் கொண்டான். வங்காரி, முதூரி இருவரது ரகசியத்தையும் வெளிப்படுத்தினால், அதன் பிறகு தனக்கும் பேசுவதற்கு ஒரு வாய்ப்புக் கிடைக்கும், ஒருவேளை வெற்றி மகுடமே கூட தனக்குக் கிடைக்கலாம் என்று அவன் கணக்குப் போட்டிருந்தான். அவமானப்படுத்தப்பட்ட பின்பும், அவன் தைரியமிழக்கவில்லை. மூன்று பழமொழிகளைக் கொண்டு தன்னைத்தானே திடப்படுத்திக் கொண்டான்: 1) பிச்சைக்காரனின் மூக்குக்கு பணக்காரனின் குசு நாறாது; 2) அழகை விரும்புபவன் அதைத் தேடுவதில் அலுப்படைவதில்லை; 3) வயிறு சரியில்லாதவனே காட்டுக்குப் போகிறான்.

மற்ற விருந்தினர்கள் விரேரியின் வாக்குமூலத்தைக் கேட்கக் காத்திருந்தார்கள். இப்போது அவர் முகம் இறுக்கம் குறைந்து, நெற்றி வியர்வையும் மறைந்திருந்தது.

விரேரி வா மூகிராய் B.Sc. (Econ.) (Mak.); B.com. (NRB); MA (Bus.Admin.) (Harward, USA); MRSocIBM. அளித்த சாட்சியம் வருமாறு:

'விட்ட இடத்திலிருந்து கதையைத் தொடருகிறேன். ஒரு மனிதனிடம் எத்தனை கார் இருக்கிறது என்பதைப் பற்றி அளவுக்கதிகமாக கவலைப்படக் கூடாது. எந்த வகைக் கார் இருக்கிறது என்பதுதான் முக்கியம். தேனீயானது எடுத்த எடுப்பிலேயே தேன் கூட்டுடன் தொடங்குவதில்லை. மரத் துண்டின் சிறு பிளவில் வாழ்ந்தாலும், மூட்டைப் பூச்சி கொழுக்கத் தான் செய்கிறது. மனிதனின் நம்பிக்கைகளையும், அவன் எந்த நிலையில் இருக்கிறான் என்பதையும் - அதாவது நாட்டின் வளர்ச்சி பற்றியும், நாட்டின் செல்வம் சுரண்டப்படுவதைப் பற்றியும் அவனது நிலைப்பாடு என்ன என்பதைப் பற்றித்தான் நாம் கவலைப்பட வேண்டும்.

'சொல்வதற்கு என்னிடம் அதிகமாக ஒன்றுமில்லை. நவீன திருட்டு என்கிற கடவுளையும், நவீன கொள்ளை என்கிற ஆண்டவனையும் நான் வணங்குகிறேன். முன்னேற்றமடைந்ததினால் நவீன நாகரீகத்திற்கு பங்களிப்பு செய்திருக்கும் எல்லா தேசங்களும் நாடுகளும் இந்த சுரண்டல் கட்டத்தைக் கடந்துதான் வந்திருக்கின்றன என்பதை என் கல்வி எனக்குக் காட்டுகிறது. அத்தகைய நாடுகளில் அதிகாரமானது தொழிலாளிகளிடமிருந்தும் விவசாயிகளிடமிருந்தும் பறிக்கப்பட்டு திருட்டிலும் கொள்ளையிலும் சூரர்களாக இருப்போரிடம் தரப்பட்டிருக்கிறது. ஆங்கிலத்தில் இதை காப்பிட்டலிஸ்ட் பிசினஸ் நோஹெள (முதலாளித்துவ வியாபார தந்திரம்) என்றழைப்பார்கள்.

'புதுப்புது வழிகளில் முதலீடு செய்வதை அறிந்தவர்கள், அதாவது தங்களது திறமையைப் பயன்படுத்தி வியாபாரம் செய்வது எப்படி என்பதை அறிந்தவர்கள்தான் நமது நவீன உலகத்தின் வெற்றி வீரர்கள். இதை இன்னும் எளிமையாகச் சொன்னால் இந்த வெற்றி வீரர்கள் 'லாபவீதம்' என்ற அருமையான - சுவையான உணவை வாசனை பிடித்தே அறிந்து கொள்ளும் திறமைசாலிகள். இதன் பொருள் என்னவென்றால், இன்று ஐந்து ஷில்லிங் திருடினால், நாளை அதை விட அதிகம் திருட வேண்டும். அதாவது பத்து ஷில்லிங் திருட வேண்டும். நாளை மறுநாள் பத்தை விட அதிகமாக - அதாவது பதினைந்து ஷில்லிங் திருட வேண்டும். திருடும் அளவு ஒவ்வொரு முறையும் அதிகரித்துக் கொண்டே போக வேண்டும். இன்று ஐந்து ஷில்லிங், நாளை பத்து, நாளை மறுநாள் பதினைந்து, இரண்டுநாள் கழித்து இருபத்தைந்து என இப்படியே லாபவீதம், சொர்க்கத்தை நோக்கி முன்னேறிச் செல்லும் வரைபடம் போல நாள்தோறும் மென் மேலும் அதிகரித்த வேகத்துடன் வளர்ந்து கொண்டே இருக்க வேண்டும். இதை ஆங்கிலத்தில் 'தொடர்ச்சியான லாபவீத அதிகரிப்பை உறுதி செய்யும் வாய்ப்புக்களைத் தொடர்ந்து தேடுதல்' என்று சொல்கிறோம். எனவே கொள்ளை லாபம் எங்கிருந்து வருகிறது என்பது பற்றிய விவரமுள்ளவர்களாக நாம் இருக்க வேண்டும். லாப வீதமானது நேற்றைவிட இன்று குறைந்து விடாதபடிக்கும் நாளைக்கும் அதே அளவிலேயே நின்றுவிடாதபடிக்கும் பார்த்துக் கொள்ளும் விதத்தில், கொள்ளை லாபத்துக்கான ஆதாரங்கள் பற்றிய அறிவு பெற்றவர்களாக நாம் இருந்தாக வேண்டியிருக்கிறது. அப்படிப்பட்ட கொள்ளை லாப வாய்ப்புக்களை, தொழிலாளிகள் மற்றும் விவசாயிகளின் வியர்வையைத் தவிர வேறு எங்கிருந்து பெற முடியும்?

'ஆனால் நண்பர்களே, நவீன திருட்டில் இரண்டு வகை உண்டு. உள்நாட்டுத் திருட்டு, அல்லது தேசியத் திருட்டு என்று சொல்லப்படும் திருட்டு ஒருவகை. இதில் நாட்டின் கைதேர்ந்த திருடர்களும், கொள்ளைக்காரர்களும் தங்கள் சொந்த நாட்டின் தொழிலாளிகளிடமும், விவசாயிகளிடமும் திருடுவார்கள். ஆனால் அந்நியர் சம்மந்தப்பட்ட மற்றொரு வகைத் திருட்டும் இருக்கிறது. இந்த வகையில் ஒரு நாட்டின் திருடர்களும் கொள்ளைக்காரர்களும் மற்றொரு நாட்டுக்குச் சென்று அங்குள்ள மக்களிடம் திருடி கொள்ளையடித்த செல்வத்தை தம் நாட்டுக்கு எடுத்துப் போகிறார்கள். இதன் பொருள், இந்தத் திருடர்களும், கொள்ளைக்காரர்களும், தம் சொந்த நாட்டிலும், கூடவே மற்ற நாடுகளிலும் இருக்கும் தொழிலாளிகளிடமும், விவசாயிகளிடமும் திருடுகிறார்கள் என்பதுதான். இதுபோன்ற அந்நியர்கள் தங்களுடையது, மற்ற மக்களுடையது என இரு வேறு நாடுகளிலிருந்து கொள்ளையடித்துக் கொழுக்கிறார்கள். உதாரணமாக, இன்று அமெரிக்க, ஐரோப்பிய, ஜப்பானியத் திருடர்களும், கொள்ளைக்காரர்களும் தங்கள் மக்களிடம் திருடி விட்டு, பின்பு ஆப்பிரிக்க, ஆசிய, லத்தீன் வடஅமெரிக்க மக்களையும் சுரண்டி, கொள்ளையிட்டு அந்தப் பெரும் செல்வத்தை தங்கள் நாட்டுக் களஞ்சியத்திற்கு எடுத்துச் செல்கிறார்கள். இந்த அந்நியரின் கொள்ளைக்கு உள்ளூர் - திருடர் - கொள்ளைக்காரர் கும்பல் உதவுகின்றது என்பதும் உண்மையே.

'சில சமயம் இந்த வெளிநாட்டுத் திருடர்களும் கொள்ளையரும் தாம் கொள்ளையடிக்கும் நாடுகளிலேயே கிடங்குகளையும் களஞ் சியங்களையும் கட்டி, அவற்றைக் கவனித்துக் கொள்ளவும் சில உள்ளூர்த் திருடர்களையே நியமித்து விடுவார்கள். இதற்கு என்ன அர்த்தம் என்றால், இதுபோன்ற அந்நியர் நம் நாட்டுக்கு வந்து கிடங்குகளையும் களஞ்சியங்களையும் கட்டும் போது, அவர்களது திட்டம் நம் நாட்டை கொள்ளையடித்து கொள்ளைப் பொருளை கையோடு ஜப்பான், ஐரோப்பா மற்றும் வடஅமெரிக்காவுக்கு கொண்டு செல்ல வேண்டும் என்பதுதான்.

'முதல் வகைத் திருட்டையும், கொள்ளையையும் தான் இந்த விரேரி வா மூகிராய் நம்புகிறான். அதாவது, ஒரு குறிப்பிட்ட நாட்டின் திருடர்களும், கொள்ளையரும் தமது சொந்த நாட்டு மக்களிடமிருந்து திருடி, கொள்ளையடித்ததை அவ்விடத்திலேயே அந்த நாட்டிலேயே விழுங்கி ஏப்பம் விடுவது என்பதில்தான் எனக்கு உடன்பாடு.

இரண்டாவது வகை திருட்டை - அதாவது அந்நிய திருடர்களும் கொள்ளையரும் நம் நாட்டுக்கு வந்து நம்மில் சிலரது உதவியுடன் கிடங்குகளைக் கட்டுவதை நான் எதிர்க்கிறேன். ஆயிரம் தடவைகள் சொல்வேன் - அதை அனுமதிக்க முடியாது, முடியாது, முடியவே முடியாது!

'திருட்டிலும் கொள்ளையிலும் தேசிய நிபுணர்களாகிய நாம் அந்நியருடன் கைகோர்த்துக் கொண்டு அவர்கள் நமது தேசிய வளங்களைக் கொள்ளையடித்து அவர்களது நாட்டுக்குக் கொண்டு போவதற்கு அனுமதிக்கக் கூடாது. நம்மிடமிருந்து அவர்கள் கொண்டு செல்லும் தேசிய வளங்களுக்குப் பதிலாக ஒரு சில ரொட்டித் துணுக்குகளையே அவர்கள் நம் கையில் விட்டுச் செல்கிறார்கள்.

'நாம் அவர்களது ஒற்றர்களாக, காவல் நாய்களாக, சீடர்களாக, சிப்பாய்களாக, நமது மண்ணில் உள்ள அவர்களது வளைகளின் - கிடங்குகளின் கங்காணிகளாக இருப்பது கூடாது. நமது தேச வளங்களை நாம் மட்டுமே சுரண்டிக் கொள்ள விட்டு விட்டு அவர்கள் சென்று விடட்டும்.

'நான் ஏன் இதைச் சொல்கிறேன்?

'என்ன ஆனாலும் சரி, நான் வெளிப்படையாகவே பேசுவேன். இவர்கள் எல்லோருமே ஏமாற்றுக்காரர்கள். சிகரெட்டுகளையும், புகைக்குழாய்களையும் அமைதியாக அவர்கள் புகைத்துக் கொண்டிருக்கும் போது பார்த்தால் அப்படித் தெரியாதுதான்.

'இந்த விரேரி வா மூகிராய் தொழிலாளிகளின், விவசாயிகளின் வியர்வையையும் இரத்தத்தையும் திருடுவதை அடிப்படையாகக் கொண்ட அமைப்பைப் பற்றி விரிவாகக் கற்றிருக்கிறான். அந்த அமைப்பை ஆங்கிலத்தில் கேப்பிட்டலிஸம் என்றழைக்கிறோம். அந்த அமைப்பைப் பற்றி சொல்கிறேன்: மக்கள் விளைவிக்கிறார்கள். தேர்ந்தெடுத்த ஒரு சிலர் (திறமை படைத்தவர்கள்) அதை அறுவடை செய்கிறார்கள். ஐம்பது தொழிலாளிகளின், விவசாயிகளின் உடல் உழைப்பில் ஐந்து பணக்கார மனிதர்கள் வேர் பிடிக்கிறார்கள். எனக்கே படிப்பறிவு இருப்பதால் வேறு யாரும் இதுகுறித்து எனக்கு சொல்லித் தரவேண்டியதில்லை. நமது மக்களின் வியர்வையின் விளைச்சலை சேகரிக்க வளைகளையும் கிடங்குகளையும் கட்டும் திறமை இன்று இங்கே கூடியிருக்கும் நமக்கே உள்ளது என்று நான் நம்புகிறேன். கென்யாவின் திருடர்களும் கொள்ளையர்களுமாகிய

எங்களால் சொந்தக்காலில் நிற்க முடியும், நம் கொள்ளைப் பொருட்களை அன்னியரோடு பங்கிட்டுக்கொள்ளும் இந்தப் பழக்கத்துக்கு நிரந்தரமாக முடிவு கட்ட முடியும் என்பதை மிகவும் நிச்சயமாக நான் அறிவேன். திரும்பவும் சொல்கிறேன் - ஏனென்றால் உள்ளுக்குள் மறைத்து வைத்த வார்த்தை ஒருநாளும் வழக்கில் வெற்றிபெற உதவாது. நமது தொழிலாளிகளையும் விவசாயிகளையும் - உண்மையில் அவர்களை நாம் அடிமைகள் என்றே அழைக்க வேண்டும் - நாம் கொள்ளையடித்து பிறகு அக்கொள்ளைப் பொருளை அன்னியர் கையில் ஒப்படைத்து அவர்கள் நமக்குப் பகிர்ந்து கொடுக்கும் வேலையைச் செய்ய இனியும் அனுமதிக்கக்கூடாது. அவர்கள் சிறிதளவை மட்டும் நமக்குத் திருப்பிக்கொடுத்துவிட்டு மீதியை எல்லாம் தமது நாடுகளுக்கே ஏற்றுமதி செய்வதை நாம் அனுமதிக்கக்கூடாது. நாம் அவர்களுடைய வடஅமெரிக்காவிலும் ஐரோப்பாவிலும் ஜப்பானிலும் திருடி அதை நமது சொந்த நாட்டுக்கு இறக்குமதி செய்து கொள்ள அவர்கள் ஏன் நம்மை அனுமதிப்பதில்லை? நம் வளைகளையும் கிடங்குகளையும் அவர்களது நாட்டில் நாம் கட்டுவதற்கு அவர்கள் ஏன் நம்மை அனுமதிப்பதில்லை? அவர்களுடைய மக்களின் வியர்வையின் விளைச்சலை விநியோகிப்பதைத் தீர்மானிக்கும் உரிமையை அவர்கள் ஏன் நமக்கு வழங்குவதில்லை?

'நாம் நமக்குள்ளேயே திருடுவோம்; அப்போது தான் நாட்டின் செல்வம் நம் நாட்டிலேயே இருக்கும். பத்து மில்லியன் ஏழைகளின் சதையில் பத்து தேசிய கோடீஸ்வரர்களை வேர்விடச் செய்யலாம். பிறகு மக்களிடம் பின்வருமாறு சொல்லி அவர்களைக் குருடாக்கி விட முடியும்: 'நாட்டினரே! புகார் சொல்லாதிருங்கள்! அன்னியர் திருடிக்கொண்டிருந்தபோது எப்போதாவது நீங்கள் முறையிட்டீர்களா? எப்போதாவது யோசித்துப் பார்த்தீர்களா? என் மக்களே, நாட்டை இப்போது மறைந்திருந்து தாக்கும் பிளேக் நோய் ஐரோப்பாவினுடையது போல அவ்வளவு அன்னியமான ஒன்றல்ல. உங்கள் வியர்வையும் இரத்தமும் பத்து சுதேசி கோடீஸ்வரர்களை உருவாக்கியிருப்பதற்காக நீங்கள் அகமகிழவே வேண்டும்!'

'எப்போதும் சுருக்கமாகவே பேசுபவன் நான். சமைக்கும் உணவின் சுவையை முதல் கொதி வரும்போதே சொல்லிவிட முடியும். என் கதை சுருக்கமானது. வெளிநாட்டுத் திருடர்களுக்கும் கொள்ளையர்களுக்கும்

சொந்தமான கம்பெனிகளுக்கு எதிரான என் போராட்டங்களைப் பற்றியது அக்கதை.

'பள்ளிக் கல்வி முடிந்ததும் பல்வேறு ஏகாதிபத்திய கம்பெனிகளில் நான் வேலை செய்தேன். எண்ணெய்க் கம்பெனிகள், மருந்துக் கம்பெனிகள், காப்பி - தேயிலை தயாரிப்புக் கம்பெனிகள், நிதி நிறுவனங்கள், சுற்றுலா ஓட்டல்கள், மோட்டார் கம்பெனிகள் இன்னும் பல விவசாய நிறுவனங்கள் என்று சிலவற்றில் நான் விற்பனை மேலாளராக இருந்திருக்கிறேன். வேறு சிலவற்றில் ஊழியர் விவகார மேலாளராக இருந்திருக்கிறேன். மொத்தத்தில் மக்கள் தொடர்பு மேலாளராகவே நான் நியமிக்கப்பட்டேன்.

'ஆனால் இவற்றில் எதுவொன்றிலும் அந்தரங்கமான உள் வட்டத்துக்குள் - அதாவது எங்கு உண்மையான முடிவுகள் எடுக்கப்படுமோ, எங்கு பணத்தைப் பற்றி, உதாரணமாக எப்படி லாபம் பகிர்ந்துகொள்ளப்படும் என்பது பற்றி முடிவுகள் எடுக்கப்படுமோ அங்கு - நுழையும் அனுமதி எனக்குத் தரப் படவேயில்லை. உள்வட்டத்தில் உறுப்பினராகும் உரிமை ஐரோப்பியர்களுக்கு மட்டுமேயான தனி உரிமையாக இருக்கிறது.

'ஆனால் நாட்டில் ஏதேனும் பிரச்சனை இருந்தால் - தொழிலாளர்கள் எதிர்ப்புக் காட்டி அது தாங்கமுடியாத அளவுக்குப் போனால், அல்லது இலாபவீதம் தொடர்ந்து அதிகரித்துக் கொண்டே போவதால் அதை கட்டுப்படுத்த வருமான வரி சம்மந்தமான நடவடிக்கை எடுப்பது பற்றி பாராளுமன்றம் விவாதிக்கிறது என்றால், அன்னியர் தொடர்பான ஒரு சில நடவடிக்கைகளுக்கு அமைச்சரவை ஒப்புதல் தெரிவிக்கிறது என்றால், அப்போது அன்னியரின் கண்களாகவும் காதுகளாகவும் செயல்பட முன்னிற்கும் ஒரே ஆள் நான் தான். சில நிலைமைகளில் நான் அந்த பயங்கரமான தீயை அணைக்க சுதேசிய வெறியைப் பயன்படுத்துவேன். வேறு சிலவற்றில் நவீன தைலங்களைக் கொண்டு தோலின் சுருக்கங்களை நீவி விடுவேன். இன்னும் சிலவற்றில் அதிகாரத்தில் இருப்பவர்களுக்கு மதுவைக் கொடுத்து அவர்கள் மனதை மாற்றுவேன். இப்படியாக பலவகைகளில் செயல்படுவேன். ஆனால் பெரும்பாலான சந்தர்ப்பங்களில் அன்னியரிடம் நன்கொடை திரட்டி அவர்களுக்கு மக்கள் மத்தியில் நல்ல பெயர் உண்டாகச் செய்வேன்.

'ஒரு நாள் சற்று நிதானித்து என்னை நானே கேட்டுக் கொண்டேன்: இந்த அன்னியர் என்னை ஒரு மனிதன் என்ற முறையில் வேலைக்குச்

சேர்த்துக் கொள்கிறார்களா, அல்லது என் தோலின் நிறத்தை வேலைக்கு சேர்த்துக் கொள்கிறார்களா?அவர்கள் என் திறமையை விலைக்கு வாங்குகிறார்களா, அல்லது என் கறுப்பு நிறத்தை விலைக்கு வாங்குகிறார்களா? அப்போது தான் அவர்கள் தம் அட்டூழியங்களை மறைப்பதற்கான கடைச்சாளர பொம்மையாக என்னைப் பயன்படுத்துகிறார்கள் என்பதைப் புரிந்துகொண்டேன். அன்னியரை நமது மக்கள் தேடிப்போனால் நிறுவனத்தின் முகப்பு ஜன்னலருகில் அவர்கள் என்னைத்தான் பார்ப்பார்கள். என்னைப் பார்த்ததுமே தங்களின் ஒருபகுதி என்னில் பிரதிபலிப்பதாகவும் அதனாலேயே அந்த நிறுவனத்தில் தமக்கு ஒரு பங்கிருப்பதாகவும் நம்பி, தொடர்ந்து அன்னியரின் திருட்டை சகித்துக் கொள்வார்கள். தாங்களும் சிறிது சிறிதாக செல்வந்தர்கள் ஆகிட முடியும் என்று நம்பிவிடுவார்கள்.

'நான் எனக்குள்ளேயே ஆலோசித்துப் பார்த்தேன். ஒரு நாட்டின் செல்வம் அந்நாட்டின் உழைப்பாளிகளால்தான் உருவாக்கப்படுகிறது. ஏனென்றால் ஒரு உழைப்பாளியின் கையும் தலையும் இதயமும் இல்லாமல் செல்வம் உருவாவதில்லை என்பதுதான் உண்மை. நம் நாட்டுக்கு அன்னியர் என்ன கொண்டு வருகிறார்கள்? சிறிதளவு இயந்திரங்களும் உழைப்பாளிகளுக்கு முதல் மாத சம்பளம் தருமளவு பணமும் மட்டுமே. குரங்கின் கையிலிருக்கும் குட்டிக் குரங்கை சுலபமாக அதனிடமிருந்து திருட குரங்கிடம் காட்டப்படும் ஏமாற்றுவேலை போன்றதுதான் இதுவும். இயந்திரங்கள் ஒருவகை சூழ்ச்சிப்பொறி தான். எலியைப் பிடிக்கப் பயன்படுத்தும் இறைச்சித் துண்டே சம்பளம். அல்லது இயந்திரங்கள் தூண்டில்; சம்பளம் மீன்களை கவர்ந்திழுக்கும் தூண்டில் புழு. உழைப்பாளியின் வியர்வையை, இரத்தத்தை, சக்தியை, திறமையை உறிஞ்சும் கருவிகளே இயந்திரங்கள். அந்த சாரத்தைச் சேகரித்து வைக்கும் பாத்திரங்கள், சுரைக்குடுக்கைகள், டப்பாக்கள், பீப்பாய்கள் தான் வங்கிகள்.

'ஆக என்னையே நான் கேட்டுக் கொண்டேன்: விரேரி வா மூகிராய், ஏகாதிபத்தியவாதிகள் தங்கள் நாட்டையும் உன்னுடைய நாட்டையும் கறப்பதை எப்படி நீ அனுமதிக்கலாம்? மக்களிடமிருந்து கறக்கும்போதே சிறிதளவு தீவனத்தைக் காட்டி சமாதானப்படுத்திவிட்டுக் கறக்கும் ஆட்கள் நம்மிடமே இல்லையா என்ன? அன்னியர் மட்டும்தான் கறப்பதில் திறமை படைத்தவர்களா?

மற்றவர் கைகளால் விளைவிக்கப்பட்டதை உண்ண அன்னியர்களுக்கு மட்டும்தான் தெரியுமா? தன்னுடைய சொந்த மக்களின் வியர்வையைச் சுரண்டி அதனால் பொருட்களை உருவாக்கி வியர்வையின் சொந்தக்காரர்களுக்கே அவற்றைத் திரும்ப விற்க இந்த விரேரி வா மூகிராயால் முடியாதா? முன்பு நாம் உற்பத்தி செய்ததையே பிறகு அவர்கள் விலைகொடுத்து வாங்கும்படி செய்ய முடியாதா? அவர்கள் விளைவித்த பயிரை பின்பு அவர்களே விலைகொடுத்துத்தான் வாங்கியாகவேண்டும் என்று சொல்ல முடியாதா? மற்றவர்கள் விளைவித்ததை உண்பதற்கு வெளிநாட்டிலிருந்து யாரும் வருவதை நாம் விரும்பவில்லை. மற்றவர்களின் விளைச்சலை உண்பதற்கென்று நம் நாட்டிலேயே ஒரு வர்க்கம் - மனிதர்களைத் தின்னும் வர்க்கம் - வளர்வதையே நாம் ஊக்குவிக்க வேண்டும்.

'என் முழுமனதோடும் அன்னியரைப் பார்த்து நான் ஆவேசமாகக் கத்தினேன்: தேவடியாப் பயல்களா, யார் யார் எப்படிப்பட்டவர் என்று இப்போது நான் காட்டுகிறேன். தொழிலாளிகளிடமிருந்து பலாத்காரமாகத் திருடுவதிலும் கொள்ளையடிப்பதிலும் ஏற்கனவே கைதேர்ந்த மனிதர்கள் இங்கும் இருக்கிறார்கள் என்பதைக் காட்டுகிறேன். அன்னியரான நீங்கள் உங்கள் ஊர்களுக்கே திரும்பிப் போங்கள். அங்கு போய் உங்கள் சொந்த அம்மாக்களை பலாத்காரம் செய்யுங்கள். என் அம்மாவின் தொடைகளில் நானே விளையாடும்படி அவளை என்னிடமே விட்டுவிடுங்கள்.

'இதன் பிறகு நான் வேலைக்குச் செல்ல மறுத்தேன். என் பற்றாக்குறை நிலைமை காரணமாக வெளிநாட்டு வங்கிக்குச் சென்று பேச்சுவார்த்தை நடத்த வேண்டிவந்தது. ஆம், தொழிலாளிகளுக்கு தீவனம் வாங்கவும், பிறகு அவர்கள் வியர்வையைக் கறக்கும் இயந்திரத்தை வாங்கவும்தான்.

'காட்டுக் கீரையிலிருந்து சமையல் எண்ணெய் தயாரிக்கும் தொழிற்சாலையை நான் நிறுவினேன். கொஞ்சம் பொறுமையாகக் கேளுங்கள். என் எல்லாத் துன்பங்களும் ஆரம்பித்ததே அப்போதுதான். ஆனால் உலகம் இயங்கும் விதம் எனக்குப் புரிபடத் தொடங்கியதும் அப்போதுதான். இப்போது நான் சந்தையில் எண்ணெய்யை விற்கச் சென்ற போது வெளிநாடுகளுக்குச் சொந்தமான எண்ணெய்க் கம்பெனிகள் இறக்குமதி செய்திருந்த எண்ணெய், சந்தையில் வெள்ளமாக ஓடுவதைப் பார்த்தேன். விலையையும் மிகவும் குறைத்துவிட்டார்கள். இது வெந்த புண்ணில் வேல் பாய்ச்சியதுபோல்

ஆனது. இந்த விரேரி வா மூகிராய் ஒட்டாண்டியாகும் நிலையில் இருக்கிறான் என்பதை நான் மிக நன்றாகப் புரிந்துகொண்டேன். தொழிற்சாலையையும் எல்லா இயந்திரங்களையும் விற்றேன். அன்னியர் அவற்றை விலைக்கு வாங்கிக்கொண்டார்கள்.

'பிறகு தோலை வெளுக்க வைக்கும் களிம்புகளைத் தயாரிக்கும் தொழிற்சாலை ஒன்றை ஆரம்பித்தேன். என் திட்டமே இதுதான்: கருப்பு மக்களின் தோலை நாசமாக்குவதன் மூலம் வெளிநாட்டவர் கொழுக்கிறார்கள் என்றால் நானும் ஏன் அப்படி செய்யக்கூடாது? மறுபடியும் முன்னைப்போலவேதான் ஆயிற்று. கருப்பு மக்களின் தோலைக் கெடுக்கும் களிம்புகள் சந்தையில் மலிவு விலையில் கொட்டிக்கிடப்பதைப் பார்த்தேன். மறுபடியும் தோல்வி என் முகத்தில் அறைந்தது. மறுபடியும் அன்னியருக்கு அதை விற்றேன்.

'மறுபடியும் வேறொரு தொழிற்சாலையை நிறுவினேன். ரப்பர் ஆணுறை தயாரிக்கும் தொழிற்சாலை - நான் சொல்வது என்னவென்று உங்களுக்குப் புரிந்திருக்கும் - பெண் கர்ப்பம் தரிப்பதை விரும்பாவிட்டால் ஆண்கள் அணியும் உறை. இம்முறை நமது மரபே என் தொழிலுக்குப் பாதகமானது. நம் ஆண்கள் தம்முடைய உறுப்பை அந்த செயற்கை ரப்பர் உறையை மாட்டி மூடிக் கொள்ளத் தயாராக இல்லை. சதையும் சதையும் உரசுவதை உணரவே விரும்பினார்கள். ஐரோப்பியர்களையும் ஆசியர்களையும் பொறுத்தவரையில் தங்களுடைய நாட்டுக் கம்பெனிகள் வெளி நாடுகளில் தயாரித்து இறக்குமதி செய்த இரகங்களைத்தான் அவர்கள் விரும்பினார்கள்.

'இந்த நிறுவனமும் வெளிநாட்டவரால் கபளீகரம் செய்யப்பட்டு விட்டது.

'இதோ இப்போது உங்கள் முன் நிற்கிறேன். ஆக, வெவ்வேறு தயாரிப்புகளிலும் ஈடுபட்டு வெற்றியடைய முயன்றேன். ஆனால், நான் எதில் முயன்றாலும் அதில் அன்னிய உற்பத்தியாளர்களும் அவர்களது உள்நாட்டுக் கூட்டாளிகளும் எனக்கெதிராக ஒன்றுசேர்ந்து நிற்பதைக் கண்டேன். ஐந்து ஷில்லிங் விலையில் நான் என் பொருளை விற்றால் அவர்கள் தங்களுடையதை மூன்று ஷில்லிங் விலையில் விற்பார்கள். அப்படியானால் வாங்குபவர்கள் அவர்கள் பொருள்களைத்தானே வாங்க ஓடுவார்கள்? சில சமயம் எனக்கு ஒரு சில இயந்திரங்கள் கிடைத்துவிடாதபடி கவனமாகப் பார்த்துக்கொள்வார்கள். வேறு சில சமயங்களில் காலாவதியாகிவிட்ட இயந்திரங்களை என் தலையில்

கட்டுவார்கள். அந்த இயந்திரங்களும் இங்கு வந்து சேர்வதற்கு பல ஆண்டுகள் ஆகிவிடும். சில சமயம் உதிரி பாகங்கள் கிடைக்காது. அல்லது தாமதமாக வரும். அல்லது போக்குவரத்தில் திடீரென்று காணாமல் போய்விடும். என் தொழிற்சாலை ஒரேயடியாக நின்றுவிடும்.

'தொழிலாளிகளின் வியர்வையால் உற்பத்தியை மேற்கொள்ளும் தொழிற்சாலைகளின் மீது தங்களுக்கு இருக்கும் ஆதிக்கத்தை விட்டுவிட இந்த அன்னியர்கள் தயாராக இல்லை என்பதை இது எனக்கு உணர்த்தியது. காரணம் தொழிலாளர்களின் வியர்வைதான் எல்லாவித இலாபத்துக்கும் அடிப்படை. சிறிது காலத்திற்கு உற்பத்தித் தொழிலை நிறுத்தி வைக்க வேண்டும் என்று நான் நினைத்தேன். இது வெறும் தற்காலிக பின்னடைவுதான். சறுக்கல் என்றால் வீழ்ச்சி என்று அர்த்தமில்லை.

'மறுபடியும் அன்னியருக்கே சேவை செய்யப்போனேன். ஒரு மொத்த வியாபாரம் ஆரம்பித்தேன். ஆமாம், அந்நியர் தயாரித்த பொருள்களை விற்கும் வியாபாரம் மோசமான வியாபாரம் இல்லை. காரணம் ஏதாவது ஒரு பொருளை ஒரு இடத்திலிருந்து மற்றொரு இடத்துக்கு மாற்றும்போது இடையில் நானாக எதையும் செய்யாமலே - ஒரே ஒரு சொட்டு வியர்வையைக் கூட சிந்தாமலே - சில நல்ல பண்டங்கள் எனக்குக் கிடைக்கின்றன. இன்று நான் ஒரு மொத்த வியாபாரி. துணிமணிகள், மதுவகைகள், காலணிகள், பழைய துணிகள், எலிகளையும் முயல்களையும் போல ஏழைகள் குழந்தைகளைப் பெற்றுத் தள்ளாதிருக்க உதவும் கருத்தடை மாத்திரைகள்... இவற்றையெல்லாம் இறக்குமதி செய்கிறேன்.

'மூகிராயின் மகனாகிய நான் இன்றும் அன்னியத்தொழில் முதலாளிகளுக்கு சேவகம் செய்துகொண்டுதான் இருக்கிறேன். நமது தொழிலாளிகளின் வியர்வையைத் திருடும் தொழிலில் இப்பவும் அன்னியர்தான் முழுக்க முழுக்க ஏகபோக ஆதிக்கம் செலுத்தி வருகிறார்கள். ஆனால் அவர்களை இந்த நாட்டை விட்டே விரட்ட வேண்டும் என்ற குறிக்கோளை நான் ஒரு போதும் மறந்துவிடவில்லை.

'எனவே, தலைவர் அவர்களே, இந்தக் கூட்டத்துக்கான அழைப்பிதழையும் இந்த மண்ணில் திருட்டையும் கொள்ளையையும் அதிகரிக்க திருடர்களுக்காக நடத்தப்படும் இந்தப் போட்டி பற்றிய

செய்தியைப் பரப்புமாறு கோரிய கடிதத்தையும் கண்டபோது நான் மகிழ்ச்சியில் என்னையே மறந்துபோனேன்.

'கவனமாகக் கேளுங்கள், இப்போது உங்களுக்கு ஒரு இரகசியம் சொல்லப் போகிறேன். இத்தனை ஆண்டுகளாக இந்த முக்கியமான இரகசியத்தை இந்த விரேரி வா மூகிராய் தனக்குள்ளேயே பொதிந்து வைத்திருந்தான். இதுதான் நாம் திருட்டு - கொள்ளைக் கலையில் ஜப்பானிய, வடஅமெரிக்க, பிரிட்டிஷ், பிரெஞ்சு, ஜெர்மன், இத்தாலி, டேனிஷ், திருடர்களை விடவும் - மொத்தத்தில் மேலை முதலாளிய உலகம் முழுவதையும் விட உயர்ந்த இடத்தை அடையச் செய்யக்கூடிய இரகசியம். இந்த இரகசியத்தை மட்டும் கற்றுத் தேர்ந்துவிட்டால் நம்மை அந்நியரோடு பிணைத்திருக்கும் சங்கிலிகளை உடைத்தெறிந்து விடலாம். இப்போது நான் அந்த இரகசியத்தை உங்களுடன் பகிர்ந்துகொள்ளப் போகிறேன். ஏனென்றால், என் திட்டம் பயனுள்ளதாக இருக்க வேண்டுமானால் அந்நிய சித்தாந்தங்களைத் தவிர்க்க உண்மையான சுதேசிய முதலாளியத்தைக் கட்டி எழுப்ப வேண்டுமென்று விரும்பும் நம்மவரிடையே முழுமையான ஒற்றுமை தேவைப்படும்.

'இரகசியம் இதுதான்: நம் நாட்டில் இரும்புத்தாது இருக்கிறது. நம் நாட்டில் கருமான்கள் இருக்கிறார்கள். தாதுப்பொருளை உருக்கி இரும்பாக மாற்றுபவர்கள் பல தலைமுறைகளாக நம்மிடையே இருக்கிறார்கள். ஏகாதிபத்தியம் வருவதற்கு முன்னால் இந்தத் திறமைகள்தான் கோடரி, வாள், ஏர், பலவித வளையங்கள் எல்லாவற்றையும் செய்யப் பயன்பட்டன. ஆனால், இந்த அறிவு இரண்டு காரணங்களுக்காக பரவலாகவில்லை. தொழிற்சாலைகளில் திரட்டப்படும் தொழிலாளர்களுடைய வியர்வையின், ரத்தத்தின் அருமையான சுவையை உணர்ந்த குறைந்த அளவிலான உறுப்பினர்களைக் கொண்ட வர்க்கம், அந்த நாட்களில் உருவாகியிருக்கவில்லை என்பது ஒரு காரணம். வெளிநாட்டினர் இங்கு வந்தபோது, நாம் வெளிநாடுகளில் தயாரிக்கப்படும் பொருட்களை வாங்கி அவர்களுடைய தொழில்களை வளரச் செய்ய வேண்டுமென்ற நோக்கில் இந்த உள்ளூர்க் கருமான்களின் தொழில் திறமையை அமுக்கி விட்டார்கள் என்பது அடுத்த காரணம்.

'அதனால்தான் இன்று நான் இதை சொல்கிறேன்: சிறிதோ பெரிதோ நாம் நமது தொழிற்கருவிகளை மேலும் மேம்படுத்த ஒன்றுசேர வேண்டும். ஏனென்றால் நமது மக்களின் வியர்வையும் ரத்தமும்

தான் முடிவில்லாமலும் மலிவாகவும் கிடைத்துக் கொண்டே இருக்கக்கூடியது.

'நம்மிடம் இரும்புத்தாது இல்லையென்று யாரும் சொன்னால் நம்பி ஏமாந்துவிடாதீர்கள். எண்ணெய் உள்பட இந்த நாட்டில் இல்லாத இயற்கை வளம் எதுவுமில்லை. அப்படியே ஒருவேளை நம்மிடம் பெருமளவுக்கு இரும்புத்தாது இல்லாவிட்டாலும் ஆங்கிலத்தில் மெயின்டனன்ஸ் டெக்னாலஜி என்கிறார்களே, அதாவது பயன்படுத்திய இரும்பை மறுபடியும் உருக்கிப் பயன்படுத்துவது, அந்தத் தொழில் நுட்பத்தை நம்மால் மேம்படுத்த முடியும். தொழில் திறமையில் ஒரு முன்னணி சக்தியாக ஜப்பான் நீடிக்க உதவுவது வேறு எதுவென்று நினைக்கிறீர்கள்?

'ஊசிகள், சவரக் கத்திகள், கத்திரிகள், வீச்சரிவாள்கள், ஏர்கள், கோடரிகள், கோப்பைகள், தண்ணீர்ப் பீப்பாய்கள், டப்பாக்கள், நெளிதகடுகள் (காருகேட்டட் ஷீட்ஸ்), மோட்டார் வாகனங்கள், டிராக்டர்கள், நீராவி மற்றும் டீசல் பொறிகள், கப்பல்கள், விமானங்கள், வேல்கள், வாள்கள், துப்பாக்கிகள், குண்டுகள், ஏவுகணைகள், ஏவுகணைகளைச் செலுத்தும் ராக்கெட்டுகள் அல்லது மக்களை வானவெளியில் செலுத்தும் ராக்கெட்டுகள் போன்ற எல்லாப் பொருட்களையும் - சுருக்கமாகச் சொன்னால் அன்னியரால் தயாரிக்கப்படும் பொருட்களை எல்லாம் - உருவாக்குவதற்கான இயந்திர டூல்களை நாம் உற்பத்தி செய்வதற்கு நம் தொழிலாளிகளின் வியர்வையாலேயே முடியும். அப்போதுதான் நவீன அறிவியல் தொழில் நுட்பத்தினால் நம்மாலும் பயன்பெற முடியும் என்பது தெரிய வரும்.

'நல்லவர்களே, கொஞ்சம் யோசித்துப் பாருங்கள், கென்யாவிலேயே பிறந்த லட்சாதிபதிகள், கோடீஸ்வரர்கள், கோடீஸ்வரர்களுக்கும் கோடீஸ்வரர்கள், குபேரர்கள், ஜப்பானில் இருப்பது போன்று கென்யாவுக்கே சொந்தமான தொழிலதிபர்கள்... எல்லாமே நமது தொழிலாளிகளின் வியர்வையாலும் இரத்தத்தாலும் சுத்திகரிக்கப்பட்ட இரும்புத்தாது அல்லது பராமரிப்புத் தொழில் நுட்பத்தினால் விளைந்தவையே! இதைவிட நமக்கு வேறென்ன வேண்டும்?

'தேசியக் கொள்ளைக்காரரர்களே, தேசிய திருடர்களே, உங்களுக்கு நான் வழிகாட்டி விட்டேன். இனி ஒவ்வொரு திருடரும் தன் வேலையைத் தன் சொந்தத் தாயிடமே காட்டத் தொடங்கவேண்டும்.

'அப்படியானால் மகுடம் யாருக்கு? விரேரி வா மூகிராய்க்குத் தான்! காரணம் அவர்தான் இயற்கையானதும் கற்றறிந்ததுமான இருவகையான அறிவுரைகளையும் நமக்கு வழங்கியிருக்கிறார். என் படிப்பு வீண்போகவில்லை. இறுதியாக ஒரு லட்சிய முழக்கத்துடன் முடிக்க விரும்புகிறேன்: ஒவ்வொரு கொள்ளைக்காரரும் வீடுதிரும்பி தன் சொந்த அம்மாவிடமே திருட வேண்டும். அதுதான் உண்மையான ஜனநாயகம்: அதுதான் நாடுகளுக்கிடையிலான சமத்துவம்.

அத்தியாயம் ஏழு

1

கனவு. நிச்சயமாக பகல் கனவுதான். நடந்ததெல்லாம் கனவு தான் என்று நம்பமுடியாதவனாக கத்தூய்ரியா தன் தொடையைக் கிள்ளி வலிக்கிறதா என்று பார்த்துக் கொண்டான். கிள்ளிய இடம் வலித்தது. அப்படியானால் இது கனவில்லை. ஆனாலும் தன் கண்ணால் தான் பார்த்துக்கொண்டிருப்பதெல்லாம் உண்மையில் அங்கே நடந்து கொண்டிருப்பவைதான் என்று அவனால் முழுக்கவும் நம்ப முடியவில்லை. ஒருவன் தன்னைத்தானே கிள்ளிக்கொள்வதாகவும் அது வலிப்பதாகவும் கூட கனவு காண முடியுமே. ஏன்? தான் இறப்பதாக, தான் புதைக்கப்படுவதை பார்ப்பதாக, மெய்யாகவே சொர்க்கத்துக்கோ நரகத்துக்கோ போவதாகக் கூட கனவு காண்பது என்பது மனிதனுக்கு சாத்தியம் தான்.

வரீய்ங்காவை ஏறிட்டுப் பார்த்தான் கத்தூய்ரியா. கையை நீட்டி வரீய்ங்காவின் விரல்களை எடுத்து மெதுவாக அமுக்கிப் பார்த்தான். நிஜத்தில் நகமும் சதையுமாக வரீய்ங்கா அங்கிருப்பதை உணர்ந்தான். பிறகுதான் தான் விழித்திருப்பதையும் அந்த குகை மலேரியாக் காய்ச்சல் வந்தவனுக்குத் தோன்றும் மாயத்தோற்றம் இல்லை என்பதையும் கத்தூய்ரியா நம்பினான்.

இன்றைக்கும் கூட விரேரி வா மூகிராய் பேசி முடித்தவுடன் குகையில் எழுந்த கூச்சல் குழப்பத்தை ஒருவித நடுக்கத்துடன் தான் கத்தூய்ரியா நினைவு கூறுகிறான். விரேரியை ஒரு சிலர் புகழ்ந்தது உண்மைதான் என்றாலும் பெரும்பாலானோர் பற்களைக் கடித்து கத்தி ஆர்ப்பாட்டம் செய்தார்கள். பெண்களும் கூடத்தான். ஒரு சிறு குழுவினர் மட்டும்

குலவையிட்டு அவரை உற்சாகப்படுத்த, மற்ற எல்லோரும் கத்தி ஆர்ப்பாட்டம் செய்து தம் எதிர்ப்பைத் தெரிவித்தார்கள்.

2

யுஎஸ்ஏ என்று எழுதிய முத்திரையை மகுடத்தில் பொறித்திருந்த வெளிநாட்டுப் பிரதிநிதிக்குழுத் தலைவன் தான் முதலில் பேசினான். அவனுடைய வார்த்தையை ஒன்றுகூட விடாமல் கேட்பதற்காக மக்கள் தம் காதுகளை தீட்டிக்கொண்டதும் கூச்சலும் குழப்பமும் குறைந்தன.

'தலைவர் அவர்களே, விரேரி வா மூகிராய் நம்மீது வீசியிருக்கும் கேவலமான அவமதிப்புகளைக் கேட்டு நான் அடைந்த திகிலை என் சார்பிலும் மற்ற வெளிநாட்டு நிபுணர்களின் சார்பிலும் உங்களுக்கு தெரியப்படுத்த விரும்புகிறேன். அமெரிக்க ஐரோப்பிய ஜப்பானிய திருடர்களுக்கும் கொள்ளையர்களுக்கும்; சமீபத்தில் சொந்தக் கொடிகள் வழங்கப்பட்ட முன்னேறி வரும் நாடுகளைச் சேர்ந்த திருடர்கள் மற்றும் கொள்ளையர்களுக்கும் இடையேயுள்ள கூட்டுக்களவை மேலும் வலுப்படுத்துவதற்காகத்தான் நாம் இங்கே கூடியுள்ளோம். முன்னேறிய உலகைச் சேர்ந்த நாங்கள் நவீன திருட்டு மற்றும் கொள்ளையில் பல ஆண்டு அனுபவம் வாய்ந்தவர்கள். உலக மக்கள் அனைவரிடமிருந்தும் பறிக்கப்பட்ட மொத்தப் பணமும் குவிந்திருக்கும் வீடுகளுக்கும் பண்ட சாலைகளுக்கும் களஞ்சியங்களுக்கும் சொந்தக்காரர்கள் நாங்கள் தான் என்பதையும் உங்களிடையே நினைவுபடுத்த விரும்புகிறேன். எங்கள் சூட்டு கோட்டுகள் கூட வங்கிப் பணத்தால் ஆனவைதான் என்பதை நீங்களே பார்க்கிறீர்கள். இன்றைக்கு எல்லாத் தொழிலுக்கும் வர்த்தகத்துக்கும் அடிப்படையானது பணம்தான். உலகிலுள்ள எல்லா திருட்டு - கொள்ளை சக்திகளுக்கும் தலைமைச் சேவகன் பணம்தான். பணமே உன்னதமானது. பணமே உலகை ஆள்கிறது. இங்கு உங்கள் நாட்டில் இருந்துகொண்டு பன்னாட்டு திருடர் மற்றும் கொள்ளையர் சமூகத்தின் கண்களும் காதுகளுமாக செயல்படுவது எப்படி என்பதை உங்களில் ஒருசிலருக்காவது பயிற்றுவிக்க முடியுமா என்று பார்ப்பதற்காகத்தான் நாங்கள் இங்கு வந்தோம். ஆனால் அரசியல் ரீதியான நெளிவு சுளிவு தெரியாத அப்பாவிகளின் உரைகளைக் கேட்கத்தான் நாங்கள் வந்திருக்கிறோம், தவழக் கற்பதற்கு முன்பே நடப்பதற்குக் கனவு காணும் திருடர்கள் - கொள்ளையரின் உரைகளைக்

கேட்கத்தான் நாங்கள் வந்திருக்கிறோம், இந்த விளையாட்டில் நீண்ட நெடுங்காலமாக ஈடுபட்டு நாங்கள் திருடிச் சேர்த்துவைத்துள்ள செல்வத்தைக் கண்டு பொறாமைப்படுகிற திருடர்கள் - கொள்ளையரின் உரைகளைக் கேட்கத்தான் வந்திருக்கிறோம் என்பது எங்களுக்குத் தெரிந்திருக்கவில்லை. உலகிலுள்ள எல்லாத் திருடர்களும் கொள்ளையர்களும் ஒத்த வயதினராக, ஒரே குடும்பத்தினராக, ஒரே நாட்டவராக, ஒரே கருத்தைப் பகிர்ந்து கொள்பவர்களாக இருப்பார்கள் என்னும் நம்பிக்கையில் தான் நாங்கள் இங்கு உங்களை எல்லாம் சந்திக்க வந்தோம். நாங்கள் சுதந்திரத்தை மதிக்கிறோம். அவரவர் திறமைக்கேற்ப திருடவும் கொள்ளையடிக்கவும் அனுமதிக்கிற சுதந்திரத்தை நாங்கள் மதிக்கிறோம். இதைத்தான் நாங்கள் பெர்சனல் இனிஷியேட்டிவ் (சுயமான முன்முயற்சி) என்றும் இண்டிவிஜுவல் எண்டர்பிரைஸ் (தனிமனித தொழில் முனைப்பு) என்றும் சொல்கிறோம். அதனால்தான் நாங்கள் ஃப்ரீ வேல்டை அதாவது மற்றவர்களிடமிருந்து திருடுவதற்கு எந்த ஒரு தடையுமற்ற சுதந்திர உலகத்தைச் சேர்ந்தவர்கள் என்று எப்போதும் சொல்லி வருகிறோம். அப்படியிருக்க விரேரி வா மூகிராய் ஏன் நம்மிடையே பிரிவினைகளை உண்டாக்க விரும்புகிறார்? ஏன் இரண்டு விதமான திருட்டு இருப்பதாக சொல்கிறார்? திருட்டு என்றால் திருட்டுதான். உங்களது ஏவுகணைகளையும் குண்டுகளையும் ராக்கெட்டுகளையும் நீங்களேதான் தயாரிக்க வேண்டுமென்று அவர் ஏன் சொல்கிறார்? தென்கொரியாவிலும் பிரேசிலிலும் இஸ்ரேலிலும் தென்னாப்பிரிக்காவிலும் செய்வது போல உங்களுடைய திருட்டையும் எங்களுடைய திருட்டையும் காவல் காக்கவும் கட்டிக் காக்கவும் எங்களால் முடியும் என்பதை நீங்கள் நம்பமாட்டீர்களா? நாம் ஒரே மேசையிலிருந்து சாப்பிடுகிறோம், குடிக்கிறோம். ஆனால் உங்களுக்கு எங்கள் மேல் நம்பிக்கையில்லை. விரேரி வா மூகிராயிடமிருந்து இப்போது கேட்ட கேவலமான வார்த்தைகளாலும் ஏற்பட்ட அவமரியாதையாலும், இனி விழா முடியும்வரை இருப்பதற்கில்லை என்று நாங்கள் முடிவு செய்துவிட்டோம். இப்போதே நாங்கள் கிளம்புகிறோம். எங்களுடன் கொண்டுவந்த எல்லாப் பரிசுப் பொருட்களையும் எடுத்துச் செல்கிறோம். விரேரி மிக உற்சாகமாக குறிப்பிட்டாரே அந்த இரும்புத்தாதுவை கென்ய மக்களான நீங்களே பொறுக்கிக்கொள்ள விட்டுவிட்டுச் செல்கிறோம்.'

வெளிநாட்டு பிரதிநிதிக் குழுவின் தலைவன் பேசி முடித்து விட்டு உட்கார்ந்தான்.

குகையில் நிலைமை மோசமாகிவந்தது. தங்களுக்கு ஏற்படப் போகும் நட்டத்தை பல கொள்ளைக்காரர்களும் ஆழமாக உணர்ந்தார்கள். அவர்கள் எல்லோரும் விரேரி வா மூகிராயை மிகுந்த வெறுப்புடன் பார்த்தார்கள்.

விழாத் தலைவர்தான் மறுபடியும் நிலைமையை சமாளித்தார். அவர் மேடை ஏறி கனத்த இதயத்துடன் எல்லாரிடமும் மன்னிப்புக் கோரினார். திருட்டும் கொள்ளையும் உலகில் மேன்மை அடையும் வகையில் இத்தகைய கௌரவமான விருந்தாளிகளுடன் உறவை மேம்படுத்திக் கொள்ளும் வழிவகைகளை ஆராயாத ஒரு திருடனோ கொள்ளைக்காரனோ கூட குகையில் இல்லை. அதனால் சற்றுமுன் சொல்லப்பட்ட எதையும் வெளிநாட்டவர் பொருட்படுத்தக் கூடாது என்று கெஞ்சிக் கேட்டுக் கொண்டார். ஒவ்வொரு நாட்டின் திருடர்களும் கொள்ளையரும் சுயசார்பு உடையவர்களாக இருக்க வேண்டும். தனித்தனியாக ஒரு மூலையிலிருந்து தன் தொப்பையைத் தடவிக் கொண்டிருக்க வேண்டும் என்றெல்லாம் விரேரி வா மூகிராய் சொன்னது வெறும் சிறுபிள்ளைத்தனமான பேச்சுதான் என்றார்.

அங்குள்ள திருடர் - கொள்ளைக்காரர்களில் ஒருவர்கூட விரேரி வா மூகிராயின் கருத்துக்களை ஏற்றுக்கொண்டவரில்லை என்று விழாத் தலைவர் மற்றொருமுறை எல்லாக் கடவுள்களின் பெயராலும் ஆணையிட்டுக் கூறினார். அன்று காலையில்தான் விழா நிகழ்ச்சிகளைத் துவக்கி வைத்த போது தான் சொன்ன உவமைக் கதையை நினைவுபடுத்தினார்... தொலைதூர தேசத்துக்குப் பயணம் செல்லும் ஒரு மனிதன் தன்னுடைய வேலைக்காரர்களைக் கூப்பிட்டு அவர்களிடமே தன் சொத்துக்களை ஒப்புவிப்பதற்கு நிகரானதுதான் இந்த சுதந்திரக்கொடியும்...

விழாத் தலைவன் உவமைக்கதையை பாதியில் நிறுத்திவிட்டு அன்னியத் திருடர்களை இணக்கமாகப் பார்த்து தங்கப் பற்கள் தெரிய புன்னகை புரிந்துவிட்டு பிறகு அறிவித்தார், ‘மதிப்புக்குரிய விருந்தினர்களே, நாங்கள் உங்கள் அடிமைகள். எங்கள் மக்களில் சுதந்திரப் போராளிகள் என்று தங்களை அழைத்துக் கொண்டவர்களை ஒடுக்கி உங்களுக்கு நாங்கள் செய்த ஊழியத்தை மெச்சி நீங்கள் எங்களுக்கு தாலந்துகளை அளித்தீர்கள். அவற்றைப் பயன்படுத்தி நாங்கள் என்ன என்ன செய்திருக்கிறோம் என்று பார்ப்பதற்காக திரும்பி வந்திருக்கிறீர்கள். அதைப்பற்றி மகிழ்ச்சி. எங்கள் நாட்டை விட்டு நீங்கள் போயே போய்விட்டீர்கள் என்று சொல்லித்தான் இன்றுவரை

எங்கள் மக்களை நாங்கள் ஏய்த்துக் கொண்டிருக்கிறோம் என்பதை இந்நேரத்தில் உங்களுக்கு நினைவூட்ட விரும்புகிறேன். அதனால்தான் உங்களை அன்னியர்கள், ஏகாதிபத்தியவாதிகள், வெள்ளைத் திருடர்கள் என்றெல்லாம் நாங்கள் அழைப்பதில்லை. எங்கள் நண்பர்கள் என்றுதான் உங்களை நாங்கள் அழைக்கிறோம். எனவே தயவு செய்து பொறுமையாக உங்கள் இருக்கைகளில் அமருமாறு உங்களை மன்றாடிக் கேட்டுக்கொள்கிறேன். அப்போதுதான் உங்களால் மனிதரைத் தின்னும் மற்ற சாட்சிகளின் கதைகளையும் கேட்கமுடியும். விரேரி வா மூகிராயைப் பற்றிக் கவலை வேண்டாம். அவரை நாங்கள் கவனித்துக் கொள்கிறோம். அவருடைய தலையெழுத்து இன்று இங்கேயே முடிவு செய்யப்படும். இந்த அளவுக்கு மன்னிப்புக் கேட்டது போதுமென்று நினைக்கிறேன். மீதத்தை எங்கள் செயலே உங்களுக்குச் சொல்லும்.'

பேசி முடித்து உட்கார்ந்தார் அவர். திருடர் - கொள்ளையரின் வெளிநாட்டுப் பிரதிநிதிக்குழுவின் தலைவன் இந்த மன்றாட்டை ஏற்றுக்கொண்டான். இனி அவர்கள் செயல்மூலம் மன்னிப்புக்கோருவதை எதிர்நோக்கிக் காத்திருப்பதில் தனக்கு திருப்தியே என்றான். நீதி வழங்கப்பட்டால் மட்டும் போதாது வழங்கப்படுவது அனைவருக்கும் தெரியவும் வேண்டும். நன்றி என்றார்.

இதைத் தொடர்ந்து குகையில் எழுந்த இடிமுழக்கம் போன்ற கைத்தட்டலில் கூரையும் சுவர்களும்கூட இடிந்து விழுந்துவிடும் போல் இருந்தது.

3

வரீய்ங்காவின் கையைப் பிடித்துக் கொண்டிருந்தான் கத்தூய்ரியா. இன்னமும் கனவில் இருப்பது போலவே இருந்தது அவனுக்கு. வரீய்ங்கா அவன் கையை அழுத்தினாள். அவரவர் சிந்தனையில் மூழ்கியபடி இருவரும் மௌனமாக உட்கார்ந்திருந்தார்கள். ஆனால் பிடித்திருக்கும் கையை மட்டும் விட்டு விட்டால் குகையின் இருளில் மூழ்கிப் போய்விடுவோம் என்ற பயம் இருவரிடமுமே இருந்தது.

தன் எண்ணங்களைப் பின்தொடர்ந்து சென்று தர்க்க ரீதியான ஒரு முடிவுக்கு கத்தூய்ரியாவினால் வரமுடியவில்லை. ஏதோ ஒரு எண்ணம் தோன்றி சற்று நேரம் மண்டையில் ஆட்டம் போடும்; பிறகு வேறொரு எண்ணம் வந்து அதை விரட்டிவிடும். பின் மற்றொரு எண்ணம்

தோன்றி விரட்டும் வரை அந்த எண்ணம் தொடர்ந்து இருக்கும். தனது பாட்டுக்கான பண்ணைத் தேடுவதில் அவனுக்கிருந்த தணியாத ஆர்வம் இப்போது போய்விட்டதாகத் தோன்றியது. இப்போது அவனை அதிகமாக கவலை கொள்ளச் செய்தது வரீய்ங்காவின் கடந்த காலப் பிரச்சனைகள்தான். ஆனால் அவன் வரீய்ங்காவின் கதையை மனதுக்குள் அலசிப்பார்த்துக் கொண்டிருக்கும்போதே, போலீஸை அழைத்துவர வங்காரியும் தொழிலாளிகளை அழைத்துவர முதூரியும் சென்றுள்ள செய்தி நினைவுக்கு வந்து அவனை கவலை கொள்ளச் செய்தது. எல்லாத் தரப்பினரும் ஏக காலத்தில் குகையில் நேருக்குநேர் சந்தித்துக் கொண்டால் என்ன ஆகும்? விரேரி வா மூகிராயின் வாக்குமூலம் ஏற்படுத்திய கூச்சலும் குழப்பமும் கூட அவனைத் தொந்தரவு செய்தன. இத்தனைக்கும் விரேரி திருட்டையும் கொள்ளையையும் கண்டிக்கக்கூட இல்லை. ஒவ்வொரு திருடனும் தன் சொந்த நாட்டினரிடமே திருட வேண்டும் என்பது தான் அவர் முன் வைத்த செய்தி. ஒருவேளை முதூரி மாதிரி ஒருவர் மேடைக்கு வந்து திருட்டு - கொள்ளை அமைப்பை ஒட்டுமொத்தமாகக் கண்டனம் செய்தால் என்ன ஆகும்?

சட்டென்று அந்த இடத்தை விட்டுப் போய்விட வேண்டும் என்று வரீய்ங்காவிடம் சொல்ல நினைத்தான். அவன் மனக்கண் முன்னால் ஒரு நடுக்கமுண்டாக்கும் காட்சி தோன்றியபடி இருந்தது. காட்சியின் மையமாக முவாரா இருந்தான்.

பேய்ப்பசியும் பேராசையும் நிரம்பிய கண்களால் முவாரா தன்னைப் பார்ப்பதாக கத்தூய்ரியா நினைத்தான். பிறகுதான் தன்னை அப்படிப் பார்ப்பது முவாரா மட்டுமல்ல என்று புரிந்தது அவனுக்கு. சுற்றிலுமிருந்த அனைவருமே அதேபோன்ற பார்வையுடன்தான் இருந்தார்கள். எப்போதாவது ஒரு திருடன் கொட்டாவி விட்டால் அவனுடைய பற்கள் ரத்தம் தோய்ந்த நச்சுப் பற்களாக உருமாறி தானும் வரீய்ங்காவும் இருக்கும் பக்கமாகத் திரும்புவதாகத் தோன்றியது அவனுக்கு. ஒரு குரல் அவனுக்குள் கிசுகிசுப்பாகப் பேசியது; இவர்கள் எல்லாம் மனிதச் சதையைத் தின்பவர்கள். மனித இரத்தத்தைக் குடிப்பவர்கள். நவீன டிங்கூரிகள். இந்தப் பெண்ணைக் கூட்டிக்கொண்டு இப்போதே இந்த இடத்தை விட்டு ஓடி விடும்.'

ஆனால் அவனுக்குள் இன்னொரு குரல் இந்த இடத்தை விட்டுப் போகவேண்டாம் என்று அவனை எச்சரித்தது. விருந்து எப்படி முடிந்தது என்பதைப்பற்றி எதிர்காலத்தில் மற்றவர்கள் திரிக்கும்

சரடுகளையெல்லாம் தாங்கள் இருவரும் கேட்க நேராதபடி அந்த இடத்திலேயே கடைசிவரை இருந்து பார்க்க வேண்டும் என்றும் அது கூறியது. ஏனெனில் தொழில் முறை கொலைகாரர்களும் மனிதச் சதையைத் தின்பவர்களும் உலகில் இருக்கிறார்கள் என்று இதற்குமுன் யாராவது கத்தூய்ரியாவிடம் கூறியிருந்தால் அதை அவன் நம்பியே இருக்கமாட்டான். அப்படியானால் நாகுருவிலுள்ள பஹாதியில் இருந்து வந்த பெரியவர் நவீன கால அரக்கர்களைப்பற்றிய கதையைச் சொல்லிக் கொண்டிருந்தாரே, அந்தக் கதையெல்லாம் உண்மைதானா?

இதுபோன்ற சிந்தனைகளிலிருந்து விடுபடுவதற்காக கத்தூய்ரியா தன் தலையை வேகமாக உதறிக் கொண்டான். சுற்றிலுமிருந்த மக்களின் முகங்களில் தெரிந்த அச்சுறுத்தும் காட்சிகளைக் காண்பதைத் தவிர்த்துக்கொள்வதற்காக மேடையையே உற்றுப் பார்த்தான்.

விரேரி வா மூகிராயைப் பற்றி யோசிக்கத் தொடங்கினான். இந்த விரேரி வா மூகிராய் இப்போது கொடுத்த வாக்குமூலத்தையும் முதல் நாள் மாலையில் சொன்ன கதையையும் ஒப்பிட்டுப் பார்த்தான்: தொலைதூரப் பயணம் செல்ல புறப்பட்ட மனிதன் தன் ஊழியர்க்காரர்களில் ஒருவனுக்கு ஐந்து தாலந்தும் ஒருவனுக்கு இரண்டு தாலந்தும் ஒருவனுக்கு ஒரு தாலந்தும் கொடுத்துவிட்டு, சிறிது காலம் கழித்து திரும்பி வந்து தன் ஊழியக்காரர்களை அழைத்து... தாலந்துகளை பெற்றுக்கொண்ட ஒருவன்... முன் வந்து சொன்னான்...

தீதிகா வா கூஞ்சியின் வாக்குமூலம்

தீதிகா வா கூஞ்சி மிகவும் குண்டாக இருந்தான். அவனுடைய தலை மலை போல பெரிதாக இருந்தது. தொந்தி இடுப்புப் பட்டையை மீறி மிகப் பெரியதாக, கர்வமாக தொங்கிக் கொண்டிருந்தது. சிவப்பு ஒளிக்குமிழ்களைப் போல் இருந்த இரண்டு பெரிய கண்கள் அவன் முகத்தில் பொருந்தியிருந்த விதத்தைப் பார்த்தால், படைத்தவன் அடுத்த வேலையை தொடரும் வேகத்தில் அவசரப்பட்டு செய்த காரியம்போலத் தெரிந்தது. நடுவகிடு எடுத்து வாரிய தலைமுடி இருபுறத்திலும் உயர்ந்திருப்பதைப் பார்த்தால், தார்ச்சாலையின் இருபுறமும் ஒன்றையொன்று பார்த்தபடி அமைந்த இரு கரைகளைப் போல காணப்பட்டது. கருப்பு சூட் அணிந்திருந்தான் அவன். அவனுடைய ஜாக்கெட்டிலிருந்து தொங்கிய குஞ்சங்கள், எடுப்புக் கக்கூசுகளிலும் அழுகிய குப்பைகளிலும் தென்படும்

பச்சையும் நீலமுமான பெரிய ஈக்களின் இறகுகளைப் போல வடிவமைக்கப்பட்டிருந்தன. சட்டையின் முன்பகுதியில் நிறைய மடிப்புகள் இருந்தன. கருப்பு 'போ'டை அணிந்திருந்தான். அவன் பேசும் போது அவன் கண்களும் சேர்ந்து உருண்டன. தொந்தியின் மீது கைகளை வைத்து அவ்வப்போது மென்மையாக அதை அவன் தட்டிக் கொடுப்பதைப் பார்த்தால் 'மக்களைநோக்கி இவ்வளவு கர்வமாக துருத்திக் கொண்டிருக்க வேண்டாம்' என்று அதைக் கொஞ்சுவது போலிருந்தது.

'சொல்வதற்கு அதிகமாக ஒன்றுமில்லை. எத்தனை பட்டங்கள் இருக்கின்றன என்பதையெல்லாம் நான் எண்ணப் போவதில்லை. அது ஒரு மட்டாட்டு வண்டியில் பயணம் செய்யத்தான் பயன்படப்போகிறது. நன்றாகத் தின்றுகொழுத்த நமக்கு, அன்னியரை அவமானப்படுத்தும் வேலை வேண்டாம். அன்னியர் மீதுள்ள வெறுப்பைத் தவிர பற்றிக்கொள்ள வேறு ஒன்றும் இல்லாத இழிந்தவர்களிடம் அதை விட்டுவிடுவோம்.

'என்னை கூஞ்சி வா தீதிகா - இல்லை - தீதிகா வா கூஞ்சி' என்று அழைப்பார்கள். மனைவி எனக்கு ஒருத்திதான் உண்டு. காதலிகள்? என் காதுகள், கொம்புகள் எல்லாமாக நான் அவர்களுக்கே சொந்தம். எனக்கு இரண்டு வியாதிகள் இருக்கின்றன; 'அதிலும்' சரி, உணவிலும் சரி எனக்கு மனநிறைவு ஏற்படுவதே இல்லை. நல்ல உணவு அருமையான ஆரோக்கியமான உடம்பை உருவாக்கும். சிறு பெண்களின் வழுவழுப்பான தொடைகள் அருமையான ஆரோக்கியமான மனத்தை உருவாக்கும்.

'கார்களைப் பற்றிச் சொல்ல வேண்டுமானால், மெர்சிடஸ் பென்ஸ் முதல் ரேஞ்ச் ரோவர்ஸ் வரை வோல்வோஸிலிருந்து பூஷோ 604 வரை என்னிடம் பல கார்கள் உண்டு.

'இளம்பெண்களைத் தேடிச்செல்லும்போதுதான் என் பிரத்தியேக வண்டியான BMW வை *(Be My Woman)* எடுத்துச்செல்வேன். அந்த மாதிரி வண்டியில் ஏறிய பிறகு ஒரு பெண்ணால் முடியாதென்று சொல்லவே முடியாது. என் மனைவி கடைத்தெருவிற்கு எடுத்துச்செல்லும் கூடை இருக்கிறதே அது பியட் 1600. ஆனால் ஒரு நாள் அவள் புகார் செய்ய ஆரம்பித்து விட்டாள். பிரம்புக் கூடை வைத்திருக்கும் பெண்ணுக்கு ஒரு சிறிய தாழைக்கூடை இருக்கக் கூடாதா என்றாள். ஒரு மஜ்தா வாங்கித்தந்தேன்.

'என் குழந்தைகள் குதிரைச் சவாரி செய்கிறார்கள். முன்பு க்ரோகன் டெலமேருக்குச் சொந்தமாக இருந்த நைரோபி உயர்வர்க்க குதிரைச் சவாரிப் பள்ளியில்தான் அவர்கள் பயிற்சி எடுத்தார்கள். சுதந்திரத்துக்கு முன்பு கருப்பு மனிதன் எவனும் அந்தப் பள்ளியின் மதிலருகில் கூட செல்ல முடியாதிருந்தது. அப்படியிருக்க இன்று சில கருப்பினத் தலைவர்கள் ஓட்டல் ஓட்டலாகத் திரிந்து 'சுதந்திரம் இன்னும் வரவில்லை' என்று சொல்கிற அளவுக்கு திமிர் பிடித்து அலைகிறார்கள் என்றால் பார்த்துக்கொள்ளுங்கள். மக்களுக்கு வேறு என்ன சுதந்திரம் வேண்டுமாம்? என்னைப் பொறுத்தவரை என் குழந்தைகள் தெருவிலோ வீட்டருகிலோ ஏதாவதொரு காரை ஓட்டிச் செல்வதை நான் பார்க்கும்போது, அவர்கள் குதிரைச் சவாரி செய்தபடியே என்னைப் பார்த்து கையசைத்து நாக்கை நீட்டி 'டாடி! டாடி' என்று ஐரோப்பியக் குழந்தைகளைப் போல அழைக்கும் போது, அப்படியே நான் பூரித்துப் போய்விடுகிறேன்! இதுதான் சார் சுதந்திரம்!

'இந்த இன்பங்களெல்லாம் திருட்டிலும் கொள்ளையிலும் விளைந்தவையே. உதாரணமாக இன்றைக்கு ஜோரோ, எல்பர்கான், கிடாலே இங்கெல்லாம் எனக்கு பல பண்ணைகள் இருக்கின்றன. எனது தொழிலாளர்களுக்கு மாதம் 75 ஷில்லிங் சம்பளமும் தினசரி சிறிது மாவும் வாரத்துக்கு ஒருமுறை ஒரு பாட்டில் வெண்ணை எடுத்த பாலும் தருகிறேன். ஹா ஹா ஹா! என்ன நடந்தது தெரியுமா? ஒருநாள் அதிக சம்பளம் கேட்டு அவர்கள் வேலை நிறுத்தம் செய்தார்கள். கடைசியில் அவர்கள் கண்களால் பார்ப்பதற்குப் பதில் வாயால் பார்க்கவேண்டி வந்துவிட்டது! அந்த நிமிடமே எல்லோரையும் முன்னறிவிப்பில்லாமல் வேலையை விட்டு நீக்கிவிட்டு கிராமங்களுக்குச் சென்று புதிய ஆட்களை உடனடியாக அமர்த்திக் கொண்டேன். ஹா ஹா ஹா! உபரி உழைப்பாளிகள் மலிவாய்க் கிடைக்கும் களஞ்சியங்கள் தான் இந்த கிராமங்கள் எல்லாம்! ஹா ஹா ஹா! நான் ஏன் இவ்வளவு சிரிக்கிறேன்? கொஞ்சம் பொறுங்கள், இந்த ஆனந்தக் கண்ணீர்த்துளிகளைக் கொஞ்சம் துடைத்துக்கொள்கிறேன். ஒரு காலத்தில் முனை மழுங்கிய கத்திகளையும் நாட்டுத் துப்பாக்கிகளையும் எடுத்துக்கொண்டு சுதந்திரத்துக்காகப் போராடுவதாக சொல்லிக்கொண்டவர்கள்தான் இன்றைக்கு என்னுடைய வயல்களில் புல்லறுக்கிறார்கள் என்று சொன்னால் நீங்களும்தான் சிரிப்பீர்கள்! அது மட்டுமல்ல, அந்த நாட்களிலேயே நான் அவர்களிடமிருந்து எதையும் மறைத்தவனில்லை. நான் அவர்களிடம் அப்போது என்ன சொல்வேன் தெரியுமா?

'இந்த நெருக்கடி நிலைக் காலத்தில் நாங்கள் உங்களை அதிகாரம் செய்து கொண்டிருக்கிறோம். சுதந்திரம் வந்த பின்பும் நாங்கள் தான் தொடர்ந்து உங்களை அதிகாரம் செய்து கொண்டிருப்போம்' என்பேன். அதற்கு அவர்கள், 'நிறுத்து உன் உளறலை. உன்னை நெஞ்சுக்கு நேராக குறி பார்த்துச் சுட வேண்டும்' என்று வெறுப்புடன் சொல்வார்கள். இன்று அவர்களில் பலர் தொப்பிகளைக் கழற்றிவிட்டு பணிவாக கைகளைக் கட்டிக்கொண்டு சம்பளம் வாங்குவதற்காக என் அலுவலகத்திற்கு வருவதைப் பார்க்கும் போது, எனக்கு அவர்களது சூளுரைகள் நினைவு வந்து விட்டால் நான் சிரித்தே செத்து விடுவேன். ஹா ஹா ஹா!

'இப்போது அதெல்லாம் வரலாறு ஆகிவிட்டது. சுதந்திரத்திற்காக நாமெல்லோரும் வெவ்வேறு வழிகளில் வெவ்வேறு பக்கங்களில் நின்று போராடினோம். இப்போதைய நிலைமையில் என்ன பிரச்சனை? கடந்த காலத்தை நாம் மறந்து விடுவோம். சுதந்திரத்திற்காகப் போராடுவது என்ற விஷயமே ஒரு மோசமான கனவுதான், அர்த்தமில்லாத கொடுங் கனவுதான். இனி, மூன்றே மூன்று விஷயங்களுக்காக நாம் ஒன்று சேர்வோம்: கபளீகரம் செய்வது, பணம் பிடுங்குவது, சொத்துக்களைப் பறிமுதல் செய்வது. திருட்டின் மூன்று புனித வடிவங்கள்: தட்டிப் பறித்தல், அச்சுறுத்திப் பணம் பறித்தல், பறிமுதல் செய்தல். பொது மக்களுக்குச் சொந்தமான எதைக் கண்டாலும் சும்மா விடாதீர்கள்; ஏனென்றால் நம்மை நாமே பார்த்துக் கொள்ளாவிட்டால் வேறு யார்தான் பார்த்துக் கொள்வார்கள்?

'திருடுவதிலும் கொள்ளையடிப்பதிலும் நான் அடைந்துள்ள வெற்றிக்கு கள்ளக்கடத்தலும், கள்ளச் சந்தையும் மட்டுமே காரணம். சுருக்கமாக விளக்குகிறேன். விலையுயர்ந்த கற்கள் பலவழிகளில் எனக்குக் கிடைக்கின்றன - முத்து, தங்கம், டான்ஸனைட் போன்றவையும், சிறுத்தை, சிங்கம் போன்ற அபூர்வமான மிருகங்களின் தோல்கள், யானைத் தந்தங்கள், காண்டாமிருகப் பல், பாம்பு விஷம், இன்னும் பல பொருட்களும் உண்டு. எல்லாமே நமக்குக் கிடைப்பது அரசாங்க சுரங்கங்களிலிருந்தும், வனவிலங்கு சரணாலயங்களில் இருந்தும்தான். அவற்றை நான் ஏற்றுமதி செய்கிறேன். ஜப்பான், ஜெர்மனி, ஹாங்காங் போன்ற நாடுகளிலிருந்து என் முயற்சிக்குப் போதுமான வெகுமதி தரும் ஏற்றுமதி ஆணை கிடைக்கிறது. எந்தப் புகாரும் எனக்கு வந்ததில்லை. பெரிய ஓட்டல்களுக்கும், மற்ற சுற்றுலாத் தொழில் நிறுவனங்களுக்கும் சொந்தக்காரர்களான வெளிநாட்டவருடன் எனக்கு இருக்கும் கூட்டு

வாணிபத்தினால்தான் இந்த வியாபாரங்களெல்லாம் சாத்தியமாகின்றன. சுரங்கத்துறை, கப்பல் போக்குவரத்து, விமானப் போக்குவரத்துக் கம்பெனிகளையெல்லாம் சரி கட்டுவதில் அவர்கள் நிபுணர்கள். வெளிநாட்டிலுள்ள வாடிக்கையாளர்களுடனும் அவர்களுக்கு நல்ல தொடர்புஇருக்கிறது. வெள்ளைக்காரர்கள் கள்ளக் கடத்தலில் ஈடுபடுகிறார்கள் என்றோ, கள்ளச் சந்தையில் புகுந்து விளையாடுகிறார்கள் என்றோ மக்கள் கற்பனை செய்துகூட பார்ப்பதில்லை. ஆனால் எனக்கு அது நன்றாகத் தெரியும். அவர்களுடன் லாபகரமான உறவை நான் ஏற்படுத்திக் கொண்டிருக்கிறேன். அதனால்தான் இங்கு வந்து நின்றுகொண்டு வெள்ளை அந்நியர் நம் நாட்டை விட்டு சென்றுவிட வேண்டும் என்று திமிராகச் சொல்வதைக் கேட்கும்போது எனக்கு அப்படியே... இந்த மட்டாட்டு பல்கலைக்கழகப் பட்டங்களை இங்கு நான் கணக்கில் எடுத்துக் கொள்ளவே போவதில்லை.

'உப்பு, சர்க்கரை, சோளம், கோதுமை, அரிசி, காபி, தேயிலை முதலியவற்றை நான் தொலைதூர நாடுகளுக்கும், அண்டை நாடுகளுக்கும் கடத்துகிறேன். தனிப்பட்ட முறையில் சொல்லப் போனால், அமீன் ஓடிப்போனது பெரிய நஷ்டமென்பேன். அவருடைய ஆட்சிக் காலத்தில் உகாண்டா காபி மட்டும் ஐம்பது மில்லியன் ஷில்லிங்கை விட அதிகமான வருமானத்தைக் கொடுத்தது. அரேபியாவுக்கும், ஐரோப்பாவுக்கும் நான் மாட்டிறைச்சியும் ஏற்றுமதி செய்கிறேன். மொம்பாசா துறைமுகத்தில் புறப்படத் தயாரான நிலையில் எப்போதும் எனக்கு ஒரு கப்பல் நிற்கும்.

'ஆனால், பணம் சம்பாதித்துத் தர எனக்கு வேறு திட்டங்களும் உண்டு. சில சமயம் அறுவடைக் காலத்தில் உணவுப் பண்டங்களை வாங்குவேன். ஆனால் நான் என்ன அதையெல்லாம் விலை கொடுத்து வாங்குகிறேனா இல்லை மண்ணிலிருந்து பொறுக்கி எடுக்கிறேனா? அதெல்லாம் இல்லை. நாடு முழுவதும் பஞ்சம் ஏற்படும்போதுதான் அவற்றை விளைவித்த மக்களிடமே சென்று உணவை விற்கிறேன். உண்மையில் இதை விற்பனை என்றா சொல்வது? இல்லை. இதற்கு சரியான வார்த்தை பணம் பறிப்பது என்பதுதான். கிதூது வா கட்டாங்கூரு சரியாகச் சொன்னார்: 'பெரும் பஞ்சமே செல்வந்தர்களை அலங்கரிக்கும் ஆபரணங்கள்!'

'சில சமயங்களில் பட்ஜெட் தினம் நெருங்கும்போது எந்தெந்த பொருட்களுக்கு விலை உயர்வு என்ற தகவல்களை எழுத்தரோ வேறு யாரோ அவரிடமிருந்து எப்படியோ முயற்சி செய்து விஷயத்தை

விலைக்கு வாங்கிவிடுவேன். பிறகு அந்தப் பொருட்களை பெரிய அளவில் வாங்கி பதுக்கி வைத்துவிடுவேன். புதிய விலை அறிவிக்கப்பட்டதும் சந்தை முழுவதையும் என் பொருட்களால் நிறைத்துவிடுவேன். சில சமயங்களில் முதல் நாள் சரக்கு வாங்கிய அதே கடையிலேயே மறுநாள் லாபம் வைத்து அப்பொருட்களை விற்றிருக்கிறேன்!

'இந்த முறையில் செல்வம் சேர்ப்பதில் உள்ள ஒரு சிக்கல் என்னவென்றால் இத்தொழிலில் ஒருபோதும் நிச்சயத்தன்மை இருப்பதில்லை. ஒரு குறிப்பிட்ட ஆண்டில் மிளகு, மிளகுப்பொடி இரண்டுமே விலை உயருமென்று அந்த எழுத்தன் சொன்னான். இரண்டிலுமே ஒரு ஆண்டுக்கு மேல் வரக்கூடிய அளவு சரக்கை விலைக்கு வாங்கிக் கொண்டேன். மக்களை நான் கலங்கிய கண்களால் பார்க்க வேண்டி வந்துவிட்டது! விலை ஏறுவதற்குப் பதில் இறங்கிவிட்டது. எல்லா மிளகையும் கொளுத்தவேண்டி வந்து விட்டது. இன்று நான் எந்த மிளகையும் பார்க்கவோ முகரவோ விரும்பவில்லை.

'இந்த நடவடிக்கைகளெல்லாம் மெய்யாகவே என் கண்களைத் திறந்துவிட்டன. நான் சில உண்மைகளைத் தெரிந்து கொண்டேன். புத்தகப் படிப்பு ஒன்றும் விரேரி வா மூகிராய் சொன்ன அளவுக்கு முக்கியமானதல்ல. கல்வி செல்வமாகாது. என்னை எடுத்துக் கொள்ளுங்கள். நான் ஆரம்பப் பள்ளிகூட முடிக்கவில்லை. ஆனால் இப்போது எழுத்து வேலைக்கு பட்டதாரிகளையே வேலைக்கு வைத்திருக்கிறேன். அவர்களது பட்டங்கள் பழைய பாணி நம்பகமான பி.ஏக்கள். இந்தப் பட்டங்கள் ஒன்றும், அதிகம் படித்துவிட்டதான நினைப்பில் அருமையான வெளிநாட்டுப் பெயர்களை எல்லாம் விட்டுவிட்டு தங்களை வா, ஓலே, அராப், வோத் என்றெல்லாம் அழைத்துக் கொள்கிறார்களே மெத்தப் படித்தவர்கள், அவர்கள் தருகிற நைரோபி பல்கலைக்கழகப் பட்டங்களைப் போலில்லை. என் காதலிகள் எல்லோரும் கேம்பிரிட்ஜ் பல்கலைக்கழகத் தரமுள்ளவர்கள். எனவே விரேரி வா மூகிராய் பட்டங்கள், படிப்பு பற்றிய உளறல்களை எல்லாம் சுத்தமாக மறந்துவிட வேண்டும். அவருக்கு நான் சவால் விடுகிறேன் - பெண்களுக்கான சந்தையில் அவர் தன் பட்டங்களை எடுத்துச் செல்லட்டும். (அவர் பீற்றிக் கொண்டாரே, அந்த ஐரோப்பிய ஆசிய பெண்களுக்கான சந்தைக்கும் கூடத்தான்) நான் என்னுடைய பி.எம்.டபிள்யூ (பி மை உமன்) காரை எடுத்துச் செல்கிறேன். யார் அதிகமான பெண்களைப் புணருகிறார்கள் என்று பார்க்கலாம்.

'அளவுக்கு மீறிய கல்வி கற்பதும் ஒருவகை முட்டாள்தனமே என்றுகூட நான் சொல்வேன். உதாரணமாக இப்போது விரேரி வா மூகிராய் நம்மிடம் என்ன சொல்லிக் கொண்டிருந்தார்? குப்பை மேடுகளிலும், ஓட்டை உடைசல் உலோகக் குவியல்களிலும் பழைய டப்பாக்களைப் பொறுக்கி மட்டாட்டு வண்டிகளை உருவாக்க வேண்டும் என்றார். நவீன திருட்டிலும் கொள்ளையிலும் நாம் சுயசார்புடையவர்களாக இருக்க வேண்டுமாம்! அப்படியானால் எங்கிருந்து நாம் திருடும் கலையில் சர்வதேச அனுபவம் பெற முடியும்? பராமரிப்புத் தொழில் நுட்பத்தின் குப்பை மேடுகளிலும், ஓட்டை உடைசல் உலோகக் குவியல்களிலுமா? விரேரி, நீங்கள் எங்களைக் கேலிதான் செய்திருக்கிறீர்கள்!

'மற்றவர்கள் சொன்னதைத்தான் நான் திரும்பச் சொல்ல முடியும். நமக்கு லாபகரமானது அந்நியருடன் கூட்டு வியாபாரம் செய்வதுதான். அதனை வலுப்படுத்துவோம். என்னிடம் மட்டாட்டு பட்டங்கள் இல்லை என்பது உண்மையென்றாலும், சொத்துக்கள் உள்ள நம் போன்றவர்கள் வாழ்க்கையை மேம்படுத்தக் கூடிய பிரமாதமான எண்ணம் ஒன்று சமீபத்தில் எனக்குத் தோன்றியது. ஆனால், அந்நியர் உறவின்றி அந்தத் திட்டம் நிறைவேற முடியாது. ஏனென்றால் அவர்களிடம்தான் நவீன தொழில்நுட்ப அறிவு இருக்கிறது. அதனால்தான் வெள்ளைக்காரர்கள் தொழில் நுட்பத்தை விரைவாக கைமாற்றித் தர வேண்டுமென்றோ, நமக்கே உகந்த தொழில்நுட்பத்தை விற்க வேண்டுமென்றோ சொல்பவர்களை நான் முழுமையாக ஆதரிக்கிறேன்.

'இப்போது நான் அந்த புத்திசாலித்தனமான திட்டத்தை உங்களுடன் பகிர்ந்து கொள்ளப் போகிறேன். அப்போது அடிமைத்தனத்தின் மகுடத்தை அணியக்கூடிய தகுதியான ஒரே ஆள் நான் தான் என்று நீங்கள் புரிந்து கொள்வீர்கள்.

'ஒரு இரவில் தூங்கிக் கொண்டிருக்கும்போது திடீரென்று அந்த யோசனை உதித்தது. என் இதயம் மகிழ்ச்சியால் துள்ளியது. நம்மைப் போன்ற செல்வந்தர்களுக்கு புது வாழ்வு தரும் ரகசியம் எனக்கு வெளிப்படுத்தப்பட்டதாக உணர்ந்தேன்.

'நமது தென்னாப்பிரிக்க போயர் இன நண்பர் பேராசிரியர் பர்னாடு மனித உடலில் உறுப்பு மாற்று சிகிச்சை பற்றிப் பேசுவதற்காக இங்கு வந்திருந்தாரே, அப்போதுதான் அது உதித்தது. கென்யாட்டா மருத்துவமனையில் அவர் மருத்துவர்களுடன் பேசும்போது நானும்

இருந்தேன். வழக்கமாக எனக்கு ஏற்படும் கவலை அப்போதும் பீடித்தது.

'இந்த தீதிகா வா கூஞ்சி எப்போதெல்லாம் அவனுடைய அபரிமிதமான செல்வத்தைப் பற்றி நினைக்கிறானோ அப்போதெல்லாம் பல விடை தெரியாத கேள்விகளை அவனுக்குள்ளேயே வருத்தத்துடன் கேட்டுக் கொள்கிறான். இவ்வளவு செல்வங்கள் இருந்தும் என்னிடம் இருப்பது என்ன ஒரு மனிதனுக்கு - ஒரு தொழிலாளிக்கோ, ஒரு விவசாயிக்கோ, ஒரு ஏழைக்கோ - இல்லாதது என்ன இருக்கிறது என்னிடம்? ஏழையைப் போலவே ஒரே ஒரு வாய்தான். ஏழையைப் போலவே ஒரே ஒரு வயிறுதான். பரம ஏழையைப் போலவே ஒரே ஒரு இதயம்தான்; இருப்பதிலேயே ஏழையான மனிதனைப்போலவே ஒரு ஒரு... தான். உங்களுக்குத் தெரியும், நான் எதைச் சொல்ல வருகிறேன் என்று.

'ஆயிரம் பேருக்கு உணவு படைக்கும் அளவுக்குப் போதுமான பணமும் சொத்தும் என்னிடம் இருந்தும் ஏழைகளைப் போலவே ஒரு தட்டு உணவே எனக்குப் போதுமானதாக இருக்கிறது. ஒரே சமயத்தில் நூறு சூட்டுகள் அணியுமளவுக்கு என்னிடம் போதுமான பணம் இருந்தும், மற்றவர்களைப் போலவே ஒரே ஒரு கால்சட்டையும், சட்டையும், ஜாக்கெட்டும் தான் நானும் அணிய முடிகிறது. சந்தையில் மனித உயிர் விற்கப்படுமானால், ஐம்பது உயிர்களை வாங்குமளவுக்கு என்னிடம் பணம் இருந்தும், மற்றவர்களைப் போல எனக்கும் ஒரே ஒரு இதயமும், ஒரே ஒரு உயிரும்தான் இருக்கிறது. ஒரே இரவில் பத்துப் பெண்களுடன் படுக்குமளவுக்கு என்னிடம் சொத்தும் பணமும் இருக்கிறது. ஆனால் ஒரே ஒரு தடவையில் ஒரே ஒரு பெண்ணே என்னை சோர்வடைய வைத்து விடுகிறாள். நானும் முழுத் திருப்தியில்லாமல் தூங்கிப் போய்விடுகிறேன்.

'ஆக, ஒரே ஒரு வாயும், ஒரே ஒரு வயிறும், ஒரே ஒரு இதயமும், ஒரே ஒரு உயிரும், ஒரே ஒரு குறியும் எனக்கு இருப்பதைப் பார்க்கும்போது பணக்காரனுக்கும் ஏழைக்கும் என்னதான் வேறுபாடு இருக்கிறது என்று தோன்றுகிறது. அடுத்தவரிடமிருந்து திருடி என்ன பயன்?

'அந்த இரவில் எனக்குப் புரிந்தது இதுதான்: நம் நாட்டில் வாய், வயிறு, இதயம் போன்ற மனித உடலின் பாகங்கள் - உதிரி பாகங்கள் தயாரிக்கும் தொழிற்சாலை ஒன்று இருக்க வேண்டும். அதாவது, வசதிப்பட்டால் ஒரு பணக்காரன் இரண்டு அல்லது மூன்று வாய்கள், இரண்டு வயிறுகள், இரண்டு குறிகள், இரண்டு

இதயங்கள் வைத்துக்கொள்ள முடிய வேண்டும். முதல் வாய்மென்று, மென்று அலுத்துப் போய்விட்டால், முதல் வயிறு நிரம்பிப் போய்விட்டால், மற்ற வாயும் வயிறும் அந்த வேலையைச் செய்ய முடிய வேண்டும். என்னைப் போல வயதான மனிதனிடம் ஒரு சுகர் கேர்ள் இருக்கும் போது முதல் எஞ்சின் நின்றவுடன் அப்படியே தூங்கி விடுவதற்குப் பதிலாக அடுத்ததை இயக்கி கையிலுள்ள வேலையைத் தொடரலாம். இரண்டு எஞ்சின்களும் ஒன்றுக்கொன்று இரவு முழுவதும் உதவி செய்தால், காலையில் விழித்தெழும்போது மனமும் உடலும் முழுவதுமாக ஓய்வெடுத்த நிறைவு கிடைக்கும். சில புதிய பழமொழிகளை உருவாக்கலாம்: ‘பணக்காரனின் இளமை முடிவதேயில்லை’; ஒரு மனிதனுக்கு இரண்டு இதயங்கள் இருந்தால் உண்மையில் அவனுக்கு இரண்டு உயிர்கள் இருப்பதாகத் தானே அர்த்தம்? அப்படியானால், மெய்யான பணக்காரன் சாகவே மாட்டான் என்று பொருள். இன்னொரு பழமொழிக்கும் சாத்தியமுண்டு; ‘பணக்காரன் சாவதில்லை’. நமது பணத்தைக் கொண்டு சாகா வரத்தை வாங்கி, சாவை ஏழைகளின் முழு உரிமையாக விட்டுவிடலாம்.

‘இந்த யோசனையால் நான் புளகாங்கிதமடைந்துவிட்டேன். ஆனால் ஒரு தவறு செய்துவிட்டேன். அதைப் போய் என் மனைவியிடம் சொல்லிவிட்டேன். அதிக அவசரம் கிழங்குக்கு கேடு. பெண்களுக்கு ரகசியங்கள் கிடையாது.

‘முதன் முதலில் என் மனைவி இந்த யோசனையில் மகிழ்ந்து போய் என்னைக் கட்டி அணைத்து ஆங்கிலத்தில் கொஞ்சி (‘என் புத்திசாலி குட்டிக் கண்ணு’) முத்தமாரியும் பொழிந்தாள். ஒருவேளை இந்த யோசனை நிறைவேறினால் பிரமாதமாக இருக்கும்; ஏனென்றால் பணக்காரனின் மனைவியை ஏழையின் மனைவியிடமிருந்து வேறுபடுத்திக் காட்ட அது உதவும் என்றாள். இப்போதெல்லாம் ஏழையோ பணக்காரர்களோ துணிகளின் மொத்த உற்பத்தியால் பெண்கள் எல்லோரும் பார்ப்பதற்கு ஒரே மாதிரிதான் இருக்கிறார்கள். ஆனால், இந்தத் தொழிற்சாலை உருவாகி விட்ட பிறகு, பணக்காரர்களின் மனைவிகளை அடையாளம் காண அவர்களுடைய இரண்டு வாய், இரண்டு வயிறு, இரண்டோ அதற்கு மேலோ இதயம், ‘அப்புறம்... இரண்டோ அதற்கு மேலோ பெண்ணுறுப்புகள் - இவற்றை வைத்து அடையாளம் கண்டுவிடலாம்.

'இரண்டு பெண்ணுறுப்புகள், ஒன்றுக்கு பதிலாக இரண்டு வைத்துக் கொள்ளலாம் என்றெல்லாம் அவள் சொன்ன பிறகு, நான் பயத்தில் வெலவெலத்துப் போய்விட்டேன். ஒளிவு மறைவில்லாமல் அவளிடம் சொன்னேன்; 'உனக்கு இரண்டு வாய், இரண்டு வயிறு, இன்னும் பிற உறுப்புகள் எத்தனை இருந்தாலும் எனக்குக் கவலையில்லை. ஆனால் இரண்டு... மட்டும் கூடாது, கூடவே கூடாது! இந்தப் பைத்தியக்காரத்தனத்தை எல்லாம் மறந்துவிடு' என்று சொன்னேன். உடனே அவள் வாக்குவாதம் செய்ய ஆரம்பித்துவிட்டாள். விஷயம் அப்படித்தான் என்றால் உங்களுக்கும் இரண்டு குறிகள் இருக்கலாகாது என்றாள். உனக்கு எதற்கு இரண்டு சொல். இரண்டை எதற்கு உபயோகிப்பாய் என்று கசப்புடன் கேட்டேன். உனக்கு மட்டும் எதற்கு இரண்டு? இரண்டை நீ எதற்கு உபயோகிப்பாய்? உனக்கு இரண்டு இருந்தால் எனக்கும் இரண்டு இருக்க வேண்டும். இரு பாலாருக்கும் சமத்துவம் இருக்க வேண்டும் என்றாள்.

'இதற்குள் எனக்கு கண்மண் தெரியாமல் கோபம் வந்து விட்டது. அவளுடைய சமத்துவத்தை எடுத்துக்கொண்டு ஐரோப்பா, அல்லது வடஅமெரிக்காவுக்கு ஓடும்படி சொல்லி விட்டேன். இங்கு நாம் ஆப்பிரிக்கர்கள். நாம் ஆப்பிரிக்கப் பண்பாட்டைத்தான் பின்பற்ற வேண்டும் என்று சொல்லி அவள் முகத்தில் பளாரென்று ஓர் அறை விட்டேன். அழ ஆரம்பித்து விட்டாள். மறுபடி ஓர் அறை விட்டேன். மூன்றாவது முறை அறையப் போனபோது அவள் சரணடைந்து விட்டாள். நான் மூன்றோ பத்தோ கூட வைத்துக் கொள்ளலாம் என்று சொல்லிவிட்டாள். அவள் ஒன்றிலேயே திருப்தி அடைந்து கொள்வாளாம்.

'மக்களே! அந்தக் காட்சியைக் கற்பனை செய்து பாருங்கள். ஒவ்வொரு பணக்காரனும் இரண்டு வாய், இரண்டு வயிறு, இரண்டு குறி, இரண்டு இதயம் வைத்துக் கொள்ளலாம். அப்படியே இரண்டு உயிர்களும் கூட. நம் பணம் நமக்கு சாகா வரம் பெற உதவும். சாவை ஏழைகளுக்கே விட்டு விடலாம். ஹாஹாஹா!

'கொண்டு வாருங்கள் மகுடத்தை! ஒரு வழியாக அது தனக்குத் தகுதியானவரிடம் வந்து சேர்ந்து விட்டது!

அத்தியாயம் எட்டு

1

குகையில் நடக்கும் எதையும் இதற்குமேல் சகித்துக்கொள்ள முடியாது என்ற நிலைக்கு வந்துவிட்டாள் வரீய்ங்கா. அங்கு நடந்த பேச்செல்லாம் பெரிய மரக்கட்டையைத் தூக்கி தலையில் வைத்ததுபோல அவளை அழுத்தியது. வளைக் கரடியின் குசுவை விட, அழுகிய பீன்ஸையும் அளவுக்கு அதிகமாக பழுத்த வாழைப்பழங்களையும் விழுங்கியவனின் குசுவையும் விட அங்கே பேசியவர்களின் மூச்சுக்காற்று அதிகமாக நாற்றமெடுத்தது. வாந்தி எடுக்க வேண்டுமென்ற உணர்வு மேலோங்கியது. கழிப்பறைக்குப் போய் வருவதாக கத்தூய்ரியாவிடம் சொல்லி விட்டு எழுந்து போனாள். ஆனால் அவளுக்குத் தேவைப்பட்டது சுத்தமான நல்ல காற்றுதான்.

வரீய்ங்கா, குகையைச் சுற்றிக்கொண்டு பின்பக்கம் வந்தாள். புல்தரையின் குறுக்காக நடந்து ரோஜாச் செடி வரிசையினுள் நுழைந்தாள். வரப்பின் மறுபுறம் கோல்ஃப் மைதானத்தின் ஆரம்பத்தில் இருந்த சிறிய புதரின் அருகே சென்றாள். புல்தரையில் உட்கார்ந்து கருவேல மரத்தின் மீது சாய்ந்துகொண்டு இதயத்தின் சுமையெல்லாம் நீங்கிவிட்டது போல பெருமூச்சு விட்டாள். ஆனால், வலி மட்டும் இருந்துகொண்டே இருந்தது.

மதிய நிகழ்ச்சிக்கு குகைக்குத் திரும்பிப் போனதற்காக வருந்தினாள். அந்தப் பேச்சுக்களும், திருடர்களின் உடைகளும், அவர்களின் தற்புகழ்ச்சிகளும் கோரிகாவிலிருந்து வந்த கிழவனால் தான் கர்ப்பமடைந்ததையும், பெண் குழந்தையைப் பெற்றதையும், அதனால் தான் சந்தித்த பிரச்சனைகளையும், அவளுக்கு நினைவூட்டின.

ஓ, வாம்பூய்...

அந்த சமயத்தில், வரீய்ங்காவின் பெற்றோர் காம்புருவிலிருந்து குடிபெயர்ந்து இல்மொராகில் குடித்தனம் வைத்து மேலும் குழந்தைகளைப் பெற்றிருந்தார்கள். வாம்பூய்யைப் பராமரிக்கும் பொறுப்பு இன்னமும் அவர்களிடம்தான் இருந்தது. ஆனால் அவர்கள் வரீய்ங்காவை அடித்ததில்லை. திருமணத்துக்கு முன்பு கர்ப்பமானதற்கோ, ரயிலின் முன்னால் விழுந்து சாகத் துணிந்ததற்கோ, அவளை விமர்சித்ததுமில்லை. மாறாக, அவள் தற்கொலை செய்து கொள்ள முயன்றதில் அதிகமாக மனம் புண்பட்டுப் போனதுடன், அளவற்ற பாச உணர்வுடன் அவளைப் பார்க்கத் தொடங்கினார்கள். வரீய்ங்கா எப்போதும் அம்மாவின் வார்த்தைகளை நினைவில் வைத்திருந்தாள்: 'இறந்துபோன அம்மாவின் முலையை உறிஞ்சுபவன் முட்டாள் என்றார்கள் நம் முன்னோர். வரீய்ங்கா, எத்தனைப் பெண்கள் தனக்கு ஒரு குழந்தைகூட இல்லையே என்று ஏங்குகிறார்கள் தெரியுமா? குழந்தை என்பது ஒரு ஆணுக்கும் பெண்ணுக்கும் ஆன சிறப்புப் பரிசு - திருமணம் ஆகாத பெண்ணானாலும் கூடத்தான் - குழந்தை பெறுவது என்பது சாபக்கேடில்லை. இனி ஒரு முறை அதற்காக தற்கொலை செய்து கொள்ளும் எண்ணமே உனக்கு வரக் கூடாது.'

வரீய்ங்கா வாம்பூய்யைப் பெற்றெடுத்த பிறகும் பல்கலைக்கழகத்தில் அஞ்சல் வழிக் கல்வி கற்க பணம் தேவையென்று பெற்றோரைத் தொந்தரவு செய்தது தொடர்ந்தது. ஒரு ஆண்டு வீட்டில் இருந்தே படித்தாள். பள்ளிச் சான்றிதழ் தேர்வுகளை எழுதியதில் நான்காவது டிவிஷனில் தான் தேறியிருந்தாள். அதன் பிறகுதான் நைரோபி சென்று செயலாளருக்கான பரிட்சையை முடித்து, பின் வேலை தேடி நகரம் முழுவதும் அலைந்தாள். முதலாளி கிஹாராவின் அத்துமீறல்களை எதிர்த்ததால் வேலையிலிருந்து துரத்தப்பட்டாளே அந்த சாம்பியன் கட்டடக் கம்பெனியில் வேலை அப்போதுதான் கிடைத்தது.

கோல்ஃப் மைதானத்தில் இருந்த கருவேல மரத்தில் சாய்ந்தபடியே வரீய்ங்கா வேலையிலிருந்து தான் துரத்தப்பட்டதிலிருந்து நடந்த விஷயங்களைப் பற்றி யோசித்துக் கொண்டிருந்தாள்: ஜான் கிம் வானா... வீட்டுச் சொந்தக்காரர்... சாத்தானின் சீடர்கள்... நைரோபியில் தன்னுடைய இலக்கில்லாத அலைச்சல்... கைப்பை தொலைந்தது... காக்கா ஓட்டல் பஸ் நிறுத்தம்... நகரப் பேருந்தின் முன் பாய்ந்து உயிரை விட்டுவிட வேண்டுமென்ற பைத்தியக்காரத்தனமான எண்ணம்... புதியவர் ஒருவர் வந்து காப்பாற்றியது...

'அந்தப் புதியவர் இப்போது எங்கே? அவர் ஏன் விருந்துக்கு வரவில்லை?

அந்த நிகழ்ச்சிகளெல்லாம் பல ஆண்டுகளுக்கு முன் வேறு யாருக்கோ நடந்ததுபோல வரீய்ங்காவுக்குத் தோன்றியது. ஆனால், இன்னும் இவையெல்லாம் நடந்து இரண்டு நாட்கள்கூட ஆகவில்லை என்று உணர்ந்தவுடன் சங்கடப்பட்டுப் போனாள். முந்தைய நாளின் இரவில் கத்தூய்ரியா, முதூரி, வங்காரி, விரேரி வா மூகிராய் ஆகியோரைச் சந்தித்த காட்சி அவள் மனக்கண் முன்பு விரிந்தது. முவாராவின் மட்டாட்டு வண்டியில் ஒருவருக்கொருவர் கதை சொல்லிக் கொண்டதும், பிறகு குகையில் சந்தித்துக் கொண்டதும், ஏதோ வெகுகாலமாக உறவு கொண்டவர்கள் போலத்தான் இருந்தது. மதிய உணவின்போது கத்தூய்ரியாவிடம் தான் பேசியது நினைவுக்கு வந்த போது சற்று ஆசுவாசமாக இருந்தது. இதுவரை தன் குடும்பத்தினரைத் தவிர வேறு யாரிடமும் பேசியிராத தனக்கு, அவனிடம் மட்டும் கோரிகாவிலிருந்து வந்த பணக்காரனுடனான தன் உறவைப் பற்றி பேசும் தைரியம் எப்படி வந்தது?

தலைக்குள் இருந்த பூதக்கண்ணாடி ரயில் சக்கரங்களில் இருந்து அவளைக் காப்பாற்றிய காவல்காரனைக் காட்டியது. அந்தக் காவல்காரனும், முதூரியும் ஒருவரேதான் என்பது எத்தகைய அதிசயம்! முதூரி கந்தலணிந்த தேவதூதனா? அவரேதான் நைரோபி பஸ்ஸிலிருந்து தன்னைக் காப்பாற்றிய தேவதூதனா? அவர்தான் போலி அழைப்பிதழ் தந்தவரா?

இல்லை! அழைப்பிதழ் தந்த மனிதனை பூதக்கண்ணாடி கிட்டத்தில் காண்பித்தது. அவனுடைய உடையைப் பார்த்ததும், அவனது குரலும், அவன் பேசிய வார்த்தைகளும்கூட நினைவுக்கு வந்தன. அவன் விருந்துக்கு வர மறுத்தாலும், எனக்கு அழைப்பிதழ் கொடுத்ததின் மூலம் எனக்கு நன்மைதான் செய்திருக்கிறான். இந்த அதிசயத்தை எல்லாம் நான் என் கண்ணால் பார்க்க வேண்டும், தேசம் முழுவதையும் அடிமைப்படுத்த முடிவு செய்திருக்கும் இந்த கீழ்த்தரமான வர்க்கத்து ஆண்களின் பொருட்டு ஒருபோதும் என் உயிரை மாய்த்துக் கொள்ள முயற்சிக்கக் கூடாது என்று புரிய வைத்திருக்கிறான்!

பூதக்கண்ணாடி ஜெருசாவைக் காட்டியது - அட்டையும் பாலிதீனும் வைத்துக் கட்டிய தங்குமிடங்கள்... சாக்கடைகள்... பிறகு முற்றிலும் மாறான கோல்டன் ஹைட்ஸின் காட்சிகள் - அழகான பெரிய வீடுகள்... சுத்தமான நல்ல காற்று... பிறகு குகையின் உட்புறம்

இழுத்துச் சென்று ஏழு வெளிநாட்டவர்களை, பேராசை பிடித்த அந்தப் போட்டியாளர்களின் வெளிப்பாடுகளைக் காட்டியது. மறுபடியும் அவள் தன்னைத்தானே கேட்டுக் கொண்டாள்: முதூரியும், தொழிலாளர்களும், வங்காரியும், போலீசும் குகையில் ஒன்று சேரும்போது என்ன நடக்கும்?

கொட்டாவி விட்டு கைகளை நீட்டி மரத்தின் மீது சாய்ந்த போது, வரீய்ங்காவுக்கு தூக்கம் வருவது போல கிறக்கமாக இருந்தது. ஆனால், மனம் மட்டும் எங்கு வேண்டுமானாலும் திரிந்து எதை வேண்டுமானாலும் செய்ய அனுமதி பெற்று விட்டது போல வினோதமான ஏதேதோ பயிற்சிகளை மேற்கொண்டிருந்தது.

வரீய்ங்கா தனக்குத்தானே சத்தமாக பேசிக் கொள்ளத் தொடங்கினாள்: 'உள்நாட்டுத் திருடர்களும், பன்னாட்டுத் திருடர்களும் ஒரே வளையில் கூடி தேசத்தின் உரிமைகளை எல்லாம் பறிப்பதற்கான வழி வகைகளைப் பற்றி விவாதிக்கிறார்கள். இதற்கு முன்பு இப்படிப்பட்ட அதிசயம் நிகழ்ந்ததேயில்லை! இது எப்படி இருக்கிறது தெரியுமா? தன்னுடைய அம்மாவிடமே திருடத் திட்டமிடும் குழந்தை அந்தக் குற்றத்தில் பங்கெடுக்க மற்றவரையும் அழைப்பது போலிருக்கிறது. இரண்டு உலகங்கள் இருப்பதாகச் சொல்கிறார்களே, அது உண்மை தான்...'

அவள் எண்ணி முடிக்கும் முன்பே வேறொரு குரல் கேட்டது: '... மூன்றாவதாக ஒன்று உண்டு - அது புரட்சிகர உலகம்.'

2

வரீய்ங்கா திடுக்கிட்டாள். சுற்றிலும் பார்த்தபோது ஒருவரும் தென்படவில்லை. தூக்கம் விலகாத அவள் கண்களில் தொடுவானம் வரை சிறுசிறு புதர்களுடன் பரந்து விரிந்து கிடந்த கோல்ஃப் மைதானத்தின் ஏற்ற இறக்கமான பச்சைப் புல்தரைதான் தென்பட்டது. வரீய்ங்கா பயந்துபோய் விட்டாள். எழுந்து நிற்க முயன்றவள் தரையோடு ஒட்டிக் கொண்டு விட்டதாகவும் கண்ணுக்குப் புலப்படாத சோர்வெனும் கயிறால் மரத்தோடு கட்டப்பட்டு விட்டதாகவும் உணர்ந்தாள். முயற்சியைக் கைவிட்டாள். திடீரென்று பயம் முற்றிலும் விலகிவிட்டதான உணர்வு ஏற்பட்டது. 'என்ன வேண்டுமானாலும் நடக்கட்டும். இனி நான் வாழ்க்கையின் போராட்டங்களைக் கண்டு பயந்து ஓடுவதை நிறுத்தப் போகிறேன்'

என்று தன்னிடமே சொல்லிக் கொண்டாள். கண்ணுக்குப் புலப்படாத அந்தக் குரலிடம் மகா தைரியத்துடன் கேட்டாள்: 'நீ யார்?'

குரல்: நான் ஒரு அலையும் ஆவி. பூமியில் அலைந்து திரிந்து நல்லது கெட்டதைப் பிரித்தறியும் அறிவை உண்பவர்க்குத் தரும் கனிகளைத் தரும் மரங்களைப் பயிரிடுபவன்.

வரீய்ங்கா: சாத்தானா?

குரல்: ஆமாம். நீ முன்பு தேவாலயம் செல்பவளாக இருந்தாயல்லவா? நாகுருவிலுள்ள புனித ரோஸரி தேவாலயம்தானே அது?

வரீய்ங்கா: அதனால்?

குரல்: அதனால்தான் நான் யாரென்று இவ்வளவு சீக்கிரமாகக் கண்டுபிடித்துவிட்டாய்.

வரீய்ங்கா: உன்னை எனக்குத் தெரியாது.

குரல்: எப்போதும் என்னை சிலுவையில் அறைய முயற்சித்த நீயா இப்போது என்னைத் தெரியாதென மறுக்கப் போகிறாய்?

வரீய்ங்கா: நான் தான் உன்னைத் தெரியாதென்கிறேனே. யார் நீ?

குரல்: நான் தான் சொன்னேனே. நல்லது கெட்டதை பிரித்தறியும் அறிவைப் பகிர்ந்தளிக்க அலையும் ஆவி. நானே சாத்தான். நானே நீதிபதி.

வரீய்ங்கா: சாத்தானும் நீதிபதியுமா?

குரல்: ஆமாம். ஆன்மாக்களின் சாத்தானும் நீதிபதியும்.

வரீய்ங்கா: இங்கே என்ன செய்கிறாய்? திருட்டிலும் கொள்ளையிலும் போட்டி போடுகிறார்களே, அவர்களின் ஆன்மாக்களை பரிசோதிக்கத் திட்டமிட்டிருக்கிறாயா?

குரல்: அப்படியானால் நீ? நீ இங்கு என்ன செய்கிறாய்? ஊழல் பேர்வழிகளுடன் உறவு வைத்திருப்பவனும், ஊழல் பேர்வழியாகத்தான் ஆகிவிடுவான்.

வரீய்ங்கா: உண்மையில் ஒரு பிரமிப்பூட்டும் காட்சியைக் காணத்தான் நான் இங்கு வந்தேன்.

குரல்: திருடுபவனுக்கும் அதைப் பார்த்துக் கொண்டிருப்பவனுக்கும் ஏதாவது வேறுபாடு இருக்கிறதா?

வரீய்ங்கா: இல்மொராக் எங்கள் சொந்த ஊர்.

குரல்: எதனால் அதை உன் சொந்த ஊர் என்கிறாய்?

வரீய்ங்கா: என் அம்மா, அப்பா... எங்கள் வீடு... எங்கள் வீடும், குடும்பமும் அங்கிருப்பதால் அது எங்கள் சொந்த ஊர்.

குரல்: அருஞ்செயல்கள் செய்பவனே பெரிதாகப் பேசப்படுவான். ஆனால் பெரிதாகப் பேசப்படுபவன் எல்லாம் அருஞ் செயல்கள் செய்தவனாக மாட்டான்.

வரீய்ங்கா: நீ என்ன சொல்ல வருகிறாய்? இல்மொராக் என் சொந்த ஊர் இல்லை என்கிறாயா?

குரல்: இல்மொராகை தங்கள் சொந்த ஊராகக் கருதியவர்கள் தங்கள் செயல்களின் மூலம் விசுவாசத்தைக் காட்டினார்கள். தங்கள் ஊர் பற்றி எரிந்தபோது உதவிக்காக குரல் கொடுத்தார்கள். உதவி தேடிச் சென்றார்கள்.

வரீய்ங்கா: யார் அந்த மக்கள்?

குரல்: வங்காரியும், முதூரியும் - உனக்குத் தெரியாதா?

வரீய்ங்கா: எனக்குப் போக்கிடம் இல்லை.

குரல்: ஏனென்றால் நீ சூடாகவும் இல்லை. குளிராகவும் இல்லை. சற்று முன்புதான் இரண்டு உலகங்கள் இருப்பதாகச் சொன்னாய்.

வரீய்ங்கா: ஏட்டில் உள்ளதைத்தான் நான் திருப்பிச் சொன்னேன்.

குரல்: அந்த இரண்டு உலகங்கள் என்னென்ன என்பது உனக்குத் தெரியாதா?

வரீய்ங்கா: இரண்டு உலகங்களா? தெரியாது.

குரல்: படித்தவள் என்று சொல்லிக் கொள்கிறாய்?

வரீய்ங்கா: வெறும் கேம்பிரிட்ஜ்தான். இ.ஏ.சி.இ. சிறுமியாக இருந்தபோது உலகத்தில் இருப்பதையெல்லாம் கற்க வேண்டுமென்று நினைத்தேன். அறிவு மலைகளின் மேல், பூமியின் மீதுள்ள மிக உயரமான மலையின்மேல், பூமி முழுவதும் எனக்குக் கீழே இருக்கும்படி, இருப்பதிலேயே உயரமான சிகரத்தின் மேலே மேலே ஏற வேண்டுமென்று நான் விரும்பினேன். ஆனால் இன்று என் படிப்பு ஒரு சிறிய வயிற்றை ஒருநாள் கூட நிரப்ப முடியவில்லை.

குரல்: இ.ஏ.சி.இ. வரை என்றாலும், படிப்பு படிப்புதான். பயிற்றுவிப்பதில்தான் கோளாறு இருக்கிறது. இப்போதெல்லாம் மக்களின் தேவைகளைப் பார்க்கவோ, குரலைக் கேட்கவோ தேவையில்லாமல், கண்களையும் காதுகளையும் மூடிக்கொள்ளத்தானே குழந்தைகளுக்கு சொல்லித் தருகிறார்கள்? முன்பு கேட்டுக் கொண்டிருந்தவன் இப்போது செவிடாகி விட்டான். இதுபோன்ற பள்ளிகளில் உருவான குழந்தைகளைப் பற்றி இப்படிச் சொல்லப்பட்டிருக்கிறது: இந்த தலைமுறைக்கு ஐயோ கேடு - ஏனென்றால் இவர்கள் கண்ணிருந்தும் பார்ப்பதில்லை. காதிருந்தும் கேட்கும் திறன் இல்லை. காரணம் ஒரு குறிப்பிட்ட உலகை மட்டும் பார்க்கவும் கேட்கவும் தான் அவர்களுக்கு சொல்லித் தரப்படுகிறது. இரண்டு உலகங்களைப் பற்றி நீ என்ன சொல்லிக் கொண்டிருந்தாய்? கொள்ளைக்காரனின் உலகம் - கொள்ளையடிக்கப்படுபவனின் உலகம்; திருடும் எஜமானர்களின் உலகம் - திருட்டுக் கொடுத்தவர்களின் உலகம், ஒடுக்குபவனின் உலகம் - ஒடுங்குபவர்களின் உலகம்; மற்றவர்கள் விளைவித்ததைத் தின்கிறவர்களின் உலகம் - விளைவித்தவர்களின் உலகம் என்று சொல்ல வந்தாயா?

வரீய்ங்கா: நேற்று முவாராவின் மட்டாட்டுவில் நாங்கள் பேசிக் கொண்டதை அப்படியே ஒப்பிக்கிறாயே? இவை நேற்று இரவு முதூரி சொன்ன வார்த்தைகளல்லவா?

குரல்: அவர்கள் இருவருக்கும் இதைப்பற்றி எல்லாம் தெரியும். காரணம் இருவருமே வாழ்க்கை நெடுகப் பறிகொடுத்தவர்கள்தான்.

வரீய்ங்கா: முதூரியா? பறி கொடுத்திருக்கிறாரா? எதை? அவர் ஒன்றும் இந்நாட்டின் பணக்காரர் இல்லையே?

குரல்: சற்றுமுன் நான் என்ன சொன்னேன்? காதிருந்தும் உன்னால் கேட்க முடியவில்லை; கண்ணிருந்தும் உன்னால் பார்க்க முடியவில்லை.

நீ கல்வி கற்ற முறை உன்னைத் தலைகீழாக மாற்றியிருக்கிறது. நீ வானத்தைப் பூமியென்றும், பூமியை வானமென்றும், கருப்பை வெளுப்பென்றும், வெளுப்பைக் கறுப்பென்றும், நல்லதைக் கெட்டது என்றும், கெட்டதை நல்லதென்றும் நம்பத் தொடங்கிவிட்டாய்.

முதூரியிடமிருந்து எதைத் திருடினார்கள் என்று கேட்கிறாயே, அப்படியானால் அவருடைய வியர்வைக்கும் ரத்தத்துக்கும் ஒரு மதிப்புமில்லையா? தேசங்களின் செல்வம் எங்கிருந்து வருவதாக உனக்குக் கற்றுத் தந்தார்கள்? வானத்திலிருந்தா? பணக்காரர்களின் கைகளிலிருந்தா?

குகையில் கூடியிருந்த எல்லோருக்கும் தேசங்களின் செல்வத்தின் ஊற்றுக்கண் எதுவென்று நன்றாகவே தெரியும். தண்ணீர் எடுத்துவரச் செல்லாமலே எங்கிருந்து தண்ணீரைக் குடிக்க முடியும் என்று அவர்களுக்குத் தெரியும். எங்கு வாய்க்கால் வெட்டினால் தம்முடைய வளமான வயல்களுக்கு மட்டுமே பாயும்படி ஆற்றைத் திருப்பி விடலாம் என்பது அவர்களுக்குத் தெரியும்.

அதனால் அவர்கள் கூடிப் பேசும்போதெல்லாம், தெளிவாகவும் வெளிப்படையாகவுமே பேசிக் கொள்கிறார்கள். 'நான் இதைத் தின்கிறேன். நீ அதைத் தின்றுகொள்' என்ற விவேகத்தை அவர்கள் தமக்குள் பகிர்ந்து கொள்கிறார்கள்.

என்னை நம்ப மாட்டாயா? ஆனால் நீ குகையினுள் இருந்தாயல்லவா? நீயும் நானும் இங்கே பேசிக் கொண்டிருக்கும்போது அங்கே அவர்கள் என்ன பேசுகிறார்கள் என்பது உனக்குத் தெரியுமா? நான்

சொல்லுகிறேன், கேட்டுக்கொள். ஞானிகளுக்கும் கூட விவேகத்தைச் சொல்லித்தர முடியும். இப்போது இங்கே நாம் பேசிக் கொண்டிருக்கும்போது அங்கே மேடையின் மேல் கிமீந்தீரி வா கன்யுவாஞ்ஜி பேசிக் கொண்டிருக்கிறான். கிமீந்தீரி வா கன்யுவாஞ்சியைப் பார்க்க நீ அங்கே சென்றிருக்க வேண்டும். அவனுடைய வாய் உண்ணியின் அலகு போன்ற வடிவில் இருக்கிறது. கன்னங்கள், பிறந்த குழந்தையினுடையதைப் போல மென்மையாக உள்ளன. பெரிய கால்கள், வாழையின் அடிமரத்தைப் போல, யானைக்கால் நோயாளியின் காலைப் போல வடிவமின்றி ஒரே மொத்தையாக உள்ளன. ஆனால், அவனுடைய நோயே, அதிகப்படி தீனி தின்பதால் வந்த ஊளைச் சதைதான். முடி அடர்ந்த, முட்டைப் புழுவின் தோலைப் போன்ற அவனது கழுத்து, கொழுப்பு மடிப்புகளால் ஆனது. ஆனால் இந்த பிரமாண்டமான உடம்பு முழுவதும், கால்கள், கழுத்து எல்லாம் வெள்ளை நிற சூட்டாலும், போ கழுத்துப் பட்டையாலும் மூடியிருக்கின்றன.

அவசர நிலை அமுலில் இருந்த காலத்தில், தொழிலாளிகளையும், விவசாயிகளையும் கசக்கிப் பிழிந்து கொல்லும் திறமைக்காக அவனுக்கு கிமீந்தீரி என்ற பெயர் கொடுக்கப்பட்டது. கிமீந்தீரி அப்போது ஒரு மாவட்ட அதிகாரியாக இருந்தான். ஆண்களையும், பெண்களையும் தரையில் வரிசையாகப் படுக்க வைத்து தன் லாண்ட்ரோவரை அவர்கள் உடம்பின் மேல் வேகமாக ஓட்டுவான் அவன். சுதந்திரம் வந்தவுடன் கிமீந்தீரி நிர்வாக ஏணியில் ஏறி நிரந்தர செயலராக ஆகிவிட்டான். அதன் பின்பு நிதி சம்மந்தப்பட்ட வெளிநாட்டு கம்பெனிகளுடன் சேர்ந்து அவன் வேலை செய்தான். இப்போது அவனுக்கு எண்ணற்ற பண்ணைகள் இருக்கின்றன. அதற்கு இணையாக இருக்கும் இறக்குமதி ஏற்றுமதி நிறுவனங்களும் ஏகப்பட்டவை. எப்போதும் அவனிடம் டஜன் கணக்கில் திட்டங்கள் இருக்கும். திருட்டிலும், கொள்ளையிலும் அவனுக்குள்ள திறமை எல்லா திக்குகளையும் எட்டியிருந்தது.

இன்றைக்கு நவீன திருட்டிலும் கொள்ளையிலும் அந்நியருக்கு சேவகம் செய்வதில் மன்னனாக முடிசூட்டப்படும் வாய்ப்பு அவனுக்கே இருக்கிறது. தொழிலாளர்களின் வியர்வையும் ரத்தமும்தான் செல்வத்தின் வற்றாத ஊற்று என்பது கிமீந்தீரிக்குத் தெரியும். மற்ற திருடர்களை - கொள்ளைக்காரர்களை மீறிய அவனது திட்டங்களே இதற்கு சாட்சி. அந்த உண்மையை வெளிப்படையாக சொல்லக்கூட அவன் தயங்குவதில்லை. அவன் மற்ற பிரதிநிதிகளிடம் சொல்கிறான்: 'நாம் தொழிலாளிகளின் ரத்தத்தைக் குடிப்பது, அவர்களின் வியர்வையை கறப்பது, அவர்களின் மூளையைக் கபளீகரம் செய்வது என்னும் இந்த மூன்று நடவடிக்கைகளையும் அறிவியல் பூர்வமானதாக ஆக்க வேண்டும்!' அவன் முன் வைக்கும் அறிவியல் திட்டம் இதுதான்: கிமீந்தீரி தன் யோசனையை பரிசோதித்துப் பார்க்க ஒரு ஆய்வுப் பண்ணையை அமைக்க விரும்புகிறான். இதுவே அவனுடைய நீண்டகால செயல்திட்டத்தின் முதல் கட்டமாக இருக்கும். இத்திட்டம் ஒரே சமயத்தில் எளிமையானதும் சிக்கலானதும் ஆகும்.

காலனிய கென்யாவில் நெருக்கடி காலத்தில் தடுப்புக் காவல் முகாம்களில் பயன்படுத்தியது போன்ற கம்பிகளைப் பயன்படுத்தி அந்தப் பண்ணைக்கு வேலியிட வேண்டுமென்று கிமீந்தீரி விரும்புகிறான். தொழிலாளிகளை மிருகங்கள் போல உள்ளேயே அடைத்து வைத்திருக்க விரும்புகிறான். பிறகு அவர்களின் வியர்வையை (உழைப்பை) அல்லது உழைப்பை உண்டாக்கும் சக்தியை, ரத்தத்தை, மூளையை எல்லாம் கறப்பதற்கான, மின்சாரத்தால் இயங்கும் கருவியை அவர்கள் உடம்பில் பொருத்தி விடுவான். பின்பு மூன்று சரக்குகளையும் அந்நியரின் தொழிற்சாலைகளுக்கு உரமாகும் வகையில் வெளிநாடுகளுக்கு ஏற்றுமதி செய்துவிடுவான். ஒவ்வொரு காலன் வியர்வை, ரத்தம் மற்றும் மூளைக்கும் குறிப்பிட்ட விகிதத்தில் அவனுக்கு - கிமீந்தீரிக்கு - தரகுப் பணம் கிடைக்கும்.

வரீய்ங்கா: இந்த மூன்று சரக்குகளையும் எப்படி அவன் ஏற்றுமதி செய்வான்?

குரல்: குழாய் வழிகளை ஏற்படுத்துவான். அதற்குள் ரத்தத்தை ஊற்றி பெட்ரோலியம் எண்ணெய் போல் இறக்குமதி செய்யும் நாடுகளுக்கு விசை மூலம் செலுத்திவிடுவான். இந்த வியாபாரத்தை நடத்தும் கம்பெனி, கென்யோ-சாக்ஸன் எக்ஸ்போர்ட்டர்ஸ்: ஹியூமன் ப்ளட் அண்ட் ஃப்ளெஷ் என்று அழைக்கப்படும்.

வரீய்ங்கா: தங்கள் உடம்பு இப்படி சுரண்டப்படுவதை தொழிலாளிகள் எதிர்க்க மாட்டார்களா? தங்கள் உயிர்கள் இப்படிக் கொள்ளையடிக்கப்படுவதை அவர்கள் தடுக்க மாட்டார்களா?

குரல்: அப்படியானால், உன்னுடைய உடம்பு சுரண்டப்படுவதை ஏன் உன்னால் தடுக்க முடியவில்லை?...எப்படியும், தமக்கு நேர்ந்து கொண்டிருப்பது என்ன என்று தொழிலாளிகளுக்கு ஒருபோதும் தெரியப்போவதே இல்லை. இந்த இயந்திரங்களும், குழாய்களும் தங்கள் உடம்பில் பொருத்தப்பட்டு இருப்பதை அவர்கள் ஒருபோதும் பார்க்கவோ, உணரவோ போவதில்லை. எப்போதாவது அவர்கள் அவற்றைப் பார்க்க நேர்ந்தாலும் அந்த சுமையை அவர்கள் பொருட்படுத்த மாட்டார்கள்.

வரீய்ங்கா: ஏன்?

குரல்: ஏனென்றால் நீ நினைப்பதுபோல் இந்த மண்ணுலகின் கிமீந்தீரிகள் முட்டாள்கள் இல்லை. கிமீந்தீரி என்பவன் தின்பவன், தின்னப்படுபவன் ஆகிய இருவரது உலகங்களையும் மட்டுமே காட்டுவான். ஆக, தொழிலாளர்களுக்கு மூன்றாவதாக ஒரு உலகம் - தின்பதையும் தின்னப்படுவதையும் கொண்ட அமைப்பைத் தூக்கி எறியும் புரட்சிகர மூன்றாம் உலகம் - இருப்பது ஒருபோதும் தெரியவராது. தின்பவன் - தின்னப்படுபவன் ஆகிய இருவரின் இரண்டு உலகங்களும்தான் என்றென்றும் உள்ளது என்றே அவர்கள் நினைத்துக் கொள்வார்கள்.

வரீய்ங்கா: இந்த முட்டாள்தனத்தை - மூடநம்பிக்கையை எப்படி அவர்களுக்குள் புகுத்துவான்?

குரல்: தொழிலாளிகளின் மதச்சார்பைப் பொறுத்து பண்ணையில் சர்ச்சுகளையோ, பள்ளிவாசல்களையோ கட்டுவான். சாமியார்களை வேலைக்கமர்த்துவான். ஒவ்வொரு ஞாயிற்றுக் கிழமையும் தொழிலாளிகளுக்கு பிரசங்கங்கள் நடத்தப்படும். அங்கே மனித வியர்வையை, ரத்தத்தை, மூளையைக் கறக்கும் அமைப்பு கடவுளாலேயே விதிக்கப்பட்டது என்றும் அதற்கும், இறுதியில் அவர்களுடைய ஆத்மா மோட்சமடைவதற்கும் தொடர்பு உண்டு என்றும் அவர்களுக்குப் போதிக்கப்படும். திரு விவிலிய நூலில்தான் சொல்லப்பட்டிருக்கிறதே - வருத்தப்பட்டு பாரம் சுமக்கிறவர்கள் பாக்கியவான்கள்; ஏனெனில் அவர்கள் தேறுதல் பெறுவார்கள். நீதிமான்களாய் இருப்பதற்காக பசியிலும் தாகத்திலும் துன்புறுபவர்கள் பாக்கியவான்கள்; ஏனெனில் அவர்கள் நிறைவு பெறுவார்கள். சக மனிதனைப் பற்றி தவறாக நினைக்காதவர்கள் பாக்கியவான்கள்; ஏனெனில் அவர்கள் ஆசிர்வதிக்கப்படுவார்கள். கொலை செய்யாதே; பொய் சொல்லாதே; திருடாதே; உன் அயலானின் உடைமைகளைக் கவர நினையாதே என்னும் நான்கு கட்டளைகளையும் தம் அன்றாட வாழ்வில் கடைப்பிடிப்பவர்கள் பாக்கியவான்கள்; ஏனெனில் அவர்கள் பரலோக செல்வத்தை சுவீகரித்துக் கொள்வார்கள். பண்ணையின் முதன்மையான பாடலான சாம்பாகீதம் (சாம்பாஸ் ஆன்தெம்) இப்படி இருக்கும்:

> உன் பாவங்களுக்காக
> நீ அழுது புலம்பினாலும்
> உன் சிலுவையை நீ சுமந்தாலொழிய
> இளைப்பாறுதல் பெறமாட்டாய்.

தொழிலாளிகளின் குழந்தைகள் கல்வி கற்க பள்ளிகளை உருவாக்குவான் கிமீந்தீரி. உலகம் உருவானது முதலே, மனித ரத்தத்தைக் குடித்து மனித மாமிசத்தை உண்ணும் அமைப்புதான் நீடித்து வந்திருக்கிறது; அதுவேதான் உலகம் முடியுமட்டும் நீடித்து இருக்கும்; இந்த அமைப்பை

முடிவுக்குக் கொண்டுவர மக்கள் செய்யக்கூடியது எதுவுமில்லை. மனித ரத்தத்தைக் குடித்து, மனித மாமிசத்தை உண்ணுகிற அமைப்பைப் புகழ்ந்து பாடுகிற புத்தகத்தைத்தான் குழந்தைகள் படிப்பார்கள். தங்கள் வாழ்நிலையைப் பற்றியோ பெற்றோரின் வாழ்நிலையைப் பற்றியோ கேள்விகள் கேட்க அவர்கள் அனுமதிக்கப்பட மாட்டார்கள். மனித ரத்தத்தைக் குடித்து, மனித மாமிசத்தை உண்ணும் அமைப்பின் புனிதத்தின் மீதும், அவசியத்தின் மீதும் சந்தேகம் எழுப்புவதற்கு அவர்கள் அனுமதிக்கப்பட மாட்டார்கள். மனித ரத்தம் குடித்து மனித மாமிசம் உண்ணும் அமைப்பைப் புகழ்ந்து பாடும் பாடல்களையும் தோத்திரங்களையும்தான் அவர்கள் பாடுவார்கள். இந்த அமைப்பைப் புகழும் இலக்கியங்களைத்தான் அவர்கள் வாசிப்பார்கள்.

கிமீந்தீரி ஒரு கலைக்கூடத்தையும் உருவாக்குவான். அதில் மக்கள் மகிழ்ச்சியாக பொழுது போக்குவதற்காக படக்காட்சிகளும், இசை நிகழ்ச்சிகளும், நாடகங்களும் நடத்தப்படும். ஆனால் இதுபோன்ற திசை திருப்பும் முயற்சிகளெல்லாம் சரியான முறையில் சிந்திக்க விடாமல் மக்களைத் திசை திருப்புவனவாகவே அமைக்கப்படும். மனித இரத்தம் குடித்து மனித மாமிசம் உண்ணுபவர்களின் செயல்கள், பாரம்பரியம், பண்பாடு ஆகியவற்றின் புகழைத்தான் பாடும். நரமாமிச பட்சிணிகளுக்கு இரையாகும் மக்கள் மகிழ்ச்சிகரமான, நிறைவான மக்களாகவே காட்டப்படுவார்கள்.

கிமீந்தீரி ஒரு செய்தித்தாளையும் பதிப்பிப்பான். மனித இரத்தம் குடித்து மனித மாமிசம் உண்ணும் அமைப்பை எதிர்ப்பவர்களை இழிவுபடுத்துவதும், கிமீந்தீரியும், அவனது நண்பர்களும் அமைக்கும் அறக்கட்டளைகளைப் புகழ்ந்து கொண்டாடுவதுமே அதன் பணியாக இருக்கும். செய்தித்தாளுக்கான பெயரை அவன் இன்னும் முடிவு செய்யவில்லை. ஆனால் சாம்பா டைம்ஸ், சாம்பா டெய்லி ஃபிளாஷ் அல்லது சாம்பா வீக்லி நியூஸ் அண்ட் வியூஸ் போன்ற தலைப்புகளில் ஏதாவதொன்றை வைக்கலாம். சாங்கா, லெகர் போன்ற காட்டமான

மதுவகைகளும் மற்ற போதையூட்டும் பானங்களும் தயாரிக்கும் சாராய ஆலைகளையும் மதுக்கூடங்களையும் கிமீந்தீரி உருவாக்குவான். கிறிஸ்தவ, இஸ்லாமிய மத சடங்குகளால் இன்னும் மடையர்களாக ஆகாதவர்களின் மூளைகளை மதுவகைகளால் மழுங்கடிப்பான்.

அதாவது இந்த கோயில்கள், பள்ளிகள், கவிதைகள், பாடல்கள், திரைப்படங்கள், மதுக்கூடங்கள், கிளப்புகள், செய்தித்தாள்கள் எல்லாமே, 'கிமீந்தீரி' யின் வர்க்கத்திற்கு அடிமைகளாக இருப்பதைவிட பெரும்பேறு வேறொன்றுமில்லை' என்று தொழிலாளிகளை மூளைச்சலவை செய்யும் நஞ்சாகவே செயல்படும். அப்போதுதான் கிமீந்தீரியின் பண்ணைகளை மேலும் வளமாக்கும் வண்ணம் ஒவ்வொரு தொழிலாளியும் தனது உடல் அம்மண்ணுக்கு உரமாவதற்காக தான் சாகும் நாளை எதிர்நோக்கியிருப்பான். இந்த அறிவார்த்தமான, ஆன்மா சார்ந்த, பண்பாடு சார்ந்த நஞ்சுகள், கிமீந்தீரியின் வர்க்கத்துக்கு அடிபணிவது கடவுளுக்கு அடிபணிவதற்கு ஈடானது என்றும், ஆண்டைகளின் மீது கோபம் கொள்வதும் எதிர்ப்பதும், ஆண்டவனையே கோபிப்பதற்கும், எதிர்ப்பதற்கும் சமமாகும் என்றும், தொழிலாளிகளை நம்பச் செய்துவிடும்.

ஆனால் இத்தனைக்கும் மேலும் ஏதாவது அசம்பாவிதம் நடந்துவிடக் கூடாது என்று முன்னெச்சரிக்கையாக சிறைச்சாலைகளும் நீதிமன்றங்களும் கட்டி, ராணுவப் படையை கூலிக்கமர்த்துவான் கிமீந்தீரி. அப்போதுதான் சாம்பா அமைப்பின் சட்டங்களை மீறுபவர்களையும், பண்ணையின் எல்லைகளை தாண்டிச் செல்ல நினைப்பவர்களையும், தண்டிக்கவோ சிறையில் போடவோ முடியும்; அல்லது முற்றான இருளில் மூழ்கிய பள்ளங்களில் தடுப்புக் காவலில் தள்ள முடியும்; அல்லது கொலை செய்துவிட்டு கழுதைப் புலிகளுக்கு உணவாக காங் மலைகளில் வீசி எறிய முடியும்.

வரீய்ங்கா: மனிதர்களையே தின்பவர்கள்! இது நடப்பது சாத்தியமா?

குரல்: ஜசிந்தா! நீ போகும் கோயிலிலேயே இதைத்தான் போதிக்கிறார்கள் என்பதை அதற்குள்ளாகவா மறந்துவிட்டாய்?

வரீய்ங்கா: எதை?

குரல்: மனித மாமிசம் உண்பதும், மனித ரத்தம் குடிப்பதும் பூலோகத்திலும் மேலோகத்திலும் ஆசிர்வதிக்கப் பட்டிருப்பதாக அங்கு சொல்வதில்லையா? மூன்று முறை மார்பில் அடித்துக்கொண்டு நீங்கள் என்ன சொல்வீர்கள்?

> *Agnus Dei, qui tollis peccata mundi,*
> *Miserere nobis.*
> *Agnus Dei, qui tollis peccata mundi,*
> *Dona nobis pacem.*

வரீய்ங்கா: இல்லையில்லை! அது அப்படியில்லை!

குரல்: நினைவுபடுத்திப் பார் வரீய்ங்கா. நாகுரு புனித ரோஸரி தேவாலயத்தில் வழக்கமாக நீ அப்பம் சாப்பிடுவாயே, நினைவிருக்கிறதா? ஒரு துண்டு அப்பத்தை கையில் கொடுத்து பாதிரியார் என்ன சொல்வார்?

> *Ecce Agnus Dei,*
> *Ecce qui tollis peccata mundi..*

பிறகு, அதை ஏசுவின் கட்டளைப்படி செய்யச் சொல்வார்:

இதை வாங்கி உண்ணுங்கள்.

ஏனெனில் இது உங்களுக்காக கையளிக்கப்படும் என் உடல்.

நான் மறுபடியும் உங்களிடையே வரும்வரை இதை என் நினைவாக செய்யுங்கள்.

கிறிஸ்துவின் சரீரம், ஆமென்.

பிறகு, அவரே ரத்தச் சிவப்பான திராட்சை ரசத்தைக் கொடுத்து, முன்பு ஏசு கட்டளையிட்டபடி அதை குடிக்கச் சொல்வார்:

இதை வாங்கிக் குடியுங்கள். ஏனெனில் இது உங்களுக்காக சிந்தப்படும் என் இரத்தம். நான் திரும்ப வரும்வரை இதை என் நினைவாக செய்யுங்கள்.

> *Dominus vobiscum,*
> *Per omnia saecula saeculorum,*
> *Amen.*

வரீய்ங்கா: அது வெறும் மதச்சடங்கு. ஒருவரையொருவர் சாப்பிடுவதல்ல அது. அப்பம் என்பது பாஸ்கா விருந்தைக் குறிக்கிறது.

குரல்: பாஸ்கா விருந்து என்றால் என்ன?

வரீய்ங்கா: அது எனக்குத் தெரியாது. அது யூதர்களின் பண்டிகைகளில் ஒன்று. கிறிஸ்தவத் திருச்சபையின் பண்டிகைகளில் ஒன்று. அவ்வளவுதான் தெரியும்.

குரல்: சரி விடு. கிறிஸ்துவ மதத்தின் மையமான குறியீட்டுச் செயலையே கிமீந்தீரியின் வர்க்கம் நடைமுறையில் நிகழ்த்திக் காட்டிக் கொண்டிருக்கிறது. கிமீந்தீரிகள் தான் உண்மையான கிறிஸ்தவ சீடர்கள்.

வரீய்ங்கா: இரண்டும் ஒன்று இல்லை.

குரல்: ஏன் இரண்டும் ஒன்று இல்லை? அடிமையும் ஆண்டானும் ஒரு போதும் ஒன்றாக ஒன்றிணைய முடியாது என்று அந்த மதம் வாதிடவில்லையா? கண்ணுக்குக் கண், பல்லுக்குப் பல் என்ற கட்டளையை பின்பற்றக் கூடாது என்று ஒடுக்கப்பட்டவர்களுக்கு அந்த மதம் விதிக்கவில்லையா?

வரீய்ங்கா: கண்ணுக்குக் கண், பல்லுக்குப் பல்லா? அந்த அளவுக்கு சகிக்க முடியாத வன்முறை நிலவினால் உலகம் என்னவாகும்?

குரல்: ஆமாமாம், ஒரு ஏழை தன் கண்ணுக்கும் பல்லுக்கும் பிரதி கேட்கும்போதுதான் அது வன்முறையாகி விடுகிறது. கிமீந்தீரிகள் ஏழையின் கண்ணைக் குச்சியால் தோண்டி எடுக்கும்போது அல்லது சாட்டையால் அவர் தோலை உரிக்கும் போது அது வன்முறையில்லையா? தொழிலாளியின் பல்லை துப்பாக்கிக் கட்டையால் உடைக்கிறார்களே, அது வன்முறையில்லையா? அதனால்தானே இந்த கிமீந்தீரிகளும், கிதூதுக்களும், கூஞ்சிகளும் காலம் முழுவதும் லட்சக்கணக்கான தொழிலாளிகளின் முதுகிலேயே ஏறி உட்கார்ந்து காலம் கழிக்கிறார்கள்? நீங்களும் வாரம் தவறாமல் கோயிலுக்குப் போய் அடிமைத்தனத்தின் போதனையைக் கேட்டுவிட்டு வருகிறீர்கள்.

நான் உனக்குச் சொல்லுகிறேன்:
தீமையை எதிர்க்காதே.
எவனாவது உன்னை வலது கன்னத்தில் அறைந்தால்
அவனுக்கு உன் மறுகன்னத்தையும் காட்டு.
எவனாவது உன்மீது வழக்குப் போட்டு
உன் மேலாடையை எடுத்துக் கொள்வானானால்
உன் உள் ஆடையையும் அவனிடம் கொடுத்துவிடு

உதாரணத்துக்கு உன்னையே எடுத்துக் கொள். கோரிகாவிலிருந்து வந்த பணக்காரக் கிழவன் உன் உடம்பை எடுத்துக் கொண்டபோது நீ என்ன செய்தாய்? அதற்காக சண்டையிடுவதில்லை என்றுதானே முடிவு செய்தாய்? உன் உடம்பை எடுத்துக் கொண்ட அவனே உன் உயிரையும் எடுத்துக் கொள்ளட்டும் என்றுதானே உனக்கு நீயே சொல்லிக் கொண்டாய்?

வரீய்ங்கா: நான் வேறென்ன செய்திருக்க முடியும்?

குரல்: உன் கண்ணுக்குக் கண், பல்லுக்குப் பல் திருப்பித் தரும்படி கேட்டிருக்க வேண்டாமா?

வரீய்ங்கா: நான் ஒரு பெண். பலவீனமானவள். நான் எதுவும் செய்ய முடியவில்லை. எங்கும் போக முடியவில்லை. நான் உதவி கேட்க எனக்கு யாருமில்லை.

குரல்: உன்னுடைய எதிர்பார்ப்பு என்ன? உன்னை தமக்கு இரையாக்கிக் கொண்ட ஆண்கள், தாமே முன்வந்து உன் அடிமைத்தளையிலிருந்து உன்னை மீட்பார்கள் என்பதா? வரீய்ங்கா, உன்னுடைய பிரச்சனையே, உன்னை நீயே நம்பாதிருப்பதுதான். நீ யார் என்பதை ஒரு போதும் நீ உணர்ந்ததில்லை. முதலாளி கிஹாராவின் வர்க்கத்தவரின் வாழ்வை அலங்கரிக்கும் மென்மையான மலராக இருப்பதையே நீ விரும்பியிருக்கிறாய். வரீய்ங்கா, ஜசிந்தா வரீய்ங்கா, உன்னை நன்றாகப் பார்த்துக் கொள். உன்னையே நன்றாகக் கவனித்துப் பார். உனக்கு இளமையான உடல் இருக்கிறது. வாழ்வின் இன்பங்கள் யாவும் உன் முன்னால் இருக்கின்றன. நீ மட்டும் சூடாக்கப்பட்ட சீப்புகளால் உன் சுருட்டை முடியை நேராக்கிக் கொள்ளாமல், ஆம்பி போன்ற களிம்புகளால்

தோலை வெளுக்க முயலாமல் இருந்திருந்தால் உன் உடம்பின் அசாத்திய அழகு ஆயிரத்தொரு இதயங்களைச் சுண்டி இழுத்திருக்கும். விலையுயர்ந்த வாசனைத் தைலத்தை விட உன் தோலின் கருமை பளபளப்பானது. இரவில் ஒளிரும் நட்சத்திரங்களை விட உன் கரிய விழிகள் அதிகமாகப் பளிச்சிடுகின்றன. கருப்பு பெர்ரிப் பழங்களை விட, உன் கன்னங்கள் நன்றாகக் கனிந்திருக்கின்றன. உன் கூந்தலின் கருமையும், மென்மையும் பளபளப்பும் கண்டு, சூரியனிடமிருந்து தம்மைக் காத்துக்கொள்ள விரும்பும் மனிதர்கள் எல்லோரும் அதன் நிழலில் ஒதுங்க வருவார்கள்.

உன் இளமையும் அழகும் வழங்கும் ஆற்றலுடன் செல்வத்தின் ஆற்றலையும் சேர்த்துக் கொண்டால் வறுமையின் காரணமாக உனக்கு ஏற்பட்டிருக்கும் எல்லாப் பிரச்சனைகளையும் உன் இதயத்திலிருந்து நீ நீக்கிவிட முடியும். ஆண்கள் உன் உடம்பின் முன்னால் மண்டியிடுவார்கள். உன் காலடி மண்ணைத் தொடுவதிலேயே கூட சிலர் திருப்தி அடைந்துவிடுவார்கள். வேறு சிலரோ நீ கடந்து செல்லும்போது உன் நிழல் தம்மீது படாதா என்று ஏங்கி நீ செல்லும் வழியில் காத்து நிற்பார்கள்.

வரீய்ங்கா: அப்படியானால் நான் என்ன செய்ய வேண்டும்?

குரல்: வா, வா, என்னைத் தொடர்ந்து வா. இல்மொராகின் பெரிய மலைகளின் மேல் உன்னை அழைத்துச் சென்று இவ்வுலகின் மகிமைகளையெல்லாம் உனக்கு நான் காட்டுவேன். வானவில்லின் நிறங்களில் மலர்களின் வரிசையால் சூழப்பட்ட மாளிகைகளை உனக்குக் காட்டுவேன். பச்சைக் கம்பளம் விரித்த கோல்ஃப் மைதானங்களில் உலவ உன்னை நான் அழைத்துச் செல்வேன். வானத்துப் பறவைகளையெல்லாம் மயக்கி அழைக்கும் சங்கீதம் இசைக்கும் இரவு விடுதிகளுக்கும் கூட்டிச் செல்வேன். இளம் பெண்ணின் வாசனையூட்டப்பட்ட உடலின்மேல் வழுக்கிச் செல்லும் இளைஞனின் நளினத்துடன் தார்ச் சாலைகளில் வழுக்கிச் செல்லும் காரில் சவாரி செய்ய உன்னை அழைத்துச்

செல்வேன். இந்த அற்புதங்களை எல்லாம் உனக்குச் சொந்தமாக்குவேன்.

வரீய்ங்கா: எனக்கா?

குரல்: எல்லாவற்றையும் உனக்குத் தருவேன்.

வரீய்ங்கா: எனக்கே தருவாயா?

குரல்: ஆமாம். என் முன் மண்டியிட்டு என்னைப் புகழ்ந்து பாடினால்.

வரீய்ங்கா: உன் பெயரென்ன?

குரல்: ஒடுக்குபவன். சுரண்டுபவன். பொய்யன். கபளீகரன். மற்றவர்களால் உருவாக்கப்பட்ட பொருள்களை விற்பதில் பேராசை உள்ளவர்களால் நான் வணங்கப்படுகிறேன். உன் ஆன்மாவை எனக்குக் கொடு. அதை உனக்காக நான் பாதுகாப்பேன்.

வரீய்ங்கா: குகையில் தற்பெருமை பாடிய குரல்களைக் கேட்டேனே, அவைதான் உனக்கான தோத்திரங்களா?

குரல்: ஆமாம், அவர்கள் என்னைப் பின்பற்றுபவர்கள். அவர்களிடம் காணப்படும் வஞ்சகம் அளித்த பரிசு. அதற்குப் பதிலாக அவர்கள் தங்கள் ஆன்மாக்களை என்னிடம் கொடுத்து வைத்திருக்கிறார்கள். அதனால் அவர்கள் முன்பு செய்தவை, இன்று செய்பவை, நாளை செய்யக் கூடியவை, நாளை மறுநாள் செய்ய இருப்பவை, வரும் ஆண்டுகளில் செய்ய இருப்பவை எல்லாமே எனக்குத் தெரியும். இன்னும் ஏன் தயங்குகிறாய்?

வரீய்ங்கா: போய்விடு! என்னை விட்டு அப்பால் போ சாத்தானே! உன் சூழ்ச்சிகளை எல்லாம் அவர்களிடமே கொண்டுபோய்க் கொடு. என் ஆன்மாவை உன்னிடம் கொடுத்துவிட்டால் என்னிடம் வேறு என்ன இருக்கும்?

குரல்: நீ என்னை நம்பவில்லை, இல்லையா? இவ்வளவையும் கண்ணால் கண்டும், காதால் கேட்டும் என்னை நீ நம்பவில்லை. நீ குகையில் இருக்கவில்லையா?

வரீய்ங்கா: இருந்தேன்.

குரல்: விரேரி சொன்னதைக் கேட்டாயா?

வரீய்ங்கா: கேட்டேன்.

குரல்: அவன் வந்த காரில்தான் நேற்றிரவு நீயும் வந்தாய் இல்லையா?

வரீய்ங்கா: ஆம். அவருடைய பேச்சு எனக்கு ஆச்சரியமாக இருக்கிறது. ஏனென்றால் மட்டாட்டு வண்டியில் அவர்தான் அந்த உவமைக்கதையை, அதாவது தூர தேசம் போன மனிதன் தன் வேலையாட்களைக் கூப்பிட்டு ஒருவனுக்கு ஐந்து தாலந்துகளும், இரண்டாமவனுக்கு இரண்டு தாலந்துகளும், மூன்றாமவனுக்கு...

குரல்: ஒரு தாலந்தும் கொடுத்தான். எனக்கும் அந்தக் கதை தெரியும். நான் பைபிளைக் கரைத்துக் குடித்திருக்கிறேன். பூமியில் நடக்கும் அனைத்தும் எனக்குத் தெரியும். சொர்க்கத்தில் முரண்பாடு ஏற்படத் தொடங்கியபோதே நான் அங்கே இருந்தேன். கடவுளும் நானும் இரட்டையர்கள். அவர் சொர்க்கத்தின் எஜமானன். நான் நரகத்தின் எஜமானன். இவ்வுலகம் எங்களின் போர்க்களம். இங்குதான் கடவுளும் நானும் மனித ஆன்மாக்களை கைப்பற்றப் போட்டா போட்டி நடத்துகிறோம்.

வரீய்ங்கா: இதற்கு ஆதாரம் காட்ட முடியுமா?

குரல்: இன்று நான் விரேரி வா மூகிராயை வரவேற்கக் காத்துக் கொண்டிருக்கிறேன். என் ஆசிகளைப் பெற்றுக் கொள்ள விரும்பும் நபர்கள் விரேரி வா முகிராயை இன்று என்னுடைய ராஜ்ஜியத்திற்குள் தள்ளப் போகிறார்கள்.

வரீய்ங்கா: என்ன?

குரல்: மறுபடி நீ விரேரி வா மூகிராயை இந்த உலகத்தில் பார்க்க முடியாது என்கிறேன்.

வரீய்ங்கா: அவரைக் கொல்லப் போகிறார்களா? எதற்காக? யார்?

குரல்: அவன் தன் வாயாலேயே சாகப் போகிறான். திருட்டிலும் கொள்ளையிலும் தேசிய இனத் தற்சார்பு தேவையென்று அவன்தானே சொன்னான்? தேசியத் திருடர்களும், கொள்ளையரும் தங்கள் கொள்ளையை அந்நியர்களோடு

பங்கிட்டுக் கொள்ளக் கூடாதென்றும், ஒவ்வொரு திருடனும் தன்னுடைய சொந்த அம்மாவிடமே திருட வேண்டுமென்றும் அவன் வாதிட்டான் இல்லையா? அமெரிக்கா, ஐரோப்பா, ஜப்பான் ஆகிய நாடுகளிலிருந்து வந்த திருடர்களுக்கு கோபம் வந்துவிட்டது. இந்த நாட்டில் நவீனத் திருட்டையும் கொள்ளையையும் அறிமுகப்படுத்தியதே நாங்கள்தான். இவர்களுக்கெல்லாம் நவீன திருட்டு - கொள்ளைக் கலைகளையெல்லாம் கற்றுக் கொடுத்ததே நாங்கள் தானே? தொடங்குவதற்குத் தேவையான திறமைகளைக் கொடுத்ததே நாங்கள்தானே? இப்போது விரேரி நமக்கு எதிராகத் திரும்பி தன் அம்மாவை தனக்கே விட்டுவிட வேண்டும் என்று கேட்டால் எப்படி? அவனுடைய அம்மாவை முதலில் கற்பழிக்க வேண்டியிருந்தது உண்மைதான் என்றாலும், பின் அவளை நம் வைப்பாட்டியாக நாம் வைத்துக்கொள்ளவில்லையா? இன்று வரைக்கும் நாம் அவளை வைத்துக் கொண்டிருக்கவில்லையா? இப்படியிருக்க, அவன் அம்மாவின் தொடைகளை அவனுக்கே விட்டுவிட்டு நாங்கள் மூட்டையைக் கட்டிக் கொண்டு இந்த நாட்டை விட்டே ஓடிவிட வேண்டும் என்கிறான் விரேரி. எனவே அந்நியரை சாந்தப்படுத்தவும், அவர்கள் தம் தாலந்துகளையும் மேஜையில் சிந்தும் துணுக்குகளையும் கூட விட்டு வைக்காமல் திரும்ப எடுத்துக் கொண்டு போகாதிருக்கவும் விரேரி வா மூகிராயை பலி கொடுப்பதென்று முடிவு செய்யப்பட்டிருக்கிறது. இன்று விரேரி கொல்லப்படுவான்.

வரீய்ங்கா: யாரால்?

குரல்: ராபின் முவாராவால்.

வரீய்ங்கா: முவாராவா? மட்டாட்டு மட்டாட்டா மட்டாமுவின் சொந்தக்காரனா, இல்லை வேறு ஏதாவது முவாராவா?

குரல்: முவாரா சாத்தானின் தூதர்கள் அமைப்பில் ஒரு உறுப்பினன்.

வரீய்ங்கா: சாத்தானின் தூதர்களா? முவாராவா? எப்படியிருக்க முடியும்? இதுதான் அதிசயத்திலும் அதிசயம்.

அப்படியானால் நேற்று ஜெரிக்கோவில் என் வீட்டிலிருந்து என்னைத் துரத்தியவர்கள்?

குரல்: இதற்கு ஏன் இவ்வளவு ஆச்சரியப்படுகிறாய்? முவாரா அப்படி எதுவும் செய்ய மாட்டான் என்று நினைத்தாயா? ஆச்சரியப்படாதே. திடுக்கிட்டுப் போய்விடாதே. இதுபோன்ற வேலைகளை முவாரா அடிக்கடி செய்பவன்தான். நெருக்கடிநிலைக் காலத்தில் இதை அவன் தொடங்கினான். அந்த நாட்களில் மிகக் கொடூரமான ஊர்க்காவல் படையில் இருந்தான் அவன். ரிப்ட் பள்ளத்தாக்கில் மக்களைப் பயமுறுத்தி வந்த நியாங்விக்கூ என்ற பட்டப் பெயர் கொண்ட ஐரோப்பியனுடைய தலைமையில் இயங்கிய கொலைகாரக் கூட்டத்தில் முவாரா வேலை செய்தான். நியாங்விக்கூவுடன் சேர்வதற்கு முன்பு இப்போது தன் பெருமையைத் தானே பாடிக் கொண்டிருக்கிறானே கிமீந்தீரி, அவனுடைய கொலைகாரக் குழுவில் இருந்து வேலை செய்தான். முவாரா கொலை செய்யும் ஒவ்வொரு மாவ் மாவ் ஆதரவாளரின் தலைக்கும் அவனுக்கு ஐந்து ஷில்லிங் கிடைக்கும். கிராமங்களில் இரவு நேரத்தில் முவாரா தன் வேட்டையைத் தொடங்குவான். கிழவிகள், குழந்தைகள், இளைஞர்கள், இளம் பெண்கள், கிழவர்கள் யாரையும் விட்டு வைக்க மாட்டான். பிறகென்ன, மாவ் மாவ் ஆதரவாளர்கள் அடையாள வில்லைகளா குத்தியிருந்தார்கள்? பொழுது விடிந்ததும் முவாரா தலைகளை எடுத்துப் போய் நியாங்விக்கூவிடம் ஒப்படைத்து கொலைக்கான கொடையை அவனிடமிருந்து பெற்றுக் கொள்வான். முவாராவுக்கு அவனுடைய மட்டாட்டு காரைப் பயன்படுத்தத் தந்தவனே நியாங்விக்கூதான். இப்போது யோசித்துப் பார். அப்போது ஐந்து ஷில்லிங்குக்காக கொன்றவன், இப்போது கிமீந்தீரி புதிய வண்டி வாங்கித் தருவதாக வாக்களித்த பிறகு கொலை செய்ய மாட்டானா என்ன?

வரீய்ங்கா: என்னால் நம்ப முடியவில்லை. நான் எதையும் நம்பவில்லை. நன்றாகத் தூங்குவதுதான் தேவை

என்னும்போது தூங்கவே முடியாதபடி இந்த சலிப்பூட்டும் கதைகளை எல்லாம் ஏன் சொல்லுகிறாய்? கடந்த நான்கு இரவுகளாக நான் தூங்கவே இல்லை.

குரல்: ஏனென்றால்... ஏனென்றால் உனக்கு ஒரு வேலை தர விரும்புகிறேன்.

வரீய்ங்கா: வேலையா? எங்கே?

குரல்: நாகுருவில். கோரிகாவில்.

வரீய்ங்கா: வேண்டவே வேண்டாம், அப்பாலே போ சாத்தானே...

3

பயத்தில் விரைத்த உடலுடன் வரீய்ங்கா கண் விழித்தாள்.

'உன்னைத்தான் எல்லா இடத்திலும் தேடி அலைந்து கொண்டிருக்கிறேன். நீ இங்கே நிம்மதியாகத் தூங்கிக் கொண்டிருக்கிறாய்,' என்றான் கத்தூய்ரியா.

கண் திறந்தவுடன் தன் அருகில் கத்தூய்ரியா நிற்பதைப் பார்த்த போது அடைந்தது போன்ற மகிழ்ச்சியை அதற்கு முன் அவள் அடைந்ததேயில்லை.

'இந்த மரத்தில் சாய்ந்திருந்தேனா, அப்படியே கண்ணயர்ந்து விட்டேன்' என்றாள் வரீய்ங்கா, கொட்டாவி விட்டுக் கொண்டே எழுந்து நின்று சோம்பல் முறித்துவிட்டு மறுபடியும் கொட்டாவி விட்டாள். சுற்றிலும் பார்த்துக் கொண்டாள். 'நேற்றிரவு நான் தூங்கவில்லை. வீட்டுக்குப் போனதும் அம்மாவிடம் நீண்ட நேரம் பேசிக் கொண்டிருந்து விட்டேன்.'

'நேற்றிரவு பயணம் நீண்டதாகத்தான் தெரிந்தது. முவாராவின் மட்டாட்டு, சாலையில் ஒரு சாணி வண்டைப் போலத்தான் ஊர்ந்து போயிற்று,' என்றான் கத்தூய்ரியா.

வரீய்ங்கா தன்னுடைய விநோதமான கனவை கத்தூய்ரியா விடம் சொல்லலாமா என்று யோசித்து பிறகு வேண்டாம் என்று முடிவு செய்தாள். கனவு கனவுதான். அவ்வப்போது கெட்ட கனவுகளை யார்தான் காண்பதில்லை என்று தனக்குள்ளே சொல்லிக் கொண்டாள்.

'விருந்து முடிந்து விட்டதா?' பயத்தை விரட்டுவதற்காக சிரித்துக் கொண்டே கத்தூய்ரியாவிடம் கேட்டாள் வரீய்ங்கா.

'இல்லை. ஆனால் நாம் புறப்பட வேண்டும்,' என்றான் கத்தூய்ரியா. தொடர்ந்து 'லெட்ஸ் கோ. சூட்டுக்கோலின் கைப்பிடியே சுட்டுப் பொசுக்குகிறது' என்றான்.

'என்ன சொல்கிறாய்?'

'குகை களேபரத்தில் இருக்கிறது. போலீஸ் வந்திருக்கிறது,' என்றான் சோகமாக.

'கீதூதுக்களையும் கதீகாக்களையும் கைது செய்தார்களா? ஓ, அது அருமையாக இருந்திருக்குமே!' ஆர்வமாகக் கேட்டாள் வரீய்ங்கா.

'இல்லை. அவர்கள் வங்காரியைக் கைது செய்துவிட்டார்கள்,' என்றான் கத்தூய்ரியா.

'வங்காரியையா? வங்காரியையா கைது செய்தார்கள்? அவர்களை அழைத்து வந்ததே அவள்தானே?'

'ஆமாம். வங்காரி தான் தொலைத்துவிட்ட ஆட்டைத் தேட, அதைத் திருடியவனின் அடியாட்களிடமே போயிருக்கிறாள். சற்றுமுன் அவளுக்கு விலங்கு மாட்டி ப்ளாக் மரியாவின்* பின்புறமாக ஏற்றுவதைப் பார்த்தேன்,' என்றான் கோபமாக.

'ஏன்?' என்றாள் வரீய்ங்கா.

'ஏனென்றால் அரசியல் நிலைத்தன்மையையும் அமைதியையும் நிலைநிறுத்த உறுதி பூண்டுள்ள நாட்டில், அவள் வதந்திகளையும் வெறுப்பையும் பரப்பி முரண்பாடுகளை விதைக்கிறாளாம்.'

சற்றுமுன் தான் கண்ட கனவை நினைவுபடுத்திக் கொண்டாள் வரீய்ங்கா.

'எந்த அமைதி? யாருடைய அமைதி? ஏழைகள் தாங்கள் இழந்த கண்களையும், பற்களையும் திரும்பக் கேட்கும்போது தான் நாட்டின் அமைதி குலைந்து விடுகிறதோ?' என்று கேட்டாள் வரீய்ங்கா.

வரீய்ங்காவின் கேள்விகள் கத்தூய்ரியாவின் இதயத்தை குத்திக் கிழித்தன. பொங்கிப் பெருகி ஓடிவரும் ஆறு, கரை பலவீனமாக

★ ப்ளாக் மரியா: போலீஸ் லாரி.

இருக்கும் இடத்தில் உடைத்துக் கொண்டு பாய்வதுபோல, அவன் வார்த்தைகளைப் பிரவாகமாகக் கொட்டத் தொடங்கினான்:

'ஐயோ, நீ அங்கே இருந்து இல்மொராக் போலீசைப் பார்த்திருக்க வேண்டும். மெய்யாகவே அமைதியின் காவலர்கள் தான்! அதுதான் ஆதரவற்ற பெண்ணை அடிக்கிறார்கள்! குண்டாந்தடிகளைத் தூக்கிக் கொண்டு கேடயங்களையும் துப்பாக்கிகளையும் தயாராக வைத்தபடி சீனியர் சூப்பரிண்டெண்டெண்ட் கக்கானோ தலைமையில் அவர்கள் வந்ததைப் பார்த்தால் யுத்தம் நடத்த வந்தது போலவே இருந்தது. நான் மட்டும் அங்கே இருந்து அங்கு நடந்த நாடகம் முழுவதையும் என் கண்களால் பார்த்திருக்கவில்லையென்றால், அந்தக் கதையை நம்பியிருக்கவே மாட்டேன். கேள். கிமீந்தீரி வா கான்யுவாஞ்சி மேடையை விட்டு இறங்கியதுதான் தாமதம்.'

'ஒரு நிமிடம். யாரென்று சொன்னீர்கள்? கிமீந்தீரி வா கான்யுவாஞ்சி என்றா? நிஜமாகவே அந்தப் பெயரில் யாராவது இருந்தார்களா? அல்லது நீங்களும் கனவுதான் கண்டீர்களா?' என்று வரீய்ங்கா இடையில் புகுந்து விட்டாள்.

'அது கனவாக இருந்துவிடக் கூடாதா என்றுதான் நானும் விரும்புகிறேன். கிமீந்தீரி வா கான்யுவாஞ்சி மெய்யாகவே அங்கேயிருந்தான். ஆனால் அவன் மனிதனா, இல்லை நீள மூக்கும் மயிரடர்ந்த கொழுத்த உடலும் கொண்ட புழுவா என்று சொல்வது கடினம். எப்படியோ கிமீந்தீ ரி ஒருவழியாக தன்னுடைய ஓரங்க நாடகத்தை அப்போதுதான் முடித்திருந்தான். ஓரங்க நாடகமா அல்லது வாய் வழி பேதியா என்றே நீ கேட்கலாம். முதலில் தன்னுடைய சொத்துக்களைப் பற்றிய தகவல்களைத் தந்தவன் பிறகு நம் தொழிலாளிகளின் உழைப்பை குழாய்கள் மூலம் வெளிநாடுகளுக்கு அனுப்பக்கூடிய சோதனைமுறைப் பண்ணையின் சாத்தியங்களைப் பற்றி ஆராய்ந்து வருவதாகப் பீற்றிக் கொண்டான். தொடர்ந்து, இங்கும் வெளிநாடுகளிலும் உள்ள பணக்காரர்களின் பண்ணைகளுக்கு இத்தொழிலாளிகளின் உடல்கள் உரமாக ஆக முடியுமா என்பதை கண்டுபிடிக்க வேண்டுமென்றான். திடீரென்று குகையில் இருந்தவர்களெல்லாம் மனித ரத்தத்துக்கும் மனித மாமிசத்துக்கும் பெரும் பசி கொண்டவர்களாக வாயைப் பிளந்துகொண்டு என்னைப் பார்ப்பதைக் கண்டேன். எனக்குப் பயம் வந்துவிட்டது. எப்படியாவது தப்பிக்கும் வழியை கண்டுபிடிக்க வேண்டுமென்று நான் பரிதவிக்க ஆரம்பித்துவிட்டேன்...'

'ப்ளீஸ்... கொஞ்சம் உட்காருவோமா? என் கால்கள் நடுங்குகின்றன' என்று கதறினாள் வரீய்ங்கா.

கத்தூய்ரியாவும் வரீய்ங்காவும் புல்தரையில் உட்கார்ந்தார்கள். கதையைத் தொடர்ந்தான் கத்தூய்ரியா:

'அப்போதுதான் போலீஸ் உள்ளே வந்தது. முதலில் வங்காரி உள்ளே வர, அவளைத் தொடர்ந்து சீனியர் சூப்பரிண்டெண்டென்ட் கக்கானோ. அடேங்கப்பா! அவளைப் போன்ற வீரமான ஒரு பெண்ணை இதுவரை நான் பார்த்ததே இல்லை. மௌனமாக மேடை வரை சென்ற வங்காரி தன்னுடைய தீச்சுடர்கள் போன்ற கண்களால் குகை முழுவதையும் மௌனமாக்கி விட்டாள். பயத்தின் சாயல் சற்றும் படியாத குரலில் அங்கிருந்த திருடர்களையெல்லாம் கண்டனம் செய்தாள்: 'இதோ இருக்கிறார்களே, இந்த மனிதர்கள்தான் விவசாயிகளான எங்களை எப்போதும் ஒடுக்குகிறார்கள். உடையும் உணவும் ஓய்வும் தர மறுக்கிறார்கள். வையகி வா ஹீங்காவும் கிமாத்தி வா வாசியூரியும் இன்னும் கென்யாவின் விடுதலைக்காக ரத்தம் சிந்திய வீரமிக்க நாட்டுப் பற்றாளர்களும் எங்களுக்காக விட்டுச் சென்ற பாரம்பரியத்தை இவர்கள் திருடிக்கொண்டு விட்டார்கள். இவர்களெல்லாம் ஏகாதிபத்தியத்தின் காவல் நாய்கள்; சாத்தானின் குழந்தைகள். அவர்களின் கைகளுக்கு விலங்கிடுங்கள்; கால்களில் விலங்கிடுங்கள். ஓயாத பற் கடிப்புள்ள இடமாகிய நிரந்தர சிறைச்சாலையில் அவர்களைத் தள்ளுங்கள். நமது இனத்தின் முன்னோர்களின் நாட்டுப் பற்றாளர்களின் பாரம்பரியத்தை அன்னியரிடம் விற்பவர்களுக்கு அதுதான் முடிவு.'

வரீய்ங்கா, அந்தக் காட்சியை எப்படி நான் விவரிப்பேன்? குகையில் இருந்த அனைவரும் அப்படியே வங்காரியின் வார்த்தைகளில் இருந்த காந்தசக்திக்கு ஆட்பட்டு விட்டவர்களைப் போல தெரிந்தார்கள். அந்த நேரத்தில் வங்காரி எவ்வளவு அழகாக இருந்தாள் தெரியுமா? ஆமாம். எங்கள் முன்னால் நின்றிருந்த அவளது முகம் பிரகாசித்தது. அவளுடைய வீரம்தான் அவள் உடம்பிலிருந்து பல ஆண்டுகளை உருவியெடுத்து விட்டு, வயதைக் குறைத்து புத்துயிர் கொடுத்திருக்க வேண்டும் என்று தோன்றியது. அவள் முகத்தின் ஒளி அங்கிருந்தோரின் இதயங்களுக்கெல்லாம் ஒளியூட்டியது. குரலோ மக்களின் நீதிபதிக்குரிய தகுதியும் அதிகாரமும் கொண்டிருந்தது.

'அதன் பிறகுதான் விழாத் தலைவர் எழுந்து நின்று, மௌனமாக அசையாமல் நின்றிருந்த சூப்பரிண்டெண்டென்டைப் பார்த்தார்.

“இதெல்லாம் என்ன, சூப்பரிண்டெண்டென்ட் கக்கானோ? கவிழ்ப்பு முயற்சியா? அல்லது வேறு என்னைய்யா இது?’ என்று கோபமாகக் கத்தினார். கக்கானோ விறைப்பாக நின்று சல்யூட் அடித்து நடுங்கும் குரலில் மன்னிப்புக் கேட்டு மன்றாடினான். பயம் அவனது எலும்பிலும் தசைகளிலும் ஊடுருவியது போல எந்தவிதமான நிறுத்தற்குறியும் இல்லாமல் பிதற்றத் தொடங்கினான்: ‘ஐ ஆம் சாரி சார் நிஜமாகவே சாரி சொல்லப் போனால் நீங்கள் எல்லாம்தான் இங்கே கூடியிருக்கிறீர்கள் என்பது எனக்குத் தெரியாது. ஜெருசாவில் இருக்கிற சாதாரண சில்லறைத் திருடர்களும் கொள்ளைக்காரர்களும்தான் என்று நினைத்துவிட்டேன். அவர்கள்தான் உங்கள் சொத்துக்களோடு விளையாடுகிறவர்கள். சில சமயங்களில் இங்கு வந்துள்ள விருந்தாளிகளைப் போன்ற அந்நியருக்கு சொந்தமான வங்கிகளை உடைத்து உள்ளே நுழைகிறவர்கள் உங்களுக்கே தெரியுமே இந்தப் பெண்தான் நாடு முழுவதையும் சீரழித்து திவாலாக்கும் திருடர்களையும் கொள்ளையர்களையும் பற்றிய புகார்களை எங்களிடம் கொண்டு வந்தாள். அவர்கள் இந்த குகையில் ஒளிந்து கொண்டிருக்கிறார்கள். தம் வீரதீர சாகசங்களைப் பற்றி பீத்திக் கொண்டிருக்கிறார்கள் என்று சொன்னாள். மறுபடியும் ப்ளீஸ் நீங்கள் தெரிந்து கொள்ள வேண்டுமென ஆசைப்படுகிறேன் இதில் உண்மையில் என் தப்பு எதுவுமில்லை ஏனெனில் சனிக்கிழமை அன்று நைரோபியிலிருந்து எனக்கு ஓர் அழைப்பு வந்தது திருடர்களையும் கொள்ளைக்காரர்களையும் பற்றிய மிக முக்கியமான தகவலை ஒரு பெண் கொண்டு வருவாள் என்று எதிர்பார்க்கலாம் என்று அது சொல்லி இருந்தது அதனால் தான் இந்தப் பெண்ணைப் பார்த்ததுமே…”

‘விட்டுத் தள்ளுங்கள்’ என்று இடைமறித்தார் விழாத் தலைவர். “அதுபற்றிப் பிறகு பேசிக் கொள்வோம். முதலில் நமக்கும் நமது வெளிநாட்டு முதலாளிமாருக்கும் இடையில் கருத்து வேறுபாட்டை ஏற்படுத்த திட்டமிட்ட எதிரியைப் பிடித்து அமுக்குவோம். அவர்கள் குடுமி இப்போது நம் கையில். நாம் அதிக தற்சார்புடையவர்களாக இருக்க வேண்டுமாமே? அவர்களை நேருக்கு நேர் சந்தித்து, மற்றவர்களைவிட அதிக புத்திசாலிகள் என்று தம்மைப் பற்றி நினைத்துக் கொண்டிருக்கும் அவர்களை வேரோடு கெல்லி எறிந்து விடுவோம். பன்னாட்டு விருந்தினர்களின் முன்னிலையில் இப்படியொரு கேலிக்கூத்து நடந்ததற்காக நாங்கள் மிகுந்த சங்கடப்படுகிறோம். சூப்பரின்டென்டென்ட் கக்கானோ. உமது வேலையைச் செய்யும்

அதுதான் உதவும். உங்களுக்கு வெறி கிளம்பினால் நீங்கள் என்ன செய்வீர்களோ அதைச் செய்யுங்கள். பிறகு திரும்பி வந்து நமது வெளிநாட்டு விருந்தினர்களை விஸ்கி கோப்பையுடன் வரவேற்கலாம்.''

'கக்கானோ விசிலை ஊதினான். உடனே குண்டாந்தடியும் துப்பாக்கியுமாக போலீசார் குகையை சுற்றி வளைத்தார்கள். பின் கக்கானோ வங்காரியைப் பார்த்து கையைக் காட்ட, மேடைக்கு விரைந்து அவளை அடித்து உதைத்து கைகளில் விலங்கு பூட்டினார்கள். நிலைமை தனக்கு எதிராக மாறியபோதும் வங்காரி பயந்ததாகத் தெரியவில்லை. தெளிவான குரலில் அவள் மெதுவாகக் கேட்டாள்: "அப்படியானால் போலீஸ் படையினரான நீங்கள் ஒரு வர்க்கத்தினருக்கு மட்டும்தான் ஊழியம் செய்வீர்களா? நாட்டுப்பற்றைப் பாழ்படுத்த முயலும் நயவஞ்சக நரிகளான உங்களிடம் போய், நாட்டைக் கொள்ளையடிக்கும் திருடர்களையும், கொள்ளையர்களையும் பிடிக்கும் வேலையை ஒப்படைத்த என் முட்டாள்தனத்தை என்னவென்பது?'' பிறகு வங்காரியை அவர்கள் இழுத்துக்கொண்டு குண்டாந்தடிகளால் தள்ளிக்கொண்டும் அவள்மீது துப்பிக்கொண்டும் போனபோது வங்காரி குரலை உயர்த்தி பாட ஆரம்பித்துவிட்டாள்.

சொட்டு சொட்டு சொட்டு என்று சத்தம் வரக் கேட்டால்
கொட்டும்மழைச் சத்தம் என்று எண்ணிக்கொள்ள வேண்டாம்.
நம்மைப் போன்ற குடியானவர் மண்ணைக் காக்கும் போரில்
கேட்கும் அந்த சத்தம் நமது ரத்தம் சிந்தும் சத்தம்!

அவளை வெளியே கொண்டுபோனபோது இன்னமும் தன் நியாயத்தை பாட்டாகப் பாடியபடி, தலைக்கு மேலே தூக்கிய கைகளின் விலங்கு, வெற்றி மாலையாக மினுமினுக்க... ஓ, வங்காரி, நம் மண்ணின் வீராங்கனை!

வங்காரியின் வீரமிக்க குரலை இப்போதும் தன் காதுகளில் கேட்பவன்போல கத்தூய்ரியா சற்று நிதானித்தான்.

மறுபடியும் மெதுவாக, 'வங்காரி நம் தேசத்தின் வீராங்கனை,' என்றான். 'என் கண் முன்னால் நடந்த அநியாயத்தில் வாயடைத்துப் போய் உட்கார்ந்திருந்தபோது, கக்கானோ மறுபடியும் குகைக்குள் வருவதைப் பார்த்தேன். "பைத்தியக்காரப் பெண், பைத்தியக்காரி'' என்று சொல்லிக்கொண்டே, விழாத்தலைவரும், வெளிநாட்டு

விருந்தினர்களும் உட்கார்ந்திருக்கும் மேஜையில் உட்கார்ந்து விஸ்கி கோப்பையுடன் அவர்களோடு அரட்டையடிக்கத் தொடங்கிவிட்டான். விரேரி வா மூகிராய் எழுந்து நின்று விழாத் தலைவர் தனக்கு எதிராகச் சொன்ன சில வார்த்தைகளுக்காக தன் தரப்பை எடுத்துச் சொல்ல அனுமதி கேட்டார். அவருக்கு அனுமதி மறுக்கப்பட்டது. ஆத்திரத்துடன் திரும்பிச் சென்றவர் முவாராவின் மேஜையருகில் போய் நின்றார். மாலையில் முவாராவின் மட்டாட்டு மட்டாட்டா மட்டாமுவில் வீட்டுக்குத் திரும்பிச் செல்ல விரும்புவதால் முவாரவை கிரீன் ரெயின்போ ஓட்டலுக்கு வருமாறு சொன்னார். வாடகைப் பண விஷயத்தில் எந்தத் தகராறும் வராது என்று உறுதியளித்தார்.

'வெளியே புறப்படும் சமயம் விரேரி வா மூகிராய் என்னைப் பார்த்துவிட்டு நின்றார். "அந்த மாதிரி பெண்ணின் மேல் அளவு கடந்த நம்பிக்கை வைத்ததால் வந்த ஆபத்தைப் பார்த்தாயா? பன்றிக்கு முன்னால் ஒரு போதும் முத்துக்களை எறியாதே" என்று கசப்புடன் சொல்லிவிட்டுப் போனார்.

'என் பதிலுக்காக காத்திருக்காமல் உடனடியாகப் போய் விட்டார். திடீரென்று எனக்குள் கோபம் பற்றி எரிந்தது. அடிதடி சண்டை வந்தாலும் பரவாயில்லை, அவரிடம் ஓரிரு விவரங்களை சொல்லிவிட வேண்டும் என்று நினைத்து அவர் பின்னாலேயே ஓடினேன். ஆனால் அவரைக் கண்டுபிடிக்க முடியவில்லை.

'விரேரி வா மூகிராய் எங்கே போயிருப்பார் என்று அதிசயித்துக் கொண்டு நின்றிருந்தபோது , ராபின் முவாரா, விழாத் தலைவர், கிமீந்தீரி வா கான்யுவாஞ்சி மூவரும் குகையை விட்டு வெளியே வந்து, நீண்டநாள் பழகிய நண்பர்களைப் போல மிகவும் உற்சாகமாக பேசிக் கொண்டிருந்தார்கள். கிமீந்தீரி முவாராவிடம் சொல்லிக் கொண்டிருந்தான்: 'ஆமாமாம். உன்னைப் பார்த்த கணமே எனக்கு உன்னைத் தெரிந்துவிட்டது. நியாங்விக்கூவுடன் சேருவதற்கு முன்பு நீ எந்த மாதிரி வேலையைச் செய்து கொண்டிருந்தாய் என்பது எனக்கு நினைவுக்கு வந்துவிட்டது...' பிறகு இன்னும் கொஞ்சம் ஒதுங்கிப்போய் எதையோ தீவிரமாக பேசிக் கொண்டிருந்தார்கள். அவர்கள் பேசியதெல்லாம் எனக்குக் கேட்காவிட்டாலும் காற்று வாக்கில் ஆங்காங்கு ஒருசில வார்த்தைகள் என் காதில் விழுந்தன. "சாத்தானின் சீடர்கள்... ரகசிய தொழிலதிபர்கள்... அதில் ஒருவர்... இன்று... இன்று இரவு... தொலைபேசியில் அவர்களிடம் சொல்... ஆமாம், வழியில் அவர்கள் உன்னை சந்திப்பார்கள்... கினீனி...'

அதற்கு மேல் அங்கே நான் நிற்கவில்லை. உன்னை இங்கிருந்து அழைத்துப் போய்விட வேண்டுமென்று உன்னைத்தான் தேடிக் கொண்டிருந்தேன். இதுவரை நான் பார்த்ததே போதும் போதும் என்றிருக்கிறது!'

கத்துூய்ரியா மௌனமானான். வரீய்ங்காவுக்கோ இதயம் வேகமாக துடிக்கத் தொடங்கிவிட்டது. காரணம் அவளுடைய கனவில் நடந்ததெல்லாம் வார்த்தைக்கு வார்த்தை, ஒவ்வொரு நிகழ்ச்சியும் அப்படியே குகையில் நடந்திருக்கிறது. ஒருவேளை அது கனவாக இல்லாமல் உண்மையின் வெளிப்பாடாக இருக்குமோ?

'முதூரியும் அவருடைய ஆட்களும் என்ன ஆனார்கள்?' என்று கேட்டாள்.

'நான் அந்த இடத்தை விட்டு வரும்வரை முதூரி வரவில்லை' என்றான் கத்துூய்ரியா.

'அவர் குகைக்கு வந்தால் அவரையும் அல்லவா கைது செய்வார்கள்?'

'தெரியவில்லை. எதைப் பற்றியும் இப்போது எனக்கு நிச்சயமில்லாமல் இருக்கிறது. பானையில் கூழ் கொதிப்பது போல பல விஷயங்களும் என் மண்டையில் கொதித்துக் கொண்டிருக்கின்றன.'

கத்துூய்ரியாவின் மண்டையில் மட்டுமில்லை. வரீய்ங்காவும் தனக்குள் பல விஷயங்களை அலசிப் பார்த்துக் கொண்டிருந்தாள். பல கேள்விகளை அவள் ஆராய்ந்து கொண்டிருந்தாள். தன் கனவைப் பற்றி கத்துூய்ரியாவிடம் சொல்வதா? முதூரியை போலீஸ் காவலிலிருந்தும் கைது செய்யப்படுவதிலிருந்தும் தப்பச் செய்ய தங்களால் முடியுமா? விரேரி வா மூகிராயை முவாராவும் அவனுடைய சாத்தானின் சீடர்கள் குழுவும் கொலை செய்யப் போவதை தடுக்க முடியுமா? வெறும் கனவில் வந்த விஷயங்களை வைத்து நிச்சயமாக நடக்கும் என்று எதை நம்ப முடியும்?

கனவைப் பற்றி கத்துூய்ரியாவிடம் எதுவும் சொல்வதில்லை என்றும், ஆனால் முவாராவின் மட்டாட்டுவில் விரேரி அன்றிரவு பயணம் செய்யாமல் தடுப்பதற்காக தன்னால் இயன்றவரை முயற்சிப்பது என்றும் முடிவு செய்தாள் வரீய்ங்கா. அதற்குமுன் குகைக்கு முதூரியை வரவிடாமல் தடுப்பதுதான் இப்போது உடனடியாகச் செய்ய வேண்டிய வேலை.

'கிளம்புங்கள். அபாயத்தைப் பற்றி முதூரியிடம் எச்சரிப்போம். வங்காரிக்கு ஏற்பட்ட கதி அவருக்கும் ஏற்படாமல் - காலங் கடப்பதற்கு முன் சென்று அவரைக் காப்பாற்றுவோம்' என்று யோசனை சொன்னாள் வரீய்ங்கா.

4

கத்தூய்ரியாவும் வரீய்ங்காவும் தங்களுக்குள் தனித்தனியே ஒருவண்டி எண்ணங்களையும் சந்தேகங்களையும் சுமந்து கொண்டு ஜெருசாவை நோக்கி நடக்கத் தொடங்கினார்கள்.

கைகளும் கால்களும் விலங்கிடப்பட்ட நிலையில் வங்காரி போலீஸ் காவலில் இருக்கும் காட்சியே கத்தூய்ரியாவின் மனதை ஆக்கிரமித்திருந்தது.

தொலைதூரப் பயணம் போன மனிதன் திரும்பி வந்ததும், தன் வேலையாட்களைக் கூப்பிட்டு தான் கொடுத்துச் சென்ற தாலந்துகளுக்கு கணக்குக் கேட்ட கதையைச் சொன்ன விரேரி வா மூகிராயின் குரல்தான் வரீய்ங்காவின் மனதை ஆக்கிரமித்துக் கொண்டிருந்தது.

ஒரு தாலந்தைப் பெற்றுக் கொண்டவனும் அவரை அணுகி *(சொன்னான்)*: 'எஜமானே, உங்களை நான் அறிவேன். நீர் கடின உள்ளத்தினர். விதைக்காத இடத்திலும் போய் அறுவடை செய்பவர்; அறுவடை நடக்காத இடத்திலும் போய் விளைச்சலை சேகரிப்பவர்...

திடீரென்று வரீய்ங்கா நடப்பதை நிறுத்தி கத்தூய்ரியாவின் கரங்களைப் பிடித்துக் கொண்டாள். கத்தூய்ரியாவும் நின்று என்னவென்று கேட்டான்.

'மக்கள் புதிய பாடலொன்றைப் பாடுகிறார்கள், அந்தக் குரல்களை கேளுங்கள்.'

அத்தியாயம் ஒன்பது

1

இல்மொராகின் கோல்டன் ஹைட்ஸின் மீது விழுந்த மாலைச் சூரியனின் கதிர்கள், பளபளப்பான உருக்கு வாள்களிலும் ஈட்டிகளிலும் பிரதிபலிக்கும் நெருப்புப் போல் சுடர் விட்டன. வரீய்ங்காவும் கத்தூய்ரியாவும் இல்மொராக் கோல்ஃப் மைதானத்தில் புல்வெளியில் நின்றபடி ஜெருசா சாலையிலிருந்து வந்த பாட்டுக் குரல்களைக் கேட்க காதுகளை தீட்டிக் கொண்டார்கள்.

ஒருவர் விடாமல் எல்லோரும் வாருங்கள்!
சாத்தானையும் அவனது சீடர் குழாமையும்
விரட்டி விரட்டி நாம் அடித்துத் துரத்தும்
கண்கொள்ளாத காட்சியைக் காண
ஒருவர் விடாமல் எல்லோரும் வாருங்கள்!

'அது முதூரியும், அவரது கூட்டமும்தான்' என்றான் கத்தூய்ரியா.

'அப்படியானால் வேகமாகப் போகலாம்.' என்று குரல் வந்த திசை நோக்கி ஓட ஆரம்பித்தாள் வரீய்ங்கா. பாடும் குரல்கள் அருகில் அருகில் வந்தன.

ஒருவர் விடாமல் எல்லோரும் வாருங்கள்!
சாத்தானையும் அவனது சீடர் குழாமையும்
விரட்டி விரட்டி நாம் அடித்துத் துரத்தும்
கண்கொள்ளாத காட்சியைக் காண
ஒருவர் விடாமல் எல்லோரும் வாருங்கள்!

ஒருசில நிமிடங்களில் வரீய்ங்காவும் கத்தூய்ரியாவும் இல்மொராக் சாலை ஓரமாக நின்றபோது தெரிந்த காட்சி பிரமிப்பூட்டுவதாக இருந்தது.

பெண்களும் ஆண்களும் குழந்தைகளுமாக வந்த ஒரு பெரிய பேரணியை அவர்கள் பார்த்தார்கள். பேரணி சாலையில் தொடர்ந்து சென்று குகையை நோக்கித் திரும்பியது. வரிசையின் பக்கவாட்டில் பல குழந்தைகள் துள்ளிக் குதித்துக் கொண்டும் பாடிக் கொண்டும் வந்து கொண்டிருந்தன.

'எவ்வளவு பெரிய ஊர்வலம்!' என்றான் கத்தூய்ரியா.

'ஜெருசா முழுவதையும் முதூரி திரட்டிக் கொண்டு வந்து விட்டார் போலும்!' என்றாள் வரீய்ங்கா.

'நம்மால் முதூரியைக் கண்டுபிடிக்க முடியுமா என்றே தெரியவில்லையே,' என்றான் கத்தூய்ரியா.

'இங்கேயே நிற்போம். நம்மைப் பார்த்துவிட்டு முதூரியே இங்கு வரக்கூடும்,' என்றாள் வரீய்ங்கா.

'போலீஸ் பற்றி அவரிடம் சொன்னாலும் ஒரு பயனுமில்லை', என்றான் கத்தூய்ரியா.

'ஏன்?' என்றாள் வரீய்ங்கா.

'ஏனென்றால் இந்தக் கூட்டம் திரும்பிப் போவதாகத் தெரியவில்லை!' என்று பதில் சொன்னான் கத்தூய்ரியா.

சாலை ஓரம் நின்று பேரணியைக் கவனித்துக் கொண்டு முதூரிக்காகக் காத்திருந்தார்கள். பாடிக்கொண்டும் விசிலடித்துக் கொண்டும் விளையாட்டு விசில்களையும் கொம்புகளையும் வைத்து பாட்டோடு ஒத்துப் போகிறவகையில் ஊதிக்கொண்டும் மக்கள் மேலும் மேலும் வந்து கொண்டே இருந்தார்கள். அவர்களின் காலடிகளும் அசைவுகளும் பாடலின் தாளத்தோடு ஒத்துப்போயின. பலரும் கந்தலைத்தான் உடுத்தியிருந்தார்கள். நிறைய பேர் செருப்பே போட்டிருக்கவில்லை. ஒரு சிறிய குழுவினர் மட்டும் சுத்தமான சட்டை கோட்டு கால்சட்டை என்று சுமாராக உடை உடுத்தியிருந்தனர்.

திடீரென்று வரீய்ங்காவின் இதயத் துடிப்பு ஒரு கணம் நின்று விட்டது. தன் கண்களை நம்புவதா என்றே அவளுக்குத் தெரியவில்லை. முதலும் முடிவுமில்லாத கனவுக்கே மீண்டும் போய்விட்டதாகத் தோன்றியது.

'பார், பார், அவரைப் பார்!' என்று கத்தூய்ரியாவிடம் கத்தினாள்.

'யார், யாரது? முதூரியா?' என்றான் அவசரமாக.

'நான் நேற்றிரவு ஒரு மனிதரைப் பற்றி உன்னிடம் சொன்னேனே, நான் நேற்று சந்தித்த மனிதர்! அவரைப் பார்' என்று பாட்டு இசைப்பது போலச் சொன்னாள்.

'அது யார்?'

'காக்கா ஓட்டல் பஸ் நிறுத்தத்தில் போலி அழைப்பிதழ் கொடுத்தாரே, அவர்தான். தெரிறதா?'

'எங்கே?'

'அதோ அங்கே. சற்று சுமாரான உடையணிந்த கூட்டத்தினர் நடுவில் பாருங்கள். ஆட்டுத்தாடி வைத்திருப்பவர்.'

'வெய்ட் எ மினிட்!' என்றான் கத்தூய்ரியா. 'அவரை எனக்குத் தெரியும்!'

'யார் அவர்?'

'பல்கலைக்கழக மாணவர்!'

'மாணவரா?'

'ஆமாம். இல்மொராக் பல்கலைக்கழக மாணவர்கள் அமைப்பான ஐ.எல்.யு.எஸ்.ஏ.வின் தலைவர்.'

'இந்தப் பேரணியில் அவர் என்ன செய்கிறார்?' என்று கேட்டாள் வரீய்ங்கா.

'அவரும் அவர்களில் ஒருவராக இருக்கலாம்' என்றான் கத்தூய்ரியா.

'அப்படியானால் இந்த நிகழ்ச்சியை 'சாத்தானின் விருந்து' என்றழைத்த போலி அழைப்பிதழ்களைக் கொடுத்தது மாணவர்கள்தான் என்று விரேரி வா மூகிராய் குறிப்பிட்டது உண்மைதானா?'

அப்போதே உடனடியாகக் கைப்பையைத் திறந்து அந்த மாணவர் கொடுத்த அழைப்பிதழையும் விரேரி வா மூகிராய் கொடுத்ததையும் எடுத்துப் பார்த்தாள். அப்போதுதான் முதன் முதலில் பார்ப்பது போல அவசரமாக இரண்டையும் ஒப்பிட்டுப் பார்த்துவிட்டு மறுபடியும் பைக்குள்ளேயே வைத்துக் கொண்டாள்.

'இப்போது எனக்கு ஒரு சந்தேகமுமில்லை. பல்கலைக்கழகத்தில் என்னுடைய கடிதப் பிறையில் அந்தப் போலி அழைப்பிதழை வைத்தது யாரென்று தெரிந்துவிட்டது,' என்றபோது, அப்போதுதான் அந்த

விஷயமே தனக்கு விளங்கியது போல தலையை ஆட்டிக்கொண்டான் கத்தூய்ரியா.

மனதில் பல கேள்விகளுடன் அவர்கள் பேரணியைப் பார்த்துக் கொண்டு நின்றிருந்தார்கள்.

வெவ்வேறு வாசகங்கள் எழுதிய அட்டைகளை சிலர் தம் கையில் ஏந்தி வந்தார்கள்: **திருட்டு - கொள்ளை அமைப்பை நாங்கள் மறுக்கிறோம்; எங்கள் வறுமை அவர்களின் வளமை; திருடனும் சூனியக்காரனும் இரட்டைப் பிறவிகள்; சுரண்டலே அவர்களின் அன்னை; திருடரையும் கொள்ளையரையும் உருட்டித் தள்ள மலைச்சரிவுகளில் அமையும் தேன் கூடுகள் தொழிலாளர்களால் ஏற்கனவே கட்டப்பட்டு விட்டன; உள்ளதிலேயே பெரிய திருட்டு எது? தொழிலாளிகளின் வியர்வையையும் ரத்தத்தையும் திருடுவதுதான்! மாபெரும் கொள்ளை எது? மக்களின் ரத்தத்தை கொள்ளையடிப்பது தான்!** இன்னும் பல வாசகங்கள், சாலையிலிருந்து பார்ப்பவர் கண்ணுக்கு சரியாகத் தெரியவில்லை. வாசக அட்டைகள் வைத்திருக்காதவர்கள் தடிகளை துப்பாக்கிகளைப் போல தம் தோள்களின் மீது ஏந்திப் போனார்கள்.

'உண்மையிலேயே படை அணிவகுப்பு போல இருக்கிறதே!' என்றான் கத்தூய்ரியா.

'தொழிலாளர் படையா?' என்று கேட்டாள் வரீய்ங்கா.

'ஆமாம். தொழிலாளர்களுடைய, விவசாயிகளுடைய, சிறு வியாபாரிகளுடைய, மாணவர்களுடைய படை...'

'தொழிலாளர்களால் தலைமை தாங்கப்படும் படை...'

'குகைக்கே சண்டையை எடுத்துச் செல்லும் படை!' என்றான் கத்தூய்ரியா.

குகையில் தொழிலாளர்களின் படையும் திருடர்கள் கொள்ளைக்காரர்களின் படையும் மோதிக் கொள்ளும் சண்டையை நினைத்த மாத்திரத்தில் வரீய்ங்காவுக்கு மகிழ்ச்சி பொங்கியது.

இதற்குள் பேரணியின் முன்புறம் இருந்த பலரும் வரீய்ங்காவையும், கத்தூய்ரியாவையும் தாண்டிப் போய்விட்டார்கள். 'ஒருவேளை முதூரி இவர்களோடு இல்லையோ,' என்று கத்தூய்ரியாவிடம் சொன்னாள் வரீய்ங்கா.

2

வரீய்ங்காவுடைய கேள்விக்குப் பதில் சொல்வதுபோல சரியாக அந்த நிமிடத்தில் முதூரி அவர்களைப் பார்த்துவிட்டு பேரணியிலிருந்து விலகி அந்த இடத்திற்கு வந்தார். வார்த்தைகள் வெள்ளமாய் பெருக்கெடுத்து கரை உடைத்து ஓடுவது போல நிறுத்தாமல் வேகமாகப் பேசினார் முதூரி:

'போராட்டம் இப்போதுதான் தொடங்கியிருக்கிறது, அதற்குள்ளாகவா கிளம்பி விட்டீர்கள்? குகையிலிருக்கும் சுரண்டல்காரர்களின் வர்க்கத்தையே விரட்டி அடிக்கப் போகிறோமே, அந்த அபூர்வமான காட்சியைத் தவறவிடப் போகிறீர்களா? நாட்டு மக்களின் குரலுக்குச் செவிசாய்த்து, காலை தரையில் வலிமையாகவும் பெருமையாகவும் ஊன்றி நடக்கும் நம்மவர்களைப் பாருங்கள்! பெரும்பாலான தயாரிப்பு வேலைகளை இல்மொராக் தொழிலாளிகளே செய்துவிட்டார்கள் என்று தெரிந்து கொண்டேன். நான் சிறிது உதவி செய்தேன், அவ்வளவுதான். நன்றாக உடுத்தியிருக்கும் அந்தச் சிறிய குழுவைப் பார்த்தீர்களா? அவர்களெல்லாம் அருகிலுள்ள பள்ளிகளிலும், பல்கலைக்கழகத்திலும் பயிலும் இல்மொராக் மாணவர்கள். உண்மையிலேயே அற்புதமான விஷயம் இது! இந்த நாளைப் பற்றி எதிர்கால சந்ததியினர் கூரை மீதிருந்தும், மர உச்சியிலிருந்தும், மலைச் சிகரத்திலிருந்தும் பாடுவார்கள். கென்யா மலையிலிருந்து எல்கான் மலை வரை, எல்கான் மலையிலிருந்து கிளிமஞ்சரோ மலை வரை, காங் மலையிலிருந்து நியாந்தர்வா மலைவரை அவர்களின் பாட்டு எதிரொலிக்கும். உள்ளூர்த் திருடர்களையும் கொள்ளையர்களையும் அவர்களது வெளிநாட்டுக் கூட்டாளிகளையும் தாக்க வருமாறு, ஜெருசாவில் வசிக்கும் மக்களையெல்லாம், மாணவர்களும் தொழிலாளிகளும் பேரணியாகத் திரட்டுவதை முதூரி வா ககோனியா மைதோரி ஆகிய நான் பார்த்தேன். ஏற்கனவே சேகரித்திருந்த தகவல்களை நான் கொடுத்தபோது நானே வந்து பேசவேண்டுமென்று கேட்டுக் கொண்டார்கள். ஜெருசாவின் ஒவ்வொரு மூலைக்கும் நாங்கள் சென்றுவந்தோம். திருடர்களும் கொள்ளையர்களும் பீற்றிக்கொள்வதைக் கேட்டேன் என்று எங்கெல்லாம் நான் போய்ச் சொன்னேனோ அங்கிருந்தெல்லாம் ஆட்கள் ஓடிப்போய் ஒரு தடியை கையில் எடுத்துக்கொண்டு வந்து பேரணியில் கலந்துகொண்டு பாடவும் ஆரம்பித்தார்கள். இதற்குமேல் சொல்ல வேண்டுமா? ஓடிப்போய் உங்கள் கொம்பு வாத்தியத்தை எடுத்து வாருங்கள்;

இந்த மகத்தான நாளின் மகிமையை எக்காளமிட்டு முழங்குவோம் வாருங்கள்; ஒன்றாகக் கொண்டாடுவோம் வாருங்கள். நெஞ்சு நிமிர்த்தி நடப்போம். நம் படித்த இளைஞர்களில் சிலர் தம் காதுகளைத் திறந்து மக்களின் குரலைக் கேட்க ஆரம்பித்திருப்பதைப் பெருமையோடு கொண்டாடுவோம்! அவர்கள் தம் கண்களைத் திறந்து தொழிலாளிகளுக்கும் விவசாயிகளுக்குமான மாபெரும் அமைப்பிலிருந்து ஒளிரும் விளக்கைக் காணத் தொடங்கிவிட்டார்கள்! வங்காரி திரும்பி வந்துவிட்டாளா?'

'உங்களை சந்திக்கத்தான் வந்தோம், 'பேசுவதற்கு இடைவெளி கிடைத்தவுடனே கத்தூய்ரியா சொன்னான்.'

'ஏன், வங்காரி எங்கே?'

'வங்காரியை போலீஸ் கைது செய்துவிட்டது,' என்று வரீய்ங்கா அவரிடம் சொன்னாள்.

'கைது செய்துவிட்டார்களா?'

'ஆமாம். நாட்டின் அமைதியையும் நிலையான தன்மையையும் குலைத்து வன்முறையைத் தூண்டக்கூடிய வதந்திகளைப் பரப்பியதற்காக!' என்றான் கத்தூய்ரியா.

'எங்கே வைத்துக் கைது செய்தார்கள், குகையிலா?'

'ஆமாம்,' என்றாள் வரீய்ங்கா.

கசப்பும் வேதனையும் மண்டிய குரலில் முதூரி பேசினார்: 'அனைத்துத் தொழிலாளிகளின் வேர்வையையும் கொள்ளையடிக்கிறவர்களின் பக்கம்தான் - அனைத்து விவசாயிகளின் நிலத்தையும் திருடுபவர்களின் பக்கம்தான் - சட்டம் - ஒழுங்கைப் பராமரிப்பவர்கள் இருக்கிறார்கள் என்பதை ஒரு தொழிலாளி என்ற முறையில் நான் நன்கறிவேன். ஏழைகளிடமிருந்து அடித்துப் பிடுங்கிய அப்பத்தையும் திராட்சை ரசத்தையும் உண்டு மகிழும் பணக்காரர்களுடைய வாழ்க்கையின் அமைதியும் ஒழுங்கும் கெடாத வண்ணம் நிலைத்திருக்கவே ஆயுதம் தாங்கிய கார்களைக் கொண்டு அவர்கள் பாதுகாப்புத் தருகிறார்கள். ஆம், தின்று கொழுப்பவர்களை, பசியும் பட்டினியுமாக இருப்பவர்களின் கோபத்திலிருந்து காப்பாற்றத்தான் இன்றுள்ள 'சட்டம் - ஒழுங்கு' இருக்கிறது. தொழிலாளிகளின் சம்பளத்தை உயர்த்த மறுக்கும் முதலாளிகளை ராணுவம் தாக்குவதை எங்காவது பார்த்திருக்கிறீர்களா? ஆனால் தொழிலாளர்கள் வேலை நிறுத்தம்

செய்யும் போது? இவர்களுக்கு என்ன கொழுப்பு இருந்தால் வன்முறை பற்றிப் பேசுவார்கள்! இந்த நாட்டில் வன்முறையை விதைப்பது யார்? அதனால்தான் வங்காரி போலீஸை அழைத்து வந்து தானே தன் கண்ணால் பார்க்கட்டும் என்று நினைத்தேன். அப்போதுதானே அவளிடம் மிச்சமிருக்கும் தவறான நம்பிக்கையும் ஒழிந்து, 'பணக்காரர்களை அடக்குவதற்கு எப்பொழுதாவது போலீஸ் அனுப்பப்பட்டதுண்டா?' என்று தன்னைத்தானே கேட்டுப் பார்த்துக் கொள்வாள்?'

கத்தூரய்ரியா அவசரப்பட்டான். 'இதைக் கேளுங்கள், உங்களை எச்சரிக்கவே நாங்கள் வந்தோம். நீங்களும் கைது செய்யப்படலாம். இல்மொராக் தலைமைப் போலீஸ் அதிகாரி குகையில் இருக்கிறான்.'

'எங்களை எச்சரிக்க வந்ததற்கு மகிழ்ச்சி,' என்று மெய்யாகவே நெகிழ்ந்துபோய்ச் சொன்னார் முதூரி. 'உன் செயல் எனக்கு மிகவும் மகிழ்ச்சியாக இருக்கிறது. நீயும் நானும் நேற்றிரவுதான் மட்டாட்டுவில் சந்தித்தோம். இன்று என்னை ஆபத்திலிருந்து காப்பாற்ற நீ வந்திருக்கிறாய். ஆனால் நான் பின்வாங்க மாட்டேன். நாங்கள் ஓடிப்போக மாட்டோம். தொழிலாளிகளாகிய எங்களுக்கு பின்வாங்குவது என்பது சாத்தியமில்லை - எங்கே போக முடியும்? நான் சொல்வதைக் கேள்: மக்கள் துப்பாக்கிகளையும் குண்டாந் தடிகளையும் கண்டு பயப்படும் வரை இந்நாட்டில் திருட்டு, கொள்ளை அமைப்பு நீடிக்கவே செய்யும் என்பதில் சந்தேகமில்லை. பயம் என்னும் கலாச்சாரத்தை எதிர்த்துப் போராட நாம் பாடுபட வேண்டும். இதற்கு ஒரே ஒரு வழிதான் இருக்கிறது. தங்களுடைய கண்களையும் காதுகளையும் திறந்து வைத்துக் கொண்டு மிகுந்த எச்சரிக்கையுடன் செயல்படுபவர்களுடன் இந்த நாட்டின் தொழிலாளர்களும் விவசாயிகளும் இணைந்து செயல்படும் ஒரு வலுவான அமைப்பை உருவாக்குவதுதான் அந்த வழி. கல்வியானது யாருக்குப் பயன்பட வேண்டும் என்பதை, துணிவுமிக்க இந்த இளைஞர்கள் காட்டியிருக்கிறார்கள். என் நண்பர்களே, நீங்களும் வந்து எங்களுடன் கலந்துகொள்ள வேண்டும். உங்கள் கல்வியையும் எங்களிடம் கொண்டு வாருங்கள். மக்களுக்குப் புறமுதுகு காட்டாதீர்கள். அதுதான் ஒரே வழி.'

3

இதைச் சொல்லிமுடித்தபின் கத்தூய்ரியாவையும் வரீய்ங்காவையும் விட்டுவிட்டு தொழிலாளர் பேரணியில் மறுபடியும் போய்ச் சேர்ந்து கொண்டார் முதூரி.

வரீய்ங்காவும் கத்தூய்ரியாவும் ஒருவரையொருவர் பார்த்துக் கொண்டார்கள். போராட வரும்படி முதூரி விடுத்த அழைப்பினால் இருவருமே உணர்ச்சி வசப்பட்டிருந்தார்கள். கொஞ்ச நேரத்துக்கு முன்னால் ஜெருசாவில் இறைச்சி சாப்பிட்டு பீர் குடித்தபோது, கந்தல் உடையும் வெறுங்காலுமாக, குச்சிகளும் கோஷம் எழுதிய அட்டைகளும் தாங்கி குகையைத் தாக்குவதற்காகச் செல்லும் தொழிலாளர் பேரணியில் கலந்துகொள்ளும் வாய்ப்பு தமக்கு ஏற்படுமென அவர்கள் கற்பனை செய்துகூட பார்த்திருக்க மாட்டார்கள். ஆனால் இப்போதோ தங்கள் கல்வியைப் பயன்படுத்த வேண்டியது யாருக்காக என்று தேர்ந்தெடுக்கும்படி ஒரு தொழிலாளியின் குரல் அவர்களை அறைகூவி அழைக்கிறது.

சற்றுமுன்னால் குகையில் கேட்ட பேச்சுக்களெல்லாம் குமட்டலை வரவழைத்தபோது தங்கள் வாழ்க்கைக்குச் சம்மந்தமில்லாத வேறொரு உலகத்தின் நிகழ்வுகளாகவே அவற்றைப் பார்க்க முடிந்தது. ஆனால் ஒரு தொழிலாளியின் குரல் அவர்களை அழைத்து, ஒரே சமயத்தில் இரண்டு பாதைகளில் நடை போட முடியாது என்று அறிவுறுத்துகிறது.

சற்று நேரத்துக்கு முன்புவரை மற்றவர்கள் ஆடும் நடனத்தின் பார்வையாளர்களாகவே வரீய்ங்காவும் கத்தூய்ரியாவும் தங்களை நினைத்துக் கொண்டிருந்தார்கள். ஆனால் இப்போதோ ஒரு தொழிலாளியின் குரல் அவர்களை களத்தில் இறங்குமாறு அறைகூவி அழைக்கிறது. இப்போது நடைபெறுவது மக்களின் நடனம் என்பதால் ஓரமாக நின்று வேடிக்கை பார்க்க வேண்டாம் என்று சொல்கிறது.

கத்தூய்ரியா தன்னைத்தானே கேட்டுக் கொண்டான்: இந்த தொழிலாளர்களின் மத்தியில் படிப்பாளிகளான நாங்கள் எவர் பக்கம் இருக்கிறோம்? உற்பத்தி செய்பவர்கள் பக்கமா? அல்லது மற்றவர்களின் உற்பத்தியில் பிழைப்பவர்கள் பக்கமா? நாங்கள் நிற்பது தொழிலாளர்களும், விவசாயிகளும் இருக்கும் பக்கமா அல்லது சுரண்டுபவர்கள் இருக்கும் பக்கமா? அல்லது ஒரே சமயத்தில்

இரண்டு பாதைகளிலும் நடக்க முயன்ற கழுதைப் புலியைப் போன்றவர்களா நாம்?

வரீய்ங்காவும் அதே போன்ற உணர்வுகளை அனுபவித்தாள். அதேபோன்ற எண்ணங்களே அவளுக்கும் தோன்றின. எழுத்தர்களாக, தட்டெழுத்தர்களாக, செயலர்களாக வேலை பார்ப்பவர்கள் எந்தப் பக்கம் இருக்கிறோம்? முதலாளி கிஹாராவைப் போன்றவர்கள் சொல்லும் விவரங்களை சுருக்கெழுத்தில் எழுதிக் கொண்டு தட்டச்சு செய்கிற நாங்கள் இந்த நடனத்தில் எந்தப் பக்கம் இருக்கிறோம்? தொழிலாளிகளின் பக்கமா? பணக்காரர்களின் பக்கமா? நாங்கள் யார்? பலமுறை பெண்கள் சொல்வதை நான் கேட்டிருக்கிறேன். 'எங்கள் நிறுவனம் இதைச் செய்கிறது, அதைச் செய்கிறது' என்பார்கள். 'எங்கள் நிறுவனத்தில் இவ்வளவு பேரை வேலைக்கு வைத்திருக்கிறோம், அவர்கள் இவ்வளவு சம்பாதிக்கிறார்கள்' என்பார்கள். 'எங்கள் கம்பெனிக்கு இவ்வளவு லாபம் கிடைத்தது' என்று சொல்லும்போது அவர்கள் கையில் மாலை பஸ் கட்டணத்துக்குக் கூட காசு இருக்காது. ஆம். பலமுறை பெண்கள் தங்கள் 'பாஸ்'களைப் பற்றிப் பீற்றிக் கொள்வதைக் கேட்டிருக்கிறேன். அவர்கள் பீற்றலுக்குள் புகுந்து பார்த்தால் அதில் ஒன்றுமே இருக்காது. குழந்தைகளுடன் உள்ள ஒரு பெண்ணுக்கு மாதத்துக்கு சில நூறு ஷில்லிங் தருவதை 'சம்பளம்' என்று பெருமையாக வேறு நாம் சொல்லிக் கொள்கிறோம்! அந்த சிறிதளவு பணத்துக்காக நாம் நான்கு விஷயங்களை தியாகம் செய்கிறோம்.

முதலில் கைகள். ஆமாம். காரணம், நாம்தானே அவர்களுடைய அனைத்துக் கடிதங்களையும், பத்திரங்களையும் தட்டச்சு செய்கிறோம்? நம் கைகள் அவர்களின் கைகளாகி விடுகின்றன; நம் சக்தி அவர்களின் சக்தியாகி விடுகிறது.

இரண்டாவது, நமது மூளை. காரணம் சுதந்திரமான எண்ணங்களையும், சுதந்திரமான முடிவுகளையும் கொண்ட பெண்ணை எந்த முதலாளிக்கும் பிடிப்பதில்லை. கேள்வி கேட்கக்கூடிய செயலருடன் - பாஸ் கிஹாரா என்னதான் செய்கிறார் என்று பார்ப்பதற்காக கண்களை அகலத் திறப்பவளுடன் எந்த முதலாளிக்கும் ஒத்துப் போவதில்லை. முதலாளி சொன்னால் எப்போதும் சரியாகவே இருக்கும். உன் மூளையை உன் விரல்களிலிருந்தோ தொடைகளிலிருந்தோ கட்டித் தொங்கவிட்டு விடு!

மூன்றாவது, நமது மனிதத்தன்மை. ஆமாம், காரணம், முதலாளி கிஹாராவும் அவனைப் போன்றவர்களும் தம்முடைய எரிச்சலையெல்லாம் நம்மிடமே காட்டுகிறார்கள். வீட்டில் மனைவியிடம் சண்டை போட்டால் அந்தக் கோபத்தை அலுவலகத்துக்குக் கொண்டுவந்து விடுகிறார்கள். வியாபாரத்தில் ஏதாவது கோளாறு ஆகிவிட்டால் அந்தக் கடுப்பையெல்லாம் அலுவலகத்துக்கு எடுத்து வந்துவிடுகிறார்கள். நாமே அவதிப்படுகிறோம்; ஆனால் சும்மா இருக்கிறோம். காரணம், எளிதில் அழுதுவிடக் கூடிய இதயம் நமக்கு இருக்கக் கூடாது என்று நம்மவரிடம் எதிர்பார்க்கப்படுகிறது.

நான்காவது, நம் தொடைகள்: ஆமாம். காரணம், ஒருசில அதிர்ஷ்டசாலிகளைத் தவிர நம்மில் பலருக்கும் வேலை கிடைக்கவும் அதைத் தக்கவைத்துக் கொள்ளவும் வேண்டுமானால் முதலாளி கிஹாரா போன்றவர்கள் நம் தொடைகளைப் பாய்ந்து பிடுங்க அனுமதித்தால் தான் முடிகிறது. நாம்தான் அவன்களுடைய உண்மையான மனைவிகள்... ஆனால் சட்ட பூர்வமான மனைவிகள் அல்ல! ஆம். நாம் எல்லாம் வாரக் கடைசிகளில் பிஎம்டபிள்யூவில் கொலு வைக்கப்பட்டு ஆட்டுத் தொட்டிக்கு அழைத்துச் செல்லப்படுகிறோம். என்ன இருந்தாலும் பலியாட்டுக்கும் மேய்ச்சல் ஆட்டுக்கும் வித்தியாசம் உண்டு தானே.

நாம் யார்? நாம் யார்? நாம் யார்? கேள்விகளுக்கு இசைய அவள் இதயமும் துடித்தது; யாரும் பதில் சொல்ல இயலாத பிரச்சனைகளை எழுப்பிய வண்ணம் இருந்தது. காரணம், அவை அவளே எடுக்க வேண்டிய முடிவு தொடர்பானவை. வாழ்க்கைப் போராட்டத்தில் அவள் எந்தப் பக்கம் சார்ந்திருக்கப் போகிறாள் என்ற முடிவு தொடர்பானவை.

4

குகை முழுவதும் எரிந்துபோன இடிபாடுகளும் புகையும் மண்டியிருப்பதை வரீய்ங்காவும் கத்தூய்ரியாவும் பார்த்தனர். இன்னமும் பாட்டுப் பாடிக்கொண்டிருந்த ஜெருசா கூட்டத்தினரால் அந்த இடம் முழுவதும் சூழப்பட்டிருந்தது.

ஒருவர் விடாமல் எல்லோரும் வாருங்கள்!
சாத்தானையும் அவனது சீடர் குழாமையும்
விரட்டி விரட்டி நாம் அடித்துத் துரத்தும்

கண்கொள்ளாத காட்சியைக் காண
ஒருவர் விடாமல் எல்லோரும் வாருங்கள்!

பல திருடர்களும் கொள்ளைக்காரர்களும் தங்களுடைய கொழுத்த தொந்திகளை குகை வாசலின் வழியே பிதுக்கிக் கொண்டு வெளியேறுவதற்கு முண்டியடித்துக் கொண்டிருந்த காட்சியைப் பார்க்க சிரிப்பாகவும் அதே சமயம் பரிதாபமாகவும் இருந்தது. ஒருவழியாக நசுங்கிப் பிசுங்கி வெளியேறும் திருடன் தன் காரை அடையும்வரை காண்டாமிருகம் போல் திணறித் திண்டாடி நடந்தான். அடுத்த கணம் முழு மனதோடு கடவுளை வேண்டிக்கொண்டு காரைக் கிளப்பிக்கொண்டு புழுதி பறக்கப் பறந்தான். கொழுத்த தொந்தி இல்லாதவர்கள் - எலும்புப் பிறவிகள் - ஜன்னல்களின் வழியாகக் குதித்து, தரையைத் தொட்டவுடன் அம்புகளைப் போல் பறந்தார்கள். தொழிலாளிகளோ 'இதோ இருக்கிறான்! இதோ இருக்கிறான்! வீழ்த்துங்கள் அவனை! வீழ்த்துங்கள் அவனை! பிடியுங்கள் திருடனை! பிடியுங்கள் திருடனை!' என்று கத்திக் கொண்டே அவர்களின் பின்னால் ஓடினார்கள்.

ஒவ்வொரு பக்கமும் என்ன நடக்கிறது என்பதை வரீய்ங்கா நின்றிருந்த இடத்திலிருந்து தெளிவாகப் பார்க்க முடியவில்லை. இல்மொராக் கோல்டன் ஹைட்ஸில் இருக்கும் மாளிகைகளுக்குச் சொந்தக்காரர்களையெல்லாம் ஜெருசாவின் குடிசைவாசிகள் ஓடஓட விரட்ட, முற்றத்தில் ஓடும் கால்கள் உண்டாக்கிய களேபரம். ஆனால் வரீய்ங்காவுக்கு ஒரு அற்புதமான காட்சி தென்பட்டது: கிதுது வா கட்டாங்கூருவும் தீதிகா வா கூஞ்சியும் முட்டை சுமந்த சிலந்திகளைப் போல ஓட முயற்சிக்க, அவர்களின் பின்புறத்தை குச்சிகளால் வெளுத்து வாங்கிக் கொண்டிருந்தார்கள் குடிசைவாசிகள். காரைச் சென்று அடைவதற்குள் அவர்களுக்கு மூச்சு இரைத்து, வலியாலும், மயக்கத்தாலும், பயத்தாலும் உண்டான வியர்வை பெருமழையாக தரையில் கொட்டியது.

சிரித்தது வரீய்ங்கா மட்டுமில்லை. அந்த இடம் முழுவதும் ஜெருசாவாசிகளின் மனம் நிறைந்த சிரிப்பால் நிறைந்திருந்தது. தப்பி ஓடிக்கொண்டிருந்த ஹைட்ஸ் வாசிகள் தம் சுமையைக் குறைக்க வேண்டி, ஜாக்கெட்டுகள், கழுத்துப் பட்டைகள், ஷூக்கள், இடுப்புப் பட்டைகள் முதலியவற்றைத் தம் உடம்பிலிருந்து உருவிக் களைய முயன்று கொண்டிருந்தார்கள்.

ஆனால், வெளிநாட்டுத் திருடர்கள் குகையை விட்டுத் தப்புவதைக் கண்டபோது, மக்களின் சிரிப்பு அச்சுறுத்தும் கர்ச்சனையாக மாறிவிட்டது. குட்டிகளை பறி கொடுத்ததால் உறுமும் ஆயிரமாயிரம் சிங்கங்களைப் போல மக்கள் குச்சிகளையும் குண்டாந்தடிகளையும் இரும்புக் கழிகளையும் எடுத்துக்கொண்டு, உள்ளூர் ஊர்க்காவல் படையினரால் பாதுகாப்பாகச் சூழப்பட்டிருந்த வெளிநாட்டுத் திருடர்களை நோக்கி ஆங்காரமாக முன்னேறினார்கள். ஒரு உள்ளூர்த் திருடன் துப்பாக்கியை எடுத்துக் குறி பார்த்தான். ஆனால் கோபம் கொண்ட கூட்டத்தின் கர்ச்சனையில் அவனுடைய கை நடுங்கியதில் குண்டு இலக்குத் தவறியது. யாருக்கும் ஆபத்து ஏற்படவில்லை. கூட்டம் ஒரு கணம் ஸ்தம்பித்தது. பிறகு மறுபடியும் மக்கள் பூமி அதிர கூட்டமாகத் துரத்திக் கொண்டு ஓடினார்கள்.

மேற்கு ஐரோப்பா, வடஅமெரிக்கா, ஜப்பான் நாடுகளைச் சேர்ந்த ஏழு வெளிநாட்டுக் கொள்ளையரும் துண்டு துண்டாக கிழிபடுவதிலிருந்து தப்பித்து விட்டார்கள். அவர்களின் கார்கள் பக்கத்திலேயே இருந்ததாலும், ஓட்டுநர்களும் சட்டென்று கிளம்பத் தயாராக கார் இஞ்சினை இயக்கி வைத்திருந்ததாலும் அந்தத் திருடர்கள் தப்பித்து விட்டார்கள்.

இரண்டு திருடர்கள் தங்களிடம் கார் இருப்பதையே மறந்து, ஓடியே போய்விட்டார்கள். அவர்களது கார்கள் கொளுத்தப் பட்டன. சற்று நேரத்திற்குள் குகையின் அருகில் ஒரு திருடனோ, கொள்ளையனோ கூட பாக்கியில்லை. பயத்தில் திடீரென்று சிறகு முளைத்தது போல எல்லோருமே பறந்து போய்விட்டார்கள்.

5

இப்போது மக்கள் தங்கள் தலைவர்களின் பேச்சையும் வழிகாட்டுதலையும் எதிர்பார்த்து குகைக்கு வெளியே குழுமியிருந்தார்கள். முதூரி வா கஹோனியா மைதோரி தான் முதலில் பேசினார்:

'நண்பர்களே! உங்களை நண்பர்களே என்று அழைப்பதை விட என் குலத்தோரே என்று அழைப்பது சரியாக இருக்குமென நினைக்கிறேன். (ஏனெனில்) இப்போது இங்கு கூடியிருக்கும் நாமெல்லோரும் ஒரே குலத்தைச் சேர்ந்தவர்கள்தான். அதுதான் தொழிலாளர் குலம். பிள்ளை பெறவே முடியாத தொந்திகளைக் கொண்டவர்கள் நம்மை இழிவு செய்வதற்காகத்தான் இங்கு வந்திருந்தார்கள். அந்த நம்ப

முடியாத காட்சியை நாமெல்லோரும் பார்த்தோம். அந்தத் தொந்திகள் நோயினால் பெருக்கவில்லை. நமது வியர்வையாலும் ரத்தத்தாலும் விளைந்த கனிகளால்தான் அவை கொழுத்திருக்கின்றன. அவை மலடான தொந்திகள். அவற்றின் சொந்தக்காரர்களும் மலடுதான். தொழிலாளர்களாகிய நம்மைப் பாருங்கள்! நாம் வீடு கட்டுகிறோம், மற்றவர்கள் குடியிருக்கிறார்கள்; நாம் வெளியே மழையில் நனைகிறோம். நாம் உடைகளைத் தயாரிக்கிறோம். மற்றவர்கள் அவற்றை எடுத்து நன்றாக உடுத்துகிறார்கள்; தயாரித்த நாம் அம்மணமாக இருக்கிறோம். உணவை நாம் உற்பத்தி செய்கிறோம்; மற்றவர்கள் சாப்பிடுகிறார்கள்; உழவர்களாகிய நாம் இரவு முழுவதும் காலி வயிறு இரைய இரையத் தூங்குகிறோம். இதோ பாருங்கள்! நாம் நல்ல பள்ளிகளை உருவாக்குகிறோம், மற்றவர்களின் குழந்தைகள் அங்கு இடம்பிடிக்கின்றன; நம் குழந்தைகள் குப்பை மேட்டிலும், குப்பைத் தொட்டியிலும் உணவைப் பொறுக்கப் போகிறார்கள். இன்று நாம் ஒரு உறுதி எடுப்போம். இன்றே இங்கேயே உறுதி ஏற்போம்: சமைக்கும் பானைகளாக மட்டுமே இருப்பதை இனி ஒருபோதும் நாங்கள் ஏற்க மாட்டோம். உணவை ருசி பார்க்கவே முடியாதவர்களாக இருப்பதை இனி ஒருபோதும் நாங்கள் ஏற்க மாட்டோம்.'

முதூரி நகர்ந்தார். கூட்டம் பலமாகக் கைதட்டியது. பெண்கள் குலவையிட்டார்கள்.

இல்மொராக் மாணவர் தலைவர் அடுத்துப் பேசினார்.

அவரைப் பார்த்ததும், வரீய்ங்காவுக்கு ஒரு வினோத உணர்வு ஏற்பட்டது. இது எப்படி சாத்தியம்? ஒருமுறை ரயிலில் அடிபட்டுச் சாக இருந்த தன்னைக் காப்பாற்றிய முதூரி பேசியதைத் தொடர்ந்து பேருந்தில் அடிபட்டு சாகவிருந்தபோது தன்னைக் காப்பாற்றியவன் பேச வந்தது எப்படி? அவன் வாயசைப்புக்கு ஏற்ப அவனது தாடியும் அசைவதைப் பார்த்தாள் வரீய்ங்கா.

'இல்மொராகிலுள்ள ஆரம்பப் பள்ளி, உயர்நிலைப் பள்ளி, பல்கலைக் கழக மாணவர்களாகிய நாம், நவீன திருட்டும் கொள்ளையும் மலிந்த அமைப்பை எதிர்க்கும் தொழிலாளிகளின் போராட்டத்தை முற்றிலுமாக ஆதரிக்கிறோம். ஏகாதிபத்தியத்தின் கடைசி நிலையான புதிய காலனியத்தை எதிர்க்கும் போராட்டத்தின் முன்னணியில் நிற்பவர்கள் தொழிலாளிகளே! உள்நாட்டுத் திருடர்களும், பன்னாட்டுத் திருடர்களும் கூடப் போவதான தகவல் இல்மொராக் தொழிலாளர் சங்கத்துக்குக் கிடைத்தவுடன், அவர்கள் மாணவர்

சங்கத்தினரான எங்களுக்குத் தகவல் தந்தார்கள். உடனே நாங்கள் உட்கார்ந்து யோசித்தோம்: தொழிலாளர்களுக்கு எங்கள் ஆதரவைத் தெரிவிக்க என்ன செய்யலாம்? அப்போதுதான் இந்த விருந்தின் தன்மையைக் குறிப்பிடும் வகையில் பிசாசுகளின் தலைவனான சாத்தானால் ஏற்பாடு செய்யப்படும் இந்த விருந்து சாத்தானின் விருந்துதான் என்று காட்டுவதற்காக அழைப்பிதழ் அச்சடித்தோம். மனித ரத்தம் குடிப்பதும், மனித மாமிசம் உண்பதும் இன்னும் இந்த புதுக் காலனிய கட்டத்தில் ஏகாதிபத்தியம் கட்டவிழ்த்துவிடும் பற்பல குற்றங்களையும் எதிர்த்து நியாயமாகப் போர் தொடுக்கும் தொழிலாளிகளின் போராட்டத்துக்குக் கைகொடுப்போம். வாருங்கள்! எல்லாக் கட்டடத் தொழிலாளிகளுக்கும் பயன்படக் கூடிய வீடுகளைக் கட்ட முயலும் தொழிலாளிகளுக்குக் கைகொடுப்போம். நாம் கற்ற கல்வி இதைவிட வேறெந்த வகையில் நம் நாட்டுக்குப் பயன்பட்டு விடப் போகிறது? எனவேதான் மாணவர்களாகிய நாங்கள் பின்தங்கிப் போய்விடக்கூடாது என்கிறோம். சாத்தானையும் அவனுடைய சீடர்களையும் விரட்டியடிக்கும் இந்த அற்புத நாடகத்தில் மக்களாகிய நாமும் கைகொடுக்க வேண்டும் என்று சொன்னோம்!

இவருக்கும் மிகப்பெரிய கைதட்டல் கிடைத்தது. பெண்களின் குலவை ஒலியோ போருக்கான எக்காள முழக்கம்போல எழுந்தது.

மூன்றாவதாகப் பேசியவர் இல்மொராக் தொழிலாளர் தலைவர் ஆவார். பெரிய அங்கியும் கூம்பு வடிவத் தொப்பியும் அணிந்திருந்தார் இவர். பேசுவதற்கு முன் தொப்பியைக் கழற்றினார். தலையில் நரைத்த முடிகள் தென்பட்டன.

'முதலில் இங்கு கூடியுள்ள பள்ளி மாணவர்கள், பல்கலைக்கழக மாணவர்களின் வீரத்துக்குத் தலை வணங்குகிறேன். நமது இளைஞர்கள் தம் ஆயுதங்களை சுவரில் தொங்க விட்டுவிட்டால் நம் நாட்டின் பாதுகாப்பு என்னாவது? தேசம் என்னாவது? எங்கள் குரலுக்குச் செவிமடுத்து நைரோபியிலிருந்து இல்மொராக் வரை வந்திருக்கும் அனைவருக்கும் எங்கள் நன்றியை உரித்தாக்குகிறேன். இப்போது நான் ஒரே ஒரு வார்த்தை மட்டும் சொல்லிக் கொள்கிறேன். ஒரே ஒரு கேள்வி மட்டும் கேட்க விரும்புகிறேன். இரண்டே இரண்டு வகை ஒற்றுமைதான் உண்டு. ஒன்று, தொழிலாளிகளின் ஒற்றுமை, மற்றது பணக்காரர்களின் ஒற்றுமை. நீங்கள் எந்தப் பக்கம்? இரண்டு பக்கமும் அவற்றுக்கே உரிய கொள்கைகள் உண்டு; நீங்கள் எந்தக் கொள்கையை மதிக்கிறீர்கள்?

'பணக்காரர்களுக்கும் ஏகாதிபத்தியவாதிகளுக்குமான பேறுகள் இதுதான்:

கடித்துவிட்டு தேற்றுகிறவன் பேறுபெற்றவன்; ஏனெனில் அவன் பிடிபடவே மாட்டான்.

அடுத்தவன் வீட்டைக் கொளுத்திவிட்டு விடிந்தபின் அவனுடன் சேர்ந்து துக்கம் கொண்டாடுபவன் ஆசீர்வதிக்கப்பட்டவன்; ஏனெனில் அவன் இரக்கமுள்ளவன் என்று அழைக்கப்படுவான்.

அடுத்தவரிடம் ஐந்து ஷில்லிங் கொள்ளையடித்துவிட்டு பிறகு ஒப்புக்காக அவனிடம் அரை ஷில்லிங் திருப்பித் தருபவன் ஆசீர்வதிக்கப்பட்டவன்; ஏனெனில் அவன் தயாள குணமுள்ளவன் என்று அழைக்கப்படுவான்.

ஆனால், கடித்துவிட்டு தேற்றத் தெரியாமல் இருப்பவனுக்கு, மக்களிடமிருந்து திருடிவிட்டு, தேன்தோய்த்த வார்த்தைகளால் அவர்களை ஏமாற்ற முடியாதவனாக இருப்பவனுக்கு ஐயோ கேடு!

ஏனெனில் மக்கள் என்றேனும் விழித்துவிட்டால்,

பின் அத்தகையவர்கள் தம் பின்புறத்தால்தான் பார்ப்பார்கள்.

மேலும், மதத்தின் பாசாங்கென்னும் அங்கிகளால் தீய

செயல்களை மறைக்க முடிகிற நமக்கும்

அவர்கள் தம்முடைய நோயை தந்துவிடக்கூடும்.

தொழிலாளிகளின் விசுவாசப் பிரமாணம் இப்படிச் சொல்கிறது:

தொழிலாளிகளாகிய நாம் எல்லோரும் ஒரே குலம் என்பதை நான் விசுவசிக்கிறேன்.

எனவே மதமும் நிறமும் இனமும் நம்மைப் பிரிப்பதை நாம்

அனுமதிக்கலாகாது என்பதை நான் விசுவசிக்கிறேன்.

அமைப்பாக இணைந்தவர்கள் வழி தவறுவதே இல்லை.

அமைப்பாக இணையாதவர்கள் சிதறிப்போக ஒரு தோட்டாவின் ஓசை போதும்.

எனவே நமது வலிமை தொழிலாளர் அமைப்பில்தான் இருக்கிறது என்பதை நான் விசுவசிக்கிறேன்.

ஒற்றுமையே நமது வலிமை. எனவே தொழிலாளர் ஒற்றுமையை நான் விசுவசிக்கிறேன்.

தொழிலாளிகளின் விவசாயிகளின் மற்றும் நாடு முழுவதன் முன்னேற்றத்துக்கு ஏகாதிபத்தியமும் அதன் உள்ளூர்ப் பிரதிநிதிகளும்தான் எதிரிகள் என்பதை நான் விசுவசிக்கிறேன்.

செத்துக் கொண்டிருக்கும் ஏகாதிபத்தியத்தின் கொடுமையான இறுதி இழுப்புதான் புதிய காலனீயம்.

எனவே, புதிய காலனீயத்திற்கு எதிராக என்றென்றும் போராட நான் உறுதி கொள்கிறேன்.

வாருங்கள்! எல்லோரும் சேர்ந்து தொழிலாளர் கீதத்தைப் பாடுவோம்!

அவர் பாடத் தொடங்கியதும் மற்றவர்களும் கலந்து கொண்டார்கள். சேர்ந்து ஒலித்த குரல்கள் வரீய்ங்கா நின்றிருந்த நிலத்தையே கிடுகிடுக்கச் செய்தன. தொடர்ந்து பாடல் ஒலித்துக் கொண்டிருந்தபோது சட்டென்று யாரோ தன் உடையைத் தொடுவது போல் உணர்ந்தாள் வரீய்ங்கா. உடனே திரும்பிப் பார்த்தாள் - முதூரிதான். வரீய்ங்கா அவரைப் பின்தொடர்ந்து சென்றாள். இருவரும் குகைக்குப் பின்னால் ஒரு மறைவான இடத்தை வந்தடைந்தார்கள்.

உடனடியாக முதூரி பேச ஆரம்பித்தார். இதயத்தின் மறைவான பகுதிகளையெல்லாம் ஊடுருவிப் பார்க்க முடிந்தவர் போல வரீய்ங்காவின் முகத்தையும் கண்களையும் உற்றுப் பார்த்தார் முதூரி. ‘நாளை வரை உன்னை நம்பி ஒரு பொறுப்பை ஒப்படைக்கலாமா?’ என்று கேட்டார்.

‘எந்த மாதிரி பொறுப்பு?’ வரீய்ங்கா விசாரித்தாள்.

‘ஆளைக் கொல்லும் நெருப்பையும் புகையையும் வெளியிடும் ஒரு சிறு உலோகத்துண்டு’ என்று சொன்னபடி அவளையே பார்த்தார் முதூரி.

ஏன் முடியாது என்று தனக்குள் சொல்லிக் கொண்டவள், ‘நாளையே திரும்ப வாங்கிக் கொள்வதகாக நீங்கள் வாக்களித்தால் செய்கிறேன்’ என்றாள்.

‘நேரம் அதிகமில்லை,’ என்ற முதூரி தொடர்ந்தார். ‘நேற்றிரவு மட்டாட்டு வண்டியிலும், இன்று முழுவதும் குகையிலும் உன்னை நான் கவனித்தேன். ஒரு தொழிலாளியின் ரகசியத்தை நீ காப்பாற்றுவாய் என்று முடிவெடுத்தேன். தெருவில் உன்னையும் கத்தூய்ரியாவையும் விட்டுச் சென்றபின் திருடர்களை எதிர்த்து மக்கள் போராடிக் கொண்டிருந்தபோது, அவர்களுடன் நான் சேர்ந்து

கொண்டேன். மக்கள் ஒற்றுமையின் பலத்தைப் பார்த்தாயா? எல்லாத் திருடர்களுமே துப்பாக்கி வைத்திருந்தார்கள். ஆனால், அதைப் பயன்படுத்த ஒருவனுக்காவது துணிவு வரவில்லையே ஏன்? கூட்டத்தினரின் கண்களையும் பெருத்த ஆரவாரத்தையும் கண்டு அவர்கள் பயந்துபோய் விட்டார்கள். கிஹாஹூ வா கதீகா ஒருவன்தான் என்னைச் சுட முயன்றவன். அவனைப் பக்கவாட்டிலேயே துரத்திக்கொண்டு போய் இப்போது நாம் இருக்கும் பகுதிக்கு அழைத்து வந்துவிட்டேன். ஆனால் நான் அவனை விட வேகமாக செயல்பட்டதால், சுடுவதற்கு முன் அவனுடைய கையைத் தாக்கி விட்டேன். வலியால் கத்திய கிஹாஹூ கைத்துப்பாக்கியை கீழே போட்டு விட்டு அம்புபோல பறந்தே போய்விட்டான். என்னைக் கொல்ல விரும்பி அவன் பயன்படுத்திய இந்த இரும்புக் குழலை நான் எடுத்து வந்துவிட்டேன். இதோ இருக்கிறது. உள்ளங்கைக்குள்ளோ, சட்டைப் பைக்குள்ளேயோ கூட வைத்துக் கொள்கிற அளவுக்கு மிகச் சிறியது. எவ்வளவு அழகாக பளபளக்கிறது பார்! இது ஒரு தொழிலாளியின் கைவண்ணம்! ஆனால், இது அவனைக் காக்கப் பயன்படுவதில்லை என்பது நமக்குத் தெரியும். எப்போதுமே, நம்மை ஒடுக்கும் பொருட்களையே தொழிலாளிகளாகிய நாம் உற்பத்தி செய்கிறோம்! ஆனால் இப்போது பார், தொழிலாளி உற்பத்தி செய்த பொருள் தொழிலாளியின் கைக்கே திரும்பக் கிடைத்திருக்கிறது. கென்யாவை பழைய காலனியத்திலிருந்து விடுவித்த தொழிலாளிகளிடம் இதுபோன்ற இரும்புக் குழல்கள்தான் இருந்தன. இன்றும் தங்கள் நாட்டின் ஒற்றுமையையும் செல்வத்தையும் சுதந்திரத்தையும் காப்பாற்றக்கூடிய தொழிலாளிகளின் கையில்தான் இதுபோன்ற துப்பாக்கிகள் இருக்க வேண்டும். சரி, இத்துடன் போதிப்பதை நிறுத்திக் கொள்கிறேன். இன்றிரவு மேலும் பிரச்சனைகள் ஏற்படலாம். இந்தக் கைத்துப்பாக்கியை எடுத்துக் கொள். உன் கைப்பையில் வைத்துக்கொள். நாளைக் காலை பத்து மணிக்கு நைரோபி பஸ் நிறுத்தத்தில் சந்திப்போம். யாரிடமும் காட்டாதே. யாரிடமும் இதுபற்றிப் பேசாதே, கத்தூய்ரியாவிடம்கூட. இந்தப் படித்தவர்கள் எந்தப் பக்கம் இருக்கிறார்கள் என்பது அவர்களுக்கே திட்டமாகத் தெரியாது. இலை மேல் தண்ணீர் போல இப்படியும் அப்படியும் அவர்கள் அலை பாய்வார்கள். கிளம்பு. பத்திரம். இந்த துப்பாக்கிதான் எதிர்காலத்தில் நடைபெறப்போகும் தொழிலாளிகளின் விருந்துக்கான அச்சாரம்.'

துப்பாக்கியை வரீய்ங்காவிடம் தந்துவிட்டு முதூரி திரும்பினார். வரீய்ங்காவை ஒரு வினோத உணர்வு ஆட்கொண்டது. அவள் இதயம் நடுங்கியது. பிறகு உடல் முழுவதும் தைரிய உணர்வு பாய்வதை அவளால் உணர முடிந்தது. இனி எவ்வித ஆபத்து வந்தாலும் தன்னால் நேருக்கு நேர் நின்று எதிர்கொள்ள முடியும் என்ற உணர்வு அவளுக்கு ஏற்பட்டது. முதூரி அவளிடம் ஒப்படைத்த ரகசியம், அவளுடைய எல்லா சந்தேகங்களையும், பயங்களையும் விலக்கி விட்டது. வெகுநாட்களுக்கு முன்னால், நாகுருவில் ரயிலடியில் தன்னை சாவிலிருந்து காப்பாற்றிய நிகழ்ச்சியைப் பற்றிக் கேட்கலாமா என்று யோசித்தாள். ஆனால் வேறொரு எண்ணம் உண்டாகவே முதூரியை அழைத்தாள். முதூரி நின்றார்.

‘போவதற்கு முன்பு எனக்கு ஒரு விஷயத்தைச் சொல்லி விட்டுப் போங்கள். நீங்கள் யார்?’ என்று வரீய்ங்கா ஆரம்பித்தாள்.

‘நானா? நைரோபியிலுள்ள தொழிலாளர் சங்கத்தின் ரகசியப் பிரிவின் பிரதிநிதி. இதற்குமேல் எதுவும் கேட்காதே. நான் எங்கிருந்தாலும் அந்த சங்கத்துக்காக வேலை செய்கிறேன். கவனமாக இரு. ஞாபகம் வைத்துக்கொள். இனி நீ தனி ஆள் இல்லை.’

அவர்கள் விடைபெற்றுக் கொண்டார்கள்.

முதூரியின் ரகசியத்தைச் சுமந்து கொண்டு கத்தூய்ரியாவிடம் திரும்பி வந்தாள் வரீய்ங்கா. உடனடியாக அந்த ரகசியத்தை வீட்டுக்குக் கொண்டு சென்றுவிடுவது நல்லது என்று முடிவு செய்தாள்.

தொழிலாளர்கள் இன்னமும் பாடிக் கொண்டிருந்தார்கள்.

அலுப்பாக இருப்பதால் இருட்டுமுன் வீடு திரும்ப விரும்புவதாக கத்தூய்ரியாவிடம் தெரிவித்தாள் வரீய்ங்கா.

கத்தூய்ரியா வாடிப்போனான். அவன் முகம் கறுத்துவிட்டது. அவனுக்கு ஏமாற்றமாகி விட்டது. அவளை வீடு வரை கொண்டு போய் விடவேண்டுமென்றுதான் நினைத்திருந்தான். ஆனால் தான் துணைக்கு வருவதாக எப்படி அவளிடம் சொல்வது என்றுதான் அவனுக்குப் புரியாதிருந்தது. ‘இந்த நாடகம் எப்படி முடிகிறது என்று இருந்து பார்க்க விரும்புகிறேன். ஆனால் நாளை உன்னை எப்படிப் பார்ப்பது?’

மறுநாள் பன்னிரண்டு மணிக்கு சன் ஷைன் ஓட்டலில் பார்ப்பதாக முடிவு செய்தார்கள். புதிய வாழ்வுக்குள் நுழையப் போகும்போது

பாடப்படும் பாடலை கத்துரய்ரியாவுக்கு பாடிக் காட்ட விரும்பினாள் வரீய்ங்கா:

இப்போதென்னைப் பார்!
இப்போதென்னைப் பார்!
விடியப் போகிறது பொழுது!
சாவும் வாழ்வும் எனக்கு ஒன்றே!
விடியப் போகிறது பொழுது!

சாலையில் நடந்து செல்கிறபோதே வரீய்ங்காவின் இதயத்தில் புதிய இறகுகள் முளைத்து பறக்க ஆயத்தமாயின. மட்டாட்டு வண்டிக்காக காத்திருக்கலாமா என்று பார்த்தாள். உடனே முவாராவும் அவனுடைய மட்டாட்டு மட்டாட்டா மட்டாமுவும் விரேரி வா மூகிராயின் தலைவிதியும் நினைவுக்கு வந்தன. முதலில் கிரீன் ரெயின்போ ஓட்டலுக்குச் சென்று விரேரி வா மூகிராய் இரவில் நைரோபி செல்லாமல் தடுக்க முடியுமா என்று பார்க்க முடிவு செய்தாள்.

தன்னை இப்படி செய்யத் தூண்டுவது எது என்று வரீய்ங்காவுக்குத் தெரியவில்லை. இரண்டு சந்தர்ப்பங்களில் அறிமுகமில்லாதவர்கள்தான் தன்னைக் காப்பாற்றினார்கள் என்பதால் ஏதோ கடன் பட்டிருப்பது போன்ற உணர்வு அவளுக்கு இருந்தது. சமீபத்திய கனவை நினைவுபடுத்திக் கொண்டாள். உண்மையில் அது கனவா, அல்லது உண்மையின் வெளிப்பாடா? மறுபடியும் அதே கேள்வியைக் கேட்டுக் கொண்டாள்: அந்தக் குரல் நிஜக் குரலா? அல்லது கற்பனையா?

இல்லை. அது சாத்தானின் குரல். சோதனையின் குரல். நாட்டில் நடந்து கொண்டிருப்பதன் உண்மையான நிலைமையை அந்தக் குரல் படம் பிடித்துக் காட்டியது. புதிய காலனிய கென்யாவைப் பற்றிய சரியான பார்வையை அது அளித்தது. ஆனால் புதிய காலனியம் என்னும் சிறையிலிருந்து விடுபட அது காட்டிய வழி தவறானது. அதன் வழி நடந்திருந்தால் வரீய்ங்கா தன் உயிரை இழக்க வேண்டி வந்திருக்கும். குரல் ஏற்படுத்திய மயக்கத்தில், சுயலாபத்தையே குறிக்கோளாகக் கொண்ட தனி மனிதர்கள் நிறைந்த அகல நெடுஞ்சாலையில் பயணம் செய்யத் துணிந்து விட்டிருந்தாள். மறுபடியும் காசுக்காக உடம்பை விற்க அந்தக் குரல் அவளைத் தூண்டியிருந்தது. சாத்தானிடம் தன் ஆன்மாவை விற்றுவிட்ட டிங்கூரி வாகஹாஹாமியைப் போல வெறும் கூடாக வாழ்வதா? வெறும் பணத்துக்காக வாழ்வதா? கடவுளே, கூடாது!

ஒரு தடவை தான் வீழ்ந்ததே போதும் என்று உறுதியாகத் தீர்மானம் செய்து கொண்டாள் வரீய்ங்கா. சாத்தானையும், நாடு எப்படியோ போகட்டும் என்று தம் நாட்டை விற்றுவிட நாட்டுப் பற்றாளர்களையே தூண்டி ஏய்க்கும் அதன் ஆலோசனைகளையும் எதிர்த்துப் போராடி அவள் வெல்வாள். முதூரிக்காக அவள் சுமந்து கொண்டிருந்த ரகசியம் வெல்லற்கரிய வீரத்தைத் தந்துவிட்டது போலிருந்தது.

கிரீன் ரெயின்போ ஓட்டலை அடைவதற்குச் சற்று முன்பாகவே குகையை நோக்கி இரண்டு ராணுவ லாரிகளில் பலவகையான ஆயுதங்களை ஏந்திய சிப்பாய்கள் செல்வதைப் பார்த்தாள் வரீய்ங்கா. லாரிகளுக்குப் பின்னால் கவசக் கார்கள் மூன்று. அடக் கடவுளே! குகையில் இப்போது சாவு விழப்போகிறது என்று சொல்லிக் கொண்டாள். குகைக்கு வெளியில் கூடியிருக்கும் தொழிலாளிகளை நினைத்துப் பார்த்தாள். கத்தூய்ரியாவை, முதூரியை, மக்களின் உயிரை நினைத்துப் பார்த்தாள்.

தான் சுமந்து கொண்டிருந்த ரகசியத்தைப் பற்றி நினைத்துப் பார்த்தாள். வேகமாகப் புறப்பட்டாள். சூரியன் மறைந்து விட்டாலும் இன்னும் இருட்டிப் போகவில்லை... ஒன்றுக்கொன்று முரண்பட்ட எண்ணங்கள் அவள் மனதில் கொந்தளித்துக் கொண்டிருந்ததால் கிரீன் ரெயின்போ ஓட்டலை அடைந்துவிட்டது கூட அவளுக்குத் தெரியவில்லை. நியான் ஒளியில் பிரகாசித்த அதன் பெயர்ப் பலகையை திடீரென்று பார்த்ததும்தான் நின்றாள். அங்குதான் விரேரி வா மூகிராய் தங்கியிருந்தார்.

'விரேரி வா மூகிராயா?' கேள்வியை சரியாகப் புரிந்து கொள்ளாதது போல் வரவேற்பாளன் வரீய்ங்காவைக் கேட்டான்.

'ஆமாம்.'

'இப்போதுதான் கிளம்பினார். ஐந்து நிமிடம் முன்புதான் ஓட்டலைக் காலி செய்துவிட்டுப் புறப்பட்டார்.'

'எப்படிப் போனார்?'

'மட்டாட்டு மட்டாட்டா மட்டாமு மாடல் டி ஃபோர்டு, பதிவு எண் எம் எம் எம் 333. அந்த மாதிரி விசித்திரமான வாசகங்கள் எழுதிய வேறொரு மட்டாட்டுவைப் பார்த்ததே கிடையாது. 'உண்மையான

வதந்திகள் வேண்டுமா? மட்டாட்டு மட்டாட்டா மட்டாமுவில் பயணம் செய்யுங்கள்'. 'உண்மையான வம்பு வேண்டுமா?..'

விழுந்து விழுந்து சிரித்துக் கொண்டிருந்த வரவேற்பாளனை விட்டு வரீய்ங்கா புறப்பட்டாள்.

'இதற்கெல்லாம் என்ன அர்த்தம்? இதற்கெல்லாம் என்ன அர்த்தம்?' வரீய்ங்கா தன்னைத் தானே கேட்டுக் கொண்டாள்.

திடீரென்று வரீய்ங்காவின் ரத்தம் உறைந்து போயிற்று: இல்மொராக் முழுவதிலும், இல்மொராகின் எல்லா இடத்திலும் துப்பாக்கி வெடிக்கும் சத்தத்தையும், மக்களின் ரத்தத்தை உறைய வைக்கும் அலறலையும் தவிர, வேறு எந்த ஓசையையும் கேட்க முடியவில்லை.

6

மறுநாள் முதூரியைச் சந்திக்க பஸ் நிறுத்தத்திற்குப் போனாள் வரீய்ங்கா,

முதூரி அங்கு இல்லை.

பிறகு கத்தூய்ரியாவைச் சந்திக்க சன் ஷைன் ஓட்டலுக்குப் போனாள். குகையில் நடந்த விருந்தும் அது பலபேரின் சாவில் முடிந்த கதையும்தான் ஜெருசாவிலும் இல்மொராகிலும் பேசப்பட்ட ஒரே விஷயம். வரீய்ங்காவின் இதயம் கனத்துக் கிடந்தது. சிலர் இருபது பேர் இறந்துவிட்டார்கள் என்றார்கள். வேறுசிலர் ஐம்பது என்றார்கள். மற்றவர்களோ நூறுபேர் என்று கணக்கு சொன்னார்கள். எல்லாரும் சொன்னதில் பொதுவான விஷயம், சிலபேர் ராணுவத்தாலும் போலீசாலும் கொல்லப்பட்டார்கள், மற்றவர்களை சூப்பரிண்டெண்டெண்ட் கக்கானோ கைது செய்திருக்கிறான் என்பதுதான்.

கத்தூய்ரியாதான் சரியான தகவலை வரீய்ங்காவுக்குச் சொன்னான்:

'முதலாளித்துவ சட்டம் - ஒழுங்கு காவலர்களால் ஐந்து தொழிலாளிகள் கொல்லப்பட்டார்கள். தொழிலாளிகள், இரண்டு சிப்பாய்களைக் கொன்றார்கள். இருபுறத்திலும் காயப்பட்டவர்கள் நிறையப் பேர்.'

'முதூரி?' வரீய்ங்கா கவலையுடன் கேட்டாள்.

'முதூரி கைது செய்யப்பட்டிருக்கிறார். மாணவர் தலைவரும் கூடத்தான். தொழிலாளர் தலைவரை அவர்கள் கைது செய்ய முடியவில்லை.

மற்றவர்கள் அவரை மறைத்துவிட்டார்கள். தலைமறைவாகி விட்ட அவரை இன்னமும் தேடிக் கொண்டிருக்கிறார்கள்.'

பிள்ளையைப் பறிகொடுத்த பெற்றோரைப் போல இருவரும் மௌனமாகி விட்டார்கள். பச்சைப் புல்வெளியில் மலர்கள் நிறைந்த ஓட்டலின் தோட்டத்தில் திறந்த வெளியில் இருந்த மேஜையில் அவர்கள் அமர்ந்திருந்தார்கள். குடிப்பதற்காக வரவழைத்த தேநீர் ஆறிக் கொண்டிருந்தது.

வரீய்ங்கா பேசத் தொடங்குமுன் கத்தூய்ரியாவே மறுபடியும் ஆரம்பித்தான்: என்னை மிகவும் கசப்படைய வைத்தது என்ன தெரியுமா? இன்று காலை இல்மொராக் வானொலி, ஐந்து தொழிலாளிகள் இறந்து போனதைப் பற்றியோ, பலபேர் பலத்த காயமடைந்தது பற்றியோ, ஒரு வார்த்தைக் கூட சொல்லவில்லை. ஆனால், இரண்டு சிப்பாய்களும் விரேரி வா மூகிராயும் இறந்ததைச் சொல்ல மட்டும் அந்த வானொலி நிலையத்திற்கு நேரம் இருந்தது.'

'விரேரி வா மூகிராயா?'

'ஆமாம். நேற்றிரவு நைரோபி செல்லும் வழியில் கினீனியில் கார் விபத்தில் அவர் இறந்ததாகச் சொல்லியது.'

'முவாரா? ராபின் முவாரா?' திடுக்கிட்டுப் போய்க் கேட்டாள் வரீய்ங்கா.

'அவன் உயிரோடு இருக்கிறான். மயிரிழையில் உயிர் தப்பினானாம்.'

அத்தியாயம் பத்து

1

மற்றொரு சனிக்கிழமை. இல்மொராக் கோல்ஃப் மைதானத்தில் சாத்தானின் சோதனைகளை வரீய்ங்கா மறுத்து இரண்டாண்டுகள் முடிந்து விட்டிருந்தன. திருடர்களும் கொள்ளையர்களும் கூடிய சாத்தானின் விருந்து நடைபெற்ற குகை சிறைவாசம், சாவு போன்ற துயரங்களை உண்டாக்கி முழுதாக இரண்டு ஆண்டுகள் முடிந்துவிட்டிருந்தன. வரீய்ங்கா, கத்தூய்ரியா இருவரின் வாழ்விலும் பெரிய மாற்றங்களை ஏற்படுத்திய இரண்டு ஆண்டுகள் அவை.

இரண்டு ஆண்டுகள்...

எங்கிருந்து தொடங்குவது? அல்லது அடுத்தவர் வாழ்க்கை பற்றி அக்கறை கொள்வதை நிறுத்திக் கொள்ள வேண்டுமோ?

மற்றவருக்குத் தீர்ப்பு வழங்குபவன் தனக்கு என்ன தீர்ப்பு கிடைக்கும் என்பதை அறிய மாட்டான்.

மான், தன்னைப் பார்ப்பவனைவிட தன் இருப்பைக் காட்டிக் கொடுப்பவனைத்தான் அதிகமாக வெறுக்கிறது.

நானும்தான் நாகுருவில் இருந்தேன். என் கண்களால் பார்த்தேன். என் காதால் கேட்டேன்.

என் கண்ணும் காதும் சொன்னதை எப்படி நான் மறுப்பேன்? உண்மையைக் கண்டு எப்படி நான் விலகி ஓடுவேன்?

அது எனக்கு வெளிப்படுத்தப்பட்டது.
அது எனக்கு வெளிப்படுத்தப்பட்டது.

கதையின் அறுந்த நூலை எங்கிருந்து தேடி எடுப்பது? கேளுங்கள், இரண்டு ஆண்டுகள் முடிந்து விட்டிருந்தன...

முன்புபோல அதேவேகத்தில் என்னால் தொடர முடியாது. குடுவையிலுள்ள விதைகளெல்லாம் ஒரே மாதிரியானவை அல்ல. எனவே கதையின் வேகத்தையும் தன்மையையும் நான் மாற்றப் போகிறேன்.

எனவே, நண்பா, நண்பா, என்னுடன் வா. வரீய்ங்கா நடந்த பாதைகளின் வழியே உன்னை நான் அழைத்துச் செல்கிறேன். நாம் அவளுடைய வழித்தடத்தைப் பின்பற்றி, கண்டறிவோம் வா. அவள் பார்த்ததையெல்லாம் நாமும் நம் மனக்கண்ணால் பார்ப்போம். அவள் கேட்டதையெல்லாம் நாமும் மனக்காதால் கேட்போம். அப்போதுதான் வதந்திகளையும் அவதூறுகளையும் அடிப்படையாகக் கொண்ட அவசரமான தீர்ப்பாக நமது தீர்ப்பு இருக்காது.

> எய்யத் தயாரான அம்பை முறிக்க உண்மையால் முடியும்.
> நல்லது நண்பனே,
> அப்படியே ஆகட்டும்,
> அப்படியே ஆகட்டும். சமாதானத்தின் கடவுளே, வாரும்!

விரைந்து வா நண்பனே! நீதியின் அன்பனே, நீயும்தான், விரைந்துவா. வேகமாக ஓடு. காய்கறிகள் வெயிலில் வாடுவதற்குள் சந்தைக்குக் கொண்டுபோக வேண்டும்...

2

இதோ வரீய்ங்கா!

இப்போது அவள் நைரோபியின் காரா பகுதியில் ஏழு மாடிக் கட்டடம் ஒன்றின் நான்காவது மாடியில் உள்ள ஒற்றை அறையில் வாடகைக்குக் குடியிருக்கிறாள். கட்டடம் மராரோ ஹவுஸ் என்றழைக்கப்படுகிறது.

முதல் தளம் பல அறைகளாகத் தடுக்கப்பட்டு வசதியானவர் களுக்கெல்லாம் வாடகைக்குக் கொடுக்கப்பட்டுவிட்டது. ஒவ்வொரு அறையும் சமையலறை, வரவேற்பறை, படுக்கையறை எல்லாமாக இருந்தது. இருந்தும் எல்லா அறைகளும் வாடகைக்குக் கொடுக்கப்பட்டு விட்டன. பறந்து களைத்த பறவை அருகாமையிலுள்ள மரக்கிளையில் இளைப்பாறுகிறது.

கட்டடத்துக்கு வெளியே பல வெளிநாட்டு எண்ணைக் கம்பெனிகளுக்குச் சொந்தமான சேவை நிலையங்கள் இருக்கின்றன: எஸ்ஸோ, ஷெல், பி.பி. கால்டெக்ஸ், மொபைல் ஆயில், அகிப்,

டோட்டல். சில கஜ தூரம் தள்ளி மூரங்கா சாலையில், சமைத்த உணவும் சமைக்காத உணவு வகைகளும் விற்கும் கடைகள் இருக்கின்றன.

மராரோ ஹவுஸ் ஒரு சாலைச் சந்திப்பில் இருக்கிறது. எனவே கார்களின் ஓசையில் தூக்கம் வருவது சிரமம்; அதுவும் புதியவராக இருந்துவிட்டால் சொல்லவே வேண்டாம்.

ஆனால், வரீய்ங்கா இந்த சத்தத்தைப் பொருட்படுத்துவதில்லை.

அவளுக்கு அது பழகிவிட்டது. காரணம், இப்போது கார்களின் ஓசைதான் அவளுக்குப் பிழைப்பே.

ஓ வரீய்ங்கா, நம்முடைய பூமியை வளமாக்க இன்னும் அதிகமாக உழைக்க வேண்டும் நீ!

இரண்டாண்டுகளுக்கு முன்பு நாம் சந்தித்த வரீய்ங்கா இல்லை இவள். மற்றவர்களுக்காக தட்டச்சு செய்வதைத் தவிர, தான் செய்வதற்கு வேறொன்றுமில்லை என்று நினைத்த வரீய்ங்கா இல்லை இவள். ஆம்பி, ஸ்நோஃபையர் போன்ற களிம்புகளைப் பயன்படுத்தி, தன் தோலின் நிறத்தை மாற்றுவதன் மூலம் மற்றவர் கண்களுக்கு இதமளிக்க நினைத்தவள் இல்லை இவள். அதன் மூலம் அவர்களின் வெள்ளைத்தோல் மோகத்தைத் திருப்திப்படுத்த முயன்றவள் இல்லை இவள். தற்கொலையைத் தவிர வாழ்க்கையின் ஏற்ற இறக்கங்களைத் தவிர்க்க வேறு மார்க்கம் இல்லை என்று நினைத்தவளும் இல்லை இவள்.

இல்லை, இந்த வரீய்ங்கா அந்தப் பழைய வரீய்ங்கா இல்லை. அடுத்தவர் வாழ்வுக்கு உகந்த வகையில் கதவுகள், ஜன்னல்கள். மேஜைகளை எல்லாம் அலங்கரிப்பதற்கும், உடலின் அற்புத அழகு மறைந்தவுடன் குப்பை மேட்டில் வீசி எறியப்படுவதற்கும் மட்டுமே உரிய மலராக இருக்கும்படி தன்னை ஒப்புக் கொடுக்கவே மாட்டாள் இவள். இன்றைய வரீய்ங்கா எந்நேரமும் தற்சார்பு உடையவளாக இருப்பதென முடிவு செய்திருக்கிறாள். தன் உண்மையான பலத்தை அறிய வைக்கும் - அசலான மனிதத் தன்மையை உணர வைக்கும் வாழ்வின் போராட்டக் களத்தில் இறங்கிப் பார்க்க முடிவு செய்துவிட்டாள்.

சுத்தமாக இருப்பது என்றால், குளிப்பது. போர்க்களத்தில்தான் ஒரு வீரனை அடையாளம் காண முடியும். மேடையில்தான் நல்ல

நாட்டியக்காரியை அடையாளம் காண முடியும். வரீய்ங்கா கடின உழைப்பின் நாயகி; வாழ்க்கைப் போராட்டத்தில்தான் வாழ்வின் வெற்றி வெளிப்படும்...

உதாரணமாக, இந்த சனிக்கிழமை அதிகாலையில் எழுந்து வரீய்ங்கா பிரைமஸ் அடுப்பில் காற்றடித்து பற்றவைத்து அதன்மீது தேநீர் தயாரிக்க தண்ணீர் வைக்கிறாள். தண்ணீர் கொதிப்பதற்குள் முகம் கழுவி கண்ணாடி முன் நின்று தலைமுடியை நான்கு பின்னல்களாக முடிகிறாள். அவளுடைய தலைமுடி நீளமாக கருப்பாக மென்மையாக இருக்கிறது என்றா சொல்லிக் கொண்டிருந்தேன்? சூடாக்கப்பட்ட சீப்புகளால் தலைமுடியைக் கறுக்குவதை நீண்ட நாட்களுக்கு முன்பே நிறுத்திவிட்டாள் இந்த வரீய்ங்கா. அதோ தலைமுடியின் மேல் ஒரு ஸ்கார்ஃபை கட்டிக் கொள்கிறாள். வெளிறிப் போன நீல ஜீன்ஸும் காக்கிச் சட்டையும் போட்டுக் கொள்கிறாள். பாருங்கள் அவளை! அந்த உடை பொருந்தியிருக்கும் நேர்த்தியைப் பார்த்தால், அதிலேயே உருவானவள் போலத் தெரிகிறது.

வரீய்ங்கா அலமாரி அருகில் போகிறாள். வேலை முடித்த பிறகு அணிவதற்காக ஒரு உடையும், நாளை ஞாயிற்றுக்கிழமை அணிவதற்கு ஒரு உடையும் தேர்ந்தெடுக்கிறாள். ஒரு சிறிய ஸஃபாரி சூட்கேஸில் அவற்றை வைக்கிறாள். இன்று வேலையை முடித்துவிட்டு இல்மொராக் சென்று தன் பெற்றோரைப் பார்ப்பதாக வரீய்ங்கா முடிவெடுத்திருக்கிறாள். நாளை நாகுருவிலிருக்கும் கத்தூய்ரியாவின் பெற்றோரைப் பார்க்க அவள் மற்றொரு பயணம் செல்ல வேண்டும்.

வரீய்ங்கா வேலையில் கவனம் செலுத்துவதை இந்த இரண்டு பயணங்களும் பாதிக்கவில்லை. இன்று அவள் காரின் இஞ்சினை மாற்றப் போகிறாள். அந்த வேலையை ஒரு மணிக்குள் முடித்தாக வேண்டும்.

வரீய்ங்கா நம் பொறியியல் வீராங்கனை!

இதோ தேநீர் குடித்து முடித்துவிட்டாள். தேவையான அனைத்தும் கைப்பையில் இருக்கிறதா என்று துழாவுகிறாள். சீப்பு, களிம்பு, கைக்கண்ணாடி, கைக்குட்டை... ஒரு சிறிய திருப்புளி. எப்படி இந்த திருப்புளியை கைப்பையில் போட்டு விட்டாள்? தவறுதலாகப் போட்டிருக்க வேண்டும். ஆமாம். முதூரி வைத்திருக்கும்படி சொல்லிக் கொடுத்த துப்பாக்கிகூட இருக்கிறது. துப்பாக்கியை

அவள் எங்கும் வைத்துவிட்டுச் செல்வதே கிடையாது. மிகச் சிறியதாக இருப்பதால் துப்பாக்கி பற்றி எதுவும் தெரியாதவர்கள் அதை ஒரு பொம்மை என்றுகூட தவறாக நினைத்துவிடலாம்... தயாராகி விட்டாள். கதவருகில் சென்றதும் ஜன்னல் திட்டில் ஃபேஸ் டெஸ்டரை மறந்து வைத்துவிட்டது சட்டென்று நினைவு வருகிறது. அதை எடுக்க திரும்பப் போகிறாள். சாதாரணமாக பேனாவை தொங்க விடுவது போல அதை சட்டைப் பையிலிருந்துதான் தொங்க விடுவாள். வேலை இடத்தில் கூட மற்ற கருவிகளுடன் இதை விட்டு வைப்பதில்லை ஃபேஸ் டெஸ்டரும் துப்பாக்கியும் அவளுக்கு மிகவும் அவசியமான இரண்டு கேடயங்கள் போல இருக்கின்றன.

இதோ வரீய்ங்கா போகிறாள்! காரா சாலையில் நடக்கிறாள். ஷான் சினிமாவைக் கடந்து செல்லும் பாதையில் திரும்பி, நைரோபி ஆற்றைக் கடந்து குரோகன் வேலியின் ஊடாக நடக்கிறாள். இப்போது ரிவர் சாலையில் மூன்யுவா சாலை அருகில் டாம் போயா தெருவுக்கும் ரிவர் சாலைக்கும் இடையே உள்ள கராஜை நோக்கிச் சென்று கொண்டிருக்கிறாள்.

வரீய்ங்கா நடந்து செல்லும்போது ஆட்கள் அவளை நின்று பார்த்துவிட்டுப் போகிறார்கள். அவளுடைய வெளிறிய ஜீன்சும், காக்கிச் சட்டையும், நீலக்கோட்டும் - அதுவும் வெளிறியதுதான் - அவளுக்கு அழகாகப் பொருந்துகின்றன. இந்த உடைகள் மட்டுமில்லை. இப்போதெல்லாம் அவள் அணிகிற எல்லா உடைகளுமே அவளுக்கு கச்சிதமாகப் பொருந்துகின்றன. இன்று வரீய்ங்கா தைக்கும் உடைகளும் வாங்கும் உடைகளும் அவளுடைய அழகான உடலின் வடிவம், நிறம், அசைவுகளுக்கு ஏற்றவையாகத்தான் இருக்கின்றன. எத்தகைய உடைகளை அணிய வேண்டும் என்பதை இப்போதெல்லாம் அவளுடைய உடம்பு தான் தீர்மானிக்கிறதே தவிர மற்றவர்களின் உடலமைப்பும் விருப்பமும் அல்ல.

இன்று அவள் என்னவாக இருக்கிறாளோ அதை உருவாக்கியது அவளுடைய உடைகள் மட்டுமே அல்ல.

இன்றைய வரீய்ங்கா ஆற்றலுடனும் அர்த்தத்துடனும் நடமாடுகிறாள். அவளுடைய கண்கள் உள்ளார்ந்த மனோ திடத்தின் ஒளியைச் சிந்துகின்றன. வாழ்வில் உறுதியான நோக்கங்களைக் கொண்டுள்ள ஒருவரின் மனோதிடமும் ஒளியும். ஆம், தற்சார்பின் மூலமாக எதனையோ சாதித்தவரின் நம்பிக்கையும் தைரியமும் உறுதியும் மிளிரும் கண்கள் அவை. சொந்த நாட்டிலேயே அச்சத்துடன்

அங்குமிங்குமாக அலைந்து திரிவதில் என்ன பயன் இருக்கிறது? கருப்பழகி வரீய்ங்கா! வாழ்வின் பயணத்துக்கு உகந்த தாள லயத்தோடு இசைகிற அறிவும் கைகளும் உடலும் மனமும் கொண்ட வரீய்ங்கா! தொழிலாளி வரீய்ங்கா!

அவளுடன் பழக்கம் இல்லாதவர்களால் - இந்தப் பெண் ஒரு எந்திரவியல் பொறியாளர் என்றோ, மோட்டார் வண்டிகள், உள்வெப்பாலைப் பொறிகள் (இண்டர்னல் கம்பஸ்ஷன் எஞ்சின்கள்) ஆகியவற்றை பழுது பார்ப்பதில் சிறப்பான தேர்ச்சி பெற்றவள் என்றோ ஊகிக்கவே முடியாது. நமது பெண்களின் அறிவையும் புத்திசாலித்தனத்தையும் திறமையையும் குறைத்து மதிப்பிடுபவர்களால் - வரீய்ங்கா ஃபிட்டிங், டர்னிங், ஃபோர்ஜிங், வெல்டிங், மற்றும் விதவிதமான தேவைகளுக்கேற்ப உலோகத்தை வடிவமைத்தல் ஆகியவற்றில் வல்லவள் என்பதைப் புரிந்து கொள்ளவே முடியாது.

பெண்கள் என்றால் சமையல் செய்யவும், படுக்கை விரிக்கவும், காதல் சந்தையில் கால்களை விரிக்கவும் மட்டுமே லாயக்கு என்றே அவர்களின் புத்திசாலித்தனத்தையும், அறிவுத் திறனையும் குறைத்து மதிப்பிடுபவர்கள் சொல்லி மகிழ்கிறார்கள். இன்றைய வரீய்ங்கா அதையெல்லாம் ஒதுக்கித் தள்ளிவிட்டாள். ஏனென்றால் தன் தொடைகளும் மூளையும் கைகளும் உடம்பும் எல்லாமே தன்னுடையவைதான் என்றும் அந்தந்த உறுப்புகளுக்கான நியாயமான பணியையும் நேரத்தையும் இடத்தையும் கொடுத்தாக வேண்டும் என்றும் அவளுக்குத் தெரியும். எந்த ஒரு உறுப்பும் மற்ற எல்லா உறுப்புகளையும் விழுங்கிவிட்டுத் தன் வாழ்க்கையைத் தீர்மானிப்பதாக இருக்க விடக் கூடாது என்றும் தெரியும். அதனால்தான் இன்றைய வரீய்ங்கா முதலாளி கிஹாரா போன்றவர்களுக்காக தட்டச்சு செய்வதில்லை என்று முடிவு செய்துவிட்டாள். 'நன்றாகக் குடித்த நிலையில் ஐந்து நிமிட நேர காதல் சந்திப்பு' என்பதையே ஒரு பெண்ணை வேலைக்கு அமர்த்துவதற்கான நிபந்தனையாக விதிக்கும் 'பாஸ்'களுக்காக இனி தான் தட்டச்சு செய்வதில்லை என்றும் முடிவு செய்து விட்டாள்; செகரட்டரி வேலைக்கு முழுக்குப் போட்டுவிட்டாள்.

எனவே வரீய்ங்கா நாகுரு டே செகண்டரி பள்ளியில் மாணவியாக இருந்தபோது, கோரிகாவிலிருந்து வந்த பணக்காரக் கிழவன் அவளுடைய வாழ்வில் குறுக்கிட்டு வேட்டைக்காரனும் மானும்

விளையாட்டை ஆடச் செய்ததற்கு முன்னால் கனவு கண்ட அதே பொறியியல் படிப்பைப் படிக்க தொழிற் பயிற்சிப் பள்ளிக்குச் சென்றாள். பொறியியல் பட்டறையினுள் நுழையும் போதெல்லாம், துளை போடும் எந்திரங்களில் வேலை செய்கையில் அவள் உடல் அதிரும்போதெல்லாம்; அதிலிருந்து நெருப்புப் பொறிகள் எல்லாத் திசைகளிலும் தெறிக்கும் போதெல்லாம், பிரமாண்டமான ஊதுலைகளால் ஏற்கனவே உருக்கப்பட்ட இரும்பைச் சம்மட்டி கொண்டு அடிக்கும் போதெல்லாம், இயற்கைக்கு எதிராகப் போராடும் அறிவின் சக்தியைக் காணும்போதெல்லாம் - உதாரணமாக உருகிய இரும்பைக் கொண்டு மனித வாழ்வை மேம்படுத்துவதற்கான பொருட்களாக உருவாக்கும் போதெல்லாம் உண்டாகும் மகிழ்ச்சியில் திளைத்துப் போவாள் வரீய்ங்கா.

ஆனால், அவளுக்கு மிகவும் பிரியமானது என்னவோ, உள் வெப்பாலைப் பொறிகளைப் பிரித்து மறுபடி பூட்டுவதுதான். டீசலும் பெட்ரோலும் எரியும் மணம்தான் அவளுக்கு அதிகபட்ச போதையூட்டும் வாசனைத் திரவியம். தொழில் பட்டறையில் உள்ள எந்திரங்களின் ஓசை, இரும்பை இரும்பு துளைக்கும் ஓசை, இரும்பை இரும்பால் அடிக்கும் ஓசை, இரும்பை இரும்பு ராவும் ஓசை, உலோகத்தோடு உலோகம் மோதும் ஓசை - இவையெல்லாம்தான் வரீய்ங்காவுக்கு தலைசிறந்த பாடல் குழுவினர் பாடும் அழகான பாடலோசையாக இருந்தது.

நவீன தொழிற்சாலையின் சங்கீதம்! அருமை!

வரீய்ங்கா தொழிற்பயிற்சிப் பள்ளியில் இரண்டாண்டுகள் படித்துவிட்டாள். படிப்பு முடிய இன்னும் ஒரு ஆண்டு இருக்கிறது.

முதலாண்டுதான் வரீய்ங்காவுக்கு மிகவும் கடினமாக இருந்தது. வகுப்பிலிருந்த ஆண் மாணவர்கள் அவளைப் பார்த்து சிரிப்பார்கள். ஆனால் தங்களைப் போலவே அவளும் கனமான உலோகத்தால் ஆன ஆயுதங்களைக் கையாளும்போது, தங்களைப் போலவே ஊதுலை அருகில் நின்று வேர்வை சிந்தும் போது, ஒவ்வொரு சவாலையும் சளைக்காமல் எதிர்கொள்ளும் போது, அவர்கள் சிரிப்பது குறைந்துகொண்டே வந்ததோடு கேலிப் பேச்சுப் பேசுவதையும் நிறுத்தி விட்டார்கள். ஆனால் முதல் காலாண்டுத் தேர்வு முடிந்து வகுப்பில் உள்ள இருபத்தைந்து பேரில் அவள் நான்காவதாக வந்தபோதுதான், எல்லா சிரிப்பும் கேலிப் பேச்சும் மொத்தமாக முடிவுக்கு வந்தன. சிரிப்புக்கு பதிலாக அவள் மீதுள்ள மதிப்பு

கூடியது. தங்கள் பயணத்தின் போராட்டங்களின் உடன் பங்கேற்கும் ஒரு தோழியாக அவளையும் மதிக்க ஆரம்பித்தார்கள்.

அவளுக்கு பணப் பிரச்சனைகளும் இருந்தன. பாலிடெக்னிக் பள்ளி மாணவர்களில் பெரும்பாலானவர்க்கு அவரவர் வேலை பார்க்கும் நிறுவனமே படிப்புக்கான கட்டணத்தையும் மற்ற செலவுகளையும் ஏற்றுக் கொண்டிருந்தது. ஆனால் வரீய்ங்காவுக்கு அப்படிப் பொறுப்பேற்பவர் யாரும் இல்லை. அவள் தன்னால் இயன்ற வகையில் சம்பாதித்து பணம் கட்டினாள். சாம்பியன் கட்டடக் கம்பெனியில் செயலராக வேலை பார்த்த போது சேமித்த பணம் படிப்புக் கட்டணம், வாடகை, உணவு இவற்றுக்கெல்லாம் போதவில்லை.

படிப்புக் கட்டணத்துக்கும், வாடகைக்கும் உதவி செய்வதாக கத்தூய்ரியா முன்வந்தபோது, வரீய்ங்கா மறுத்துவிட்டாள். கத்தூய்ரியாவானாலும் சரி, வேறு எவரானாலும் சரி, யாருடைய கருணைக்கும் நன்றிக்கடன் பட்டவளாக இருப்பதை அவள் விரும்பவில்லை. தற்சார்பு என்றால் தற்சார்புதான். அதனால் அவள் அழகு நிலையத்தில் சிகையலங்காரம் செய்வது, பல்கலைக்கழக மாணவர்களிடமிருந்து கத்தூய்ரியா கொண்டுவந்து கொடுக்கும் ஆராய்ச்சிக் கட்டுரைகளையும் உரைகளையும் தட்டச்சு செய்வது போன்ற எல்லாவிதமான சில்லறை வேலைகளையும் செய்து சமாளித்தாள்.

அந்த முதலாண்டில் அவளுக்குப் போதுமான ஓய்வு கிடைக்கவில்லை. பள்ளியில் இல்லாதபோது புத்தகம் படிப்பாள். புத்தகம் படிக்காதபோது அங்குமிங்கும் சில்லறை வேலை செய்து சம்பாதிப்பாள். இவற்றில் எதுவுமே இல்லாதபோது காரா பகுதியிலுள்ள கென்யா போர்க்கலைப் பயிற்சி நிலையத்தில் ஜுடோவும் கராத்தேயும் கற்றுக் கொண்டாள். எல்லா வகையிலும் தன்னைத் தற்காத்துக் கொள்ளவும் தன்னுடைய சொந்த பலத்திலேயே நிற்கவும் வேண்டும் என்பதில் அவள் உறுதியாக இருந்தாள்.

இரண்டாமாண்டில் அவளுடைய பணப் பிரச்சனை சற்று குறைந்தது. அப்போதுதான் வரீய்ங்காவுக்கு முன்யுவா சாலையின் அருகில் உள்ள முவிஹோட்டோரி கிவாஞ்சா பட்டறையில் சுயமாக மெக்கானிக்காக வேலை செய்து சம்பாதிக்கும் வாய்ப்பு கிடைத்தது.

முதன் முதலாக அந்த திறந்த வெளி பட்டறையைக் கடந்து சென்ற நாள் எப்போதும் வரீய்ங்காவின் நினைவில் இருக்கும். அது ஒரு வெள்ளிக் கிழமை மதியம். மணி இரண்டிருக்கும். நல்ல பசி. ஆனால்

அங்குள்ள ஆட்கள் மோட்டார் வண்டிகளில் வேலை செய்வதைப் பார்த்தபோது தானும் அவர்களோடு சேர்ந்து வேலை செய்து ஒரு சில சென்ட்டுகள் சம்பாதிக்க முடியுமா என்று கேட்க முடிவு செய்தாள். அவளுடைய வேண்டுகோளைக் கேட்டவுடன் அந்த மெக்கானிக்குகள் விழுந்து விழுந்து சிரித்தார்கள். லாரியின் திறந்த பானெட்டின் கீழ் குனிந்திருந்தவன் வரீய்ங்காவை வெறுப்புடன் நிமிர்ந்து பார்த்துவிட்டு அவளைப் புண்படுத்துவதற்கான வார்த்தைகளை தன் மனத்துக்குள் தேடினான். 'ஏ பெண்ணே, ஏதாவது பாரில் போய் பீர் விற்க வேண்டியதுதானே? நீ உன் பாவாடையை ஆட்டிக் காட்டி ஆண்களை ஈர்க்க இங்கே ஒன்றும் ஜுக் பாக்ஸ்* இல்லை.' வந்த கோபத்தை வரீய்ங்கா அடக்கிக் கொண்டாள். அவமதிப்புக்கெல்லாம் பயந்தால், பிச்சைதான் எடுக்க வேண்டும். ஆனாலும், தொடர்ந்து அங்கே போவதென்று முடிவு செய்தாள். காரணம் மலம் கழிக்க விரும்புகிறவன் தான் கக்கூசைத் தேடிப் போக வேண்டுமே ஒழிய கக்கூசா அவனைத் தேடி வரும்? 'பாவாடையை ஆட்டிக் காட்டவோ, ஆண்களை ஈர்க்கவோ நான் இங்கு நிற்கவில்லை,' என்று பதில் கொடுத்தாள்.

மற்றொரு லாரியின் அடியில் படுத்திருந்த மெக்கானிக் எழுந்திருந்து வேண்டுமென்றே சத்தமாக குரலை உயர்த்தி, கேலி செய்யும் தொனியில், எல்லோரும் கேட்கும்படியாகச் சொன்னான்: 'எங்கே, இந்தா இங்கு வந்து இந்த இஞ்சினை பிரித்துப் போட்டு என்ன பிரச்சனை என்று சொல்கிறாயா? நாள் முழுவதும் இது எங்களுக்கு தலைவலியை கொடுத்துவிட்டது, ச்சே' என்றான்.

வரீய்ங்கா சட்டென்று திடமானாள். திடீரென்று உடல் முழுவதும் துணிச்சல் வெள்ளமாய்ப் பாய்வதை உணர்ந்தாள். இருந்த இடத்தை விட்டு நகராமல், 'எஞ்சினைப் பிரித்துப் பார்க்க வேண்டிய அவசியமே இல்லை,' என்று சொன்னாள். 'சும்மா எஞ்சினை ஓடவிட்டால் போதும்,' என்று அதிகாரமாகச் சொன்னாள். இஞ்சின் ஓடத் தொடங்கியவுடன் வரீய்ங்கா அதனருகில் சென்று ஒருநிமிடம் அதையே பார்த்துக் கொண்டு நின்றிருந்தாள். இதற்குள் மற்ற மெக்கானிக்குகளும் சில வழிப் போக்கர்களும் கூட, ஆணின் கோட்டைக்குள் ஒரு இளம் பெண் நுழையத் துணிந்ததை வேடிக்கை பார்க்க லாரியைச் சுற்றி குழுமி விட்டார்கள். இஞ்சினை விட்டு கண்களை அகற்றியவள், எதையோ தேடுபவள் போல,

* ஜுக் பாக்ஸ்: காசு தந்தால் பாட்டு போடும் இசைப்பெட்டி

சுற்றிலும் தரையில் பார்க்க ஆரம்பித்தாள். நீண்ட பிடியையுடைய தேக்கரண்டியைப் போன்ற வடிவத்திலான மரக்கட்டை ஒன்றைக் கண்டெடுத்தாள். அதை கல்லில் தட்டி அதில் ஒட்டியிருந்த மண்ணை அகற்றினாள். மருத்துவர் துடிப்புமானியை (ஸ்டெதாஸ்கோப்) நோயாளியின் நெஞ்சில் வைத்து இதயத் துடிப்பைக் காதில் வாங்கிக் கொள்வது போல, கரண்டியின் ஒரு நுனியை இஞ்சினின் பக்கவாட்டிலும் மற்ற நுனியை தன் காதருகிலும் வைத்துக் கொண்டாள். கரண்டியின் நுனியை இஞ்சினின் பல இடங்களிலும் வைத்துப் பார்த்தாள். பார்த்துக்கொண்டு நின்றிருந்தவர்களுக்கு அவள் என்ன செய்கிறாள் என்றே புரியவில்லை. ஒரு கணம் அப்படியே அசையாமல் இருந்தாள். மூன்றாவது கொள் கலத்தின் அசைவை சற்று நேரம் உற்றுக் கவனித்தாள். இஞ்சினைப் பழுது பார்த்துக் கொண்டிருந்த மனிதனை அழைத்து அவனிடம் அந்த மரத்துண்டைக் கொடுத்து கேட்கும்படி சொன்னாள். அவனும் அவள் சொன்னபடியே செய்தான். பார்த்துக் கொண்டிருந்தவர்களில் சிலர் அவனைப் பார்த்து சிரித்தார்கள். பைத்தியக்காரப் பெண்களின் கட்டளைக்குப் பணியும் ஆண்களைப் பற்றி கேலியாகப் பேசினார்கள் வேறு சிலர். ஒரு சிறு குச்சியைக் கொண்டு இஞ்சினில் என்ன கோளாறு என்று கண்டுபிடிக்க முயலும் மடத்தனத்தை எங்காவது பார்த்ததுண்டா?

என்ன ஓசை கேட்கிறதென்று விவரிக்கும்படி அவனிடம் வரீய்ங்கா கேட்டாள். அவன் உடனே பதில் சொன்னான்: ‘ஒருவித அரையும் சத்தம்தான் கேட்கிறது. உலோகத் துண்டுகள் ஒன்றோடொன்று நெறியும் ஓசை போல வருகிறது.’

‘அப்படியானால் என்ன பிரச்சனை?’ என்றாள் வரீய்ங்கா. இப்போது எல்லோரும் சத்தமில்லாமல் மூச்சுக் காட்டாமல் பார்த்துக் கொண்டிருந்தார்கள்.

சற்று முன்பு பெரிய நிபுணன் என்று தன்னைக் காட்டிக் கொண்டவன் இப்போது சுற்றியிருந்தவர்களைப் பார்த்த பார்வை அவர்களிடம் உதவி கேட்பது போலிருந்தது. யாருடைய உதவியும் கிட்டாத நிலையில் அவன் தலை குனிந்தான். தொண்டையை அடைப்பது போலிருந்தது. ஒருவழியாக ‘தெரியவில்லை,’ என்று தடுமாற்றத்துடன் சொல்லி முடித்தான். கோன்ராடையும் கிராங்க் ஷாப்ட்டையும் இணைக்கும் போல்ட்டின் மரை தேய்ந்து போயிருப்பதால்தான் அந்த நாராசமான ஓசை வருகிறது என்று வரீய்ங்கா அவனிடம் சொன்னாள். சுற்றிலுமிருந்தவர்கள் கை தட்ட ஆரம்பித்தார்கள். மற்றவர்கள்

'அடேங்கப்பா, இதுபோன்ற அதிசயத்தை நாங்கள் எங்கும் கண்டதில்லை. நம் பெண்கள்தான் எந்த அளவுக்கு அறிவாளிகளாகி விட்டார்கள்!' என்று தலையை ஆட்டிக் கொண்டு போனார்கள். மற்ற தொழிலாளிகள் அவளை தங்களில் ஒருவராக ஏற்றுக் கொண்டதுடன், அவள் தனக்கென புதிய கருவிகள் வாங்கும் வரை தங்கள் கருவிகளை பயன்படுத்திக் கொள்ளவும் அவளை அனுமதித்தார்கள்.

அன்று முதல் வரீய்ங்காவுக்கும் அவர்களுக்கும் இடையே ஆழமான நட்பு உருவாயிற்று. வரீய்ங்கா வேலை செய்யும் விதத்தையும், எந்த வேலையையும் அவள் தவிர்க்காமல் செய்வதையும் கவனித்து அவள் மீது அவர்கள் கொண்ட மதிப்பு மென்மேலும் கூடியது.

ஒருநாள் ஒருவன் தன் காரை சரிபார்ப்பதற்காகக் கொண்டு வந்தான். பானெட்டைத் திறந்தது வரீய்ங்கா என்று தெரிந்ததும் அவன் சந்தேகப்படுவது தெளிவாகத் தெரிந்தது. வரீய்ங்காவின் அழகைக் கண்டு அவளை கேலியாக சீண்டத் தொடங்கினான். பின்பு அவள் மார்பைத் தொட்டான். தலையை நிமிர்த்தி அவனை உற்றுப் பார்த்த வரீய்ங்கா, சிரிப்போ, கோபமோ எதுவுமே வெளிப்படாத குரலில், அமைதியாகவும், உறுதியாகவும் அவனை எச்சரித்தாள்: 'நான் ஒரு தொழிலாளி. என் செயல் திறமையைப் பார்த்து என் வேலையை நீ மெச்சவோ, வெறுக்கவோ செய்யலாம். ஆனால் என் மார்புக்கும் இந்த வேலைக்கும் ஒரு சம்மந்தமும் கிடையாது. கையிலுள்ள வேலைக்கும், என் அழகு அல்லது அழகின்மைக்கும் எந்த சம்மந்தமும் இல்லை.' இந்த வார்த்தைகளை, சீண்டி விட்டதும் மேலும் தூண்டுவதற்காக பெண்கள் வழக்கமாகக் கையாளும் உத்திதான் என்று அவன் தவறாகப் புரிந்து கொண்டான். மறுபடியும் வரீய்ங்கா வேலை செய்வதற்காக குனிந்தபோது அவளது பின்புறத்தை வருடினான்.

சொல்கிறேன் கேட்டுக் கொள்ளுங்கள் - அன்றைக்கு வரீய்ங்கா அவனுக்குப் புகட்டிய பாடத்தை என்றைக்குமே அவன் மறந்திருக்க முடியாது. மின்னலைப் போல திரும்பிய வரீய்ங்கா, கண் இமைக்கும் நேரத்தில் சரமாரியாக விட்ட ஜூடோ உதைகளாலும், கராத்தே வெட்டுகளாலும் ஒரு நிமிடம் அவன் கண்முன்னால் பூச்சி பறந்தது! கடைசியாக விட்ட ஜூடோ உதைகளால் அவன் கீழே விழுந்தபின், நிறுத்தும்படி அவளைக் கெஞ்சினான். 'மன்னித்துக்கொள்,' என்றான். எழுந்து நின்று கார் சாவியை எடுத்துக் கொண்டவன், இஞ்சினை முடுக்கிவிட்டு உண்மையாகவே சாலையில் புழுதியைக் கிளப்பிக் கொண்டு போனான்.

வரீய்ங்காவின் புகழ் நகரின் மூலை முடுக்கெல்லாம் பரவியது. அவள் மீது மற்ற தொழிலாளர்கள் வைத்திருந்த மரியாதை அதிகரித்தது. அவளுடைய புத்திக் கூர்மையையும், விடா முயற்சியையும் தைரியத்தையும் அவர்கள் புகழ்ந்தார்கள்.

வரீய்ங்கா இரேகி போராளிகளின் புதல்வி!

ஒவ்வொரு தொழிலாளியின் உழைப்பின் பயனும் அவரவருடைய சட்டைப் பைக்கு சென்றது. பட்டறையின் வாடகைக்காக நைரோபி நகர சபைக்கும் மற்ற செலவுகளுக்குமாக மாதக் கடைசியில் ஒவ்வொருவரும் குறிப்பிட்ட தொகையை தவறாமல் செலுத்தினார்கள். ஏதாவது ஒரு தொழிலாளிக்கு எதிர்பாராத பிரச்சனை ஏற்பட்டால், அவளோ, அவனோ பொதுப் பணத்தில் கடன் வாங்க அனுமதி இருந்தது. அந்தத் தொழிலாளர் குடும்பத்தில் யாருமே ஒருவர் உழைப்பில் மற்றவர் பிழைக்கவில்லை. ஒவ்வொருவருக்கும் அவரவர் திறமைக்கும் மரியாதைக்கும் கைகளின் வேகத்துக்கும் ஏற்ற கூலி கிடைத்தது. யாராவது ஒருவருக்கு அதிகமாக வாடிக்கையாளர்கள் வந்தால், குறைவான வேலை வாய்ப்புள்ள மற்றவர்க்கு அந்த வேலையும் கூலியும் கிடைக்கச் செய்வார்கள். அந்தத் தொழில் அவர்களை பணக்காரர்களாக ஆக்க முடியாதிருக்கலாம் - ஆனால் நிச்சயமாக உணவுக்கும் உடைக்கும் உறைவிடத்துக்கும் போதுமான வருமானத்தைத் தரும் சுயதொழிலாக அது இருந்தது. அதே இடத்தில் வேலை செய்யும் தொழிலாளிகள் அனைவருக்கும் சொந்தமாக ஒரு நவீன பட்டறையை (மோட்டார் வாகனப் பட்டறையை) உருவாக்குவது அவர்களது குறிக்கோளாக இருந்தது. அவர்களின் தலைவர் இதற்கென நகரமன்றத்தை அணுகியதில் அந்த வாய்ப்பு உறுதி செய்யவும் பட்டிருந்தது.

ஆக, இரண்டாவது ஆண்டில் வரீய்ங்கா, தொழிற் பயிற்சிப் பள்ளியில் வகுப்பில் இருப்பாள், அல்லது காரா அறையில் வீட்டுப் பாடமாக வரைபடங்களைத் தயாரித்துக் கொண்டிருப்பாள். அல்லது முவிஹோட்டோரி கிவாஞ்சனி பட்டறையில் இருப்பாள்.

இன்றைக்கு இல்மொராக் செல்லும் பயணத்தை மேற்கொள்வதற்கு முன் வேலையை முடிக்க அந்த பட்டறைக்குத்தான் போகிறாள் வரீய்ங்கா.

பட்டறையின் அருகில் உள்ள ஒரு உணவகத்துக்குள் நுழைகிறாள். அங்குதான் அவள் தனது பணி உடுப்பையும் கருவிப் பெட்டியையும் வைப்பது வழக்கம். காலைத் தேநீருக்காக ஓட்டலுக்கு வரும்

பலருக்கும் வரீய்ங்காவைத் தெரியும். தங்களுக்கிடையே அவர்கள் ஒருவரைப் பற்றி ஒருவர் நகைச்சுவையாகவும், கிண்டலாகவும் பேசிக் கொள்வதுண்டு. அவற்றில் சில, ஆண் பெண் உறவு குறித்தும் இருப்பது உண்டு. ஆனால் அந்த விளையாட்டுத்தனமான பேச்சும், நல்லெண்ணத்தோடு கூடிய நகைச்சுவையும், பரஸ்பர மரியாதையில் எழுந்தது. தங்களில் ஒருவராகவே அவளை அவர்கள் மதிக்கிறார்கள். அவள் தங்கள் எல்லோருக்கும் சொந்தமென்று நினைக்கிறார்கள்.

மசகெண்ணை (கிரீஸ்) பிசுபிசுக்கும் பணி உடுப்பை வரீய்ங்கா அணிந்து கொள்கிறாள். சஃபாரி சூட்கேஸையும் கைப்பையையும் பத்திரமாக வைத்திருக்கும்படி உணவகத்தில் ஒப்படைக்கிறாள்.

வெளியே வந்து சாலையைக் கடக்கிறாள்.

சாலையின் மறுபுறம் இருக்கிறது பட்டறை.

வரீய்ங்காவின் இதயம் வேகமாகத் துடிக்க ஆரம்பிக்கிறது. ஏன் எல்லா தொழிலாளிகளும் மௌனமாகக் கூடி துக்கத்தில் இருப்பதைப் போல முகத்தை உம்மென்று வைத்துக் கொண்டிருக்கிறார்கள்? இந்த அதிகாலையிலேயே ஏன் இவ்வளவு கவலையோடு காணப்படுகிறார்கள்?

சீக்கிரம், வரீய்ங்கா! வேகம், வரீய்ங்கா! போ வரீய்ங்கா!

‘ஏன் எல்லோரும் சோகமாக இருக்கிறீர்கள்?’

‘எதுவும் கேட்காதே தங்கச்சி.’

‘இல்லை, சொல்லுங்கள்’.

‘நமது நிலம் சற்றுமுன் விற்கப்பட்டு விட்டது.’

‘யாரால்?’

‘நகர மன்றத்தால்தான்.’

‘யாருக்கு? நமக்குச் சொந்தமாக வேண்டியது யாருக்கு விற்கப்பட்டது?’

‘‘பாஸ்’ கிஹாராவுக்கும், அமெரிக்கா, ஜெர்மனி, ஜப்பான் நாடுகளைச் சேர்ந்த அந்நியர் குழுவுக்கும்.’

‘‘பாஸ்’ கிஹாராவா?’

‘கிட்டத்தட்ட நைரோபி முழுவதும் அவருக்குத்தான் சொந்தம். இந்த நிலத்தில் பெரிய உல்லாசப் பயணியர் விடுதி (டூரிஸ்ட் ஹோட்டல்) கட்டப் போகிறார்களாம்.’

'அப்போதுதானே நம் பெண்கள் தங்கள் சதையை அந்நியருக்கு விற்க முடியும்!'

'நவீன விபச்சாரத்துக்கான தொழிற்சாலையைக் கட்டுகிறோம் என்று நேராக ஒப்புக் கொள்வதுதானே!'

'உண்மைதான். விலைமாதர்கள், வேலைக்காரர்கள், சமையல்காரர்கள், ஷூ பாலிஷ் பையன்கள், படுக்கை விரிப்பவர்கள், சுமை தூக்குபவர்கள் நிறைந்த தேசத்தை உருவாக்கத்தான் இந்த உல்லாசப் பயணியர் விடுதிகள்...'

'இன்னும் சுருக்கமாக அழகாகச் சொல்லலாமே! அதாவது அந்நியரின் ஆசைகளைப் பூர்த்தி செய்யும் ஊழியர்களை ஊட்டி வளர்க்கத்தான்.

முதலாளி கிஹாரா, சாத்தானின் விருந்து, வெளிநாட்டவர்கள், நிதி நிறுவனங்கள். இப்போது சுற்றுலாவா? இந்த எண்ணங்களே வரீய்ங்காவின் மனதில் அலைபாய்கின்றன. திடீரென்று முதூரி, வங்காரி, மாணவர் தலைவர் இவர்களின் நினைப்பு வருகிறது வரீய்ங்காவுக்கு. அவர்கள் எப்போதாவது விடுவிக்கப்படுவார்களா? கோபத்தில் வரீய்ங்காவிற்கு மூச்சுத் திணறுகிறது.

'நிலத்திலிருந்து புதர்களை நீக்கியபின், அந்த இடத்தில் விளைவது பெரும்பாலும் அத்தி மரங்கள்தான். இரண்டுமே நிலத்துக்குக் கேடானவைதான். குளிருக்குப் பயந்து உறை பனியில் போய் விழுந்திருக்கிறேன்! தனக்குத் தானே பேசிக் கொள்வது போல் சொல்கிறார் ஒரு தொழிலாளி.

'எந்த எதிர்ப்பையும் காட்டாமலே நாம் இந்தக் கைகளை அவர்கள் வெட்டும்படி விட்டுவிடுவது கொடுமையல்லவா?' அவருக்கு விடை சொல்வதுபோல அழுகை தோய்ந்த குரலில் சொல்கிறாள் வரீய்ங்கா.

ஆனால், வீரமிக்க போராளியான அவளின் இதயம் மட்டும் கோபத்தால் குமுறுகிறது.

3

அதே சனிக்கிழமையின் மத்தியான வேளை. வரீய்ங்காவும் கத்தூய்ரியாவும் இல்மொராக் சென்று கொண்டிருக்கிறார்கள். கத்தூய்ரியா சிவப்பு டொயோட்டா கரோலாவை ஓட்டிக் கொண்டிருக்கிறான். இரவை இல்மொராக்கில் கழித்துவிட்டு நாளை காலை நாகுரு செல்லப் போகிறார்கள்.

தாங்கள் திருமணம் செய்துகொள்ளப் போகும் செய்தியை அவளுடைய பெற்றோரிடம் தெரிவிக்கப் போகிறார்கள்.

கத்தூய்ரியா சாம்பல் நிற கால்சட்டையும், வெள்ளைச் சட்டையும், பழுப்புநிற ஜாக்கெட்டும் அணிந்திருக்கிறான். காலையில் காராவில் அணிந்திருந்த ஜீன்ஸை மாற்றிவிட்டு, இப்போது சிவப்பும் வெள்ளையுமாக பூப்போட்டிருந்த நீளமான கிட்டெங்கே உடை அணிந்திருக்கிறாள் வரீய்ங்கா. உச்சியிலிருந்து நுனி வரையிலும் கூந்தலை பல சிறு பின்னல்களாகப் பின்னி முடித்திருக்கிறாள். இதே வரீய்ங்காதான் இன்று காலையில் ஜீன்ஸ் அணிந்திருந்தாள் என்று யாராவது சொல்ல முடியுமா? இதே வரீய்ங்காதான் இன்று காலையில் மசகுக் கறை படிந்த பணி உடுப்பை அணிந்திருந்தாள் என்று யாராவது சொல்ல முடியுமா? இந்த அழகுப் பதுமை ஜுடோவிலும், கராத்தேயிலும் தேர்ச்சி பெற்றவள் என்று யாராவது ஊகிக்க முடியுமா? அல்லது துப்பாக்கி பிடிக்கும் போது இந்தக் கைகள் மின்னலை விட வேகமாக செயல்படும் என்றுதான் யாராவது சொல்லிவிட முடியுமா?

கத்தூய்ரியா கள்ளத்தனமாக அவ்வப்போது வரீய்ங்காவைப் பார்த்தபடி இருக்கிறான். அவனுடைய கண்களுக்கு அவளுடைய அழகு அலுப்பதே இல்லை. ‘இன்னும் ஒரு சில மாதங்களில் இந்த அழகுப் பெண், வரீய்ங்கா வா கத்தூய்ரியா என அழைக்கப்படுவாள்’ என்று அவனுடைய மனக்கண் சொல்கிறது. இது போன்ற எண்ணங்கள் வரும்போது கத்தூய்ரியாவின் வயிற்றிலும் முதுகிலும் ஒருவித இன்ப வேதனை உண்டாகிறது. இறக்கை முளைத்தாற்போல இதயம் எம்பிக் குதிக்கிறது. காதல் உணர்வில் உடல் முழுவதும் ரத்தம் சூடாகிப் பாய்கிறது. மனம் பாடத் தொடங்குகிறது. தாய் நாட்டை எதிரியின் தாக்குதலிலிருந்து காப்பாற்றிவிட்டு வெற்றிவாகை சூடித் திரும்பிய காதலன், வாசலில் வந்து அழைக்கும் குரலைக் கேட்டுத் துள்ளும் உள்ளம் கொண்ட காதலி மகிழ்ச்சியானவள். தண்ணீர் இறைத்தபடி, பள்ளத்தாக்கில் கீரை பறித்தபடி, கூப்பிடும் காதலியின் குரல் கேட்டு துள்ளும் உள்ளம் கொண்ட காதலன் மகிழ்ச்சியானவன். இரவு நேரத்தில் தினைப் புலத்துப் பரண்களின் மீது அமர்ந்து கதிர்களைக் கொத்த வரும் பறவைகளை விரட்டுகையில் உள்ளங்கள் ஒன்றாகித் துள்ளும் காதலர்கள் மகிழ்ச்சியானவர்கள். ‘உனக்காக என்ன செய்யட்டும் அன்பே, உன்மேல் நான் கொண்ட காதல் என்னை இவ்வளவு பலவீனமாக ஆக்கிவிட்டதே பார்த்தாயா?’ என்று

ஒருவருக்கொருவர் கசிந்து உருகும் இதயமும் இளரத்தம் பாயும் உடலும் கொண்ட ஆண்களும் பெண்களும் மகிழ்ச்சியானவர்கள். அதுபோன்ற தருணங்களில் காதலர் இருவரில் காதல் மொழிகளைப் பேசுகிறவர், கிஷாண்டி பாடகரின் கவிதை வரிகளைப் போலத் தான் அழகாகப் பேசுவதாக உணர்கிறார். அவற்றைக் கேட்பவரோ தன் இதய வீணையின் பொன் தந்திகளை காதலரின் வார்த்தைகள் மீட்டுவதைப் போல உணர்கிறார். காதல் விடுகதைகளை ஒருவருக்கொருவர் சொல்லிக் கொண்டு இல்மொராக் செல்லும் கத்தூய்ரியாவுக்கும் வரீய்ங்காவுக்கும் இப்போது அப்படித்தான் இருக்கிறது.

இசையைப் பற்றி பேசிக் கொண்டிருக்கிறான் கத்தூய்ரியா. சாத்தானின் விருந்து முடிந்த கையோடு தேடும் படலம் முடிந்துவிட்டது என்று முடிவு செய்து கொண்டான் கத்தூய்ரியா. 'நாளை செய்வேன்' என்று கூக்குரல் இடுபவர்களின் கூட்டம் என்றென்றைக்கும் காத்திருக்க வேண்டியதுதான், அந்த 'நாளை' என்பது ஒரு போதும் வரவே போவதில்லை என்றும் அவன் முடிவு செய்து கொண்டான். நூற்றுக்கணக்கான குரல்களும் நூற்றுக்கணக்கான இசைக் கருவிகளும் இணைந்து இசைக்க வேண்டிய தேசிய இசைக் கச்சேரியை (ஒரட்டோரியோ) உருவாக்கும் சாதனையை நிறைவேற்றும் வரை அதுபற்றிப் பேசுவதில்லை என்றும் முடிவு செய்துகொண்டான். தான் நினைத்தபடி தேசிய இசையை அமைத்தல் எனும் ஆற்றை வெற்றிகரமாகக் கடக்கும் வரை தன் பெற்றோரிடம் தன் திருமணம் பற்றி பேசுவதில்லை. வரீய்ங்காவை அறிமுகம் செய்து வைக்கக் கூடப் போவதில்லை என்றும் முடிவு செய்து கொண்டான்.

இந்த வேலையில் கத்தூய்ரியா இரண்டு ஆண்டுகளாக தன் கவனத்தை ஒருமுகப்படுத்தினான். இசைத் தேவதை தன்னை ஆட்கொண்ட பொழுதெல்லாம் அவன் தன்னுடைய படிப்பறைக்குள்ளேயே அடைந்து கிடப்பான். அதுபோன்ற சமயங்களில் யாரையும் தன் படிப்பறைக்குள் நுழைய அவன் அனுமதிப்பதில்லை. ஊக்கத்துடன் முயற்சி செய்யாத வரையில், எடுத்துக் கொண்ட பணி ஒரு பெரும் சுமையாகத் தான் தெரிகிறது.

இப்போது கத்தூய்ரியா அந்த இசைச் சாதனையை நிறைவேற்றி விட்டான். வரீய்ங்காவின் காதலையும் அவன் பெற்று விட்டான். தன்னுடைய விருப்பத்தை வரீய்ங்கா அங்கீகரித்த உடனேயே தன் அப்பாவுக்குக் கடிதம் எழுதினான். பல ஆண்டுகள் அலைந்து திரிந்த பிறகு இப்போது தான் வீடு திரும்ப நினைப்பதாகவும், தன்

இதயத்துக்கு உகந்தவளையும் இசை ஆராய்ச்சியின் பயனையும் கையோடு கொண்டு வருவதாகவும் எழுதினான்.

அவனுடைய அப்பாவும் தவறாமல் பதில் போட்டார்: 'என் ஒரே மகனே, வீடு திரும்பி உன் அப்பாவின் ஆசியைப் பெற நினைத்தது நல்ல விஷயம். அளவில்லாத என் செல்வம், நவீன உத்திகள் தெரிந்த ஒரு நிர்வாகியை எதிர்பார்த்து ஏங்கிக் கொண்டேயிருக்கிறது. விரைவில் வீட்டுக்கு வா. நீ அணிவதற்கு சிறந்த உடைகளையும், விரலுக்கு மோதிரத்தையும் தந்து உனக்காக ஒரு கொழுத்த கன்றை அடித்து விருந்துக்கு ஏற்பாடு செய்கிறேன். நாம் ஒன்றுசேர்ந்து சாப்பிட்டு சந்தோஷமாக இருப்போம். காரணம், செத்துப் போயிருந்த நீ இப்போது திரும்பவும் பிழைத்து விட்டாய். தொலைந்து போயிருந்த நீ இப்போது திரும்பவும் கிடைத்துவிட்டாய். உனக்குப் பிரியமானவளை வீட்டுக்கு அழைத்து வா. நமது உடலும் உள்ளமும் ஒருசேர மகிழட்டும். நம் இதயங்களின் கூக்குரலுக்கு கடவுள் செவி சாய்த்துவிட்டார்.

'அப்படியானால் நாளைக்கு ஒரு கொழுத்த கன்றை உனக்காக கொல்லப் போகிறார்கள், அப்படித்தானே?' என்கிறாள் வரீய்ங்கா.

'ஒன்றுக்கு மேலும் இருக்கலாம்,' சிரித்துக் கொண்டே சொல்கிறான் கத்தூய்ரியா. 'அவருடைய கடிதங்களைப் பார்த்தால் தூரதேசம் சென்று என்னுடைய திறமைகளை எல்லாம் தாறுமாறான வாழ்க்கை முறையிலும், சங்கீதத்திலும், விபசாரிகளிடத்திலும் வீணடித்துக் கொண்டிருக்கும் ஊதாரிப் பிள்ளையாகத்தான் என்னை அவர் நினைக்கிறார் என்று தோன்றுகிறது. நான் வீடு திரும்ப வேண்டும். வாழ்வின் முத்துக்களை எல்லாம் பன்றிகளின் முன் வீசுவதை நான் நிறுத்த வேண்டும் என்று கடவுளிடம் தீவிரமாக மன்றாடிக் கொண்டிருந்தார் என்று நிச்சயமாக நம்புகிறேன்.'

'இன்னமும் நீ உன் விலை மதிப்புள்ள முத்துக்களை பன்றிகளின் முன்னால் எறிவதை நிறுத்தவில்லை என்று அவர்களுக்குத் தெரிந்தால்?'

'எனக்கொன்றும் பயமில்லை. ஏனென்றால் நான் என்ன கொண்டு வந்திருக்கிறேன் என்று தெரிந்தால் அளவுகடந்த ஆனந்தத்தில் அவர் பூரித்துப் போவார்.'

'என்னைப் பார்த்தா? இல்லை இசையைக் கேட்டா?' என்று கேட்கிறாள் வரீய்ங்கா. அவள் கண்களில் குறும்பு பளிச்சிட்டது.

‘அதெப்படி நீ உன்னுடைய அழகை வெறும் இசைக்குறிப்புத் தாள்களுடன் ஒப்பிடலாம்?’ என்று கத்தூய்ரியா கேட்டபோது அவன் சற்று கோபமாக இருப்பதாகப் பட்டது. ‘உனக்கு ஒன்றுமே தெரியவில்லை. சாத்தானின் விருந்துக்குப் பிறகு உன் மனதும் உடம்பும் எல்லாமே உருமாறிப் போய்விட்டது போலிருக்கிறது. உன் தோலின் ஆழ்ந்த கருமை நிறம், விலையுயர்ந்த வாசனைத் தைலத்தை விடவும் மென்மையும் இளமையும் உடையதாக இருக்கிறது. உன் கருத்த கண்கள் இரவின் விண்மீன்களை விடப் பிரகாசமாக மின்னுகின்றன. உன் கன்னங்கள் கருப்பு பெரிப் பழங்களை விட நன்கு கனிந்த பழங்களைப் போல இருக்கின்றன. உன் கூந்தலின் கருமையும் மென்மையும் வழவழப்பும் கண்டு அதன் நிழலில் ஒதுங்க விரும்புகிறார்கள், சூரியனிடமிருந்து தம்மைக் காத்துக்கொள்ள விரும்பும் ஆண்கள். ஆயிரத்தொரு இசைக்கருவிகளின் கூட்டிசையைவிட உன் குரல் இனிமையாக இருக்கிறது. வரீய்ங்கா, கண்ணே, நீதான் என் ஆத்மாவின் ராகம்.’

அவன் வார்த்தைகள் திடீரென்று வரீய்ங்காவை தூக்கிவாரிப் போடுகின்றன. முகத்தில் நிழல் படர்ந்து கண்கள் சிரிப்பை இழக்கின்றன. இரண்டு ஆண்டுகளுக்கு முன்னால் அவள் கேட்ட வார்த்தைகள் இன்று கத்தூய்ரியாவின் வாயிலிருந்து எப்படி வர முடியும்? இரண்டு ஆண்டுகளுக்கு முன் கனவில் கேட்ட வார்த்தைகள்... திடீரென்று தன்னைப் பீடித்துவிட்ட பயத்தைப் பற்றி கத்தூய்ரியாவிடம் சொல்ல அவள் விரும்பவில்லை. இதற்கு மேல் தன் அழகை அவன் வர்ணிப்பதும் அவளுக்குப் பிடிக்கவில்லை. பேச்சை வேறு பாதையில் திருப்ப முயற்சி செய்கிறாள்:

‘உன்னுடைய இசைக் கச்சேரியைப் பற்றிச் சொல். உண்மையிலேயே எந்த இசையையும் உருவாக்க இரண்டு ஆண்டுகள் பிடிக்கும் என்றுநான் நினைத்ததே இல்லை!’

‘எதை? தன் சொந்த நாட்டின் கதையைச் சொல்லும் இசையைப் பற்றி கேட்கிறாயா? நூற்றுக்கணக்கான இசைக் கருவிகளும் நூற்றுக்கணக்கான மனிதர்களின் குரல்களும் இணைந்து ஒலிக்கும் இசையைச் சொல்கிறாயா? தெரிந்து கொள், எந்தெந்த இசைக்கருவியும் எந்தெந்தக் குரலும் எந்தெந்த இடத்தில் வந்து சேர வேண்டும் என்று குறிப்பிட்டாக வேண்டும். தோழி, இசைப்பதெல்லாம் இசையாகி விடாது. பாடுவதெல்லாம் பாட்டாகி விடாது. உன்னை சந்தித்திருக்காவிட்டால், உன் கண்களுக்குள்

பார்த்திராவிட்டால், காதல் மட்டும் என் இதயத்துக்கு இறக்கை முளைக்கச் செய்திருக்காவிட்டால் நான் இந்த இசையை நிறைவு செய்திருக்க முடியுமா என்றே தெரியவில்லை. என் படிப்பறையில் நான் பூட்டிக் கொண்டு கிடந்த போதெல்லாம் உன் அழகு முகம் என்னை அழைப்பதை, தூண்டுவதை, 'சீக்கிரம் முடித்துவிடு என் அன்பே, அப்போதுதான் நாம் இருவரும் சேர்ந்து போகமுடியும்,' என்று சொல்வதைக் கேட்பேன். திட்டமிட்டபடி வேலையை முடித்ததும், உனக்காக ஒரு அற்புதமான பரிசு காத்திருக்கிறது...'

ஆக அந்த இசைதான் வரீய்ங்காவின் நிச்சயதார்த்த மோதிரம் என்று கத்தூய்ரியா முடிவு செய்திருந்தான். வேலை முடிந்த பிறகு நாகுருவில் தன்னுடைய பெற்றோருக்கு முன்னால் அதை வரீய்ங்காவுக்கு அர்ப்பணிப்பதென அவன் முடிவு செய்திருந்தான். அதன் முதல் அரங்கேற்றத்தை தங்களுடைய திருமணத்தன்று இரவில் நடத்த வேண்டுமென்றும் முடிவு செய்திருந்தான். இரு ஆன்மாக்கள் இணைவதன் முதல் படியாக நாளைய விழாவில் கத்தூய்ரியா அவளுக்கு இருநூறு தாள்களைக் கொடுப்பதென முடிவு செய்திருந்தான். அவன் மனம் ஒன்றிச் செய்த இரண்டாண்டு உழைப்பின் பயன் அது...

'நான் இசையைப் பற்றிக் கேட்டேன், என் முகத்தைப் பற்றி அல்ல,' - இப்பவும் பேச்சை மாற்றும் முயற்சியில் கத்தூய்ரியாவிடம் சொல்கிறாள் வரீய்ங்கா.

இசையை உருவாக்கும்போது தான் சந்தித்த பிரச்சனைகளைப் பற்றியெல்லாம் கத்தூய்ரியா நினைத்துப் பார்த்துக் கொண்டிருக்கிறான். ஒரு சில வார்த்தைகளை மட்டுமே பயன்படுத்தி இருநூறு பக்கங்களை நிரப்பிய அந்த வேலையைப் பற்றி அவளுக்கு எப்படி எடுத்துச் சொல்வது என்று அவன் யோசித்துக் கொண்டிருக்கிறான்: இரண்டு ஆண்டுகள் எடுத்துக்கொண்ட ஒரு வேலையை எப்படி இரண்டு நிமிடங்களில் தொகுத்துச் சொல்வது?

பல்வேறு குரல்களையும், பல்வேறு ஓசைகளையும் ஒருங்கிணைத்து இசைப்பது என்ற ஒட்டுமொத்த செயல்பாட்டையும் மனதுக்குள் அவனால் மறு உருவாக்கம் செய்துகொள்ள முடியும் என்பது உண்மைதான். எங்கெங்கு குரல்கள் இணைய வேண்டும், எங்கெங்கு தனித்தனியே பிரிந்து தத்தமது பாதையில் செல்ல வேண்டும், மறுபடி எவ்விடத்தில் பல குரல்கள் ஒன்றுகூடி சமவெளியின் வழியே பாய்ந்து ஓடி கடலை நோக்கிப் பாயும் தீரிரீக்கா ஆறு

போல மிதந்து செல்ல வேண்டும், வானவில்லின் நிறங்கள் போல எந்த இடத்தில் பல குரல்கள் ஒன்றுசேர வேண்டும் என்பதை அவனால் விவரிக்க முடியும்தான். இசைக்கருவிகள் விஷயத்திலும் அப்படித்தான். எங்கெல்லாம் அவை இணைந்து ஒலித்து ஒரே ஒரு கூட்டு இசையை உருவாக்க வேண்டும், எங்கே பிரிய வேண்டும், எங்கெங்கே ஒவ்வொரு கருவியும் தன்னந் தனியாகவே கச்சேரியை முன்னெடுத்துச் செல்லவேண்டும் என்பது அவன் மனதுக்குள் கேட்டுக் கொண்டிருக்கிறது. குரல்களும், இசைக்கருவிகளும் ஒரே பல்லவியில் ஒன்று கலந்து இசைக்கும் கூட்டிசை, மற்றெல்லாவற்றையும் விட மிகத் தெளிவாகக் கேட்கிறது கத்தூய்ரியாவுக்கு. அது சில சமயம் கேட்பவரின் இதயத்தை இன்பத்தின் உச்சிக்கே இட்டுச் சென்று விடுகிறது; வேறு சில சமயங்களில் துக்கத்தின் அதல பாதாளங்களில் வீசி எறிந்துவிடுகிறது. நாட்டின் ஆன்மாவை அந்நியரிடம் விற்றுவிட்டவர்களின் மீது கடும் கோபம் கொள்வதையும், அதை அந்நியரின் அடிமைத்தனத்திலிருந்து மீட்டவர்களின் அருஞ் செயல்களைக் கண்டு மகிழ்ச்சி பொங்க இசை அரங்கை விட்டு மக்கள் வெளியேறுவதையும்கூட அவனால் கற்பனை செய்து பார்க்க முடிகிறது. எல்லாவற்றுக்கும் மேலாக தன்னுடைய இசை, கென்ய மக்களை தம் நாட்டின் மீது பற்றுக் கொள்ள தூண்டுதலாக இருக்கும் என்று கத்தூய்ரியா நம்புகிறான்.

கத்தூய்ரியாவின் எண்ணத்திலும் கற்பனையிலும் முதலிடம் பிடிக்க போட்டியிடுவது போல ஓசையின் வெவ்வேறு வடிவங்களும் ஒன்றையொன்று துரத்திப் பிடிப்பதுபோல அவன் மனதில் அவை முட்டி மோதிக்கொண்டிருக்கின்றன. இல்மொராகை நோக்கி சிவப்பு டொயோட்டாவை ஓட்டிக் கொண்டிருக்கும் அவனால் மனிதர்களின் குரல்களும் கருவிகளின் ஓசையும் அழைப்பதைக் கேட்க முடிகிறது...

முதல் கட்டம்

கடந்த காலத்திலிருந்து குரல்கள்: பிரிட்டிஷ் ஏகாதிபத்தியம் வருவதற்கு முன்:

> கிஷாண்டி குடுக்கை
> ஒற்றைத் தந்தி வயலின்
> முரசு, புல்லாங்குழல்கள்
> கிலுகிலுப்பைகள், கொம்புகள்
> தந்தி வாத்தியங்கள்
> காற்று வாத்தியங்கள்
> தாள வாத்தியங்கள்

நடனம்
புதிர் போடுதல்
கதைகள் சொல்லுதல்
வழிபடுதல்
பூசல்களைத் தீர்த்து
வைத்தல்
சடங்கு, நோன்புகளில்
பங்கெடுத்தல்
பிறப்பு
இரண்டாவது பிறப்பு
தீட்சை
திருமணம்
அடக்கம் செய்தல்

நமது பெண்கள்
நமது ஆண்கள்
நமது குழந்தைகள்
இளைஞர்கள்
இளம் பெண்கள்
சிறுவர்கள்
சிறுமிகள்
கூட்டம்
பொதுமக்கள்

காடு திருத்துதல்
புதர்களை அகற்றுதல்
மண்ணைத் தோண்டுதல்
மண்ணைப் பண்படுத்துதல்
விதைத்தல்

பயிர் செய்தல்
தினைப்புலம் காத்தல்
அறுவடை செய்தல்
கால்நடை மேய்த்தல்
வீடு கட்டுதல்
இரும்பு வேலை செய்தல்
பானை வனைதல்

> கால்நடைப் பட்டியில்
> இளைஞர்களின் காலடியோசை;
> நாட்டின் செல்வத்தை அந்நிய
> எதிரிகளிடமிருந்து காப்பது;
> மற்றவர்கள் விளைவித்ததை
> அந்நியர்கள் ஒரு போதும்
> சாப்பிடாமல் தடுப்பது;
> ஈட்டிகள் கேடயங்களின் ஒலிகள்.
> தேசப்பற்றாளர்களின் குரல்கள்.

இரண்டாவது கட்டம்
வெளிநாட்டவர் குரல்கள்
ஏகாதிபத்தியத்தின் குரல்கள்
பேரிகைகள்
எக்காளங்கள்

நமது மண்ணை நாடி
நமது உழைப்பை நாடி
அடிமைகளை நாடி
மண்ணின்
நிழல்களையெல்லாம்
நாடி

வெளிநாட்டவரும்
அவர்களது
ராணுவங்களும்

அவர்களின்
குறிக்கோள்கள்
நமது செல்வம்
நமது கால்நடைகள்
நமது விளைச்சல்
நமது தொழில்கள்
நமது படைப்புகள்

வெளிநாட்டுப் படைகளுக்கு எதிரான
போராட்டங்கள்
தேசப்பற்றாளர்களின் குரல்கள்
எக்காளக் கொம்புகள்
பேரிகைகள்
புல்லாங்குழல்கள்
அன்னியர் படைகள் பின்வாங்கும் ஓசை.
வெற்றியைக் கொண்டாடும் நாட்டுப் பற்றுப்பாடல்கள்.
வையகி, கோய்த்தலேல், மீ கித்திலீலி,
கக்கூஞ்சு முதலியோரின் பாடல்கள்...

மூன்றாவது கட்டம்
அன்னியரின் பசப்பும் மென்மையும் பாசாங்கும் நிறைந்த
குரல்கள்,
பேரிகைகள்
புல்லாங்குழல்கள்
பியானோ, ஆர்கன்

கிறிஸ்தவ சேர்ந்திசைப் பாடல்கள்

அவர்களின்
நம்பிக்கைக்கு
பாத்திரமானவர்கள்:
குலபதிகள்
ஆயர்கள்
நிலப்பிரபுக்கள்
நாட்டின் ஆன்மாவை
விற்பவர்கள்

அந்நியர்கள்
பாதிரிகள்
கல்வியாளர்கள்
ஆட்சியாளர்கள்
ஆயுதமேந்திய
படைவீரர்கள்

அவர்களது
குறிக்கோள்கள்:
செல்வம்
அவர்களது வழிகள்:
பிரித்து ஆள்வது
ஆன்மாக்களைக்
கைப்பற்றுவது

ஏகாதிபத்தியக் கொடி

பண்பாடுகளுக்கிடையிலான போராட்டம்.
சிறைபிடிக்கப்படும் மக்கள்.
துண்டாடப்படும் தேசம்.
புரட்சிகர நடவடிக்கைகளுக்குத் தடை.
சில இளைஞர்கள் ஆயுதங்களை
கீழே போட்டுவிட்டார்கள்;
இப்போது அவர்களிடம் ஆயுதமில்லை
ஏகாதிபத்தியப் படையினரின் ஆரவாரக் குரல்கள்.
நமது மக்களைப் பிணைத்திருக்கும்
விலங்குகளின் ஓசை,
கைவிலங்குகள்,
கால்விலங்குகள்.

நான்காவது கட்டம்

அடிமைத்தனத்தின் குரல்கள்
பியானோ
கித்தார்
சாக்சபோன்கள்
பேரிகைகள், எக்காளங்கள்
தேயிலை பறிக்கும் மனிதர்களின் குரல்கள்.
காப்பி பறிக்கும் மனிதர்களின் குரல்கள்.
பருத்தி எடுக்கும் மனிதர்களின் குரல்கள்.
கோதுமை அறுவடை செய்யும்
மனிதர்களின் குரல்கள்.
தொழிற்சாலையில் வேலை செய்யும்
தொழிலாளிகளின் குரல்கள்.

ஐந்தாவது கட்டம்

தேசத்தின் ஆன்மாவைக் காப்பாற்ற எழுந்த
புதிய போராட்டத்தின் ஓசைகள், குரல்கள்.
கொம்புகள்
பேரிகைகள்
புல்லாங்குழல்கள்
மறுபிறப்பின் குரல்கள்.
நமது நாயகர்களின் குரல்கள்.
மாவ் மாவ் குரல்கள்.
புரட்சியின் குரல்கள்.

(புரட்சிகரப் போராட்டத்தில் ஒருங்கிணைந்த
தொழிலாளிகள் விவசாயிகளின் குரல்கள்...)

வெவ்வேறு குரல்களின், ஓசைகளின் இயக்கத்தை வரீய்ங்காவிற்கு விளக்க முயன்று கொண்டிருக்கிறான் கத்தூய்ரியா. ஏகாதிபத்திய அடிமைத்தனத்திலிருந்து தேசத்தை விடுவிக்கும் தொழிலாளிகளையும் விவசாயிகளையும் பிரதிநிதித்துவப்படுத்த எவ்வகை இசைக்கருவிகளை பயன்படுத்த முடியும் என்று வரீய்ங்காவுக்கு விளக்க முற்படுகிறான். ஆப்பிரிக்க இசையின் குறிப்பு முறை, ஐரோப்பிய இசையின் குறிப்பு முறையிலிருந்து வேறுபடுத்தப்படாததாலும், போதுமான அளவுக்கு வளர்த்தெடுக்கப்படாததாலும், ஆப்பிரிக்க இசையை எழுத்துவடி வாக்குவதில் உள்ள சிக்கல்களையும் விளக்க முற்படுகிறான்.

தான் சொல்வதையெல்லாம் வரீய்ங்கா கவனிக்கவில்லை என்பதை திடீரென்று கவனித்து விடுகிறான் கத்தூய்ரியா. ‘என்ன விசயம்?’ என்று கேட்கிறான்.

‘நீ தொழிலாளிகள் - விவசாயிகள் பற்றி குறிப்பிட்டதும் எனக்கு வங்காரி, முதூரி, அந்த இன்னொருவர்... மூவரும் நினைவுக்கு வந்துவிட்டார்கள்.’

‘யார், மாணவர் தலைவரா?’

‘ஆமாம். மாணவர் தலைவரும்தான்.’

‘அந்த மும்மூர்த்திகளை எப்படி மறக்கமுடியும்?’ என்கிறான் கத்தூய்ரியா.

‘தொழிலாளியும், விவசாயியும், தேசப்பற்றாளருமான புனித மும்மூர்த்திகள்’ என்று பதில் சொன்னவள், சற்று நேரம் மவுனமாக இருக்கிறாள். பிறகு சொல்கிறாள், ‘இல்லை இல்லை, அவர்களை நான் மறக்கவேயில்லை. வழக்கு மன்றத்தில் அவர்கள் தோன்றியதை நான் மறக்கவேயில்லை. கடவுளே... புனித மும்மூர்த்திகளின் விசாரணையை ஒருபொழுதும் நான் மறக்கவேமாட்டேன்...’

4

உண்மையில் இல்மொராக் மொத்தமும் விசாரணையைப் பார்க்கத் திரண்டிருந்தது. இல்மொராக் வழக்குமன்றம் இரண்டு வகையான பார்வையாளர்களால் நிரம்பி வழிந்தது. ஒருபுறம் சாத்தானின் விருந்தில் கலந்துகொண்ட கிஹாஹூ வா கதீகா, கிதுது வா கட்டாங்கூரு, தீதிகா வா கூஞ்சி, கிமீந்தீரி வா கான்யுவாஞ்சி போன்றவர்கள். மறுபுறம் தொழிலாளிகள், விவசாயிகள், மாணவர்கள், சிறு வியாபாரிகள்

இன்னும் பலர் அடங்கிய கூட்டம். நீதிபதி ஒரு வெள்ளையன். ரத்தச் சிவப்பு நிற அங்கி அணிந்திருந்தான். அவ்வப்போது வழக்குமன்ற எழுத்தன் விவரங்களை எடுத்துத் தந்து கொண்டும் குறித்துக்கொண்டும் இருந்தான்.

கைதிக் கூண்டில் சிறைக்காவலர்களும் போலீஸ்காரர்களும் சூழ முதூரி, வங்காரி, மாணவர் தலைவர் மூவரும் அமர்ந்திருந்தார்கள். இல்மொராக் கோஃல்ப் மைதானத்தில் சில இரகசிய தொழிலதிபர்களின் கூட்டத்தின் அமைதியைக் குலைத்ததோடு, அந்த வகையில் ஏழு பேரின் சாவுக்கும் காரணமானவர்கள் என்று அவர்கள் மீது குற்றம் சுமத்தப்பட்டிருந்தது.

கத்தூய்ரியாவும் வரீய்ங்காவும் இல்மொராக் போலீஸ் நிலையத்திற்கு வரும்படி வழக்குமன்றத்தால் அழைக்கப்பட்டிருந்தார்கள். அரசுத் தரப்பில் சாட்சிகளாக இருக்க முடியுமா என்று அவர்களிடம் கேட்டார்கள். அவர்கள் மறுத்துவிட்டார்கள்: இப்போது அரசுத் தரப்பில் கிதுது, கிஹாஹூ, போலீஸ் போன்றவர்கள் மட்டுமே இருந்தார்கள். ஆனால் அரசுத் தரப்பின் முதன்மை சாட்சி மட்டாட்டு மட்டாட்டா மட்டாமு மாடல் டி ஃபோர்டு பதிவு எண் எம்.எம்.எம். *333* இன் சொந்தக்காரனும், ஓட்டுநருமான ராபின் முவாராதான்.

ஒரு குறிப்பிட்ட சனிக்கிழமையன்று தன் காரில் வங்காரி, முதூரி என்ற இரண்டு பயணிகளை நைரோபியிலிருந்து ஏற்றி வந்ததாக வழக்கு மன்றத்திற்கு எடுத்துச் சொன்னான் முவாரா: ஆரம்பத்திலிருந்தே வங்காரியும் முதூரியும் நம்பகமானவர்கள் அல்லவென்று அவன் கணித்திருந்தான். வங்காரி வண்டிக்கட்டணம்கூட தராமல் மார்பில் அடித்துக்கொண்டு, கென்யாவில் எல்லாமே இலவசமாக வழங்கப்பட வேண்டும் என்று கோரிக்கை வைத்தாள். தொழிலாளிகளும் விவசாயிகளும் ஒன்றுபடவேண்டியதன் அவசியத்தையும் பல்கலைக்கழக மாணவர்கள் சொல்வது போன்ற கம்யூனிஸத்தின் தேவையையும் பற்றித்தான் வழிநெடுக இருவரும் பேசிக்கொண்டே வந்தார்கள். குகையில் கூடியிருப்பவர்கள் திருடர்களும் கொள்ளையரும்தான் என்று நைரோபி போலீஸையும் இல்மொராக் போலீஸையும் நம்ப வைத்து ஏமாற்றி, விருந்தைத் தான் நாசம் செய்யப்போவது பற்றி வங்காரி பிதற்றிக்கொண்டே வந்ததை தானே தன்னுடைய காதுகளாலேயே கேட்டதாக சொன்னான். சாம்பியன் கட்டடக் கம்பெனியில் முதூரி பார்த்துவந்த வேலையிலிருந்து அவனை நீக்கியதற்குப் பழிவாங்கும் விதமாக

தொழிலாளிகளையும் விவசாயிகளையும் ஒருங்கிணைத்து விருந்தை பாழடிக்கப் போவதாக முதூரி பெருமையடித்துக் கொண்டதையும் முவாரா கேட்டிருந்தான்.

அதன் பிறகு இந்த இருவரும் விரேரி வா மூகிராய் என்பவனோடு தொடர்புடையவர்கள் என்று வழக்கு மன்றத்துக்கு தெரிவித்தான். பயணத்தின் பெரும்பகுதி நேரம் விரேரி மௌனமாகத்தான் இருந்தான். ஆனால் அந்த மௌனம் பாசாங்குதான். காரணம் பயணத்தின் முடிவில் அவன்தான் வங்காரிக்கும் முதூரிக்கும் விருந்துக்கான அழைப்பைக் கொடுத்தான். இந்த இருவரையும் பயன்படுத்தித் தான் திட்டமிட்ட கலவரம் வெளியாகிவிடும் என்று புரிந்ததும், விரேரி சாமர்த்தியமாக குகையிலிருந்து வெளியேறி முவாராவின் மட்டாட்டுவில் அன்று இரவே பயணம் செய்து வீடு திரும்பிவிட முயன்றான். ஆனால் அவனுடைய போதாத காலம், கினீனியில் வண்டி குப்புறக் கவிழ்ந்ததில் அங்கேயே அப்போதே விரேரி இறந்துவிட்டான். வண்டி ஒன்றுக்கும் உபயோகமற்றதாகிவிட்டது. முவாரா மயிரிழையில் உயிர் தப்பினான்...

முவாரா பாதிக் கதையை சொல்லிக்கொண்டிருக்கும்போதே அரசுத் தரப்பு வக்கீலிடம் ஒரு துண்டுத்தாள் கொடுக்கப்பட்டது. அவர் அதைப் படித்துவிட்டு நீதிபதியிடம் சென்று அவருடைய காதில் எதையோ ஓதினார். உடனே குற்றவாளிகள் மீதுள்ள புகார்கள் விலக்கிக்கொள்ளப்படுவதாகவும், முதூரி, வங்காரி, மாணவர் தலைவர் ஆகிய மூவரும் விடுதலை செய்யப்படுவதாகவும் நீதிபதி அறிவித்தார். தண்டனைச் சட்டத்தின் எந்தப் பிரிவின் கீழ் குற்றவாளிகள் விடுவிக்கப்பட்டார்கள் என்று கேட்கக் கூட யாரும் காத்திருக்கவில்லை. தொழிலாளிகளும் விவசாயிகளும் மாணவர்களும் மகிழ்ச்சியால் ஆரவாரித்தார்கள்.

வங்காரியையும் முதூரியையும் மாணவர் தலைவரையும் அணைத்துக் கொள்வதற்காக வரீய்ங்கா வழக்கு மன்றத்திலிருந்து வெளியே ஓடினாள்.

அதிர்ச்சியில் கீழே விழ்ந்துவிடப் போனாள் வரீய்ங்கா. துப்பாக்கிகளும் கேடயங்களும் குண்டாந்தடிகளும் ஏந்திய சிப்பாய்களால் வழக்கு மன்றம் முற்றிலுமாக சூழப்பட்டிருந்தது. வங்காரி, முதூரி, மாணவர் தலைவர் மூவரும் வழக்கு மன்றத்திலிருந்து வெளியில் இறங்கியவுடனே அவர்களைத் துப்பாக்கிகளும் விலங்குகளுமே எதிர்கொண்டன.

முதூரி, வங்காரி, மாணவர் தலைவர் மூவரும் தடுப்புக்காவலில் வைக்கப்பட்டது இரண்டு வாரங்களுக்குப் பிறகுதான் எல்லோருக்கும் தெரிய வந்தது. அதற்குப் பிறகு ஒரே மாதத்தில் முவாரா மூன்று புத்தம் புதிய வண்டிகளை வாங்கி அவற்றை மட்டாட்டுவாக மாற்றினான் என்றும் தன்னுடைய புதிய கம்பெனிக்கு மட்டாட்டு மட்டாட்டா மட்டாமூ மாடர்ன் டிரான்ஸ்போர்ட் கம்பெனி என்று பெயரிட்டிருப்பதாகவும் தெரிந்தது. அதன் இயக்குனர்களில் ஒருவன் விழாத்தலைவன், மற்றவன் கிமீந்தீரி வா கான்யுவாஞ்சி.

5

'அவர்கள் இன்னும் உயிரோடுதான் இருக்கிறார்களா? அவர்களை காங் மலைகளுக்குக் கொண்டு போயிருப்பார்களோ என்று சில சமயம் தோன்றுகிறது,' என்கிறாள் வரீய்ங்கா.

சிகப்பு டொயோட்டாவை ஓட்டிக்கொண்டிருந்த கத்தூய்ரியா, 'யாருக்குத் தெரியும்? டிசம்பர் 12ஆம் தேதி வரை பொறுத்துப் பார்ப்போம். சாதாரண குற்றவாளிகளோடு ஒருவேளை அவர்களும் விடுவிக்கப்படலாம்,' என்கிறான்.

'ஆமென்!* அந்த நாளில் தான் உண்மையான இசை என் ஆன்மாவில் ஒலிக்கும்!' என்று தன் முழு மனதோடு சொல்கிறாள் வரீய்ங்கா.

★ ஆமென்: அப்படியே ஆகட்டும்!

அத்தியாயம் பதினொன்று

1

நமது இல்மொராக் அதிகமாக மாறிவிடவில்லை என்றே தோன்றுகிறது. சாத்தானின் விருந்து நடந்து முழுசாக இரண்டு ஆண்டுகள் கடந்த பின்னும் முன்பிருந்த அதே பிரிவினைகளுடன் தான் இருக்கிறது. கோல்டன் ஹைட்ஸ் விரிவடைந்துகொண்டே வந்திருந்தது. உள்ளூர் தொழிலதிபர்கள் தங்கள் அதிகப்படியான செல்வத்தைக் கொண்டு, தங்கத்தாலான மெழுகுவர்த்தித் தாங்கிகள் அலங்கரிக்கும் சுவர்களும், பாரசீகக் கம்பளங்கள் விரிக்கப்பட்ட தரைகளும் கொண்ட மாட மாளிகைகளை இன்னமும் கட்டிக் கொண்டிருக்கிறார்கள். அதுபோலத்தான் தங்கமும் வெள்ளியும் இழைத்த கட்டில்களும்; அந்தப் பகுதியில் வசிக்கும் பிறர் பார்த்து ஆச்சரியப்படுவதற்கு ஏதுமில்லை என்னும் அளவுக்கு சர்வ சாதாரணமாகிவிட்டிருந்தன. வடஅமெரிக்கா, கனடா, மேற்கு ஜெர்மனி, பிரான்ஸ், பிரிட்டன், இத்தாலி, ஜப்பான் நாடுகளைச் சேர்ந்த கம்பெனிகள் பெருகியிருந்தன. வெளிநாட்டு சொத்துடைமை நம் வாழ்க்கை மீது ஆதிக்கம் செலுத்தும் அளவை, கார்களின் எண்ணிக்கைகளை வைத்தே கணக்கிட்டுவிடலாம். (உண்மை என்னவென்றால் இன்றைக்கு இங்கே கிடைக்காத கார் ரகம் என்று எதுவுமே இல்லை: டொயோட்டா, டாட்ஸன், மஸ்தா, ஹோண்டா, சுபாரு, ஃபோர்டு, கடில்லாக், வாக்சால், வோல்வோ, ஃபியட், பூஷோ, ரோல்ஸ்ராய்ஸ், பென்ட்லி, ஜாகுவார், ஆல்ஃபா ரோமியோ, மெர்சிடஸ் பென்ஸ், பிஎம்டபிள்யூ மற்றும் பல - இவையெல்லாமே இல்மொராக் சாலைகளில் உருண்டு கொண்டிருக்கின்றன). அந்நிய நிதி நிறுவனங்களும் காசுக்கடைகளும்; ஆயுள் காப்பீட்டுக் கம்பெனிகள், வங்கிகள் என்று தம்மை அழைத்துக் கொள்வனவும்

மக்களின் பணத்தைச் சுரண்டிக் குவித்து இல்மொராகில் அளவுக்கு மீறி பரவிக் கொண்டிருக்கின்றன.

கடைசியாக இதுபோன்ற காசுக்கடைகளைக் கட்டியவர்கள் சிக்காகோவையும் நியூயார்க்கையும் சேர்ந்த இரண்டு வடஅமெரிக்க வங்கிகள். செல்வம் கொழிக்கும் இந்த மையப் பகுதியின் பண - வியாபாரத் தளங்களாக இவை விளங்கின.

ஜெருசாவும் விரிவடைந்திருக்கிறது; அட்டைக் கூரைகள், நாற்றமெடுக்கும் அழுக்கு நீர் நிறைந்த சாக்கடைகள், அந்நிய கம்பெனிகளில் இருந்து வரும் கழிவுகள், மலம் மூத்திரம் இவையெல்லாம் ஜெருசாவை கொஞ்சம் விரிவுபடுத்தியிருக்கின்றன. ஜெருசாவின் புறநகர்ப் பகுதியிலுள்ள கெயிந்தீதியா கிராமத்தையும் கூட ஜெருசா விழுங்கிவிட்டது. இந்தப் பகுதியில்தான் வரீய்ங்காவின் பெற்றோர் வசிக்கிறார்கள். தொழிலாளிகள், வேலையில்லாதவர்கள், ஏழைகள், கள்ளச்சாராயம் விற்பவர்கள், ஆரஞ்சும் மந்தாஜியும் விற்பவர்கள், தங்கள் உடம்பையே விற்பவர்கள் எல்லாரும் ஜெருசாவின் விரிவான சேரிப்பகுதியில் நெருக்கியடித்துக் கொண்டிருந்தார்கள். இறைச்சி, முட்டை, காலிப்ளவர், உப்பு, பீர், மிளகு, வெங்காயம், மாவு இவையெல்லாம் விற்கும் சிறிய கடைகள் சிலவும் ஜெருசாவில் இருந்தன.

இந்தக் கடைகளுக்கும் குடிசைகளுக்கும் சொந்தக்காரர்கள் கோல்டன் ஹைட்ஸ் வாசிகள். சிலர் வாடகையும் இலாபத் தொகையும் வாங்க ஜெருசா வருவார்கள். ஆனால் பெரும்பான்மையானவர்கள் குண்டர்களை விட்டுத்தான் வாடகை வசூலிப்பார்கள். சாத்தானின் சீடர்கள் கூட ஜெருசாவில் ஒரு கிளை திறந்திருந்தார்கள்.

வரீய்ங்காவின் பெற்றோர் ஜெருசாவில் வசிக்கிறார்கள். ஆனால் அவர்கள் இன்னமும் அந்தப் பகுதியை கெயிந்தீதியா கிராமம் என்றே அழைத்துக் கொண்டிருக்கிறார்கள். அவர்களின் வீடு மட்டும் மற்ற வீடுகளை விட சற்று பெரிதாக இருக்கிறது. காரணம், வரீய்ங்கா செயலாளராக வேலை செய்த போது அதை பெரிதாகக் கட்ட உதவியிருந்தாள். பட்டறையில் வேலை செய்த போது ஈட்டிய சொற்ப வருமானத்தில், பள்ளிக்கட்டணம் செலுத்தவும் உணவுப் பொருள்களை வாங்கவும் அவர்களுக்கு உதவியிருந்தாள்.

கத்தூய்ரியா, வரீய்ங்கா இருவரின் பயணத்தின் முதல் நிறுத்தம், இல்மொராகின் ஜெருசாவில் உள்ள கெயிந்தீதியா கிராமம்தான்.

2

அன்று சனிக்கிழமை. மாலை ஐந்து மணி இருக்கும். வரீய்ங்காவின் அப்பா வெளியே போயிருக்கிறார். வரீய்ங்காவின் மகள் வாம்பூய்யும் மற்ற குழந்தைகளும் ஜெருசாவில் நடந்து விட்டு வரப் போயிருக்கிறார்கள். மற்றபடி பிரச்சனை ஒன்றுமில்லை. அம்மா வீட்டினுள் இருக்கிறார்.

வரீய்ங்காவும் கத்தூய்ரியாவும் தாங்கள் திருமணம் செய்து கொள்ளவும் மற்றவர்களைப் போல தாங்களும் ஒரு குடித்தனம் தொடங்கவும் உத்தேசித்திருப்பதை சொல்கிறார்கள். வரீய்ங்காவின் தாயார் தொண்டையை கனைத்துக்கொள்கிறார். அவர் வயதானவர்தான். ஆனால் வயதேறுவதே தெரியாத ஒரு சிலரில் அவரும் ஒருவர். வெள்ளை - கருப்பு பூக்கள் போட்ட அவருடைய உடை சற்று வெளுத்திருந்தாலும் அது அவருக்கு நன்றாகப் பொருந்தியிருந்தது. மார்பு முழுவதும் எச்சிலைத் துப்பி ஆசீர்வதித்தவர், ஒரே ஒரு கேள்விமட்டும் கேட்கவிரும்புகிறார்.

'கேள்வி உனக்குத்தான், வரீய்ங்கா. நீ சொல்லும் பதிலை இந்தத் தம்பியும் கேட்க வேண்டும் என்றுதான் அவர் எதிரிலேயே கேட்கப்போகிறேன். உன்னைப் போன்ற நவீன காலப் பெண்களின் மனதின் ஆழத்தை அளப்பது கடினம்தான். முன்பெல்லாம் பெண்களுக்கு செய்ததுபோல இப்பவும் தீட்சை செய்விக்கலாம் என்றால் அந்த வயதில் உனக்கொரு மகள் இருக்கிறாள் என்பதை இந்தப் பையனிடம் சொல்லி விட்டாயா?'

'என் குட்டி வாம்பூய்யையா நீ வயசுப்பெண் என்கிறாய்?' சிரித்துக் கொண்டே கேட்கிறாள் வரீய்ங்கா. 'அவளைப்பற்றி எதையும் நான் மறைக்கவில்லை. கத்தூய்ரியாவிடம் எல்லாவற்றையுமே சொல்லியிருக்கிறேன். அதுதவிர இரண்டு ஆண்டுகளுக்கு முந்தைய விருந்தின்போது அவர் வாம்பூய்யைப் பார்த்தும் இருக்கிறார். ஆனால் வாம்பூய்யும் கத்தூய்ரியாவும் இரத்த சம்பந்தமுள்ள உறவினர்கள் இல்லை என்று யாரும் சொல்லமுடியாது. இருவரும் பார்க்க ஒரே மாதிரியில்லை? அவர்கள் இரட்டைப் பிறவிகளாகக் கூடத் தெரியலாம் - கத்தூய்ரியாதான் கொஞ்சம் வயதானவராகத் தெரிகிறார்!'

'நீ சொல்வது ரொம்ப சரி. பார்ப்பதற்கு நிஜமாகவே இருவரும் ஒரே மாதிரிதான் இருக்கிறார்கள்,' வரீய்ங்காவின் அம்மா தயக்கமின்றி ஒப்புக்கொள்கிறார்.

'ரத்த சம்பந்தம் என்றால் என்ன?' என்று சற்று எரிச்சலோடு கேட்கிறான் கத்தூய்ரியா. 'பார்க்க ஒரே மாதிரி இருந்தால் என்ன, இல்லாவிட்டால் என்ன? குழந்தை என்றால் குழந்தைதான். ஒரே தாயின் கருப்பையிலிருந்துதான் நாம் எல்லோரும் பிறந்திருக்கிறோம். அந்தத் தாய்தான் கென்யா. ஒரு குலத்துக்கும் மற்றொரு குலத்துக்கும், ஒரு இனத்துக்கும் மற்றொரு இனத்துக்கும் இடையில் உள்ள வேறுபாடுகளை, சுதந்திரத்துக்காக சிந்தப்பட்ட இரத்தம் இல்லாமல் செய்துவிட்டது. இன்று லுவோ, கிக்கூயூ, கம்பா, கிரியாமா, லூகியா, மாஸாய், மேரு, கல்லஞ்சின், துர்க்கானா என்றெல்லாம் தனியாக எதுவும் கிடையாது. நாம் எல்லோரும் ஒரு தாய்மக்கள். நம் தாயான கென்யா, எல்லா கென்ய மக்களுக்கும் ஒரே தாய்.'

'நன்றாகச் சொன்னாய் இளைஞனே! எப்போதும் நீ செழிப்பான நிலத்திலேயே அறுவடை செய்ய கடவுள் உனக்கு அருள் புரியட்டும். இன்றுள்ள நமது பெண்கள் தம் காதலர்கள் தம்மைக் கைவிடாதிருப்பதற்காக தம் கைக்குழந்தைகளை கழிப்பறைக் குழிகளிலும் குப்பைத் தொட்டிகளிலும் வீசியெறியும் நிலையிலேயே இருக்கிறார்கள்.'

'கேவலம், ஒரு பணக்காரக் கிழவன் என்னைக் கைவிட்டு விட்டான் என்பதற்காக செத்துவிடப்பார்த்தேன். மெய்யாகவே! முதூரியையும் மற்றவர்களையும் தடுப்புக் காவலில் தள்ளிய வர்க்கத்துக்காக வேண்டி நான் போய் ரயிலின் முன்னால் பாயத் துணிந்தேன் பாருங்கள்!' என்கிறாள் வரீய்ங்கா.

'செத்துப்போன தாயின் காம்பை முட்டாள்தான் உறிஞ்சுவான்,' என்கிறார் வரீய்ங்காவின் தாயார். 'இளவயது சில சமயங்களில் முட்டாள்தனமாகவும் நடக்கத் தூண்டுகிறது.'

'ஃபர்கெட் இட்! அதுதான் நடந்து முடிந்துவிட்டதே,' மறுபடியும் அவர் அந்தப் பேச்சை எடுப்பதைத் தடுக்க முயல்கிறான் கத்தூய்ரியா.

'நான் இழந்ததை நினைத்து இப்போதெல்லாம் என் தூக்கம் கெட்டுப்போவதில்லை. மயிரடர்ந்த மார்புடைய வைகோகோவை மணந்துகொண்டிருந்தேன் என்றால், உன்னைப் போன்ற இளைஞனை நான் கண்டிருக்க முடியுமா? ஆனால் நவீன வைகோகோக்கள் பணம்

கொடுத்து மார்பை சுத்தமாக மழித்துக் கொள்வதாக யாரோ என்னிடம் சொன்னார்கள். இந்தக் காலத்தில் பணம்தான் இளமை,' என்கிறாள் வரீய்ங்கா.

வரீய்ங்காவின் அம்மா கூறுகிறார்: 'பணமே வாழ்க்கை ஆகி விடாது. கிழவனோ இளைஞனோ, உலகத்தில் ஒருவன் நடந்து கொள்ளும் முறையிலிருந்துதான் மகிழ்ச்சி என்பது தோன்றுகிறது. வரீய்ங்கா, நான் ஏதாவது சமைத்து வைக்கிறேன். நீங்கள் அப்படியே நடந்து போய் இல்மொராகை சுற்றிப் பார்த்து விட்டு வருவதுதானே? சென்று வாருங்கள். நீங்கள் வரும் நேரத்தில் உன் அப்பாவும் இருப்பார். அவரிடமும் உங்கள் திட்டத்தையெல்லாம் சொல்லுங்கள்.'

'நல்ல யோசனை அம்மா. அந்த விருந்துக்குப் பின் இதுவரை நானும் இல்மொராகில் நடக்கவே இல்லை,' என்று சொல்லிவிட்டு எழுந்து கொள்கிறான் கத்தூய்ரியா.

3

தூய்மையான குளிர்ந்த காற்று வாங்குவதற்காக மற்றொரு முறை வரீய்ங்காவும் கத்தூய்ரியாவும் கோல்டன் ஹைட்ஸை நோக்கி நடக்கிறார்கள். மாலையாகிவிட்டது. இல்மொராக் பூங்காவின் புல்தரை மென்மையாக, பசுமையாக இருக்கிறது. மரங்களின் கிளைகளும் இலைகளும் குடைகள் போல விரிந்திருக்கின்றன.

இருவரும் பச்சைப் புல்வெளியில் மரங்களினூடாக நடப்பதற்காக சாலையின் பக்கவாட்டில் காரை நிறுத்துகிறான் கத்தூய்ரியா. கீழிருக்கும் தெங்கீட்டா சாராய ஆலைகளுக்குச் சொந்தமான பள்ளத்தாக்கைப் பார்க்க வசதியாக மலையின் உச்சிக்கு ஏறுகிறார்கள்.

காதல் என்ற பள்ளத்தாக்கில் இளரத்தம் இசைவுடன் பாய்கிறதல்லவா, அதுவல்லவோ இன்பம்... வரீய்ங்காவும் கத்தூய்ரியாவும் தோளாடு தோள் உரச, கீழிருக்கும் பள்ளத்தாக்கையும் தூரத்து மலைகளையும் பார்த்துக் கொண்டிருக்கிறார்கள்.

'நாம் வீட்டிலிருக்கும் போது நீ சொன்னது என் காதில் ஒலிக்கும் போதெல்லாம் எனக்கு மகிழ்ச்சியாக இருக்கிறது,' என்று ஆரம்பிக்கிறாள் வரீய்ங்கா.

'அப்படி என்ன சொன்னேன். பல விஷயங்கள் சொன்னேனே...'

'ஒரு பெண் கர்ப்பமாவது அவமானத்துக்குரியதல்ல என்றீர்கள். திருமண உறவில் பிறக்கும் குழந்தை ஒரு நோய் அல்ல என்றீர்கள்,' என்று தயங்காமல் பதில் சொல்கிறாள் வரீய்ங்கா.

'பழசை மறந்துவிடு என்று நான் சொல்லவில்லை?' என்று அவளிடம் சொல்கிறான் கத்தூய்ரியா. 'இன்றும் நாளையும் நாம் மகிழ்ச்சியாக இருப்போம். பயணத்தில் ஒரு தடையை நாம் கடந்துவிட்டோம் - உன் அம்மா நம்மை வாழ்த்திவிட்டார்கள். என் இதயம் மகிழ்ச்சியால் பொங்கிவழிகிறது. என்னைவிட அதிர்ஷ்டசாலி யார் இருக்க முடியும்? பல காலமாக என்னுடைய கனவாக இருந்த இசையை உருவாக்கிவிட்டேன். இப்போது ஒரு சிறப்புப் பரிசு கிடைத்திருக்கிறது - எல்லா அழகையும் தூக்கி அடிக்கும் அழகு.'

'இல்மொராகில் திருடர்களும் கொள்ளையர்களும் கொடுத்த வாக்குமூலம் போலல்லவா நீயும் சொல்கிறாய்! பதிலுக்கு உன்னைப் புகழ்ந்து பாடுவதற்கு நீ வேறொருத்தியைத்தான் பார்க்கவேண்டும்,' என்கிறாள் வரீய்ங்கா சிரித்துக்கொண்டே.

'ஆனால் நான் உண்மையைத்தான் சொல்கிறேன். மகிழ்ச்சியின் புகழை நான் பாடுகிறேன். என் மகிழ்ச்சி கரைபுரண்டு ஓடுவதற்கு நான் செய்ய வேண்டியது ஒன்று உண்டே, அது என்னவென்று நினைக்கிறாய்?'

'உன் இதயமெனும் உறைக்குள் முத்திரையிட்டு மூடி வைத்திருக்கும் கடிதத்தை எப்படி என்னால் படிக்க முடியும்?' என்று சொல்லும்போதே, அலுவலகத்தில் 'பாஸ்' கிஹாரா சொன்ன வார்த்தைகள் நினைவுக்கு வர, சிரிப்பை அடக்கிக் கொள்கிறாள். 'நீ எதை எதிர்பார்த்துக் காத்திருக்கிறாய், சொல். அப்போதுதான் உன் மகிழ்ச்சி வெள்ளமாகப் பெருகும்போது என்னை அது அடித்துச் சென்றுவிடாமல் ஒரு ஓரமாக நான் ஒதுங்கிக் கொள்ள முடியும்,' என்கிறாள்.

'நாளை நாகுருவில் என் பெற்றோரிடம் ஆசி வாங்குவதை எதிர்பார்த்துக் காத்திருக்கிறேன் நான்,' என்று பதிலிறுக்கிறான் கத்தூய்ரியா.

'உன் பெற்றோர் பார்ப்பதற்கு எப்படி இருப்பார்கள்? நீ உன் அப்பாவைப் போலவா, இல்லை அம்மாவைப் போலவா?' திடீரென்று கேட்கிறாள் வரீய்ங்கா.

வரீய்ங்கா இப்படியொரு கேள்வியை இதற்கு முன்பு வரை ஒருபோதும் அவனிடம் கேட்டதில்லை. என்ன பதில் சொல்வதென்றே அவனுக்குத் தோன்றவில்லை. ஐரோப்பியப் பண்பாடே ஆண்டவனின் பண்பாடு எனப் 'பண்பாடும்' தன் பெற்றோர்கள், எல்லா நேரத்திலும் அந்நியரின் வழக்கப்படியே உடையணியும் காரணத்துக்காக, மனத்துக்குள் அவர்களைக் குறித்து வெட்கப்படவே செய்திருக்கிறான் கத்தூய்ரியா.

இப்போது கூட வரீய்ங்காவை தன் பெற்றோர் எப்படி வரவேற்பார்கள் என்பது அவனுக்குப் புரியவில்லை. அதுவும் அவளுக்கு வேறொருவன்மூலம் குழந்தை ஒன்று இருக்கிறது என்பதும் தெரிந்தால் எப்படி வரவேற்பார்களோ. ஒரு விஷயத்தில் மட்டும் அவன் முடிவெடுத்துவிட்டான்: அவர்கள் எப்படி வரவேற்றாலும் சரி, வரீய்ங்காதான் அவன் தேர்ந்தெடுக்கும் மணப்பெண். இன்னும் சொல்லப்போனால் அவனுடைய பெற்றோரை வரீய்ங்கா ஏற்றுக்கொள்வாளா என்பதுதான் அவனுக்குத் தெரியவில்லை. நாளை அவர்களுடைய நடவடிக்கையைப் பார்த்து அவர்களை அவள் வெறுத்து விடுவாளோ? அவளும் அவனும் பலமுறை விவாதித்து கண்டனம் செய்த அந்நிய பழக்கங்கள் என் பெற்றோரின் வீட்டில் ஊறிப்போயிருக்கிறது என்று தெரியவந்தால் அவள் தன் மனதை மாற்றிக்கொண்டு விடுவாளோ?

கத்தூய்ரியாவையும் அவனுக்கு நிச்சயிக்கப்பட்டுள்ள பெண்ணையும் வரவேற்பதற்காக ஏற்பாடு செய்திருக்கும் தேனீர் விருந்துக்கு அவனுடைய பெற்றோர் தங்கள் நண்பர்களுக்கு அனுப்பிய அழைப்பிதழை வரீய்ங்காவிடம் காட்டமுடியாமல், இந்த சந்தேகங்கள்தான் அவனைத் தடுத்தன. முதலில் தன் அப்பாவுக்கு சமுதாயத்திலிருக்கும் பெயர்களையெல்லாம் வரீய்ங்கா தெரிந்து கொள்வதையே அவன் விரும்பவில்லை. அழைப்பு அட்டை தங்க நிற எழுத்துக்களால் அச்சடித்து ஓரங்களில் தங்கநிறப் பூக்களால் அலங்கரிக்கப்பட்டிருந்தது. நிகழ்ச்சிக்கு விருந்தினர்கள் எப்படி உடையணிந்து வரவேண்டும் என்று அறிவுறுத்துவதை விட, பரிசுப் பொருள்களை எங்கே வாங்க வேண்டும் என்ற விவரத்தையும் அந்த அழைப்பு அட்டையே தெரிவித்ததுதான் அவனுக்கு அதிக அவமானமாக இருந்தது.

விருந்து! விருந்து!

கோரிகா ஹெவன்லி ஆர்ச்சர்ட்ஸ்!

திரு – திருமதி. ஹிஸ்பேனியோரா கிரீன்வே கிட்டாஹி ஆகிய நாங்கள்,
திரு. & திருமதி/குமாரி/டாக்டர்/பேராசிரியர்/மாண்புமிகு/

எம்.பி.------------- அவர்களை
எங்கள் மகனான கத்தூய்ரியா கிட்டாஹியையும்
அவருக்கு உறுதி செய்யப்பட்டுள்ள நங்கையையும்
வரவேற்க... ஞாயிற்றுக்கிழமை சரியாக இரண்டு மணிக்கு நடைபெறும்
தேனீர் விருந்துக்கு அன்புடன் அழைக்கிறோம்.

உடை:

ஆண்கள்: ஆழ்ந்த நிறங்களில் ஸூட்டுகள்
பெண்கள்: நீண்ட ஆடைகள், தொப்பிகள், கையுறைகள்.
பரிசுப்பொருள்கள் வாங்கிவரும் உத்தேசமிருந்தால்
கீழ்க்கண்ட விஜபி கடைகளில் வாங்குங்கள்:
மென்'ஸ் அன் லேடீஸ்' லண்டன் ஷாப், இல்மொராக்;
த ஷாப் வித் த பாரீசியன் லுக், நைரோபி;
த வுமன் ஆஃப் ரோம் விஜபி ஷாப், நாகுரு.
முகவரி: திரு. – திருமதி.ஹெச்.ஜி.கிட்டாஹி,
கோரிகா ஹெவன்லி ஆர்ச்சர்ட்ஸ்,
தனியார் தபால் பை,
நாகுரு, கென்யா, கிஆ
தொலைபேசி: HCOV10000 000
மலைகளின் மீது நான் ஏறெடுக்கிறேன்;
அங்கிருந்து எனக்கு உதவி வரும்.

தாவீதின் சங்கீதம்.

அழைப்பிதழைப் பற்றி நினைத்தவுடனே கத்தூய்ரியாவுக்கு வாய்விட்டு அழ வேண்டும் போலிருந்தது. அந்நிய பழக்க வழக்கங்களைப் புரிந்துகொள்ளாமல் கண்மூடித்தனமாகப் பின்பற்றுவதைப் போன்ற கண்றாவியான விஷயம் வேறு எதுவுமில்லை. காரணம், கிளிகள் பழத்தைச் சுவைத்துப் பார்க்காமல் முழுசாக விழுங்கிவிடுவதைப் போலத்தான் இதுவும். வரீய்ங்காவிடம் அழைப்பிதழைக் காண்பிக்காமல் தடுத்த அதே சந்தேகங்கள்தான்

இப்போதும் வரீய்ங்காவின் கேள்விகளுக்கு பதில் சொல்லவிடாமல் அவனைத் தயங்கச் செய்கின்றன.

‘உங்கள் பெற்றோர் எப்படியிருப்பார்கள் என்றே மறந்து விட்டீர்களா என்ன? நான் கேட்டதும் ஏன் இப்படி மௌனமாகி விட்டீர்கள்?’ என்று அவனைத் தூண்டுகிறாள் வரீய்ங்கா.

‘நாளை மதியம் இரண்டு மணிவரை கண்களை மூடிக்கொள்,’ குரலில் கவலையற்ற தொனியை வரவழைக்க முயல்கிறான் கத்தூய்ரியா. ‘கண்களைத் திறந்ததும் யாரைப் பார்க்கப் போகிறாய், தெரியுமா? கத்தூய்ரியாவின் பெற்றோரை! அதன் பிறகு பாரேன், வரீய்ங்காவின் சந்தேகங்கள் எல்லாம் காணாமல் போய்விடும்.’

பேசும் போது கத்தூய்ரியா தன் கையை வரீய்ங்காவின் இடுப்பைச் சுற்றி வைத்துக் கொண்டிருக்கிறான். வரீய்ங்கா அவன் தோளில் தலைசாய்த்திருக்கிறாள்.

‘ஆகா... நாளை. அது விரைவாக விடியட்டும். நாம் சுத்தமான நீரை அன்னப் பறவையுடன் பகிர்ந்து கொள்வோம்,’ என்று சொன்னபடி பெருமூச்சு விடுகிறாள் வரீய்ங்கா. அவளுடைய குரல் தொலைவிலிருந்து கேட்பதுபோல் இருக்கிறது.

சூரிய உதயத்தின் போது கனிந்த பழத்தின் வழுவழுப்பான தோலின்மேல் இருக்கும் பனித்துளியைப் போல வரீய்ங்காவின் கன்னத்திலிருந்து கண்ணீர்த் துளிகள் உருண்டோடுகின்றன. இப்போதுதான் கோல்டன் ஹைட்ஸில் சூரியன் மறைகிறான்.

‘என்னவாயிற்று? என்ன விஷயம் அன்பே? இப்போது திடீரென உன் இதயத்தை பாராமாக்கியது எது? கோபம் வந்து விட்டதா? நான் சும்மா விளையாட்டுக்குத்தான் சொன்னேன்.’

4

‘அதில்லை. என் கண்ணீரைப் பொருட்படுத்தாதே, சில சமயங்களில் ஒரு காரணமும் இல்லாமல் நான் அழுவதுண்டு. முவிஹோத்தோரி பட்டறை நிலத்தை நாங்கள் காலிசெய்ய வேண்டும் என்று இன்று செய்தி சொன்னார்கள். இந்த விஷயத்தை உனக்குச் சொன்னேனா?’

‘நிலத்தை விட்டுவிட வேண்டுமா? வெளியேற வேண்டுமா? யாருக்காக அதை விட்டுக்கொடுக்க வேண்டும்?’

“பாஸ்’ கிஹாராவுக்கும் அவனுடைய புதிய கம்பெனியான டூரிஸ்ட்ஸ் பாரடைஸ் டெவலப்மெண்ட் கம்பெனிக்கும்.

‘படுக்கமுடியாது என்ற மறுத்ததற்காக உன்னை வேலையிலிருந்து விரட்டியவனா?’

‘ஆமாம். அவனும் அவனுடைய நண்பர்களும் எங்களை பட்டப்பகலில் துகில் உரிந்திருக்கிறார்கள்’ என்றவளுக்கு விரேரி வா மூகிராய் சொன்ன உவமைக்கதை ஞாபகம் வந்துவிடவே, ஒரு பாதிரியின் தோரணையில் அவள் சொல்ல ஆரம்பிக்கிறாள்: “தீர்க்கதரிசியின் வார்த்தைகள் மெய்ப்படுவதற்காக அவர் எங்களிடம் சொன்னார்: உள்ளவனுக்கு மேலும் மேலும் கொடுக்கப்படும், அவனும் அபரிதமாய்ப் பெறுவான்...

‘... ஆனால் இல்லாதவனிடமிருந்து அவனிடம் உள்ளதும் எடுக்கப்படும்,’ அதே பாதிரித் தோரணையுடன் வாசகத்தை முடிக்கிறான் கத்தூய்ரியா.

இருவரும் சேர்ந்து சிரிக்கிறார்கள். இருவரும் ஒரே சமயத்தில் சிரிப்பதை நிறுத்துகிறார்கள். ஒரு நிமிடம் இருவரும் அவரவர் நினைவுகளோடு பேசாமலிருக்கிறார்கள். வரீய்ங்கா பெருமூச்சு விடுகிறாள்.

‘நாகுரு டே செகண்டரியில் மாணவியாக இருந்தபோது அடிக்கடி எனக்கு ஏற்படும் ஒரு கனவைப்பற்றி ஒருமுறை ஜெருசாவில் வைத்து உன்னிடம் சொன்னேனே, உனக்கு நினைவு இருக்கிறதா?’

‘கந்தல் உடையணிந்த மக்கள் சாத்தானைச் சிலுவையில் அறையும் கனவு பற்றியா?’

‘ஆமாம். அடர்ந்த நிறத்தில் சூட்டும் கழுத்துப்பட்டையும் அணிந்தவர்கள் மூன்றாவதுநாளில் சாத்தானைக் கீழே இறக்கிவிடுவார்கள்.’

‘உடனே அவன் முன்னால் மண்டியிட்டு “ஓசன்னா! ஓசன்னா!” என்று கத்துவார்கள் என்றாய். ஆமாம், அதுபோல ஏதோ நீ சொன்னது எனக்கு நினைவிருக்கிறது. ஆனால் நான் சொன்னதை நீ நினைவில் வைத்துக் கொள். பல தேவாலயங்களில் சுவர்களிலும் ஜன்னல்களிலும், வண்ண ஓவியங்களும் செதுக்கிய ஓவியங்களும் இருக்கின்றன. அந்த மாதிரி படங்கள் மனிதர்களுக்கு கொடுங்கனவுகளை வரவழைத்து விடலாம்.

ஆனால் இதை ஏன் கேட்கிறாய்?' என்று வரீய்ங்காவின் முகத்தை ஏறிட்டுக் கேட்கிறான் கத்தூய்ரியா.

'நேற்றிரவும் அதே கனவு எனக்கு வந்தது, அதனால்தான் கேட்டேன். உனக்குத்தான் தெரியுமே, இப்போதெல்லாம் நான் தேவாலயத்துக்குப் போவதே இல்லை. நேற்று வந்த கனவு வழக்கமாக வருவதிலிருந்து கொஞ்சம் மாறுபட்டு இருந்தது. நேற்று கனவில் கழுத்துப்பட்டை அணிந்த சாதியினர் மூன்று நாட்கள் செல்லக் கூட காத்திருக்கவில்லை. சிலுவையை திருட்டுத்தனமாக அணுகவும் இல்லை. சாத்தான் சிலுவையில் அறையப்பட்ட உடனேயே கழுத்துப்பட்டை அணிந்த ஆட்கள் வந்துவிட்டார்கள். அவர்களுக்கு முன்னால் பெரிய துப்பாக்கிகளுடன் கூடிய கவசக்கார்கள் வந்தன. சாத்தானைக் கீழே இறக்கிவிட்டு, எல்லாப்புறமும் கவச வண்டிகள் சூழ்ந்திருக்க, அவன் புகழைப் பாட ஆரம்பித்து விட்டார்கள்.

'கந்தல் அணிந்தவர்கள் இந்தக் காட்சியைப் பார்த்து என்ன செய்தார்கள்?' என்று கேட்கிறான் கத்தூய்ரியா.

'என்னால் தெளிவாகப் பார்க்க முடியவில்லை. ஆனால் அவர்கள் கலைந்து ஓடி, காடுகளிலும் மலைகளிலும் சென்று முன்பின் கேட்டிராத பாடல்களைப் பாடிக்கொண்டிருந்தார்கள் என்று நினைக்கிறேன். கனவு முடியும் முன்பே நான் விழித்துவிட்டேன்.

வரீய்ங்காவின் மனதை சற்று ஆசுவாசப்படுத்த முயல்கிறான் கத்தூய்ரியா. 'கொடுங் கனவுகள் உன்னைத் தொந்தரவு செய்ய அனுமதிக்காதே. இரண்டு ஆண்டுகளுக்கு முன்னால் முதூரியும் அவர் கூட்டாளிகளும் சம்பந்தப்பட்ட வழக்கு விசாரணையின் போது தொழிலாளிகளும் விவசாயிகளும் மாணவர்களும் கவசக்கார்களால் துரத்தி அடிக்கப்பட்டதை நீ பார்த்திருக்கிறாய் என்பதை நினைவில் வைத்துக்கொள். இன்று நீ இல்மொராக் வரப்போவது உன் மூளைக்குத் தெரியும்; அதனால்தான் கவசக்கார்களைப் பற்றிய கனவு வந்திருக்கிறது. சரியாப்போச்சா?

மனபாரம் குறைந்தவளாக, 'ஓ, அதுதானா சங்கதி! பேசாமல் நீ ஒரு யாகியா உசேன்★ ஆகிவிடேன்! மக்களின் கனவுகளுக்கு விளக்கம் சொல்லும் தொழிலை ஏன் நீ தொடங்கக்கூடாது? கொஞ்சம் சம்பாதிக்கவும் செய்யலாமே!' என்கிறாள் வரீய்ங்கா.

★ கென்யாவைச் சேர்ந்த பிரபல சோதிடர்.

'நான் தான் "புரபசர் கத்தூய்ரியா! கனவுகளுக்கும் கொடுங் கனவுகளுக்கும் விளக்கம் சொல்பவர்! சகல நோய்களுக்கும் நிவாரணம் தேவையா? வாருங்கள் புரபசர் கத்தூய்ரியாவிடம்! காதல்வசிய மருந்துகள் வேண்டுமா? வாருங்கள் என்னிடம்! முந்தைய சாதனைகள்... சூரியன் காலையில் உதித்து மாலையில் மறையும் என்று முதன் முதலில் ஆருடம் சொன்னவனே நான் தான்!"'

வரீய்ங்காவும் கத்தூய்ரியாவும் சேர்ந்து சிரிக்கிறார்கள்.

5

காதலுக்கு பயம் கிடையாது என்பது உண்மைதான். காதலுக்கு வலியோ வேதனையோ கெட்ட கனவோ தெரிவதில்லை என்பது உண்மைதான். காதலுக்கு நேற்றும் தெரிவதில்லை, நேற்றைக்கு முன்தினமும் தெரிவதில்லை; முடிவற்ற ஆனந்தம் தொடங்கப்போகும் நாளையும் நாளை மறுநாளும் மட்டுமே அதற்குத் தெரியும். கத்தூய்ரியா - வரீய்ங்காவின் எதிர்காலம் நாளை தொடங்கும்...

'ஆனால் கொடுங்கனவுகள் தோன்றியதோ எங்கள் இடத்தை விட்டு வெளியேற்றப்பட்டதோ இந்த இரண்டுமே நான் அழுததற்கு காரணமில்லை,' என்று கத்தூய்ரியாவுக்கு விளக்க முற்படுகிறாள் வரீய்ங்கா.

'அப்படியானால் கண்ணீரைத் துடைத்துக்கொள்,' என்கிறான் கத்தூய்ரியா.

'இன்று இந்தக் கண்ணீரைத் துடைக்க முடியாது; ஏனெனில் இது துன்பம் - இன்பம் இரண்டும் கலந்து பிறந்த கண்ணீர்.'

'அப்படியென்றால்?'

'தற்கொலை செய்து கொள்ள முயன்ற நாளிலிருந்து நான் நாகுரு செல்லவேயில்லை. நாகுருதான் என் துயரங்களைத் தொடங்கி வைத்த இடம். நாளை அதே நாகுருதான் என் மகிழ்ச்சியைத் தொடங்கி வைக்கப் போகிறது என்று எனக்கு நானே சொல்லிக்கொண்டிருக்கிறேன்.

'அதில் என்ன தவறு? நாளைய நாகுரு நேற்றைய நாகுருவைப் பழிவாங்கப்போகிறது,' என்று சொல்லி, வரீய்ங்காவின் மனதை இலேசாக்க முயல்கிறான் கத்தூய்ரியா.

‘ஆமாம், அப்படித்தான். நாகுருதான் கண்ணீருக்கும் சிரிப்புக்கும் பிறப்பிடமாகப் போகிறது.’

‘அப்படியே ஆகட்டும்! கண்ணீரைத் துடைத்துக் கொள். நாகுரு அதிசயங்களின் பிறப்பிடம். அது துன்பத்திலிருந்து இன்பத்தைத் தோற்றுவிக்கிறது. இன்னும் ஏன் கண்ணீரைத் துடைக்காமல் இருக்கிறாய்? காதலால் அதை நான் துடைத்து விடுகிறேன், வா!’

‘பொய்களில் பேராசிரியர்!’ என்று கத்தியபடியே கத்தூய்ரியாவை பொய்க்கோபத்துடன் தள்ளிவிடுகிறாள் வரீய்ங்கா. ‘இந்த முத்தம் கொடுக்கும் அந்நியப் பழக்கத்தை எங்கேயிருந்து படித்தாய்? அந்நியப் பழக்க வழக்கங்களை இன்னும் நீ விடவில்லை என்பதை ஒப்புக்கொள்!’

‘கருப்பின மக்களின் முத்தங்கள் வேண்டுமென்று நீ விரும்புவதை ஒப்புக்கொள்!’ என்று புன்னகையுடன் வரீய்ங்காவின் அருகில் நெருங்குகிறான் அவன். வரீய்ங்கா அவனை விட்டு நகர்ந்து போனாலும் அவர்கள் தொடர்ந்து பேசிக்கொண்டே இருக்கிறார்கள்.

‘காதல் படுக்கையில் முத்தங்களும் கிசுகிசுப்புகளும்’ என்று சொல்லும் கத்தூய்ரியா ஒரு முதூங்கூசிப் பாடலைப் பாட ஆரம்பிக்கிறான்:

கத்தூய்ரியா: *உன்னை இப்போது நான் தொடும் இடத்தில்,*
உன்னை இப்போது நான் தொடும் இடத்தில்,
ரொம்ப ரொம்பவே அழுத்துகிறேனா?

வரீய்ங்கா: *என்னை இப்போது நீ தொடும் இடத்தில்,*
என்னை இப்போது நீ தொடும் இடத்தில்,
எனக்கு ரொம்ப இதமாகத்தான் இருக்கு;
விட்டுவிடாதே, அணைத்துக் கொள் இழுத்து.

கத்தூய்ரியா: *நடனமாடி ஒன்றாய் வீட்டுக்குப் போவோம்,*
நடனமாடி ஒன்றாய் வீட்டுக்குப் போவோம்,
வெட்டவெளிக் குளிரில் தனியாய் நீ என்னை
விட்டுச் செல்ல உனை விடமாட்டேன் அன்பே.

கடைசி வரியை பாடும்போது வரீய்ங்காவை இழுத்து அனைத்துக் கொள்கிறான் கத்தூய்ரியா.

‘உனக்கு முதூங்கூசி பாடலும் நடனமும் கற்றுக் கொடுத்தது யார்?’ வரீய்ங்கா கேட்கிறாள்.

'நாகுருவின் பஹாத்தியிலிருந்து வந்த கிழவன். அவன்தான் தீய ஆவியிடம் ஆன்மாவை விற்றுவிட்டு வெறும் கூடாகிப் போன ஊங்கூரியின் கதையை எனக்குச் சொன்னவன்,' என்று பதில் தருகின்றான் கத்தூய்ரியா.

'ஆனால், இருட்டு வேளையில் மலையின் மேல் கெட்ட நோக்கத்தோடு அந்தப் பாடலைப் பயன்படுத்தும்படி அவனா சொன்னான்?'

'இருட்டு, மோசமான நாட்டியக்காரனையும் கூட நம்பிக்கையுடன் ஆடச் செய்யும் என்பது உனக்குத் தெரியாதா?

இந்த சமவெளியில் நான் ஆடுவேன்,
இந்த சமவெளியில் நான் ஆடுவேன்,
ஓ வரீய்ங்கா,
அதற்குக் கீழே உள்ள பள்ளத்தாக்கு
அதன் சொந்தக்காரருக்கே உரிமையாகும்..."

'போ, நீ பொல்லாதவன்! புல்லின் மேல் பனி கொட்டுவதும் இருட்டிப் போய்விட்டதும் உனக்குத் தெரியவில்லையா?' என்று சிரித்துக்கொண்டே சொல்கிறாள் வரீய்ங்கா.

'என்னருகில் வா, கண்ணே!' என்று அவளைத் தரையை நோக்கி இழுத்தபடி காதில் கிசுகிசுக்கிறான் கத்தூய்ரியா. 'இந்தப் புல்தரை கடவுளால் அளிக்கப்பட்ட இலவசப் படுக்கை; இருள்தான் போர்வை!'

அத்தியாயம் பன்னிரண்டு

1

ஞாயிறன்று காலையில் வரீய்ங்காவை அழைத்துப்போக வந்தபோது தலையிலிருந்து கால்வரை அழகாக அலங்கரித்துக் கொண்டிருந்த அவளைப் பார்த்து கத்தூய்ரியா அப்படியே வாயடைத்துப் போய்விட்டான். வரீய்ங்கா 'கிக்கூயூ' முறைப்படி அலங்கரித்துக் கொண்டிருந்தாள்.

பழுப்புநிற துணியொன்று மேல்புறத்தில் சிறிதளவு மடிக்கப்பட்டு இடது அக்குள் வழியாகச் சென்று இடதுதோள் வெறுமையாக இருக்கும் வகையில் வலது தோளின் மேல் இரண்டு பூ வடிவ பின்னூசிகளால் குத்தப்பட்டிருந்தது. கணுக்கால் வரை தொங்கிய துணியின் முனைகள் வலதுபுறத்தில் பின்னூசிகளால் சேர்த்துக் கட்டப்பட்டிருந்தன. இடுப்பைச் சுற்றி வரீய்ங்கா கட்டியிருந்த பின்னிய வெள்ளைக் கம்பளி நூலின் இருமுனைகளும் கணுக்கால் வரை துணியின் மீது தொங்கின. காலில் பின்புறம் வார் வைத்த சிறுத்தைத் தோலாலான - செருப்புகளை அணிந்திருந்தாள். கழுத்திலிருந்து வெள்ளை, சிவப்பு, கறுப்பு பாசிகளால் ஆன மாலைகள், அழகான மார்பின்மேல் உட்கார்ந்திருந்தன. நியோரி* வகை காதணிகளை அணிந்திருந்தாள். கூந்தல் வழவழவென்று மென்மையாக கன்னங்கரேலென்று இருந்தது.

வரீய்ங்கா நடக்கும்போது நேர்த்தி, அழகு என்ற இரட்டையர்களைப் படைத்த கடவுள் அப்போதுதான் உருவாக்கிய அழகின் குழந்தையாக, அழகுகளின் தாயாக அவள் தெரிந்தாள்.

* சோளத் தட்டையால் செய்த காதணி.

பேசும் திறன் மீண்டவுடன் கத்தூய்ரியா முதலில் சொன்னது இதுதான்: ‘ஒரு துண்டுத் துணி இவ்வளவு அழகாக மாற முடியுமா?’

‘என்னை விட துணி அதிக அழகாக இருக்கிறது என்று சொல்ல வருகிறாயா? அப்படியானால் உடனடியாக அதை எடுத்துவிட வேண்டியதுதான்,’ என்றாள் வரீய்ங்கா வேடிக்கையாக.

அதே கிண்டல் தொனியில் பதில் சொன்னான் கத்தூய்ரியா:

‘மிருதுவான தேகம் வாசனைத் தைலத்தால் செய்தது. ஆனால் வாசனைத் தைலம் மிருதுவான தேகத்தினால் செய்யப்படுவதில்லை. மனைவி ஆடையாக இருக்கிறாள்; ஆனால் ஆடைகள் மனைவியாவதில்லை.

‘சிலசமயம் உடம்பை அலங்கரித்துக் கொள்ளும்போது எனக்கு குற்ற உணர்வு வந்துவிடுகிறது,’ என்று வருத்தமாகச் சொன்னாள் வரீய்ங்கா.

‘ஏன்?’

‘இந்தக் காலகட்டம் உடம்பை மாலைகளாலும் வாசனைத் தைலத்தாலும் அலங்கரித்துக் கொள்வதற்கான காலகட்டம் அல்ல. உடம்பையும் மனதையும் தயார் நிலையில் வைத்துக் கொள்வதற்கான காலகட்டம் இது.’

‘எதற்கு...?’

‘வரப்போகும் போராட்டங்களுக்காக.’

‘அவை விரைவில் வரத்தான் போகின்றன,’ என்று உடனடியாகப் பதில் சொன்னான் கத்தூய்ரியா. ‘ஆனால் இன்று என்றால் இன்றுதான். துணியை எடுத்துவிடாதே. தேசியப் பண்பாட்டுக்கான போராட்டமும் தேவையான போராட்டம் தான்,’ என்று சொல்லி அவன் பாட ஆரம்பித்தபோது வரீய்ங்காவும் சேர்ந்துகொண்டாள்.

கத்தூய்ரியா: கடவுளின் சொர்க்கம் மட்டும் அருகில் இருந்தால் பெண்களுக்கெதிராக நான் வழக்குத் தொடுப்பேன். கடவுளால் உங்களுக்கு இலவசமாய்த் தரப்பட்ட அழகான உடலை தோலை வெளுக்கும் களிம்புகளைத் தடவி ஏன் பாழாக்குகிறீர்கள்?

வரீய்ங்கா: இளைஞனே, சீக்கிரம்! சீக்கிரம்! நாம் போகவேண்டும்! ஓடு, ஓடு, வேகமாக! சொர்க்கத்திலிருக்கும் சபைக்கு நாம் போகிறோம்!

எம் கடவுளால் உங்களுக்கு இலவசமாக தரப்பட்ட கண்கள் -

ஓ எம் மக்களே, அந்நியப் பொருட்களைக் கண்டு மட்டுமே மகிழ்ந்து போவது ஏன்?

உல்லாசமான மனநிலையுடன் இருவரும் டொயோட்டாவில் ஏறிக் கொண்டார்கள். எல்லா சந்தேகங்களுக்கும் முடிவு கட்ட நாகுருவுக்குப் பயணப்பட்டார்கள்.

கத்தூய்ரியா வரீய்ங்காவை கள்ளத்தனமாகப் பார்த்துக் கொண்டே இருந்தான். உடைகளையும், பாசிகளையும் ஓயாமல் பாராட்டிக்கொண்டே இருந்த அவனைக் கண்டு, 'கார் ஓட்டுவதில் கவனத்தைச் செலுத்து தம்பி! மட்டாட்டு மட்டாட்டா மட்டாமு போல நாமும் குடை கவிழ வேண்டுமா என்ன?' என்று அவனை வரீய்ங்கா எச்சரிக்கும்படி ஆயிற்று.

'இவ்வுலக வாழ்க்கை கலைகின்ற மேகம் போன்றது. இப்போது நாம் தலைகுப்புற விழுந்தாலும் எனக்கு மகிழ்ச்சிதான். ஏனென்றால், நீ இப்போது உள்ளது போல உடையணிந்து சொர்க்கத்தின் வாசலில் நின்றால், திறவுகோலை வைத்திருக்கும் தேவதை கதவை அகலமாகத் திறந்துவிடும். அப்படி நீ உள்ளே நுழையும்போது, பாவியாகிய நானும் சொர்க்கத்தில் நுழைய ஒரு சந்தர்ப்பம் கிடைக்கும். அங்கேயே காலமெல்லாம் உன்னுடனும், தேவனுடனும் இருந்து விடுவேன்.'

'பூமிதான் என் வீடு. வேறெங்கும் நான் போகப் போவதில்லை. கவனமாக ஓட்டு. சொர்க்கத்துக்குப் போக எனக்கொன்றும் அவசரமில்லை.'

'ரொம்ப சரி. உன் பூமிதான் என் சொர்க்கம். நான் மீண்டும் மீண்டும் உன்னைப் பார்த்தாக வேண்டும். அழகை ஒரே ஒரு முறை பார்த்து திருப்தியடைந்தவர் எவருமில்லை.'

இரண்டு மணிவரை எப்படியாவது நேரத்தைக் கடத்த வேண்டும் என்பதற்காக நைவாஷா, கில்கில் இங்கெல்லாம் தேநீரோ குளிர்பானமோ குடிப்பதற்காக காரை நிறுத்தினார்கள். அதுபற்றி கத்தூய்ரியாவுக்கு வருத்தமில்லை. அதுபோன்ற துணியும், மாலையும், காதணியுமாக, தோளில் கைப்பை தொங்க, குதிகால் தெரிய வரீய்ங்கா தன்னருகில் நடந்து வருவதில் அவனுடைய மனதில் மகிழ்ச்சி

பொங்கி வழிந்தது. கத்தூய்ரியா மட்டுமில்லை. வழியில் போகிற வருகிறவர்களும் வரீய்ங்காவை நின்று நின்று பார்த்துவிட்டுப் போனார்கள்.

'அட, என்ன அழகான பெண்!' என்றார்கள் சிலர்.

மற்றவர்கள், 'இதோ பார், எந்த ஒரு மரபையும் வளர்த்தெடுக்க முடியும். இந்த இளம் பெண் எங்கெங்கு போகிறாளோ அங்கெல்லாம் மக்கள் அவள் அழகை கட்டாயம் நின்று பார்த்துவிட்டுத்தான் போவார்கள்,' என்றார்கள்.

காருக்குத் திரும்பியதும், கத்தூய்ரியா அவர்களுடைய விமர்சனங்களுக்கெல்லாம் விளக்கமளித்தான்: 'அவர்கள் நிஜத்தைத்தான் சொல்கிறார்கள். நமது கட்டடக் கலை, நமது பாடல்கள், நாம் அவற்றைப் பாடும் விதம், நமது நாடகம், நமது இலக்கியம், நமது தொழில் நுட்பம், நமது பொருளாதாரம் இவற்றை அடிப்படையாக வைத்து ஒரு தேசிய மரபை மக்களாகிய நம்மால் உருவாக்க முடியும். விரேரி வா மூகிராய் மற்றவர் விளைச்சலை உண்ணும் அமைப்பை முழுதாக மறுத்து ஒதுக்கவில்லை. என்றாலும், அவர் சொன்னதில் கொஞ்சம் உண்மையும் இருக்கிறது. அவர் பேச்சின் சாராம்சம் சரியானதுதான். நாம் மற்றவர் வழித் தடங்களைப் பின்பற்றி அந்நியப் பொருட்களின் பின்னால் ஓடக் கூடாது; மற்றவர் எழுதிய பாடல்களைப் பாடக்கூடாது; மற்ற நாடுகளிலிருந்து வந்த தனிப் பாடகர்களின் பாட்டுக்கு பின்பாட்டு பாடக் கூடாது என்றெல்லாம் அவர் சொன்னது சரிதான். நம்முடைய பாடல்களை நாமே எழுதுவோம், நம்முடைய பாடகர்களை நாமே உருவாக்குவோம், நம்முடைய பாடல்களை நாமே பாடிக் கொள்வோம்.'

'தங்களின் சொந்த இசையமைப்பு கென்ய இசை மரபில் ஒரு புதிய புரட்சியின் துவக்கமாக இருக்கலாம், மாண்புமிகு கத்தூய்ரியா அவர்களே!' என்று சிரித்தாள் வரீய்ங்கா.

'நானொன்றும் அரசியல்வாதி இல்லை. சும்மாவேனும் உதட்டளவில் என் திறமையைப் பாராட்டிக் கொண்டிருக்காதே. புரட்சியா? ரஷ்ய இசையமைப்பாளர் இகோர் ஸ்ட்ராவின்ஸ்கி 'இசையின் கவித்துவம்' என்ற தன்னுடைய புத்தகத்தில் குறிப்பிட்டதையே உன்னுடைய வார்த்தைகள் எனக்கு நினைவுபடுத்துகின்றன. உண்மையில் இசையில் புரட்சி என்று எதுவும் கிடையாது என்று அவர் வாதிட்டார். ஒவ்வொரு இசையமைப்பாளரும் ஏற்கெனவே தன்னுடைய

முன்னோர் உருவாக்கியதில் கூடுதலாகக் கொஞ்சம் சேர்க்கிறார் அவ்வளவு தான் என்றார். ஆனால், நான் உன் யோசனைகளை ஆமோதிக்கிறேன். கென்ய இளைஞர்களாகிய நாம்தான் நம் நாட்டின் முன்னேற்றத்துக்கான புதிய பாதைகளில் வெளிச்சம் காட்டும் விளக்காக இருக்க வேண்டும்.

'இப்போது உன்னையே எடுத்துக்கொள். நான் சொல்ல வருவதை விளக்க நீயே ஒரு சிறந்த உதாரணம். எந்திரப் பொறியியல் துறையில் உதிரிப் பாகங்களைப் பொருத்தும் வேலை, கடைசல் வேலை, வார்ப்பு வேலை ஆகியவற்றில் உனக்குள்ள பயிற்சி நாட்டு முன்னேற்றத்துக்கு ஒரு முக்கியமான மைல்கல். மற்ற பெண்களுக்கு, அவர்களுடைய திறமைகளையும், ஆற்றலையும் சுட்டிக்காட்டும் வழிகாட்டி.'

ஒரு நிமிடம் கத்தூய்ரியாவின் குரல் வரீய்ங்காவின் காதில் ஏறவே இல்லை. உள்வெப்பாலை (இண்டர்னல் கம்பஸ்ஷன் எஞ்சின்) செய்யும் முறை பற்றி - குறிப்பாக மோட்டார் வண்டியின் எஞ்சின் பற்றி - விளக்கும் தொழிற் பயிற்சிப் பள்ளி விரிவுரையாளரின் குரல்தான் அவள் காதில் ஒலித்தது...

'ஒரு மோட்டார் வண்டி வேலை செய்வதற்கு பல பாகங்கள் உதவுகின்றன. மனிதனுக்கு இதயம் போல மோட்டார் வாகனத்திற்கு எஞ்சின். காற்றும் எரிபொருளும் கலந்த கலவையை மோட்டார் வாகனம் ஓடுவதற்கான எரிசக்தியாக எஞ்சின்தான்மாற்றுகிறது. இருவகை உள்வெப்பாலைகள் உள்ளன: டீசலில் இயங்குவது, பெட்ரோலில் இயங்குவது. ஆனால் இன்று நாம் பெட்ரோலில் இயங்கும் உள்வெப்பாலையைப் பற்றி மட்டுமே அறிந்து கொள்வோம். ஒரு எஞ்சினில் நான்கு அல்லது ஆறு கொள்கலன்கள் (சிலிண்டர்கள்) இருக்கின்றன. ஒவ்வொரு கொள்கலத்திலும் ஒரு உந்துதண்டு (பிஸ்டன்) இருக்கிறது. அது கோன்ராடு மூலம் கிராங்க் ஷாப்டுடன் இணைக்கப்பட்டிருக்கிறது. காற்றும் பெட்ரோலும் கலந்த கலவையை இடிக்கும் உலக்கை போன்றது உந்துதண்டு. ஒவ்வொரு கொள்கலத்திலும் இரண்டு வால்வுகள் உண்டு; காற்றும் பெட்ரோலும் கலந்த கலவையை உள்செலுத்தும் வழி, கழிவை வெளியேற்றும் வழி. ஒவ்வொரு கொள்கலத்திலும் ஒரு தீப்பொறிக் குமிழ் (ஸ்பார்க் ப்ளக்) உண்டு. பெட்ரோலும் காற்றும் கார்புரேட்டரில்* கலக்கப்படுகின்றன.

---

* உள்வெப்பாலையில் எரிபொருள் ஆவியோடு காற்றைக் கலக்கச் செய்யும் அமைவு.

உள்ளெரிதல் (கம்பஸ்ஷன்) நான்கு நிலைகளைக் கொண்டது: தூண்டுதல், அழுத்துதல், பற்றவைத்தல், எரியவைத்தல் அல்லது வெளியேற்றல். இப்போது வாகனத்தின் மோட்டார் இயக்கப்பட்டு ஓட ஆயத்தப்படுத்தப்படுகிறது. கிராங்க் ஷாப்ட் சுழல ஆரம்பிக்கிறது. உந்துதண்டு உருளையின் கீழே போய்விடுகிறது. உள்வெளி வால்வு திறக்கிறது. காற்றும் பெட்ரோலும் கலந்த கலவை உருளைக்குள் செலுத்தப்பட்டு வெற்றிடத்தை நிரப்புகிறது. இப்போது உருளையின் அடியிலிருக்கும் பிஸ்டன் மேல்நோக்கி நகர்ந்து அந்த அசைவில் காற்று - பெட்ரோல் கலவையை அழுத்துகிறது. உள்வழி வால்வு மூடிக் கொள்கிறது. தீப்பொறிக் குமிழைப் பற்ற வைக்கிறது. அழுத்தப்பட்ட காற்றும் பெட்ரோலும் கலந்த கலவை வெடிக்கிறது. இப்போது எல்லா உள்வழிகளும் வெளிவழிகளும் மூடியிருப்பதால், வெடிப்பதனால் உண்டாகும் சக்தி உந்துதண்டைக் கீழே தள்ளுகிறது. கிராங்க் ஷாப்ட் சுழலுகிறது. மறுபடி உந்துதண்டு மேலே நகர்வதற்கு முன் வெளிவழி வால்வு திறக்கிறது. வெளியேற்றப்பட வேண்டிய வாயுக்கள் வெளியேறுகின்றன. எஞ்சினின் சக்தியை கிளட்சும், கியர் பெட்டியும், டிரைவ் ஷாப்டும் எடுத்துக் கொள்கின்றன. பின்பு டிரைவ் ஷாப்ட் அதை சக்கரத்தின் அச்சுகளுக்கும், பின் அங்கிருந்து சக்கரங்களுக்கும் விநியோகிக்கின்றது. ஆனால் நாம் இதையெல்லாம் இன்னொரு வகுப்பில் விரிவாகப் பார்ப்போம். இன்றைய பாடம், இனி வரப்போகும் இதைவிட முக்கியமான பாடங்களுக்கான தொடக்கம்தான்...'

திடீரென்று கத்தூய்ரியா கசப்பாக பேச ஆரம்பித்ததும், வரீய்ங்கா தன்னுடைய நினைவிலிருந்து மீண்டாள்: '... இன்று மட்டும் என்ன? நமது பெண்களின் செயல் திறன் தட்டச்சுப்பொறிக்கு அடிமையாக்கப்பட்டு விட்டது; சுற்றுலாப் பயணிகளின் இன்பத்துக்காக நாட்டின் மூலை முடுக்குகளில் எல்லாம் கட்டப்பட்ட மதுக் கூடங்களும், படுக்கை அறைகளும் கொண்ட ஓட்டல்களுக்குள் அடைபட்டு விட்டது. நம் பெண்கள் வெளிநாட்டு சுற்றுலாப் பயணிகளின் படுக்கையை அலங்கரிக்கும் மலர்களாகி விட்டதை நினைத்தால் எவ்வளவு அவமானமாக இருக்கிறது. இந்த அந்நிய சுற்றுலாப் பயணிகள் தத்தம் நாடுகளுக்குத் திரும்பி, நமது பெண்கள் படுக்கையில் எவ்வளவோ தாராளமானவர்கள் என்றல்லவா புகழ்ந்து கொண்டிருப்பார்கள்! அது உண்மையில் பாராட்டா, இல்லை கேவலப்படுத்துவதா? அந்நியர் மட்டுமா இதற்குப் பொறுப்பு?' என்று பதிலுக்குக் கேட்டாள் வரீய்ங்கா. 'பெண்கள்

என்றால் சமையலுக்கும் உடம்பைப் பிடித்து விடுவதற்கும் தவிர வேறெதெற்கும் லாயக்கில்லை என்றுதானே கென்யாவின் ஆண்களே நினைக்கிறார்கள்? பூமியிலுள்ள ஆற்றலின் முதன்மையான ஊற்றுக் கண்ணான சூரிய ஆற்றலைப் பயன்படுத்தி, நாட்டுப்புறப் பெண்களின் வேலைப்பளுவைக் குறைக்க உதவும் வகையில் எளிமையான எந்திரம் ஒன்றை உருவாக்க வேண்டும் என்பது தான் எனது லட்சியம் என்று சில இளைஞர்களிடம் நான் சொன்னேன். அதைக் கேட்டு அந்த ஆண்கள் சிரித்தார்கள் தெரியுமா? பிரிட்டிஷாருக்கு எதிராக மாவ்மாவ் காலத்தில் நமது கென்யப் பெண்கள் எப்படி துப்பாக்கியைத் தயாரித்தார்கள் என்பதை மக்கள் ஏன் மறந்துவிட்டார்கள்? ஆண்களெல்லாம் தடுப்புக் காவல் முகாமில் வைக்கப்பட்ட பிறகு நமது கிராமத்துப் பெண்கள் எத்தனை விதமான செயல்களை மேற்கொண்டார்கள் என்று நினைவுபடுத்திக் கொள்ள முடியாதா என்ன? அது ஏன் அவர்களால் முடியவில்லை? ஒவ்வொருவரும் தங்கள் வீட்டுப் பெண்ணை மதித்துப் பாராட்டியே ஆகவேண்டும். கென்ய ஆண்களாகிய நீங்கள் இவ்வளவு கேவலமாகவும், ஒடுக்குபவர்களாகவும் இல்லாதிருந்தால், நீ சொல்வதுபோல அந்நியர் நம்மிடம் இவ்வளவு கேவலமாக நடந்து கொண்டிருக்க மாட்டார்கள்.'

ஹைதுரு! ஹைதுரு* என்று அவசரமாக சொல்லி வரீய்ங்காவைத் தேற்றினான் கத்தூய்ரியா. 'நாளை வரப்போகும் நல்ல நிலைமைக்கான புதிய ஆரம்பமாக இதை எடுத்துக்கொள்வோம்,' என்று சொன்னபோது, எந்தச் சூழலும் மாறியே தீரும் என்ற திடமான நிலைப்பாடு தந்த நம்பிக்கையில் அவன் பேசினான்.

அதன் பிறகு கத்தூய்ரியாவுக்கு அன்றைய நாளின் கொண்டாட்டத்துக்கான அழைப்பிதழ் பற்றிய நினைவு வந்துவிட்டது. ஒரே ஒரு துணியும், பாசிமாலைகளும், நியோரி வகை காதணிகளுமாக வரீய்ங்கா அலங்கரித்துக் கொண்டிருந்த விதத்தைப் பார்த்து, தன் பெற்றோர் அடையப்போகும் அதிர்ச்சியை நினைத்த போது அவன் ஊமையாகி விட்டான்.

உள்ளுக்குள் சிரித்துக் கொண்டான் கத்தூய்ரியா. வரீய்ங்காவிடம் அழைப்பிதழைக் காட்ட நினைத்தான். பிறகு அந்த எண்ணத்தைக் கைவிட்டான்.

★ போகட்டும் போகட்டும்! அல்லது விடு விடு! (ஸ்வாஹிலி மொழி)

வரீய்ங்காவின் மனதைத் திடப்படுத்துவதைக் காட்டிலும் தன்னையே திடப்படுத்திக் கொள்ளும் வகையில் சொன்னான்: 'புதியதும் அதிக பயனுள்ளதுமான நிலைமைகளின் விடியல் வரப்போகிறது.'

'அப்படியே நம்புவோம்!' என்ற வரீய்ங்கா, சிறிது நேர யோசனைக்குப் பின் அதை மறுத்துக் கூறினாள், 'இல்லை. எதிர்பார்ப்பதிலேயே திருப்திப் பட்டுவிடக் கூடாது. இனிமேலும் காரியங்கள் தானாக நடக்கட்டும் என்று நாம் காத்திருக்கப் போவதில்லை. நாம் விரும்பும் சூழலை நாமே ஏன் உருவாக்கிக் கொள்ளக்கூடாது?'

'அப்படியே செய்வோம்,' என்றான் கத்தூய்ரியா.

'அப்படியே செய்வோம்,' என்று திருப்பிச் சொன்னாள் வரீய்ங்கா.

'இரேகி போராளிகளின் புரட்சி!'

'புதியதோர் உலகத்தின் புதிய துவக்கம்!' என்றாள் வரீய்ங்கா.

'அப்படியே ஆகட்டும்!' என்று உரக்கச் சொல்லிவிட்டு வலது காலை முடுக்கியின் (ஆக்சிலரேட்டர்) மீது அழுத்தமாகப் பதித்தான் கத்தூய்ரியா...

2

நாகுரு செல்லும் பயணம் உண்மையிலேயே இன்பமாக இருந்தது.

லேனட்டைத் தாண்டி, கோரிகாவை நோக்கித் திரும்பிய போதும், சிவப்பு டொயோட்டாவில் பயணம் இனிமையாகவே இருந்தது.

கோரிகா ஹெவன்லி ஆர்ச்சர்ட்ஸ் உரிமையாளர் திரு - திருமதி இஸ்பானியோரா கிரீன்வே கிட்டாஹியின் வீட்டை அடையும்வரை கூட, அவர்களின் பயணம் இனிமையாகத்தான் இருந்தது...

நீயும்தானே அங்கிருந்தாய்? இதற்கு மேல் நான் என்ன சொல்ல?

3

கத்தூய்ரியா - வரீய்ங்காவின் பயணம், வீட்டு வாயிலில் நுழையும்போதுகூட இனிமையாகத்தான் இருந்தது; வெளி முற்றத்தில் கிஹாஹூ வா கதீகா, கிதுது வா கட்டாங்கூரு, தீதிகா வா கூஞ்சி, கிமீந்தீரி வா கான்யுவாஞ்சி போன்ற - இல்மொராக் சாத்தானின் விருந்தில் இரண்டு ஆண்டுகளுக்கு முன்பு சந்தித்த - ஆட்களின்

முகங்களைப் பார்த்தபோது கூட அது இனிமையாகத்தான் இருந்தது. அந்நிய விருந்தினர்களைத் தன்னுடைய புத்தம் புதிய வாடகைக் கார்களில் அழைத்து வந்திருந்த மட்டாட்டு மட்டாட்டா மட்டாமு மாடர்ன் ட்ரான்ஸ் போர்ட் கம்பெனி முதலாளி ராபின் முவாராவும் அங்கே இருந்தான்.

வரீய்ங்காவால் தன் கண்களையே நம்ப முடியவில்லை. ஆனால் அவை பொய் சொல்லவில்லை: அவளுடைய சித்தப்பாவும் சித்தியும்கூட அங்கே இருந்தார்கள்...

4

இப்போது என்ன சொல்கிறாய் நீ? இப்படி எல்லாம் நடக்காது என்றா? கதை சொல்லும்படி என்னிடம் கேட்டவரே, எனக்கு சக்தியைத் தாருங்கள். பேச நாவைத் தாருங்கள். வார்த்தைகளைத் தாருங்கள்...

5

அதன்பிறகு நடந்தவையெல்லாம் திரும்பத் திரும்ப பலமுறை சொல்லப்பட்டு விட்டவைதாம். ஆனால், அதை நேரில் பார்க்காதவர்களுக்கோ அதை நம்புவது கடினமாகத்தான் இருக்கும். நாவைத் தாருங்கள்... சக்தியைத் தாருங்கள், கதை சொல்லும்படி எனக்குக் கட்டளையிட்டவரே! வார்த்தைகளைத் தாருங்கள்...

6

கத்தூய்ரியாவும் வரீய்ங்காவும் முற்றத்துக்குள் நுழைந்தபோது, கோடு போட்ட கால்சட்டைகள், அடர்ந்த நிற கோட்டுகள், தொப்பிகள், வெள்ளைநிறக் கையுறைகள் கொண்ட சீருடை அணிந்த பணியாட்களை எதிர்கொண்டார்கள்; கத்தூய்ரியாவின் அப்பாவும் ஒருசில தேர்ந்தெடுத்த உள்வட்டப் பெரிய மனிதர்களும் காத்திருக்கும் தனி அறைக்கு வரீய்ங்காவையும் கத்தூய்ரியாவையும் அவர்கள் அழைத்துச் சென்றார்கள். கத்தூய்ரியாவின் வருங்கால மனைவியை முதன்முதலில் வரவேற்பதும் தொடுவதும் அவனுடைய அப்பாவாக இருக்கும்படி ஏற்பாடுகள் செய்யப்பட்டிருந்தன. நவீன மரபின்படி தனது ஒரே மகனின் மணப் பெண்ணை வரவேற்கும் முதல் நபர் வீட்டுத் தலைவராகத்தான் இருக்க வேண்டும்.

விருந்தினர்கள் எல்லோரும் இருபுறமும் வரிசையாக நின்று, கத்தூய்ரியாவும் வரீய்ங்காவும் கடந்து சென்றபோது கை தட்டினார்கள்.

ஆண்கள் அடர்ந்த நிற சூட்டுகளும், சுருக்கம் வைத்த வெள்ளைநிற சட்டைகளும், போ கழுத்துப் பட்டைகளும் அணிந்திருந்தார்கள். பெண்கள் பலவண்ண விலையுயர்ந்த ஆடைகளை அணிந்திருந்தார்கள். ஆனால் எல்லோரும் தொப்பிகளும் வெள்ளைக் கையுறைகளும் அணிந்திருந்தார்கள்.

வெயிலுக்கேற்ற மிகவும் சன்னமான ஆடைகளை அணிந்திருந்த வெளிநாட்டு விருந்தினர்களும், சுற்றுலாப் பயணிகளும் சற்று தள்ளி நின்று கொண்டிருந்தார்கள். கண் முன்னால் நடக்கும் நாடகத்தை அவர்கள் பார்த்துக் கொண்டிருந்தார்கள். கென்யாவை நாகரிகப்படுத்தும் தங்களின் திருப்பணியால் உண்டான கேலிக்குரிய விளைவுகளைப் பரிசீலிப்பதுபோல் குழப்பத்துடன் பார்த்துக் கொண்டிருந்தார்கள்.

தன் சித்தப்பாவையும் சித்தியையும் மறுபடியும் ஒரு பார்வை பார்த்து தன்னுடைய சந்தேகத்தைப் போக்கிக் கொள்ள முயன்றாள் வரீய்ங்கா. அவர்கள் தங்கள் முகத்தை மறைத்துக் கொள்ள முயன்றார்கள்; தான் உடையணிந்திருக்கும் விதம் அவர்களை வெட்கப்பட வைக்கிறது என்று நினைத்துக் கொண்டாள்... தனியறையின் வாயிலில் சிவப்புக் கம்பளம் விரிக்கப்பட்டிருந்தது. அறையின் தரையில் நான்கு அங்குல தடிமனில் பச்சைக் கம்பளம் விரிக்கப்பட்டிருந்தது. கூரையிலிருந்து தொங்கிய சர விளக்குகள் கண்ணாடிப்பழக் கொத்துக்களைப் போலிருந்தன.

கத்தூய்ரியாவின் அப்பா பலவண்ணத் திண்டுகள் வைத்த உயரமான ஆசனத்தில் அமர்ந்திருந்தார். இருபுறமும் அவருடைய மூத்த நண்பர்கள் சற்று உயரம் குறைவான அதேபோன்ற இருக்கைகளில் உட்கார்ந்திருந்தனர்.

அவருடைய ஒரே மகன் வீடு திரும்பும் செய்தி, அந்தப் பகுதி முழுவதிலும் எட்டியிருந்தது. விருந்துக்கு வந்திருந்த கூட்டம் கூட்டமான மக்களும் அதைப்பற்றியே பேசிக் கொண்டிருக்கிறார்கள். ஆம், காணாமல் போயிருந்தவன் தன் தந்தையிடமும் பெரியவர்களிடமும் ஆசிபெற வந்திருக்கும் செய்தி பரவலாகவே அறியப்பட்டிருந்தது.

சினிமாவில் நடிப்பது போலிருந்தது வரீய்ங்காவுக்கு.

சிவப்புக் கம்பளத்தின் மேல் கால் வைத்தபோது அவளுக்கு அப்படித்தான் இருந்தது.

தனியறையில் நுழைந்து பச்சைக் கம்பளத்தின்மேல் நின்ற போதும் அவளுக்கு அப்படித்தான் இருந்தது.

அறையைச் சுற்றி பார்வையை ஓட விட்ட போதும் அவளுக்கு அப்படித்தான் இருந்தது.

திடீரென்று வரீய்ங்காவின் கண்கள் கத்தூய்ரியாவின் அப்பாவுடைய கண்களை சந்தித்தன.

கத்தூய்ரியாவின் அப்பாவா? ஐயோ, இல்லை!

வரீய்ங்காவின் கண்கள், உயரமான ஆசனத்தில் அமர்ந்து தன்னை வரவேற்கத் தயாராக இருக்கும் கோரிகாவைச் சேர்ந்த பணக்காரக் கிழவனின் கண்களை சந்தித்தன. அது,

கத்தூய்ரியாவின் அப்பாவா? வாம்பூய்யின் அப்பா!

7

'அப்பா, இது -' கத்தூய்ரியா அறிமுகப்படுத்த ஆரம்பித்தான். அவனுடைய அப்பா ஒரு கையசைவில் அவனை நிறுத்தும்படி சொன்னார். நல்ல உயரமான உடம்புடைய கிழவர் அவர். தலையின் நடுவில் இருந்த பளபளவென்று மின்னும் சொட்டை இப்போது அவருடைய முடியை இரண்டாகப் பிரித்துக் காட்டிக் கொண்டிருந்தது.

அந்த முகம் எதையும் வெளிக்காட்டவில்லை.

கத்தூய்ரியா உள்பட எல்லோரையும் அறையை விட்டு வெளியே போகும்படி சொன்னபோதும் குரலில் எந்த உணர்ச்சியையுமே அவர் வெளிக்காட்டவில்லை. மகனின் மணப்பெண்ணுடன் பரிச்சயமாகிக் கொண்டால்தான் மாமனாரும் மருமகளும் ஒருவரையொருவர் புரிந்து கொள்ளமுடியும் என்றார்.

'கத்தூய்ரியா, நீ போய் உன் அம்மாவைப் பார். இந்த விருந்தினர்களை அழைத்துப்போய் மற்ற விருந்தினர்களுடன் சேர்ந்து கொள்ளச் சொல். கதவைச் சாத்திக் கொண்டு போ. கண்டிப்பாக எந்த தொந்தரவும் செய்யாமல் இருந்தால் நன்றியோடு இருப்பேன் என்று உன் அம்மாவிடம் சொல்லிவிடு.'

வரீய்ங்காவை காம உணர்வுடன் பார்த்துவிட்டு விருந்தினர்கள் அந்த அறையை விட்டு வெளியே சென்றபோது, சிலர் தங்களுக்குள் முனகிக் கொண்டார்கள்; 'இன்றைய இளசுகள் மெய்யாகவே மிக அழகாக இருக்கிறார்கள்! முதுமைதான் கொடுமையிலும் கொடுமையான சீரழிவு!'

எல்லாமே திட்டமிட்டபடி நடைபெறுவதாக அவர்கள் நினைத்துக் கொண்டார்கள். எதிர்பாராத திருப்பம் ஒன்று ஏற்பட்டுவிட்டதை ஒருவருமே உணரவில்லை. ஒருவருமே என்றால் - வரீய்ங்காவையும் கத்தூய்ரியாவின் அப்பாவையும் தவிர.

கத்தூய்ரியாவின் அப்பாவா? வாம்பூய்யின் அப்பா!

8

கோரிகாவைச் சேர்ந்த பணக்காரக் கிழவனின் கைகள் நடுங்கிக் கொண்டிருந்தன. அவன் கைகளை நீட்டி தனக்கு முன்னால் மேஜையின் மீதிருந்த பைபிளின் மேல் கைகளை வைத்தான். இத்தனை நேரமும் அவனுடைய கண்கள் வரீய்ங்காவின் முகத்திலேயே நிலைத்திருந்தன. அவனுடைய உதடுகள் கூட நடுங்கின. எங்கிருந்து தொடங்குவது என்றே அவனுக்குத் தெரியவில்லை.

வாய் கிழிய பேசத் தெரிந்த அவனுக்கு இப்போது வாயே இல்லை.

தான் நின்றிருந்த இடத்திலிருந்தே வரீய்ங்கா பயமற்ற கண்களால் பணக்காரக் கிழவனின் பார்வையைச் சந்தித்தாள். கைப்பையை வலது தோளிலிருந்து இடது தோளுக்கு மாற்றிக் கொண்டாள்.

'உட்கார மாட்டாயா?' என்று கேட்டபடியே அவளருகில் நாற்காலியைத் தள்ளினான் பணக்காரக் கிழவன்.

நின்ற இடத்தை விட்டு வரீய்ங்கா அசையவில்லை; ஒரு வார்த்தைகூடப் பேசவில்லை.

பணக்காரக் கிழவன் மறுபடியும் தன் இருக்கையில் புதைந்து கொண்டு வரீய்ங்காவின் முகத்தையே பார்த்துக் கொண்டிருந்தான். 'உனக்கு... தெரியுமா, கத்தூய்ரியா என மகன் - என் ஒரே மகன் என்பது?'

வரீய்ங்கா தலையை அசைத்து மறுத்தாள்.

பணக்காரக் கிழவன் மறுபடியும் எழுந்து, ‘வா,இருவரும் மண்டியிட்டு பிரார்த்தனை செய்வோம்’ என்றான்.

வரீய்ங்கா தோள்களைக் குலுக்கிக் கொண்டாள். நின்று கொண்டே இருந்தாள்.

‘உன்னைக் கெஞ்சிக் கேட்கிறேன், ப்ளீஸ், பிரார்த்தனை செய்ய வா. கடவுள் நமக்கு வழிகாட்டட்டும்.’

வரீய்ங்கா அசையவில்லை. கோரிகாவைச் சேர்ந்த பணக்காரக் கிழவன் வரீய்ங்காவின் எதிரே கம்பளத்தின் மேல் மண்டியிட்டான்.

செய்த தவறுக்கு வருந்தாமல், வெறுமனே மன்னிப்புக் கேட்கும் கைதியைப் பார்க்கும் நீதிபதியைப் போல அவனைப் பார்த்தாள் வரீய்ங்கா.

பணக்காரக் கிழவன் ஜபம் செய்ய முயன்றான். ஆனால் பிரார்த்தனை வாசகங்கள் நினைவுக்கு வரவேயில்லை.

சிரிப்பதுபோல வரீய்ங்காவின் உதடுகள் சற்று பிரிந்தன, ஆனால் அவள் சிரிக்கவில்லை.

கோரிகாவைச் சேர்ந்த பணக்காரக் கிழவன் கண்களைத் திறந்து பார்த்தபோது சிரிப்பும் நையாண்டியும் நர்த்தனமாடும் வரீய்ங்காவின் கண்கள் அவனைச் சந்தித்தன.

பணக்காரக் கிழவனின் உதடுகள் துடித்தன. அவன் பிரார்த் தனையைக் கைவிட்டு எழுந்து கைகளைப் பின்புறமாகக் கட்டிக்கொண்டு கம்பளத்தின் மீது நடைபோட ஆரம்பித்தான். சில அடிகள் நடந்தவுடன் நின்று மேஜையையோ தான் உட்கார்ந்திருந்த நாற்காலியையோ பிடித்துக் கொள்வான்.

ஒரு கணம் கூட வரீய்ங்கா அவன் மேலிருந்து கண்களை விலக்கவேயில்லை.

திடீரென்று நடப்பதை நிறுத்திவிட்டு அவன் வரீய்ங்காவின் முன்னால் வந்து நின்றான்.

இது ஒரு சோதனை என்றான். அவன் குரல் நீரில் மூழ்கிக் கொண்டிருப்பவனின் குரலைப் போலிருந்தது. வரீய்ங்காவின் முகத்தை நேருக்கு நேர் பார்க்க விரும்பாதவன்போல கண்களைத் தாழ்த்திக் கொண்டு அதே குரலில் தொடர்ந்து பேசினான்: ‘நீயும்

கத்தூய்ரியாவும் திட்டமிட்டது எதுவுமே இனி நடக்க சாத்தியமில்லை என்பது இப்போது தெரிந்துவிட்டதா?'

வரீய்ங்கா ஒன்றும் சொல்லவில்லை. அவனையே பார்த்துக் கொண்டிருந்தாள். அவனுடைய மொழுமொழுவென்ற சொட்டைப் பகுதியில் வேர்வைத்துளிகள் பளபளத்தன.

திடீரென்று வரீய்ங்கா அவனுக்காக பரிதாபப்பட்டாள். பேச வாயெடுத்தவள் நின்று நிறுத்திக்கொண்டாள். ஆனால் கூரிய அம்பின் முனை அவளுடைய இதயத்தைக் குத்திக்கிழித்தது.

நிலைமையில் ஏற்பட்டிருந்த சிறிய மாற்றத்தைக் கண்டு பிடித்துவிட்டான் பணக்காரக் கிழவன். திடமான இதயத்தின் சுவர்களில் ஒரு விரிசல் விழுவதைப் பார்த்தான்; அந்த விரிசலை வார்த்தைகளால் மேலும் அகலமாக்க அவசரப்பட்டான்:

'ஜசிந்தா வரீய்ங்கா! இன்று நான் உனக்காக எதைச் செய்யவும் மறுக்க மாட்டேன்... மெய்யாகவே, இந்த பாரத்தை மட்டும் என்னிடமிருந்து நீ அகற்றி விட்டால் உனக்காக நான் எதைச் செய்யவும் தயங்க மாட்டேன். ப்ளீஸ், ஜசிந்தா, உன்னைப் பெற்றெடுத்த தாயின் பெயரால் கேட்கிறேன்! என் மகிழ்ச்சி, என் அந்தஸ்து, என் நம்பிக்கை, என் சொத்து, என் உயிர் - எல்லாமே இப்போது உன் கையில். இந்த பாரத்தை மட்டும் அகற்றிவிடு!'

மனதுக்குள் சிரிப்புப் பொங்குவதை உணர்ந்தாள் வரீய்ங்கா. பரிதாபத்தின் கூரிய முள் இப்போது அவளைக் குத்தவில்லை. ஆனால் வாயைத் திறந்து ஒரே ஒரு வார்த்தை மட்டும் கேட்டாள்: 'எப்படி?'

கோரிகாவைச் சேர்ந்த பணக்காரக் கிழவன், வரீய்ங்காவின் குரலைக் கேட்டு நீண்டகாலமாகி விட்டிருந்தது. வரீய்ங்கா சொன்ன அந்த ஒரு வார்த்தை ஈட்டியாக அவன் இதயத்தைத் தாக்கியது போல சட்டென்று, 'கத்தூய்ரியாவை விட்டுவிடு. மனம் போன போக்கில் போகிறவனாக இருந்தாலும், என்னைப் பின் பற்றாமல் தனக்கென்று ஒரு பாதையை வகுத்துக்கொள்பவனாக இருந்தாலும், அவன் என் ஒரே மகன். அவன் மேல் நான் உயிரையே வைத்திருக்கிறேன். தவிர, ஒரு வகையில் பார்த்தால் கத்தூய்ரியா உனக்கும் மகன் போலத்தான். நான் உயிரோடு இருக்கும் வரை உன் திட்டங்கள் எதுவும் பலிக்காது. இது பையன் தன் அம்மாவையே மணப்பதுபோலத்தான். நான் உயிரோடு இருக்கும்போதே என் மகன் என் மனைவியை மணப்பது போலத்தான். என் மக்கள் முன்பும் கடவுளின் முன்பும் நான் வெட்கித்

தலைகுனிய நேரிடும். அதன்பிறகு ஒருநாள் கூட நான் உயிரோடு இருக்க முடியாது.

‘என் வீடு உடைந்து நொறுங்கும். என் சொத்துகளை நிர்வகிக்க ஆள் இல்லாமல் போய்விடும். என் வாழ்க்கை ஏழு துண்டுகளாக உடைந்து போய்விடும். ஜசிந்தா, என்னைக் காப்பாற்று!’

‘எப்படி?’

மறுபடியும் வரீய்ங்காவின் குரலால் பணக்காரக் கிழவன் நிலைகுலைந்து போய்விட்டான். மறுபடியும் கம்பளத்தின் மீது நடக்கத் தொடங்கிவிட்டான். இரண்டு மூன்று அடி நடந்ததும் நின்றான். உணர்ச்சிகளைக் கட்டுக்குள் கொண்டு வருவதற்காகப் போராடினான்.

‘நீ கத்தூய்ரியாவை விட்டுவிட வேண்டும் என்கிறேன்.’

‘எப்படி?’

‘ஒன்றாக நைரோபிக்குத் திரும்புங்கள். நைரோபி சென்ற பிறகு உங்கள் காதல் விவகாரம் முடிந்துவிட்டதாக அவனிடம் சொல். அவன் இன்னும் பச்சைக் குழந்தைதான். எதுவும் நினைத்துக் கொள்ள மாட்டான்.’

‘அப்படியானால், நான்?’

வார்த்தைகளால் வரீய்ங்காவை வீழ்த்தும் பழைய காலத்தில் இருந்ததுபோன்ற உணர்வு திடீரென்று அவனுக்கு ஏற்பட்டது. உடல் முழுவதும் நரம்புகளில் ரத்தம் பாய்வதையும் பழைய வீரியம் திரும்புவதையும் உணர முடிந்தது. வரீய்ங்காவின் தோள் மீது கை வைப்பது போல கைகளை முன்னுக்கு நீட்டியவன், வரீய்ங்காவின் கண்களில் தெரிந்த தீப் பிழம்பைக் கண்டதும் உடனடியாக கைகளைப் பின்னுக்கு இழுத்துக்கொண்டு விட்டான். ஆனால் உதடு வரை வந்துவிட்ட வார்த்தைகளை மட்டும் மறைக்கவில்லை:

‘என்னுடையவளாக இரு. ஒரு காலத்தில் நீ என்னுடையவளாக இருந்தாய் என்பதை ஞாபகப்படுத்திக் கொள். சிறுமியாக இருந்த உன்னை பெண்ணாக மாற்றியது நான்தான் என்று நினைக்கிறேன். நான் பாத்தேயிராத என் குழந்தையின் தாய் நீ.’

‘அப்படியானால் உன் மனைவி? கத்தூய்ரியாவின் அம்மா?’

இப்போது வரீய்ங்கா பணக்காரக் கிழவனை திணறடித்து விட்டாள். காமவெறி அவனை ஆட்டிப் படைத்தது. கனிவான வார்த்தைகள் தடையின்றி வெளிவந்தன. அவளருகில் வந்தான். அப்படியே 'பாஸ்' கிஹாராவைப் போலவே பேசினான். இருவரும் ஒரே பள்ளிக்குச் சென்று பெண்களை மயக்கும் வித்தையைக் கற்று 'தந்தை மகளுக்கு எழுதிய நூறு காதல் கடிதங்கள்' அடங்கிய புத்தகத்தைப் படித்து வந்தவர்கள் போலத் தெரிந்தார்கள்.

'ஜசிந்தா, அவள் ஒரு பொருட்டேயில்லை. வாசம் போன பழைய வாசனைத் தைலத்தை யாரும் பயன்படுத்துவதில்லை. ப்ளீஸ், என் குட்டிப்பெண்ணே, என் கனியே, என் பேச்சைக் கேள். இன்று இந்த அவமானத்திலிருந்து என்னைக் காப்பாற்று. என்னுடையவளாக இரு. உனக்காக நைரோபியிலோ மும்பாஸாவிலோ நீ தேர்ந்தெடுக்கும் இடத்தில் ஒரு வீட்டை வாடகைக்கு அமர்த்துகிறேன். இந்த வீட்டில் இருப்பது போன்ற சாமான்களாலும், கம்பளங்களாலும் அந்த வீட்டையும் நிறைக்கிறேன். ஹாங்காங், டோக்கியோ, பாரீஸ், லண்டன், ரோம், நியூயார்க் இங்கிருந்தெல்லாம் மெத்தைகள், திரைகள் ஏனைய பொருட்களை எல்லாம் வாங்கித் தருகிறேன். நீ சொன்னால் போதும், அது உன்னுடையதாகிவிடும். இந்தத் துணிகளையும், மாலைகளையும், உலர்ந்த சோளத்தட்டைகளாலான காதணிகளையும் கழற்றி எறிந்துவிடு. ஐரோப்பாவிலிருந்து வந்த நகைகளையும், துணிகளையும் அணிந்துகொள். கடைத் தெருவுக்குப் போய்வர ஒரு கூடையையும் -ஷாப்பிங் பாஸ்கெட்டையும் - வாங்கித்தருகிறேன்: டயோட்டா கரோனா, டாட்ஸன் 16பி, ஆல்ஃபாசுட் அல்லது நீ தேர்ந்தெடுக்கும் ஒரு கார். ஜசிந்தா, என் குழந்தாய், என் கனியே, என் ஆரஞ்சே, என்னிடம் திரும்பி வா. உன் வாழ்வின் பிரச்சனைகளையும் என் வீட்டுப் பிரச்சனைகளையும் என் குழந்தையின் பிரச்சனைகளையும் தீர்த்து வைத்துவிடு.'

'எந்தக் குழந்தை?'

'கத்தூய்ரியாதான்!'

'வாம்பூய்? அவள் உன் குழந்தை இல்லையா?'

'நீ நினைக்கிற அளவுக்கு நான் முட்டாள் இல்லை. 'பசுவை வெறுப்பது என்றால் அதன் தோலை வெறுப்பது' என்று சொன்னார் கிக்கூயூ. இப்போது நான் உனக்குச் சொல்கிறேன்; பசுவை நேசிப்பது என்றால் அதன் கன்றையும் நேசிப்பதுதான்.'

'உன்னுடைய மலராக இருக்க - உன் வயோதிகத்தை இனிமையாக்கும் மலராக இருக்க - நான் மறுத்துவிட்டால்?'

ஆழ்ந்த யோசனையில் இருப்பதுபோல் கோரிகாவைச் சேர்ந்த பணக்காரக் கிழவன் ஒரு நிமிடம் தயங்கினான். அவன் முகம் இருண்டது. வரீய்ங்காவின் பேச்சு அவனுக்குக் கோபமூட்டியது. இதுவரை தன் வார்த்தைகளோ, விருப்பங்களோ மறுக்கப்பட்டே அறியாத அவன், தொண்டையைச் செருமிக்கொண்டு கடுமையான குரலில் வெறுப்புடன் பேச ஆரம்பித்தான்.

'உனக்கு ஒரு உவமைக் கதையைச் சொல்லி விளக்குகிறேன். நெடுநாட்களுக்கு முன்பு சாத்தான் (அல்லது பிசாசு) கடவுளால் நேசிக்கப்படும் தேவதூதனாக இருந்தான். அப்போது அவன் பெயர் லூசிஃபர். ஆனால் ஒருநாள் சாத்தானை ஒரு கெட்ட ஆவி பிடித்துவிட்டது. கடவுளின் வலது பக்க இருக்கைக்கு ஏங்க ஆரம்பித்துவிட்டான் அவன். உனக்குத்தான் தெரியுமே - அந்த இருக்கை கடவுளின் ஒரே மகனுக்கு என்று முடிவு செய்யப்பட்டிருந்த இருக்கை. கடவுள் லூசிஃபரை என்ன செய்தார்? இவ்வுலகத்தின் கடவுளுடைய பக்தர்களாகிய நமக்கே அவனின் விருப்பங்களைப் பூர்த்தி செய்ய வழிகள் இருக்கின்றன. நீ ஒன்றும் குழந்தையில்லை. இதற்கு என்ன அர்த்தம் என்று உனக்கு விளக்கத் தேவையில்லை என்று நினைக்கிறேன். இல்மொராக் விருந்தில் நான் கலந்து கொள்ளவில்லை. ஆனால் விரேரி வா மூகிராய் என்ற பெயரில் அங்கு ஒருவன் இருந்தான் என்பது எனக்குத் தெரியும். அன்றைய விருந்தில் கலந்துகொண்ட பெருமதிப்புக்குரிய விருந்தினர்களில் அவனும் ஒருவன். அவனிடம்தான் அதிகபட்சமான அழைப்பிதழ்களை விநியோகிக்கக் கொடுத்திருந்தார்கள் என்று கேள்விப்பட்டேன். ஆனால் வயிறுமுட்டத் தின்று குடித்துவிட்டு தன் கடவுளை நிந்தித்ததோடு, தன்னுடைய வர்க்கத்தவரின் மீது வெறுப்புக் காட்டவும் ஆரம்பித்துவிட்டான் அவன். இவ்வுலகக் கடவுளுடைய சட்டங்களுக்கு பணிய மறுத்துவிட்டான். ஒரு காலத்தில் அவன் பெருமதிப்புக்குரியவனாக இருந்திருக்கலாம். ஆனால், அந்த விரேரி இன்று எங்கே?'

'விமுருவின் அருகே கினீனியில் மட்டாட்டு மட்டாட்டா மட்டாமு பதிவு எண் எம் எம் 333இல் ராபின் முவாராவால் அவன் கொலை செய்யப்பட்டான்.'

கோரிகாவைச் சேர்ந்த பணக்காரக் கிழவன் திடுக்கிட்டுப் போனான்.

‘அப்படியானால்... உனக்கும் தெரியுமா? இனி உன்னிடம் நான் எதையும் மறைக்கத் தேவையில்லை. சாத்தானின் சீடர்கள் என்று அழைக்கப்படும் குழுவுக்கு முவாராதான் தலைவனாக இருந்தான். உனக்கும் ஒருவேளை அது தெரிந்திருக்கலாம். கடவுளின் காரியத்தை இந்த பூமியில் நடத்த விடாமல் தடுக்கும் ஆட்களை ஒழிப்பதுதான் அவர்களுடைய வேலை. இப்போது கூட நான் சும்மா வாயைத் திறந்தால் போதும் - நீ கில்கில்லை அடைய முடியாது... ஆனால் நாம் எதைப்பற்றிப் பேசிக் கொண்டிருக்கிறோம் ஜசிந்தா? நம் பேச்சு திசை மாறிச் சென்றுவிட்டது... நீ முட்டாளில்லை என்பது எனக்குத் தெரியும். செல்வத்தை மறுக்க மாட்டாய் என்று தெரியும்: நைரோபி அல்லது மம்போசாவிலிருந்தபடியே தொலைபேசி மூலம் நிர்வகிக்கக் கூடிய வகையில் ரிஃப்ட் பள்ளத்தாக்கில் உனக்கொரு பண்ணை வேண்டுமா? பிரச்சனையே இல்லை. என்ன வேண்டுமென்று மட்டும் சொல், செய்து முடிக்கப்படும்.’

‘வெளியில் இருக்கும் மனிதர்கள்? அவர்களிடம் என்ன சொல்வது?’

‘அதை என்னிடம் விட்டுவிடு.’

‘மிஸ்டர் கிடாஹி, அடுத்தவர் வாழ்க்கையைப் பற்றி நீ எப்போதாவது யோசித்துப் பார்த்திருப்பாயா என்பதே எனக்கு சந்தேகமாக இருக்கிறது. ஒரே ஒரு கேள்வி கேட்கட்டுமா?’

‘தாராளமாகக் கேள். கேள்வி கேட்பதற்காக யாரும் தண்டிக்கப்படுவதில்லை.’

‘எனக்கும் கத்தூய்ரியாவுக்கும் இடையிலுள்ள காதல் முடிவுக்கு வரவேண்டும் என்று விரும்புகிறாய் இல்லையா?’

‘ஆமாம். நிச்சயமாக.’

‘சரி. நீ என்னைத் திருமணம் செய்து கொள்கிறாயா? அதாவது முறைப்படி திருமணச் சடங்கு நடத்தி என்னை உன் இரண்டாவது மனைவியாக்கிக் கொள்கிறாயா?’

‘ப்ளீஸ் ஜசிந்தா, புரியாதவள்போல நடிக்காதே. நான் தேவாலயத்துக்குப் போகிறவன். நீ என்னுடையவளாக இருக்க வேண்டும் என்று மட்டுமே விரும்புகிறேன். உன்னை வந்து சந்திப்பதற்கான வழிகளை நான்

உருவாக்கிக் கொள்வேன் முன்போலவே. உனக்கு நினைவில்லையா? ப்ளீஸ், என் கௌரவத்தைக் காப்பாற்று! என் மகனின் கௌரவத்தைக் காப்பாற்று! ஜசிந்தா, என் குடும்ப கௌரவத்தைக் காப்பாற்று. அதன் பிறகு பார் - நன்றிக்கடன் என்றால் என்ன என்று உணர்ந்த மனிதனை நீ பார்ப்பாய்.'

அப்போதுதான் அந்த அதிசயம் நடந்தது. வரீய்ங்காவை ஏறிட்டுப் பார்த்தவன் திடீரென்று அவள் அழகின் அற்புதமான முழுமையில் நிலைகுலைந்து போனான். அவன் மனமும் உடலும் வரீய்ங்காவின் இளமையால் சூடேறின. நிலையிழந்து வரீய்ங்காவின் முன் மண்டியிட்டுக் கெஞ்ச ஆரம்பித்துவிட்டான்: 'இவ்வளவு பளிச்சென மின்னுகிற இளமையை நான் பார்த்ததேயில்லை. என்னைக் காப்பாற்று!'

வரீய்ங்காவின் கால் முட்டுகளைப் பற்றிக் கொண்டான். வெள்ளம் பெருக்கெடுத்தோடும் ஆறு போல வார்த்தைகள் அவன் வாயிலிருந்து கொட்டின.

அறையில் நுழைந்தபோது நின்ற அதே இடத்தில்தான் வரீய்ங்கா இன்னமும் நின்றிருந்தாள். தீர்ப்பு வழங்கப்போகும் மக்கள் நீதிபதியைப்போல அவள் பேச ஆரம்பித்தாள்.

'அடுத்தவர் உயிரைப் பறிப்பவனே! நீயும் நானும் விளையாடுவோமே, வேட்டைக்காரன் -- பலிகடா என்ற விளையாட்டு, நினைவிருக்கிறதா? வேட்டையாடப்படும் மான் என்றாவது ஒருநாள் வேட்டைக்காரனாக ஆகும் என்று நீ கற்பனை செய்து பார்த்ததுண்டா? நடந்து முடிந்ததை இனி மாற்ற முடியாது. உன்னை நான் காப்பாற்றப் போவதில்லை. ஆனால் தேன் போன்ற, வாசனைத் தைலம் போன்ற உன் வார்த்தைகளால் நாசமாகும் பலபேரை நான் காப்பாற்றப் போகிறேன்.'

வரீய்ங்காவை இடைமறித்தான் பணக்காரக்கிழவன்: 'நீ ஒப்புக்கொள்வாய் என்று எனக்குத் தெரியும். நான் உயிருக்கு உயிராக நேசிக்கும் என் கண்ணே! என் குட்டிப் பழமே, என் குட்டி ஆரஞ்சே, என் முதுமைக் காலத்தை ஒளிமயமாக்க வந்த மலரே!'

தன் வார்த்தைகளில் தானே ஈர்க்கப்பட்டவனாக பேசிக் கொண்டே போனான். வரீய்ங்கா தன் கைப்பையைத் திறந்ததை அவன் கவனிக்கவில்லை. துப்பாக்கியை வெளியில் எடுத்ததையும் அவன் கவனிக்கவில்லை.

'பார் என்னை' என்று வரீய்ங்கா நீதிபதியின் குரலில் ஆணையிட்டாள்.

துப்பாக்கியைப் பார்த்ததும் கத்தூய்ரியாவின் தகப்பனுக்கு திடீரென்று வார்த்தைகள் முற்றும் அற்றுப்போயின.

9

வெளியில் இருந்தவர்கள் துப்பாக்கிக் குண்டு வெடித்த ஓசையைக் கேட்டார்கள். அவர்கள் உள்ளே நுழைந்தபோது கத்தூய்ரியாவின் அப்பா மண்டியிட்ட நிலையில் வரீய்ங்காவின் கால் முட்டுகளை பற்றியபடியே இருந்தார். ஆனால், அவர் உடலில் மூன்று தோட்டாக்கள் இறங்கியிருந்தன.

'என்ன இது? என்ன இது வரீய்ங்கா?' கத்தூய்ரியா கேட்டான்.

'இதோ மண்டியிட்டு இருக்கிறானே இவனொரு சிரங்குப்பூச்சி, பேன், ஒட்டுப்பூச்சி, தெள்ளுப்பூச்சி, மூட்டைப்பூச்சி! இவனொரு ஒட்டுண்ணி. மற்றவர் வாழ்வு என்ற மரங்களை அண்டிப் பிழைக்கும் அட்டை!'

10

அறையை விட்டு வெளியேறினாள் வரீய்ங்கா. முன்னால் இருந்த மனிதர்கள் அவளுக்கு வழிவிட்டார்கள். கதவுக்கு வெளியே கிஹாஹூ வா கதீகாவையும் கீதுது வா கட்டாங்கூருவையும் சந்தித்தாள். தன்னை அடிமை மனோபாவத்திலிருந்து விடுவித்த வங்காரி, முதூரி, மாணவர் தலைவர் ஆகியோரின் நினைப்பு வரவே, திடீரென்று, கிடாஹியைக் கொன்றபோது வராத கோபம் இப்போது அவளுக்கு வந்துவிட்டது.

'நீயும்தான், நீயும்தான்!' என்று சொல்லியபடி கிஹாஹூவையும், கிதுதுவையும் சுட்டு அவர்களின் முட்டுச் சில்லுகளைப் பெயர்த்தாள்.

எல்லாத் திசைகளிலும் ஆட்கள் சிதறி ஓடினார்கள். 'கைது செய் அவளை, பிடி அவளை! அவளுக்குப் பைத்தியம் பிடித்து விட்டது,' என்று கத்திக்கொண்டே உயிருக்குப் பயந்து ஓடினார்கள்.

அவளைப் பிடிக்க முயன்ற இரண்டு பேரும் ஜூடோ உதைகளாலும், கராத்தே வெட்டுகளாலும் சரிந்தார்கள். ஜாக்கிரதையாக தூரத்தில் இருந்தே எல்லோரும் பார்க்க, வரீய்ங்கா சாந்தமாக நடந்து போனாள்.

கூஞ்சி வா தீதிகா மட்டும் கீழே விழுந்து விடாதிருக்க தன் தொந்தியை இரண்டு கைகளாலும் ஏந்திப் பிடித்துக்கொண்டு ராபின் முவாராவுக்குக் குரல் கொடுத்தான்: 'எங்கே இருக்கிறாய்? எங்கே உன் ஆட்கள்?' ஆனால் எப்போதோ தன் வாடகைக் காரைக் கிளப்பிக் கொண்டு பறந்துபோய் விட்டிருந்தான் முவாரா.

கத்தூய்ரியாவுக்கு என்ன செய்வதென்றே தெரியவில்லை: அப்பாவின் பிணத்தைக் கவனிப்பதா, அம்மாவைத் தேற்றுவதா, வரீய்ங்காவைப் பின்தொடர்வதா? செய்வதறியாமல் முற்றத்தின் நடுவில் நின்றிருந்தவனின் மனதுக்குள், அவனை எங்கேயும் கொண்டுபோய்ச் சேர்க்காத இசை ஒலித்துக் கொண்டிருந்தது.

பேச்சும் இயக்கமும் நின்றுபோனவன் போல அவன் அங்கேயே நடுக்கூடத்தில் நின்றிருந்தான்.

வரீய்ங்கா போய்க்கொண்டே இருந்தாள். ஒருமுறைகூட அவள் திரும்பிப் பார்க்கவில்லை.

ஆனால் தன் வாழ்வின் பயணத்தில் கடினமான போராட்டங்களை இனிமேல்தான் தான் எதிர்கொண்டாக வேண்டும் என்பது அவளுக்கு மிக நன்றாகவே தெரிந்திருந்தது...

✦✦✦

PROFESSOR NGUGI WA THIONG'O

NOVELS

1. WEEP NOT, CHILD (1964)
2. THE RIVER BETWEEN (1965)
3. A GRAIN OF WHEAT (1967)
4. A MEETING IN THE DARK (1974)
5. PETALS OF BLOOD (1977)
6. DEVIL ON THE CROSS (1980 - IN GIKUYU, 1982 - IN ENGLISH)
7. MOTHER SING FOR ME (1986)
8. MATIGARI (1989, 1994) (TRANSLATED INTO ENGLISH BY WANGUI-WA-GORO)
9. WIZARD OF THE CROS (2004 - IN GIKUYU, 2006 - IN ENGLISH)

PLAYS

1. THE BLACK HERMIT (1963)
2. THIS TIME TOMORROW (1970)
3. THE REELS (1970)
4. THE WOUND IN THE HEART (1970)
5. THE TRIAL OF DEDAN KIMATHI (1976) (WITH MICERE GITHAE MUGO AND NSAKA)
6. NGAAHIKA NDEENA (1977) (WITH NGUGI WA MIIRJ)

CHILDREN'S BOOKS

1. NJAMBA NENE AND THE FLYING BUS (1986)
2. NJAMBA NENE AND THE CRUEL CHIEF (1988)
3. NJAMBA NENE'S PISTOL (1990)

SHORT STORIES

1. SECRET LIVES AND OTHER STUDIES (1976)

ESSAYS

1. HOMECOMING : ESSAYS ON AFRICAN AND CARIBBEAN LITERATURE, CULTURE AND POLITICS (1972)
2. WRITERS IN POLITICS : ESSAYS (1981)
3. EDUCATION FOR A NATIONAL CULTURE (1981)
4. DETAINED : A WRITER'S PRISON DIARY (1981)
5. BARREL OF A PEN : RESISTANCE TO REPRESSION IN NEO-COLONIAL KENYA (1983)
6. DECOLONISING THE MIND : THE POLITICS OF LANGUAGE IN AFRICAN LITERATURE (1986)
7. WRITING AGAINST NEO-COLONIALISM (1986)
8. MOVING THE CENTRE : THE STRUGGLE FOR CULTURAL FREEDOM (1993)
9. PENPOINTS, GUNPOINTS AND DREAMS : THE PERFROMACE OF LITERATURE AND POWER IN POST-COLONIAL AFRICA (1998)
10. SOMETHING TORN AND NEW: AN AFRICAN RENAISSANLE (2009)
11. DREAMS IN A TIME OF WAR (A CHILD MEMOIR) (2010)
12. IN THE HOUSE OF THE INTERPRETER: A MEMOIR (2012)

AWARDS AND HONOURS

1. 1973 - LOTUS PRICE FOR LITERATURE
2. 2001 - NONINO INTERNATIONAL PRIZE FOR LITERATURE (GERMAN) UNIV. OF BAYREUTH
3. NOMINATED FOR MAN BOOKER INTERNATIONAL PRIZE
4. 2012 - NATIONAL BOOK CRICICS CIRCLE AWARD
5. 2014 - NOCOLAS GUILLEN PHILOSOPHICAL LITERATURE PRIZE (CARIBBEAN PHILOSOPHICAL ASSOCIATION)

அமரந்த்தா

1983 ஆகஸ்டு எழுத்துலகில் அறிமுகம்.

கணையாழி: தி. ஜானகிராமன் நினைவுப் பரிசுப் பெற்ற குறுநாவல்: “சுற்றத்தார்.”

படிகள்: மார்க்கோஸ் எழுதிய சிறுகதை தமிழாக்கம்: “செவ்வாய்க்கிழமை பகல் தூக்கம்.”

தொடர்ந்து குறுநாவல்கள், சிறுகதைகள், கட்டுரைகள், மொழிபெயர்ப்புகள், நூல் மதிப்புரைகள் ஆகியவற்றை வெளியிட்ட இதழ்கள்:

கணையாழி	புதியபார்வை	இங்கே இனி	நிழல்
சுபமங்களா	ஜனசக்தி	தாமரை	ங்
கல்குதிரை	காலக்குறி	காலச்சுவடு	சிதைவு

எழுதியிருக்கும் நூல்கள்:

1. ஹொராஸே மார்த்தி: ஓர் அறிமுகம்(2003) புதுமலர் பதிப்பகம், ஈரோடு. (கூபப் பயணத்தின் பின்பு எனது அனுபவங்களை முன்வைத்து எழுதப்பட்டது).
2. சிமோன் பொலீவார்(2006) பாரதி புத்தகாலயம், சென்னை.
3. சே கெவாரா (2006) பாரதி புத்தகாலயம், சென்னை.
   அர்ஹென்தினாவில் பிறந்து, கூபாவின் விடுதலைப்போரில் இணையற்ற செயல்வீரனாகத் திகழ்ந்து, பொலிவிய விடுதலைப்போரில் சிஐஏ கைக்கூலிகளால் படுகொலை செய்யப்பட்ட மாவீரனின் தற்கால முக்கியத்துவம்.

மொழிபெயர்த்த நூல்களின் பட்டியல்:

1. அன்று செவ்வாய்க்கிழமை, அதை நான் எப்படி மறக்க முடியும்?
லத்தீன் அமெரிக்கச் சிறுகதைகள், NCBH, 1987
2. சே கெவாராவின் பொலிவிய நாட்குறிப்பு
தாமரைச் செல்வி பதிப்பகம், 1997
3. நிழல்களின் உரையாடல்: மார்த்தா த்ராபா (அர்ஹென் தினா)
நாவல், 1998. தாமரைச் செல்வி பதிப்பகம்.
4. பனியும் நெருப்பும்: லத்தீன் அமெரிக்கச் சிறுகதைகளின் தொகுப்பு
நிழல் பதிப்பகம். 2001
5. ஃபிதெல் காஸ்த்ரோ நேருக்கு நேர்: நிகாராகுவா ஜெனரல் தொமாஸ் போர்ஹேஸ் என்ற விடுதலைப் போராளிக்கு அளித்த நேர்காணல்.
புதுமலர் பதிப்பகம், 2002.
6. இது வேறு செப்டம்பர் 11 (பாப்லோ நெரூதா நூற்றாண்டு வெளியீடு)
சீலே நாட்டின் சோசலிச குடியரசுத் தலைவர் சால்வதோர் அயந்தே சிஐஏ-வினால் படுகொலை செய்யப்பட்டதும், அவரது நண்பர் கவிஞர் பாப்லோ நெரூதா மனமுடைந்து மனமுடைந்ததும், பினோசெத்தின் ரத்தவெறி கொண்ட ராணுவ ஆட்சியின் வரலாறும் மட்டுமின்றி, நண்பர்கள் மொழிபெயர்த்த பாப்லோ நெரூதாவின் கவிதைகளும் கொண்ட தொகுதி.
'குறிஞ்சி' வெளியீடு, 2004.
7. குற்றவாளிக் கூண்டில் வட அமெரிக்கா, பரிசல் பதிப்பகம், 2005.
கூப மக்கள் வட அமெரிக்க அரசுக்கு எதிராகத் தொடுத்த வழக்கு ஆவணம், கூப மாகாண சபை வெளியீடு, 1999
8. வீழ்வோமென்று நினைத்தாயோ? ('ஃபிதெல் காஸ்த்ரோ 80' விழாவில் வெளியிடப்பட்ட 8 நூல்களில் ஒன்று) NCBH, சென்னை, 2006.
கூபாவினுள் வட அமெரிக்காவின் மனித உரிமை மீறல்கள். காந்தனாமோ சிறை அக்கிரமங்கள் உள்ளிட்ட வெளித்தெரியாத வட அமெரிக்க அத்துமீறல்கள் குறித்த பதிவுகள்.
9. வெனிசுவேலாவின் ஓசைகள்: ரான் ரைடனவர். NCBH, 2011.
10. 21 ஆம் நூற்றாண்டு சோசலிசம்: ஐந்து சிந்தனைகள்: மார்த்தா ஆர்னெக்கார். NCBH, 2014.
11. வியப்பூட்டும் கூபா : எமிலி மோரிஸ். தாடாகம், 2016.
சிறப்புக் காலகட்ட நெருக்கடிகளை வென்று தலைநிமிர்ந்த கூபா அரசின் சோசலிச பொருளாதாரக் கொள்கை மீதான ஆய்வுரை.